બેન-હર

'ખ્રિસ્તની એક કથા'

લેખક

લ્યુ વોલેસ

અનુવાદક

અશોકકુમાર હંસદેવજી સાગઠીયા

'Connect the Vision'™

Nexus Stories Publication

Bhārata

NEXUS STORIES PUBLICATION®
Surat, Gujarat, India.

Title – બેન-હર 'ખ્રિસ્તની એક કથા'

First Published by Nexus Stories Publication 2023

ISBN # 978-81-19178-49-0

Publication

Nexus Stories Publication™, Surat (Gujarat), Bhārata

www.nexus-stories.com # +91 87800 80718 # www.nexus-stories.in

અર્પણ

મારા પુ. પિતાશ્રી

આચાર્યશ્રી હંસદેવજી નથુરામ સાગઠિયા

જેમની દિવ્ય પ્રેરણા અને સંસ્કારોથી વિચારોને દિશા,

સંકલ્પમાં શક્તિ, કાર્યમાં નિષ્ઠા અને પ્રયત્નોથી સિદ્ધિ

પ્રાપ્ત થઈ છે.

પ્રસ્તાવના

રાજકોટમાં અમારા ઘરથી નજીક લાખાજીરાજ લાયબ્રેરીમાં લગભગ સાતેક વર્ષની ઉંમરે પહેલું પગલું મુક્યું કે મારી વાચનભૂખ ઉઘડી. તમામ પ્રકારનું બાળ સાહિત્ય, કિશોર સાહિત્ય, ચિત્રવાર્તાઓ, તે સમયે ગમતું હોય તેવું ધાર્મિક સાહિત્ય કોઈ પણ પ્રકારના પૂર્વગ્રહો વિના વાંચ્યું અને ખરી સર્વ ધર્મ સમભાવની લાગણી આત્મસાત કરી. પિતાજી એક ધાર્મિક અને આધ્યાત્મિક વ્યક્તિ હોવાથી અમારા ઘેર તમામ ધર્મોના અનુયાયીઓ અને ઉપદેશકો નિયમિત રીતે આવતા અને સત્સંગ કરતા.ભગવાન શ્રી રામદેવજી અમારા આરાધ્ય દેવ અને પિતાજી બુલંદ અવાજે મીઠી હલકે સુંદર ભજનો ગાતા ત્યારે ઘણી વાર એક સાખી ગાતા...

"હરભુજી હાલો દેવળે, અને પૂજવા રામાપીર;

એ તો કોઢિયાના કોઢ મટાડશે, અને સાજા કરશે શરીર.."

રાજકોટમાં ગેલેક્સી સિનેમા શરુ થયું અને અમે હાઈસ્કુલમાં હતા ત્યારે ઓસ્કાર એવોર્ડ વિજેતા ફિલ્મ "બેન – હર" આવ્યું અને જે વાત પવિત્ર બાઈબલના નવા કરારમાં પ્રભુ ઈસુના ક્રુસીફીકેશન અંગે નહોતી સમજાઈ તે સમજાઈ ગઈ. તે પછી કોલેજમાં નોકરી માટે જોડાયો અને કોલેજની લાયબ્રેરીમાંથી ખુબ જુનું લેખકશ્રી લ્યુ વાલેસનું અંગ્રેજી પુસ્તક હાથમાં આવ્યું. જો કે મારું અંગ્રેજી ખુબ સારું હતું, પણ પુસ્તકમાં જે કક્ષાનું અંગ્રેજી હતું તે સમજવા માટે ડીકશનરી અને રફ પાનાઓ પર જે વાંચું તેનો મેળ બેસાડવાનો પ્રયત્ન શરુ કર્યો અને તેમ થતા આ પુસ્તકનું ભાષાંતર કરવાની શરૂઆત થઈ, જે પૂર્ણ થયે તેની દિવ્ય અનુભૂતિ આપ સહુ વાચકો પણ માણી શકો તે માટે પ્રસ્તુત કરું છું.

- અશોક હંસદેવજી સાગઠિયા

*****

લેખકનો પરિચય

જનરલ લ્યુ વોલેસનો જન્મ અમેરિકાના ઈન્ડીયાના પ્રાંતના બ્રુકવિલે શહેરમાં ૧૦મી એપ્રિલ ૧૮૨૭ ના થયો હતો. સામાન્ય શિક્ષણ લીધા પછી ૧૬ વર્ષની ઉંમરે મેરિયન કાઉન્ટીની કારકુન ઓફિસમાં નોકરી સ્વીકારી આને ત્યાંની સ્થાનિક મીલીટરી યુનિટ મેરિયન રાયફલ્સમાં પણ જોડાયા અને સાથે સાથે તેમની પ્રથમ નવલકથા"ધ ફેર ગોડ" લખવાની શરૂઆત કરી. ગૃહયુધ્ધ દરમ્યાન તેઓ રિપબ્લિકન પાર્ટીના સભ્ય બન્યા અને તેમની યુનિયન આર્મીમાં પૂર્ણ સમયની લશ્કરી કારકિર્દી શરુ થઇ.તે પછી રાષ્ટ્રપતિ અબ્રાહમ લિંકનના હત્યાના કાવતરાખોરોની તપાસ કરવા માટે લશ્કરી કમિશનમાં પણ તેમની નિમણુક થઈ. તે પછી કોન્સ્ટેન્ટીનોપલમાં ઓટ્ટોમન સામ્રાજ્યમાં રાજદૂત તરીકે નિમણુક થઈ. તે દરમ્યાન તેમની પ્રિન્સ ઓફ ઈન્ડિયા, વ્હાય કોન્સ્ટેન્ટીનોપલ ફોલ અને બેન-હર જેવી બેનમુન કૃતિઓનું સર્જન શરુ થયું. તે સિવાય તેમણે ધ બોયહુડ ઓફ ક્રાઈસ્ટ અને કમાંડસ અને લાઈફ ઓફ જનરલ બેન હેરીસન પુસ્તકો લખ્યા. તે સિવાય તેમણે કેટલીક મીકેનીકલ પેટન્ટસ પણ રજીસ્ટર કરાવી અને વાયોલિનવાદનમાં પણ નિપુણતા મેળવી.

હાર્પર બ્રધર્સે ૧૨મી નવેમ્બર ૧૮૮૦ ના રોજ "બેન-હર" પ્રસિધ્ધ કર્યું અને વિશ્વમાં તે "અંકલ ટોમ્સ કેબીન" પછી સર્વાધિક વાંચવામાં આવેલી નવલકથા હોવાનું બહુમાન પ્રાપ્ત કર્યું.

તેમનું મૃત્યુ લગભગ સત્યોતેર વર્ષની ઉંમરે તેમના ક્રોફર્ડવિલે ખાતેના ઘેર થયું. તેમની સમાધિ પાર બાલ્થસારના શબ્દો "એક હજાર વરસના સામાન્ય જીવન કરતાં ઈશ્વર સમીપની એક ઘડી સારી છે." સોનેરી અક્ષરોએ કોતરેલા છે. આજે તેમનું ક્રોફર્ડવિલે ખાતેનું ઘર "જનરલ લ્યુ વોલેસ સંગ્રહસ્થાન" તરીકે જાળવી રાખવામાં આવ્યું છે.

*****

શબ્દ સમજુતિ

ભાગ ૧લો

પ્રકરણ ૧લું

<u>કુફીયાહ</u> – કપડાનો માથે બાંધવાનો આરબના લાલ ફેંટા જેવો ફટકો, જેનો નીચે લટકતો ભાગ બુકાનીની જેમ બાંધી શકાતો હતો. તેને તે દિવસોમાં રણના સંતાનો કુફીયાહ કહેતા હતા.

<u>અરબ્યુટસ</u> – મધ્યપૂર્વ, પશ્ચિમ યુરોપ, કેનેરીના ટાપુઓ અને ઉત્તર અમેરિકામાં થતો એરીકેસી ફેમીલીનો એક ફુલ છોડ. તેની અરબ્યુટસ મેન્ઝીએસી, અરબ્યુટસ એન્ડ્રાકને, અરબ્યુટસ કેનેરીએનસીસ, ટેક્ષાસ મેડ્રોને જેવી બાર પ્રજાતિઓ જોવા મળે છે.

<u>કેમલગ્રાસ</u> – તેનું વૈજ્ઞાનિક નામ સીમ્બોપોગોન સ્કોએન્થસ છે. તે ફેમીલીમાં ખસખસ જેવી વનસ્પતિઓનો સમાવેશ થાય છે.

<u>ફેરો</u> – પુરાતન ઈજીપ્તના રાજવીઓ ફેરો કહેવાતા હતા.

<u>ટોલેમી</u> – કલાઉડીયસ ટોલેમી પુરાતન ઈજીપ્તનો અને ગ્રીસમાં પણ પ્રખ્યાત ગણિતશાસ્ત્રી, ખગોળશાસ્ત્રી, ભૌતિકશાસ્ત્રી અને કવિ તેમજ તત્વચિંતક હતો.

મિઝરાઈમ – હિબ્રુ અને આર્મેનિક ભાષામાં ઈજીપ્તની ધરતીને તેના મૂળ પુરૂષના નામ પરથી આ નામે ઓળખવામાં આવતી અને તેથી ત્યાંના રહેવાસીઓને પણ તે નામે ઓળખવામા આવતા હતા.

ભાગ ૨જો

પ્રકરણ ૧લું

<u>ગેરીઝીમ</u> : પશ્ચિમ એશીયાના ભૂમધ્ય સમુદ્રના કાંટેથી થોડે દુર આવેલો વિસ્તાર વેસ્ટ બેન્ક કહેવાય છે. હાલમાં તેમાંનો કેટલોક વિસ્તાર ઈઝરાયેલના કબજામાં છે, તો કેટલોક વિસ્તાર ઈઝરાયેલ અને પેલેસ્ટાઈનની સંયુકત સત્તા હેઠળ છે. આ વિસ્તારમાં જેરૂસલેમની ઉત્તર દિશામાં લગભગ ૪૯ કિલોમીટરના અંતરે જયાં માઉન્ટ ગેરીઝીમ નામનો પર્વત બે ભાગમાં

વહેંચાઈ જાય છે ત્યાં નબલુસ શહેર આવેલું છે. તેની ઉત્તર દિશાએ માઉન્ટ એબેલ નામનો પર્વત આવેલો છે. ત્યાં રહેતા સમરીટનો કે જે પોતાને અબ્રાહમના વંશજો હોવાનું માનતા હતા અને લગભગ ૩૬૦૦ વર્ષ પહેલા પયગંબર મોઝેસની સાથેજ આવ્યા હતા. દસમા આદેશ અનુસાર તેઓને પવિત્ર પર્વતરાજનું રક્ષણ કરવાનો અને વર્ષમાં ત્રણ વખત ધાર્મિક મહોત્સવનું આયોજન કરવાનો આદેશ આપવામાં આવ્યો હતો.આ લોકો માટે ગેરીઝીમના સમર્પિતો એવો ઉલ્લેખ કરવામાં આવ્યો છે.

મોરીયાહ : જુના જેરૂસલેમ શહેરની માઉન્ટ મોરીયાહ નામની એક પહાડી પર આવેલ ટેમ્પલ માઉન્ટને મુસ્લીમો હરમ એશ શરીફ અને તેની બહારના ભાગને અલ અકસાનું મેદાન કહે છે. આ તે જ સ્થળ છે કે જયાં ઈશ્વરે અબ્રાહમને તેની સહુથી વહાલી વસ્તુનું બલિદાન આપવા માટે કહ્યું હતું, ત્યારે અબ્રાહમ આ પર્વત પર તેના વહાલા દિકરા આઈઝેકને ઈશ્વરને અર્પણ કરવા માટે મોરીયાહ પર્વત પર લઈ આવ્યો. બલિદાનની અંતિમ ક્ષણે ઈશ્વરે આઈઝેકનો બચાવ કર્યો અને અબ્રાહમની ભકિતને માન્ય કરી. આથી આ સ્થળ યહુદીઓ, ખ્રિસ્તીઓ અને મુસ્લીમોનું પવિત્ર યાત્રાધામ છે.

સેથીયન : ભૌતિક વિશ્વની ઉત્પતિ મહાદેવ દ્વારા કરવામાં આવી અને તેમાં દિવ્ય આત્માનો સંચાર કરવામાં આવ્યો તેવી દિવ્યજ્ઞાન ની વાત અંગેના ગ્રીક સંસ્કૃતિ અને જયુડીયાની સંસ્કૃતિના તત્વજ્ઞાનના કેટલાક અંશો લઈને તે સમયની આધુનિક વિચારસરણીમાં માનતા લોકોનો પંથ સેથીઅનીઝમ કહેવાયો અને તેમાં માનતા લોકોને સેથીયન કહેવાયા.

બેથુસીઅન : – બોથસ નામના વિચારકે આ પંથની સ્થાપના કરી હતી. તેઓ પુનર્જન્મમાં માનતા હતા. તેના અનુયાયીઓ બેથુસીઅન કહેવાયા. તેઓ માનતા હતા કે આત્મા અમર છે અને જયારે તેનો સમય આવે ત્યારે શરીર બદલાવે છે.

પ્રકરણ ૨જું

ઈદુમીયન – – હિબ્રુ ભાષામાં નો અર્થ લાલ એવો થાય છે. યહુદી મૂળ પુરૂષ આઈઝેકના જયેષ્ઠ પુત્રનો જયારે જન્મ થયો ત્યારે તે એકદમ લાલ લાલ દેખાતો હતો. તેણે તેના પોતાના જયેષ્ઠ હોવાના હકકો તેનાથી નાના ભાઈ જેકોબને આપી દીધા હતા. યહુદી ધર્મગ્રંથ તનખ અનુસાર તે પુત્ર ઈસુ ના વંશજોને કે ઈદુમીયન કહેવાયા છે.

ગનીમેડ – ગુરૂગ્રહનો તેમજ સમગ્ર સુર્યમાળાનો સહુથી મોટો અને સુંદર ચંદ્રમા

ઈરોસ – ગ્રીક દંતકથાઓનો કામદેવ, તે રોમન દંતકથાઓમાં કયુપીડ તરીકે ઓળખાય છે.

માર્સ – મંગળ, યુધ્ધનો દેવતા.

પ્રકરણ ૪થું

હેલન – હેલન ઓફ ટ્રોય – ગ્રીક પુરાણકથાઓ અનુસાર તેને સ્પાર્ટાની હેલન પણ કહેવાયમાં આવે છે. તેણી તે સમયે વિશ્વની સર્વોતમ રૂપસુંદરી હતી. તેના લગ્ન સ્પાર્ટાના રાજા મીનેલસ સાથે થયા હતા, પરંતુ તે ટ્રોયના રાજકુમાર પેરીસના પ્રેમમાં હતી અને તે તેણીને ભગાડીને લઈ ગયો અને અંધ કવિ હોમર દ્વારા મહાકાવ્ય ઓડેસી કે જેમાં તે મહાભારત ટ્રોજન વોર લખાયેલું છે, તેનું નિર્માણ થયું.

ભાગ ૩જો

પ્રકરણ ૧લું

સ્ટેડીયા : અંતર માપવા માટેનો રોમન ગજ

એપ્લસ્ટર : વહાણ પર નેજા નિશાન રાખવા માટેની સુશોભિત જગ્યા.

પ્રકરણ ૨જું

હોર્ટેટર : એક નૌકા અધિકારી કે જેનું કામ હલેસા મારનારાઓને લાકડાના પીપ પર લાકડી પછાડી અને તાલબધ્ધ રીતે હલેસા ચલાવવા માટે નિયંત્રિત કરવાનું રહેતું. તેની પાસે એક ચાબુક રહેતી, જેના વડે તે ગુલામોને ચુક થયે ફટકારતો.

પ્રકરણ ૪થું

એપીસીયસ : માર્કસ ગેવીયસ એપીસીયસ તે રોમન શાસક ટાઈબેરીયસના સમયમાં પ્રથમ સદીની શરૂઆતમાંજ થઈ ગયેલો અત્યંત વૈભવશાળી જીવન જીવતો ઉચ્ચ પ્રકારનીમદીરા અને ખાનપાનનો શોખીન ઉમરાવ, જેના નામે રોમન વાનગીઓની પુસ્તિકા એપીસીયસ હોવાનું કહેવાય છે.

પ્રકરણ ૫મું:

લીજીયોનરીઝ : લીજીયન તરીકે ઓળખાતા પાયદળના એક એકમના સૈનિકો

લીજીયન : પાયદળનું એક એકમ કે જેમાં 3,000 (ત્રણ હજાર) પગપાળા સૈનિકો અને ત્રણસો ઘોડેસવાર ભાલાધારીઓ રહેતા હતા. ઘણી વખત એક લીજીયન પાંચ થી છ હજાર સૈનિકોનું પણ રહેતું. રોમન ગણતંત્રના સમયમાં ચારહજાર બસ્સો પદાતીઓ અને ત્રણસો ઉમરાવોથી એકમને આયોજિત કરવામાં આતું. તેમાં ત્રણ હજાર ભારે હથીયારધારી અને બારસો હળવા શસ્ત્રો ધરાવતા સૈનિકો રહેતા. ભારે હથીયારધારી સૈનિકોને તેમના સેવાકાળના દીર્ઘ સમય, લડાઈ અંગેની ગતિવિધીઓનો અનુભવ વગેરે લાયકાતોના આધારે એકમના હસ્તાટી, પ્રીન્સીપાઈઝ અને ટ્રાયેરી એમ ત્રણ વર્ગોમાં વિભાજીત કરવામાં આવતા. હસ્તાટી અને પ્રીન્સીપાઈઝ બારસો બારસો સૈનિકોના જુથમાં રહેતા. આ દરેક વર્ગનો દસમો ભાગ માનીપલ કહેવાતો અને કોહોર્ટ તે સમગ્ર લીજીયનનો દસમો ભાગ ગણાતો. દરેક કોહર્ટમાં એકસોવીસ હસ્તાટી, એકસોવીસ પ્રીન્સીપાઈઝ અને સાઈઠ ટ્રાયેરી સૈનિકો રહેતા. આમ દરેક કોહર્ટ ત્રણ માનીપલથી બનાવવામાં આવતું.

ભાગ ૪થો

પ્રકરણ ૪થું

ડેફની : ગ્રીક પુરાથકથાઓની એક વિવિધ ફુવારાઓ, ઝરણા, કુવાઓ, સરોવરો અને તાજા પાણીના અન્ય સ્ત્રોતો સાથે સંકળાયેલી એક સુંદર નાનકડી વનદેવી. તે નદીઓના દેવ પનીયસ

અને દેવી ક્રેયુસાની સુંદર પુત્રી હતી. પ્રેમ અને સૌન્દર્યની દેવી વિનસના પુત્ર ઈરોસે (કામદેવે) તેના સોનાના તીરથી નિશાન પાડયું અને દેવ એપોલો તેના પર મોહિત થઈ અને તેણીની પાછળ પડયો. વનમાં નાસી જઈને તેણીએ તેના પિતા દેવ પનીયસને તેણીને દેવ એપોલોથી બચાવવા કહ્યું અને દેવ પનીયસે તેણીનું સુંદર લોરીયલના છોડમાં રૂપાંતર કરી દીધું અને આ રીતે ડેફનીનો દેવ એપોલોથી બચાવ થયો.

પ્રકરણ ૬ઠ્ઠું

માયેરટીલસ : પોરાણીક ગ્રીક દંતકથા અનુસાર દેવ હર્મેસ અને લડાયક એમેઝોન કુંવરી થીયોબ્યુલ કે જે માર્ટો તરીકે પણ ઓળખાતી; તેનો પુત્ર અને દેવ ઓઈનોમાઉસનો સારથી તે માયેરટીલસ હતો. ઓઈનોમાઉસને એક પુત્રી હતી. તેનું નામ હિપ્પોડેમીયા હતું. ઓઈનોમાઉસે તેના લગ્ન માટે શરત રાખી હતી કે જે કોઈ તેના અશ્વોને દોડમાં હરાવશે તેની સાથે તેની પુત્રી હિપ્પોડેમીયાના લગ્ન કરવામાં આવશે. હિપ્પોડેમીયા પેલોપ્સના પ્રેમમાં પડી અને તેથી તેણે તેના પિતાના સારથી માયેરટીલસને રથની ધરીનો પૈડાને જોડી રાખતો ખીલો (કવાર્ટરપીન) કાઢી નાખવા માટે સમજાવી લીધો કે જેથી પેલોપ્સ જીતી શકે.

પ્રકરણ ૯મું:

એડોમાઈટ : મોઆબથી ઉત્તરપૂર્વમાં, પશ્ચિમે અરાબા અને દક્ષિણ અને પૂર્વમાં અરબી રણ વચ્ચે આવેલો પ્રદેશ એડોમ તરીકે ઓળખાતો. તેનો મોટાભાગનો ભૂતપૂર્વ પ્રદેશ હાલમાં જોર્ડન અને ઈઝરાયેલ વચ્ચે વહેંચાયેલો છે. ત્યાંના રહેવાસીઓને એડોમાઈટ કહેવામાં આવે છે.

લેબન : દંહીનું આરબ ઢબે બનાવેલું ઘોળવું

પ્રકરણ ૧૧મું:

વેસ્ટા : ઘરના ચુલાની દેવી. તેનું દેવળ રોમનું સોથી પુરાતન દેવળ ગણાય છે અને તે રોમના થોડીક એવી દિવ્ય શકિતઓમાંની એક ગણાય છે કે જેના પર ગ્રીક સંસ્કૃતિની જરાપણ અસર પડી નહોતી.

એવરનસ : તે નામથી ઓળખાતો, પોઝીઓલીથી નજીક નાના ઉંડા સરોવર પછી આવતો કેમ્પાનીયા ઈટાલીમાં આવેલો ગરમ પાણીનો ઝરો કે જેની ગરમ વરાળ તેના પર ઉડતા પક્ષીઓને મારી નાખતી.

વિનસ : પ્રેમ અને સૌન્દર્યની દેવી

સેસ્ટેરીયમ : એક હજાર સેસ્ટેરસીઝ

સેસ્ટેરસઃ સમ્રાટ ઓગસ્ટસના સમયનું ચલણી નાણું, તે ચાંદીનો સિક્કો હતો. તે પછી તેનું અવમુલ્યન થયું અને તે પીતળનો સિક્કો થઈ ગયો.

સેમેલે : કેડમસની પુત્રી અને દેવ ઝીયસથી થયેલા પુત્ર ડાયોનીસસ ની માતા. ઝીયસે તેને જે માગે તે આપવાનું વચન આપ્યું અને તેણીએ તેને તેના વૈભવમાં સમાવી લેવા માટે આજીજી કરી અને દેવ ઝીયસની વિજળીથી નાશ પામી. તેથી તેણી મેઘ ગર્જના તરીકે ઓળખાય છે. ત્યાં એવા પુરાવાઓ છે કે સેમેલે શરૂઆતથીજ પૃથ્વીની દેવીઓ પૈકીની એક વિલક્ષણ દેવી હતી.

નીમ્ફી : નિમ્ન કક્ષાની દૈવી શકિત, જે જંગલમાં, પર્વતો પર, ઘાસના મેદાનોમાં, સરોવર પર અને તેવી અન્ય જગ્યાઓ પર સુંદર સ્ત્રીના સ્વરૂપે હાજર હોવાનું મનાતું.

મોમસ : મજાક મશ્કરીનો હાસ્યદેવતા

પાસ ઓવર : યહુદીઓની વાર્ષિક મિજબાનીનું ખાણું

પ્રકરણ ૧૯મું

નિલોટીક માતા : નાઈલ નદીના ઉપરવાસના ભાગે વસતી પ્રજાઓ નિલોટીક પ્રજાઓ કહેવાતી. આ સંદર્ભ કદાચ તેઓની કુળદેવી માટે વપરાયો હોય.

ભાગ ૫મો

પ્રકરણ ૧લું

પેટ્રીશીયન : જન્મજાત રોમન ઉમરાવ.

પ્રકરણ ૨જું

સરકસ : સ્ટેડીયમમાં વચ્ચે આવેલું રમતનું (આપણી વાર્તાના સંદર્ભમાં રથની દોડ માટે ખાસ તૈયાર કરવામાં આવેલું) મેદાન,

એબાડોન : નરકની ખાડી ગર્તા

અરક : આસવ

પ્રકરણ ૫મું

ગ્લેડીયેટર : પ્રાચીન રોમમાં લોકોના મનોરંજન માટે કોઈ અન્ય યોધ્ધા કે જંગલી પ્રાણી સાથે દ્વંદ્વયુધ્ધ માટે ખાસ તાલિમ આપી અને મૃત્યુ પર્યંત લડવા માટે તૈયાર કરવામાં આવતા વ્યાવસાયિક યોધ્ધા. સામાન્ય રીતે આવા દ્વંદ્વ કોઈ એક યોધ્ધા કે પ્રાણીના મૃત્યુ સાથે અંત આવતો.

પાર્થીઅન : પ્રાચીન પર્શીયાના રહેવાસીઓ, તે પ્રદેશના યોધ્ધાઓ ઘોડેસવાર થઈ અને તીરંદાજી કરવામાં પ્રવિણ હતા. કાસ્પીયન સમુદ્રની દક્ષિણપૂર્વે આવેલો પ્રદેશ તે પર્શીયા કહેવાતો હતો.

પ્રકરણ ૬ઠ્ઠું

એકીલસ : ગ્રીક મહાકાવ્ય ઈલીયડનું એક વીર પાત્ર

ઈસ્થમસ : બે ભૂમિના વિશાળ પ્રદેશોને જોડતી સાંકડી જમીનની પટ્ટી

ઈસ્થેમીયન : તે ભૂમિના માલિકો

પ્રકરણ ૮મું

શેમા : તે યહુદીઓના ધર્મગ્રંથ તોરાહના એક વિભાગના પ્રથમ બે શબ્દો અને યહુદીઓની સવારે અને સાંજે કરવામાં આવતી પ્રાર્થનાનું શિર્ષક છે.

માલાકી : તે હિબ્રુ બાઈબલના નેવીમ વિભાગના છેલ્લા ભાગનો લેખક માલાકી, મેલેકીયસ કે માલાક એવા નામોથી ઓળખાતો હતો. જો કે એઝરાએ તેનો કોઈ સંકેત આપ્યો નથી કે તે મંદિરના પુનઃ સંગ્રહનો સીધો ઉલ્લેખ પણ કરતા નથી.

એઝરા : યહુદી બાઈબલના પુસ્તકનો એક ભાગ, સામાન્ય રીતે એઝરાનું પુસ્તક અને તેવુંજ બીજું નેહેમીયાહનું પુસ્તક સંયુકત રીતે એઝરા – નેહેમીયાહની વિદ્વતા તરીકે પ્રસિધ્ધ છે.

<u>હિલ્લેલ અને શમાઈ</u> : તેઓ ઈસુની પહેલી સદીમાં થઈ ગયેલા યહુદી વિદ્વાનો કે જેણે યહુદી ધર્મના રબ્બાનીક સાહિત્ય, મીસ્નાહ અને તાલમુદ ધર્મગ્રંથોની સરળ સમજ આપવામાં તેમજ તેના વિકાસમાં યોગદાન આપ્યું હતું.

<u>એનોક</u> : યહુદી બાઈબલમાં એનોક એન્ટેડીલ્યુવીયન સમયમાં થઈ ગયેલા એક સંત છે. તે જારેડના પુત્ર અને મેથુ સેલાહના પિતા હતા. સૃષ્ટિના ઉદભવ અંગેના પુસ્તક અનુસાર તેમને લગભગ ૩૬૫વર્ષોનું દીર્ઘ આયુષ્ય પ્રાપ્ત થયું હતું. (– સૃષ્ટિના ઉદભવ અંગેનું પુસ્તક)

<u>ઈસાઈયાહ</u> : ઈસવીસન પૂર્વે આઠમી સદીમાં થઈ ગયેલા એક સંત કે જેણે ખુદને પયગંબર તરીકે જાહેર કર્યા હતા અને તેના આગમ પ્રમાણે આ ધરતીને પાપ મુકત કરવા માટે તે ઈશ્વરનું એક સામાન્ય માનવીની માફક જ માતાના પેટે અવતરણ થવાનું હતું કે જે સમગ્ર વિશ્વનો તારણહાર થવાનો હતો અને તેનું રાજય આત્માઓનું રાજય થનાર હતું. અર્થાત પ્રભુ ઈસુ ખ્રિસ્તના જન્મ, કાર્ય અને મૃત્યુ અંગેની તેમણે ભવિષ્યવાણી કરી હતી.

<u>ઝાયસ્ટસ</u> : ગ્રીક ઢબે બાંધવામાં આવેલી ખાસ કરીને વ્યાયામશાળાઓની લાંબી પરસાળ

પ્રકરણ ૧૬મું

<u>પોર્ટીકો</u> : મહાલયની આગળનો મંડપ જેવો ભાગ. પોર્શ.

<u>લીડા અને હંસ</u> : ગ્રીક પુરાણકથાઓ અનુસાર રાજા ટાયન્ડરેયસ અતિ સુંદર પત્ની લીડા પર દેવ ઝીયસ મોહિત થયા અને સુંદર હંસ નું સ્વરૂપ ધારણ કરી અને તેને પતિત કરી અને તેના ફળ સ્વરૂપે તેણીને એક સુંદર પુત્રી થઈ, જેને આપણે અંધ કવિ હોમરના મહાકાવ્ય ઓડેસીની નાયિકા હેલન તરીકે જાણીએ છીએ.

<u>માયરમીડોન્સ</u> : ગ્રીક પુરાણકથાઓ અનુસાર થેસ્સેલીના વ્યાયામપ્રિય યોધ્ધાઓ કે જે ટ્રોયની લડાઈમાં એકીલસના પક્ષે લડયા હતા; તેઓ અને તેમના વંશજો. આ કથામાં તેઓ ભાડુતી હત્યારાઓ તરીકે આવ્યા છે.

ભાગ ૬ઠ્ઠો

પ્રકરણ ૧લું

<u>ગેરીસન</u> : લશ્કરી મથક

પ્રકરણ ૨જું

<u>હિન્નોમ</u> : હિન્નોમની ખીણ પુરાતન જેરૂસલેમ શહેરની આસપાસની ખીણનું નામ છે. તે પશ્ચિમ અને દક્ષિણથી માઉન્ટ સીયોન સહિત શહેરના દક્ષિણ પૂર્વે પુરાતન શહેરની અન્ય મુખ્ય ખીણ સીડ્રોન (કિડ્રોન) વેલી સાથે ભળી જાય છે.

<u>ગેહેન્ના</u> : ગેહેન્ના તે જેરૂસલેમમાં એક નાની ખીણ છે. હીબ્રુ બાઈબલમાં જણાવ્યા અનુસાર શરૂઆતમાં જયુડીયાના કેટલાક રાજાઓએ પોતાના બાળકોને ત્યાં બલિદાન આપવા માટે અગ્નિમાં હોમી દીધા હતા, તેથી તે સ્થળને શાપિત માનવામાં આવતું હતું.

પ્રકરણ ૩જું

<u>વેસ્પાસીયન</u> : તે ઈસુ પૂર્વે ૬૯ થી ૭૯ સુધીનો રોમન સમ્રાટ હતો. તેણે ફલેવીયન શાસક વંશની સ્થાપના કરી કે જેનું ૨૭ વર્ષ સુધી શાસન રહ્યું. તે પૈકીનો તે ચોથો રાજવી હતો.તેના વંશના લોકો એક અશ્વારોહી પરીવારમાંથી આવતા હતા અને જયુલીયો કલાઉડીયન સમય દરમ્યાન તેઓના પરીવારનો સેનેટોરીયલ

દરજ્જામાં ઉદભવ થયો હતો.

<u>ક્રુસેડર :</u> ઝનુની ધર્મયોધ્ધો

પ્રકરણ ૫મું

<u>ગેરાહ</u> : યહુદીઓનો એક સિક્કો કે જે વજનમાં અને ચલણમાં વપરાતો હતો.

ભાગ ૭મો

પ્રકરણ ૧લું

<u>તાલમુદ</u> : તાલમુદ રબ્બાનીક યહુદી ધર્મનું કેન્દ્રિય લખાણ છે. તે યહુદી ધાર્મિક કાયદો અને ધર્મશાસ્ત્રોનો મુખ્ય સ્ત્રોત છે. તેમાં આધુનિકતાના આગમન સુધી, લગભગ તમામ યહુદી સમુદાયોમાં તાલમુદ યહુદી સાંસ્કૃતિક જીવનનું મધ્યબિંદુ હતું અને યહુદીઓના દૈનિક જીવન માટે માર્ગદર્શક તરીકે સેવા આપતા બધા યહુદી વિચારો અને આકાંક્ષાઓ માટે પાયાના સિધ્ધાંતો હતા. તાલમુદના બે ભાગ છે. પહેલા લખાયેલું તાલમુદ જેરૂસલેમનું તાલમુદ

કહેવાય છે, જયારે તે પછી ફરીથી તાલમુદનું સંકલન કરવામાં આવ્યું કે જેમાં તે અકાદમીઓએ બેબીલોનીયન અને બાઈબલના સમયગાળાનો ઉલ્લેખ કરતા, યહુદી સ્ત્રોતો અને તેના ભૌગોલિક રાજનીતિલક્ષી અવ્યવસ્થા પછી લાંબા સમય સુધીની છણાવટ છે, જે બેબીલોનીયન તાલમુદ તરીકે ઓળખાય છે.

પ્રકરણ ૪થું

<u>બાશાન</u> : તે પ્રદેશનો ઉલ્લેખ વારંવાર જુના કરાર અને રોમન સામ્રાજયમાં થયો છે. તે હાલમાં સીરિયામાં સ્થિત છે. બાશાન પૂર્વીય પેલેસ્ટાઈનના ત્રણ પ્રાચીન વિભાગો પૈકીનો ઉત્તર પ્રદેશ હતો અને જુના કરારમં તે તેના સમૃધ્ધ ગોચર અને ગાઢ જંગલો માટે જાણીતું હતું. નવા કરારના સમયમાં બાશાન રોમન સામ્રાજયના અતિ કિંમતી ઘરેણા જેવું ગણવામાં આવ્યું હતું.. બાશાનના જુના કરારમાં તેના એશ્ટારોથ, એડ્રેઈ, ગોલાન અને સાલ્યાહ મહત્વના શહેરો હતા. બોઝરા, નબાતીઅન અને રોમ જેવા શહેરો રોમન સમયગાળામાં વિકાસ પામ્યા.

<u>સ્ફીન્કસ</u> : ગ્રીક પુરાણકથાઓનું એક પાત્ર, તેનું મસ્તક માનવનું અને શરીર સિંહનું છે. ગ્રીક પરંપરામાં ઘણી વાર તેને પક્ષી જેવી પાંખો વાળું પણ દર્શાવવામાં આવ્યું છે. તે કપટી અને નિષ્ઠુર પાત્ર છે.

<u>તીશબીત</u> : તીશ્બેના રહેવાસીઓને તીશબીત કહેવાતા. લીસ્ટીબનું ઐતિહાસિક શહેર કે જે અરબી ભાષામાં જે અલ ઈશ્તીબ કહેવાતું તેના ખંડેરો જેબ્બોક નદી (હાલમાં તેને ઝરકા નદી કહેવામાં આવે છે) ની ઉત્તર દિશામાં ૧૩ કિલોમીટરે આવેલા છે. હિબ્રુ બાઈબલમાં પયગંબર એલીજાહનું તે જન્મસ્થળ તે હોવાથી તેઓ તે ઉપનામથી ઓળખાયા છે.

ભાગ ૮મો

પ્રકરણ ૨જું

<u>નાઈન</u> : તે ઉતર ઈઝરાયેલમાં ગાલીલની તળભૂમીમાં નાઝરેથની દક્ષિણે ૧૪ કિલોમીટર જેટલું દુર આવેલું આવેલું એક ગામ છે.

*****

ભાગ ૧

પ્રકરણ ૧લું

માઉન્ટ જેબેલને તદન છેડે આવેલ ખીણને પાર પૂર્વથી ઉત્તર તરફ લંબાયેલ જેબેક નદીના આરેથી એક મુસાફર સમથળ મરૂભૂમિ તરફ જવા માટે પસાર થયો. આ વ્યકિત તરફ વાચકનું ધ્યાન પ્રથમથી જ ખેંચાય છે.

દેખાવ પરથી તો તેની ઉંમર પીસ્તાળીશેક વર્ષની જણાતી હતી. તેની ઘેરી દાઢી જયાં છાતી પર ફેલાયેલી હતી, ત્યાં સફેદ વાળની આછેરી લટો દેખાતી હતી. લાલ કુફીયાહમાં ઢંકાયેલો હોવા છતાં પણ તેનો શેકાયેલા બુંદદાણા જેવો ભૂખરો ચહેરો સ્પષ્ટ પણે દ્રષ્ટિગોચર થતો હતો. તેની વારંવાર ઉંચી થતી આંખો મોટી અને ઘેરી કાળા રંગની હતી. તે પૂર્વમાં પ્રચલિત આભુષણોથી સજજ તો હતો, પરંતુ ચોકકસપણે કહી શકાય નહીં , કારણ કે તે ભવ્યઊંસવારીના સફેદ નાના તંબુમાં બેઠો હતો.

ખીણના છેલ્લા વિરામથી સવારી ઉપડી કે મુસાફરે પ્રાચીન એમ્મોનની અલ બેલ્કા સરહદ વટાવી ત્યારે સવારનો સમય હતો. સુર્ય પર સુંવાળા ઉન જેવા ધુમ્મસે જાણે કે અડધો ઘુંઘટ ઢાંકયો હતો. તેની આગળ રણ તો ફેલાયેલું હતું, પરંતુ તે પ્રદેશ આંધીમાં ઉડીને અહીં થી ત્યાં ઢસડાઈ જતી રેતીનો જે થોડા સમય પછી આવવાનો હતો તે નહોતો. પરંતુ આ પ્રદેશમાં ઘાસચારો કે વનસ્પતિનો વિકાસ રૂંધાયેલો નજરે પડતો હતો. ત્યાંની સખત અને સપાટ જમીન પર ગ્રેનાઈટની મોટી શીલાઓ અને છુટાછવાયા ભૂખરા અને કાળા પથ્થરો સાથે પ્રેમથી લળી લળીને ઝુલતા ખેર બાવળના થોડા ઝાડ તથા કેમલગ્રાસના ઝુમખા નજરે પડતા હતા. ઓક, અરબ્યુટસ અને ઝાંખરા તો એવી રીતે પાછળ રહી ગયા કે જાણે તેઓએ એક હારમાં આવી ઉજજડ અંતહિન વેરાન જોયું હોય અને ડરથી લપાઈ ગયા હોય.

બે કલાક સુધી સવારી આગળ ને આગળ એકધારી મધ્યમસર ચાલે ઝુમતી ઝુમતી પૂર્વ દિશાની રેખાને જાળવીને આગળ વધતી ચાલી. આ સમય દરમ્યાન મુસાફરે ન તો તેની બેસવાની સ્થિતીમાં ફેરફાર કર્યો કે ન તો ડાબી કે જમણી તરફ જોયું. ઝડપથી આગળ વધવાના પરીણામે કુદરતી દ્રશ્યમાં પરિવર્તન આવ્યું. સમગ્ર પશ્ચિમ ક્ષિતિજે જેબેલ નદી ઝાંખી વાદળી રેશમી કપડાની સાંકડી ફીતની માફક ખેંચાઈ ગઈ. ચીનાઈ માટી અને ચીકણી રેતીના ઢગલા અહીં થી તંહી દેખાતા હતા. પર્વતની તળેટીના ભાગે બેસાલ્ટના કાળા ભૂખરા પથ્થરોએ સમથળ ભૂમિના પરિબળ સામે તેમના ગોળ તાજ ઉઠાવ્યા હતા. આ બધા સિવાય જો કે રેતી કેટલીક વખત રેતાળ ભરતી ઓટના દરીયાકાંઠા જેવી સુંવાળી થઈ ઢળી પડતી રેખા વાળા રેતાળ ઢગલામાં પરિવર્તિત થઈ લાંબા પથરાયેલા તરંગો જેવી લાગતી હતી. તેથી પણ વાતાવરણની પરિસ્થિતિ બદલાતી હતી. સુર્યએ ઉંચે ઉઠતાની સાથે જ ઝાકળ અને ધુમ્મસને દુર કરી હવાની લહેરને હુંફાળી કરી કે તે હવાની લહેરે અલગારી રખડુ ચંદરવા તળે ચુમી લીધું. પાસે ને દુર હવાની લહેર ધરતીને આછી દુધ જેવી સફેદીનો ઢોળ દેતી હતી તો બીજી બાજુ સમગ્ર આકાશને લહેરાવી રહી હતી.

પ્રવાહથી ફંટાયા કે વિરામ લીધા સિવાય બે વધારે કલાક પસાર થયા. ઝાડપાન દેખાતા સંપૂર્ણપણે બંધ થયા. સપાટી પર રેતીનું પડ સાવ એવું જામેલું હતું કે દરેક પગલે તરતજ વિરોધ વગર ઢચુપચુ થતી પોપડી ખરી જતી અને પગલા પડી જતા. હવે માઉન્ટ જેબેલ દ્રષ્ટિમર્યાદાથી બહાર હતો અને ત્યાં જમીન પરનું કોઈ પણ નિશાન નજરે પડતું નહોતું. આગળ પડતો પડછાયો હવે ઉત્તર તરફ ફેરવાયો અને તે પણ તેની સાથે સબંધ ધરાવતી દરેક વસ્તુઓ સાથે હરીફાઈમાં હતો.

બરાબર બપોરે સવારી તેની મરજીથી જ થોભી અને ચોકકસપણે વધુ પડતા ભારનો વિરોધ કરતો હોય અને કયારેક થાક લેવા આજીજી કરતો હોય તેવો કણસાટ ઊંટે વ્યકત કર્યો. માલિક તરતજ એવી રીતે કાર્યરત થયો કે જાણે કે તે ઉંઘમાંથી ઉઠતો હોય. તેણે હોદાના પડદા ઉંચા કર્યા અને સુર્ય તરફ જોયું તથા લાંબે સુધી ધ્યાનપૂર્વક દરેક બાજુએ ચોકકસ જગ્યાની ઓળખ માટે નજર કરી. નિરીક્ષણથી સંતોષ થયો કે તેણે ઉંડો શ્વાસ લીધો અને માથું નમાવ્યું અને શાંતિથી પ્રાર્થના કરી. પવિત્ર કાર્ય સમાપ્ત થયું કે તેણે નીચે ઉતરવા તૈયારી કરી. તેના ગળામાંથી ઊંટ માટે નિઃશંકપણે ગમતા કાર્યનો શબ્દ સંભળાયો. – ઈકખ ઈકખ – ઊંટને ઘુંટણીયે બેસવાની નિશાની. ધીરેથી તે જ વખતે રણકતા રણકતા પ્રાણીએ આજ્ઞાનું પાલન કર્યું. મુસાફર ઊંટની વંકી ગરદન પર પગ મુકી રેતી પર કુદી પડયો.

તે હવે સંપૂર્ણપણે પ્રગટ થયો. તે ખરેખર આકર્ષક, શકિતશાળી અને મધ્યમસરની ઉંચાઈ ધરાવતો હતો. તેણે તેના માથા પર બાંધેલા કુફીયાહની દોરી ઢીલી કરી અને કુફીયાહની કરચલીઓ પડેલી કોર તેનો ચહેરો ખુલ્લો થાય તેમ પાછળ કરી. મજબુત ચહેરો, ભીનો વાન, વિશાળ લલાટ, અણીદાર નાક, આંખોના બહારના ભાગે આવેલા થોડા ઉપર જતા છેડા, તાંબાવરણા ઘેરા ખભ્ભા સુધી ઢળતા વાળ – આ બધી એવી નિશાનીઓ હતી કે જે તેની વેશ પલટાની શકયતાઓના ઉદભવને જ અશકય બનાવી દે. પ્રથમ તો તે ફેરોઝ કે ટોલેમી જેવો લાગતો હતો, તો વળી તે ઈજીપ્શીયન વંશના પૂર્વજ મિઝરાઈમ જેવો લાગતો હતો.

લાંબી અને કષ્ટદાયક મુસાફરીના કારણે મુસાફરના પગ જડ થઈ ગયા હતા; તેથી તેણે તેના હાથ મસળ્યા; પગ પછાડયા અને જેની તેજસ્વી આંખો વાગોળવા માટે બસ શાંત થવાની જ હતી તે વિશ્વાસુ પ્રાણીના ફરતે ગોળ ગોળ આંટા માર્યા. જયારે જયારે તે વર્તુળ પુરૂ કરતો, તે થોભતો અને હાથથી નેજવું કરી, દ્રષ્ટિમર્યાદાનો અંત આવે ત્યાં સુધી અફાટ રણનો તાગ કાઢતો; અને દર વખતે મોજણી પુરી થતી કે તેનો ચહેરો નિરાશાના વાદળોથી ઢંકાઈ જતો. થોડે અંશે પણ દર્શક સ્પષ્ટ પણે જોઈ શકે કે તે સ્થળે ભલે નિયત થયેલી મુલાકાત ન હોય, પરંતુ તે સંગાથ માટે અપેક્ષા રાખતો હતો; તો તે જ સમયે તે અત્યંત આતુરતાથી તે જાણવા માટે સતર્ક હતો કે સુસંસ્કૃત સમાજથી ઘણે દુર આવેલા તે સ્થળે જરૂરી વ્યવહાર શું હોઈ શકે!

જો કે નિરાશ થવા છતાં, આગંતુકના આગમન વિષે તેને આત્મવિશ્વાસ હતો, તે અંગે શંકાને જરા પણ સ્થાન નહોતું. તે પ્રથમ ડોળી સુધી ગયો અને ઊંટના હોદાની જે તરફથી આવ્યો હતો તેની વિરૂધ્ધની બાજુના ખાનામાંથી એક કપડું અને નાની પાણીની મશક કાઢી; જેના વડે તેણે ઊંટની આંખો, ચહેરો અને નસકોરા સાફ કર્યા; ત્યાર પછી તેણે એક ગોળ કાપડ, લાલ અને સફેદ પટ્ટીઓ, સળીયાઓનો ભારો અને સખત વાંસ ખેંચ્યા.

થોડી વાર પછી; સાંધાઓની એકબીજાની સાથે જોડવાની પ્રયુકિતઓ યોજયા બાદ; થોડા દોરી સંચાર પછી તેની પાસે હતો તેનાથી મોટો મધ્યસ્થંભ તૈયાર થયો. મધ્યસ્થંભ ખોડી, તેના ફરતે સળિયાઓ ગોઠવીી તેણે તેની ઉપર કપડું ફેલાવ્યું અને એક અમીર અથવા શેખના રહેઠાણથી દરેક રીતે નાનું એવું ઘર બનાવ્યું. હવે ફરી થી ઊંટના કાઠામાંથી તે ચોરસ શેતરંજી કે ગાલીચો લઈ આવ્યો અને તંબુના સુર્ય તરફના ભાગમાં ભોંયતળિયે બીછાવી દીધો.

હવે નેતરની ટોપલીમાંથી તે ભોજન માટેની સામગ્રી લઈ આવ્યો. પામ ના રેસાઓ વણીને બનાવેલી થાળીઓ, ચામડાની નાની મશકમાં ભરેલો દ્રાક્ષનો શરાબ, સુકવી અને શેકેલું માંસ, બી વગરના શામી (સીરીયામાં થતા દાડમ જેવા ફળ), મધ્ય અરબસ્તાનમાં આવેલા નાખીલ પ્રદેશની અતિશય સમૃધ્ધ ફળઝાડની વાડીઓમાં થતી અલ – શેલાબીની ખારેક; ડેવીડની દુધમાં પાડેલી પતીકા જેવી ચીઝ અને શહેરના ભઠીયારખાનામાં બનાવેલી રોટી – આ બધું લઈને તે તંબૃની અંદર શેતરંજી પર બેઠો.

બધું હવે તૈયાર હતું. તે બહાર આવ્યો. લો! પૂર્વમાં રણપ્રદેશના ચહેરા પર એક ઘેરૂં ટપકું દેખાયું. ટપકું મોટું થઈને એક હાથ જેવડું મોટું થયું, એટલે દુર કે નિશ્ચિતપણે તે ધારણા કરી શકાય કે તે શું છે. થોડી વાર પછી તેના જેવીજ ઉંચી અને સફેદ હોદા (હિંદુસ્તાનમાં મુસાફરીમાં સવારી માટે ઉપયોગમાં લેવાતી ડોળી)વાળી સવારી આગળ વધતી દેખાતી હતી. ઈજીપ્તવાસીએ તેના બંને હાથ છાતી પર મુકી, ચોકડી કરી અને સ્વર્ગ તરફ જોયું.

"ઈશ્વર મહાન છે." તે કહી ઉઠયો, તેની આંખો અશ્રુઓથી ભરેલી હતી, તેનો આત્મા ઈશ્વર પ્રત્યે આદરયુકત ડર અનુભવતો હતો.

આગંતુક તદન નજીક આવ્યો અને અંતે તે થોભ્યો. ત્યાર પછી જાણે કે તે તંદ્રામાંથી ઉઠતો હોય તેમ જણાયો. તેણે બેઠેલા ઊંટને, તંબુને અને તંબુના દરવાજે પરમ શાંતિથી ભાવ પૂર્વક ઈશ્વરપ્રાર્થનામાં રત્ત થયેલી વ્યકિત તરફ નજર કરી; કે થોડી જ વારમાં તે ઊંટની ગરદન પર પગ મુકી રેતી પર કુદી પડયો અને ઈજીપ્તવાસીતરફ આગળ વધ્યો. એક ક્ષણ માટે તેઓ બન્ને એકબીજાની સામે જોઈ રહ્યા અને પછી તરતજ એકબીજાને ભેટી પડયા. બન્નેએ તેમના જમણા હાથ એકબીજાના ખભ્ભા ફરતે મુકયા અને સહેજ ડાબી તરફ ગોળ ફરીને તેમના માથા પ્રથમ ડાબી અને પછી જમણી છાતી પર મુકયા.

"શાંતિ તારી સાથે હો, ઓ ખરા ઈશ્વરના સેવક!" આગંતુકે કહ્યું.

"અને તારી સાથે, ઓ ખરા વિશ્વાસુ ભાઈ!" ઈજીપ્તવાસીએ કહ્યું.

એ નવઆગંતુક ઉંચો અને દુબળો પાતળો હતો. તેનો કૃશ ચહેરો ક્ષીણ આંખો, સફેદ વાળ અને દાઢી ધરાવતો હતો. તેના શરીરનો રંગ બદામી અને તડકાથી તાંબાવરણા થતા રંગના મિશ્રણ જેવો હતો. તે પણ શસ્ત્રહિન હતો. તેનો પહેરવેશ હિંદુસ્તાની હતો. તેણે તેનું માથું ઢાંકતી ટોપી પર તેની શાલથી ગડીદાર સાફો બાંધ્યો હતો. જો કે તેના શરીર પરના ઘરેણા તો તે ઈજીપ્તવાસી જેવા જ હતા. પગરખાની જગ્યાએ તેણે રાતા ચામડાની આગળથી અણીવાળી મોજડી જેવા ચપ્પલ પહેર્યા હતા. ફકત ચપ્પલ સિવાય તેનો માથાથી પગ સુધીનો પહેરવેશ સફેદ પાણકોરાનો બનેલો હતો. તે માણસની પ્રતિભા ઉંચી, પ્રતિષ્ઠિત અને કઠોર હતી.

તેઓએ ઉત્તર તરફ જોયું, જયાં દ્રષ્ટિ તદન સાફ હતી; ત્યાં એક ત્રીજુ ઊંટ; બીજાને સાપેક્ષ વહાણ તે તરફ મોરો ફેરવીને આવતું હોય તેમ દેખાયું. તેઓ સાથે ઉભા રહ્યા અને નવઆગંતુક પહોંચ્યો, ઉતર્યો ને તેમના તરફ આગળ વધ્યો ત્યાં સુધી પ્રતિક્ષા કરી.

"શાંતિ તારી સાથે હો; ઓ મારા ભાઈ!" તેણે હિંદુને આલિંગન આપતા કહ્યું.

"ઈશ્વર તે કરશેજ!" હિંદુએ પ્રતિઘોષ કર્યો. છેલ્લે આવેલો આગંતુક બધી જ રીતે તેના મિત્રોથી જુદો પડતો હતો. બીજાની સરખામણીમાં નાજુક બાંધો, ગૌર વર્ણ, નાના પરંતુ સુંદર મસ્તક પર લહેરાતા ચમકદાર ઝુલ્ફાઓનો એક સંપૂર્ણ તાજ, સુકોમળ માનસ, હેતભર્યું હૃદય અને બહાદુર સ્વભાવને પ્રમાણિત કરતી ઉષ્માયુકત ઘેરી આસમાની આંખો વાળો તે એથેન્સવાસી નિઃશસ્ત્ર હતો. તેણે માથા પર કશું બાંધેલુ નહોતું. તેણે અભાનપણે ઓઢેલા છતાં મોહક લાગતા ધાબળા નીચેથી એક નીચા ગળાનું, ટૂંકી બાંય વાળું, કમ્મરેથી દોરીથી બાંધેલું અને ઘુંટણ સુધી પહોંચતુ લાંબુ કુરતુ દેખાતુ હતુ. તેણે પગમાં જુતા પહેરેલા હતા. પચાસ વર્ષ, કદાચ વધુ – દેખીતી રીતે તેના પર કોઈપણ જાતની બીજી અસર પાડયા વિના વિતી ગયા હશે; સિવાય કે તેના ધીરગંભીર સ્વભાવથી તોળીતોળીને બોલાયેલા શબ્દો. કહેવાની જરૂર જ નહોતી કે તે કયાંનો હતો; તેના પૂર્વજો એથેન્સના વાસી હતા.

નવ આગંતુક અને ઈજીપ્તવાસી છુટા પડયા કે ઈજીપ્તવાસીએ ધ્રુજતા અવાજે કહ્યું, "પવિત્ર આત્મા મને સર્વપ્રથમ અહીં લઈ આવ્યો, કેમ કે મેં મારા ભાઈઓ માટે મને ખુદને સેવક તરીકે પસંદ થયેલો જાણ્યો છે. તંબુ અને ભોજન તૈયાર છે. ચાલો, મને મારી પવિત્ર ફરજ બજાવવા દો."

તે બન્નેને તેમના હાથ પકડી અને અંદર તરફ દોરી ગયો અને તેમના જુતા તેણે સ્વહસ્તે દુર કર્યા પછી તેમના પગ ધોયા અને તેઓના હાથ પર પાણી રેડયું અને અંગુછાથી લુછી નાખ્યા.

પોતાના હાથ લુછયા પછી તેણે કહ્યું, "હવે આપણે આપણી પોતાની સંભાળ લઈશું, જે આપણી ફરજ માટે જરૂરી છે અને ભોજન કરો કે જેથી આપણે બાકી રહેતા દિવસની ફરજો બજાવવાને માટે શકિતમાન થઈએ. ભોજન પછી આપણે જાણીશું કે આપણે એકબીજા કોણ છીએ અને શા માટે આવ્યા છીએ."

ભોજન પછી તેઓ બધા એવી રીતે બેઠા કે તેઓ એકબીજાને જોઈ શકે. એકી સાથે તેઓના મસ્તક ઝુકયા અને તેમના બે હાથ વડે છાતી પર ચોકડી કરી અને થોડા મોટેથી તેઓએ ભાવપુર્વક એકી સાથે કહ્યું,

"હે સર્વના પિતા – પરમાત્મા! અહીં અમારી પાસે જે કંઈ છે, તે તારૂં છે; અમારો આભાર સ્વીકાર કર અને અમારા પર તારા આશિર્વાદ વરસાવ; કે જેથી અમે જે કંઈ તું ઈચ્છે છે, તે કરવાને માટે કાર્યરત રહીએ."

છેલ્લા શબ્દની સાથે તેઓએ તેમની આંખો ઉઠાવી અને એકબીજાની સામે આશ્ચર્યથી જોયું. તે દરેકે એકબીજા સાથે એવી ભાષામાં વાત કરી કે જે તેઓએ એકબીજાની પાસેથી અગાઉ કદી પણ સાંભળી નહોતી; અને તેઓ એકબીજા દ્વારા શું કહેવાયું તે સંપૂર્ણપણે સમજી શકયા હતા. તેઓના આત્મા દિવ્ય ભાવનાઓથી સભર થયા; કેમ કે આ ચમત્કારથી તેઓએ ઈશ્વરની દિવ્ય ઉપસ્થિતિને માન્ય કરી હતી.

*****

પ્રકરણ ૨જું

સમયના અનુસંધાને કહેતા ઉપરોક્ત ઘટના રોમન કેલેન્ડર પ્રમાણેના ૭૪૭મા વર્ષમાં બની. તે ડીસેમ્બરનો મહિનો હતો અને મધ્યપૂર્વના તમામ પ્રદેશોમાં શિયાળો ચાલતો હતો. ખરેખર; મરૂભૂમિમાં આ ઋતુમાં આવી સવારી ભૂખ્યા પેટે દુર સુધી જઈ શકે નહીં. નાનકડા તંબુ નીચે બેઠેલા સંગાથીઓ પણ આ નિયમમાં અપવાદરૂપ નહોતા. તેઓ ખુબજ ભૂખ્યા હતા અને તેથી તેઓએ ખૂબજ દિલથી ભોજન કર્યું અને શરાબ પીધા પછી વાતોએ વળગ્યા.

"અજાણી ભૂમિમાં એક વટેમાર્ગુ માટે તેના મિત્રની જીભે તેનું (ઈશ્વરનું) નામ સાંભળવા જેવું મધુર કશું જ નથી. ઈજીપ્તવાસી કે જે ભોજન બાદ સંગાથીઓનો મોવડી થયો હતો તેણે કહ્યું. "આપણી પાસે સંગાથના ઘણા દિવસો છે; અને આ સમય આપણે એકબીજાને ઓળખી શકીએ તે માટેનો છે. તેથી જો બધા સહમત હોય તો જે છેલ્લે આવ્યો છે તે સર્વપ્રથમ કહેશે."

ત્યારે પ્રથમ ધીરેથી, જાણે કે તે ખુદનું નિરિક્ષણ કરતો હોય તેમ ગ્રીકે બોલવાનું શરૂ કર્યું.

"અહીં થી પશ્ચિમમાં ઘણે દુર, ત્યાંની ધરતી ફકત તે કારણસરથી ભૂલી શકાય નહીં, કે જે વ્યકિત માટે નિર્ભેળ આનંદ લાવે છે, તેથી વિશ્વ તેનું ઋણી છે. જેની હું વાત કરૂં છું, તે ધરતી ગ્રીસ છે. હું જેસ્પર કલીએન્થસનો પુત્ર અને એથેન્સનો રહેવાસી છું."

"મારા લોકો," તેણે આગળ ચલાવ્યું, "અભ્યાસને સમર્પિત હતા, અને તેથી હું તે લાગણીઓ સાથે આવ્યો છું. એવું બન્યું છે, કે અમારા ઘણા મહાન તત્વચિંતકોમાંથી એક તત્વચિંતકે દરેક વ્યકિતમાં રહેલા અમર આત્મા વિષે અને બીજાએ એકેશ્વરવાદ વિષે શીખવ્યું. મેં એકલાએ પુષ્કળ મહેનતથી નિરાકરણ કરીને વિવિધ વિષયોની વિવિધતાઓ અંગે શાળાઓમાં જે વિવાદ હતો; તેઓને મેં જુદી પાડી; તેથી મને લાગ્યું કે આત્મા અને ઈશ્વર વચ્ચેનો સબંધ હજુ અજાણ્યો છે. આ વિષયવસ્તુ પર ચિંતન કરતા કરતા માનસ એક મૃત, પસાર ન કરી શકાય તેવી દિવાલ પર પહોંચ્યું, થોભ્યું અને મોટેથી મદદ માટે સાદ દીધો. મેં આમ કર્યું તો ખરૂ; પણ દિવાલની બીજી બાજુએથી કોઈ જ અવાજ આવ્યો નહીં . હતાશાથી મેં મારી જાતને શહેરો અને શાળાઓથી અલગ કરી દીધી.

આ શબ્દો સાંભળતાની સાથે જ હિંદુએ ગંભીર સંમતિસુચક સ્મિત કર્યું.

"મારા પ્રદેશના ઉત્તર ભાગમાં – થેસ્સેલી," ગ્રીકની વાકધારા અસ્ખલિત રીતે ચાલી. "ત્યાં પર્વત દેવોના નિવાસસ્થાન તરીકે પ્રખ્યાત છે; જયાં થીયસ કે જેને મારા પ્રદેશના લોકો દેવાધીદેવ તરીકે માને છે; ત્યાં તેનો નિવાસ છે. આ પર્વતનું નામ ઓલિમ્પસ છે. હું ત્યાં પહોંચ્યો. ત્યાં મેં ટેકરીમાં એક એવી ગુફા શોધી કાઢી કે જયાંથી તે પર્વત દક્ષિણ પશ્ચિમમાં દેખાતો હતો; ત્યાં હું ધ્યાનમગ્ન થયો. મારા આશ્રમના દ્વાર પરથી થર્મેઈકના અખાતની એક શાખા દેખાય છે. એક દિવસ મેં એક માણસને ત્યાંથી પસાર થતા વહાણના તુતક પરથી ફંગોળાતો જોયો. તે સમુદ્રકાંઠા તરફ તરતો તરતો આવ્યો. હું તરત

તેના તરફ દોડતો દોડતો ગયો, તેને પાણીની બહાર લાવ્યો અને તેન સંભાળ લીધી. તે એક વિદ્વાન યહુદી હતો. તે યહુદી ઈતિહાસ અને તેની પ્રજાના કાયદાઓનો વિદ્વાન હતો અને તેની પાસેથી મેં જાણ્યું કે મારી પ્રાર્થનાઓનો ભગવાન ખરેખર અસ્તિત્વ ધરાવે છે અને યુગોથી માત્ર તે જ સર્વનો કાયદાઓનો ઘડનાર, શાસક અને સમ્રાટ છે. પરંતુ તે શું હતુ કે જેના અવતાર માટે મેં સ્વપ્ન સેવ્યું હતુ? મારી શ્રધ્ધા અફળ નહોતી; ઈશ્વરે મને પ્રત્યુતર આપ્યો.

પરંતુ તે બધું સંપૂર્ણ નહોતું. તેથી જે માણસ મારી પાસે મોકલવામાં આવ્યો હતો, તેણે વધારે કહ્યું. તેણે કહ્યું કે જે તે યુગોમાં પ્રથમ પ્રાકટય વખતે મહાત્માઓ તેને અનુસર્યા, સાથે ચાલ્યા અને વાત કરી; તે મહાત્માઓએ જાહેર કર્યું કે તે(પ્રભુ) ફરીથી પધારશે."

"એક રાત્રે હું મારી ગુફાના દરવાજે મારા અસ્તિત્વના રહસ્યોથી નજીક જવા માટે પ્રયત્ન કરતો હતો; હું એ જાણવાનો પ્રયત્ન કરતો હતો કે જે ઈશ્વરને જાણવા માટે જરૂરી હતુ; એકાએક મારી ગુફાની સામે સમુદ્ર પર; અથવા તો વિશેષ અંધકારમાં જયાં સમુદ્ર વિલીન થતો હતો ત્યાં આકાશમાં મેં એક તારાને ઝળહળતો જોયો; ધીરેથી તે ઉંચે ઉઠયો અને ટેકરી પર બરાબર મારી ગુફાના દરવાજા ઉપર સ્થિર થયો; તેથી તેનો ઝળહળતો પ્રકાશ સંપૂર્ણપણે મારા પર પડયો; અને હું સ્વપ્નમાં સરી પડયો; કે સ્વપ્નમાં એક અવાજને મેં તેમ કહેતા સાંભળ્યોઃ

"ઓ જેસ્પર! શ્રધ્ધાનો વિજય થયો છે. તને ઈશ્વરના આશિર્વાદ હો. બીજા બે શ્રધ્ધાળુઓ કે જે પૃથ્વીના છેવટના ભાગોમાંથી આવશે, તું તેમને મળીશ. તને વચન આપવામાં આવે છે કે – તું તેનો (ઈશ્વરનો) સાક્ષી બનીશ અને તેની ખાત્રી આપવાનો પ્રસંગ બને ત્યારે તું તેની સાક્ષી આપીશ. પ્રભાત થયે તું જા અને તેઓ(પૃથ્વીના અન્ય ભાગોમાંથી આવતી બીજી બે વ્યકિતઓ) ને મળીશ અને તે પવિત્ર આત્મામાં વિશ્વાસ રાખીશ કે જે તને દોરવણી આપશે!

અને સવારે હું મારામાં સુર્યપ્રકાશથી પણ વધારે પ્રકાશિત એવા આત્મા સાથે જાગૃત થયો. મેં મારા ભેખને એક તરફ મુકયો અને એક વૃધ્ધનો પોષાક પરિધાન કર્યો. મારો ખજાનો કે જે હું શહેરમાંથી લઈ આવ્યો હતો, તેને સંતાડેલી જગ્યાએથી બહાર કાઢયો. અખાતમાંથી પસાર થતા એક વહાણમાં હું એન્ટિઓક પહોંચ્યો અને ત્યાંથી મેં ઊંટ અને અન્ય સામાનની ખરીદી કરી. બગીચાઓ અને ફળઝાડની વાડીઓથી આવરિત ઓરોન્ટેસ નદી ના કિનારાઓને પાર કરી હું એમેસા, દમાસ્કસ, બોસ્ટ્રા અને ફિલાડેલ્ફીયા અને ત્યાંથી આગળ અહીં સુધી આવ્યો. મારા વિષે વાત અહીં પુરી કરૂ છું. હવે મને તમારી વાત સાંભળવા દો."

ઈજીપ્તવાસી અને હિંદુએ એકબીજા સામે જોયું; ઈજીપ્તવાસીએ તેના હાથ વડે ઈશારાથી વિનંતી કરી; હિંદુએ માથું નમાવ્યું અને શરૂ કર્યું.

"આપણા ભાઈએ સરસ રીતે પોતાની વાત કહી. મારા શબ્દો પણ તેમના જેવાજ હો."

તે થોભ્યો, એક ક્ષણ જોયું અને શરૂ કર્યુંઃ

"મારા ભાઈઓ, તમે મને મારા નામ મેલ્કીયરથી ઓળખો છો. હું તમારી સાથે તે જે ભાષામાં વાત કરૂં છું, તે કદાચ વિશ્વની સહુથી પુરાતન ન હોય, તો પણ અક્ષર લિપીથી પ્રથમ છે – મારો કહેવાનો

અર્થ સંસ્કૃત છે. હું હિંદુસ્તાનથી આવું છું. હું જન્મથી હિંદુ છું. મારા લોકો જ્ઞાનના ક્ષેત્રનું ખેડાણ કરવામાં, વર્ગીકૃત કરવામાં અને ભવ્યતા પ્રદાન કરવામાં પ્રથમ હતા. તેથી પછી ચાર વેદોનું સર્જન થયું, અથવા તો તેમ કહો કે તે માત્ર ધાર્મિક જ્ઞાનના જ નહીં પણ સામાન્ય વ્યવહારિક પ્રતિભાશાળી કાર્યસર્જન માટે પણ ઉપયોગી છે. તેઓમાંથી ઉપ વેદોનો ઉદભવ થયો, કે જે બ્રહ્મા દ્વારા કહેવામાં આવ્યા. તેમાં વૈદક, તીરંદાજી, સ્થાપત્ય, સંગીત જેવી ચોસઠ કળાઓના જ્ઞાનનું વર્ણન કરેલું છે; વેદાંગો સંતો દ્વારા કહેવામાં આવ્યા છે અન તેમાં ખગોળ, વ્યાકરણ, તર્ક, ઉચ્ચારશુધ્ધી, મંત્રો અને મંત્રોચ્ચાર, ધાર્મિક વિધીઓ અને ઉત્સવો વિષે જણાવવામાં આવ્યું છે; ઉપાંગોની રચના મહર્ષિ વ્યાસે કરી અને વિશ્વની ઉત્પતિ, કાલ ગણના અને ભૂગોળ, રામાયણ અને મહાભારત જેવા મહાકાવ્યો કે જેમાં સુર અને અસુરનો સંઘર્ષ અને અને અસત્ય પર સત્યના વિજયનું આલેખન કરવામાં આવ્યું છે. ઓ મારા ભાઈઓ, આ બધા શાસ્ત્રો કે પવિત્ર ધર્મગ્રંથોમાં જે પવિત્ર વિધિ વિધાનો આપવામાં આવ્યા છે. આ બધા શાસ્ત્રોએ મારી જાતિના લોકોને વિચક્ષણ બનાવ્યા છે તો પણ તેઓનું હવે મને કોઈ મુલ્ય નથી. તે ગ્રંથો માનવને ઝડપથી પૂર્ણ થવાનું વચન આપતા હતા. હવે તમે પુછશો કે તે વચનો નિષ્ફળ કેમ ગયા? અરેરે! તે પુસ્તકોએ જ પ્રગતિના બધા દરવાજાઓ બંધ કરી દીધા હતા. જીવમાત્રની સંભાળ લેવાના કારણસર તેમ કહેવાયું કે કોઈપણ શોધ કે સંશોધનનું શ્રેય તે માનવે લેવું ન જોઈએ, કેમ કે જીવને જે કંઈ જોઈએ છે તે ઈશ્વરે આપેલું જ છે. જયારે આ શરતોને પવિત્ર નિયમ બનાવી દેવામાં આવ્યો, કે હિંદુ પ્રતિભાનો દિપક એક સાંકડા કુવા ની દિવાલો વચ્ચે રહેલા પાણીમાં ટમટમતો હોય તેમ ઝાંખો થવા લાગ્યો.

શાસ્ત્રો અનુસાર સર્વોચ્ચ ઈશ્વર જેને બ્રહ્મ કહે છે; તો પુરાણો અને ઉપાંગો આત્માના સદગુણો અને સત્કાર્યોની જે વાત કહે છે. ભાઈઓ, આ ઉપદેશો માત્ર તે ગૌરવમાંથી નથી આવ્યા; જો મારા ભાઈઓ મને તેમ કહેવાની અનુમતી આપે કે" – વાત કરનારે ગ્રીક તરફ માથું નમાવ્યું – "પુરાતનકાળમાં તેના લોકો ઈશ્વર અને આત્મા ના વિચારો અંગે જાણતા હતા અને તે લોકોએ હિંદુ માનસના બધા વિચારો સ્વીકારી લીધા. બ્રહ્મને બ્રહ્મા, વિષ્ણુ અને મહેશની એક ત્રિપુટી તરીકે પવિત્ર ગ્રંથોના સંદર્ભથી સમજતા– બ્રહ્માએ અમારા સમાજને ચાર વર્ણોમાં વિભાજીત કર્યો. પ્રથમ તેણે આકાશ, પૃથ્વી અને પાતાળ લોકનું સર્જન કર્યું. પછી પૃથ્વીને તેણે જીવલોક માટે યોગ્ય ગણી. તેના મુખમાંથી પહેલા બ્રાહ્મણ જાતિ; લગભગ તેના જેવા ઉચ્ચ કક્ષાના જ્ઞાની, વેદો નું જ્ઞાન આપી શકે તેવા અને ઉમદા લોકોનું સર્જન કર્યું. તે પછી તેની ભૂજાઓમાંથી ક્ષત્રિય લોકો કે લડવૈયાઓ; તેની છાતીમાંથી વૈશ્ય એટલેકે ઉત્પાદકો – ભરવાડો, ખેડુતો, વેપારીઓ; અને તેના પગમાંથી શુદ્રો કે જે અન્ય વર્ણોની સેવાઓ માટે – વેઠીયાઓ, ઘરકામ કરનારાઓ, મજુરો, કારીગરો અને સફાઈ, મૃત પ્રાણીઓના નિકાલ જેવા નિમ્ન કક્ષાના કામો માટેનું સર્જન થયું. એક વાતની વિશેષ નોંધ લેજો કે આ પ્રણાલી જન્મ આધારિત હતી. કોઈ એક વર્ણમાં જન્મેલી વ્યકિત બીજા વર્ણમાં જઈ શકે નહીં ; બ્રાહ્મણ તેનાથી નીચેના વર્ણમાં પ્રવેશ કરી શકે નહીં. જો તે તેના જ વર્ણના નિયમોનું ઉલ્લંઘન કરે, તો તેને જ્ઞાતિ બહાર મુકવામાં આવશે અને તેની સાથે તેના જ્ઞાતિજનો કોઈ પણ વ્યવહાર રાખશે નહીં ."

આ મુદા પર એક જ ક્ષણમાં ગ્રીક માર્ગીને આવા અધઃપતનના પરીણામોની કલ્પના થઈ આવી. તે તેના આવેશ પર મહાપ્રયત્ને અંકુશ રાખતા જીજ્ઞાસાવશ બોલી ઉઠયો, "ઓ ભાઈ, આવી પરિસ્થિતિમાંથી તો માત્ર ભગવાન જ બચાવી શકે."

"હા," ઈજીપ્તવાસીએ ઉમેર્યું, "આપણા પ્રેમાળ ઈશ્વરની જેવો જ."

હિન્દુ ની આંખોના ભવા ખેંચાયા; તે પછી જયારે લાગણીનો ઉભરો શમી ગયો ત્યારે તેણે મૃદુ અવાજે ફરીથી વાત કહેવાની શરૂ કરી.

"હું એક બ્રાહ્મણ તરીકે જનમ્યો. મારા જીવનનું આયોજન મારા જન્મના અનુસંધાને તેના છેલ્લા અંક, છેલ્લી ઘડી સુધી શાસ્ત્રોના આધારે થયું હતું.મારા ઉછેરના પ્રથમ તબકકામાં મારી નામકરણ વિધી, પ્રથમ સુર્ય દર્શન, જનોઈ સંસ્કાર વગેરેથી જીવનના પ્રથમ આશ્રમમાં મારા વિધીવત પ્રવેશ માટેની તમામ વિધીઓ પવિત્ર મૂળ લખાણ અને જડ ઉત્સવોથી પૂર્ણ થઈ. હું નિયમોનું ઉલ્લંઘન થવાના ડરથી સરખી રીતે ખાઈ, પી, ચાલી કે ઉંઘી શકતો નહોતો. અને દંડ; હે બાંધવો, દંડ મારા આત્માને થતો હતો. ગ્રંથોમાં લખ્યા પ્રમાણે ક્ષતિની કક્ષા અનુસાર મારો આત્મા કોઈ એક સ્વર્ગ – ઈન્દ્રનું નિમ્ન કક્ષાનું કે બ્રહ્માનું ઉચ્ચ કક્ષાનું પ્રાપ્ત કરી શકતો, અથવા તે ફરીથી કીડી, માખી, મત્સ્ય કે અન્ય પશુયોનીમાં પાછો આવતો. પૂર્ણ પાલનથી થતી પ્રાપ્તિ એટલે મોક્ષ અર્થાતબ્રહ્મમાં વિલય કે જેનું સંપૂર્ણ વિશ્રાંતિથી વિશેષ અસ્તિત્વ નહોતું."

હિંદુ એક ક્ષણ વિચાર કરવાને અટકયો અને આગળ ચલાવ્યું, "બ્રાહ્મણ તરીકેના જીવનના પ્રથમ આશ્રમને બ્રહ્મચર્યાશ્રમ કહેવામાં આવે છે. જયારે હું જીવનના બીજા આશ્રમમાં પ્રવેશ કરવાને તૈયાર થયો કે જે ગૃહસ્થાશ્રમ કહેવાય છે. મેં બધાને, અરે સ્વયં બ્રહ્મને પણ પ્રશ્નો કર્યા; કારણ કે હું નાસ્તિક હતો. કુવાના અતલ ઉંડાણથી એક જયોતિને ઉપર આવતી જોવાને હું ઉત્સુક થયો. અંતે – ઓહ, કેટલા વર્ષોના પરીશ્રમ પછી એક પૂર્ણ દિવસે જીવનના સિધ્ધાંતો, ધર્મના મુળતત્વોનો, ઈશ્વર અને આત્માને જોડતી કડી – પ્રેમનો સાક્ષાત્કાર કર્યો!"

તે ભલા માણસના ચહેરા પર અસીમ પ્રેમભાવ દ્રષ્ટિગોચર થયો અને તેણે શ્રધ્ધાથી બન્ને હાથ જોડયા. વાતાવરણમાં શાંતિ પ્રસરી ગઈ અને ગ્રીકની આંખોમાં આંસુ આવ્યા. થોડી વાર રહીને હિંદુએ ફરીથી શરૂ કર્યું.

"પ્રેમનો આનંદ પ્રવૃતિમાં છે; કોઈ બીજા માટે કશું કરવુંથીવધુ આનંદ મળી શકે છે. હું થોભ્યો નહીં . બ્રહ્માનું જગત દુઃખોથી ભરપુર ભર્યું છે. શુદ્ર વર્ણની પરિસ્થિતિએ મને ઢંઢોળ્યો અને તેથી મેં અગણિત યજ્ઞો કર્યા. પવિત્ર ગંગાનદીના કાંઠે આવેલા આશ્રમમાં મેં આશ્રય લીધો. આશ્રમના મંદિરની છાયામાં શિષ્યોની પ્રાર્થનાઓથી વાતાવરણમાં પવિત્રતા પ્રસરતી રહેતી. પરંતુ...... વર્ષમાં બે વખત ત્યાં પવિત્ર સ્નાન માટે હિંદુ યાત્રાળુઓ આવતા. તેઓના દુઃખોએ મારા વિચારને મજબુત કર્યો; પણ તે લોકોને હું કશો ઉપદેશ આપવાને બદલે મારા જડબા ભીંસી દેતો. બ્રહ્મ, ત્રિમુર્તિ કે શાસ્ત્રો વિરૂધ્ધ એક પણ શબ્દ કહેવો તે મારા માટે વિનાશકારી હતું. બ્રાહ્મણ સિવાયના સમાજ પરત્વે મમતાનો એક પણ અંશ પણ ત્યારે અને અત્યારે તેમને ધગધગતી રેતીમાં ખેંચી જતો. ત્યાં તે દુખીયારાઓને એક પાણીનું

પવાલું અને આશિર્વચનો આપવામાં આવતા. હું પણ તેઓ માંહેનો એક થઈ ગયો. તે પછી કુટુંબ, દેશ, સમાજ અને આપ્તજનોનો ત્યાગ કર્યો અને આખરે મારી માન્યતાઓ પ્રત્યેનો પ્રેમ વિજેતા બન્યો. મેં મંદિરમાં ભકતોને ઉદબોધન કર્યું; તો તેઓએ મને બહાર હાંકી કાઢયો. મેં યાત્રાળુઓને પ્રવચન આપ્યું તો તેઓએ મને પથ્થરો માર્યા. રાજમાર્ગ પર ઉપદેશ કર્યો; તો મારા શ્રોતાઓ વિખેરાઈ ગયા. આથી મેં મારા જીવન વિષે અફસોસ વ્યકત કર્યો. સમગ્ર ભરતવર્ષમાં મારા માટે કોઈ એવું સ્થળ નહોતું કે જે મને સલામતી અને શાંતિ આપી શકે. અન્ય જ્ઞાતિઓમાં પણ નહીં ; કેમ કે તેઓ પછાત હોવા છતાં હજુ બ્રહ્મમાં વિશ્વાસ કરતા હતા. આથી અંતે મેં એકાંત માટે એવી જગ્યાની ખોજ કરી કે જયાં હું ઈશ્વરને મેળવવા માટે બધાથી મારી જાતને સંતાડી શકું. દુર હિમાલયમાં ગંગાના ઉદગમની દિશામાં પ્રયાણ કર્યું. નિર્મળ સરીતા હરદ્વારના ઘાટ પાસેથી કાંપ વાળા નીચાણ વાળા વિસ્તારો ભણી પ્રયાણ કરે છે; મેં ત્યાંથી મારા સમાજ માટે પ્રાર્થના કરી અને તેઓને હંમેશાને માટે ગુમાવી દેવા અંગે વિચાર્યું. ટેકરીઓની પહેલે પાર,ઘસડાતા બરફના ઢગલાઓ પસાર કરીને સુર્ય પ્રકાશમાં સદૈવ ચમકતા રહેતા બરફ આચ્છાદિત મુકુટ ધરાવતા તીસ, ગંગ્રી, ગુરલ અને વિરાટ કૈલાસ પર્વતની તળેટીમાં આવેલા લાંગત્સો નામના ભવ્ય સરોવર સુધી પહોંચ્યો. ત્યાં વિશ્વના કેન્દ્રમાં કે જયાંથી સિંધુ, ગંગા અને બ્રહ્મપુત્રા જુદીજુદી દિશાઓમાં વહેતી થાય છે; જયાં માનવજાતે તેનો પ્રથમ વસવાટ કર્યો અને વિશ્વમાં ફેલાઈ જવા માટે જયાંથી જુદા પડયા, શહેરોની માતૃસંસ્થા બાલ્ક ના સીમાડાઓ મહાન સત્યને ચકાસવા માટે પાર કર્યા જયાં પ્રકૃતિ અસલના વખતની પરિસ્થિતિમાં પાછી ફરે છે, અને વિશાળતાને જાળવી રાખે છે. ડાહ્યા નિર્વાસિતોને આમંત્રણ આપે છે અને સાથેસાથે શાંતિ અને અનન્ય એકાંત અર્પે છે – ત્યાં હું એકમાત્ર ઈશ્વર સાથેનો સબંધ જાળવી રાખવાને, પ્રાર્થના કરવાને, ઉપવાસ કરવાને અને મૃત્યુની રાહ જોવા માટે ગયો."

ફરીથી અવાજ મંદ પડયો અને સુકલકડી હાથ અનન્ય શ્રધ્ધાથી જોડાયા.

"એક રાત્રે હું તળાવના કિનારે ચાલતો હતો અને મને સાંભળતી શાંતિને કહેતો હતો,'કયારે ઈશ્વર આવશે અને તેના અસ્તિત્વ માટે દાવો કરશે? શું કયાંય મુકિત નથી?'એકાએક પાણીમાંથી એક પ્રકાશ બહાર આવી કંપતા કંપતા પ્રસરવા લાગ્યો; તરતજ એક તારો ઉગ્યો અને મારી બાજુએ ફર્યો અને મારા માથા પર સ્થિર થયો. તેની તેજસ્વીતાએ મને બેહોશ બનાવી દીધો. જયારે હું જમીન પર પડી ગયો; કે મેં અનંત માધુરીભર્યો એક અવાજ સાંભળ્યો,' તારો પ્રેમ વિજેતા બન્યો છે. તારા પર ઈશ્વરના આશિર્વાદ હો, ઓ ભરતવર્ષના પુત્ર! મુકિત હવે હાથવેંતમાં છે. દુર પૃથ્વીના બીજા ગોળાર્ધમાં તને અન્ય બે સાથે મુકિતદાતાનો સાક્ષાત્કાર થશે; અને તું તેના આગમનનો સાક્ષી થઈશ. જો નવ પ્રભાત થયું છે. તું જા અને તેઓનો સંપર્ક કર; અને તારો સંપૂર્ણ વિશ્વાસ તે પવિત્ર આત્મા માં રાખજે, જે તારો માર્ગદર્શક બનશે.'

અને તે સમયથી પ્રકાશ મારી સાથે રહ્યો છે; તેથી જ મેં જાણ્યું કે તે પવિત્ર આત્માનો પ્રત્યક્ષ સાક્ષાત્કાર હતો. સવાર પડતાજ હું જે રસ્તેથી અહીં આવ્યો છું તે રસ્તે મેં પ્રયાણ કર્યું. પહાડની ફાટમાંથી મને અતિ મુલ્યવાન પથ્થર મળ્યો, જેને મેં હરદ્વારમાં વહેંચી નાખ્યો. લાહોર, કાબુલ અને યેઝદ થઈ હું

ઈસ્પહાન આવ્યો. ત્યાંથી મેં ઊંટ ખરીદ્યું અને કોઈ પણ કાફલાની રાહ ન જોતા મેં એકલાએજ કોઈ પણ જાતના ભય વગર મુસાફરી શરૂ કરી, કારણ કે પવિત્ર આત્મા મારી સાથે હતો અને હજુ પણ છે. હે ભાઈઓ! આપણે ધન્ય થયા છીએ, કારણકે આપણ મુકિતદાતાને જોવાના છીએ. મેં મુકિતદાતાને જોવાને, વાત કરવાને, તેની ભકિત કરવાને બધું કર્યું છે."

ચપળ ગ્રીકે આનંદથી અભીનંદન આપ્યા. ઈજીપ્તવાસીએ તેની લાક્ષણિક સૌમ્યતાથી કહ્યું, "હું તને વંદન કરૂં છું મારા ભાઈ. તે ઘણું સહન કર્યું છે. હું તારા આનંદમાં સહભાગી છું. હવે હું આપ બન્નેને હું કોણ છું અને અહીં કેવી રીતે બોલાવવામાં આવ્યો તે સાંભળવા વિનંતી કરૂં છું. થોડી વાર માટે થોભો."

તે બહાર નીકળ્યો અને ઊંટોને ખરેરો કર્યો અને પાછા આવી પોતાનું સ્થાન ગ્રહણ કર્યું.

"ભાઈઓ, તમારા શબ્દો પરમાત્માના શબ્દો હતા." તેણે વાતની શરૂઆત કરી; "અને પરમાત્માએ તે મને સમજાવ્યું. તમે ખાસ તો તમારા પ્રદેશના વિષયમાં વાત કરી, એ સંદર્ભમાં તે મુખ્ય બાબત હતી, જેને હું સમજાવીશ; પણ પહેલા મને મારા અને મારા લોકો અંગે કહેવા દો. હું બાલ્થસાર જે ઈજીપ્તનો રહેવાસી છું."

"હું મારા પ્રદેશના લોકો માટે ઘણી જ સારી પ્રતિષ્ઠાનો દાવો કરી શકું છું." તેણે ચાલુ રાખ્યું, "પણ હું એક વાતથી મારી જાતને સંતોષ આપી શકું કે ઈતિહાસની શરૂઆત અમારાથી થઈ. બનાવોની નોંધ રાખવામાં અમે પહેલા હતા. મહેલો અને મંદિરોનો આગલો દેખાવ, મકબરાની અંદરની દિવાલો વગેરે પર અમે અમારા શહેનશાહોના નામ અને કાર્યો લખ્યા તેમજ પેપીરસમાંથી બનેલા નાજુક પત્રો પર અમારા તત્વચિંતકોનું ડહાપણ અને અમારા ધર્મના એક રહસ્ય સિવાય કે જેના વિષે હું હમણા કહીશ, બધા રહસ્યો લખ્યા. ઓ ભાઈ મેલ્કિયર; તે પરબ્રહ્મના વેદો કરતા પણ પુરાતન અથવા વ્યાસમુનિના ઉપનિષદોથી પણ જુનવાણી, હોમરના ગીતોથી પણ પહેલાના અથવા પ્લેટોના આધ્યાત્મવાદથી પણ અગાઉના, ઓ મારા જેસ્પર; ચીન ના લોકોના મહારાજાઓના પવિત્ર પુસ્તકોથી પણ પહેલાના કે સુંદર માયાદેવીના પુત્ર સિધ્ધાર્થથી પણ પહેલાના, યહુદી મુસાના જન્મથી પણ પહેલાના, જુનવાણી આધારગ્રંથો અમારા પ્રથમ રાજા મેનીસ દ્વારા લખાયા છે." એક પળ માટે થોભીને તેણે તેની મોટી આંખો ગ્રીક પર સ્થિર કરી અને કહ્યું ,

"હેલાસની યુવાનીમાં જે તેણીના શિક્ષકોના શિક્ષક હતા."

ગ્રીકે નમ્રતાથી સ્મિત આપ્યું.

"તે આધારો અનુસાર," બાલ્થસારે ચાલુ રાખ્યું, "જયારે દુર પૂર્વમાંથી પિતા આવશે ત્યારે ત્રણ પવિત્ર નદીઓના ઉદગમસ્થળેથી, પૃથ્વીના કેન્દ્રમાંથી –એક વૃધ્ધ આર્ય કે જેની સાથે તમે વાત કરી ઓ મેલ્કિયર– તેનીસાથે પ્રલય પહેલાના વિશ્વના ઈતિહાસને લઈને આવશે. અને પ્રલય પછી નોઆહના પુત્રો કે જેણે ઈશ્વરના નામે શિખવવાનો પ્રયત્ન કર્યો કે આત્મા ઈશ્વરની જેમ જ અમર છે; તેમને જે ફરજ સોંપવામાં આવેલી હતી, તે સુખરૂપ પુરી થઈ ગઈ હતી તેમ તેણે સમજાવ્યું હતું. જો તમે મારી સાથે આવવાનું પસંદ કરશો તો હું તમને અમારા ગુરૂપદના પવિત્ર પુસ્તકાલયના દર્શન કરાવીશ; બીજાઓની વચ્ચે; મૃત્યુ પુસ્તિકા કે જેમાં મૃત્યુ પછી આત્મા દ્વારા ન્યાય ના પ્રવાસે જવાની ધાર્મિક વિધી જોવામાં

આવી છે. ઈશ્વર અને અમર આત્માના સિધ્ધાંતોનો રણની પેલે પાર મીઝરાઈમમાં નાઈલ નદીના કિનારે જન્મ થયો. તે સિધ્ધાંતો પવિત્ર, સમજવામાં સહેલા અને ઈશ્વર હંમેશા આપણા સુખ માટે શું ઈચ્છા રાખે છે તે અંગે હતા; તેથી તે પ્રથમ ભકિત – એક ગીત અને પ્રાર્થના પ્રકૃતિને એક આનંદમય આત્માને, આશા ભરી આંખોએ તેનેા બનાવનારને પ્રેમ સાથે – "

એકાએક ગ્રીકે તેના બન્ને હાથ પહોળા કરતા આનંદથી બુમ પાડી, "ઓહ! મારામાં પ્રકાશ ઉતરી રહ્યો છે!"

"અને મારામાં!" હિંદુએ પણ તેવા જ આનંદથી કહ્યું.

ઈજીપ્તવાસીએ તેઓને તેની માયાળુપણે સ્વિકૃતિ આપી અને આગળ કહ્યું, "ધર્મ તે માત્ર એક સિધ્ધાંત છે કે જે તેના સર્જક સાથે માનવને જોડી રાખે છે. તેની પવિત્રતામાં તે મુળતત્વો ઈશ્વર, આત્મા અને તેની સંયુકત માન્યતા કે જેમાંથી તમે ભકિત અને પ્રેમથી ઈશ્વરને પામવાને પ્રયત્ન કરો છો. આ સિધ્ધાંત અન્ય પવિત્ર ઉદભવોની જેમજ – દા.ત. જે પૃથ્વીને સુર્ય સાથે જોડી રાખે છે –તેના લેખક પ્રમાણે શરૂઆતમાં પૂર્ણ હતી. ખરેખર મારા ભાઈઓ, તે પ્રથમ કુટુંબનો ધર્મ હતો. ખરેખર અમારા મિઝરાઈમના પિતાનો ધર્મ હતો, કે જેણે સર્જનના નિયમ અંગે અંધવિશ્વાસ નહોતો. તે પ્રથમથી જ શ્રધ્ધા અને ભકિતને સમજી શકે તેમ હતો. પૂર્ણતા એ ઈશ્વર છે અને સરળતા તે પૂર્ણતા છે. અભિશાપ તો એ છે કે માનવ એકમાત્ર સત્યને સ્વિકારશે નહીં."

ઈજીપ્તવાસી એક ક્ષણ માટે કઈ રીતે કહેવું તે વિચાર કરવાને થોભ્યો."ઘણા રાષ્ટ્રોએ નાઈલ નદીના મીઠા પાણીને પ્રેમ કર્યો છે. ઈથીઓપીયાવાસીઓ, પાલીપુત્રો, યહુદીઓ, અસીરીયનોચ પર્શીયનો, મેસીડોનીયા વાસીઓ, રોમનો પૈકી ફકત યહુદીઓ સિવાયના બધા એક યા બીજા સમયે તેના માલિક હતા. ઘણીબધી પ્રજાઓના આવવા અને જવા સાથે પુરાતન મિઝરાઈમ શ્રધ્ધા ભ્રષ્ટ થઈઈ પામવૃક્ષોની ખીણ દેવતાઓની ખીણ બની. આઠ દેવોનું પ્રકૃતિના સિધ્ધાંત પ્રમાણે મહાદેવ – આમેન રા ના ઉપરીપણા સાથે સર્જન થયું ત્યારે આઈસીસ અને ઓસીરીસ અને તેનું વર્તુળ પાણી, અગ્નિ, હવા અને અન્ય કુદરતી પરીબળોના પ્રતિનિધિ રૂપે આવ્યા ત્યારથી હજુ સુધી માનવગુણોના સંદર્ભમાં જેમ કે શકિત, જ્ઞાન, પ્રેમ અને પસંદગી વગેરેને ધ્યાનમાં લઈને આ બધો ગુણાકાર વધતો ગયો."

"આ તો બધી જુની મુર્ખામીઓ છે!" ગ્રીક લાગણીવશ થઈને બોલી ઉઠયો. "ફકત પ્રકૃતિમાંથી બધું આવતું આ બધું જે તે મુળ સ્વરૂપે આપણા સુધી પહોંચે છે."

ઈજીપ્તવાસીએ માથું નમાવ્યું અને આગળ ચલાવ્યું."હજુ થોડું વધારે મારા ભાઈઓ! હું મારી વાત કરૂં તે પહેલા આ બધાની તુલનાએ જે સૌથી થી પવિત્ર છે અને હશે તે આપણે જોઈશું. ઐતિહાસિક આધારગ્રંથોમાં જોઈ શકાય છે કે મિઝરાઈમે જાણ્યું કે ઈથીઓપીયાવાસીઓ કે સમગ્ર આફ્રિકાના રણપ્રદેશમાં ફેલાયેલા હતા અને તેનું નાઈલ નદી પર આધિપત્ય હતું. તે લોકો સમૃધ્ધ, પ્રતિભાશાળી અને સંપૂર્ણપણે પ્રકૃતિના ભકત હતા. પર્શીયન કવિ સુર્યને સમર્પિત હતા, ઓરમુઝના પ્રતિબિંબની જેમ કે જે તેનો ઈશ્વર હતો. દુર પૂર્વમાં ધર્મપ્રિય બાળકોએ તેમના દેવોને હાથીદાંત અને કાષ્ઠમાં કંડાર્યા; પણ ઈથીઓપીયાવાસીઓએ કશું પણ લખ્યા સિવાય; પ્રાણીઓ, પક્ષીઓ અને અન્ય જીવોની ઉપાસનાથી

તેમના આત્માને તૃપ્ત કર્યો. જેમ કે રા માટે બિલાડી, આઈસીસ માટે બળદ અને પટાહ માટે ચાંદો. તેમની જડ માન્યતાઓથી વિરૂધ્ધના એક લાંબા સંઘષર્નો નવી શહેશાહતને ધર્મ તરીકે સ્વીકૃતિ આપવાથી અંત આવ્યો. તે પછી પણ નદીકાંઠે અને રણમાં વેદીઓ, ભુલભુલામણીઓ, પીરામીડો અને મગરના આકારની કબર જેવા રાજાઓની કબરના મોટા સ્મારકો ખડા થયા. ઓ ભાઈઓ! અતિ નિમ્ન કોટીની આવી વિચારસરણીથી આર્યપુત્રોની અવનતિ થઈ."

ઈજીપ્તવાસીના લાગણીશીલ ચહેરા પર પહેલી વાર થોડી વ્યગ્રતા આવી. તેણે વાત આગળ ચલાવી.

"મારા દેશવાસીઓને એટલા બધા ધિક્કારશો નહીં." તેણે ફરીથી શરૂ કર્યું. "તે બધા જ લોકો ઈશ્વરને નહોતા ભુલી ગયા. મેં થોડા વખત પહેલા કહ્યું હતું જે તમને યાદ હોય તો કે પેપીરસના બનેલા નાજુક પત્રો પર અમે ધર્મના એકમાત્ર રહસ્ય સિવાયના બધા રહસ્યો કાળજીપૂર્વક ઉતારેલા. તેમાંથી તમને હું આજે કહીશ. કોઈ એક વખતે અમારો એક સમ્રાટ ફેરો કે જેણે દરેક રીતભાતમાં પરીવર્તન અને સુધારા વધારા કરેલા. તેણે નવી પ્રણાલીની સ્થાપના કરવા માટે તેણે બધું જુનું માનસમાંથી હાંકી કાઢવાનો પ્રયત્ન કર્યો. તે વખતે યહુદીઓ અમારી સાથે ગુલામો તરીકે રહેતા હતા. તે લોકો ઈશ્વરને વળગી રહ્યા. જયારે ત્રાસ અસહ્ય થઈ પડયો ત્યારે અન્ય લોકો માટે તેઓ ભુલી જવાય તેવી બાબતમાં મુકાઈ ગયા. હું ઈતિહાસમાંથી વાત કરીશ. યહુદી મુસા જાતે મહેલ પર આવ્યા અને લાખો યહુદીઓને દેશ છોડવાની રજા આપવા માગણી કરી. તે માગણી ઈઝરાયેલીઓના ઈશ્વરના નામે હતી. ફેરોએ ના પાડી. જો થઈ છે! પ્રથમ તો બધું જ પાણી કે જે નદીઓ, સરોવરો, કુવાઓ અને વાસણો સુધ્ધાંમાં હતું તે બધું રકતમાં ફેરવાઈ ગયું. તો પણ રાજાએ ના પાડી. ત્યાર પછી દેડકાઓએ સમગ્ર પૃથ્વીને ઢાંકી દીધી. તો પણ ફેરો મકકમ હતો. ત્યાર પછી મુસાએ હવામાં રાખ ફેંકી અને ઈજીપ્તવાસીઓ પર પ્લેગના રોગચાળાનો હુમલો આવ્યો. ત્યાર પછી યહુદીઓ સિવાયના બધા લોકોના ઢોરઢાંખર મૃત્યુ પામ્યા. તીડોના ટોળાઓએ ખીણની હરીયાળી નેસ્તનાબુદ કરી નાખી. એક વાર દિવસ દરમ્યાન બપોરે અંધકાર એવો તો ફેલાયો કે દિવાઓ પણ પ્રકાશ ફેલાવી શકયા નહીં. અંતમાં તમામ ઈજીપ્તવાસીઓનું પ્રથમ સંતાન મૃત્યુ પામ્યું; અરે! ફેરો પણ તેમાંથી બચવા પામ્યો નહીં. છેવટે તે માની ગયો. પણ જયારે યહુદીઓ જતા હતા ત્યારે રાજાએ લશ્કર સાથે તે લોકોનો પીછો પકડયો. છેલ્લી ઘડીએ સમુદ્ર બે ભાગમાં વહેંચાઈ ગયો અને તેથી યહુદીઓ પસાર થઈ ગયા. જયારે હુમલાખોરો તેમની પાછળ પડયા કે મોજાઓ પાછા આવ્યા અને ઘોડા, રથ, પાયદળ અને રાજા પણ પાણીમાં તણાઈ ગયા. તમે પ્રાકટય અંગેની વાત કરી હતી મારા જેસ્પર –"

ગ્રીકની આસમાની આંખો ચમકી ઉઠી.

"મેં યહુદીઓ પાસેથી આ વાત સાંભળી હતી. તમે તે ચોકકસ કર્યું, ઓ બાલ્થસાર!"

"હવે, જે મુસાએ નથી કહ્યું, તે મારા દ્વારા ઈજીપ્ત કહે છે. મેં આરસપહાણ પરના લખાણોનો અનુવાદ કર્યો. તે વખતના ધર્મગુરૂઓએ તેમની શૈલીમાં તેઓ જેના સાક્ષી હતા તે લખ્યું હતુ; અને તેથી ઈશ્વરનું પ્રાકટય જીવંત હતું. આથી જ હું જે રહસ્ય નોંધાયેલુ નહોતું , તે રહસ્ય સુધી પહોંચી શકયો.

ભાઈઓ, મારા પ્રદેશમાં ફેરો ના હતભાગી દિવસથી હંમેશા બે ધર્મો રહેતા – એક ખાનગી અને બીજો જાહેર; એક ધર્મ પ્રમાણે ઘણાબધા દેવ દેવીઓમાં લોકોની માન્યતા અને બીજા ધર્મ પ્રમાણે એકેશ્વરવાદ જે ફક્ત પુરોહિતપણા હેઠળ પોષવામાં આવ્યો હતો. મારી સાથે આનંદમાં સહભાગી થાવ, ઓ ભાઈઓ! કારણ કે ઘણા બધા રાષ્ટ્રો દ્વારા કચડાયેલાઓ લોકોને રાજાઓ દ્વારા અપાતા ત્રાસ અને તે સમય સમયના પરીવર્તન સાથે આવેલી વિકૃતિઓ – જે બધું મિથ્યા થયું છે. પર્વતની છાયામાં એક બીજ તેની ઘડી માટે રાહ જોતું હોય તેમ; ભવ્ય સત્ય જીવંત છે અનેઆજે તેનો દિવસ છે."

હિંદુના નંખાઈ ગયેલા ચહેરા પર ઉજાસ ફેલાયો અને ગ્રીક મોટેથી બુમ પાડી ઉઠયો, "મને જાણે કે આ વેરાન રણ ગાતું હોય તેમ લાગે છે."

નજીકના ખળખળ વહેતા પાણીમાંથી ઈજીપ્તવાસીએ આચમન લીધું અને આગળ ચલાવ્યું. "મારો જન્મ એલેકઝાન્ડ્રીયામાં થયો.

અમારા વર્ગમાં એક રાજકુમાર અને એક ધર્મગુરૂને અપાતું શિક્ષણ સામાન્ય છે. પણ પહેલેથી જ મને અસંતોષ થયો. મૃત્યુ પછી, શરીરનો નાશ થયા પછી, આત્મા ફરી એક વખત નાશવંત જીવનના સંચાલન અંગેના કોઈપણ જાતના આધાર વગર માનવ અવતારમાં આગલી પ્રગતિથી શરૂઆત કરી અસ્તિત્વના અંત સુધી આગળ વધે છે. જયારે મેં પર્શીયાના સાહિત્યમાંથી પ્રકાશના સામ્રાજય અંગે સાંભળ્યું કે તેનું સ્વર્ગ ચાઈનવેટ પુલની પેલે પાર કે જયાં ફક્ત સારપ જ જઈ શકે છે, તે સિધ્ધાંત પર મેં મનન કર્યું. અનંત પુનર્જન્મ અને શાશ્વત સ્વર્ગીય જીવન અંગે જો મારા ગુરૂએ શીખવ્યું તેમ ઈશ્વરનું જો અસ્તિત્વ હોય તો સારપ અને બુરાઈનો કોઈ માપ દંડ ખરો? ઘણા સચ પછી મને તેનું સ્પષ્ટીકરણ થયું; એક ચોકકસ સિધ્ધાંત કે મૃત્યુ તે અલગ થવાનું સીમાબિંદુ છે કે જયાં દુષ્ટ પાપી ખોવાઈ જાય છે, અને શ્રધ્ધાળુ ઉચ્ચ જીવન પ્રાપ્ત કરવાને આગળ વધે છે, જે ફક્ત બુધ્ધનું નિર્વાણ કે બ્રહ્મલીનતા નથી; ઓ મેલ્કીયર; નર્કથી વધારે સારી પરિસ્થિતિ કે જે સ્વર્ગમાં ઓલિમ્પસની શ્રધ્ધાથી મળે છે તે નથી, ઓ જેસ્પર; પરંતુ જીવન તે પ્રવૃતિ, આનંદ અને ઈશ્વર સાથેનું કદી પણ પૂર્ણ ન થાય તેવું સહ જીવન છે. આ શોધથી જ હું વધારે જાણકારી મેળવવાને ઉત્સુક થયો. શા માટે સત્યને આટલા બધા લાંબા સમય સુધી પુરોહિતપણાના સ્વાર્થી સમાધાન માટે છુપાવી રાખવામાં આવ્યું? તત્વજ્ઞાને છેવટે તો આપણને ત્રાસદાયક પરિસ્થિતિમાં લાવી દીધા. ઈજીપ્તમાં હવે અમારી પાસે રામસેસના બદલે રોમ હતું.

એક દિવસ બ્રુકેઈમ કે જે એલેકઝાન્ડ્રીયાનો સૌથી થી ભવ્ય અને ગીચ વિસ્તાર છે; ત્યાં હું ઉભો થયો અને ધર્મ પ્રવચન આપ્યું. ત્યાં મારા પ્રેક્ષકગણમાં પૂર્વ અને પશ્ચિમના લોકો હતા. પુસ્તકાલયમાં જતા વિદ્યાર્થીઓ, ધર્મસ્થાન સેરાપીયમના ધર્મગુરૂઓ, સંગ્રહસ્થાનના મુર્તિકારો, રમતના મેદાનોના આશ્રયદાતાઓ, રહેકોટીસ પ્રાંતના ગામડીયાઓ વગેરેનું એક ટોળું મને સાંભળવા માટે ઉભું રહ્યું. મેં ઈશ્વર, સત્ય, અસત્ય, આત્મા, સ્વર્ગ અને સાત્વિક જીવનથી થતી પ્રાપ્તિ વિષે ઉપદેશ કર્યો. મારા શ્રોતાઓ પ્રથમ આશ્ચર્ય પામ્યા અને પછી હસ્યા. મેં ફરીથી પ્રયત્ન કર્યો. તે લોકોએ માર્મિક

વ્યંગબાણોથી મારી ચામડી ઉતરડી નાખી. મારા ભગવાનની મજાક ઉડાવી અને મજાક મશ્કરીથી મારા સ્વર્ગમાં અંધારૂં ફેલાવી દીધું. જરૂર વગરનું લાંબુ ન કરતા મેં તેમની પાસે હાર માની લીધી."

આ સાંભળીને હિંદુએ લાંબો નિસાસો નાખ્યો અને કહ્યું, "માનવ જ માનવનો દુશ્મન છે, મારા ભાઈ."

બાલ્થસાર થોડી વાર માટે શાંત થઈ ગયો.

"મેં મારી નિષ્ફળતાનું કારણ શોધવા માટે ખુબ ચિંતન કર્યું અને અંતે સફળ થયો." તેણે ફરીથી શરૂ કરતા કહ્યું, "તે દિવસથી મેં નાઈલ નદીમાં આમ થી તેમ મુસાફરી કરી. ગામડાઓમાં અને જુદી જુદી જાતિઓના કસબાઓમાં ગયો અને એકેશ્વરવાદ, સાત્વિક જીવન અને સ્વર્ગ વિષે ધર્મોપદેશ કર્યો. મેં તે સારૂ કર્યું. કેટલું સારૂ કર્યું તે વિષે હું કંઈ કહી શકું નહીં. મેં જોયું કે જગતનો આ ભાગ તેના સ્વાગત માટે સુસજ્જ છે. આપણે તેને શોધીએ.

વકતાના ભરાવદાર ગાલ પર લાલી પ્રસરી ગઈ. તેણે લાગણીઓ પર કાબુ મેળવી લીધો અને ફરીથી શરૂ કર્યું.

"મારા ભાઈઓ, તેથી મેં જે વર્ષો આપ્યા તે મને એક વિચારથી પરેશાન કરતા હતા. જયારે હું જઈશ(મૃત્યુ પામીશ) ત્યારે મેં જે શરૂ કર્યું છે તેનું શું થશે? શું તેનો મારી સાથે જ અંત આવશે? મેં ઘણી વખત મારા કાર્યમાં બંધ બેસતી એક સંચાલક સંસ્થાનું સ્વપ્ન જોયું છે. તમારાથી કશું નહીં છુપાવું. મેં આ માટેના પ્રયત્નો કર્યા છે અને નિષ્ફળ રહ્યો છું. ભાઈઓ, આ માટે સુધારક પાસે માનવથી વિશેષ કશું હોવું જોઈએ. તેણે ફકત ઈશ્વરના નામે આવવાનું નથી, પરંતુ તેણે તેના વચનની સાબિતી પણ આપવી પડશે. તેણે તે જે કંઈ કહેશે તે, ઈશ્વરીય તત્વને પણ સાબિત કરવું પડશે. અને આ સમયમાં ઈશ્વર સિવાય બીજું કોણ આ દ્રષ્ટિબિંદુ પર માનવનો વિશ્વાસ લાવી શકશે? માનવજાતને પાછી વાળવા, મારો કહેવાનો ભાવાર્થ તેનો વિનાશ કરવાનો નથી – માનવજાતને પાછી વાળવા તેણે જાતે જ તેને ખુદને ફરી એક વખત જાહેર કરવો પડશે; તેણે વ્યકિત તરીકે જ આવવું પડશે."

અત્યંત લાગણીએ ત્રણેયને જકડી લીધા.

"શું આપણે બધા તેને શોધવા જવાના નથી?" ગ્રીક બોલી ઉઠયો.

"હવે તમે સમજયા કે હું સંચાલનના પ્રયત્નોમાં અસફળ શા માટે રહ્યો." ઈજીપ્તવાસીએ થોડું રોકાઈને કહ્યું, "મારી પાસે મંજુરી નહોતી. એક રાત્રે જયારે હું નદી કિનારેથી પસાર થઈ રહ્યો હતો ત્યારે, 'વિશ્વ મૃત્યુ પામી રહ્યું છે. તું કયારે આવીશ?' હે ભગવાન, શા માટે હું મુકિત જોઈ શકતો નથી?' તેવી મેં પ્રાર્થના કરી. નદીનું નિર્મળ નીર તારાઓના તેજ વડે ચમકતું હતું.તે તારાઓમાંથી એક તારો તેનું સ્થાન છોડી અને ઉપર આવતો દેખાયો. તે એકદમ આંખને આંજી નાખે તેવો તેજસ્વી બન્યો. તે મારી બાજુએ આવ્યો અને મારા મસ્તક પર પ્રકાશ વેરતા મારો હાથ પહોંચી શકે તેટલે જ ઉંચે સ્થિર થયો. હું નીચે પડી ગયો અને મારો ચહેરો મેં બન્ને હાથ વડે ઢાંકી દીધો. એક અલૌકિક અવાજ આવ્યો, "તારા સત્કાર્યનો વિજય થયો છે. તને આશિર્વાદ હો, ઓ મિસરના પુત્ર! મુકિતનું આગમન થઈ રહ્યું છે. વિશ્વના અજાણ્યા સ્થળે અન્ય બે ભકતો સાથે તને ઉધ્ધારકનો સાક્ષાત્કાર થશે અને તે લોકોની સાથે તુ જોડાઈ

જા. અને જયારે તમે બધા જેરૂસલેમના પવિત્ર નગરમાં આવો ત્યારે તમે લોકોને પુછજો કે યહુદીઓનો રાજા છે તે કયાં જનમ્યો છે? અમે પૂર્વ દિશામાં તેનો તારો જોયો છે અને તેની ભકિત કરવાને પ્રેરિત થઈ અહીં આવ્યા છીએ. તમારો વિશ્વાસ તમને દોરવણી આપતા આત્મામાં રાખજો."

અને પ્રકાશ મારા અંતરનો પ્રકાશ બની ગયો અને મને તે વાતની કોઈ જ શંકા નથી કે તે મારી સાથે મારો શાસક અને માર્ગદર્શક બનીને રહ્યો. તે મને નદી કિનારેથી મેમ્ફીસ લઈ આવ્યો, જયાંથી મેં રણમાં પ્રવાસ કરવા માટે તૈયારીઓ કરી. મેં મારૂં ઊંટ ખરીદ્યું અને કયાંય અટકયા વગર સુએઝ અને કુફીલેહના રસ્તે થઈ અને મોઆબ અને અમ્મોન થઈ હું અહીં સુધી આવ્યો છું. ઈશ્વર આપણી સાથે છે, ઓ મારા ભાઈઓ!"

તે થોડીવાર માટે રોકાયો. દિવ્ય પ્રેરણાથી બધા એક સાથે ઉભા થયા અને એકબીજાની સામે જોયું. આવીજ પ્રેરણાથી તેઓએ એકબીજાના હાથમાં હાથ મુકયા.

દિવ્ય અનુભૂતિથી તેમના હૃદય પુલકિત થઈ ઉઠયા. શાંત વાતાવરણમાં તેમના શ્વાચ્છોશ્વાસ સંભળાતા હતા અને તેમની આંખોમાં હર્ષથી આંસુ વહેતા હતા. ઈશ્વરની ઉપસ્થિતિમાં જીવનગંગાના કાંઠે મુકિતના અવર્ણનિય આધ્યાત્મિક આનંદની અનુભૂતિ કરી રહ્યા હતા.

તેમના હાથ છુટા પડયા અને બધા એક સાથે તંબુની બહાર નીકળ્યા. દુર મરૂભૂમિ આકાશને સ્પર્શતી હતી. સુર્ય ઝડપથી આથમી રહ્યો હતો. ઊંટો નિંદ્રાધિન થયા હતા.

થોડા સમય પછી ભોજન બાદ પથારીઓ સંકેલી, પડાવ સંકેલી ત્રણે મિત્રોએ ઊંટ પલાણ્યા અને એક સીધી રેખામાં ઈજીપ્તવાસીની આગેવાની હેઠળ સખત ઠંડી રાત્રીમાં પશ્ચિમ દિશામાં મુસાફરી શરૂ કરી. ઊંટ સીધી રેખા જાળવતા એકધારી મધ્યમ ચાલે આગળ વધ્યા.

*****

પ્રકરણ ૩જું

જેરૂસલેમની પશ્ચિમ દિવાલનું ઓક વૃક્ષો થી આચ્છાદિત પ્રવેશદ્વાર તે વખતે બેથલેહેમ કે જોપ્પા દરવાજા તરીકે ઓળખાતું. તેની બહારનો પ્રદેશ શહેરના નોંધ લેવા જેવા સ્થળોમાંથી એક હતો. ડેવીડના સ્વર્ગવાસ પહેલા ત્યાં એક કિલ્લો હતો. જયારે જેસીના પુત્રે જેબ્યુસાઈટને હાંકી કાઢયો અને બાંધકામની શરૂઆત કરી ત્યારે કિલ્લાનો તે ભાગ નવી દિવાલનો ઉત્તર પશ્ચિમ ખૂણો બન્યો, જેના રક્ષણ માટે એક મિનારો પહેલા કરતા પણ મોટો બનાવવામાં આવ્યો. દરવાજાના સ્થાનમાં જો કે ફેરફાર કરવામાં આવ્યો નહીં, કેમ કે જુદાજુદા રસ્તાઓકે જે ત્યાં મળતા હતા તે કોઈ બીજા સ્થળે સારી રીતે ફેરવી શકાય તેમ નહોતા. બહારનો ભાગ કે જે બજાર તરીકેઓળખાતો, ત્યાં સોલોમનના સમયથી ઈજીપ્ત, તાયર અને સીદોન ના વેપારીઓની ભીડ રહેતી. લગભગ ત્રણ હજાર વર્ષોથી આ સ્થળે આવો વાણીજય વ્યવહાર ચાલુ રહ્યો હતો. યાત્રીને ટાંકણી, કાકડી, ઊંટ, ઘોડા, મસુરની દાળ, ખજુર, ચીભડા, કબુતર, ગધેડા, ઘર, ધિરાણ કે માણસો જેવી બધા જ પ્રકારની વ્યાપારિક પુછપરછ માટે આ જોપ્પા દરવાજો હતો. આ સ્થળના નિર્માતા હેરોદના વખતમાં આ સ્થળની શું કોઈ જાહોજલાલી હતી! પણ વાચકે હવે પ્રવર્તમાન સમયમાં આવવવાનું છે.

યહુદી પ્રણાલીને અનુસરતા, આગલા પ્રકરણોમાં જણાવેલ ડાહ્યા પુરૂષોનું મિલન વર્ષના ત્રીજા માસના પચ્ચીસમા દિવસે બપોર પછી થયું હતું. તેથી કહેવાય કે તે ડીસેમ્બર માસની પચ્ચીસમીતારીખ હતી. તે ૧૯૩માં ઓલિમ્પિયાડનું બીજું વર્ષ હતું અથવા રોમ ૭૪૭ની સાલ હતી. મહાન હેરોદના ૬૭મા વર્ષે અને તેના રાજય અમલના ૩૫મા વર્ષે; આ બધું ખ્રિસ્તના સમય પહેલા બન્યું. તે સમયમાં ઘડીપળની ગણતરી યહુદી રીવાજ પ્રમાણે સુર્યોદયથી ગણાતી. તેથી ટુંકમાં, જોપ્પા દરવાજાનું બજાર તે દિવસના પ્રથમ પ્રહરથીજ ભરચક અને જીવંત હતું. પ્રભાતમાં જ દરવાજા પુરેપુરા ખોલી નાખવામાં આવેલા હતા. આક્રમક ઢબે થતું કામકાજ કમાનવાળા પ્રવેશદ્વાર નીચેથી શરૂ કરીને સાંકડી ગલીઓ વટાવી વિશાળ ચોગાન સુધી ફેલાયેલું રહેતું કે જયાંથી શહેરનું સંચાલન કરતા વિશાળ મિનારાઓની દિવાલો પસાર થતી હતી. પર્વતીય પ્રદેશમાં આવેલા જેરૂસલેમમાં આજે સવારની હવા કોઈ એક નાની લહેરખી નહોતી. સુર્યના કિરણો તેની ઉષ્માના વચન સાથે દુર સૈનિકોની છાવણી અને ટેકરીઓના શિખરો પર કબુતરોના ઘુઘવાટ અને ગ્રામવાસીઓના સડસડાટ આવતા જતા પ્રવાહને ઉત્તેજિત કરતા હતા.

પરીચિત પવિત્ર શહેરમાંથી પસાર થતા અજાણ્યા મુસાફરો તેમજ રહેવાસીઓ માટે દરવાજા પર થોભી અને દ્રશ્યનું પૂનરાવલોકન કરવું સહજ હતું, કારણકે જનસમાજના હાલના મિજાજથી તદન જુદા જ મિજાજમાં થતું પરીવર્તન જોવાની આથી વધારે સારી તક પછી મળી શકે નહીં .

પ્રથમ દ્રશ્ય થોડું ગોટાળાવાળું લાગે. આ બધી ગરબડ જુદીજુદી પ્રવૃતિઓ, અનેકવિધ રંગો અને વસ્તુઓથી થતી. આ ગરબડ શેરીઓ અને મેદાનોમાં ખાસ જોવા મળતી. મેદાનમાં કોઈ ચોકકસ આકાર વિનાના પહોળા ઝંડાઓ ફરકતા હતા. નકકર મુકત દિવાલો વચ્ચે તે દરેક ઝંડો તેની આજુબાજુ ખરીઓની છાપ વાળું વર્તુળ ખડું કરતો અને ત્યાંથી દરેક અવાજ અન્ય અવાજમાંથી બહાર આવવા માટે વધુ જોરથી કર્કશ બુમો પાડતો હતો. જો કે માનવમેદનીમાં થોડીવાર માટે પણ ભળી જતા જે કંઈ થતું તેની સાથેનો એક સામાન્ય પરીચય તે પૃથ્થકરણને શકય બનાવતો. અહીં ગલીલના બગીચાઓમાંથી તાજા લાવેલા કાંદા, કાકડી, મસુરની દાળ અને વટાણાથી ચિકકાર ભરેલા કરંડીયાઓથી લાદેલો એક ગધેડો ઉભો હતો. જયારે માલિક ગ્રાહકો સાથે વ્યસ્ત ન હોય ત્યારે એક અવાજ કે ફકત તેનો સાથીદાર જ સમજી શકેતે બાકી વધેલા માલ અંગે સુચના આપતો હતો. તેણે પહેરેલા રંગ વગરના ધારળા પરથી તેની સાદાઈ દેખાઈ આવતી હતી. ગધેડાની બાજુમાં થોડે દુર તે ગધેડા જેટલું જ ડરપોક, ધીરજવાળું, ઘુંટણીયે પડેલું, નરમ હાડકાનું, ખરબચડું અને ભૂખરૂં ઊંટ બેઠેલું હતું. તેના મોટા કાઠા પર ઉત્સાહથી વ્યવસ્થિત રીતે ખોખાઓ અને ટોપલીઓ ગોઠવેલા હતા. તેનો માલિક એક નાનો, રણની રેતી અને રસ્તાની રજ મિશ્રિત ચહેરા પરથી પણ કળાઈ આવતો ઈજીપ્તવાસી હતો. તેણે ઢીલો, બાંય વગરનો, ગરદનથી ઘુંટણથી પણ નીચે સુધી આવતો ઝભ્ભો પહેર્યો હતો. કમ્મર પર તેણે કમ્મરપટ્ટો બાંધ્યો નહોતો. તેના માથા પર બાંધેલા ફટકાનો રંગ ઉડી ગયો હતો અને પગ ઉઘાડા હતા. તેનું ઊંટ ઉંચકેલા ભારથી થાકેલું, કયારેક દાંત બતાવતું હતું તો કયારેક ગાંગરતુ હતુ. પણ તેનો માલિક તેની લગામ હાથમાં પકડી રાખી આરામથી આમ થી તેમ થતો હતો અને દરેક વખતે સીડ્રોનના ફળઝાડના બગીચાઓમાંથી તાજા આણેલા દ્રાક્ષ, ખજુર, અંજીર, સફરજન અને દાડમની જાહેરાત કરતો હતો.

શેરીના નાકે ચોગાનમાં ખૂણા પર કેટલીક સ્ત્રીઓ દિવાલના ભૂખરા પથ્થરોની બાજુએ પીઠ રાખીને બેઠી હતી. તેમનો પહેરવેશ તે પ્રદેશના સામાન્ય વર્ગનો હતો. તેમણે લાંબુ, કમ્મરેથી સહેજ ઢીલું કુરતું અને ચહેરાથી માંડીને સમગ્ર ખભ્ભાને ઢાંકી શકાય તેવો બુરખો પહેરેલો હતો. તેમનો વેપાર કરવા માટેનો માલ એટલે પૂર્વ માં કુવામાંથી પાણી ભરી લાવવા માટે વપરાતા માટીના કુંજા અને ચામડાની મશકો; આ બધું જમીન ઉપર પડેલું હતું. આ બધા કુંજાઓ અને શીશાઓ વચ્ચે પથરાળ તળીયા ઉપર આમ થી તેમ ગબડતા, ટોળા અને ઠંડીની અવગણના કરચા, ઘણી વખત ભયમાં મુકાવા છતાં કોઈ પણ જાતની ઈજા ન પામતા, અર્ધનગ્ન છ થી સાત બાળકો રમતા હતા. તેમનો ઘંઉવર્ણો વાન, મધ્યમ આખો અને ઘેરા કાળા વાળ તેમના યહુદી રકતને પ્રમાણિત કરતા હતા. ઘણી વખત તેમની માતાઓ તેમણે પહેરેલા બુરખા નીચેથી તેમને જોઈ લેતી અને નમ્રતાથી, ધીમેથી તેમની શીશીઓમાંના દ્રાક્ષના મધ, કુંજાઓમાંના કડક પીણાના વેપાર માટે અવાજ કરતી. તેમની વિનવણીઓ સામાન્ય રીતે ઘોંઘાટમાં દબાઈ જતી અને તે સ્ત્રીઓ ઘણા બધા હરીફો સામે ઢીલી પડતી. તેઓના હરીફો ઘંઉવર્ણા, ઉઘાડપગા, ગંદા ડગલા એ લાંબી દાઢીવાળા પુરૂષો તેમની પીઠ પરના છાલકાઓમાં શીશાઓ ભરીને મોટેથી બુમો પાડતા, “દ્રાક્ષનું મધ, એનગાડીની દ્રાક્ષ!” અને જયારે કોઈ ગ્રાહક તેની પાસે ઉભો રહેતો કે

શીશાના મોઢા ફરતે હાથનો પંજો વિંટાળી, અંગુઠાથી ઢાંકણું ખોલી અને ઘેરા લાલ ચટક રંગનો, મધ જેવો મીઠો બેરીનો થોડો અર્ક પ્યાલામાં લઈ અને ગ્રાહકને ચખાડતા. કબુતર, હોલા, બતક, મીઠા મધુર ગીતો ગાતા બુલબુલ અને અન્ય પક્ષીઓના વેપારીઓ ભાગ્યેજ બુમો પાડતા કે પક્ષીઓની ખરીદી કરનારાઓ ભાગ્યેજ વિચારતા કે પક્ષીઓને પકડવા માટે ખડકો ચડનારા બહાદુર શિકારીઓના જીવનના જોખમો કેવા હશે કે જે ફક્ત હાથ અને પગ વડે ખડકો પર લટકતા હોય અને દુર પર્વતની ફાટ નીચે ટોપલામાં ઝુલતા હોય!

ઝવેરાત વેચનારા ફેરીયાઓ સાથે ભળી જનારા અન્ય લોકોમાં તીખા નાક નકશાવાળા, ચમકદાર લાલ કે આસમાની રંગના ઝભ્ભા તથા સોનાના અછોડા, હાર, વીંટી અને રેશમની કોર વાળી સફેદ મુલ્યવાન પાઘડીએ પહેરેલા પોતાની પ્રતિષ્ઠા માટે સભાન માણસો, ઘરવપરાશના વાસણો અને પોષાકોના વેપારીઓ, માલીશ કરવાવાળા કે બધા પ્રકારના માલસામાનની લે વેચ કરનારા દલાલો, જરૂરીયાતવાળા કે વસ્તુઓ પ્રત્યે આકર્ષાતા ગ્રાહકો, અહીં અને ત્યાં દોરડા વણનારા અને અન્ય બધા ચીસો પાડતા હતા, સમજાવતા પટાવતા હતા કે ઘોડા, ગધેડા, ઊંટ, ગાય અને ઘેટાના વેપારીઓ પ્રાણીઓને કાબુમાં રાખવા અને વેચવા માટે પરીશ્રમ કરતા હતા. ત્યાં રડતા બાળકો હતા તો બેડોળ ઉંટ અને ડુકકરો સિવાયના દરેક પ્રકારના પ્રાણીઓ – આ બધું ફક્ત નિશાનીરૂપે જ નહીં પણ ઘણી માત્રામાં, ઘણા સ્થળોએ બજારમાં દરેક જગ્યાએ જોવા મળતું.

આ દ્રશ્ય જોયા બાદ વાચક ભોંયરાઓ અને તેમાંની ચીજવસ્તુઓ પ્રત્યે દ્રષ્ટિ કરે તે જરૂરી છે. મુલાકાતીઓ અને ખરીદદારો ખુબજ સારો અભ્યાસ કરી શકે તેમ દરવાજાની બહારનું દ્રશ્ય શાંત અને વિવિધતા પૂર્ણ હતું. ત્યાં સર્જનશીલતા માટે પ્રેરણા હતી. થોડું વધારે કહેતા તંબુઓ, મંડપો, વિશાળ ખુલ્લી જગ્યા, મોટું ટોળું, વધારે સ્વચ્છંદતા અને બધાની સાથે ભળી જતી પોર્વાત્ય સુર્યપ્રકાશની ભવ્યતા હતી.

*****

પ્રકરણ ૪થું

ચાલો,આપણે આપણું સ્થાન જેરૂસલેમના જોપ્પા દરવાજા પાસે લઈએ. સાંપ્રત પ્રવાહોથી અલિપ્ત રહીને; અને થોડા વખત માટે આંખ અને કાન ખુલ્લા રાખીને.

દ્રષ્ટિ પડતાની સાથે જ ત્યાં ટોળું થોડી ઉત્તેજનાથી તીણા અને છેતરામણા આવેશયુક્ત ઉદગારો સાથે ડાબી અને જમણી બાજુએ એમ બે ભાગમાં વહેંચાતુ જોવા મળે છે. એક હિબ્રુએ બરફ જેવો સફેદ સુતરાઉ ફટકો પીળા હીરની દોરી વડે માથા ઉપર બાંધેલો હતો. તેણે પુષ્કળ ભરતકામ કરેલો ઝભ્ભો પહેર્યો હતો. સોને મઢેલો રેશમી કમ્મરપટ્ટો તેની કમ્મર ફરતે વિંટાળેલો હતો. તેનું વર્તન, હાલવા ચાલવાની છટા શાંત હતી. પોતાના માટે અણઘડ રીતે ઉતાવળથી જગ્યા કરતા લોકો પ્રત્યે પણ તે સ્મિત કરતો હતો. શું તે કોઈ અસ્પૃશ્ય કે કોઢીયો હતો? ના! તે ફકત એક સમરીટન હતો. અચકાતા, સંકોચાતા ટોળાને જો પુછવામાં આવે તો કહેશે, – તે એક મોંગોલ – એક અસીરીયન કે જેના ઝભ્ભાનો સ્પર્શ પણ પ્રદુષિત કરતો હતો. એક ઈઝરાયેલી ને જો સમરીટન થવાનું કહો તો તે તેમ થવા કરતા મરવાનું વધારે પસંદ કરશે. વાસ્તવમાં ઝઘડો લોહીનો નહોતો. જયારે ડેવીડે ઝીઓન પર્વત પર તેની રાજગાદીની સ્થાપના કરી, ત્યારે ફકત જુડાહ તેના ટેકામાં હતો. શિકેમ નામના શહેરમાં તે વખતે દસ જાતિઓએ આશ્રય લીધો હતો. શિકેમ તે સમયનું સહુથી પુરાતન શહેર હતું. જાતિઓનું અંતિમ જુથ શરૂઆતના ઝઘડાઓનું અંતિમ નિરાકરણ લાવી શકયુ નહીં. સમરીટનોએ તેમના દેવડેરા ગેરીઝીમમાં પકડી રાખ્યા અને જયારે તેની શ્રેષ્ઠતમ સાત્વિકતા જાળવવાની વાત આવી ત્યારે જેરૂસલેમમાં ગુસ્સે થયેલા તજજ્ઞોને હસી કાઢયા. સમય કોઈ પણ જાતની ધૃણા અને તિરસ્કારમાંથી શાંતિ લાવી શકયો નહીં . હેરોદના તાબામાં શ્રધ્ધાનું રૂપાંતર(ધાર્મિક સ્વાતંત્ર્ય) સમગ્ર વિશ્વમાં ફકત સમરીટનો સિવાયનું જ સ્વીકાર્ય હતું. સમરીટનોને યહુદીઓથી, તેમની ધર્મસભાઓ અને સત્સંગ પ્રવૃતિઓથી હંમેશાને માટે દુર રાખવામાં આવતા હતા.

જેવો સમરીટન દરવાજાની કમાન નીચેથી પસાર થયો કે જે ત્રણ માણસો આપણે પહેલા જોયા તેનાથી તદન ભિન્ન પ્રકારના દેખાયા. તેમનો અસાધારણ બાંધો, ઘંઉવર્ણો વાન, આસમાની આંખો અને તેવોજ સુંદર ચહેરો જોઈને એવું લાગે કે રકત તેમના શરીરમાં પારદર્શક ત્વચા દ્વારા વાદળી રેખાઓથી રેખાંકિત થઈને ચમકતુ હતુ. તેમના માથાના વાળ આછા અને ટુંકા હતા. તેમના માથા નાના અને ગોળ હતા તો ગરદનનો બાકીનો ભાગ વૃક્ષના થડ જેવો લાગતો હતો. ગળાથી ઘુંટણ સુધી આવતો છાતીના ભાગે ખુલ્લો, બાંયો વગરનો ઉનનો ઝભ્ભો તેમના શરીરને ઢાંકતો હતો. ખુલ્લા હાથ અને પગનો વિકાસ તેમની રંગભૂમિ – સમરાંગણ હોવાનું તત્કાળ સુચન કરતો હતો. તેમની બેપરવાઈ, આત્મવિશ્વાસ અને જુદી જ તરી આવતી રીતભાત જોતા લોકો તેમને રસ્તો આપતા, ઉભા રહેતા અને તેઓ પસાર થઈ જાય કે ફરીથી તેમને જોઈ લેતા. તેઓ ગ્લેડીયેટર્સ હતા. કુસ્તીબાજો, મુકકાબાજો,

તલવારબાજો, દોડવીરો; આ પ્રકારના ધંધાદારીઓ રોમન પ્રજાના આગમન પહેલા જયુડીયામાં અજાણ્યા હતા. તેઓ તાલીમના સમય બાદ નવરાશની પળોમાં રાજાના બગીચામાં લટાર મારતા કે મહેલના દરવાજે બેસીને ટોળટપ્પા મારતા. એવી પણ શકયતા ખરી કે તેઓ સીઝેરા, સેબાસ્ટે અથવા જેરીકો કે જયાં હેરોદ યહુદી કરતા વધારે ગ્રીક હતો; ત્યાંથી આવતા મુલાકાતીઓ પણ હોય. રોમન લોકોના શરીર સૌષ્ઠવ અને રમતપ્રેમથી કેળવાયેલા દ્રષ્ટિકોણે વિશાળ થીયેટરો બનાવ્યા હતા તેમજ યુધ્ધવીરોની શાળાઓ ચલાવતા હતા અને તેમાં ડાન્યુબની સ્લેવિક જાતિઓ કે ગેલિક પ્રાંતના રીવાજ પ્રમાણે ગળાડુબ હતા.

"બેકસના સોગન," તેઓ પૈકીના એકે તેના હાથ વડે તેનાજ ખભ્ભાને પકડી અને કહ્યું, "તે લોકોની ખોપરીઓ ઈંડાના કોચલા કરતા જાડી નથી."

ઈશારાથી દર્શાવાયેલા ક્રુર દ્રષ્ટિસંકેતથી આપણે ધૃણા પામીએ છીએ તો તેવું પણ કંઈક બને છે કે જેથી આપણે કંઈક વધારે આનંદદાયક બાબત પ્રત્યે ધ્યાન આપીએ છીએ.

એક વ્યકિત વિશ્વની તમામ અજાયબીઓને પડકાર આપતી હોય તેમ લાગે છે. લોકો તેને અનુસરે છે. તે રસ્તા પર ધીરે ધીરે ચાલતો આવે છે. તેનો ચહેરો ધરતી પર ઢળેલો છે. થોડા થોડા અંતરે તે ઉભો રહે છે. તેના બન્ને હાથ વડે ચોકડી કરી છાતી પર મુકી, ચહેરો લંબાવી અને પ્રાર્થનામાં વિરામ કરતો હોય તેમ સ્વર્ગ ભણી દ્રષ્ટિ કરે છે. જેરૂસલેમ સિવાય આવું પાત્ર કયાંય જોવા મળશે નહીં . તેના કપાળ પર પટ્ટીથી બાંધેલું લહેરીયા પર એક ચોરસ આકારના ચામડાનું તાવીજ હતું. તેવું જ બીજું તાવીજ તેના ડાબા હાથ પર ચામડાના પટ્ટાથી બાંધેલું હતું. તેના ઝભ્ભાની કિનારી ઘણીબધી ઝુલ – ઝાલરો વડે સુશોભીત કરેલી હતી. આવી નિશાનીઓ – મંત્રેલા માદળીયા, તાવીજ, કપડાની મોટી પહોળી કિનારીઓ અને અત્યંત પવિત્રતાની અસર વ્યકિત પર પૂર્ણ પણે છવાઈ જતી હતી. આપણે તેને ફારીસી નામની એક સંસ્થાના અનુયાયી તરીકે ઓળખીશું; કે જેની ધર્માંધતા અને શકિત વિશ્વને થોડા સમયમાંજ શોક કરાવશે.

આમજ બપોરથી થોડા મોડે સુધી હંમેશાની માફક જ કામકાજના સ્થિર પ્રવાહો જોપ્પા દરવાજાની અંદર અને બહાર જોવા મળતા. પ્રવાહોની સાથેસાથે દરેક પ્રકારના પાત્રોની વિવિધતા સાથે ઈઝરાયેલની દરેક જાતિઓના પ્રતિનિધિઓને સમાવીને બધાજ પંથ કે જેમાં પ્રાચિન શ્રધ્ધાનું નિરૂપણ થતુ હતુ અને શુધ્ધી પામતુ હતુ. બધાજ ધાર્મિક અને સામાજીક વર્ગો, બધા ઢંગધડા વગરના સાહસિક ટોળાઓ જેમ કે કલાકારો અને પ્રધાનો, હેરોદના ઉડાઉપણાનું હુલ્લડ અને અન્ય સીઝરો તથા તેના પુરોગામીઓને ઘેરાયેલા મધ્યકાલીન પ્રવાહો વહેતા હતા.

બીજા શબ્દોમાં કહીએ તો જેરૂસલેમ પવિત્ર ઈતિહાસથી સમૃધ્ધ હતું. પવિત્ર આગમના સબંધે તો વધારે સમૃધ્ધ હતું. સોલોમનનું જેરૂસલેમ કે જયાં ચાંદી તો પથ્થરની તોલે હતુ. દેવદાર જેવા સદૈવ હરીયાળા વૃક્ષો ખીણના અંજીરવૃક્ષોની માફક લહેરાતા જોવા મળતા. એક અપવિત્ર ઉપાસનાના વ્યવહારનું કેન્દ્ર હતુ; મૂર્તિપુજકોની બેઠક હતુ. એક દિવસે યહુદીઓનો રાજા ધર્મગુરૂના આભુષણો પહેરી અને પવિત્ર મંદિરના સહુથી પવિત્ર એવા પ્રથમ દેરામાં ધુપ દેવા ગયો અને બહાર કોઢીયો થઈને

નીકળ્યો; પરંતુ તે સમયના કે જેના વિષે આપણે વાંચીએ છીએ તે પોમ્પી તે જ હેરોદના મંદિરના તે જ દેરાના ગર્ભગૃહમાં પ્રવેશ્યો અને ફક્ત એક ખાલી ઓરડી કે જેમાં ઈશ્વરનો અંશ પણ નહોતો તે જોઈ અને કોઈપણ જાતના નુકસાન વગર પાછો ફર્યો.

*****

પ્રકરણ ૫મું

વાચક–જે વિચારે છે કે તે જોપ્પા દરવાજાના ઝાંપે ઉભો છે તેને વિનંતી કે તે પ્રવેશદ્વારની કમાન નીચે થી પસાર થઈ, સાંકડી ગલી અને શહેરનું સંચાલન કરતા મિનારાને જોડતી દિવાલો વટાવી અને ચોગાનમાં આવે.આ ચોગાન બજારનો એક ભાગ છે. દિવસનો ત્રીજો પ્રહર છે અને ઘણાખરા લોકો ચાલ્યા ગયા છે; પણ ભીડમાં તો કોઈપણ જાતનો ઘટાડો દેખાતો નથી.

એક માણસ તેના ગધેડાની બાજુમાં એક હાથમાં લગામ અને બીજા હાથે પકડેલી લાકડીના ટેકે ઉભો છે. તેનો પહેરવેશ તેની આજુબાજુ જોવા મળતા યહુદીઓ જેવો જ હતો. ફકત તે આ જગ્યા માટે નવો હતો. તેણે પહેરેલો ઝભ્ભો અને અન્ય કપડા ત્યારના રીવાજ અનુસાર સીનેગોગ કે સાબાથના દિવસોમાં પહેરાતા કપડા જેવા હતા. તે તેના માથાના કાબરચીતરા વાળ અને કાળી દાઢી અને ચહેરાની રેખાઓ પરથી લગભગ પચાસેક વર્ષનો લાગતો હતો. તે અજાણ્યા અને ગામડીયા લોકોની માફક પોતાની ચારેબાજુ થોડી આતુરતા અને વિહવળતાથી જોતો હતો.

ગધેડો તેના માલિકના હાથમાં રહેલ થોડા લીલા ઘાસના પુળામાંથી થોડી થોડી વારે ફુરસદથી આમથી તેમ જોતો જોતો ખાતો હતો. કોઈ જંગલી પણ તેને ધાંધલ ધમાલ અને તેના અંગે બુમ પાડીને તેની નીંદરઘેલી સંતૃષ્ટિમાં ખલેલ પહોંચાડી શકે નહીં . ત્યાં કોઈપણ તેની પીઠ પર ગાદીવાળા કાઠા પર બેઠેલી સ્ત્રી પ્રત્યે ધ્યાન આપે તેમ નહોતું. તેણીએ તેના વસ્ત્રો પર ઉનનો ઝભ્ભો પહેર્યો હતો અને માથું અને ગળાને ઢાંકતો સફેદ બુરખો પહેર્યો હતો. કોઈવાર પાસેથી કોઈ પસાર થતું તો તે જોવાને આતુરતાથી તેનો ચહેરો ઢંકાયેલો રહે તેમ કાળજી પુર્વક એકબાજુએ થોડો બુરખો હટાવી તે જોઈ લેતી હતી.

થોડા લાંબા સમય પછી તે પુરૂષને કોઈએ બોલાવ્યો.

"શું તું નાઝરેથનો જોસેફ નથી ને?"

બોલનાર વ્યકિત તદન નજીક ઉભી હતી.

"હું તે જ છું." જોસેફે ગંભીરતાથી પાછળ ફરતા જવાબ આપ્યો. "અને તું – આહ, શાંતિ તારી સાથે હો! મારા મિત્ર રાબ્બી સેમ્યુઅલ!"

"હું તારા માટે પણ તેવી જ પ્રાર્થના કરૂં છું." રાબ્બી થોભ્યો, સ્ત્રી તરફ જોયું અને પછી ઉમેર્યું,"તારી, તારા ઘર પર અને તારા મદદગારો બધાની સાથે શાંતિ હો!"

છેલ્લા શબ્દ સાથે તેણે તેનો હાથ તેની છાતી પર મુકયો. તે વખતે જ થોડા સમય માટે સ્ત્રી સહજતાથી તેણીએ બુરખો હટાવતા રાબ્બીએ તેની બાજુ માથું હલાવ્યું. ત્યાર બાદ સામાન્ય પરીચયે હસ્તધુનન થયું અને દરેકે પોતાના જ હાથને ચુમ્યા અને ત્યાર પછી હથેળીથી કપાળને સ્પર્શ કર્યો.

"તમારા કપડા પર થોડી માટી છે," રાબ્બીએ કૌટુંબિક વાત્સલ્યથી કહ્યું. "તેથી હું અનુમાન કરૂં છું કે તમે આપણા પૂર્વજોના શહેરમાં રાત્રી પસાર કરી હશે."

"ના," જોસેફે જવાબ આપ્યો. "જેવા અમે રાત્રી પહેલા બેથની પહોંચ્યા કે અમે ખાન (ધર્મશાળા)માં રોકાયા અને સવાર થતા વેંત ફરીથી રસ્તો પકડયો."

"મને લાગે છે કે તારો પ્રવાસ ઘણો લાંબો છે, તે ફ્ત જોપ્પા સુધીનો નહીં હોય."

"ફક્ત બેથલેહેમ સુધી."

સાંભળીને રાબ્બીનો ચહેરો થોડો ઉંચો થયો. તેણે નીચે જોયું અને થોડી ઘૃણાથી મિત્રભાવે કશું કહેવા માટે ખોંખારો ખાઈને ગળું સાફ કર્યું.

"હા, યાદ આવ્યું," તેણે કહ્યું. "તું બેથલેહેમમાં જનમ્યો હતો અને હવે તારી પુત્રી સાથે તું કરવેરા માટે થતી વસ્તી ગણતરી માટે સીઝરે હુકમ કર્યા પ્રમાણે ત્યાં જાય છે. જેકોબના બાળકો ઈજીપ્તમાં જુદાજુદા કબીલાઓમાં વહેંચાઈ ગયા છે – જે નથી મુસાના કે નથી જોશુઆના. શું વિનિપાત થયો છે!"

જોસેફની મુખમુદ્રામાં કોઈ ફેરફાર થયો નહીં . તેણે જવાબ આપ્યો. "આ સ્ત્રી મારી પુત્રી નથી."

પરંતુ તે રાબ્બી રાજદ્વારી તર્કને વળગી રહ્યો; અને તેણે જોસેફની વાતને ધ્યાનમાં લીધા વગર ચાલુ રાખ્યું. "ગાલીલમાં બધા ઝીલોટ શું કરે છે?"

"હું સુથાર છું અને નાઝરેથ એક ગામડું છે," જોસેફે જવાબ આપ્યો. " જે શેરીમાં મારી બેઠક છે તે કોઈ શહેર ભણી દોરી જતો રસ્તો નથી. લાકડું વહોરવા અને પાટીયા જોડવામાંથી મારી પાસે પક્ષોના વિવાદોમાં ભાગ લેવા માટે સમય વધતો નથી."

"પણ તું એક યહુદી છો," રાબ્બીએ પ્રામાણિકતાથી કહ્યું. "તું એક યહુદી છો અને ડેવીડનો વંશજ છો. શું તે શક્ય નથી કે યહોવાહના પ્રાચીન રીવાજ અનુસાર ન હોય તે સિવાયના કોઈ પણ કરવેરા આપવામાં તને આનંદ આવે?"

જોસેફ શાંત રહ્યો.

"હું ફરીયાદ નથી કરતો," તેના મિત્રએ ચાલુ રાખ્યું. "સમજયા વગર કરવેરાની રકમ આપવી તે મુર્ખતા છે. કરવેરાની સજા તે એક આક્રમણ છે અને જે આપવામાં આવે છે તે બીજું કંઈ નહીં પણ જુલમ પ્રત્યેની પરવશતા છે. મને કહો, શું તે સત્ય છે કે જુડાહ મસીહા(તારણહાર) થવાને દાવો કરે છે? તમે તેના અનુયાયીઓની વચ્ચે રહો છો."

"જે મેં સાંભળ્યું છે તેમ તેના અનુયાયીઓ કહે છે કે તે તારણહાર હતો." જોસેફે જવાબ આપ્યો.

આ જ સમયે હવાની એક લહેરખી આવી અને એક ક્ષણ માટે પરદેનશીન સ્ત્રીનો ચહેરો ખુલ્લો થયો. અપ્રિતમ સૌન્દર્ય જોઈ રાબ્બી આશ્ચર્યચકિત થઈ ગયો. સ્ત્રીના ચહેરા પર શરમના શેરડા ફૂટ્યા અને બુરખો તેની જગ્યાએ યથાવત ગોઠવાઈ ગયો.

રાજકારણી તેનો વિષય ભૂલી ગયો.

"તારી પુત્રી સુંદર છે." તેણે ધીમા અવાજે કહ્યું.

"તે મારી પુત્રી નથી." જોસેફે જવાબનું પુનરાવર્તન કર્યું. રાબ્બીની જીજ્ઞાસા ઉછળી આવી. તે જોઈને નાઝરેથવાસી વધુ કહેતા અચકાયો. "તેણી બેથલેહેમના જોઆકીમ અને આન્તાની પુત્રી છે, કે જેના વિષે તે થોડુંઘણું સાંભળ્યું હશે. તેઓ ઘણા પ્રતિષ્ઠિત હતા."

"હા," રાબ્બીએ કહ્યું. "હું તેમને ઓળખું છું. તેઓ ડેવીડના વંશજો છે. હું તેમના પરીવારને જાણુ છું."

"સારૂં," તેઓ મૃત્યુ પામ્યા છે," નાઝરેથવાસીએ વાત આગળ ચલાવી. "તેઓ નાઝરેથમાં મૃત્યુ પામ્યા.જોઆકીમ શ્રીમંત નહોતો, તો પણ તેની બે પુત્રીઓ મેરીયન અને મેરી માટે એક ઘર અને બગીચો વારસામાં છોડતા ગયા છે. આ તે બન્ને પૈકીની એક છે અને તેની ભાગે પડતી મિલ્કત અનુસાર તેણીએ પોતાના નજીકના સગપણમાં લગ્ન કરવા જ રહ્યા. તેણી હવે મારી પત્ની છે."

"અને તું –"

"લગ્ન પહેલા હું તેનો કાકો થતો હતો."

"હા, હા! અને તમે બન્ને બેથલેહેમમાં જનમ્યા હતા. તમે રોમન દંપતીઓ તેણીને તમારી સાથે ગણતરી માટે લઈ ગયા હતા."

રાબ્બીએ તેના હાથ જોડયા અને સ્વર્ગ તરફ ગુસ્સે થઈ લગભગ ચીસ પાડી ઉઠયો, "ઈઝરાયેલનો ઈશ્વર હજુ જીવે છે. આ વેર તેનુ છે."

આમ કહી અને તે ફર્યો અને ચાલ્યો ગયો. જોસેફના વિસ્મયનું નિરીક્ષણ કરતા એક અજાણ્યાએ ધીમેથી કહ્યું, "રાબ્બી સેમ્યુઅલ ઝનુની છે. ખુદ જુડાસ પણ તેના કરતા વધારે ક્રુર અને ઝનુની નથી."

જોસેફ તે વ્યકિત સાથે વાત કરવા ઈચ્છતો નહોતો, તેથી જાણે કે સાંભળ્યું જ ન હોય તેમ તેના ગધેડાએ આમ થી તેમ કરી નાખેલા નાનકડા ઘાસના ઢગલાને તે સરખો કરવા માંડયો.

લગભગ એક કલાક પછી તે નાનકડા જુથે દરવાજામાંથી પસાર થઈ ડાબી બાજુએ વળી અને બેથલેહેમ જવાનો રસ્તો લીધો. હીન્નોમની ખીણનો ઢોળાવવાળો ભાંગ્યો તુટયો આ રસ્તો આમ થી તેમ જંગલી ઓલીવ વૃક્ષોથી આચ્છાદિત હતો. નાઝરેથવાસી તે સ્ત્રીની બાજુએ રહીને સંભાળપૂર્વક હાથમાં લગામ રાખીને ચાલતો હતો.

તેણી પંદરથી વધારે વર્ષની નહોતી. તેનો સ્વભાવ, દેખાવ અને પ્રકૃતિ યૌવનના ઉંબરે ડગ માંડતી બાલિકા જેવી હતી. તેણીનો લંબગોળ રૂપાળો ચહેરો થોડો ફીકકો લાગતો હતો. સુંદર અણીયાળું નાક, સુંદર પાતળા સહેજ છુટા પડતા હોઠ મુખકાંતિને ઉષ્મા,મૃદુતા અને વિશ્વાસ પ્રદાન કરતા હતા. મોટી આસમાની આંખોની ઢળતી પાંપણો અને લાંબી ઘેરી ભ્રમરો ભવ્યતા પ્રદાન કરતી હતી. આ બધાની સાથે સંવાદિતતા જાળવતા લાંબા સોનેરી વાળ યહુદી નવોઢાની ઢબે તેની લાંબી ગરદન પર થઈને પીઠ પર ફેલાયેલા હતા. લાંબી સુંવાળી ગરદન અને ગળું કયારેક તો એવા લાગતા હતા કે જાણે ચિત્રકારને શંકા થાય કે કોઈએ ચિત્રની રૂપરેખા ન દોરી હોય? કે રંગ અને રૂપની રચના ન કરી હોય?! કેટલુંક આ સિવાય એવું પણ હતું કે જે અવર્ણનીય હતું. જેમ કે સુક્ષ્મ તત્વોથી સભર

કુદરતનો સાર લઈને આવતી આધ્યાત્મિક શુધ્ધતાની લહેર, જે ફકત આત્મા જ અનુભવી શકે. વારંવાર તેણીના થરથરતા હોઠ સાથે તેની આંખો સ્વર્ગ તરફ (કે જે પણ તેની આંખોથી વધારે આસમાની નહોતું) જોઈને છાતી પર તેના હાથ ઉપર હાથ રાખીને પ્રાર્થના કરતી; કોઈ તેને સાદ દેતું હોય અને તેણી સાંભળતી હોય તેમ વારંવાર માથું ઉંચુ કરતી. જયારે પણ આવું બનતું ત્યારે જોસેફ તેને જોવા માટે તેની બાજુ ફરતો અને માયાળુપણે તેણીના દેદિપ્યમાન ચહેરાના મનોભાવ ચહેરો ઝુકાવીને સ્વીકાર કરતો.

તેઓ રેફાયમના મોટા સપાટ મેદાનને પાર કરી અને માર ઈલીયાસ સુધી પહોંચ્યા. ત્યાંથી એક ખીણ પાર કરી કે તરતજ બેથલેહેમ દેખાયું. એક જુનુ પુરાણુ ઘર, તેની સફેદ દિવાલોની પેલે પાર ભૂરા, પાંદડા વગર ના ઓર્કિડ વૃક્ષોથી આચ્છાદિત ટેકરીઓની હરોળ દેખાતી હતી. તે લોકો ખીણમાં નીચે ઉતર્યા અને એક કુવા પાસે પહોંચ્યા. આ કુવો રાજા ડેવીડના મજબુત માણસોના ભવ્ય પરાક્રમોનો સાક્ષી હતો. ત્યાં સાંકડી જગ્યા લોકો અને પ્રાણીઓથી ભરચક હતી. જોસેફને ડર લાગ્યો – રખેને કદાચ નગરમાં એટલી બધી માનવ મેદની ઉમટી પડી હોય અને નવ વિવાહીત દંપતિને રહેવા માટે કયાંય પણ કોઈ પણ ઘરમાં જગ્યા ન મળે. તેણે મોડું ન કરતા ઉતાવળ કરી અને જયારે ખાનની બારી આવી ત્યારે જ થોભ્યો. જોસેફ નગરના દરવાજા પાસે જયાં રસ્તાઓ ભેગા થતા હતા ત્યાં જઈને ઉભો રહ્યો.

*****

પ્રકરણ ૬ઠ્ઠું

નાઝરેથવાસી પર ખાન આગળ શું વિતી તે સમજવા માટે વાચકે ધ્યાનમાં લેવું પડશે કે પાશ્ચાત્ય વિશ્વની ધર્મશાળાઓ કરતા પૂર્વ ની ધર્મશાળાઓ જુદી પડે છે. તે ધર્મશાળાઓ ખાન તરીકે ઓળખાતી. તે માટે સ્થળ ની પસંદગી રક્ષણ માટે કિલ્લા જેવું બાંધકામ થઈ શકે તેવી, પાણી અને છાંયાને અનુલક્ષીને થતી. ચોતરફ ફરતો વાડો બાંધવામાં આવતો. જો કે ઘણા આશ્રયસ્થાનોને દરવાજાઓ પણ નહોતા. સામાન્ય રીતે તે જગ્યા કોઈ શેખના ઘર કે ભોગવટાની જગ્યાથી વિશેષ કંઈ નહોતી કે જયાંથી મુખ્યાલયમાંથી તે પોતાની ટોળી પર હકુમત ચલાવી શકે. મુસાફરો માટે આ જગ્યાએ આશ્રયસ્થાન હતું તો ત્યાં બજારો, કારખાનાઓ, કિલ્લાઓ, મહેલો, સભાસ્થળો અને વેપારીઓ તથા કલાકારોના રહેવા માટે રહેણાંક વિસ્તારો પણ હતા.

આવા વસવાટોનું એકહથ્થુ સંચાલન પશ્ચિમી વિશ્વના પૌર્વાત્ય જગત પરના જોરદાર અતિક્રમણ સમાન હતુ. ત્યાં કોઈ ઘરધણી, કારકુન, રસોયો કે રસોડું હતા નહીં. કોઈક જગ્યાએ દરવાજા પર માત્ર એક દરવાન સરકાર ના વૈધાનિક પ્રતિનિધિ તરીકે જોવા મળતો. અજાણ્યા આગંતુકો ચોપડામાં કોઈ પણ જાતનું ખાતુ પાડયા વગર રહી શકતા. માલિક તરફથી પાણી, રક્ષણ, આશ્રય અને આરામ પુરા પાડવામાં આવતા અને તે માટે વટેમાર્ગુઓ સ્વૈચ્છિક રીતે યોગ્ય કિંમત ચુકવતા. સીનેગોગની શાંતિ કોઈક વાર ટંટાખોરોની વિવાદાસ્પદ ઉગ્ર ચર્ચાઓથી ભંગ થતી, પણ ખાનમાં આવું કદી થતું નહોતું. ત્યાંના દરેક ઘર અને તેના રહેવાસીઓને એક જ ડર સતાવતો કે જો વરસાદ સમયસર આવશે નહીં, તો કુવામાં પાણી વધારે સમય સુધી રહેશે નહીં.

જોસેફ અને તેની પત્ની જે ખાન પાસે આવ્યા, તે તેના વર્ગની ખાનોના ઉત્તમ ઉદાહરણ સમાન હતી. તે નહોતી અત્યંત પ્રાથમિક કક્ષાની કે નહોતી એકદમ આધુનિક. મુખ્ય રસ્તા પર જમા થતા એક બાજુએ આવેલ ઈમારત પોર્વાત્ય ઢબની હતી. થોડા ગોળાકાર ણથ્થરોથી બનાવેલ એક માળની ઉંચાઈની સપાટ તળીયાવાળી, બહારની બાજએથી બારી વગરની અને પૂર્વ દિશાએ રસ્તા પર એક જ મુખ્ય પ્રવેશદ્વાર ધરાવતી હતી. ચપટા પથ્થરોની બનેલી વાડ ઉત્તર પૂર્વની ટેકરીઓથી શરૂ થઈ ઘણા વિસ્તારમાં લાંબે સુધી પશ્ચિમ બાજુએ પ્રાણીઓની સલામતી માટે બનાવેલા ચુનાના પથ્થરોના વાડાઓ સુધી ફેલાયેલી હતી.

જોસેફ હજુ ઢોળાવ ચડતો જ હતો અને તે મોટી ઈમારતની નજીક આવે તે પહેલા ગધેડો ત્યાં લઘુશંકા કરવા માટે ઉભો રહ્યો કે જોસેફને અંદેશો થયો કે તેને કદાચ ખાનમાં રાતવાસો કરવાને જગ્યા નહીં મળે. તેને આ બાબતની તેને અત્યંત ચિંતા થઈ આવી. તેણે જોયું કે રસ્તો માણસો અને બાળકોથી ભરચક હતો. તેઓ તેમના ઢોર, ઘોડા અને ઉંટ લઈને ખાનમાં આમથી તેમ કોઈ પાણી લેવા માટે તો કોઈ ગુફામાં જતા હતા. અને જયારે તે નજીક આવ્યો અને પરિસ્થિતિનું નિરિક્ષણ કર્યું કે તેનો

ઉચાટ વધી ગયો. તેણે જોયું કે લોકોનું એક ટોળું ખાનના મુખ્ય દરવાજાને ઘેરીને ઉભું છે અને ખાનની સાથેજ જોડાયેલો વિશાળ વાડો સંપૂર્ણ ભરાયેલો દેખાતો હતો.

"આપણે દરવાજા સુધી પહોંચી શકીશું નહીં." જોસેફે ધીમેથી કહ્યું, "આપણે અહીં થોભીએ અને જો સમજાય તો સમજવા પ્રયત્ન કરીએ કે શું થયું છે."

પત્નીએ પ્રત્યુતર આપ્યા સિવાય બુરખો હટાવ્યો અને તેણીના ચહેરા પર પ્રથમ દ્રષ્ટિએ દેખાતા થાકની જગ્યાએ જીજ્ઞાસાના ભાવમાં પરિવર્તન આવ્યું. તેણીએ પોતાની જાતને એક સમુદાયના છેડા પર ઉપસ્થિત થયેલી જોઈ કે જે તેની જીજ્ઞાસાથી અન્ય કશું વધારે નહોતું. જો કે તે દરેક રાજમાર્ગ પર આવેલ ખાન કે જે વળાંક પર આવેલી હોય અને ત્યાંથી પસાર થતી મોટી વણઝારો માટે સામાન્ય હતું. ત્યાં પુરૂષો અહીં થી ત્યાં પગપાળા દોડતા હતા. સિરીયાની તમામ ભાષઓ બોલાતી હતી. ઘોડેસ્વારો ઉંટસવારોને બુમો પાડતા હતા, તો કેટલાક લોકો મારકણી ગાયો અને ડરી ગયેલા ઘેટાઓને મહામુસીબતે કાબુમાં લાવવાનો પ્રયત્ન કરતા હતા, તો કેટલાક લોકો બ્રેડ અને દ્રાક્ષાસવને ન્યાય આપી રહ્યા હતા. અને આ સમુહ વચ્ચે સ્પષ્ટ પણે કુતરાઓનો પીછો કરતા છોકરાઓનો અવાજ જુદો તરી આવતો હતો. તે સમયે દરેક વ્યકિત અને વસ્તુ આ કોલાહલમાં ગતિશીલ દેખાતી હતી. સ્વાભાવિકતાથીજ આપણી વહાલી, સુંદર દર્શક આ દ્રશ્યને જોઈને થોડી વારમાંજ થાકી ગઈ. થોડા સમય પછી તેણે નિઃસાસો નાખ્યો અને કાઠા પર પડતું મુકયું અને આરામ અને શાંતિની શોધમાં અથવા અન્ય કોઈ અપેક્ષાથી દુર દક્ષિણે સ્વર્ગના પર્વતના શિખરો પર આથમતા સુર્યને જોઈને ડરથી લાલ થઈ ગઈ.

જોસેફનો આત્મવિશ્વાસ તેના માનસની જેમ જ થોડો ઢીલો હતો. તે અચકાયો, પણ થોડીવાર પછી તેણે કહ્યું, "મને દરવાન સાથે વાત કરવા દે. હું ઝડપથી પાછો આવીશ."

દરવાન દરવાજા બહાર સીડાર વૃક્ષના થડીયા પર બેઠો હતો. તેની પાછળ દિવાલને અઢેલીને એક ભાલો પડેલો હતો. દરવાન પાસે જ થડીયા પર એક કુતરો અધકુડો વળેલો બેઠો હતો.

"યહોવાહની શાંતિ તારી સાથે હો," જોસેફે દરવાનની સામે આવતા કહ્યું,

"જે તું મને આપીશ, તે તને ફરીથી મળે, અને જયારે ફરીથી મળે, ત્યારે તે ઘણાજ ગુણાકારમાં તને અને તારા સર્વને મળે." દરવાને સહેજ પણ હલ્યા વગર ગંભીરતાથી જવાબ આપ્યો.

"હું બેથલેહેમવાસી છું," જોસેફે જાણીજોઈને કહ્યું. "શું અહીં કોઈ કમરો મળશે?"

"અહીં નથી."

"તમે કદાચ મારા વિષે સાંભળ્યું હોય – નાઝરેથનો જોસેફ. આ મારા વડવાઓનું ઘર છે. હું ડેવીડનો વંશજ છું."

આ શબ્દોએ નાઝરેથવાસીને આશા બંધાવી. જો તે નિષ્ફળ જાય તો દરવાનને વિશેષ અનુરોધ કરવાનો કોઈ અર્થ નહોતો. જુડાહના પુત્ર હોવું તે વસાહતીઓના અભિપ્રાય પ્રમાણે એક ખુબજ મોટી વાત હતી. ડેવીડના ઘરમાંથી આવવું તે બીજી બાબત હતી. યહુદીની જીભ પર આનાથી વધારે મોટી કોઈ જ બડાઈ નહોતી.

અનુરોધ નિષ્ફળ ન ગયો. દરવાન વૃક્ષના થડીયા પરથી સરકીને નીચે આવ્યો અને તેનો હાથ દાઢી પર પસવારતા સન્માન પૂર્વક કહ્યું, "રાબ્બી, હું તમને કહી શકું નહીં કે આ દરવાજા વટેમાર્ગુને સત્કારવા માટે પ્રથમ ક્યારે ખુલ્યા, પરંતુ તે હજાર વર્ષથી પણ વધારે પહેલાની વાત છે; અને આ સમગ્ર સમયગાળા દરમ્યાન એવું સાંભળ્યું નથે કે કોઈ સારો માણસ જગ્યાના અભાવે પાછો ગયો હોય. જો તે કદાચ અજાણ્યા અંગેનો હોય, તો તે દરવાને ડેવીડના વંશજને ન ઓળખવાના કારણે ના કહી હોય એવું બને; હું તમને ફરીથી નમસ્કાર કરૂં છું અને જો આપ મારી સાથે પધારશો; તોહું આપને બતાવીશ કે ત્યાં ઘરમાં કોઈ પણ આશરો આપવા માટે જગ્યા બચી નથી; ઓરડામાં,ચોકમાં, ગલીમાં કે છત પર પણ જગ્યા નથી.

છતાં પણ જોસેફ સ્થિર રહ્યો.

"ચોક ખુબજ વિશાળ છે," તેણે કહ્યું.

"હા, પણ ત્યાં રેશમની ગાંસડીઓ, ગરમ મસાલાના પડીકા અને દરેક જાતના સામાનના ઢગલાઓથી ભરચક ગાડાઓનો ખડકલો છે."

એક ક્ષણ માટે અરજદારે તેની જડતા ગુમાવી દીધી. એકધારૂં જોતી નિસ્તેજ આંખો ટપકી પડી. તેણે થોડી ઉષ્મા સાથે પછી કહ્યું, "હું મારી પરવા કરતો નથી, પણ મારી સાથે મારી પત્ની છે અને આવી શિયાળાની ઋતુની ઠંડીગાર રાત્રીની ખુલ્લી હવામાં તે જીવતી રહી શકે તેમ નથી. નગરમાં ક્યાંય પણ જગ્યા નથી?"

"આ લોકોએ," દરવાને દરવાજા સામે માનવ મેદની તરફ હાથ હલાવતા કહ્યું– "નગરને જાણે કે ઘેરી લીધું છે. અને તેઓ કહે છે કે બધાજ રહેઠાણો ભરચક થઈ ગયા છે."

ફરીથી જોસેફે ભૂમિકાનો અભ્યાસ કર્યો અને અર્ધું તો પોતાને કહેતો હોય તેમ બોલ્યો, "તે ખુબજ નાની છે. જો હું તેની પથારી ટેકરી પર કરીશ; તો જંગલ તેણીને મારી નાખશે."

પછી તેણે દરવાનને ફરીથી કહ્યું.

"તમે કદાચ તેના માતાપિતાને ઓળખતા હો. બેથલેહેમના જોઆકીમ અને આન્ના, અને તેઓ મારી જેમ જ ડેવીડના વશંજ હતા."

"હા, હું તેમને ઓળખું છું. તેઓ ખુબ જ સારા લોકો હતા."

"જો કે હું તમારા માટે ઓરડાની વ્યવસ્થા ન કરી શકું." તેણે કહ્યું,"હું તમને પાછા જવા માટે પણ કહીશ નહીં. રાબ્બી, હું તમારા માટે શક્ય તેટલો સારો પ્રયત્ન કરીશ. તમારે ત્યાં ખડકની ધાર પર પડયા રહેવું પડશે નહીં. તમારી પત્નીને લાવો અને ઉતાવળ કરો. સુર્યાસ્ત થઈ રહ્યો છે અને લગભગ રાત્રી થવામાં છે."

"હું વિસામા વગરનો મુસાફર તમને આશિર્વાદ આપુ છું. થોડો સમય મુકામ કરવા માટે અમે હમણાં જ આવીએ છીએ."

અને આનંદથી નાઝરેથવાસી પાછો ફર્યો અને મેરી તથા ગધેડાને લઈ આવ્યો.

માર્ગદર્શક દરવાન જયાં સુધી મેરી તેની બાજુએ આવી નહીં ત્યાં સુધી ત્યાંજ રહ્યો.

"આપણે જે ગુફામાં જઈએ છીએ," તેણે મેરીને કહ્યું, "તે તમારા પુર્વજ ડેવીડનું આશ્રયસ્થાન હોવું જોઈએ. આપણી નીચે, ત્યાં પેલા ખેતરો અને ખીણની નીચે, પેલા કુવા બાજુએથી ડેવીડ તેના ઘેટાબકરાઓને સલામતી માટે અહીં હાંકી લાવતો. અને ત્યાર પછી જયારે રાજા બન્યો, તે તેના આ જુના ઘેર આરામ અને તંદુરસ્તી માટે પ્રાણીઓના વિશાળ ધણને અહીં લાવતો. હજુ પણ સંચાલકો તે દિવસથી આજ સુધી અહીં રહે છે. ભોંયતળિયે પથારી પર સુવાને બદલે તેણે વાડામાં કે રસ્તાની એક બાજુએ સુવાનું પસંદ કર્યું. ઓહ, અહીં ગુફા પહેલા એક ઘર હતું."

એક ખડક પર આવેલ નીચી અને સાંકડી ઈમારતને એક પણ બારી નહોતી. તેના આગળના ભાગે એક દરવાજો ઘણા બધા મીજાગરાઓ પર ઝુલતો હતો અને માટીથી છવાયેલો હતો. દરવાજાના લાકડાના આગળીયાને ખોલી અને દરવાને અંદર આવવા માટે કહ્યું.

જોસેફે મેરીને ગાદી ઉપરથી ઉતરવાને ટેકો આપ્યો અને તેઓ અંદર આવીને આશ્ચર્યથી જોવા લાગ્યા. તે ઘરનો દરવાજો એટલે ચાલીસ ફીટ લાંબી, નવ થી દસ ફીટ ઉંચી અને બારથી પંદર ફીટ પહોળી કુદરતી ગુફાનું ઢાંકણ હતું. પ્રકાશ દરવાજામાંથી આવતો હતો અને અહીં થી ત્યાં ઘાસચારો, અનાજ,માટીના વાસણો અને ઘર વખરીનો સામાન પડયો હતો. ગુફાની વચ્ચેનો ભાગ ઉપયોગમાં લઈ શકાય તેવો હતો. ગુફાની એક બાજુએ ઘેટા બકરાઓને બાંધી અને ચારો નાખી શકાય તેવી રીતે ગોઠવણ કરેલી હતી. ત્યાં કોઈપણ આડશો ઉભી કરી અને ઓરડાને વિભાજીત કરવામાં આવ્યો નહોતો. ભોંય તળિયે અનેચોતરફ માટી અને કરોળીયાના જાળા બાઝેલા હતા; નહીંતર આ જગ્યા એકદમ સગવડ ભરેલી હતી.

"અંદર આવો," માર્ગદર્શકે કહ્યું. "આ ઢગલાઓ તમારા જેવા મુસાફરો માટે છે. તમે તેમાંથી જે કંઈ જરૂર પડે તે લઈ શકો છો."

તે પછી તેણે મેરીને પુછયું, "શું તમે અહીં આરામ કરી શકશો?"

તેણીએ જવાબ આપ્યો, "આ જગ્યા પવિત્ર થયેલી છે."

"તો પછી હું તમને છોડી અને અહીં થી જઈ શકું છું. તમારા સર્વની સાથે શાંતિ હો."

તે જેવો ગયો કે તેઓ ગુફાને ઉપયોગમાં લઈ શકાય તેવી બનાવવા માટે સરખી કરવા લાગ્યા.

*****

પ્રકરણ ૭મું

બેથલેહેમની દક્ષિણ પૂર્વમાં લગભગ દોઢ થી બે માઈલ દુર, પહાડોની વચ્ચે અને નગરથી થોડે દુર એક સપાટ મેદાન આવેલું છે. ઉત્તરના પહાડોથી રક્ષિત ખીણ અંજીરના વૃક્ષો, ઠીંગણા ઓક અને પાઈનના વૃક્ષોથી આચ્છાદિત હતી. જયાં ખીણ અને કોતરો એકબીજાને મળતા હતા ત્યાં ઓલીવ અને મલબેરીની ઘાટી ઝાડી ઉગી નીકળી હતી. આ બધું આ ઋતુમાં ઘેટા બકરા અને અન્ય ઢોરઢાંખર માટે અતિ મુલ્યવાન હતું. અને તેથી જ ભરવાડો આ ઋતુમાં રખડતા ભટકતા અહીં આવી જતા અને થોડો સમય સ્થિર થતા.

નગરની એક બાજુએ ઘણે દુર એક વિશાળ અને વરસો જુનો ઘેટાનો વાડો(જે તે સમયમાં મારાહ તરીકે ઓળખાતો હતો) આવેલો હતો. કોઈ લાંબા અને ભુલી જવાયેલા આક્રમણ દરમ્યાન તે ઈમારતનું છાપરૂં તોડી નાખવામાં આવ્યું હતુ અને લગભગ ઈમારતને જમીનદોસ્ત કરી નાખેલી હતી. તેને જોડતો વાડો આખેઆખો બચી ગયો હતો. જો કે તે વાત જ ત્યાં પોતાના ઢોરઢાંખર દોરી લાવતા ભરવાડો માટે વધારે મહત્વની હતી. પથ્થરની દિવાલો લગભગ એક માથોડા જેટલી ઉંચી હતી. તે ઉંચી હોવા છતાં કયારેક ભુખ્યો સિંહ કે દિપડો જંગલમાંથી આવી ચડતા અને બહાદુરીથી અંદર કુદી જતા. સતત ભય અને સલામતી માટે દિવાલની અંદરની બાજુએ ઉપર એક વિશિષ્ટ પ્રકારના અણીયાળા થોરની વાડ કરી હતી. તે થોરની ઉપરની બાજુએ સખત ખીલાઓ જડેલા હોય તેવા કાંટાઓના ઝુમખા હતા. આ પ્રયુકિત એટલી બધી સફળ થઈ હતી કે એક નાનુ ચકલું પણ તેને અણીયાળી ઉંચી શાખાઓ સોંસરવા પસાર થઈ શકે નહીં .

આગલા પ્રકરણોમાં જે બનાવ બન્યો તે દિવસે સંખ્યાબંધ ભરવાડો તેના ઘેટાબકરાઓને લઈને તે મેદાનો તરફ ગયા હતા અને સવારથીજ ઝાડીમાં તેમના અવાજો, હથોડીઓના ફટકા, ઘેટાબકરાઓનું બેં બેં અને તેની ડોકે બાંધેલી નાની નાની ઘંટડીઓના રણકાર અને કુતરાઓના ભસવાના અવાજો જેવા વિવિધ અવાજો છવાઈ ગયા હતા. સુર્યાસ્ત વેળાએ તે સમુહે મારાહ ભણી પ્રયાણ કર્યું અને રાત્રી પડતા પહેલા તે બધા સલામત ક્ષેત્રમાં આવી ગયા હતા. તે લોકોએ દરવાજા પાસે તાપણુ સળગાવ્યું અને વાળુપાણી કર્યા પછી એક વ્યકિતને પહેરો ભરવા નિયુકત કરી આરામ કરવાને તેમજ વાતો કરવા માટે બેઠા.

તાપણાની આજુબાજુ ચોકીદારને બાદ કરતા છ માણસો બેઠા હતા. જેવા તે લોકોએ માથા પર બાંધેલા કાળા ફાળીયા છોડી નાખ્યા કે તેમના ઘાટા, ખરબચડા અને સુર્યના તાપથી ભૂખરા થઈ ગયેલા વાળ વિખેરાઈ ગયા. તેમના ગળાને ઢાંકતી ઘેરી દાઢી છેક છાતી સેધી પહોંચતી હતી. તે લોકોએ હાથ ખેલ્લા રહે તેવી રીતે ગળાથી છેક ગોઠણ સુધી ઘેટાના ચામડામાંથી બનાવેલા વસ્ત્રો પહેર્યા હતા અને કમ્મર ઉપર કમ્મરપટ્ટો બાંધેલો હતો તેમજ પગમાં તદન ખરબચડા જુતા પહેર્યા હતા. જમણા

ખભ્ભા પર બાંધેલી ઝોળીમાં ખોરાક અને ગોફણ માટે વીણી વીણીને પસંદ કરેલા પથ્થરો ભર્યા હતા. દરેકની પાસે જમીન પર લાંબી અને ઉપરથી સહેજ વાંકી લાકડી પડેલી હતી, જે તેમની ઓળખ માટેનું નિશાન તેમજ રક્ષણ માટેનું હથીયાર હતી.

તે બધા જયુડીયાના ભરવાડો હતા. દેખાવે તો તે બધા ભલે તેની આજુબાજુ બેઠેલા જંગલી કુતરાઓની માફક સખત અને બરછટ લાગતા હોય, પરંતુ વાસ્તવમાં તો તેઓ સીધાસાદા, સહૃદયી, સીધીસાદી રહેણીકરણી વાળા અને પ્રેમાળ તથા મદદ વિહોણી વસ્તુઓનું સદૈવ ધ્યાન રાખનારા લોકો હતા.

પહેલા પહેરેગીરનો વારો પુરો થયો કે વાત કરતા કરતા એક પછી એક ભરવાડ નિંદ્રાને આધિન થયો. શિયાળાની ઋતુની અન્ય રાત્રીઓની જેમ જ આ રાત્રી સ્વચ્છ, શાંત અને તારાઓથી ઝળહળતી હતી. હવા સ્થિર થઈ ગઈ હતી. વાતાવરણમાં પવિત્ર શાંતિ અને શુધ્ધતા હતી. જાણે એવું લાગતુ હતુ કે સ્વર્ગ નીચે નમીને કશું સાંભળતી પૃથ્વીને કોઈ સારી વાત કહેતું હોય.

દરવાજા પાસે આવી અને ચોકીદાર વારંવાર ઉભો રહેતો અને નિંદ્રાધિન થયેલા પશુઓના ટોળામાં કયારેક થતા સળવળાટ અને દુર પહાડો પરથી આવતા શિયાળવાઓની લાળીના અવાજો પર ધ્યાન આપતો. ધીમેધીમે મધ્યરાત્રીનો સમય થયો અને તેનું કાર્ય પૂર્ણ થયું; હવે તેને તેના અત્યંત થાકી ગયેલા બાળકોના આશિર્વાદથી ઘેરી પ્રગાઢ સ્વપ્નવિહીન ઉંઘ કરવા મળશે. તે તાપણા તરફ ફર્યો, પણ થોભ્યો, તેની આસપાસ ચંદ્ર જેવો મૃદુ અને ધવલ પ્રકાશ ફેલાયો. તેણે શ્વાસ પણ લીધા સિવાય થોડીવાર રાહ જોઈ. પ્રકાશ ઘેરો થયો અને ચારેબાજુ બધું દ્રશ્યમાન થયું. તેણે સમગ્ર ક્ષેત્ર અને આશ્રયસ્થાનો ભણી દ્રષ્ટિ કરી. અત્યંત ઠંડી હવા કરતા પણ તિક્ષ્ણ એવા ભયથી તેને ધ્રુજારી વછુટી ગઈ અને તેણે ઉપર જોયું. તારાઓ જતા રહ્યા હતા અને આભની અટારીએથી પ્રકાશ આવતો હતો. તેણે જેવું ઉપર જોયું કે એકદમ ભવ્યતાના દર્શન થયા. તેણે ભયથી બુમ પાડીઃ

"જાગો, જાગો!"

એકાએક કુતરાઓ જાગી ઉઠયા અને ભસતા ભસતા નાસી ગયા. પશુઓના ટોળાઓએ ગભરાટથી એક સાથે ધસારો કર્યો અને ભરવાડોએ ઉભા થઈ અને તેમના હથીયારો સંભાળ્યા.

"તે શું છે?" બધા એક અવાજે બોલી ઉઠયા.

"જુઓ!" ચોકીદાર બુમ પાડી ઉઠયો. "આભ સળગી ઉઠયું છે!"

એકાએક પ્રકાશ અત્યંત તેજસ્વી થયો અને તે લોકોએ તેમની આંખો ઢાંકી દીધી અને ઘુંટણીયે પડી ગયા. તે લોકો અત્યંત ડરથી અર્ધ અભાન અવસ્થામાં આવી ગયા અને જો તેમને કંઈક કહેતો અવાજ સંભળાયો ન હોત, તો કદાચ તેઓ ડરથી જ મૃત્યુ પામ્યા હોત.

"ડરો નહીં."

અને તે લોકોએ સાંભળ્યું.

"ડરો નહીં, અને જુઓ, હું તમારા માટે અત્યંત આનંદના સમાચાર લાવ્યો છું, કે જે બધા જ લોકો માટે સારા સમાચાર હશે."

તે દૈવી અવાજે ધીમેથી, સ્પષ્ટ પણે અને મધુરતાથી બધા જીવોના અંતરને સ્પર્શી લીધા અને સંપૂર્ણ પ્રતિતિ કરાવી. તેઓ ઘુંટણ પર ઉભા થયા અને ભકિતભાવ પૂર્વક તે ભવ્ય તેજની વચ્ચે શ્વેત વસ્ત્રધારી વ્યકિતને જોવા લાગ્યા. તેના ખભ્ભા પર ચમકતી ગડીદાર પાંખો હતી અને એક તારો તેના મસ્તક પર સ્થિર થઈને ચમકતો હતો. તેના હાથ તે લોકોને આશિર્વાદ આપતા હતા અને તેનો ધીરગંભીર ચહેરો અત્યંત પવિત્ર હતો.

તે લોકોએ વારંવાર અત્યંત સરળતાથી તે દેવદુત દ્વારા કહેવાયેલી વાત સાંભળી; અને હવે તે લોકોને શંકા નહોતી, પણ તે લોકોના હૃદયથી કહેવાયું કે ઈશ્વરની ભવ્યતા આપણી સાથે છે અને તે ઉલેઈ નદીના કિનારે પયગંબરે કરેલી ભવિષ્યવાણીના અનુસાર તે જ છે.

દેવદુતે સીધું જ કહ્યું:

"આજે ડેવીડના શહેરમાં તારણહારનો; ઈસુ ખ્રિસ્તનો જન્મ થયો છે."

ફરીથી થોડો વિરામ થયો અને શબ્દો તે લોકોના મગજમાં ઉતર્યા.

"અને આ પ્રમાણ સદાય તમારી સાથે રહેશે," ઉદઘોષકે આગળ ચલાવ્યું. "તમે તે બાળકને કપડામાં વીંટાયેલું અને ગમાણમાં પડેલું જોઈ શકશો."

દેવદુતે ફરીથી કશું કહ્યું નહીં ; તેના શુભ સમાચાર કહેવાઈ ગયા તો પણ થોડી વાર માટે તે ઉભો રહ્યો. એકાએક મધ્યમાં રહેલો પ્રકાશ ગુલાબી થઈ અને ધ્રુજવા માંડયો અને પછી ઉપર માનવીની નજર પહોંચે ત્યાં સુધી સફેદ પાંખોના ચમકારા,તેજસ્વી સ્વરૂપોની આવન જાવન અને ભકિતગીતોના સમુહગાનના અવાજો સંભળાયાઃ

"ઈશ્વરીય વૈભવ સર્વોતમ હો, અને પૃથ્વી પર માનવજાત માટે શાંતિ અને સદભાવના હો."

એક વખત નહીં ,પણ વારંવાર સ્તુતી થઈ. ત્યાર પછી દેવદુતે દુર કોઈની મંજુરી માગતો હોય તેમ તેની આંખો ઉઠાવી, તેની પાંખો ધીમેથી ફફડી અને ગૌરવથી ફેલાઈ ગઈ. બરફ જેવી શ્વેત પાંખની ઉપરની બાજુએ મોતી જેવી ઝાંય પડતી હતી. તે ધીમેથી ઉડયો અને સહજતાથી પ્રકાશને તેની સાથે લઈને દ્રષ્ટિથી ઓઝલ થયો. તેના ગયા પછી થોડા થોડા સમયના અંતરે અમીવર્ષા થઈ; "ઈશ્વરીય વૈભવ સર્વોતમ હો, અને પૃથ્વી પર માનવજાત માટે શાંતિ અને સદભાવના હો."

અને જયારે ભરવાડો ફરીથી હોશમાં આવ્યા કે તેઓ બાઘાની માફક એકબીજાની સામે જોવા લાગ્યા. તેઓ પૈકીના એકે થોડીવાર પછી કહ્યું, "તે ગેબ્રીયલ હતો, ઈશ્વરનો માનવજાતમાટેનો સંદેશાવાહક." કોઈએ પ્રત્યુતર આપ્યો નહીં .

"ઈસુ ખ્રિસ્તનો જન્મ થયો છે; શું તેણે તેમ કહ્યું છે?"

"અને શું તેણે એમ કહ્યું નથી કે ડેવીડના શહેરમાં કે જે આપણા બેથલેહેમ પરગણામાં છે, ત્યાં જન્મ થયો છે? અને આપણે ત્યાં કપણડામાં વીંટાળેલું બાળક જોઈશું?"

"અને ગમાણમાં પડેલું!"

પ્રથમ વકતાએ વિચારમાંજ તાપણા સામે સ્થિર દ્રષ્ટિ કરી; પણ થોડા લાંબા સમય પછી જાણે કે તે તરતજ ઉકેલ આપતોહોય તેમ બોલ્યો, "ત્યાં બેથલેહેમમાં ફકત એક જ એવી જગ્યા છે કે

જયાં ગમાણો છે. આપણે ત્યાં જઈએ અને ઘાટ પાસે તપાસ કરીએ. ધર્મગુરૂઓ અને વિદ્વાનો ઘણા લાંબા સમયથી તારણહારની વાટ જુએ છે અને હવે તેનો જન્મ થયો છે. અને ભગવાને તેની ઓળખ માટે આપણેને પ્રમાણ આપ્યું છે. આપણે જઈએ અને તેની ભકિત કરીએ."

"પણ ઘેટા બકરા?"

"ઈશ્વર તેની સંભાળ લેશે. ચાલો ઉતાવળ કરો." તેઓ બધા ઉભા થયા અને મારાહ છોડી ગયા.

પર્વતને ફરીને તેઓ નગરમાંથી પસાર થયા. તે લોકો કોઈનું પણ ધ્યાન ખેંચ્યા સિવાય વાડાની સોંસરવા પસાર થયા. જો કે ત્યાં કેટલાક લોકો આકાશમાં દેખાયેલા ભવ્ય પ્રકાશ અંગે વાતો કરતા હતા. ગુફાનું દ્વાર ખુલ્લુ હતું. અંદર એક ફાનસ સળગતું હતું અને તે લોકો કોઈપણ જાતનો શિષ્ટાચાર દાખવ્યા સિવાય અંદર આવ્યા.

"ઈશ્વર તમને શાંતિ આપે," તે લોકોએ જોસેફને કહ્યું. "અહીં લોકો રાત્રે જે બાળકનો જન્મ થયો છે, તેને જોવા માટે આવ્યા છીએ. તે બાળક ગમાણમાં પડેલું અને કપડામાં વિંટળાયેલું છે તેમ પ્રમાણ કહે છે." એક ક્ષણ માટે સુસ્ત નાઝરેથવાસીનો ચહેરો ફર્યો. થોડે દુર જઈ અને ફરીને તેણે કહ્યું, "બાળક અહીં છે."

તે લોકોને એક ગમાણ તરફ લઈ જવામાં આવ્યા. ત્યાં બાળક હતું. ત્યાં ફાનસ લાવવામાં આવ્યું અને ભરવાડો શાંત થઈને ઉભા રહ્યા. કોઈએ જરા સરખી નિશાની પણ કરી નહીં, તે અન્ય બાળકોની માફક જ એક નવજાત શિશુ હતું.

"માતા કયાં છે?" તેઓએ પુછયુ.

સ્ત્રીઓમાંથી એક સ્ત્રીએ બાજુમાંજ સુતેલીમેરીના હાથમાં બાળકને મુકયું. તેની આજુબાજુ બે વ્યકિતઓ હતી.

"તે ખ્રિસ્ત છે!" આખરે એક ભરવાડ બોલ્યો.

"તે ખ્રિસ્ત છે!" તેઓ બધાએ ઘુંટણીયે પડી અને ભકિત કરતા કહ્યું. તેમાંથી એકે વારંવાર પ્રતિઘોષ કર્યો.

"તે ભગવાન છે અને તેની ભવ્યતા પૃથ્વી પર અને સ્વર્ગમાં છે."

તે શ્રધ્ધાળુ અને સીધાસાદા લોકોએ માતાના ઝભ્ભાની કિનારીને ચુમી અને આનંદમય ચહેરાઓ સાથે વિદાય લીધી. ખાનમાં બધા લોકોના આગ્રહથી અને મારાહના રસ્તે દેવદુતોનું પદ, "ઈશ્વરનો વૈભવ સર્વોચ્ચ હો, પૃથ્વી પર શાંતિ અને માનવજાત માટે સદભાવના હો!" ગાતા ગાતા મારાહના રસ્તે પાછા વળ્યા. વાત ફેલાઈ ગઈ અને પ્રકાશ દ્વારા તેનું પ્રમાણ મળવાથીબીજા દિવસથી જ દિવસો સુધી ગુફાની મુલાકાતે જીજ્ઞાસુઓના ટોળા આવ્યા. તેમાંના કેટલાકે વિશ્વાસ કર્યો, જો કે મોટાભાગના હસ્યા અને મજાક ઉડાવી.

*****

પ્રકરણ ૮મું

બાળકના જન્મના અગીયારમા દિવસે લગભગ મધ્યાહ્ન સમયે ત્રણ ડાહ્યા માણસો શીકેમના રસ્તે થઈ જેરૂસલેમ આવ્યા. બ્રુક સીડ્રોન પસાર કરી અને તેઓ ઘણા લોકોને મળ્યા, જેમાનું કોઈ પણ એવું નહીં હોય કે જેણે તેમના તરફ જીજ્ઞાસાથી ઉભા રહી અને જોયું ન હોય.

દેખીતું જ જયુડીયા આંતરરાષ્ટ્રિય રાજમાર્ગ માટે જરૂરી હતુ. પૂર્વના આગળ વધતા રણના દબાણને રોકતી ટેકરીઓની હારમાળા અને પશ્ચિમે આવેલો સમુદ્ર તેના દાવાને સમર્થન આપતો. પ્રકૃતિએ ટેકરીઓની પેલે પાર પૂર્વ અને દક્ષિણ વચ્ચે વ્યાપારની રેખા દોરી રાખી હતી; અને તે જ તેની સંપત્તિ હતી. બીજા શબ્દોમાં જેરૂસલેમની સમૃધ્ધી તે વ્યાપારકેન્દ્ર પર આવેલું હોઈને તેને મળતી જકાતને આભારી હતી. રોમ સિવાય બીજે કયાંય વિવિધ રાષ્ટ્રોના વિવિધ લોકોનો આવો સમન્વય જોવા મળતો નહીં. બીજા કોઈ શહેર કરતા ત્યાંના રહેવાસીઓ માટે તેની દિવાલો અને લગભગ નિરાશ્રીતોની માફક કોઈ પરદેશી અજાણ્યો હતો નહીં, છતાં પણ આપણા ત્રણ માણસોને દરવાજાના રસ્તે જે કોઈ સામે મળતું અને તેને પ્રશ્ન કરતા અને તે બધા લોકોથી ખીજાઈ જતા.

ઉતર દિશા તરફથી જેરૂસલેમ પહોંચવાનો રસ્તો આ સમતળ ધરતી પર થઈને જતો અને ત્યાંથી દક્ષિણે થોડો વળાંક લઈ આગળ વધતો હતો. ત્યાંથી દમિશ્ક દરવાજો પાર કરી અને આગળ વધતો રસ્તો થોડો સાંકડો થઈ જતો હતો અને ઘણા લાંબા સમયથી ઉપયોગમાં લેવાતો હોવાથી થોડો નીચે બેસી ગયો હતો. આ જગ્યાએ ત્રણે ડાહ્યા માણસો મકબરાઓ સામે ઉભેલા કેટલાક લોકો પાસે થોભ્યા. ઈજીપ્તવાસી બાલ્થસારે પુછયું,

"ભલા માણસો, જેરૂસલેમ નજીકમાં જ છે ને?"

એક સ્ત્રીએ તેને જવાબ આપ્યો, "હા, જો આ વૃક્ષ થોડા નીચા હોત તો તમને તેના મિનારા દેખાતા હોત."

બાલ્થસારે રોમન અને હિંદુની સામે જોયું અને પુછયું, "યહુદીઓનો નવો રાજા કે જેનો જન્મ થયો છે, તે કયાં છે?"

ત્યાં હતી તે બધી સ્ત્રીઓએ એકબીજાની સામે ચુપચાપ જોયું.

"તો તમે તેના વિષે કંઈ સાંભળ્યું નથી?" બાલ્થસારે પુછયું.

"ના?"

"તો બધાને એ કહેજો કે અમે પૂર્વમાં તેનો તારો જોયો છે અને અમે તેથી તેની ભકિત કરવા માટે આવ્યા છીએ."

આમ કહી અને તે ત્રણેય મિત્રો આગળ ચાલ્યા. અન્ય લોકોને પણ તેઓએ તે જ સવાલ પુછયો, જેનો તે લોકોને પહેલા જેવો જ જવાબ મળ્યો. રસ્તામાં તે લોકોને ઘણાબધા લોકોનું એક ટોળું

મળ્યું, જે જેરીમીયાહના ભોંયરા તરફ જઈ રહ્યા હતા. જયારે તે લોકોએ આ ત્રણેયને જોયા અને તેમની વાત સાંભળી, તો એ લોકોનુ ખુબજ નવાઈ લાગી અને તેમની પાછળ પાછળ ફરવા લાગ્યા.

થોડા સમય પછી તે લોકો એક ઉંચા અને મજબુત મિનારા પાસે આવ્યા. તે મિનારો દમાસ્કસની દિશામાં બહારની બાજુએ જયાં શીકેમ, જેરીકો અને ગીબીઓનના રસ્તાઓ ભેગા થતા હતા, ત્યાં તે સમગ્ર વિસ્તારનું નિરિક્ષણ કરવા માટે બનાવવામાં આવ્યો હતો અને તેથી તે દમાસ્કસ દરવાજા તરીકે ઓળખવામાં આવતો હતો. ત્યાં રસ્તા પર રોમન પહેરેગીર રહેતો. આ વખતે તે લોકો ઉંટોને દોરતા દોરતા, એક હારમાં પહેરો દેતા આળસુને ફરજ માટે ટપારતા હોય તેમ આવ્યા. બાલ્થસાર સંત્રી જોડે વાત કરવા માટે ઉભો રહ્યો અને ત્રણેયને વચ્ચે રાખી અને તેમની ફરતે ટોળું ઘેરી વળ્યું.

"હું તમને શાંતિ આપું છું," ઈજીપ્તવાસીએ સ્પષ્ટ અવાજે કહ્યું.

સંત્રીએ કોઈ જવાબ આપ્યો નહીં .

અમે ઘણે દુરથી જે જન્મથીજ જે યહુદીઓનો રાજા છે, તેની શોધમાં આવ્યા છીએ. શું તમે અમને કહી શકશો કે તે કયાં છે?"

સંત્રીએ તેનું શીરસ્ત્રાણ સરખું કર્યું અને મોટેથી કોઈને બોલાવ્યો. રસ્તાની જમણી બાજુએ આવેલા એક ઓરડામાંથી એક અધિકારી આવતો દેખાયો.

"છોડી દો." તેણે ભીડના વધતા દબાણને કહ્યું, પણ ભીડ આજ્ઞાને તાબે થવા માટે ધીમી પડતી દેખાતી હતી. તેણે તેનો ભાલો ઉઠાવી અને પુરી શકિતથી આમ થી તેમ ડાબે અને જમણે ઘુમાવી અને જગ્યા કરી.

"તમે શું કહો છો?" તેણે બાલ્થસારને પુછયું.

"યહુદીઓનો નવો રાજા કે જેનો જન્મ થયો છે, તે કયાં છે?" બાલ્થસારે જવાબમાં પુછયું.

"હેરોદ?" અધિકારીએ ગભરાટથી લોચા વાળતા પ્રશ્ન કર્યો.

"હેરોદને રાજવીપદ સીઝર તરફથી પ્રદાન થયું છે; અમે હેરોદની વાત નથી કરતા."

"અહીં યહુદીઓનો કોઈ અન્ય રાજા નથી."

"પણ અમે તેનો તારો જોયો છે અને અમે તેની ભકિત કરવા માટે આવ્યા છીએ."

રોમન મુંઝવણમાં મુકાયો.

"આગળ જાવ," તેણે અંતમાં કહ્યું. "આગળ જાવ. હું યહુદી નથી. તમારો પ્રશ્ન લઈ અને ત્યાં દેવળમાં નિષ્ણાતો પાસે જાવ અથવા ધર્મગુરૂ હાન્નાસ પાસે જાવ. જો ત્યાં પણ જવાબ ન મળે તો તમે હેરોદની પાસે જ જાવ. જો યહુદીઓનો કોઈ અન્ય રાજા હશે, તો તેને તે જ શોધી કાઢશે."

ત્યાર પછી તેણે અજાણ્યાઓને રસ્તો કરી આપ્યો અને તેઓ દરવાજો પસાર કરી અને સાંકડી નેળમાં પ્રવેશ કર્યો. બાલ્થસારે તેના મિત્રોને કહ્યું, "આપણે પૂર્ણપણે જાહેર થઈ ગયા છીએ. મધ્યરાત્રી સુધીમાં તો સમગ્ર શહેરને આપણા વિષે અને આપણા હેતુ વિષે જાણ થઈ જશે. આપણે હવે ખાન તરફ જઈએ."

*****

પ્રકરણ ૯મું

મોડી સાંજે ખાનના ઉતારામાં સુતેલા ત્રણેય ડાહ્યા માણસો જાગ્યા. તેમને તકીયાની ગરજ સારતા આપવામાં આવેલા પથ્થરો તે લોકોનું માથું એવી રીતે ઉંચુ રાખતા હતા કે તેઓ ખુલ્લી કમાનમાંથી આભના ઉંડાણને જોઈ શકે. અને જેવા તે લોકો ટમટમતા તારલીયાઓને જોતા હતા કે તેઓને હવે પછી થનારા બનાવો અંગે વિચાર થયો. તે કેવી રીતે આવશે? છેલ્લે તે લોકો જેરૂસલેમમાં હતા ત્યારે ત્યાં તેઓએ જે કંઈ જોયું હતુ તે અંગે દરવાજા પર પુછપરછ કરી હતી; તેઓ તેના જન્મના આજન્મ સાક્ષી રહ્યા હતા; હવે ફકત તેને શોધવાનું બાકી રહેતું હતું. અને તેથી જ તે બધાએ દિવ્ય આત્મામાં વિશ્વાસ મુકયો હતો. જે લોકો ઈશ્વરના અવાજને સાંભળવાના હોય કે સ્વર્ગ તરફથી પ્રમાણ મળે તે માટે વાટ જોતા હોય તે લોકો ઉંઘી શકે નહીં .

જયારે તે લોકો આવી પરિસ્થિતિમાં હતા ત્યારે એક માણસે કમાન નીચે પગ મુકયો અને તેથી ઓરડામાં થોડું અંધારૂ થયું.

"જાગો!" તેણે તે લોકોને કહ્યું, "હું તમને નમસ્કાર કરૂં છું અને તમને શાંતિ આપુ છું. હું ક્ષમાપ્રાર્થી છું; પણ મારા માલિક, રાજાએ તમને મહેલમાં પધારવા માટે આમંત્રણ આપવા માટે મને મોકલ્યો છે, જયાં તે તમારી જોડે એકાંતમાં વાત કરવા માગે છે."

આમ કહી તે સંદેશાવાહક તેની ફરજમાંથી મુકત થયો.

"રાજાની ઈચ્છા તે અમારી ઈચ્છા," બાલ્થસારે કહ્યું. "અમે તમારી પાછળ આવીશું."

પવિત્ર શહેરની શેરીઓ અત્યારે છે તેવી જ તે સમયમાં સાંકડી હતી, પણ ઉબડખાબડ અને ગંદી ગોબરી નહોતી.મહાન સ્થપતિ ફકત તેની સુંદરતાથી જ સંતૃષ્ટ થયો નહોતો, તે સ્વચ્છતા અને સગવડોનો પણ આગ્રહી હતો. એક શબ્દ પણ બોલ્યા સિવાય આપણા ભાઈઓ માર્ગદર્શકને અનુસરતા આગળ ચાલ્યા. તારાઓના ઝાંખા પ્રકાશને બન્ને બાજુની દિવાલો વધારે ઝાંખો બનાવતી. કયારેક તો મકાનોના છાપરાઓને જોડતા પુલ નીચે તો સંપૂર્ણપણે અંધારૂ છવાઈ જતુ. ટેકરીઓની નીચે એક મેદાનમાં તે લોકો ઉતર્યા. આખરે તે લોકો રસ્તો પાર કરી પાછળની હરોળમાં પહેરો ભરનાર ટુકડી પાસે પહોંચ્યા. તેમની આગળ સળગતી બે સગડીઓની જવાળાઓમાં તે લોકોએ તેમના બાંધાનો અણસાર મેળવ્યો. કેટલાક ચોકીયાતો તેમના હથીયારો પર ઢળીને કોઈપણ જાતના સળવળાટ કર્યા સિવાય આડા પડયા હતા. તેઓની કોઈપણ જાતની પુછપરછ કરવામાં આવી નહીં અને તેઓએ ઈમારતમાં પ્રવેશ કર્યો. તે પછી રસ્તા અને કમાનવાળા ખંડો વટાવી પ્રકાશ માટે ઉપર લટકાવેલી હાંડીઓ કે જે કયારેક જ સળગાવવામાં આવતી હતી, તેની નીચેથી વાડો વટાવી અને પસાર થયા. ઉપર લાંબી સીડીઓ પાછળઆવેલી અસંખ્ય ઓસરીઓ અને ઓરડાઓ પાર કરી અને તે લોકોને એક ઉંચા

મીનારામાં દોરી જવામાં આવ્યા. એકાએક માર્ગદર્શક થોભ્યો અને એક ખુલ્લા દરવાજા તરફ આંગળી ચીંધી અને તે લોકોને કહ્યું;

"પ્રવેશ કરો! રાજા ત્યાં છે."

ઓરડો ચંદનના અત્તરથી મહેકતો હતો અને અંદરની તમામ સજાવટો અતિશય કિંમતી હતી. ફરસ પર વચ્ચેના ભાગમાં ઝુમખાદાર જાજમ ફેલાયેલી હતી અને તેની ઉપર રાજગાદી મુકેલી હતી. જો કે મુલાકાતીઓને સ્થળનો અંદાજ આવતા થોડો સમય લાગ્યો. નકશીદાર ઢોળ ચડાવેલી બેઠકો અને પીઠીકાઓ, પંખા, કુંજા અને સંગીતના સાધનો; પોતાના જ પ્રકાશમાં ચમકતી સોનેરી મીણબતીઓ અને ગ્રેશીયાના કાર્યશાળાની ઢબે રંગરોગાન કરેલી દિવાલોતરફ એક જ દ્રષ્ટિ કરતા સમજી શકાય કે ફારીસીએ તેનું માથું પવિત્ર ભયના ઓથાર તળે છુપાવી રાખ્યું હતુ. હેરોદ તેમને મળવા માટે જ ગાદીએ બેઠો હતો; તે બધા સમજી ગયા હતા.

કોઈપણ આમંત્રણ વગર તે લોકો જાજમના છેડા સુધી આવ્યા અને રાજાને પ્રણામ કર્યા. રાજાએ ઘંટડી વગાડી અને એક ચાકરે આવી અને રાજગાદી સામે ત્રણ બાજોઠ મુકયા.

"આપ સહુ સ્થાન ગ્રહણ કરો." શાસકે ભવ્યતાથી કહ્યું.

તે લોકોએ જગ્યા લીધી કે તેણે શરૂ કર્યું. "ઉત્તરના દરવાજેથી મને આતુરતા પૂર્વક દુરના પ્રદેશમાંથી સવારી કરતા અને આવતા ત્રણ અજાણ્યા આગંતુકો અંગે ખબર મળ્યા. શું તમે તે લોકો છો?"

ઈજીપ્તવાસીએ ગ્રીક અને હિંદુની સંમતિ લઈ, લાંબી કુર્નિશ બજાવી અને જવાબ આપ્યો. "તે અમે લોકો જ હતા અને અમે તે જ લોકો છીએ, ઓ મહાશકિતમાન હેરોદ, કે જેની ખ્યાતિ ધુપની માફક સમગ્ર વિશ્વમાં ફેલાયેલી છે, તેણે અમને જ બોલાવવા માટે મોકલ્યા હોય તે અંગે અમને શંકા નથી, કેમ કે અમે અહીં અજાણ્યા છીએ."

હેરોદે હાથ હલાવી અને વાતની સ્વીકૃતિ આપી.

"તમે કોણ છો? તમે કયાંથી અને કયારે આવ્યા?" તેણે વધારે અર્થપૂર્ણ રીતે પુછયું. "દરેકને તેના વિષે કહેવા દો."

વારાફરતી દરેકે તેમનો અહેવાલ શહેરો, જન્મભૂમિ તથા જે રસ્તે તે લોકો જેરૂસલેમ આવ્યા તેના સંદર્ભ સાથે આપ્યો. થોડાઘણા નિરાશ થઈને હેરોદે સીધેસીધું જ પુછી નાખ્યું.

"તમે દરવાજે અધિકારીને શું પુછતા હતા?"

"અમે તેને પુછયું હતું કે જે જન્મથી જ યહુદીઓનો રાજા છે, તે કયાં છે?"

"હવે હું જોઈ શકું છું કે લોકો આટલા બધા જીજ્ઞાસુ કેમ હતા. તમે મને તેમના કરતા જરા પણ ઓછો ઉત્તેજીત કર્યો નથી. શું ત્યાં કોઈ અન્ય યહુદીઓનો રાજા છે?"

ઈજીપ્તવાસી ઢીલો પડયો નહીં .

"તે હજુ જનમ્યો જ છે."

શાસકના ઘેરા ચહેરા પર પીડાનો ભાવ ઉપસી આવ્યો. તેના માનસે માંડ ત્રાસદાયક સ્મૃતિમાંથી મુકિત મેળવી.

"મારી તરફ નહીં, મારી તરફ નહીં!" તે બુમ પાડી ઉઠયો.

એવું શકય હતું કે અગાઉ મારી નખાયેલા બાળકોની તહોમત મુકતી છાયાઓ તેની આંખ સામે તરવરતી હોય; ભલે જે થયું હતું તે,હેરોદે લાગણીઓ પર કાબુ મેળવ્યો અને સ્થિરતા પૂર્વક પુછયું.

"નવો રાજા કયાં છે?"

"ઓ રાજા! અમે તે વાત તો પુછવા માગીએ છીએ."

"તમે મારા માટે આશ્ચર્ય લાવ્યા છો. આ તો ડાહ્યા સોલોમનને પણ મુંઝવી નાખે તેવી સમસ્યા છે." પછી થોડીવારે જીજ્ઞાસાથી હેરોદે કહ્યું, "તમે જુઓ છો કે મને મારા જીવનના આ સમયમાં જયારે બાળપણમાં થતી હોય તેવી નિરંકુશ જીજ્ઞાસા થઈ આવી છે. તેને તુચ્છકારી કાઢવી તે ક્રુરતા છે. મને વધુ કહો, અને હું તમને દરેકને રાજવી સન્માન આપીશ. તમે નવજાત શિશુ અંગે સઘળી વિગતો આપો કે જેથી હું તેની તલાશમાં તમારી સાથે સામેલ થઈશ. અને જયારે આપણે તેને શોધી કાઢીશું; ત્યારે હું તમે તેના માટે જે કંઈ ઈચ્છા રાખશો તે કરીશ; હું તેને જેરૂસલેમ લઈ આવીશ અને તેને રાજય સંચાલન માટે શિક્ષા આપીશ. હું સીઝર પાસે તેની પ્રગતિ અને વૈભવ માટે મારી વગ વાપરીશ. હું સોગન પૂર્વક કહું છું કે આપણી વચ્ચે અદેખાઈ આવશે નહીં . પણ મને પહેલા તે કહો કે વિશાળ પથરાયેલી મરૂભૂમિ અને સાગર વચ્ચે તમે બધા કેવી રીતે તેના વિષે સાંભળી શકયા?"

"હું આપને સત્ય કહીશ. ઓ રાજા!"

"તે અંગે વાત કરો," હેરોદે કહ્યું.

"તે સર્વશકિતમાન ઈશ્વર છે."

હેરોદ દેખીતી રીતે જ ચમકી ગયો હતો.

"તેણે અમને અહીં આવવા માટે ફરમાન કર્યું. તેણે અમને વિશ્વનો મુકિતદાતા શોધી કાઢવાને વચન આપ્યું; અમે તેને જોઈશું; તેની ભકિત કરીશું અને તેના આગમનના સાક્ષી થઈશું; અને ઈશ્વરે નિશાની રૂપે અમને દરેકને એક તારો જોવા માટે આપ્યો, તેનો આત્મા અમારી સાથે રહ્યો. ઓ રાજા તે આત્મા હજુ પણ અમારી સાથે જ છે."

વિશિષ્ટ શકિતશાળી લાગણીએ ત્રણેયને જકડી લીધા. ગ્રીક ખુબજ મુશ્કેલીથી શકિત એકઠી કરી અને પોકાર કરી ઉઠયો. હેરોદની દ્રષ્ટિ ઝડપથી તે ત્રણેય પર ફરી વળી. તે પહેલા કરતા પણ વધારે અસંતુષ્ઠ અને શંકાશીલ બન્યો.

"તમે મારી મજાક ઉડાવો છો," તેણે કહ્યું. "જો તેમ ન હોય તો મને વધારે કહો. નવો રાજા આવશે તો શું થશે?"

"માનવજાતની મુકિત."

"કઈ બાબતથી?"

"તેના પાપોમાંથી."

"કેવી રીતે?"

"પવિત્ર માર્ગોથી – શ્રધ્ધા, પ્રેમ અને સત્કાર્ય."

"ત્યારે" – હેરોદ થોભ્યો, અને તેને જોઈને કોઈ પણ તેના મનોભાવ વિષે કશું કહી શકે નહીં. તેણે ફરીથી શરૂ કર્યું. "શું તમે ખ્રિસ્તના દુત છો? શું આ બધું તેના વિષે જ છે?"

બાલ્થસારે નમન કર્યું.

શાસકે ઘંટડી વગાડી અને ચાકર દેખાયો.

"ભેટ લઈ આવો," માલિકે કહ્યું.

ચાકર બહાર ગયો પણ થોડીવારમાંજ પાછો આવ્યો અને મહેમાનો સમક્ષ ઘુંટણીયે પડી અને દરેકને એકએક આસમાની અને ચમકદાર લાલ રંગના વસ્ત્રો ઉપર પહેરવાના ઝભ્ભા અને સોનાના કમ્મરપટ્ટા આપ્યા. તે લોકો આ રીતે પૌર્વાત્ય વિશ્વના સન્માનનીય વ્યકિતઓ તરીકે માન પામ્યા.

"એક શબ્દ વધારે," વિધી પુરી થઈ કે હેરોદે કહ્યું. "તમે દરવાજા પર અધિકારીને અને હવે મને પૂર્વમાં એક તારો જોવા મળ્યો છે તેમ કહ્યું છે."

"હા," બાલ્થસારે કહ્યું. "તેનો તારો; નવજાત શિશુનો તારો."

"તે કયા સમયે દેખાયો?"

"જયારે અમને અહીં આવવા માટે ફરમાન કરવામાં આવ્યું ત્યારે."

હેરોદ ઉભો થયો અને સભા પુરી થવાની નિશાની કરી. રાજગાદી પરથી તેમની તરફ ડગ ભરતા તેણે સંપૂર્ણ ભવ્યતાથી કહ્યું.

"હું જે માનું છું તેમ તમે ખરેખર જે જન્મથી જ તારણહાર છે તેના દુત છો; તો તમને જાણકારી થાય કે આજે રાત્રે મેં યહુદીઓના ડાહ્યા માણસોની સલાહ લીધી હતી, અને તે લોકોએ એક અવાજે મને કહ્યું કે તે જયુડીયા પ્રાંતના બેથલેહેમમાં જનમ્યો હોવો જોઈએ. તેથી હું તમને કહું છું કે તમે બધા ત્યાં જાવ અને ખંતથી તે નવજાત શિશુની તપાસ કરો; અને જયારે તેને શોધી કાઢો ત્યારે મને ફરીથી કહેવા માટે આવજો કે જેથી હું પણ ત્યાં જઈને તેની ભકિત કરી શકું. ત્યાં જવામાં તમને કોઈ અડચણ પડશે નહીં. શાંતિ તમારી સાથે હો!"

અને ઝભ્ભો સંકોરતો તે ખંડ છોડી ગયો.

માર્ગદર્શક તેમની પાસે આવ્યો અને તેમને શેરીમાં પાછા લઈ ગયો, અને ત્યાંથી ખાનમાં ગશ્તીદળ પાસે લઈ ગયો. ગ્રીકે લાગણીશીલ થઈને કહ્યું, "જે રાજાએ સલાહ આપી છે તે પ્રમાણે ઓ ભાઈઓ, ચાલો આપણે બેથલેહેમ જઈએ."

"હા, હિંદુ બોલી ઉઠયો. "દિવ્ય આત્મા મારામાં પ્રજવલિત છે."

"તે તેમ થાવ," બાલ્થસારે તેટલીજ ઉષ્માથી કહ્યું. "ઊંટો તૈયાર છે."

તે લોકોએ સેવકને ભેટો આપી અને પલાણ માંડયા અને તે પછી જોપ્પા દરવાજાની દિશા મેળવી અને ચાલી નીકળ્યા. તેઓ જેવા નિકળ્યા કે મોટા દરવાજા ખુલ્લા મુકી દેવાયા હતા અને તેઓ જે ખુલ્લા

પ્રદેશમાંથી પસાર થઈ અને મેરી અને જોસેફ જે રસ્તે પસાર થયા હતા તે રસ્તે ઘણો મોડેથી લીધો. જેવા તેઓ હિન્નોમમાંથી બહાર આવ્યા અને રેફાયમના મેદાન ઉપર આવ્યા કે એક પ્રકાશ દેખાયો. પહેલા તો તે પ્રકાશ એકદમ દેખાયો અને પછી થોડો ઝાંખો થયો. તે લોકોની નાડી જોરથી ધબકવા લાગી. તેમણે તેમની આંખો તેના ઝળહળતા તેજ સમક્ષ બંધ કરી દીધી. લો! તે તારો સ્વર્ગમાં કોઈ પણ તારો હોય તેવો જ સંપૂર્ણ પણ નીચે ઝુકેલો અને ધીમેથી તે લોકોની બાજુએ આવતો હતો. તે લોકોએ હાથ જોડયા અને અત્યંત આનંદથી બુમો પાડવા લાગ્યા.

"ઈશ્વર આપણી સાથે છે, ઈશ્વર આપણી સાથે છે!" તેઓએ અત્યંત આનંદથી વારંવાર પુનરાવર્તન કર્યું. આખે રસ્તે તે લોકોની સાથે તારો માર ઈલીયાસથી લઈને છેક નગરની નજીક આવેલી ટેકરીઓના ઢોળાવ પર આવેલા ઘર પર સ્થિર થયો.

*****

પ્રકરણ ૧૦મું

તે રાત્રીના ત્રીજા પ્રહરની શરૂઆત હતી અને બેથલેહેમની પૂર્વ દિશામાં આવેલા પહાડો પર સવાર પડી રહી હતી, પણ હજુ ખીણમાં તો રાત્રી જ હતી. જયારે તે પ્રકાશ ટેકરીઓ પરથી ફરતો ફરતો ઘર પર આવ્યો, ત્યારે જુની ખાનનો ચોકીદાર સખત ઠંડીમાં છાપરા પર થરથર કાંપતો હતો. અવાજોની લાક્ષણિકતાથી જુદા પાડી શકાય અને જેના જીવનથી જાગૃતિ, પ્રભાતને અભિનંદન આપી શકાય તેવા અવાજો જયારે તે સાંભળતો હતો,તે સમયે એક પ્રકાશની ટેકરીઓ પરથી ફરતો ફરતો ઘર પર આવ્યો. ચોકીદારને પહેલાતો એમ થયું કે ત્યાં કોઈ માણસના હાથમાં મશાલ હતી; તો બીજી ક્ષણે એમ લાગ્યું કે તે ખરતો તારો હતો; પણ થોડી જ વારમાં તેનું તેજ એટલું બધું વધી ગયું અને છેવટે આકાશમાંથી ઘણો નીચે ઉતરી આવેલો તે તારો સ્પષ્ટ પણે દેખાવા લાગ્યો. તેણે એકાએક ડરથી બુમ પાડી અને બધાને છાપરાની દિવાલોની અંદર લઈ આવ્યો. આ ઘટનાએ વિલક્ષણ ગતિથી આગળ વધવાનું ચાલુ રાખ્યું; ખડકો, વૃક્ષો અને રસ્તો તેની નીચે આવતા વિજળીના ચમકારામાં જેવા દેખાય તેવા દેખાતા હતા; તેની સામે સીધેસીધા જોવાથી આંખે અંધારા આવી જતા હતા. ભયભીત પ્રેક્ષકો તેમનો ચહેરો છુપાવી અને ઘુંટણીયે પડી પ્રાર્થના કરતા હતા. પોતાની જાતને બહાદુર ગણાવનારાઓએ તેમની આંખો ઢાંકી દીધી અને નીચે નમીને લપાઈ ગયા. હવે તે લોકો ડરથી તેની આંખો છુપાવતા હતા. થોડા સમય પછી ખાણ અને ત્યાંનું બધું જતે અસહ્ય તેજ નીચે આવી ગયું. ખરેખર હિંમતભરી દ્રષ્ટિથી જોનારને તે તારો જયાં બાળકનો જન્મ થયો હતો ત્યાં ગુફાની સામે, ઘર ઉપર સ્થિર થયેલો જોયો.

આ દ્રશ્યની પરાકાષ્ઠામાં ત્રણ ડાહ્યા માણસોની પ્રવેશ થયો અને દરવાજા પાસે તેઓ તેમના ઊંટો પરથી નીચે ઉતર્યા અને પ્રવેશ માટે બુમ પાડી. ઘણીવાર પછી ચાકરે પોતાના ભય પર કાબુ મેળવ્યો અને તેમની તરફ ધ્યાન આપ્યું કે સળીયા ખેંચી તેમના માટે દરવાજો ખોલી આપ્યો. અપ્રાકૃતિક પ્રકાશ નીચે ઊંટો ભૂત જેવા દેખાતાહતા. તે લોકોના પરદેશી દેખાવ સાથેજ તેમના ચહેરા અને રીતભાત પરથી તેમની આતુરતા અને પ્રસંશા દેખાતી હતી. જેણે રક્ષકના ડર અને ધારણાને વિશેષ ઉશ્કેર્યા હતા. તે પાછો હટયો અને એક વખત તો તેને લોકોએ જે પ્રશ્નો પુછયા, તેનો જવાબ પણ આપી શકયો નહીં .

"શું આ જયુડીયાનું બેથલેહેમ નથી?"

હવે ત્યાં અન્ય લોકો પણ આવ્યા અને તેઓની હાજરીએ તેને વિશ્વાસ આપ્યો.

"ના, આ તો ખાન છે, નગર થોડું આગળ આવેલું છે."

"શું અહીં કોઈ નવજાત શિશુ નથી?"

પાસે ઉભેલાઓ અજાયબીથી એકબીજાની સામે જોવા લાગ્યા. જો કે તેમનામાંથી કેટલાક લોકોએ જવાબ આપ્યો, "હા, હા!"

"અમને તે બતાવો!" ગ્રીકની ધીરજ ખુટી ગઈ અને તેણે ઉતાવળથી કહ્યું.

"અમને તે બતાવો!" બાલ્થસાર તેના ગાંભીર્યને એક બાજુએ રાખીને બોલ્યો, "તે માટે અમે તેનો તારો જોયો છે, જે આ ઘર પર સ્થિર થયો છે, અને અમે તેની ભકિત કરવા માટે આવ્યા છીએ."

હિંદુએ તેના બન્ને હાથ જોડા અને આનંદથી બોલી ઉઠયો, "ઈશ્વર ખરેખર વિદ્યમાન છે! ઉતાવળ કરો, ઉતાવળ કરો! તારણહાર શોધી કઢાયો છે અને માનવજાત પર તેના આશિર્વાદ ઉતર્યા છે."

છાપરા પરથી લોકો નીચે ઉતર્યા અને જેવા આગંતુકોને ચોકમાંથી આગળ લઈ જઈ, વાડો પસાર કરી અને બાળકનો જન્મ થયો હતો જગ્યાએ લઈ જવામાં આવ્યા કે તેમને અનુસર્યા. તારો હજુ પણ ગુફા ઉપર જ ચમકતો હતો. જો કે તે પહેલા કરતા ઓછો તેજસ્વી લાગતો હતો. કેટલાક લોકો ડર્યા અને પાછા ફર્યા; જો કે મોટા ભાગના લોકો તો તેઓની સાથે ગયા. જેવા આગંતુકો ઘરથી નજીક આવ્યા કે તે પ્રકાશિત ગોળો ઉંચે ઉઠયો અને જેવા તેઓ દરવાજામાં આવ્યા કે તે ઉંચે ચડયો અને અદ્રશ્ય થવા માંડયો. જયારે તે લોકોએ ઘરમાં પ્રવેશ કર્યો કે તે તારો દ્રષ્ટિથી ઓઝલ થઈ ગયો અને જે કોઈ આ બનાવનું સાક્ષી હતુ તેને ખાત્રી થઈ કે તે તારા અને આગંતુકો વચ્ચે દિવ્ય સબંધ હતો, જે કેટલાક અંશે ગુફાને ઉપયોગમાં લેનારી વ્યકિતઓ સાથે પણ હતો. જયારે દરવાજા ખુલ્યા કે ટોળું અંદર ઘુસી ગયું.

કમરામાં ફાનસનો પ્રકાશ એટલો તો પડતો હતો જ કે જેથી આગંતુકો માતા અને તેની ગોદમાં જાગી ગયેલા બાળકને શોધી શકે.

"શું આ તારૂં બાળક છે?" બાલ્થસારે મેરીને પુછયું.

અને તેણીએ જે બધી વાત તેના બાળકને અસર કરતી હતી તે સ્વીકારી અને હૃદયમાં તે વિષે વિચાર કરી અને પ્રકાશમાં તેને ઉંચો કરી અને કહ્યું:

"આ મારો પુત્ર છે!"

અને તે લોકો નીચે નમી ગયા અને તેની ભકિત કરી.

તે લોકોએ બાળકને અન્ય બાળક જેવું જ જોયું. તેનું માથું વધારે મોટું નહોતું; કે તેના મસ્તકની આસપાસ કોઈ તેજ વર્તુળ નહોતું. તેના મસ્તક પરકોઈ દુન્યવી તાજ પણ નહોતો. તેનો હોઠ ખુલ્લા હતા, પણ કશું કહેતા નહોતા; તેના નામ સ્મરણ; તેના મુખભાવ, તેની પ્રાર્થનાઓ અંગે જો તેણે કંઈ સાંભળ્યું હોય, તો પણ તેણે કોઈ જ નિશાની કરી નહીં. એક બાળક જે રીતે ફાનસમાં સળગતી જયોતિ ભણી એકીટશે જોતું હોય, તેમ તે બાળક જોતું હતું.

થોડીવાર પછી તે લોકોએ બાળકની સામે ભકિતપૂર્વક સોનું, લોબાન અને વસ્ત્રો ભેટ રૂપે રાખ્યા અને આસ્થાપૂર્ણ હૃદયથી ભકિતગીતો ગાયા. વિચારકની જાણ માટે કે શુધ્ધ હૃદયની શુધ્ધ ભકિત ત્યારે, અત્યારે અને હંમેશા એક પ્રેરિત ગીત છે.

અને આમ ઘણે દુરથી તે લોકો જેને શોધવા માટે આવેલા તે તારણહારના દર્શન કરી અને તેઓ તેમના ઊંટો ભણી પાછા ફર્યા. તેઓ હજુ પણ કોઈ પણ જાતની શંકા વગર ભકિત કરતા હતા.

*****

ભાગ ૨

પ્રકરણ ૧

વાચકને એકવીસ વર્ષ આગળ લઈ જવાનું જરૂરી છે; કેમ કે તે વખતે જયુડીયાના ચોથા શહેનસાહી સુબા વેલેરીયસ ગ્રેટસના વહીવટમાં રોમન અને યહુદીઓ વચ્ચેના છેલ્લા ઝઘડાની શરૂઆત થઈ અને ત્યારે જેરૂસલેમ તે સમયની રાજકીય ચળવળોના કેન્દ્રસ્થાને હતું.

સમયાંતરે જયુડીયા તેને અસર કરતા ઘણાબધા પરીબળોના કારણે પરીવર્તનનો વિષય તો બન્યું, પણ તેના રાજકીય દરજ્જામાં કોઈ ફેર પડયો નહીં. તે બાળકના જન્મ પછી લગભગ એક વર્ષે મહાન હેરોદનું મૃત્યુ એટલી બધી ખરાબ રીતે થયું કે ખ્રિસ્તી જગતને તે દિવ્ય પ્રકોપથી થયું હોય તેમ માનવાને કારણ મળ્યું. તે પૂર્વેના અન્ય મહાન શાસકો કે જેણે તેમના જીવનને તેમણે મેળવેલા સામર્થ્યને પૂર્ણ કક્ષાએ ખર્ચી નાખ્યું હોય અને તેમણે તેની ગાદી અને તાજ તેના વારસોને આપવાનું; વંશના સ્થાપક બનવાનું જેવી રીતે સ્વપ્ન જોતા હતા,તેમની જેમ જ તેણે પણ આવું સપનું જોયું હતું અને તેથી આવી આકાંક્ષા સાથે તેણે તેના પ્રદેશને તેના ત્રણ પુત્રો એન્ટીપસ, ફીલીપ અને આર્કીલસ વચ્ચે વહેંચી દેવા માટે વસીયતનામું કર્યું; તેમાંથી છેલ્લાની નિમણુંક તે ખિતાબને જાળવી રાખવા માટે થઈ. સમ્રાટ ઓગસ્ટસ દ્વારા આ કરાર માન્ય થાય તે જરૂરી હતું. તેણે એક અપવાદ સિવાય તમામ બાબતોને માન્ય રાખી; તેણે આર્કીલસને તે જયાં સુધી તેનું સામર્થ્ય અને વફાદારી સાબિત ન કરી શકે ત્યાં સુધી તેનું રાજવીપદ માન્ય કર્યું નહીં. તે માટે ઓગસ્ટસે આર્કીલસને એથેન્સનો શાસક (જે તે વખતમાં એથેનાર્ક કહેવાતો) બનાવ્યો. તેણે નવ વર્ષ શાસન કરવાનું હતું, પણ ગેરવર્તણુંક અને તેની આસપાસના વધતા જતા બંડખોર તત્વોને કાબુમાં રાખવા માટેની તેની અસમર્થતાના કારણે તેને પદભ્રષ્ટ કરી અને ગાઉલમાં દેશવટો આપવામાં આવ્યો.

સીઝર આર્કીલસને પદભ્રષ્ટ કરીને જ સંતુષ્ઠ થયો નહીં; તેણે ત્યાંના દેવળની ગર્વિષ્ઠ સંવેદના પર કારમો ઘા કર્યો. તે જેરૂસલેમના લોકો પર એવી રીતે કઠોર થયો કે જે તે લોકોના સન્માનને સ્પર્શતું હોય. તેણે જયુડીયાને રોમન સંસ્થાન તરીકે ગણી અને તેની કક્ષામાં ઘટાડો કર્યો અને તેને સિરીયાના એક ભાગ તરીકે જોડી દીધું. તેથી રજવાડી ઢબે રાજાના મહેલમાંથી તેનું શાસન થવાને બદલે ઝીઓન પર્વત પરથી સીઝરના સુબા હેરોદ દ્વારા નિમણુંક પામેલા અને વ્યવસ્થાપક તરીકે ઓળખાતા દ્વિતિય કક્ષાના અધિકારીના હાથમાં આવ્યું કે જે એન્ટીઓકમાં રહેતા સિરીયાના પ્રતિનિધી દ્વારા રોમન દરબાર સાથે સંપર્કમાં રહેતો. આઘાતને વધારે પીડાદાયક બનાવવા માટે જ સંચાલકને જેરૂસલેમમાં સ્થાયી થવાની પરવાનગી આપવામાં આવી નહોતી. સરકારમાં તેની બેઠક સીઝેરીયા હતી. વધુ નિમ્ન કક્ષાનું, વધારે ખીજ ચડે તેવું, વધારે અભ્યસ્ત અને સમગ્ર વિશ્વથી તરછોડાયેલું એવું સમારીયા જયુડીયાની સાથે સમાન સંસ્થાન તરીકે જોડી દેવામાં આવ્યું. ધર્માંધ અલગતાવાદીઓ અથવા ફારીસીઓએ સીઝેરીયામાં તેમની હસી કાઢતા ગેરીઝીમના સમર્પિતોને વહીવટદારની હાજરીમાં સહન કરવા તે કેવી અકથ્ય વેદના હતી!

જયુડીયામાં રોમન સંસ્થાન તરીકે એંસી વર્ષથી વધારે સમય માટે રહ્યું. તેટલો સમય સીઝરોને લોકોની પ્રકૃતિનો અભ્યાસ કરવા માટે પુરતો હતો. અંતે જયારે સમજાયું કે યહુદીઓ જો

તેમના ધર્મને સન્માન આપવામાં આવે તો તેમના સંપૂર્ણ સન્માન સાથે શાસન કરી શકે છે. આ નીતિ ઉપર આગળ વધતા, ગ્રેટસના પુરોગામીઓએ સંભાળ પૂર્વક તેમની પવિત્ર વિધીઓમાં દખલ કરવાથી દુર રહ્યા. પણ તે લોકોએ જુદો માર્ગ લીધો. તેનું પ્રથમપગલું હાન્નાસને સર્વોચ્ચ ધર્મગુરૂ પદેથી હાંકી કાઢી અને તે જગ્યાએ ફેબસના પુત્ર ઈસ્માએલને તે પદ આપવાનુંહતું.

વાચકોને એક પ્રકરણ યહુદી રાજકારણ માટે ફાળવવું પડશે. જો કે હવે આવનાર વર્ણન ના વિવેચન માટે આ વિષય પર થોડો પ્રકાશ પાડવો જરૂરી છે. તે વખતે જયુડીયામાં બે પક્ષો લોકપ્રિય હતા. એક પક્ષ ઉમરાવોનો અને બીજો પક્ષ અલગતાવાદીઓનો હતો. હેરોદના મૃત્યુ થયા પછી તે બન્ને પક્ષો આર્કીલસની વિરૂધ્ધ એક થઈ ગયા. મહેલથી દેવળ સુધી અને જેરૂસલેમથી રોમ સુધી તે લોકો કયારેક કાવતરા કરીને; તો કોઈ વખત લડાઈના ખરેખરા હથીયારો વડે આર્કીલસ સામે લડયા. એક થી વધુ વખત મોરીયાહ પર આવેલા પવિત્ર મઠોથી લડાયક યોધ્ધાઓના હાકલા પડકારાથી પ્રતિઘોષ કર્યો. છેવટે તે લોકોએ તેને દેશનિકાલ કરાવ્યો. જો કે તો પણ આ સમગ્ર સંઘર્ષ દરમ્યાન સંયુકત પક્ષો વચ્ચે તેમના મતભેદો કાયમ રહ્યા. ઉમરાવો વડા ધર્મગુરૂ જોઝારનો તિરસ્કાર કરતાહતા; તો બીજી બાજુએ અલગતાવાદીઓ જોઝારના ઉત્સાહી અનુયાયીઓ હતા. જયારે હેરોદનું સમાધાન આર્કીલસની સાથે જતું રહ્યું ત્યારે જોઝારે પતનમાં ભાગ પડાવ્યો. સેથનો પુત્ર હાન્નાસના ઉમરાવો દ્વારા મહાન પદની પૂર્તિ માટે પસંદગી પામ્યો. તેથી સંયુકત પક્ષો વિભાજીત થયા. સેથીયનની સ્થાપનાએ તે લોકોને ઝનુનભર્યા વૈમનસ્યથી સામસામે લાવી દીધા. કમનસીબ એથેનાર્કના સંઘર્ષના સમય દરમ્યાન ઉમરાવોને રોમ સાથે જોડાઈ રહેવાનું સલાહભર્યું લાગ્યું. જયારે અસ્તિત્વ ધરાવતું સમાધાન પડી ભાંગ્યુ ત્યારે અનુગામી શાસનનું કોઈ ચોકકસ સ્વરૂપ હોય તે જરૂરી હતું. ઉમરાવોએ જયુડીયાનું પરગણામાં રૂપાંતર કરવાનું સુચન કર્યું, અને તે વાસ્તવિકતાએ અલગતાવાદીઓને હુમલો કરવાનું કારણ પુરૂ પાડયું. અને જયારે સમારીયાને પરગણાનો એક ભાગ બનાવવામાં આવ્યું, ત્યારે ઉમરાવો લઘુમતીમાં મુકાઈ ગયા. તેમના માટે શહેનશાહના દરબાર અને તેમના પદ અને સમૃધ્ધિની પ્રતિષ્ઠા સિવાય કશું પણ આધાર માટે રહ્યું નહીં; છતાં પણ પંદર વર્ષ માટે, વેલેરીયસ ગ્રેટસ આવ્યો ત્યાં સુધી તે લોકોએ દેવળમાં અને મહેલમાં તેમનું સ્થાન જાળવી રાખ્યું.

તે લોકોના પક્ષના પુતળા સમાન હાન્નાસે તેની સત્તાનો વિશ્વાસ પૂર્વક તેના શાહી આશ્રયદાતાને અનુકુળ થાય તેમ ઉપયોગ કર્યો. એક રોમન સેનાએ એન્ટોનીયાના મિનારાનો કબજો લીધો; એક રોમન ચોકીદાર મહેલના દરવાજે મુકાયો; દિવાની અને ફોજદારી બાબતો માટે એક રોમન ન્યાયાધિશની નિમણુંક થઈ; કરવેરા માટેની રોમન પ્રણાલીએ શહેર અને પ્રદેશ બન્નેને દયાહીનતાથી ભાંગી નાખ્યા, ખતમ કરી નાખ્યા. દરરોજ, હર ઘડીએ અને હજાર રસ્તે લોકોને કચડવામાં અને સોજાડી દેવામાં આવતા. આમ તેમને સ્વાધિનતા અને પરાધિનતા વચ્ચેનો ભેદ શીખવવામાં આવતો. છતાં પણ હાન્નાસે તે લોકોને તુલનાએ શાંત રાખ્યા. રોમનો કોઈ મિત્ર નહોતો અને તેણે તેનું ત્વરિત નુકસાન અનુભવ્યું. હાન્નાસે નવા નિમણુંક પામેલા ઈસ્માએલને તેનો પોષાક આપ્યો અને તે દેવળના વાડાઓ પાર કરીને અલગતાવાદીઓની સભામાં ચાલ્યો ગયો અને બેથુસીઅન તથા સેથીયન ના નવા સંઘનો અધ્યક્ષ બન્યો.

વહીવટદાર ગ્રેટસે આમ પંદર વર્ષ દરમ્યાનના ભારેલા અગ્નિને જયારે પણ હવા મળતી અને તે સળગી ઉઠતો તેની જવાળાઓ જોઈ હતી. તેનો કોઈ પક્ષ નહોતો. ઈસ્માએલે કચેરી સંભાળી તેના એક મહીના પછી રોમનોએ તેની જેરૂસલેમમાં એક મહીના પછી મુલાકાત લેવાનું જરૂરી સમજયું. ત્યારે કિલ્લાની દિવાલોમાંથી હુરીયો બોલાવતા અને ધિક્કારતા યહુદીઓએ સંત્રીઓને હરાવી અને હશેરના ઉત્તર દિશાના દરવાજેથી પ્રવેશ કર્યો, અને જયારે એન્ટોનીયાના મીનારા તરફ કુચ કરી ત્યારે તે લોકોને મુલાકાતનો ખરો હેતુ સમજાયો. ત્યાં અગાઉથીજ તૈયાર રાખેલી સેનાના સંખ્યાબળમાં અકલ્પ્ય વધારો થયો હતો અને તેમના બંધનની ચાવી હવે સખત હાથોમાં ગઈ હતી. જો વહીવટદાર તેનું મહત્વ દાખલો બેસાડી અને સાબિત કરવા માગતો હોય, તો તેના અપરાધીઓએ અફસોસ કરવો રહ્યો.

*****

પ્રકરણ ૨જું

આગલા પ્રકરણને ખ્યાલમાં રાખીને વાચકને ઝીઓન પર્વત પર આવેલા મહેલના એક બગીચામાં દ્રષ્ટિ કરવા માટે આમંત્રણ આપવામાં આવે છે. જુલાઈના મધ્યભાગમાં જયારે ઉનાળામાં સર્વાધિક ગરમી પડતી હોય તેવી બપોરનો સમય હતો. બાગની દરેક દિશાઓમાંથી કેન્દ્ર તરફ ઢાળ આપવામાં આવ્યો હતો અને વચ્ચે આરસ પહાણ જડેલું જળાશય હતું. તેમાં થોડા થોડા અંતરે નાના નાના દરવાજાઓથી ભાગ પાડવામાં આવ્યા હતા અને જયારે તે છલકાઈ જતું, ત્યારે પાણીના નિકાલ માટેના દરવાજાઓ ખોલી અને કિનારે આવેલી નીકો મારફત ખાલી કરવામાં આવતું હતું. આ એક અત્યંત ચતુરાઈભરી યુકિત તે જગ્યાને શુષ્ક થઈ જતા બચાવતી અને પ્રદેશમાં અન્ય જગ્યાઓ પણ જાળવી રાખતી હતી.

કુવારાથી થોડે દુર એક નાનો શુધ્ધ પાણીનો ઝરો જોર્ડન અને મૃત સમુદ્રના નીચેના ભાગમાં જોવા મળતા વાંસ અને ઓલીએન્ડરના ઝુંડ જેવા જ ઝુંડની માવજત કરતો. તે મધ્યાહ્ને સુર્યના ધોમ ધખતા તાપની પરવા કર્યા સિવાય, સ્થિર થઈ ગયેલી હવામાં બે છોકરાઓ ઝાડી અને ઝરાની વચ્ચેના ભાગમાં વાતચીતમાં તલ્લીન થઈ ગયા હતા.

તે બન્ને સુંદર યુવાનો પ્રથમ દ્રષ્ટિએજ ભાઈઓ હોવાનું જણાઈ આવતું હતું. ચહેરાનો ઘેરો ભૂખરો રંગ અને વાળ અને આંખોના કાળા રંગ ધરાવતા તે બન્ને ભાઈઓ જે રીતે બેઠા હતા તે પરથી તેમની વયનો તફાવત જણાઈ આવતો હતો.

મોટોભાઈ ઉઘાડા માથે હતો. તેણે એક ઢીલો ઝભ્ભો અને જુતા પહેર્યા હતા. એક આવલ વાદળી ખેસ તેણે તેની બેઠક પર પાથરેલો હતો. તે પોષકમાં તેના ઉઘાડા રહેતા હાથ અને પગ પણ તેના ચહેરા જેવા જ ભૂખરા હતા; તેમ છતાં પણ રીતભાતની ચોકકસ ભવ્યતા, સૌજન્ય અને વાતચીતની સુઘડતા તેમના પદને નકકી કરતી હતી. કોમળ ઉનના રાખોડી રંગની છાંટ વાળા ઝભ્ભાની કિનારી અને બાંયો પર લાલ રંગની કોર મુકેલી હતી અને કમ્મર પર ફુમતા વાળી રેશમી દોરીથી બાંધેલો ઝભ્ભો તેમને રોમન હોવાનું પ્રમાણિત કરતો હતો. તે તેના જોડીદાર તરફ ગર્વથી દ્રષ્ટિ કરતો અને તેના કક્ષા ઉતરતી ગણી અને તેને ઉદેશીને વાત કરતો હતો. તેની વયને અનુલક્ષીને અને તેના ઉમરાવ પરીવારને રોમમાં પણ મળેલી સ્વીકૃતિને ધ્યાનમાં લેતા માફ કરી શકાય. પ્રથમ સીઝર અને તેના મોટા દુશ્મનો વચ્ચેની ભયંકર લડાઈઓમાં મેસાલા બ્રુટસનો મિત્ર હતો. ફીલીપી પછી, તેના સન્માનનો ભોગ આપ્યા સિવાય તેણે અને વિજેતાએ સમાધાન કર્યું. પણ તછી, જયારે ઓકટોવિયસે સામ્રાજય માટે વિવાદ ખડો કર્યો, ત્યારે મેસાલાએ તેને ટેકો આપ્યો. ઓકટોવિયસ જયારે શહેનશાહ ઓગસ્ટસ તરીકે ઓળખાયો ત્યારે તેની સેવાઓને યાદ રાખી અને તેના કુટુંબ પર સન્માનની દ્રષ્ટિ કરી. જયુડીયાને પરગણાનો દરજજો આપવામાં આવ્યો ત્યારે સમ્રાટે તેના જુના અસીલ કે શહેનશાહતના સેવકને જેરૂસલેમ મોકલી આપ્યો અને તે પ્રદેશના કરવેરા અને સંચાલનનો કાર્યભાર સોંપ્યો; અને તે કામકાજમાં તેનો પુત્ર પણ વડા ધર્મગુરૂ સાથે જ મહેલમાં ભાગ પડાવી અને ચાલુ રહ્યો. અગાઉ વર્ણન કરવામાં આવ્યું તે યુવાન

તેનો પુત્ર હતો. તેના દાદા અને મહાન રોમનો વચ્ચેના તે દિવસથી ચાલ્યા આવતા સારા સબંધોની સ્મૃતિ સાથે, સંપૂર્ણ વફાદારી પૂર્વક જવાબદારીનું વહન કરવું તેના સ્વભાવમાં હતું. તેનું કપાળ ખુલ્લુ રાખી અને પીઠ તથા ગળાને ઢાંકી રાખે તેમ પીળી દોરી વડે તેના માથા પર એક કપડું બાંધી રાખ્યું હતું. તેના પહેરવેશ કરતા પણ તેના સામુદ્રિક લક્ષણોનો અભ્યાસ કરીને કોઈ ચતુર નિરીક્ષક તેના વંશની પ્રતિષ્ઠા અંગે અનુમાન કરી શકે. તે તરત જ શોધી કાઢે કે તે યહુદી વંશમાંથી આવતો હતો. રોમન માટે સૌંદર્ય છાતી અને કઠોરતાનું હતું; તો યહુદી માટે શ્રીમંતાઈ અને વિલાસીતા હતું.

"શું તે એમ કહ્યું નથી કે નવો વહીવટદાર આવતીકાલે આવી પહોંચશે?"
પ્રશ્ન તે વખતે જયુડીયાના રાજકીય વર્તુળોમાં દરેક જગ્યાએ પ્રવર્તમાન રાજમહેલમાંથી નીકળી અને છાવણી અને વિદ્યાલયમાં બોલાતી ગ્રીક બોલીમાં નાના મિત્રએ કર્યો. તે એક વ્યકિત ઉપયોગમાં લઈ શકે તેટલા જ કદની બેઠક પર બેઠો હતો.

"હા, આવતી કાલે," મેસાલાએ જવાબ આપ્યો.

"તમને કોણે કહ્યું?"

"મેં સાંભળ્યું છે કે મહેલમાં નવા વહીવટદાર ઈસ્માએલ, તું તેને વડો ધર્મગુરૂ કહી શકે; તેના અંગે ગઈ રાત્રે મારા પિતાએ વાત કરી. સમાચાર વધારે વિશ્વસનીય છે. હું તને ખાત્રી આપું છું કે તે ઈજીપ્તવાસી એવા વંશમાંથી આવે છે, કે જેઓ સત્ય ભૂલી ગયા છે, અથવા એક આઈડુમીયનના વંશમાંથી પણ હોઈ શકે કે જેના લોકોમાંથી કોઈપણ સત્ય શું છેતે જાણી શકશે નહીં. તદન ચોકકસથવા માટે આજે સવારે મિનારા પર એક યુધ્ધવીરને મેં પુછયું અને તેણે મને કહ્યું કે સ્વાગત માટેની તૈયારીઓ ચાલતી હતી. બખ્તરધારીઓ તેમના શીરસ્ત્રાણ અને ઢાલ ચમકાવતા હતા અને ગરૂડો તથા ગોળાઓને ફરીથી ઢોળ ચડાવવામાં આવતો હતો તેમજ વધારાની સેના કે મોટા માણસના અંગરક્ષકો માટે ઉપયોગમાં લઈ શકાય તે માટે ઘણા સમયથી ઉપયોગમાં ન લેવાયેલા કમરાઓ સાફ કરાવવામાં આવ્યા હતા.

ઝરાની ઉંડાઈને શાંત ચીત્તે યહુદી તરૂણ જોઈ રહ્યો.

"આપણો વિદાય સમારંભ આ બાગમાં યોજાયો હતો. 'ઈશ્વરની શાંતિ તારી સાથે હો!' – તારા છેલ્લા શબ્દો – 'ઈશ્વર તારી સંભાળ રાખે!' મેં કહ્યું. શું તને યાદ છે? જુડાહ, તે પછી કેટલા વર્ષો પસાર થયા?"

જુડાહે તેની મોટી આંખો પ્રશ્નકર્તા પર ઠેરવી, વિચારપૂર્વક અને ગંભીરતાથી તેણે જવાબ આપ્યો. "પાંચ વર્ષ. મને યાદ છે. આપણે છુટા પડયા, તું રોમ જતો રહ્યો. મેં તને જતા જોયો અને મેં બુમ પાડી, કેમ કે હું તને પ્રેમ કરતો હતો. વર્ષો વિતી ગયા અને તું મારી પાસે રાજકુમારની માફક હોંશીયાર થઈ પાછો આવ્યો – હું મજાક કરતો નથી; અને હું આશા રાખું છું કે તું એ જ મેસાલા છે કે જે જતો રહ્યો હતો."

રોમને સ્મિત આપ્યું.

"ઓ મારા ગંભીર જુડાહ, મેં તને કયાં ઠેસ પહોંચાડી?"

જુડાહે લાંબો શ્વાસ લીધો અને તેની કમ્મર પરની દોરી પકડી અને છાતી તરફ ખેંચતા કહ્યું, "પાંચ વર્ષમાં હું પણ થોડુંઘણું શીખ્યો છું. મહાન વિદ્યાલયમાં મેં હાજરી આપી અને જાણ્યું કે જયુડીયા

તે નથી કે જે રીતે અત્યારની પરિસ્થિતિમાં છે. હું સ્વતંત્ર રાજય અને આશ્રિત સંસ્થાન જયુડીયા વચ્ચેના તફાવતને જોઈ શકું છું. હાલમાં સમરીટન કરતા પણ મારા પ્રદેશનું સ્થાન નિમ્ન કક્ષાનું છે. ઈસ્માએલ કાનુની રીતે સર્વોચ્ચ ધર્મગુરૂ નથી અને જયાં સુધી ઉમરાવ હાન્નાસ જીવે છે ત્યાં સુધી થઈ પણ શકશે નહીં. હજુ તે બાળક છે. હજારો વર્ષથી અમારી ભકિત અને શ્રધ્ધાનો જેણે સ્વીકાર કર્યો છે તે ભકતો પૈકીનો એક બાળક, તેનો –"

મેસાલાએ વાત ઉડાવતા કરડાકીભર્યું હાસ્ય કર્યું.

"ઓહ! હવે હું તને સમજયો. તું કહે છે કે ઈસ્માએલ પચાવી પાડે તેવો છે. હજુ પણ એમ જ માનવાનું કે ઈસ્માઈલ પછી તરતજ એક ઈદુમીયાના નાના ઝેરી સાપની માફક ડંખ મારશે. સેમેલેના શરાબમાં મદમસ્ત રહેતા પુત્રના સોગન, યહુદી થવું તે પણ શું વાત છે! બધા જ માણસો અને બધી જ બાબતો, અરે સ્વર્ગ અને પૃથ્વીમાં પણ પરિવર્તન થાય, પણ યહુદીમાં કદી પણ પરિવર્તન ન થાય. તેના માટે કશું આગળ કે કશું પાછળ નથી; એ તેના પૂર્વજો શરૂઆતમાં જેવા હતા તેવો જ છે. આ રેતીમાં હું તને એક વર્તુળ દોરી આપું. – ત્યાં! હવે તું મને કહે કે યહુદીના જીવનમાં આથી વધારે શું છે? ગોળ ને ગોળ, અબ્રાહમ અંહી, આઈઝેક અને જેકોબ ત્યાં, ઈશ્વર મધ્યમાં અને વર્તુળ – બધા જ મેઘનાદોના માલિકના સોગન, વર્તુળ ઘણું જ મોટું છે; હું તે ફરીથી દોરીશ." તે થોભ્યો, ધરતી પર તેનો અંગુઠો મુકયો અને આંગળીઓથી તેની આજુબાજુ નિશાનીઓ કરી. "જો, આ અંગુઠાનું નિશાન તે દેવળ છે. આંગળીઓની રેખાઓ તે જયુડીયા છે. શું આ નાની જગ્યાની બહાર ત્યાં કશું પણ કિંમતી નથી? કલાઓ! હેરોદ મહાન સ્થપતિ હતો તે તેનું કમભાગ્ય. ચિત્રકળા, સ્થાપત્ય! તે અંગે દ્રષ્ટિ કરવી તે પણ પાપ છે. તમે ફકત યજ્ઞવેદી સાથે જકડાઈ રહેવા માટે જ કવિતા કરો છો. તમારામાંથી કોણ સિનેગોગ સિવાય વકતવ્યનો પ્રયાસ કરશે? તમે છઠ્ઠા દિવસ સુધી યુધ્ધમાં વિજેતા બનો અને સાતમા દિવસે યુધ્ધ ને ગુમાવી બેસો. ખરેખર, તમારા જીવન અને મર્યાદાઓને ધ્યાનમાં લેતા તમને કોણ હાંસીપાત્ર નથી માનતું? ઓ મારા જુડાહ, મને તારી દયા આવે છે! તમે આ શું કરો છો?"

યહુદી ઝરાની નજીક સર્યો; મેસાલાનું આલેખન વધારે સ્પષ્ટ થયું.

"હા, મને તારી દયા આવે છે, મારા સુંદર જુડાહ. વિદ્યાલયથી સીનેગોગ અને ત્યાંથી દેવળ સુધી; ત્યાર પછી – ઓહ, એક તાજપીશીની ભવ્યતા! – બેઠક સાનહેડ્રીનમાં છે. કોઈ પણ તક વગરનું જીવન; દેવતાઓ તને મદદ કરે! પણ હું – "

જુડાહે ઠંડકથી જવાબ આપ્યો!

"આપણી પાસે વધારે સારો માર્ગ છે. હું ઈચ્છું છું કે હું ન આવું. હું એક મિત્રને જોવા માગતો હતો અને મને એક –"

"રોમન મળ્યો," મેસાલાએ તરત જ કહ્યું.

યહુદીના હાથ ભીડાયા, પણ ફરીથી તેણે સ્વયં પર કાબુ મેળવ્યો અને તેણે ચાલવાનું શરૂ કર્યું. મેસાલા ઉભો થયો અને બેઠક પરથી ખેસ ઉઠાવી અને તેના ખભ્ભા પર નાખી અને જુડાહને અનુસર્યો. જયારે તે તેની બાજુમાં આવ્યો કે તેનો હાથ જુડાહના ખભ્ભા પર મુકયો અને તેની સાથે ચાલ્યો.

"આ રસ્તો છે – મારો હાથ આ રીતે – આપણે જયારે બાળકો હતા ત્યારે આમ જ ચાલતા. ચાલો આપણે દરવાજા સુધી જઈએ."

દેખીતું જ મેસાલા ગંભીર અને માયાળુ બનવા માટે પ્રયત્ન કરતો હતો. તો પણ તે તેના સ્વભાવગત વિવેચકમાંથી મુકિત મેળવી શકયો નહીં. જુડાહે પારિવારિક સબંધો જાળવી રાખ્યા.

"તું એક છોકરો છે; હું પુરૂષ છું; મને એક ની માફક કહેવા દે."

રોમનનો આત્મવિશ્વાસ ગજબનો હતો. યુવાન ટેલેમાકસને વ્યાખ્યાન આપતો ઉપદેશક અનાથી વધારે સહજ રહી શકે નહીં.

જયારે તેઓએ થોડા વારનું અંતર કાપ્યું કે રોમને ફરીથી કહ્યું.

"હું વિચારૂં છું કે હવે તું મને સાંભળીશ. ખાસ તો હું તારી સાથે સબંધિત જે કંઈ છે, તે અંગે કહીશ. આમ કહીને હું તારી સેવા કરીશ. ઓ ગનીમેડ જેવા સુંદર, હું શુભ લાગણીથી તારી સેવા કરીશ. મારાથી જેટલો થઈ શકે તેણટલો હું તને પ્રેમ કરૂં છું. મારા કહેવાનો ભાવાર્થ એક સૈનિક બનવાનો છે. શા માટે તું પણ ન થાય? શા માટે મેં જેમ તને બતાવ્યું છે તેમ તું એક સંકુચિત વર્તુળની બહાર પગ ન મુકે? શું તારા કાયદા અને રીતરીવાજો ઉમદા જીવનને ચલાવી લેશે?"

જુડાહે કોઈ પ્રત્યુતર આપ્યો નહીં.

"ડાહ્યો થા," મેસાલાએ ચાલુ રાખ્યું. "મુસા અને પરંપરાઓની મુર્ખામીઓ છોડી દે, પરિસ્થિતિ જેવી છે તેવી રીતે જો. હિંમતપૂર્વક ફારીસીને મોઢામોઢ જો અને તેઓ કહેશે કે રોમ એ જ વિશ્વ છે. તેમને જયુડીયા અંગે પ્રશ્ન કરજે, અને તેઓ જવાબ આપશે કે તે રોમનો જેમ ઈચ્છે છે તેમ જ છે."

તેઓ હવે દરવાજે હતા. જુડાહ ઉભો રહ્યો, તેનો હાથ સરળતાથી ખભ્ભા પરથી ઉઠાવ્યો અને મેસાલાની સામે આવ્યો. તેની આંખોમાં આંસુ તગતગતા હતા.

"હું સમજી શકું છું, કારણ કે તું એક રોમન છો; તું મને સમજી શકતો નથી – હું ઈઝરાયેલી છું. તે આજે મને એવું ઠસાવવાનો પ્રયત્ન કર્યો છે કે આપણે કદી મિત્રો બની શકીએ નહીં. અંહી આપણે જુદા પડીએ છીએ. મારા પૂર્વજોના ઈશ્વરની શાંતિ તારી સાથે હો!"

મેસાલાએ તેનો હાથ પાછો આપ્યો; યહુદી દરવાજાના રસ્તે ચાલતો થયો. જયારે તે ગયો, રોમન થોડી વાર માટે શાંત થયો અને ત્યાર પછી તે પણ તે જ રસ્તે પોતાને જ માથુ ઉંચકીને કહેતો પસાર થયો.

"તે તેમ થાય. ઈરોસ મૃત્યુ પામ્યો છે. માર્સની આણ પ્રવર્તે છે."

*****

પ્રકરણ ૩જું

મહેલમાં યહુદી રોમનથી જુદો પડયો તેને એટલી બધી વાર થઈ નહીં હોય ત્યાં તે બજારની જગ્યાએ એ વખતમાં પ્રવર્તમાન કિલ્લા જેવી બાંધણીવાળા, શણગારેલી બારીઓ અને ભભકાદાર દરવાજાઓવાળા ઘરના પશ્ચિમ દરવાજા સામે ઉભો રહ્યો.દરવાજામાંની નાની ખડકી તેને પ્રવેશ આપવા માટે ખુલી. તેણે ઉતાવળથી અંદર પગ મુકયો અને દરવાનને સલામ આપવાનું ભુલી ગયો.

પરસાળમાં બાર થી પંદર કદમ ચાલીને તે એક ઉત્તર દક્ષિણે લંબાયેલા વાડામાં આવ્યો. ત્યાંથી તે મકાનનો પૂર્વભાગ સિવાયનો આગળ દેખાતો દરેક ભાગ બે મજલાનો હતો; જેમાંનો નીચેનો માળ રહેણાંકોમાં વિભાજીત હતો, જયારે છજાવાળો ઉપરનો માળ મજબુત નાના નાના થાંભલાઓથી સુરક્ષિત હતો. ચાકરો છજા પર આમ થી તેમ જતા હતા અને અનાજ પીસતી ઘંટીઓના પથ્થરો અવાજ કરતા હતા. કપડાઓ સુકવવા માટે બાંધેલી દોરીઓ પર કપડા ફરકતા હતા અને કબુતર તથા મરઘીના બચ્ચાઓ અત્યંત આનંદથી જગ્યાને ભરી દેતા હતા. ઘોડા, ગધેડા, ગાયો અને બકરા તબેલાઓમાં પુરેલા હતા. સામાન્ય વપરાશ માટેનો પાણીનો મોટો અવેડો માલિકના કૌટુંબિક સંચાલનને દાદ આપતો હતો. પૂર્વમાં એક વિભાજન કરતી દિવાલ સંકુલના પહેલા ભાગની માફક જ બીજા ભાગ તરફ દોરી જતી હતી.

સ્પષ્ટ હતું કે યુવાને ઉપરથી ઠીક દેખાતા, ચોરસ અને છોડવાઓ તથા દ્રાક્ષની વેલથી સજાવેલા બીજા વાડામાં પ્રવેશ કર્યો હતો. તે બાગના ઉત્તરીય ભાગે દરવાજા પાસે થોડા ઉંચા પથ્થરના ગોળાકાર કુંડમાંથી આવતું પાણી બગીચાને તાજો અને સુંદર રાખતુ હતુ.

બીજા વાડામાં થોડા ડગલા આગળ જઈ છોકરો જમણી બાજુએ વળ્યો અને તેણે ફુલછોડ વચ્ચે થઈને જવાનું પસંદ કર્યું. ત્યાંથી સીડીઓ ચડી અને સફેદ તથા ભૂખરા ઝંડાઓ ખોડેલા પહોળા છજા પર પહોંચ્યો.

ઉત્તર બાજુએ દરવાજાના રસ્તે છાપરા નીચેથી રસ્તો કરી, તેણે એક ઓરડામાં પડદો ઉંચો કરી પ્રવેશ કર્યો અને પડદો પાછો મૂળ સ્થિતિમાં આવતા ઓરડામાં અંધારૂ થયું. તેણે લાદી જડેલા ભોંયતળિયા પર બિછાવેલા દિવાન પર પડતું મુકયું અને તેના માથા પર હાથ મુકી અને આરામ કરવા માટે આડો પડયો.

લગભગ રાત્રી પડતા એક સ્ત્રીએ દરવાજામાંથી સાદ પાડયો; તેણે જવાબ આપ્યો અને તેણી અંદર આવી.

"રાત્રીભોજન પુરૂં થયું છે અને હવે રાત્રી પડી છે. શું મારો દિકરો ભૂખ્યો થયો નથી?" તેણીએ પુછયું.

"ના," તેણે જવાબ આપ્યો.

"શું તને ઠીક નથી?"

"મને ઉંઘ આવે છે."

"તારી માતાએ તારા માટે પુછાવ્યું છે."

"તેણી કયાં છે?"

"છાપરા પર, ગ્રીષ્મઘરમાં."

તે ખુદ પોતાને જ તાકી રહ્યો અને બેઠો થયો.

"ખુબ સારૂં. મારા માટે કંઈક ખાવાનું લાવો."

થોડી વાર પછી તેણી એક લાકડાની તાસકમાં દુધનો કટોરો, સફેદ પાંઉ કાપીને બનાવેલી પાતળી રોટલીઓ, ઘંઉનું ભરડકું, ભુંજેલું પક્ષી, મધ અને નમક લઈને આવી. તાસકમાં એક છેડે ચાંદીનો દ્રાક્ષાસવ ભરેલો પ્યાલો અને બીજા છેડે પીતળનો પ્રજવલિત દિવો હતો.

પ્રકાશમાં તે સ્ત્રી પણ દ્રશ્યમાન થઈ. તેણી લગભગ પચાસેક વર્ષની ઘેરી આંખોવાળી અને માતૃત્વ સભર ચહેરો ધરાવતી હતી. તેણીએ માથા પર કાન ખુલ્લા રહે તેમ સફેદ કપડું પાઘડીની માફક બાંધ્યું હતું. તેના ખુલ્લા વિંધેલા કાન પરથી જાણી શકાતું હતું, કે તેણી મૂળ ઈજીપ્તવાસીઓમાંથી આવતી એવી ગુલામડી હતી કે જેને પચાસમા વર્ષે પણ મુકિત આપવામાં આવી નહોતી; કે તેણીએ કદાચ સ્વીકાર્યું પણ ન હોય, તે છોકરાનો ઉછેર કરવો તે તેણીનું જીવન હતું. તેણીનો તેના પ્રત્યેનો પ્રેમ તેને કદી પણ પુરૂષ બનવા દેશે નહીં.

છોકરાએ ભોજન દરમ્યાન વાત કરી.

"ઓ મારી અમારાહ; તને યાદ હોય તો, તે મેસાલા," તેણે કહ્યું, "મને અંહી દિવસમાં એકાદ વાર તો મળવા માટે આવતો તે જ મેસાલા."

"મને તે યાદ છે."

"તે થોડા વર્ષો પૂર્વે રોમ ગયો હતો, અને હવે તે પાછો આવ્યો છે. તેણે આજે મને બોલાવ્યો હતો."

છોકરાના મુખ પર ધૃણા પ્રસરી ગઈ.

"મને ખબર તો પડી કે કશું બન્યું હતું," તેણીએ અત્યંત રસપૂર્વક કહ્યું. "મને મેસાલા કદી પણ ગમતો નહોતો. મને બધી વાત કર."

પણ તે ગાઢ વિચારમાં પડયો અને તેના ફરી ફરીને પુછવા છતાં પણ ફકત એટલું જ કહ્યું, "તે ઘણો બદલાઈ ગયો છે, અને મારે તેની સાથે વધારે કશું કરવાનું રહેશે નહીં."

જયારે અમારાહ તાસકને લઈ ગઈ કે તે પણ બહાર નીકળ્યો અને છજા પરથી અગાસીમાં ગયો.

જેને આપણે અનુસરીએ છીએ તે છોકરો ધીમેથી ઘરના છાપરા પરથી મહેલના ઉત્તર પશ્ચિમે આવેલા મિનારા પર ગયો. જો તે અજાણ્યો હોય તો તેણે નીચે એક નજર કરવી જોઈએ અને ઝાંખા પ્રકાશમાં દેખાતા જાળીદાર કઠેડા, થાંભલા અને ઘુમ્મટવાળા ભાગને જોવો જોઈએ. તે અર્ધા ઉઠાવેલા પડદા નીચેથી પ્રવેશ્યો. અંદરના ભાગે ચારે બાજુએ આવેલા દરવાજાઓની કમાનોમાંથી આવતા થોડા પ્રકાશ સિવાય બધે જ અંધકાર હતો. કમાનોમાંથી તારાઓથી ઝળહળતું આકાશ દેખાતુ હતુ. એક દરવાજામાં તેણે એક સ્ત્રીની આકૃતિને દિવાન પર તકીયાને અઢેલીને બેઠેલી જોઈ. તેના સફેદ કપડા હવામાં ફરકતા હતા. તેના પગલાના અવાજથી જ તેણીના હાથમાંનો પંખો થોભી ગયો. એવું લાગતું હતું

કે જાણે તારાઓનો પ્રકાશ તેના આભુષણોમાં જડેલા હીરાઓને અથડાઈને ચોતરફ વેરાઈ જતો હોય. તેણી બેઠી થઈ અને તેને નામથી બોલાવ્યો.

"જુડાહ, મારા દિકરા!"

"મા, તે હું છું," તેણે તરત જ જવાબ આપ્યો.

તેણીની પાસે જઈને તે ઘુંટણીયે બેઠો અને તેણીએ તેના બન્ને હાથ તેની ફરતે વીંટાળી દીધા અને તેને ચુમી લઈ અનેછાતી સરસો ચાંપી દીધો.

*****

પ્રકરણ ૪થું

પુત્રએ માતાના ખોળામાં માથું રાખી અને દિવાન પર લંબાવ્યું.

"અમારાહે તારી સાથે જે કંઈ થયુંતે અંગે મને થોડી વાત કરી," તેણીએ તેના ગાલને વહાલ કરતા કહ્યું. "જયારે મારો જુડાહ બાળક હતો ત્યારે હું તેને થોડી થોડી મુશ્કેલીમાં મુકાવા દેતી. પણ હવે તેણે ભૂલવું ન જોઈએ કે તે પુરૂષ છે." તેનો અવાજ અત્યંત મૃદુ થયો – કે એક દિવસ તે મારો વીર નાયક બનશે."

યુવાને માતાના હાથને ફરીથી ચુમ્યો.

"હું તારો વીર નાયક બનીશ. પણ તારે મને રસ્તે ચડાવવો જોઈએ. તું નિયમ જાણે છે – ઈઝરાયેલના દરેક પુત્રને કોઈ ને કોઈ વ્યવસાય હોય છે. હું અપવાદ નથી. અને હવે પુછ કે હું ઢોરનું ધણ સંભાળું, જમીન ખેડું કે કરવત ચલાવું? કે પછી કારકુન બનું કે વકીલાત કરૂં? હું શું કરૂં? મારી વહાલી, સારી મા, મને જવાબ મેળવવામાં મદદ કર."

"ગમાલીએલે આજે વ્યાખ્યાન કર્યું," તેણીએ વિચારપૂર્વક કહ્યું.

"જો તેમ હોય તો મેં તેને સાંભળ્યો નથી. હું બજારમાં હતો, દેવળમાં નહીં. હું યુવાન મેસાલાને મળ્યો. મારી મા, મેસાલાએ જે કંઈ કહ્યું તે તેની રીતે અત્યંત ચોટદાર હતું, પણ એક રીતે જોતા તે પૈકીનું કેટલુંક કહેવાનું તો અસહ્ય જ હતું. ઓ મારી મા, મને કહે – અને આ જ મારી મુશ્કેલી છે – શા માટે ઈઝરાયેલનો પુત્ર તે બધું ન કરી શકે, કે જે રોમન કરી શકે છે?"

ત્વરીત દ્રષ્ટિથી તેણીએ તેના પ્રશ્નનો તમામ ભાવાર્થ એક સાથે લઈને ભારેખમ વાતાવરણને હળવું કરી નાખ્યું.

"જો મેસાલા શત્રુ છે, તો મને તેની જોડે લડાઈ કરવા માટે અંધારામાં ન રાખજે. તેણે જે કંઈ તને કહ્યું હતું, તે બધું જ મને કહે."

યુવાન ઈઝરાયેલીએ ત્યારબાદ તેની અને મેસાલા વચ્ચે જે કંઈ વાત થઈ હતી તે; ખાસ કરીને યહુદીઓની નિંદા કરતા શબ્દો, તેમના રીતરીવાજો અને જીવન અંગે તેણે જે કંઈ કહ્યું હતું, તે બધી વાત કરી.

માતાએ બધી વાત સાંભળી અને વાતનો ભેદ સ્પષ્ટ પણે જાણી લઈ અને થોડા ડર થી વાતની શરૂઆત કરી.

"જયારે કોઈ દિવસ એક મહાન રાષ્ટ્ર જે પોતાને ખુબ જ ઉત્કૃષ્ટ માનશે નહીં; ત્યાં કોઈ દિવસ એક પ્રજા બીજી પ્રજાને સમકક્ષ ગણશે નહીં. જયારે રોમન નીચે ઈઝરાયેલ પર દ્રષ્ટિ કરે છે અને હસે છે ત્યારે તે સમજો કે ઈજીપ્ત, અસીરીયા કે મેસીડોનીયાની મુર્ખાઈનું પુનરાવર્તન કરે છે, અને તેથી જ તે ઈશ્વર વિરૂધ્ધનું હાસ્ય છે. અને પરીણામે બધું સરખું થશે."

તેણીનો અવાજ નરમ પડયો.

"તારો મિત્ર – અથવા તારા પહેલાના મિત્રએ તહોમત મુકયું; જો હું તને યોગ્ય રીતે સમજી શકું તો તેણે કહ્યું તેમ આપણી પાસે કવિઓ, કલાકારો કે યોધ્ધાઓ નથી. મેસાલા તે વાતનો અસ્વીકાર કરશે કે આપણી પાસે મહાન વિભૂતિઓ હતી.

ત્યાં એક તર્ક છે કે યુધ્ધ તે ઉમદા વ્યવસાય છે, અને તેથી યુધ્ધમેદાનોનો વિકાસ તે વધુ પડતી ચડાવેલી મહાનતા છે. વિશ્વએ આ તર્ક સ્વીકારેલો છે તેથી તું છેતરાઈશ નહીં. ગ્રીક લોકો પાસે તેઓનો મહાન વૈભવ છે, કારણ કે તે લોકો શકિત, સામર્થ્ય પર મગજનો ઉપયોગ કરવામાં પહેલા હતા. પણ શું હેલન આ કાર્ય કરવામાં પહેલી હતી? ના. મારા પુત્ર, તે વૈભવ આપણો છે. તેથી મારા પુત્ર, સમગ્ર વિશ્વમાં – સમગ્ર વિશ્વમાં ફકત ઈઝરાયેલ જ એકમાત્ર ગ્રીક લોકોની સર્વોચ્ચતા અંગે વિવાદ કરી શકે, અને તેમની સાથે મૂળભૂત પ્રતિભા અંગે વિવાદ કરી શકે."

એક વખત માટે તો ફકત પંખાનો જ અવાજ સમગ્ર ખંડમાં પ્રસરી ગયો.

"સ્થાપત્ય અને ચિત્રકલાના સંદર્ભમાં આ વાત સાચી છે," તેણીએ કહ્યું, "ઈઝરાયેલ પાસે કલાકારો નથી."

તેણીએ ખેદપૂર્વક સ્વીકૃતિ આપી, કેમ કે તેણી એવી નિરાશ થયેલી વ્યકિત હતી કે ફારીસીઓથી વિરૂધ્ધ જેની સંપૂર્ણ શ્રધ્ધા જે કંઈ, જે કોઈ પણ સ્વરૂપે સુંદર હતું, તેને કોઈ પણ જાતના પ્રમાણ વગર પ્રેમ કરવાને સ્વીકૃતિ આપતી હતી.

"હજુ તેણે ન્યાય કરવો જોઈએ," તેણીએ આગળ ચલાવ્યું, "તે ભૂલવું ન જોઈએ કે આપણા હાથ નૈવેદ્યથી બંધાયેલા છે, શાસ્ત્રોમાં કહ્યું છે.'તું કોઈ નાશવંત વસ્તુની પ્રતિકૃતિ બનાવી શકીશ નહીં કે કોઈ તેવી વાત પસંદ કરીશ નહીં' – આ વાતને સોફેરીયમોએ (વિતંડાવાદીઓએ) દુષ્ટતાપૂર્વક તેના હેતુ અને સમય ઉપરાંત લંબાવી છે."

"ઓહ, હવે હું સમજયો કે શા માટે ગ્રીક લોકોએ આપણેને છેવાડે કાઢયા છે." જુડાહે અત્યંત રસપૂર્વક કહ્યું.

"મારા જુડાહ, હું મારાથી બની શકે તેટલો આપણા પયગંબરો, દેશભકતો, કાનુનવિદો, યોધ્ધાઓ, ગાયકો અને અન્ય મહાપુરૂષો પર પ્રકાશ પાડીશ. આપણે રોમના સર્વશ્રેષ્ઠ લોકો તરફ ફરીએ. મુસાની સામે સીઝર, ડેવીડની સામે તારકવીન, કોઈ પણ મેકાબીઓમાંથી એક સામે સીલા, ન્યાયાધિશો સામે શ્રેષ્ઠ અન્ય પ્રાંતના પ્રતિનિધિઓ, સોલોમનની સામે ઓગસ્ટસ અને તેં જે કર્યું છે; અંહી તુલના પુરી થાય છે. પણ મહાનતમ પયગંબરો અંગે વિચાર કરતા –"

તેણીએ ધિકકારપૂર્વક હાસ્ય કર્યું.

"મને માફ કરજે. હું તે ભવિષ્યવેતા અંગે વિચાર કરતી હતી કે જેણે કેઈસ ઝુબીયસને કુચ કરવાના તર્ક અંગે ચેતવણી આપી હતી અને અપશુકનો દર્શાવ્યા હતા, જેનો તેના માલિકે તીરસ્કાર કર્યો હતો અને તે મરઘીના બચ્ચા જેવા નિર્દોષ ભવિષ્યવેતાની આંતરડી કકળાવી હતી. તે વાત પરથી પાછા ફરીએ તો આપણે જોઈએ કે સમારીયાના રસ્તે એલીજાહ શિખર પર વિરાજમાન હતો, કપ્તાનો અને તેના પચાસોના ધુમાડા કાઢતા શરીરોની વચ્ચે આપણા ઈશ્વરના રોષ અંગે સાવચેત કરતો અહાબનો પુત્ર, અંતો ઓ મારા જુડાહ– જો આ વાત નમ્રતાથીકરવામાં આવે તો – જયાં સુધી જયુપીટર અને

જેહોવાહના ચાકરોએ તેમના અંગે કશું કર્યું ન હોય ત્યાં સુધી આપણે જેહોવાહ અને જ્યુપીટરને કઈ રીતે ન્યાય આપી શકીએ? અને તેવી રીતે જ તું જે કરવાનો છે તે માટે – "

તેણીએ છેલ્લા શબ્દો કાંપતા અવાજે અને અત્યંત ધીમેથી કહ્યા.

"જે તું કરવાનો છે તેમ, મારા પુત્ર, ઈશ્વરની સેવા કર; રોમ ની નહીં. અબ્રાહમના સંતાન માટે ઈશ્વરના માર્ગ સિવાય કોઈ વૈભવ નથી, અનેતે માર્ગમાં વધારે વૈભવ છે."

"તો શું હું યોધ્ધો બની શકું?" જુડાહે પુછયું.

"શા માટે નહીં? શું મુસાએ ઈશ્વરને લડવૈયા તરીકે નથી પોકાર્યો?"

ગ્રીષ્મ ભવનમાં ઘણીવાર સુધી શાંતિ છવાઈ ગઈ.

"તને મારી આજ્ઞા છે," તેણીએ અંતે કહ્યું; જો તું સીઝરને બદલે ઈશ્વરની સેવા કરવાનો હોય તો જ."

તેને આવી શરતથી સંતોષ થયો અને વારંવાર ઉંઘમાં સરી ગયો. તેણી ઉભી થઈ અને તેના પર શાલ ઓઢાડી, તેને સ્નેહથી ચુમી લઈ અને ચાલી ગઈ.

*****

પ્રકરણ ૫મું

હેરોદની મહેરબાનીઓથી વિશાળ જાગીરના ઘણાબધા લોકોને નવજીવન મળ્યું. જયારે આ સદનસીબ કેટલીક બિનવિવાદાસ્પદ જાતિઓના કોઈ એક પ્રખ્યાત પુત્ર સાથે સંકળાયું ત્યારે ખાસ તો જુડાહ વ્યકિતગત રીતે સુખી થઈ ગયો, કેમ કે તે જેરૂસલેમના રાજકુમાર તરીકે ગણાયો. આ વર્ગમાંથી કોઈપણ વ્યકિતએ જુડાહના પિતા કે જેને આપણે અનુસરવાના છીએ તેના સિવાય અંગત કે જાહેર જીવનમાં ઉચ્ચ સન્માન મેળવ્યું નહોતું. તેની રાષ્ટ્રીયતાની સ્મૃતિ સાથે; જેણે તેને કદી પણ નિષ્ફળ બનાવ્યો નહોતો; તે હજુ પણ રાજા પ્રત્યે વફાદાર હતો અને ઘરમા તેમજ બહાર તેની સેવામાં સદાય તત્પર હતો. કેટલાક વહીવટી કારણોસર તેને રોમ જવાનું થયું, જયાં તેની વર્તણુંકે ઓગસ્ટસનું ધ્યાન ખેંચ્યુ, જેતેની સાથેની અંગત મિત્રતામાં ફેરવાઈ ગઈ. આવા પ્રકારની વ્યકિત સમૃધ્ધ થવામાં નિષ્ફળ નિવડે નહીં; જો કે તેની સંપતિ શાહી આશ્રયદાતાઓ જેટલી અત્યંત વિશાળ નહોતી. તે તેમના માટે કાનુની રીતે બંધનકર્તા હતા તેવા ઉદ્યોગોમાં સ્વાગત પામ્યો અને તેણે એક નહીં પણ ઘણાબધા ક્ષેત્રોમાં પ્રવેશ કર્યો. છેક દુર લેબનોનથી પણ ટેકરીઓ અને મેદાનોના ચરીયાણોમાં ઢોરનું ધણ ચરાવતા ગામડીયાઓ તેની પાસે આવ્યા અને તેને ત્યાં કામે રહ્યા; સાગરકાંઠે શહેરોમાં, અને ત્યાં પેલા ટાપુઓમાં તેણે વાણીજય વ્યવહાર માટે મકાનો બનાવ્યા. તેના વહાણો તે સમયમાં સમૃધ્ધ ગણાતી સ્પેનની ખાણોમાંથી ચાંદી લાવતા તો તેની વણઝારો વર્ષમાં બે વખત પૂર્વમાંથી રેશમ અને ગરમ મેસાલા લાવતી. આપણી કથાના આ બીજા સમયગાળાથી લગભગ દસ વર્ષ પહેલા તેના જીવનના મુખ્યભાગમાં જ સમુદ્રમાં મૃત્યુ પામ્યો અને સમગ્ર જયુડીયામાં તેના માટે શોક પાળવામાં આવ્યો. આપણે તેના કુટુંબના બે સભ્યો; તેની વિધવા અને તેના પુત્રથી સારી રીતે પરીચીત થઈ ચુકયા છીએ, તે સિવાય તેને એક પુત્રી હતી. આગળના પ્રકરણમાં વર્ણવેલી ચર્ચા પછીની સવારે જુડાહને તેની બહેનના ગીતે જગાડયો.

તેણીનું નામ તીરઝાહ હતું અને જો તે બન્નેને વારાફરતી જોવામાં આવે તો સામ્ય સ્પષ્ટ હતું. તેણીની લાક્ષણિકતાઓ જુડાહ જેવી જ અને તેવી જ રીતે યહુદી ઢબની હતી; તેના મુખભાવ પર મોહક બાલસહજ નિર્દોષતા તરી આવતી હતી. તેણીના નેણના છેડા અને આંગળીઓના ટેરવાઓ પણ રંગેલા હતા. તેણીની ગરદન પરથી પીઠ પર બે લાંબા વાળના ચોટલા ઝુલતા હતા. તેણીના ગાલ પર કાન ની સામે વાંકી લટ ઝુલતી હતી. એક સાથે આ બધું તેણીની સૌમ્યતા, સુંદરતા અને સુઘડતાના અસ્વીકારને અશકય બનાવતુ હતુ.

"ખુબ સરસ, મારી તીરઝાહ, ખુબ સરસ!" તેણે સાહજીકતાથી કહ્યું.

"આ ગીત?" તેણીએ પુછયું.

"હા – અને ગાયક પણ, મને મારી નાની બહેનનું ગૌરવ છે. શું કોઈ આટલું જ સારૂં બીજું ગીત તને યાદ છે?"

"ઘણા બધા. પણ તે બધું જવા દે. અમારાહે મને તે કહેવા મોકલી છે કે તેણી તારા માટે સવારનો નાસ્તો અંહી જ લાવશે. તે માટે તારે નીચે આવવાની જરૂર નથી."

તે જ ક્ષણે ગ્રીષ્મ ભવનમાં અમારાહે એક સ્વચ્છ કડાઈ અને મોટો રૂમાલ તાસકમાં લઈ પ્રવેશ કર્યો. ફરીસી ન હોવાથી જુડાહ માટે વિધિવત સ્નાન ટૂંકુ અને સાદું હતું. તેણીએ તીરઝાહને તેના ભાઈના વાળ ઓળવા માટે કહ્યું અને કમરામાંથી ચાલી ગઈ. તીરઝાહે તેમ કર્યું અને જયારે તેણીના સંતોષ પ્રમાણે લટ ગોઠવાઈ ગઈ કે તેણીએ ધાતુનો નાનો અરીસો તેના કમ્મરબંધ પરથી (જે તે વખતે તે પ્રદેશની સુંદર સ્ત્રીઓમાં ચલણ હતું) છોડી અને તેને આપ્યો કે જેથી તે જોઈ શકે કે તેણીએ તેને કેટલો સુંદર બનાવ્યો છે, અને તે હર્ષ પામી શકે. તે દરમ્યાન તેઓએ વાતચીત ચાલુ રાખી.

"તીરઝાહ, શું વિચારે છે? હું દુર જઈ રહ્યો છું."

તીરઝાહને આશ્ચર્ય થયું અને તેણીએ પોતાના હાથ નીચે કર્યા.

"જઈ રહ્યો છે? કયારે? શા માટે?"

તે હસ્યો.

"એક જ શ્વાસમાં ત્રણ પ્રશ્નો! તું કઈ માટીની બનેલી છો." બીજી જ ક્ષણે તે ગંભીર બની ગયો. "તું જાણે છે કે કાનુન અનુસાર મારે કોઈ વ્યવસાય કરવો જોઈએ. આપણા ભલા પિતા મારા માટે ઉદાહરણ રૂપ છે. અરે, જો હું તેના ઉદ્યોગ અને જ્ઞાનના પરીણામ અંગે ઉદાસીનતા દાખવું તો તું પણ મને ધિક્કારીશ. હું રોમ જઈ રહ્યો છું."

"પણ તારે જવું જ પડશે? તું અંહી જેરૂસલેમમાં પણ એક વ્યાપારી બનવા માટે જે કંઈ જરૂરી છે તે શીખી શકે છે – જો તું તે અંગે વિચારતો હોય તો."

"પણ તે એમ નથી કે જે હું વિચારૂં છું. કાયદા માટે એ જરૂરી નથી કે પુત્રએ પણ પિતા જે હોય તે જ બનવું."

"તો તું બીજું શું કરીશ?"

"હું એક સૈનિક બનીશ," તેણે ગૌરવથી જવાબ આપ્યો.

"તું મરાઈ જઈશ."

"જો ઈશ્વર તેમ ઈચ્છતો હોય તો તેમ થશે. પણ તીરઝાહ, બધા સૈનિકો મરાઈ જતા નથી." તેણીએ તેનો જવાબ ડુસકાથી આપ્યો.

"યુધ્ધ એક વ્યવસાય છે." તેણે વધારે ગંભીરતાથી જવાબ આપ્યો. "તેણે વધારે ગંભીરતાથી જવાબ આપ્યો. "તે વ્યવસાયને સંપૂર્ણપણે શીખવા માટે શાળામાં જવું પડે, અને ત્યાં રોમન કેમ્પ જેવી કોઈ શાળા નથી."

"તું રોમન માટે લડીશ?" તેણીએ શ્વાસ રોકીને પુછયું.

"અને જો તું પણ – તેનો તિરસ્કાર કરતી હોય. સમગ્ર વિશ્વ તેનો તિરસ્કાર કરે છે. તે સંજોગોમાં ઓ તીરઝાહ, તને જે જવાબ આપું છું તેનું કારણ શોધ – હા, હું રોમ માટે લડીશ, જો બદલામાં તે મને શીખવી શકે કે મારે તેની વિરૂધ્ધ કેવી રીતે લડાઈ કરવી."

ત્યાં પાછી આવતી અમારાહના પગલાનો અવાજ સંભળાયો.

"શ, શ!" તેણે કહ્યું, "હું જે વિચાર કરૂં છું તેના અંગે તેને જણાવીશ નહીં."

વિશ્વાસુ ચાકરડી નાસ્તા સાથે અંદર આવી અને તેમની સામે બાજોઠ મુકયો અને તેના પર પાણી ભરેલી કડાઈ રાખી અને હાથમાં સફેદ રૂમાલ પકડી અને ઉભી રહી. તેઓએ તેમના હાથ પાણી ભરેલી કડાઈમાં ધોવા માટે બોળ્યા કે તે લોકોનું ધ્યાન થોડા ઘોંઘાટ તરફ ખેંચાયુ. તેઓએ ઘરની ઉત્તર બાજુએથી શેરીમાં કુચ કદમનું સંગીત સાંભળ્યું.

"પ્રીટોરીયમના સૈનિકો! મારે તેમને જોવા જોઈએ," તે દિવાન પરથી ઉછળી અને બહાર દોડી જતા બુમ પાડી ઉઠયો.

બીજી ક્ષણે તે ઘરના ઉત્તરપૂર્વ ખૂણે છજા પર પાળીને અઢેલીને ઉભો હતો. તે એવો તો તન્મય થઈ ગયો હતો કે તેની બાજુમાં કયારે તીરઝાહ આવી અને તેના ખભા પર હાથ મુકીને ઉભી રહી ગઈ તેની પણ તેને ખબર પડી નહીં.

જયારે સરઘસ હર ના ઘરની સામે આવ્યું કે તે બન્નેને દેખાયું. પ્રથમ હળવા શસ્ત્રોથી સજજ – તેમની કક્ષઓ અને પંકિતઓ મુજબ પહોળું અંતર રાખીને ચાલતા ગોફણબાજો અને તીરંદાજોની બનેલી યુધ્ધ દરમ્યાન મોખરાની હરોળ સાચવતી ટુકડી; – ત્યાર બાદ હેસ્ટલોજ હેસ્ટલોજ કુચ કરતા મોટી ઢાલો અને ભાલાઓ જેવા ભારે શસ્ત્રોથી સજજ પાયદળ, તેના પછી સંગીતકારો; અને ત્યાર પછી એકલો જ સવારી કરતો અધિકારી, પણ તેને એકદમ સુરક્ષિત રાખતું અશ્વદળ તેને અનુસરતુ હતુ. ત્યારબાદ ફરીવાર ભારે શસ્ત્રોથી સુસજજ પાયદળના સૈનિકો પહેલી ટુકડીથી વિરૂધ્ધ એકબીજાથી ખુબજ નજીક રહીને તેમની શેરીની એક દિવાલથી બીજી દિવાલ સુધી ગીચ રહેને કુચ કરતા સૈનિકોનો અંત આવતો નહોતો.

સેનાની વચ્ચે એકલો જ સવારી કરતો અધિકારી સંપૂર્ણપણે બખ્તર અને શસ્ત્રોથી સુસજજ હતો, પણ તેનું માથું ઉઘાડું હતુ.

જયારે તે માણસ હજુ ઘણો દુર હતો ત્યારે જુડાહે નીરિક્ષણ કર્યું કે તેની તરફ દ્રષ્ટિ પડતા જ લોકો ઉશ્કેરાઈ જતા હતા. તેઓ બધા બહાદુરી પૂર્વક છજાને અઢેલીને ઉભા હતા અને તેના તરફ લાતો ઉછાળતા હતા, મોટા અવાજે ચીસો પાડતા હતા અને જેવો તે પુલ નીચેથી પસાર થયો કે તેના તરફ થુંકતા હતા. સ્ત્રીઓ પણ તેની તરફ ચપ્પલ ફેંકતી હતી અને કયારેક કોઈ ચપ્પલ તેને વાગી જતું તો પ્રેક્ષકોના ટોળાને આનંદ આવી જતો. જયારે તે નજીક આવ્યો કે તે અવાજો સ્પષ્ટ થયા – "લુંટારો, જુલમગાર, રોમનો કુતરો! ઈસ્માએલ સાથે દુર જા! અમને અમારો હાન્નાસ પાછો આપ."

પ્રથમ સીઝરે ઘડેલી આચાર સંહિતામાંથી ઉતરી આવેલ રીવાજો અંગે છોકરાએ સાંભળ્યું હતું તે પ્રમાણે મુખ્ય સેનાનાયકો તેમના પદને દર્શાવવા માટે માથા પર ફકત બારમાસી દ્રાક્ષલત્તા ધારણ કરી અને પ્રજામાં દ્રશ્યમાન થતા. આ નિશાની પરથી તેણે જયુડીયાના નવા વહીવટદાર વેલેરીયસ ગ્રેટસને ઓળખ્યો.

સાચું કહીએ તો સ્વયંભુ વંટોળ વચ્ચે ઘેરાયેલા રોમન પ્રત્યે યુવાન યહુદીને સહાનુભૂતિ થઈ આવી. આથી તે જયારે ઘરના ખુણે પહોંચ્યો અને તેને એક વખત જોઈ અને ત્યાંથી સરકી જવા માટે પાળી ઉપર ઝુકયો કે તેનો હાથ ઘણા સમયથી પાળી પરથી છુટી પડેલી ઈંટ પર પડયો. તેના હાથનું દબાણ બહારના પોપડાને તેની જગ્યાએથી ખરી જવા માટે પુરતુ હતુ અને ઈંટ નીચે પડવા માંડી.યુવકના શરીરમાં ભયથી ધ્રુજારી છુટી ગઈ. તેણે પડતી ઈંટને અટકાવવા પ્રયત્ન તો કર્યો, પણ નિષ્ફળ નિવડયો.

ઉલ્ટાનું નીચે પડતા ટુકડાએ વધારે ગતિ કરી. તેણે પુરી શકિતથી બુમ પાડી. રક્ષકોએ ઉંચે જોયું અને તેથી મોટા માણસે પણ ઉંચે જોયું અને તે જ ક્ષણે ઈંટ માથા પર ટકરાઈ અને તે તેની બેઠક પરથી પડી ગયો અને મૃત્યુ પામ્યો.

બુમરાણ થોભી ગયું. રક્ષકો ઘોડા પરથી કુદી પડયા અને તેમના અધ્યક્ષને ઢાલ વડે ઢાંકી દેવા લાગ્યા. બીજી બાજુએ આ ઘટનાના સાક્ષી હતા તે લોકોને કોઈ જ શંકા નહોતી કે ઈંટ હેતુપૂર્વક જ ફેંકવામાં આવી હતી. તેમણે હજુ પણ સરખી રીતે દેખાય તેમ પાળી પર ઉભા રહેલા છોકરાને વધાવી લીધો. છોકરાએ બનેલી ઘટનાના અનુસંધાને હવે પછી તેની સાથે બનનારા બનાવોની પૂર્વધારણાનો તેને બધાને સ્પષ્ટ પણે ચમકારો થયો.

કુચના રસ્તે એક છાપરા પરથી બીજા છાપરા પર અવિશ્વસનીય ઝડપે એક તોફાની જુસ્સો પ્રસરી ગયો અને બધાને એક સરખી પ્રેરણા કરી. તે લોકો પાળી પરથી ઈંટો ઉખાડી અને આંધળા ઝનુનથી તેના પર ફેંકવા માંડયા અને પરીણામે એક યુધ્ધ શરૂ થઈ ગયું. જો કે સૂન્યની શિસ્તબધ્ધતા જળવાઈ રહી. સંઘર્ષ, જુલમ, એકબાજુ વ્યાવસાયિક કુશળતા અને બીજી બાજુનું અવિચારીપણું. જો કે આ બધું આપણી કથા માટે બીનજરૂરી જેવું છે. આપણે આ બનાવ માટેના કારણભૂત હત્તભાગી તરફ થોડું વધારે ધ્યાન આપીએ.

તે પાળી પરથી ઉભો થયો અને તેનો ચહેરો ઝંખવાઈ ગયો.

"ઓ તીરઝાહ, તીરઝાહ! હવે આપણું શું થશે?

તેણીએ નીચે બનેલો બનાવ જોયો નહોતો પણ બુમો સાંભળી હતી અને ઘરો પર દેખાતા લોકોની ગાંડપણભરી પ્રવૃતિઓને જોતી હતી. તેણીએ જાણ્યું કે કંઈક ભયંકર થઈ રહ્યું હતુ, પણ તે શું હતુ, અથવા તો કયા કારણોસર થયું કે તેને જે કોઈ વહાલું હતું તે ભયમાં હતું તે તેણી જાણતી નહોતી.

"શું થયું છે? આ બધાનો શો અર્થ છે?" તેણીએ એકાએક સાવચેત થઈ જતા પુછયું.

"મેં રોમન શાસકને મારી નાખ્યો છે, તેના પર ઈંટ પડી."

"હવે તેઓ શું કરશે?'

જયારે તે તેણીને ગ્રીષ્મ ભવન તરફ દોરી જતો હતો ત્યારે તેમના પગ નીચે છાપરૂં ધ્રુજતુ હતુ. મજબુત લાકડાઓ તુટી પડવાનો અવાજ આવ્યો અને નીચે ચોગાનમાંથી વ્યથા અને આશ્ચર્યમિશ્રીત ચીસ સંભળાઈ. તે ઉભો રહ્યો અને સાંભળ્યું. ચીસ ફરીથી સંભળાઈ અને ત્યાર પછી ઘણાબધા લોકોના ઘસારાનો અવાજ, આજીજી કરતા અવાજોને દબાવી દેતા ક્રોધભર્યા સ્વરો અને મૃત્યુના ડરથી ચીસો પાડતી સ્ત્રીઓના અવાજો સંભળાયા. સૈનિકોએ ઉત્તરીય દરવાજો તોડી નાખ્યો અને ઘરનો કબજો લઈ લીધો. તેને કોઈ ખતમ કરી નાખશે તેવી ભયંકર લાગણી થઈ આવી. તેને પહેલા તો ઉડી જવાની પ્રેરણા થઈ આવી, પણ તે કેવી રીતે બને? પાંખો સિવાય તે કોઈ પણ રીતે શકય નહોતું. તીરઝાહની આંખો ડરથી પહોળી થઈ ગઈ. તેણીએ હાથ પકડયો.

"ઓ જુડાહ, આનો શો અર્થ છે?"

ચાકરો પર જુલમ થતો હતો – અને તેની માતા! શું તેણે સાંભળેલા અવાજોમાંથી કોઈ એક અવાજ તેણીનો નહોતો? જુડાહ હિંમત હારી ગયો. તેણે કહ્યું, "તીરઝાહ,તું અંહી રહે અને મારી રાહ જો; હું નીચે જઈ અને જોઉં કે શું વાત છે અને તે જાણી અને તારી પાસે આવું છું."

તે ઈચ્છતો હતો તેમ તેનો અવાજ સ્થિર નહોતો. તેણી તેને એકદમ નજીકથી વળગી રહી. એકાએક તેને તેની માતાની એકદમ સ્પષ્ટ અને કંપાવનારી ચીસ સંભળાઈ. તે વધારે લાંબો સમય અચકાયો નહીં.

"ચાલ ત્યારે, આપણે જઈએ."

પરસાળ સૈનિકોથી ભરાઈ ગઈ હતી. બીજા સૈનિકો ખુલ્લી તલવારે ઓરડીઓની અંદર અને બહાર દોડાદોડી કરતા હતા. એક અન્ય જગ્યાએ ઘણીબધી સ્ત્રીઓ ઘુંટણીયે પડી અને દયા માટે પ્રાર્થના કરતી હતી. તે લોકોથી થોડે દુર એક ફાડી નખાયેલા વસ્ત્રો અને ચહેરા પર ફેલાયેલા લાંબા વાળવાળી સ્ત્રી તેણીને પુરી શકિતથી જકડી અને ઉભેલા માણસના હાથમાંથી છુટવા પ્રયત્ન કરતી હતી. તેની ચીસ બધાને કંપાવી મુકતી હતી. બન્ને ભાઈબહેને ચીસની દિશા તરફ દોટ મુકી. જુડાહ તેણી તરફ જાણે ઉડતો જ હોય તેમ ઝડપી અને લાંબા ડગલા ભરી અને દોડી આવ્યો. "મા, મા!" તેણે બુમ પાડી. તેણીએ તેના હાથ જુડાહ તરફ ફેલાવ્યા. તેણી તેને સ્પર્શવા જતી હતી કે તેણે કોઈને મોટેથી બોલતા સાંભળ્યો. તે થીજી ગયો અને તેને એકબાજુએ ધકેલવામાં આવ્યો.

"તે આ રહ્યો!"

જુડાહે જોયું તો તે મેસાલા હતો.

"શું? તે અને ખુની?" સુંદર બખ્તરધારી ઉંચો માણસ બોલ્યો. "શા માટે? તે તો એક છોકરો છે."

"હે ભગવાન!" મેસાલાએ જવાબ આપ્યો. "એક નવું તત્વજ્ઞાન! હેતુ અંગે સેન્સીયા શું કહેશે કે મારી નાખવા પુરતી ધૃણા ધરાવનાર વ્યકિત કોઈને મારી નાખે તે પહેલા મોટી ઉંમરની જ હોવી જોઈએ? તે તમારી પાસે છે અને આ તેની માતા છે તેમજ પેલી નાની છોકરી તેની બહેન છે. તમારી પાસે આખું કુટુંબ છે."

મેસાલા અને તેની વચ્ચેના પ્રેમના કારણે જુડાહ તેનો ઝઘડો ભુલી ગયો.

"તેમને મદદ કર, ઓ મેસાલા! આપણા બાળપણને યાદ કર અને તેમને મદદ કર. હું – જુડાહ – તને પ્રાર્થના કરૂં છું."

મેસાલાએ જાણે કે સાંભળ્યું જ ન હોય તેવું વર્તન કર્યું.

"હું તમારા માટે કોઈ વિશેષ ઉપયોગી રહ્યો નથી," તેણે અધિકારીને કહ્યું. "ત્યાં શેરીમાં પુષ્કળ મનોરંજન છે. ઈરોસનો અસ્ત, માર્સનો ઉદય!"

છેલ્લા શબ્દો સાથે તે દેખાતો બંધ થયો અને જુડાહ તેને સમજયો. અત્યંત કડવાશભર્યા આત્માથી તેણે ઈશ્વરને પ્રાર્થના કરી.

"તારી ભવ્યતાની ઘડીએ હે ઈશ્વર," તેણે કહ્યું. "તેના પર મુકવાને મારો હાથ હો."

મહામહેનતે તે અધિકારીની નજીક આવ્યો.

"ઓ સાહેબ, તમે જે સ્ત્રીને સાંભળો છો, તે મારી માતા છે. તેણીને છોડી દો, મારી નાની બહેનને છોડી દો. ઈશ્વર ન્યાયી છે. તે તમને દયા ને બદલે દયા આપશે."

અધિકારી સૈનિકો તરફ ફર્યો.

"સૈનિકો સાથે મિનારા તરફ!" તેણે બુમ પાડી, "પણ તેમને કોઈ દુભાવશો નહીં. હું તારા માટે તેમની માગણી કરીશ." ત્યાર પછી જુડાહને પકડી અને ઉભેલા સૈનિકોને કહ્યું, "તેના હાથ દોરડાથી બાંધી અને તેને શેરીમાં લાવો. તેની શિક્ષા અનામત છે.

માતાને લઈ જવામાં આવી.

નાનકડી તીરઝાહ તેના ઘરમાં પહેરવાના કપડામાં જ ડરથી બાઘી બનીને તેને લઈ જનારાઓને પગલે દોરવાતી ગઈ. જુડાહે તેમની સામે છેલ્લી વાર દ્રષ્ટિ કરી અને હાથ વડે પોતાનો ચહેરો ઢાંકી દીધો કે જેથી તેની આંખોમાં સદાયને માટે તે દ્રશ્ય સ્થગિત થઈ જાય. તેની આંખમાં આંસુ આવ્યા હશે, જો કે તે કોઈએ પણ જોયા નહીં હોય. જયારે તેણે માથું ઉંચુ કર્યું અને તેના હાથ દોરડે બાંધવા માટે આપ્યા કે કયુપીડના ઘનુષ્ય જેવા તેના હોઠ સખત થયા. તે જ ક્ષણે તે બાળપણમાંથી મુકિત મેળવી અને પુરૂષ થઈ ગયો.

ચોગાનમાં રણશીંગુ વાગ્યું. વિરામના ઘોષથી પરસાળ સૈનિકોથી ખાલી થઈ ગઈ. સૈનિકોએ હાથમાં સંતાડેલો લુંટનો માલ અધિકારીને ખબર ન પડે તેમ જમીન પર ફેંકી દીધો અને જયારે જુડાહ નીચે ઉતર્યો કે હરોળોની ગોઠવણી પુરી થઈ અને અધિકારી તેના છેલ્લા આદેશને પરીપૂર્ણ થવાની રાહ જોતો ઉભો રહ્યો.

માતા, પુત્રી અને ઘરના તમામ સભ્યો ઉત્તરના દરવાજે દોરી જવામાં આવ્યા. ભાંગી નખાયેલા દરવાજાના અવશેષો પરસાળનો રસ્તો રોકતા હતા. ઘરની વ્યકિતઓ, જે પૈકિના કેટલાક તો આ ઘરમાં જ જનમ્યા હતા, તેમના ડુસકા અત્યંત દયાજનક હતા. જયારે છેલ્લે ઘોડાઓ અને તે સ્થળના અન્ય મુક ભાડુઆતોને તેમની પાછળ હાંકવામાં આવ્યા ત્યારે જુડાહે વહીવટદારના વેર ની મર્યાદાને સમજવાનું શરૂ કર્યું. વિશાળ બંધારણ રોમ ને સમર્પિત હતું. વધ માટેનો આદેશ શકય હતો, તો તેની દિવાલો વચ્ચે કંઈ પણ બાકી રહેતું નહોતું. જયુડીયામાં જો રોમન શાસકનાખેન અંગેનો વિચાર માત્ર પણ પુરતો અવિચારી હતો, તો હર ના રાજવંશી કુટુંબની વિપદા તે લોકો માટે ચેતવણી હતી. શિક્ષાનો અમલ તેમના નિવાસસ્થાન પર દ્રષ્ટિ કરતા જ જીવંત થઈ ઉઠતો હતો.

સૈનિકો થોડા સમય માટે દરવાજે ભેગા થયા ત્યાં સુધી અધિકારી દરવાજા બહાર રાહ જોતો રહ્યો.

શેરીમાં ઝઘડો લગભગ શાંત થઈ ગયો હતો. ઘરો ઉપર ઉડતા રજ ના વાદળ પરથી જાણી શકાતુ હતુ કે સંઘર્ષ લાંબો ચાલ્યો હતો. મોટાભાગમાં કોલાહલ શમી ગયો હતો. અધિકારીની ભવ્યતા તેના હોદા પ્રમાણે જરાય ઝંખવાઈ નહોતી. ખુદ માટે સંભાળ લેવાની ભાવનાથી જુડાહને કેદી હોવા સિવાયની કોઈ પણ દેખીતી વ્યથા થઈ નહોતી, પણ તે અન્ય કેદીઓ વચ્ચે તેની માતા અને તીરઝાહને જોઈને વ્યથિત થઈ ગયો.

એકાએક ઘરતી પર સુતેલી સ્ત્રી ઉભી થઈ અને ઝડપથી દરવાજા પાછળ બેનહર તરફ ચાલવા લાગી. રક્ષકોમાંથી કેટલાક તેને પકડવા માટે ત્યાં પહોંચ્યા, પણ મોટી બુમ પડતા તેઓ પાછા ફર્યા. તેણીના ઘુળથી આચ્છાદિત વાળ તેણીની આંખોમાં આવતા હતા. તે જુડાહને પગે વળગી પડી.

"ઓ અમારાહ, ભલી અમારાહ!" તેણે કહ્યું, "ઈશ્વર તને મદદ કરે, હું નથી કરી શકતો."

તેણી કશું પણ બોલી શકી નહીં.

તે નીચે ઝુકયો અને તેણીના કાનમાં ગણગણ્યો.

"અમારાહ, તું તીરઝાહ અને મારી માતા માટે જીવતી રહેજે. તેઓ પાછા આવશે અને –"

એક સૈનિકે તેણીને દુર ખેંચી; તેથી તેણી દરવાજા સોંસરવી નીકળી અને ખાલી ચોગાનમાં દોડી ગઈ.

"તેણીને જવા દો," અધિકારીએ કહ્યું. "આપણે ઘરને સીલ મારી દઈશું અને તેણી ભુખે મરી જશે."

માણસોએ તેમનું કામ ફરીથી શરૂ કર્યું અને જયારે તેપુરૂં થયું કે તેઓ ફરીને પશ્ચિમ તરફ ગયા. તે દરવાજો પણ બંધ કરવામાં આવ્યો અને પછી હર નો મહેલ કોઈ કામનો રહ્યો નહીં.

ઘણા સમય પછી બધા મિનારા પર પાછા કુચ કરી ગયા, જયાં વહીવટદાર તેની ઈજાઓની સારવાર કરાવતો હતો અને તેના કેદીઓનો નિકાલ કરતો હતો. બનાવના દસમા દિવસે તેણે બજારના સ્થળની મુલાકાત લીધી.

*****

પ્રકરણ ૯ઠ્ઠું

બીજા દિવસે એક મોટી લશ્કરી ટુકડી તે નિર્જન મહેલ પર ગઈ અને તેના દરવાજાઓ કાયમને માટે બંધ કરી, ખુણાઓને મીણ વડે ભરી દઈ અનેદરેક બાજુએ લેટીન ભાષમાં જાહેરનામું લગાડયું.

"આ મિલ્કત સમ્રાટની છે."

જે વાકયમાં ગર્વિષ્ઠ રોમન તર્કથી જાહેરાત થઈ તે તેના હેતુ અંગે વિચારતા કરી મુકવા માટે પુરતુ હતુ; અને તેમ જ થયું.

તે દિવસે બપોર પછી દસ રોમન અશ્વારોહીઓની બનેલી ટુકડીનો નાયક તેના અશ્વારોહીઓ સાથે ઉત્તરદિશાએથી જેરૂસલેમની દિશામાં નાઝરેથ તરફ આગળ વધ્યો.

જયારે અશ્વારોહીઓ ગામથી નજીક આવ્યા અને રણશીંગુ વાગ્યું કે ત્યાંના રહેવાસીઓ પર તેની જાદુઈ અસર થઈ. તેઓ દરવાજાઓમાંથી આગળ ડોકાઈ અને આવી કયારેક જ લેવાતી મુલાકાતના અર્થ અંગે વિચાર કરવા માંડયા.

તે લોકોની ઉત્સુકતાનો વિષય તે કેદી હતો કે જેનું ઘોડેસવારો ઘ્યાન રાખતા હતા. તે અર્ધનગ્ન, ઉઘાડપગા અને ખુલ્લા માથા વાળા કેદીના હાથ પીઠ પાછળ બાંધેલા હતા અને તેના કાંડાઓને બાંધેલું દોરડું એક ઘોડાના ગળામાં ગાળીયો કરીને નાખેલું હતુ. ટુકડીની ગતિવિધીથી ઉડતું ધુળનું વાદળ તેને માટીથી ભરી મુકતુ હતુ. તેના પગમાં છાલા પડી ગયા હતા અને તે અર્ધમૂર્છિત અવસ્થામાં આગળ ધકેલવામાં આવતો હતો. ગ્રામવાસીઓ જોઈ શકતા હતા કે તે ખુબ જ નાનો હતો.

કુવા પાસે નાયક થોભ્યો અને લગભગ બધા ઘોડેસવારો ઘોડા પરથી નીચે ઉતર્યા. કેદી રસ્તાની ધુળમાં બાઘો બનીને કશું પણ પુછયા વગર પડી ગયો. દેખીતું જ તે ખતમ થઈ જવાની અણી પર હતી. જયારે ગ્રામવાસીઓ નજીક આવ્યા અને જોયું તો તે એક છોકરો હતો. જો ગ્રામવાસીઓમાં હિંમત હોય તો તેઓ તેને મદદ કરે!

તેઓની મુંઝવણ વચ્ચે, જયારે સૈનિકો વચ્ચે પાણીના કુંજા ફરતા હતા ત્યારે સેફોરીસના રસ્તા પરથી નીચે આવતો એક માણસ ઓળખાયો. તેની તરફ દ્રષ્ટિ પડી કે તરત એક સ્ત્રી બુમ પાડી ઉઠી, "જુઓ! પેલી બાજુએથી એક સુથાર આવે છે."

જેના વિષે કહેવાયું તે વ્યકિત દેખાવ પરથી જ પુજય લાગતી હતી.તેની પાઘડી નીચે પાતળા સફેદ વાંકડીયા આછા ઝુલ્ફા દેખાતા હતા અને તેના બરછટ રાખોડી ઝભ્ભા પર સફેદ દાઢી છાતી સુધી ફેલાયેલી હતી. તે તેની ઉંમર પ્રમાણે જ ધીમેથી આવતો હતો. તેની પાસેના વજનદાર અને બરછટ સુથારીકામના હથીયારોમાં એક કુહાડી, એક કરવત અને એક રંધો હતા. સ્પષ્ટ કળાઈ આવતુ હતુ કે તેણે થોડું વધારે પડતુ અંતર જરા પણ થાક ખાધા વિના પાર કર્યું હતું.

તે એકઠા થયેલા સમુહ પાસે આવ્યો અને તેનું નિરિક્ષણ કર્યું.

"ઈશ્વર તેને મદદ કરે!" જોસેફે એક વખત તેના એકાકીપણામાંથી બહાર આવતા કહ્યું.

તેને લીધે એક છોકરો કે જે જોસેફ સાથે જ આવ્યો હતો, પણ તેની પાછળ ઉભો હોવાથી દેખાતો નહોતો; તેણે તેની કુહાડી નીચે મુકી અને કુવા પાસેના મોટા પથ્થર પાસે ગયો અને પાણીનો કુંજો ભર્યો. રક્ષકો વચ્ચે દખલ કરે તે પહેલા કેદી ઉપર યુવાન ઝુકયો અને શાંતીથી તેને પાણી પીવા માટે કહ્યું.

કમનસીબ જુડાહના ખભ્ભા પર પ્રેમપૂર્વક મુકાયેલા હાથે જુડાહને જગાડયો અને ઉંચે જોતાવેંત તે કદી પણ ભૂલી ન શકે તેવો એક ચહેરો જોયો. એક તેની ઉંમરના જ છોકરાનો પીળાશ પડતા સોનેરી ઝુલ્ફા અને ઘેરી આસમાની આંખો વાળો મૃદુ, સૌમ્ય, પ્રેમથી ભરપુર ચહેરો જોયો. તેના ચહેરા પર દિવ્યતા, આત્મવિશ્વાસ અને તમામ આદેશ આપવાની શકિત ઝળકતી હતી. યહુદીનો આત્મા દિવસ અને રાત સહન કરવાથી થોડો સખત થયો હતો અને તેથી જ ઉત્પન્ન થયેલી કડવાશથી તે સમગ્ર વિશ્વ પર બદલો લેવાનું સ્વપ્ન જોતો હતો. તે અજાણ્યા છોકરાની દ્રષ્ટિ પડતા જ પીગળી ગયો અને બાળક બની ગયો. તેણે તેના હોઠ કુંજા પર મુકયા અને પાણી પીધું. તેને એક પણ શબ્દ કહેવામાં ન આવ્યો કે તેણે એક પણ શબ્દ કહ્યો નહીં.

જયારે તૃષા તૃપ્ત થઈ કે કેદીના ખભ્ભા પર મુકાયેલો હાથ તેના ધુળથી ભરેલી લટો વાળા માથા પર આશિર્વાદ આપવા માટે મુકાયો અને અજાણ્યા યુવાને કુંજો પથ્થર પર તેની જગ્યાએ મુકી અને તેની કુહાડી ફરીથી હાથમાં લઈ અને રાબ્બી જોસેફ પાસે પાછો ગયો. સેનાનાયક તેમજ બધા ગામડીયાઓની દ્રષ્ટિ તેના પર ફરી વળી.

કુવા પરના દ્રશ્યનો આ અંત હતો. જયારે માણસો અને ઘોડાઓએ પાણી પી લીધું કે કુચ ફરીથી શરૂ થઈ, પણ સેનાનાયકનો મિજાજ પહેલા જેવો રહ્યો નહીં. તેણે જાતે જ કેદીને રસ્તાની ધુળમાંથી બેઠો કર્યો અને એક સૈનિકની પાછળ ઘોડા પર બેસવામાં મદદ કરી. નાઝરેથવાસીઓની સાથેજ રાબ્બી જોસેફ અને તેનો તાલીમાર્થી પણ તેમના ઘરોમાં પાછા ગયા.

અને તેથી, પહેલી જ વખત જુડાહ અને મેરીનો પુત્ર મળ્યા અને છુટા પડયા.

*****

ભાગ ૩

પ્રકરણ ૧લું

ઈટાલીના પશ્ચિમી સમુદ્રના કિનારે નેપલ્સની દક્ષિણ પશ્ચિમ દિશામાં થોડા માઈલના અંતરે આવેલી ઉચ્ચ ભૂશીર પર મીસેનમ નામનું એક મહત્વનું શહેર આવેલું હતુ. જેના ખંડેરો હજુ સુધી જોવા મળે છે. વાચકને આપણા ઈસુના ચોવીસમા વર્ષમાં લઈ જવાનું જરૂરી છે.

પુરાતન સમયમાં સમુદ્રની સામે આવે તેમ દિવાલમાં ચોકકસ જગ્યાએ એક પ્રવેશદ્વાર હતું. શેરીના છેવાડે આવેલા ખાલી પ્રવેશદ્વારમાંથી બહાર નીકળતા સમુદ્રના મોજાઓ ઘણા સ્ટેડીયા સુધી પહોંચતો એક પહોળો અને મોટા પથ્થરથી કુદરતી રીતે બનેલો ધકકો હતો.

પ્રવેશદ્વારે દિવાલ પર બેઠેલો દરવાન સપ્ટેમ્બર માસની ઠંડી સવારે શેરીમાંથી આવતી એક ટુકડીના મોટા અવાજે થતી વાતચીતના કારણે થતા ઘોંઘાટથી ખલેલ પામ્યો. તેણે તે બાજુએ એક દ્રષ્ટિ કરી અને પાછો ફરીથી ઉંઘ અને આળસમાં સરી ગયો.

તે ટુકડીમાં વીસ થી ત્રીસ માણસો હતા, જેમાંથી મોટા ભાગના આછા પ્રકાશવાળી અને વધારે ધુમાડા કાઢતી હિન્દુસ્તાનથી ખાસ મગાવેલા જટામાસીના ધુપથી હવામાં સુગંધ પ્રસરાવતી મશાલો વાળા ગુલામો હતા. તેમની આગળ હાથમાં હાથ પરોવી અને માલિકો ચાલતા હતા. તેમાંના એક પચાસેક વર્ષના દેખાતા, થોડા ટાલ વાળા માણસે તેના છુટાછવાયા વાળની લટો પર બારમાસી દ્રાક્ષલત્તાનો તાજ પહેર્યો હતો. તેની તરફ ધ્યાન આપવામાં આવતે તો તે કોઈ મોહ પમાડે તેવી ઉજવણીનું કેન્દ્રિય પાત્ર હતો. તે બધા લોકોએ સફેદ ઉનના જાંબલી પહોળા ઝુલવાળા ઝભ્ભા પહેર્યા હતા. દરવાને તે લોકો તરફ એક જ દ્રષ્ટિ કરી અને તે સંતૃષ્ઠ થયો. તે કોઈ પણ પ્રશ્ન કર્યા સિવાય જાણી ગયો કે તેઓ ઉચ્ચ પદ ધરાવતા હતા અને એક મિત્રને તેઓ ઉત્સવની રાત્રીની ઉજવણી બાદ વળાવવા આવ્યા હતા. વિશેષ સમજુતી તેઓ વાતચીત કરી રહ્યા હતા તે પરથી મળી શકશે.

"ના મારા કવીન્ટસ," એક વ્યકિતએ તાજ પહેરેલી વ્યકિતને કહ્યું. "આ બધો નસીબનો દોષ છે કે તને અમારાથી દુર તરત જ લઈ જશે. હજુ ગઈ કાલે જ તું સ્થંભોની પેલે પારથી સમુદ્રમાંથી પાછો આવ્યો હતો. શા માટે? તારા કદમ હજુ તારી ધરતી પર પાછા પણ ફર્યા નથી."

"ગ્રીકો તેમને દુર લઈ જઈ રહ્યા છે," બીજાએ વચ્ચેથી જ વાતને કાપી નાખતા કહ્યું. "ચાલો આપણે તેમને ગાળો આપીએ, દેવોને નંહી. વ્યાપર શીખવા જતા તેઓ કેવી રીતે લડાઈ લડવી તે ભુલી ગયા છે."

આ શબ્દો સાથે જ સમુહ દરવાજો પસાર કરી અને ધકકા પર આવ્યો. તેમની સામે સવારના પ્રકાશમાં સમુદ્રતટ સુંદર લાગતો હતો. આધેડ ખલાસી માટે મોજાઓનો અવાજ વધામણી જેવો હતો. જાણે કે જટામાસીની સુગંધ કરતા પણ દરીયાના પાણીની સોડમ વધારે મીઠી હોય તેમ તેણે લાંબો શ્વાસ લીધો અને તેના હાથને ઉપર નીચે કર્યો.

"તે તદન નજીક આવે છે," તેણે ધકકાની બહારની બાજુએથી આવતી એક નૌકા તરફ આંગળી ચીંધતા કહ્યું.

"કેવી ભવ્યતા, શું મુકિત! ઘુઘવતા મોજાઓથી પક્ષીની સંભાળ જરાપણ ઓછી લેવાતી નથી. હું એજીયનમાં જઈ રહ્યો છું; અને મારી વિદાય તદન નજીક છે. આ પ્રસંગે હું કહીશ – તેને ગુલાબની

પાંખડીઓ નીચે સાચવજો. ગ્રીસ અને એલેકઝાન્ડ્રીયા વચ્ચેનો વેપાર જેમ તમે સાંભળ્યું છે તેમ એલેકઝાન્ડ્રીયા અને રોમ કરતા જરા પણ ઉતરતો નથી. અને તે એટલો બધો વધી ગયો છે કે તેમાં ખલેલ પડવી જોઈએ નંહી. તમે કાર્સન્સનના મુક્ષિનમાં નિવાસ કરતા ધર્મગુરૂઓ અંગે પણ સાંભળ્યું હશે. બેકસના સોગન, કોઈ પણ બહાદુર નથી. ગઈ કાલે રોમ પાસે જહાજી કાફલા સાથે એક શબ્દ આવ્યો. તેઓએ બોસ્ફોરસમાં તોફાન મચાવ્યું, દુર બાયઝેન્ટીયમ અને કેલ્સીડોનમાં નૌકાઓ ડુબાવી અને તેમનો હેતુ પાર પાડયો. હજુ પણ જંપીને બેઠા નથી. તેમણે એજીયન સમુદ્ર ભડકે બાળ્યો છે. અનાજના વેપારીઓ કે જેમના વહાણો પૂર્વ ભૂમધ્ય સમુદ્રમાં છે, તેઓ ડરી ગયા છે. તેઓએ શહેનશાહ સાથે મુલાકાત કરી અને રાવેના બંદરથી આજે એકસો નૌકાઓ જવાની છે અને મીસેનમથી –" તેણે તેના મિત્રોની ઉત્સુકતાને ઝડપી લેતા એક ક્ષણ માટે થોભી અને મકકમતાથી કહ્યું – "એક."

"સુખી કવીન્ટસ! અમે તને અભિનંદન આપીએ છીએ!"

"આવનાર પ્રગતિ માટે પસંદગીનું કાર્ય. અમે તારા સહકાર્યકર્તાઓને સલામ કરીએ છીએ."

"કવીન્ટસ એરીયસ તેના સહકાર્યકર્તાઓ માટે સહુથી વધારે સારો નૌસેનાપતિ હોય."

આમ આવી રીતે તેઓએ તેના પર અભિનંદનની વર્ષા કરી.

એરીયસે તેમની તરફ થોડું ધ્યાન આપ્યું. જેવું વહાણ સ્પષ્ટપણે કળી શકાય તેમ નજીક આવ્યું કે તેના માટે વધુ ને વધુ આકર્ષણનું કેન્દ્ર બન્યું. તે કોઈ ઉત્સાહીની દ્રષ્ટિથી તેને જોતો હતો. ઘણા સમયે તેણે તેના ખેસને હવામાં લહેરાવ્યો; તે નિશાનીના જવાબમાં વહાણના તુતક પર પંખા જેવા એપ્લસ્ટર (નેજા – નિશાન માટેની સુશોભિત જગ્યા) પરથી રાખોડી રંગનો ધ્વજ ફરકયો. કઠેડા પર દેખાતા કેટલાક સૈનિકોએ દોરડા ફંગોળ્યા અને સઢ વીંટી લીધો. આગળના ભાગેથી ગોળાઈ લેતી વખતે એક બાજુના હલેસાઓ વધારે મારવામાં આવ્યા, જેથી વહાણ ઝડપથી એરીયસ અને તેના મિત્રો તરફ ધસી આવ્યું. તેણે આંખોમાં અજબ ચમકાર સાથે તે ક્ષણને નિરખી લીધી. યુધ્ધનૌકાનો સુકાનને ત્વરિત ઉત્તર; દિશા પરની પકકડ અને સ્થિરતા યુધ્ધ વખતે સંપૂર્ણ વિશ્વાસ મુકી શકાય તેવા હતા.

તે 'નેવસ – લીબ્યુરનીસી' વર્ગની યુધ્ધનૌકા લાંબી , સાંકડી, પાણીમાં થોડી વધારે નીચે ઉતરતી, ઝડપી અને કટોકટીની ક્ષણોમાં ત્વરિત કામ આપે તેવી રીતે બનાવેલી હતી. યુધ્ધનૌકાના નીચેના ભાગે નકકર પઠાણ જડેલું હતું; તો આગળના ભાગે મોરા પર નકકર મજબુત લાકડા પર પોલાદ જડીને ભાલા જેવી રચના કરવામાં આવેલી, જે યુધ્ધ વખતે હથીયારની ગરજ સારતી. વહાણની બન્ને બાજુએ વાંઢારથી છેક મોરા સુધી લંબાયેલી રાંગમાં વચ્ચે વચ્ચે તીરંદાજો તીર નો વરસાદ વરસાવી શકે તે માટે છિદ્ર રાખવામાં આવ્યા હતા. કઠેડાની નીચે ત્રણ હારમાં સાઈઠ ડાબે અને સાઈઠ જમણી બાજુએ એમ બધા થઈને એકસો વીસ હલેસાઓના બાકોરા ગોધાના ચામડે મઢેલી ઢાલ વડે ઢાંકવામાં આવ્યા હતા. વધુ સુશોભન માટે વહાણના આગલા ઉંચા ભાગને બે નકશીદાર ઢીંગલાના ટેકા મુકયા હતા. આગળના સથા પર જયાં વહાણની કમાનને ફરતેથી પસાર થતા બે ઘણા મોટા દોરડાઓનો છેડો હતો ત્યાં જ લંગરોનો ઢગલો પડયો હતો.

ખલાસીઓના મુખ્ય આધાર સમા હલેસા તદન સાદા હતા. યુધ્ધનૌકાના મધ્યભાગથી થોડા આગળ બેસાડેલા કુવાથંભની આગળ અને પાછળ ટેકા મુકેલા હતા અને રાંગની અંદરની બાજુએ

ગરેડીઓથી સઢ વીંટી શકાય તેમ પરમાણ ગોઠવેલું હતું. સુકાનનું ચક્ર લાંબી સફર ખેડી શકે તેવા પ્રકારનું ખાસ બનાવેલું હતુ. કઠેડાની ઉપર સથો જોઈ શકાતો હતો.

તે ખલાસીઓને ભગવાન જ બચાવે કે જેણે સઢ વીંટી લીધો હતો અને હજુ પણ કઠેડા પર લટકી રહ્યા હતા. પણ હજુ બંદરના ધક્કા પર ઉભેલુ જુથ વહાણના આગળના ભાગે ઉભેલા એક ઢાલ અને શિરસ્ત્રાણધારી માણસને જોતું હતુ.

સમુદ્રના મોજાઓ પર સતત અથડાતા ઓકના લાકડાના બનેલા એકસો વીસ હલેસા તેના હાથના ઈશારે ઉઠતા અને નીચે આવતા અને યુધ્ધનૌકાને વર્તમાન સમયની આધુનિક આગબોટની હરીફાઈ કરી શકે તેટલી ઝડપે હંકારતા.

તેથી દેખીતું જ ઝડપથી ધસી આવતી નૌકાથી નૌસેનાપતિનું જુથ સાવચેત થયું. એકાએક નૌકા પર આગળ ઉભેલા માણસે તેનો હાથ ઉંચો કરી અને ચોકકસ સંજ્ઞા કરી કે તરત જ બધા હલેસા એક ક્ષણ માટે હવામાં થોભી ગયા અને સીધા નીચે પડયા. તેમની આજુબાજુના પાણીમાં પરપોટાઓ ઉઠયા; નૌકા આખેઆખી ધ્રુજી ઉઠી અને જાણે ડરી ગઈ હોય તેમ થોભી ગઈ. તે હાથનો બીજો સંકેત અને ફરીથી હલેસાઓ ઉંચા થયા, લહેરાયા અને નીચે પડયા; પણ આ વખતે જમણી બાજુના હલેસા આગળ તરફ ગતિ કરવા માટે ચલાવવામાં આવ્યા, જયારે ડાબી બાજુના હલેસા પાછળના ભાગે ધકેલવા માટે ચલાવવામાં આવ્યા. આ રીતે ત્રણ વખત હલેસાઓ એકબીજાની વિરૂધ્ધ દિશામાં ચલાવવામાં આવ્યા. આથી નૌકા ધરી પર જમણી બાજુએથી ગોળ ફરી, પવન પકડી અને ધકકાના પહોળા ભાગ પર સ્થિર થઈ.

વર્તુળની મધ્યભાગે ધ્રુજારીભેર રણશીંગુ વાગ્યું કે ચમકતા શિરસ્ત્રાણ, ઢાલ અને ભાલાથી સજજ નૌસૈનિકો બન્ને અડધીયામાં અભિવાદન કરવા માટે ગોઠવાઈ ગયા. ખલાસીઓએ સઢ વીંટી લીધા અને અધિકારીઓ તથા સંગીતકારોએ પોતપોતાની જગ્યાઓ સંભાળી લીધી. ટાંકણી પડે તો પણ અવાજ સંભળાય તેવી શાંતિ છવાઈ ગઈ. જેવા હલેસાએ ધકકાને સ્પર્શ કર્યો કે નૌકા પરથી લાકડાનો પુલ ધકકા પર ગોઠવવામાં આવ્યો. નૌસેનાપતિ તેના જુથ તરફ ફર્યો અને અભૂતપૂર્વ ગાંભીર્યપૂર્વક બોલ્યોઃ

"હવે કર્તવ્ય, ઓ મારા મિત્રો."

તેણે માથા પરથી ફુલનો ગજરો લીધો. તેના સાથીદારો તરફ હાથ ફેલાવ્યા અને તેઓ વારાફરતી તેને ભેટી પડયા.

"ઓ કવીન્ટસ, દેવો તારી સાથે સફર કરે!" તેઓએ કહ્યું .

"અલવિદા," તેણે પ્રત્યુતર વાળ્યો.

તેના તરફ મશાલો હલાવતા ગુલામો તરફ તેણે હાથ હલાવ્યો અને વિવિધ પદવીધારી શિરસ્ત્રાણ, ઢાલ અને ભાલાધારી સૈનિકોથી સુંદર લાગતી આતુર નૌકા તરફ ફર્યો. જેવો તેણે પુલ પર પગ મુકયો કે રણશીંગા ફુંકાયા અને નૌકાના એપ્લસ્ટર પરથી નૌકાના સરદારનદ વેકસીલમ પુરપુરીયમ ના નામથી ઓળખાતો વાવટો ફરકયો.

*****

પ્રકરણ રજું

તે દિવસે બપોરે નૌકા પીસ્ટમના સમુદ્રથી દુર સરકતી હતી.પશ્ચિમ દિશામાંથી ફુંકાતો અનુકુળ પવન માલિકની સફરને સંતોષપ્રદ બનાવતો હતો. તેના માણસોનો સારી રીતે અભ્યાસ કરી શકે તે માટે તે પ્રભાવશાળી વ્યક્તિ મુખ્ય કક્ષમાં બેઠી હતી.

નૌકાની મધ્યમાંનો તે કક્ષ ત્રીસ ફુટ લાંબો અને પાંસઠ ફુટ પહોળો હતો. ઉપર આવેલા બહાર નીકળવાના ત્રણ પહોળા હેચ વે માંથી તેમાં પ્રકાશ આવતો હતો. એક છેડાથી બીજા છેડા સુધી મજબુત થાંભલીઓ છતને ટેકો આપતી હતી અને વચ્ચે કુવાથંભના ટેકે ઢાલ, કુહાડીઓ અને ભાલાઓ પડયા હતા. દરેક હેચ વે ની જમણી અને ડાબી બાજુએ છતમાં લટકાવી શકાય તેમ સીડીઓ ગોઠવેલી હતી. તે ખેંચી લેવામાં આવી હતી અને ખંડ પૂર્ણપણે પ્રકાશિત હતો.

વાચક સમજી ચુકયો હશે કે તે ખંડ યુધ્ધનૌકાના હ્રદય સમાન હતો. ઉપર હતા તે બધાનું ઘર, ભોજન કક્ષ, શયન કક્ષ, કસરત માટેનો અખાડો, ફરજ પર ન હોય ત્યારે હરવા ફરવા માટેની જગ્યા, ત્યાંના રોજીંદા કાનુન પ્રમાણેની અને મૃત્યુ જેવા કઠોર જીવનને જીવવા જેવું શકય બનાવતો હતો. કક્ષના છેવાડે થોડા પગથીયા ચડીને એક ઉંચી પીઠીકા પર પહોંચી શકાતુ હતુ. ત્યાં હલેસા મારનારા ખલાસીઓનો ઉપરી બેસતો હતો. તેની સામે લાકડાનું પોલું મેજ હતું. તેના પર દાંડી પીટી અને હલેસા મારનારાઓનું તે સંચાલન કરતો હતો. તેની જમણી બાજુએ એક જળ ઘડીયાળ (કલેપ્સીડ્રા) વિરામ અને નિરીક્ષણના હેતુ માટે રાખવામાં આવ્યું હતુ. તેની ઉપરની પીઠીકા ઢોળ ચડાવેલી રેલીંગથી સજાવેલી, દિવાન અને મેજ તથા ગાદી તકીયા અને ઉંચી પીઠ તથા હાથા વાળી કેથેડ્રા તરીકે ઓળખાતી ખુરશીથી તેનો શાહી વૈભવ છતો થતો હતો.

આમ આરામથી તે વિશાળ ખુરશીમાં નૌકાની ગતિ સાથે હલતો, કમ્મરમાં તલવાર મ્યાન કરીને બેઠેલો એરીયસ તેના સૈનિકો પર ધ્યાન આપતો હતો. તેણે દરેક વસ્તુ પર વિવેચકને છાજે તેમ દ્રષ્ટિ કરી અને તે પછી હલેસા મારનારાઓ સામે એકીટશે જોયું. વાચકને શંકા નંહી હોય કે તેણે ફરીથી પણ તેમ કર્યું. જેવી માલિકોની આદત હોય છે તેમ જ; ફકત તેણે વધારે સહાનુભૂતિથી જોયું હોત. નૌસેનાપતિએ કક્ષનું નિરીક્ષણ કર્યું.

તે પુરતુ દ્રશ્ય તદન સાદું હતુ. કક્ષની બન્ને બાજુએ ત્રણ હારોમાં પાટલીઓ જડેલી હતી. નજીકથી જોતા એક પાટલી પાછળ થોડા ઉંચે બીજી પાટલી અને બીજી પાટલીથી થોડા ઉંચે ત્રીજી પાટલી. એક બાજુએ સાઠ અને બીજી બાજુએ સાઠ એમ એકસો ને વીસ હલેસા સૈનિકોની કુચકદમના તાલે યુધ્ધનૌકાને જીવંત બનાવી દેતા હતા.

પહેલી અને બીજી પાટલીના હલેસા મારનારાઓ કરતા ત્રીજી પાટલીના હલેસાવાળાનું હલેસું લાંબુ રહેતુ અને તેણે ઉભા રહેવું પડતુ હતુ. હલેસાઓના હાથામાં સીસું ભરવામાં આવતુ અને સમતોલન બિંદુએ હલેસાઓને નરમ ચામડાના પટ્ટાઓમાં લટકાવી દેવામાં આવતા કે જેથી આંગળીના ઈશારે હલેસા ચલાવી શકાય, પણ જયારે કોઈ વિલક્ષણ મોજું આપણા આધાર વગરના સાથીને ગમે

તે ક્ષણે ફંગોળી શકે તેવા સમયે તેને વધારે કાર્યક્ષમતા બતાવવાની જરૂર પડતી. દરેક હલેસાના બાકોરા સોંસરવી પુષ્કળ મીઠી મધુર હવા આવતી. તેમના પર પ્રકાશ કુવાથંભ અને કઠેડા વચ્ચે આવેલી જાળીમાંથી રેલાતો. તો પણ તે લોકોની પરિસ્થિતિ ખુબજ ખરાબ હતી. તેઓ તેમના જીવનમાં આનંદની કલ્પના પણ કરી શકતા નહોતા. તેમને અંદરોઅંદર વાતચીત કરવાની પરવાનગી નહોતી. તે લોકો દિવસોના દિવસો સુધી તેમની જગ્યાએ વાતચીત કર્યા સિવાય બેઠા રહેતા. કામના કલાકોમાં તેઓ એકબીજાનો ચહેરો જોઈ શકતા નહોતા. ખોરાક લેવા અને ઉંઘ કરવા માટે જ તેમને થોડો સમય આપવામાં આવતો. કદી પણ તેઓ હસતા નહોતા કે કોઈએ તેમનામાંથી કોઈને પણ ગીત ગાતા સાંભળ્યો નહોતો.

જયારે દુઈલીયસ તેના દેશ માટે પ્રથમ સમુદ્રની લડાઈમાં વિજેતા બન્યો ત્યારે રોમનોએ હલેસાઓનો ઢગલો કરી દીધો. અને નૌસૈનિકો કરતા હલેસા મારવાવાળાઓની ભવ્યતા પણ કંઈ કમ નહોતી. આ જે પાટલીઓ આપણે જોવાનો પ્રયત્ન કરીએ છીએ તે જાણે કે વિજય સાથે આવતા પરીવર્તન માટે ચકાસવામાં આવેલી હતી અને તે રોમ ની નીતિ અને સત્તાનું પ્રદર્શન કરતી હતી. ત્યાં લગભગ દરેક રાષ્ટ્રોના સંતાનો હતા. મોટા ભાગના યુધ્ધકેદીઓ તેમના બાવડા, પીંડી અને અંગુઠા નીચેની માંસપેશીઓ તથા સહનશકિતના આધારે પસંદ કરવામાં આવતા હતા. બ્રીટોનની આગળ લીબીયન અને પાછળ ક્રીમીન. અન્ય જગ્યાએ સ્કીથીયન, ગાઉલ અને થેબેસાઈટ. રોમનોએ જાતિ પ્રમાણે ગોથ અને લોંગોબાડી, યહુદીઓ, ઈથીયોપીયાવાસીઓ અને મેઈઓટીસના દરીયાકાંઠાના બાર્બેરીયનોને ઉતરતા ક્રમમાં સજા કરેલી. અંહી એક એનેથીયન, ત્યાં લાલ વાળ વાળો હાઈબેર્નિયા, અન્ય જગ્યાએ ક્રીમ્બીનો વાદળી આંખોવાળો રાક્ષસ.

મૃત્યુપર્યંત નૌકામાં રહેવા માટે લાવવામાં આવેલા ગુલામોને યોગ્ય નામ આપવાની જરૂર નહોતી. અનુકુળતા માટે તેમને પાટલી પર લખેલા આંકડાઓ પરથી ઓળખવામાં આવતા. મહાન વ્યકિતની તિક્ષ્ણ આંખો બન્ને બાજુની બેઠકો પર ફરી વળી અને છેલ્લે સાઈઠમા ક્રમે આવી અને થોભી ગઈ.

સાઈઠમા ક્રમની બેઠક અન્ય બેઠકોથી થોડે ઉંચે અને થોડાક ફુટ દુર હતી. જાળીમાંથી ચળાઈને આવતા પ્રકાશમાં તે કેદી નૌસેનાપતિને સ્પષ્ટ દેખાતો હતો. અન્ય સાથીઓની માફક તે પણ અર્ધનગ્ન હોવા છતાં ટટ્ટાર કેદી કેટલીક બાબતોમાં અલગ તરી આવતો હતો. તે ઘણો યુવાન અને ઉંમરમાં વીસ વર્ષથી વધારે મોટો નહોતો.

એરીયસે તે યુવાનનો અભ્યાસ કર્યો. તે ઉંચા સુકુમાર યુવકના પગ સંપૂર્ણ હતા. તેના હાથ ઘણા લાંબા હતા. સ્નાયેઓ નીચે છુપાયેલો વિરોધ જે કેટલીક ગતિવિધીઓમાં કીનકીંગ દોરડાઓની જેમ ઓગળતો અને ગંઠાતો. તેના શરીરની દરેક પાંસળી ઓળખી શકાય તેવી હતી. આટલા શ્રમ પછી પણ તે ટટ્ટાર હતો અને સાથેસાથે તેના કાર્યમાં ચોકકસ સંવાદિતતા હતી જેણે નૌસેનાપતિમાં આતુરતાપૂર્વકની જીજ્ઞાસા જાગૃત કરી.

તરત જ તે તેના ચહેરાને સારી રીતે જોઈ શકાય તેમ તેની નજીક પહોંચી ગયો. કોમળ અને ભવ્ય સુરેખ ચહેરો, સુરાહીદાર ગરદન વગેરે લક્ષણો એક જ દ્રષ્ટિએ પૂર્વના પ્રદેશના જણાઈ આવતા

હતા. તેના ચહેરાની સુંદર રેખાઓ જે લાગણીશીલ આત્મા અને એક ઉમદા રકતની નિશાની દર્શાવતી. આ નિરીક્ષણોથી નૌસેનાપતિને વધારે રસ પડયો.

"દેવોના સોગંદ," તેણે મનમાંજ કહ્યું, "આ યુવકે મને પ્રભાવિત કર્યો છે. હું તેના વિષે વધારે જાણકારી મેળવીશ."

એકાએક નૌસેનાપતિ ઈચ્છતો હતો તેવી પરિસ્થિતીનું નિર્માણ થયું. હલેસા મારનાર ફર્યો અને તેણે નૌસેનાપતિ તરફ જોયું.

એક યહુદી! અને એક છોકરો!"

અનિમેષ દ્રષ્ટિથી તેણે ગુલામ તરફ જોયું અને તેની મોટી આંખો વધુ પહોળી થઈ ગઈ. રકત તેની નસોમાં ઝડપથી વહેવા માંડયું. તેના હાથમાં તલવાર ધ્રુજવા માંડી. પણ તે સમયે હોર્ટેટર (હલેસા મારવા વાળાઓનો અધિકારી) પાછો ફર્યો અને હલેસા મારનારે જીજ્ઞાસુ તરફથી મોં ફેરવી લઈ અને તેને જાણે કે વ્યકિતગત રીતે ઠપકો આપવામાં આવ્યો હોય તેમ હલાસાને અડધું મારી દીધું. જયારે તેણે ફરીથી નૌસેનાપતિ તરફ જોયું કે તે એકદમ આશ્ચર્યચકિત થઈ ગયો. તેના તરફ પ્રેમાળ સ્મિત રેલાવવામાં આવ્યું.

દરમ્યાન નૌકા મેસીનાની સામુદ્રધુનીમાં પ્રવેશી અને તે નામના શહેરના ખંડેરો પાસેથી પસાર થઈ અને થોડા સમય પછી એટનાના આકાશમાં વાદળ પાછળ છોડી અને પૂર્વ તરફ વળી ગઈ.

વારંવાર જેવો એરીયસ તેના કક્ષમાં પાછો ફરતો કે તે હલેસા મારનાર ગુલામનો અભ્યાસ કરતો અને તેની જાતને કહ્યા કરતો, "તેની પાસે એક વિશુધ્ધ આત્મા છે. એક યહુદી કદી પણ બાર્બેરીયન (જંગલી લુંટારો) હોઈ શકે નંહી. હું તેના વિષે વધારે જાણકારી મેળવીશ."

*****

પ્રકરણ ૩જું

ચોથો દિવસ પસાર થયો અને એસ્ટ્રીયા(જે નૌકાને નામ આપવામાં આવેલું હતું) આયોનિયન સમુદ્રમાં પુરઝડપથી પસાર થતી હતી. આકાશ સ્વચ્છ હતુ અને બધાબધા દેવોની શુભેચ્છાઓ સાથે આવતી હોય તેમ અનુકુળ પવન પણ ફુંકાતો હતો. એરીયસ નૌકાના નેજા નિશાન નીચે ઉભો હતો. નેજા નિશાન નીચે વહાણના પથને જાળવી રાખવા માટે સોલેરીયમ ગોઠવવામાં આવ્યુ હતુ. તેના પરથી આંખો ફેરવી અને એરીયસે સાઈઠમા ક્રમના હલેસા મારનાર તરફ ધ્યાન આપ્યું. તેણે હોર્ટેટરને તેને બોલાવી લાવવા માટે આદેશ આપ્યો. થોડીવારમાં તે હલેસા મારનારો સુકુમાર ગુલામ તેની સમક્ષ હાજર થયો.

"મુખ્ય અધિકારીએ આપ ઉમરાવ એરીયસને મારે અંહી આવી અને મળવા માટે કહ્યું છે. હું આવ્યો છું."

"હોર્ટેટરે કહ્યું કે તું શ્રેષ્ઠ હલેસા ચાલક છો."

"હોર્ટેટર ખુબ જ માયાળુ છે." હલેસા મારનારે જવાબ આપ્યો.

"શું તું ઘણા સમયથી સેવામાં છો?"

"લગભગ ત્રણ વર્ષથી."

"હલેસા પર?"

"મને તે સિવાયનો કોઈ દિવસ યાદ નથી."

"તારી વાત પરથી તું યહુદી હોય તેવું લાગે છે."

"મારા પિતા જેરૂસલેમના રાજકુમાર હતા અને એક સફળ વેપારી તરીકે તેમણે દરીયો ખેડયો હતો. તે ઘણા પ્રખ્યાત હતા અને મહાન ઓગસ્ટસના મહેમાનોના કક્ષમાં તેમને સ્થાન આપી અને સન્માનિત કરવામાં આવ્યા હતા."

"તેમનું નામ?"

"ઈથામાર, હર ના ઘર વાળા."

નૌસેનાપતિએ આશ્ચર્યથી હાથ ઉંચો કર્યો. "શું તું હર નો પુત્ર છો?"

થોડી ક્ષણો શાંતિથી પસાર થઈ ગઈ. પછી તેણે પુછયું: "તને અંહી શા માટે લાવવામાં આવ્યો છે?" જુડાહે માથું નમાવ્યું અને તેની છાતી ભરાઈ આવી. જયારે તેણે લાગણીઓ પર કાબુ મેળવ્યો કે તેણે નૌસેનાપતિના ચહેરા તરફ જોયું અને જવાબ આપ્યો.

"મારા પર વહીવટકર્તા વેલેરીયસ ગ્રેટસની હત્યા કરવાના પ્રયત્નનો આરોપ મુકાયો હતો."

"શું તું અપરાધને કબુલ કરે છે?"

"તમે મારા પૂર્વજોના દેવોને સાંભળ્યા છે?" તેણે કહ્યું; "અવિનાશી જેહોવાહનું નામ લઈને, તેના સત્ય અને સર્વ સામર્થ્ય તેમજ પ્રેમના સોગન, જેને શરૂઆતથી જ ઈઝરાયેલ અનુસર્યું છે તેના હું સોગન ખાઉં છું કે હું નિદોષ છું."

"શું તારા પર મુકદમો ચલાવવામાં નહોતો આવ્યો?"

"ના."

રોમને નવાઈ પામી અને માથું ઉંચુ કર્યું.

"ન મુકદમો – ન કોઈ સાક્ષી! તારો ન્યાય કોણે કર્યો?"

યાદ રહે કે તે વખતે રોમનો એટલા બધા કાનુનપ્રેમી નહોતા. તે વખતના રોમન વિનિપાતનું આ એક દ્રષ્ટાંત હતું. "તેઓ મને બાંધી અને મિનારાની કોટડીમાં ઢસડી લાવ્યા. હું કોઈને ય જોઈ શકતો નહોતો. કોઈ મારી સાથે વાત કરતુ નંહી. બીજા દિવસે સૈનિકો મને દરીયાકાંઠે લઈ આવ્યા. ત્યારથી આજ સુધી હું આ નૌકામાં ગુલામ છું."

"તું તારી નિર્દોષતા કેવી રીતે સાબિત કરી શકે?"

જુડાહે ઈંટ ખરી પડવાના અકસ્માત અંગે વિસ્તારપૂર્વક વાત કરી.

એરીયસે તેની વાત રસપૂર્વક ધ્યાનથી સાંભળી. તેણે તેને ગુલામો અંગેના અનુભવનો નિચોડ કાઢયો. તેના મત અનુસાર અભિનય સંપૂર્ણ હતો; તો બીજી રીતે જોતા જો તે વાસ્તવિકતા હોય, તો યહુદીના નિર્દોષ હોવા અંગે કોઈ શંકા નહોતી; અને જો તે નિર્દોષ હોય તો સત્તાનો કેવો આંધળો દુરઉપયોગ કરવામાં આવ્યો હતો! એક અકસ્માતે સમગ્ર પરીવારને વેર વિખેર કરી નાખ્યો હતો. આ વિચારે જ તેને અંદરથી હચમચાવી નાખ્યો. પહેલી વાર નૌસેનાપતિ થોડો ખચકાયો. તેની પાસે પુષ્કળ સત્તા હતી. તે યુધ્ધનૌકાનો શાસક હતો. તેના શરીરના અણુ એ અણુમાં દયા વ્યાપી ગઈ. તેનો વિશ્વાસ વિજેતા થયો. તો પણ તેણે પોતાની જાતને કહ્યું કે કોઈ ઉતાવળ નથી – અથવા વિશેષમાં વ્ધારે ઉતાવળ તો સીથેરામાં થવાની હતી; તે સમયે શ્રેષ્ઠ હલેસા મારનારને ફાજલ પાડી શકાય નંહી. તેણે થોભવું જોઈએ. તેણે વધારે જાણવું જોઈએ; તેણે કમસે કમ ખાત્રી કરવી જોઈએ કે આ રાજકુમાર બેન હર હતો. તે ખરી ગોઠવણી હતી. સામાન્ય રીતે ગુલામો જુઠા હોય છે.

"હવે જા," એરીયસે કહ્યું. "અને આપણા વચ્ચે જે કંઈ વાત થઈ તેના આધારે કોઈ આશા ના મિનારા બાંધતો નંહી. જા!"

થોડા સમય પછી બેનહર ફરીથી તેની પાટલી ઉપર હતો. કોઈપણ વ્યકિતનું હૃદય જો પ્રકાશિત હોય તો તેનું કાર્ય પણ પ્રકાશિત રહે છે. હલેસા મારવા તે જુડાહ માટે કષ્ટદાયક નહોતું. તેનામાં ગીત ગાતા પક્ષીની માફક આશાએ સંચાર કર્યો. તે ભાગ્યે જ મુલાકાતીને જોઈ શકયો હોત અથવા તેનું ગીત સાંભળ્યું હોત; તેથી તે ત્યાં હતો; જો કે તે જાણતો હતો; તેની લાગણીઓ તેને તેમ કહેતી હતી. તેથી જ તેને મહાન વ્યકિત દ્વારા બોલાવવામાં આવ્યો હતો અને તેની કથની સાંભળવામાં આવી હતી તે જ તેના ભૂખ્યા આત્મા માટે ભોજન હતુ. ચોકકસ કંઈક તેના માટે સારૂં થવાનું છે. તેની પાટલી પર પ્રકાશ વચન સાથે જ તદન સ્પષ્ટ અને ચમકદાર હતો. તેણે પ્રાર્થના કરી.

"હે ઈશ્વર! હું ઈઝરાયેલનો ખરો પુત્ર છું અને મેં તેને તેવો જ પ્રેમ કર્યો છે. મને મદદ કર, હું તને પ્રાર્થના કરૂં છું."

*****

પ્રકરણ ૪થું

સીથેરા ટાપુની પૂર્વે એન્ટેમોનાની સામુદ્રધુનીમાં એકસો નૌકાઓ ભેગી થઈ. ત્યાં નૌસેનાપતિએ એક દિવસ નિરીક્ષણ માટે ગાળ્યો. ત્યાંથી તે ગ્રીસ અને એશીયાના અધરસ્તે આવેલા સીકલેડઝના મોટામાં મોટા બારા નેક્ષોસ સુધી ગયો. નેક્ષોસ જાણે કે ધોરીમાર્ગના મધ્યમાં વિશાળ પર્વત પર ખોડવામાં આવ્યો હોય તેવું હતુ. જયાંથી તે (નૌસેનાપતિ) ભૂતકાળને પડકાર આપી શકે તેવી પરીસ્થિતિમાં હતો. વ્યુહાત્મક રીતે જોતા તે સમયે એરીયસ એવી પરીસ્થિતિમાં હતો કે જયાંથી તે સમુદ્રી લુંટારાઓની પાછળ તરત જ થઈ શકે. પછી ભલે ચાંચીયાઓ એજીયન સમુદ્રમાં હોય કે ભૂમધ્ય સમુદ્રમાં ભાગી ગયા હોય.

જેવી યુધ્ધનૌકા ટાપુના પર્વતીય કિનારા તરફ સરકવા લાગી કે એક નૌકા ઉત્તર તરફથી આવતી જણાઈ. એરીયસ તેને મળવા ગયો. તે બાયઝેન્ટીયમની માલવાહક નૌકા હતી અને તેના માલમ પાસેથી જાણવા મળ્યું કે તે કેવી અત્યંત તાકીદ ની પરિસ્થિતિ વચ્ચે ઉભો હતો. તેણે વિગતો જાણી.

ચાંચીયાઓ યુક્ષીનના લગભગ દરેક કાંઠાના મુખ્ય મથકો પરથી આવેલા હતા. તેના નૌકાબેડામાં અત્યંત સુસજજ સાઈઠ યુધ્ધનૌકાઓ હતી. તેમાં થોડી હલેસાની બે હારો વાળી અને થોડી ત્રણ હારો વાળી યુધ્ધનૌકાઓ હતી. તેનો સરદાર ગ્રીક હતો અને બધી જ યુધ્ધનૌકાઓના માલમ સમગ્ર પોર્વાત્ય સમુદ્રકાંઠાના જાણકાર ગ્રીકો હતા. લુંટફાટની ગણતરી થઈ શકે તેમનહોતી. ભય અને ત્રાસ ફકત એકલા સમુદ્રમાંજ નહોતા; દરીયાકાંઠે આવેલા શહેરો પણ તેમના ભયથી ત્રસ્ત હતા. વાહન વ્યવહાર લગભગ થંભી ગયો હતો.

હવે ચાંચીયાઓ કયાં હશે?

એરીયસને જે પ્રશ્નમાં સૌથી વધારે રસ હતો તે પ્રશ્નનો જવાબ તેણે મેળવ્યો.

લેમોનના ટાપુ ઉપર હેફીસ્ટીયાની લુંટ બાદ થેસ્સેલીયન જુથ પર દુશ્મનો હંકારી ગયા અને છેલ્લા અહેવાલ પ્રમાણે ઈયુબોઆ અને હેલાસ વચ્ચેના અખાતોમાં અદ્રશ્ય થઈ ગયા હતા.

તો આ સમાચારો હતા.

જો વાચક ગ્રીસ અને એજીયનનો નકશો લે તો તે નોંધ લેશે કે ઈયુબોઆનો ટાપુ એશીયાના સામાકાંઠે કિલ્લા સમાન ઉભો હતો. તેની અને ખંડ વચ્ચેની કેનાલ એકસો ને વીસ માઈલ લાંબી અને માંડ આઠેક માઈલ પહોળી હતી. પૂર્વ તરફનો પ્રવેશમાર્ગ ઝરકસીઝના વહાણોને પ્રવેશ આપતો અને હવે તેમાં યુક્ષીનના બહાદુર ધાડપાડુઓએ પ્રવેશ કર્યો હતો. પેલેસ્જીક અને મેલીએક અખાતના કાંઠે આવેલા સમૃધ્ધ નગરો ચાંચીયાઓને લુંટફાટ માટે આકર્ષણ સમાન હતા. આ બધી બાબતો પર વિચાર કરતા એરીયસ એવા તારણ પર આવ્યો કે લુંટારાઓને થર્મોપોલીથી નીચેના ભાગમાં કોઈક જગ્યાએ શોધી શકાય અને તક ઝડપી લેતા તેઓને ઉત્તર અને દક્ષિણ બાજુએથી ઘેરી લેવાય. આમ કરવા માટે એક ઘડી પણ ગુમાવવી પાલવે તેમ નહોતી. અરે ફળો, દ્રાક્ષાસવ અને નેક્ષોસની સ્ત્રીઓને પણ પાછળ છોડીને જવું જ પડે. તેથી તે રાત્રી પડવાને થોડી વાર હતી ત્યાં સુધી થોભ્યા વિના દુર હંકારી ગયો.

લગભગ રાત પડવા આવી ત્યારે આભને અડતો ઓકા પર્વત દેખાયો અને ભોમીયાએ ઈયુબોઆનો સાગરતટ આવી ગયો હોવાનું જણાવ્યું.

એક સંકેત મળતાં જ યુધ્ધનૌકાના હલેસાઓ થંભી ગયા. જયારે ગતિવિધીઓ ફરીથી શરૂ થઈકે એરીયસે પચાસ યુધ્ધનૌકાઓના બનેલા એક દળની આગેવાની લીધી. તે તેના નૌકાદળને નહેરમાં લઈ જવા ધારતો હતો, જયારે તેટલી જ સંખ્યાનું બીજું નૌકાદળ ટાપુને ચકરાવો લઈ અને નહેરના બીજા છેડે બની શકે તેટલી પુર ઝડપે પહોંચી અને નાકું દબાવી દે.

તે દરમ્યાન બેનહરને દર છ લાકે તેની પાટલી પરથી છુટો કરવામાં આવતો. એન્ટેમોનાની સામુદ્રધુનીમાં મળેલા આરામથી તે તાજોમાજો થઈ ગયો હતો, તેથી તેને તેનું હલેસું કષ્ટદાયક લાગતુ નહોતું અને મેજ પર ઉભેલા અધિકારીને તેનો દોષ જોવા મળતો નહોતો.

તેના લાંબા સેવાકાળ દરમ્યાન તે કક્ષમાં તળિયા પર પડતા સુર્યના કિરણોની ગતિવિધી પરથી જયારે નૌકા દરીયો ખેડતી હોય ત્યારે તે જાણી જતો કે નૌકા કયા ગોળાર્ધમાં સફર કરી રહી હતી. સામાન્યતઃ તેના સાથી ગુલામો પાસેથી તે કદી પરીસ્થિતિ વિષે જાણી શકતો નંહી અને તેને સાગરવાટમાં કોઈપણ જાતનો રસ હતો નંહી. તેની જગ્યા હલેસા પર હતી અને તેને તે જગ્યાએ નિષ્ઠુરતા પૂર્વક લંગર નાખ્યું હોય ત્યારે કે સાગરવાટ ચાલતી હોય ત્યારે જકડી રાખવામાં આવતો હતો. આ ત્રણ વર્ષોમાં ફકત એક જ વખત તેને તુતક પરથી બહારના દ્રશ્યને જોવાનો લાભ મળ્યો હતો. તે પ્રસંગ આપણે જોઈ ગયા છીએ. તેને કોઈ જ અણસાર નહોતો કે જે વહાણ હંકારવામાં તે મદદરૂપ થઈ રહ્યો છે તે વહાણ નૌકાબેડાની આગેવાની લઈ રહ્યું છે અને સારી કાર્યક્ષમતા ધરાવે છે; તેના અંગે, તેની મહેનત અંગે તે કશું જ વધારે જાણતો નહોતો.

જયારે અસ્ત થતા સુર્યએ તેનું છેલ્લું કિરણ કક્ષમાંથી પાછું ખેંચી લીધું ત્યારે પણ યુધ્ધનૌકા હજુ ઉત્તર દિશામાં જ આગળ વધી રહી હતી. રાત્રી પડી હોય તો પણ બેનહરને કશો ફેરફાર થયો હોય તેવું લાગ્યું નંહી. તે સમયે તુતક પરના સાંકડા પુલ પરથી ધુપ સળગાવવાની સુગંધ નીચે કક્ષમાં ચોમેર ફેલાઈ ગઈ.

"નૌસેનાપતિ વેદી પર છે," તેણે વિચાર્યું. "શું એવું બની શકે ખરૂં કે આપણે યુધ્ધમાં જઈ રહ્યા છીએ?"

તે નિરીક્ષક બની ગયો.

હવે તે ઘણા યુધ્ધોમાં એક પણ લડાઈને નજરે જોયા વગર ભાગ લઈ ચુકયો હતો. તેની પાટલી પરથી તેણે ઉપર થતા અવાજો સાંભળ્યા હતા અને એક ગાયક ગીત ગાય ત્યાં સુધી તે પરીચિત થઈ ચુકયો હતો. તેથી પણ તે રોમન અને ગ્રીકોની મુઠભેડ પહેલા થતી પૂર્વતૈયારીઓથી, જેમાં કદી પણ ફેરફાર થતો નંહી તે દેવોને અપાતા બલીદાનની વિધીથી પરીચિત હતો. સફરની શરૂઆતમાં આવતી અને તેઓને જયારે તાકીદ કરવામાં આવતી તે બન્ને વિધીઓ સરખી જ રહેતી.

સારા મુહુર્તમાં સીડીના પગથીયાઓ પર ફાનસો સળગાવી અને લટકાવવામાં આવતા અને નૌસેનાપતિ તેતક પરથી નીચે આવતો. તેના શબ્દો પર નૌસનીકો બખ્તરબંધ થઈ જતા.તેના શબ્દ પર યંત્રો ફરીથી જોવામાં આવતા અને ભાલા, તીરો, બરછીઓ વગેરે મોટી ડોળીઓમાં શસ્ત્રભંડારમાંથી ગરેડીઓ દ્વારા મુખ્ય યુધ્ધકક્ષમાં લાવવામાં આવતા અને તેને તળીયે ત્વરિત ઉપયોગમાં લઈ શકાય

તે રીતે યોગ્ય સ્થળોએ ગોઠવવામાં આવતા. તે સાથેસાથે રૂ ના દડાની ટોપલીઓ પણ લાવવામાં આવતી. અને છેલ્લે જયારે બેનહરે નૌસેનાપતિ ને તેના મેજ પર બખ્તરબંધ થતો જોયો અને તેનું શિરસ્ત્રાણ અને ઢાલ બહાર કાઢતો જોયો કે કરવામાં આવી રહેલી તૈયારીઓ અંગે તેને કોઈ સંશય રહ્યો નંહી. અને તેણે તેની સેવાના છેલ્લ અપયશ માટે પોતાની જાતને તૈયાર કરી લીધી.

દરેક પાટલીઓ પર ગુલામોને જકડી લેવા માટે ભારે બેડીઓ વાળી સાંકળ જડેલી હતી. તેના વડે હોર્ટેટર ગુલામોને એક પછી એક બેડીઓમાં જકડી લેવાનું શરૂ કરતો. ગુલામોને કોઈ પસંદગી નહોતી. તેમણે બસ તાબે થઈ જવાનું રહેતુ અને આફત આવી પડે ત્યારે તેઓને ભાગી છુટવા માટે કોઈ પણ જાતની તક રહેતી નહોતી.

હોર્ટેટર આગળ વધ્યો. હવે તે પ્રથમ ક્રમે હતો. લોખંડી સાંકળોનો ખખડાટ ભયંકર લાગતો હતો. જયારે તે છેલ્લે સાઈઠમા ક્રમે આવ્યો ત્યારે હતાશામાંથી જન્મેલી શાંતિ વચ્ચે બેનહરે તેનું હલેસું સમતોલન બિંદુએ થોભાવ્યું અને તેનો પગ અધિકારીને આપ્યો. એ જ વખતે એરીયસ બેઠો થયો અને તેણે અધિકારીને બોલાવ્યો.

સખત કંટાળાએ યહુદીને જકડી લીધો. એરીયસની દ્રષ્ટી હોર્ટેટર પરથી ફરીને તેના પર સ્થિર થઈ અને તેણે તેનું હલેસું મુકી દીધું કે નૌકામાં તેની બાજુનો આખો વિભાગ સતેજ થઈ ગયો. તેણે એરીયસને હોર્ટેટરને કશું કહેતા સાંભળ્યો નંહી પણ સાંકળ પાટલી પર તેની જગ્યાએ પડી રહી અને અધિકારી તેની બેઠક પર જઈ અને તાલબધ્ધ રીતે પીપ ને પીટવા લાગ્યો. તેમાંથી ઉઠતા સ્વરો કદી પણ સંગીત જેવા નહોતા. સીસું ભરેલા હાથાની સામે રહેલી છાતી વડે તેણે બધી શકિત એકઠી કરી અને ધરી જાણે કે લગભગ ભાંગી જતી હોય ત્યાં સુધી ધકકો માર્યો.

મુખ્ય અધિકારી એરીયસ પાસે ગયો અને સ્મીત કરતા તેણે સાઈઠમા ક્રમ સામે આંગળી ચીંધી.

"શું શકિત છે!" તેણે કહ્યું.

"અને કેવો આત્મા છે!" એરીયસે જવાબ આપ્યો. "તે બેડી વગર વધારે સારૂં કામ કરી શકે છે. તેને વધારે કંઈ કહેશો નંહી."

આમ કહીને ફરીથી તેણે દિવાન પર લંબાવ્યું.

કલાકોના કલાકો સુધી યુધ્ધનૌકા પાણીમાં હલેસાઓના આધારે સરકતી રહી. જે લોકો ફરજ પર નહોતા તેઓ ઉંઘી ગયા. એરીયસ તેની જગ્યાએ અને નૌસનીકો કક્ષના તળીયે ઉંઘી ગયા.

સવાર થતા પહેલા પાણી પરના ઘેરા અંધકારમાં એસ્ટ્રીયાની સાથે બધું ઠીકઠાક ચાલતુ હતુ ત્યારે એક માણસ તુતક પરથી ઝડપભેર આવ્યો અને સુતેલા નૌસૈનિકને જગાડયો. એરીયસ ઉઠયો અને તેનું શીરસ્ત્રાણ પહેરી લીધું, ઢાલ અને તલવાર લીધા અને નૌસનીકોના સરદાર પાસે ગયો.

"ચાંચીયાઓ નજીક જ છે. ઉઠો અને તૈયાર થાવ!" તેણે કહ્યું અને શાંતિથી, મકકમતાથી, વિશ્વાસપૂર્વક સીડીઓ એવી રીતે વટાવી કે કોઈ પણ વિચારી ઉઠે કે, "સુખી સંગાથી! એપીસીયસે તારા માટે મીજબાની ગોઠવી રાખી છે."

*****

પ્રકરણ ૫મું

નૌકા પરના દરેક આત્મા સાથે નૌકા પણ જાગી ઉઠી. અધિકારીઓ તેમના અડધીયા પર જતા રહ્યા. દરેક રીતે લીજીયોનરીઝ જેવા લાગતા નૌસૈનિકોએ હથીયારો ઉઠાવ્યા. તીર અને બરછીઓથી ભરેલી ડોળીઓ તુતક પર લાવવામાં આવી. વચ્ચેની સીડી પાસે તેલની ટાંકીઓ અને અગ્નિદડાઓ તાત્કાલિક ઉપયોગમાં લઈ શકાય તેમ રાખવામાં આવ્યા. વધારાના ફાનસો સળગાવવામાં આવ્યા. તગારાઓમાં પુરતુ પાણી ભરી લેવામાં આવ્યું. જે હલેસા મારવાવાળાઓને ફરજ પર ગોઠવવામાં આવેલા નહોતા, તેઓને મુખ્ય અધિકારી સામે પહેરા હેઠળ ભેગા કરવામાં આવ્યા. આ પહેલા જણાવ્યા પ્રમાણે બેનહર તે લોકો પૈકીનો એક હતો. તેની ઉપર તેણે છેલ્લી તૈયારીઓનો કોલાહલ સાંભળ્યો. ખલાસીઓ સઢ વીંટતા હતા, જાળો પાથરતા હતા, ગોફણયંત્રો ગોઠવતા હતા અને ચામડાના બખ્તરો બન્ને પડખાઓ પર લટકાવતા હતા. બધું નૌકામાં ફરીથી ગોઠવવામાં આવ્યું. તદન અસ્પષ્ટ ભય અને ધારણાઓના અર્થ પ્રમાણે બધું તૈયાર હતુ.

તુતક પરથી પગથીયા પર ઉભેલા નિમ્ન કક્ષાના અધિકારી દ્વારા નીચે એક નિશાની કરવામાં આવી અને હોર્ટેટરને અપાયેલા સંકેતથી એક વખત બધાજ હલેસાઓ થોભી ગયા.

તેનો શો અર્થ?

નૌકાઓ પાછળ ઢસડાતી હોય તેવા એક અવાજે બેનહરનું ધ્યાન આકર્ષિત કર્યું, અને સામે અથડાતા મોજાઓની વચ્ચે એસ્ટ્રીયા પથ્થરની જેમ સ્થિર થઈ ગઈ. તેની પાસે રહેલ નૌકા અંગેનો તર્ક બેનહર પર તુટી પડયો. કટોકટીની ક્ષણોમાં સાવધ નૌકા આક્રમણ માટે લગભગ તૈયાર હતી. આવી કલ્પનાથી જ બેનહરની નસોમાં લોહી અત્યંત વેગથી દોડવા લાગ્યું. તુતક પરથી બીજો સંકેત આવ્યો. હલેસાઓ પાણીમાં ઝબોળાયા અને નૌકાએ ફરીથી આગળ વધવાનું શરૂ કર્યું. કક્ષમાં માણસોને હજુ પણ કળ વળી નહોતી તો પણ કોઈપણ જગ્યાએથી કોઈપણ જાતનો અવાજ આવ્યો નંહી. પરીવર્તિત નૌકા શ્વાસ રોકી, સંવેદનાઓ ગ્રહણ કરી અને નીચે નમી અને લપાઈ જઈને આગળ વધતા વાઘની માફક આગળ વધતી હતી.

આવી પરિસ્થિતિમાં સમયની ગણતરી કરી શકાય નંહી, તેથી બેનહર કપાયેલા અંતર અંગે નિર્ણય લઈ શકયો નંહી. છેલ્લે તુતક પરથી રણભેરીઓ વાગી અને હોર્ટેટરે લયબધ્ધતાથી જેટલું મોટેથી વાગી શકે તેટલું જોરથી પીપ વગાડયે રાખ્યું. હલેસા મારનારાઓ પુરી શકિતથી હલેસા મારતા રહ્યા. અસામાન્ય વેગના લીધે નૌકાનું દરેક પાટીયું ધ્રુજી રહ્યું. આગળ પાછળથી બીજી રણભેરીઓએ પણ સુર પુરાવ્યો. ત્યાં એક જોરદાર પવનની ઝાપટ લાગી અને મુખ્ય અધિકારીના મેજ સામેના હલેસા મારવા વાળાઓ પોતાની જગ્યાએથી ડગી ગયા, તેમાંના કેટલાક પડી ગયા; નૌકા થોડી પાછળ ધકેલાઈ; ફરીથી પૂર્વવત પરિસ્થિતિમાં આવી અને પહેલા કરતા પણ વધારે વેગથી નૌકા આગળ વધવા લાગી. અત્યંત ભયથી માણસો ચીચીયારીઓ પાડી ઉઠયા; રણશીંગાઓ અને અથડામણોના અવાજો વચ્ચે તેઓ ઉભા થયા અને તેમના પગના તળીયા નીચે, વહાણના પઠાણ નીચે, કચડાતું, ગબડતું, ટુકડાઓમાં ભાંગી જતું હોય તેવું લાગ્યું. બેનહરે કશુંક છુટકારો પામી ન શકાય તેવું અનુભવ્યું.

તેની આસપાસના માણસો ભયથી એકબીજા સામે જોવા લાગ્યા. તુતક પરથી આવતા રણભેરીના એક અવાજે જણાવ્યું કે રોમન વહાણની ચાંચ વિજેતા બની હતી! પણ તેઓ કોણ હતા કે જેને સાગર ગળી ગયો? તેઓ કઈ ભૂમીના, કઈ ભાષા બોલતા લોકો હતા?

સીધો જ નૌકાનો મોરો ઉંચકાયો અને આગળના ભાગે બેઠેલા હલેસા મારનારોઓ તેમની પાટલીને મહા મુસીબતે વળગી રહ્યા. ફરીથી રોમન અંતરાત્માનો અવાજ ગાજી ઉઠયો અને તેની સાથે જ નીરાશાની ચીચીયારીઓ ગાજી ઉઠી. લંગરોથી જકડાયેલો સામેના વહાણનો આગલો ભાગ વિરાટ ઉંટડાની મદદથી ઉંચો કરી દેવામાં આવ્યો હતો અને હવે તે હવામાં ઝુલવા લાગ્યો હતો અને થોડી વારમાં તે ડુબી જવાનો હતો.

જમણી અને ડાબી બાજુએથી ચીચીયારીઓ વધી ગઈ; આગળથી અને પાછળથી વર્ણન ન થઈ શકે તેવો ઘોંઘાટ ફેલાઈ ગયો. કયારેક આવતો તુટવાનો અવાજ અને તેની પાછળ આવતી ભયની ચીચીયારીઓ બીજી નૌકાને અલવિદા કરતી હોય તેવા અવાજ વચ્ચે પાણીમાં ઉઠેલા વમળોમાં ખલાસીઓ ડુબી જતા.

લડાઈ એક જ દિશામાં લડાતી નહોતી. હેચ–વેમાંથી મરણતોલ હાલતમાં લોહીલુહાણ રોમન સૈનિકોને નીચે લાવી અને કક્ષના તળીયે સુવડાવવામાં આવતા હતા.

કયારેક ધુમાડાના ગોટા પણ નીકળતા; કક્ષમાં માણસનું માંસ બળવાની ગંધ આવતી અને આછેરો પ્રકાશ પીળા અંધકારમાં ફેરવાઈ જતો. થોડીવાર માટે શ્વાસ રોકી દેતા બેનહરે જાણ્યું કે તેઓ સળગી ઉઠેલા વહાણમાંથી ઉઠતા ધુમાડાના વાદળો વચ્ચેથી પસાર થઈ રહ્યા હતા અને તે વહાણમાં સાંકળોથી બાંધેલા ગુલામો પણ જીવતા સળગી ઉઠયા હતા.

સમગ્ર સમય દરમ્યાન એસ્ટ્રીયા ગતિમાન જ હતી. એકાએક તે ઉભી રહી ગઈ. હલેસા મારવાવાળાઓના હાથમાંથી હલેસા છટકી ગયા અને તેઓ તેમની પાટલીઓ પરથી ગબડી પડ્યા. તુતક પર તે વખતે એક ઝનુન પૂર્વકનો કચડાવાનો અવાજ આવ્યો અને બન્ને પડખેથી નૌકાઓ એકબીજીને કચડી નાખતી હોય, દળી નાખતી હોય તેવો અવાજ આવ્યો. પહેલી વખત જ પીપ વગાડવાનો અવાજ ઘોંઘાટમાં ડુબી ગયો. કક્ષના તળીયે પડેલા માણસો ડરથી છુપાઈ જવાની જગ્યા શોધવા લાગ્યા. ચોતરફ છવાયેલા ભય વચ્ચે બેનહર પાસે હેચ–વેમાંથી માથોડા ભેર એક માનવશરીર ફેંકાયું. તેણે અર્ધનગ્ન મૃત શરીરના ચહેરા પર ફેલાયેલા ઘેરા કાળા વાળ પાછળનો ચહેરો ઉત્તરના સફેદ ચામડીવાળા રાષ્ટ્રોમાંથી આવતા બાર્બેરીયનનો હતો, જેના મૃત્યુએ લુંટ અને વેર ને જ લુંટી લીધા હતા. તે અંહી કેવી રીતે આવ્યો? સામેના તુતક પરથી એક લોખંડી હાથે તેને ઉઝરડો પાડયો? – ના, એસ્ટ્રીયા ભેદાઈ ચુકી હતી. હવે રોમનો તેમના પોતાના તુતક પર લડતા હતા. યહુદીના શરીરમાંથી ભયનું ઠંડુ લખલખું પસાર થઈ ગયું. એરીયસ સખત રીતે ભીડાઈ ગયો હતો. જો તે સાજોસમો હોય તો તે પોતાનું જ જીવન બચાવવા માટે લડતો હોવો જોઈએ. આશાઓ અને સ્વપ્નો ઘણા મોડે થી આવે છે, શું ત્યાં આશાઓ અને સ્વપ્નો જ હતા? અબ્રાહમનો ઈશ્વર મના કરે! માતા અને બહેન – ઘર – પવિત્ર ભૂમી, આ બધા પછી શું તે કશું જોવાનો નહોતો?

એરીયસ મરવો ન જોઈએ; તેમ થવું ન જોઈએ; જો કે તેને નૌકાના ગુલામ તરીકે સહન કરવું પડે તેના કરતા તેની સાથે જ બધું નાશ પામે તે વધારે ઠીક રહેશે.

વધુ એક વખત બેનહરે ચારે બાજુએ જોયું. છાપરા પર હજુ પણ ઘમસાણ યુધ્ધ ચાલતુ હતુ; બન્ને પડખે દુશ્મન યુધ્ધનૌકાઓ હજુ પણ કચડાતી અને ભરડાતી હતી. પાટલીઓ પર ગુલામો તેમની સાંકળો તોડવા માટેના નિષ્ફળ પ્રયત્નો કરી રહ્યા હતા અને પાગલોની માફક બુમબરાડા પાડી રહ્યા હતા; ચોકીયાતો સીડીઓ ચડીને જતા રહ્યા હતા; શિસ્તના સ્થાને ભય વ્યાપી ગયો હતો. માત્ર મુખ્ય અધિકારી આવી પરીસ્થિતિમાં પણ તેની ચીર પરીચિત શાંતિથી તેની બેઠક પર બેઠો હતો. ચારે બાજુએથી આવતા અવાજો વચ્ચે તેનો ખખડાટ મીથ્યા થતો જોઈ તેણે પીપ વગાડવાનું બંધ કરી દીધું. બેનહરે તેની સામે છેલ્લી દ્રષ્ટિ કરી અને ભાગી નીકળ્યો – લડવા માટે નંહી, પણ એરીયસને શોધવા માટે.

હેચ–વેની સીડી અને તેની વચ્ચે થોડું અંતર રહ્યું કે તેણે નાનો કુદકો માર્યો અને અડધી સીડી ચડી ગયો. તેને હેચ–વેમાંથી આગથી લાલ થતું આખું આકાશ દેખાયું. સાગર યુધ્ધનૌકાઓઅને તેના ભંગારથી છવાઈ ગયો હતો. નૌકાના સુકાનવાળા અડધીયા પર ધક્કામુકી સાથે જોરદાર લડાઈ જામી ગઈ હતી. પ્રમાણમાં હુમલાખોરોની સંખ્યા વધારે હતી, જયારે સામનો કરનારા ઓછા હતા. એકાએક તેનો આધાર ભાંગી પડયો અને તે કક્ષના તળીયે પાછો ફેંકાયો કે તેણે તળીયું ચુરેચુરા થઈ જતું અનુભવ્યું અને એક પલકારામાં તો વહાણના પેટાળનો પાછલો ભાગ ભાંગીને જુદો થઈ ગયો અને સાથે જ ઘુઘવતો સાગર અંદર આવી ગયો. બેનહરની આંખે અંધારા આવી ગયા.

એમ તો ન કહી શકાય કે યુવાન યહુદીએ આવી માનસિક તાણમાં તેની પોતાની જાતને જ મદદ કરી. તેની સામાન્ય તાકાતને એકબાજુએ રાખતા, આવા જીવના જોખમના સમય માટે પ્રકૃતિ ફાજલ રાખે છે તેવી અસામાન્ય વધારાની તાકાત તેનામાં પ્રગટી. હજુ પણ પાણીનો વિકરાળ અવાજ, વમળ અને અંધારાએ તેને જડ બનાવી દીધો હતો અને શ્વાસ પણ તેણે નામરજી પૂર્વક રોકી રાખ્યો હતો. ભરતીના મોજાએ તેને કક્ષમાં આગળ લાકડાના ટુકડાની માફક ઉછાળી દીધો. જયારે તે ડુબી જવા આવ્યો ત્યારે જ ઓટના પાણી પાછા વળ્યા. સપાટીથી માથોડાઓ નીચે તેની આસપાસ પોલાણ ઉભું થયું અને તે છુટા પડેલા ભંગાર વચ્ચે ઉભો થયો. ઉભા થતી વખતે તેના હાથની પકડમાં કશુંક આવ્યું અને તેણે તે પકડી રાખ્યું. સમય તેને ઘણા યુગો જેટલો લાંબો લાગ્યો. આખરે તે સપાટી ઉપર પહોંચ્યો અને મોઢું પુરેપુરૂં ખોલી નાખ્યું અને ફેફસાઓમાં તાજી હવા ભરી લીધી અને માથું હલાવી અને એક હાથ વડે આંખો તથા માથાના વાળમાંથી પાણી નીતારી અને તેણે પકડેલો આધાર વધારે સરખો પકડી અને તેની આજુબાજુએ જોયું.

સાગર પર અર્ધપારદર્શક ધુમ્મસ જેવો ધુમાડો ફેલાઈ ગયો હતો અને તેની સોંસરવું અંહી અને ત્યાં અત્યંત તેજ છવાયેલું હતુ. ત્વરિત બુધ્ધિમતાએ તેને કહ્યું કે ત્યાં વહાણો સળગી ઉઠયા હતા. હજુ પણ લડાઈ તો ચાલુ જ હતી. તે કહી શકે તેમ નહોતો કે વિજેતા કોણ હતું. તેની દ્રષ્ટિ ત્રિજયામાં અંહી અને ત્યાં પસાર થતી નૌકાઓ પ્રકાશના પડછાયા વેરી જતી હતી. ધુમાડાના ગોટેગોટા વચ્ચે તેણે બીજી વધારે નૌકાઓને તુટી પડતી અને કાટમાળમાં ફેરવાઈ જતી જોઈ. જો કે ભય તો તદન પાસે જ હતો. જયારે એસ્ટ્રીયા નીચે ગઈ કે તેના તુતક પર ફરીથી ભેગા થયેલા તેના પોતાના ખલાસીઓ અને તેની ઉપર હુમલો કરનારી બન્ને નૌકાઓના ખલાસીઓ કે જેણે હુમલો કર્યો હતો તેબધાને એ જ સમયે ગળી ગઈ. તેમાંના ઘણાબધા સપાટી પર એક સાથે આવ્યા અને જે આધાર પર રહીને જે કોઈ પ્રકારની

લડાઈ ચાલુ રાખી હતી; જેમ કે કોઈ બથ્થમબથ્થ આવી અને એક બીજાને મરણતોલ હાલતમાં મારી મચડી નાખતા, તો કોઈક તલવાર કે ભાલાથી હુમલો કરતા તે બધા લોકોનો આધાર હવે માથોડાઓ નીચે વમળમાં ગરકાવ થઈ ગયો અનેતે લોકોએ ઉશ્કેરાટમાં તેમની આજુબાજુનો સાગર ચારે બાજુઓએ ફેલાતો અનુભવ્યો. એક જગ્યાએ કાળી શાહી જેવું અંધારૂ અને બીજી જગ્યાએ આંખને આંજી દેતુ અજવાળું. તે લોકોની મુઠભેડમાં બેનહરને કશું કરવાનું નહોતું; તે દરેક તેનો દુશ્મન હતો. તેઓ પૈકીનો કોઈ પણ જેના આધારે બેનહર તરતો હતો તે પાટીયા માટે તેને મારી નાખે. તેણે ભાગી છુટવા માટે ઉતાવળ કરી.

તે વખતે તેણે અત્યંત ઝડપથી ગતિ કરતા હલેસાઓનો અવાજ સાંભળ્યો અને તેની ઉપર આવતી યુધ્ધનૌકાને જોઈ. ઉંચો સથો બમણી ઉંચાઈવાળો લાગતો હતો અને તેની ઉપર ચમકતો લાલ પ્રકાશ અને તેની કોતરણીથી તે નાગ જેવી દેખાતી હતી. એકાએક તેના પગના તળીયા નીચેથી પાણી ઉછળ્યું અને ફીણના ગોટા આકાશમાં વેરાઈ ગયા.

તે પહોળા અને નિયંત્રિત ન થઈ શકે તેવા લાકડાના પાટીયાને ધકેલતો આગળ ફેંકાયો. દરેક ક્ષણ કિંમતી હતી. અડધી ક્ષણ પણ તેને તારે કે ડુબાવી શકે. તેના પ્રયત્નો દરમ્યાન કટોકટીની ક્ષણે દરીયાની સપાટીથી ઉંચે, તેનાથી એક હાથ જેટલું જ દુર સોનાનો ઝબકાર ફેંકતુ શીરસ્ત્રાણ ઉછળ્યું અને તેના પછી પહોળી થઈ ગયેલી આંગળીઓ વાળા બે હાથ બહાર આવ્યા. તે લાંબા અને તેની પકડમાંથી કશું છટકે નંહી તેવા મજબુત હાથ હતા. તેના મુક અનુરોધથી બેનહર આડો ફંટાયો. શીરસ્ત્રાણ ઉંચે ઉછ્યું અને તેમાંનું મસ્તક અને તે પછી પાણી પર બે હાથ બહાર આવ્યા અને પાણી પર અત્યંત આવેશ પૂર્વક પછડાવા માંડયા. માથું પાછળ ફર્યું અને તેના ચહેરા પર પ્રકાશ પડયો. મોઢું પહોળું થઈ ગયું હતુ, આંખો ખુલ્લી પણ દ્રષ્ટિહીન થઈ રહી ગઈ હતી અને ડુબતા માણસનું લોહી થીજી ગયું હતુ. આનાથી વધારે કશું પણ ભયંકર હોઈ શકે નંહી. તો પણ તેને જોતા વેંત તેણે આનંદથી બુમ પાડી અને જેવો તેનો ચહેરો પાણીમાં ફરીથી જવા લાગ્યો કે બેનહરે શીરસ્ત્રાણની દાઢી નીચે જતી સાંકળ પકડી અને તેને પાટીયા પર ખેંચી લીધો.

તે એરીયસ હતો.

થોડીવાર માટે પાણીની છોળો ઉડી અને બેનહરની ફરતે ભયંકર વમળો ઉઠયા. તેની તમામ શકિત એકઠી કરી અને બેનહર એક હાથે આધાર અને બીજા હાથે રોમનના માથાને પાણીની સપાટી ઉપર રાખવા મટે પરીશ્રમ કરતો રહ્યો . ખુલ્લા માથાવાળા તેમજ શીરસ્ત્રાણધારી તરતા માણસોની જમણી બાજુએથી એક નૌકા હલેસા મારતી પસાર થઈ ગઈ. સાગર ભડકે બળતો હતો. એક જોરદાર કડાકા પાછળ જ વેદનાથી સભર ચીચીયારીએ બચાવકાર્ય કરનારને ફરીથી તે જ દિશામાં જોવા માટે પ્રેરિત કર્યા. ચોકકસપણે તેના હૃદયને એક જંગલી આનંદ સ્પર્શ કરી ગયો. એસ્ટ્રીયા પર વેર લેવાયું હતુ.

તે પછી યુધ્ધે વળાંક લીધો. અવરોધ પક્ષીઓના ટોળામાં ફેરવાઈ ગયો. પણ વિજેતા કોણ હતું? બેનહર તે બાબત પર તેની મુકિત અને એરીયસનું જીવન કેટલા નિર્ભર હતા તે સમજતો હતો. તેણે એરીયસ તરતો થઈ જાય ત્યાં સુધી તેની નીચેની બાજુએ પાટીયાને ધકકો માર્યો. તે પછી મહામહેનતે તેણે એરીયસને પાટીયા પર ગોઠવ્યો. ધીમેધીમે સવાર પડી. તેણે આશાપૂર્વક સવારને વધારે ઉઘડતી

જોઈ, તો પણ તે કેટલીક વાર ડરી જતો. શું ઉઘડતી સવાર રોમનોને ઈલને આવશે કે પછી ચાંચીયાઓને લઈને આવશે? જો ચાંચીયાઓ આવે તો તેણે એરીયસને ગુમાવી દેવો પડે.

અંતે ફુલ જેવી સવાર ઉઘડી. ડબી બાજુએ ત્યાં પહોંચવા માટેનો પ્રયત્ન કરવાના વિચારથી પણ ઘણે દુર તેણે ધરતી જોઈ. અંહી અને ત્યાં માણસો તેની માફક જ ઘસડાતા હતા. ધુમાડા કાઢતા અવશેષો અને કાળા ટપકાઓના કારણે સાગર શરમથી કાળો પડી ગયો હતો. તેના રસ્તાથી ઘણે દુર એક નૌકા તેના કઠેડાની રાંગ પર ફાટેલા સઢ અને નિષ્ક્રિય હલેસા સાથે પડી હતી. હજુ પણ વધારે દેર ફરતા પદાર્થો જેવા કે ભાગી જતી કે ભાગી જવા માટે મહેનત કરતી નૌકાઓ કે સફેદ પાંખો વાળા પક્ષીઓને તે પારખી શકતો હતો.

આમ ને આમ એક કલાક વિતી ગઈ. તેની ચિંતા વધી ગઈ. જો સત્વરે મદદ નંહી મળે તો એરીયસ મરી જશે. તે એવી રીતે પડયો હતો કે કયારેક તો તે મૃત્યુ પામ્યો હોય એવું લાગતુ હતુ. તેણે શીરસ્ત્રાણ દુર કર્યું અને ત્યાર પછી મહા મહેનતે છાતી અને પીઠ પરનું બખ્તર દુર કર્યું અને તેને હૃદય ધબકતુ જણાયું. બેનહરને આશા બંધાઈ અને તેણે એરીયસને પકડી રાખ્યો. ત્યાં વાટ જોવા સિવાય બીજું કશું કરવાનું નહોતું, અને તેના લોકોની રીત પ્રમાણે પ્રાર્થના કરવાની હતી.

*****

પ્રકરણ છઠ્ઠું

ડુબી જવા કરતા ડુબતા બચી ગયા પછી પાછા ભાનમાં આવતી વખતે ફરીથી સ્વસ્થ થવાની પ્રક્રિયા વધારે પીડાદાયક હોય છે. આ પરીસ્થિતિમાંથી એરીયસ પસાર થયો અને બેનહરના આનંદ વચ્ચે તે વાત કરવા જેટલો શકિતમાન થયો.

ધીમેધીમે તે કયાં હતો, કેવી રીતે અને કોનાથી તે બચવા પામ્યો વગેરે પ્રશ્નોના જવાબ કોલાહલ વચ્ચે તે યુધ્ધ તરફ વળ્યો. વિજય અંગેની આછી પાતળી આશંકાથી તેને સ્વસ્થ થવામાં વાર લાગી. થોડી વાર પછી તે વાચાળ બન્યો.

"આપણો બચાવ લડાઈના પરીણામ પર નિર્ભર છે. હું તે પણ જોઈ શકું છું કે તેં મારા માટે શું કર્યું છે. સાચું કહું તો તેં તારા પોતાના જીવના જોખમે મારો જીવ બચાવ્યો છે. વધારે વિગતથી કહું તો તારો ખુબ જ આભારી છું. જો હું જીવતો રહીશ તો તને મુકત કરીશ, અથવા તો તને વધુમાં વધુ સુખ અને શાંતિ મળે તેવું કંઈક કરીશ. શું તું સાંભળે છે?"

"મારે સાંભળવા સિવાય બીજું કશું કરવાનું નથી. મારા પૂર્વજોના ઈશ્વરના આશિર્વાદ હો, ત્યાંથી એક વહાણ આવે છે."

"કઈ દિશામાંથી?"

"ઉત્તર દિશામાંથી."

"શું તું તેની બહાર દેખાતી નિશાનીઓ પરથી કહી શકીશ કે તે કયા દેશનું છે?"

"ના, મારી કામગીરી હલેસાઓ પર હતી."

"તે નૌકા પર ધ્વજ છે?"

"હું એક પણ ધ્વજ જોઈ શકતો નથી."

એરીયસ દેખીતો જ થોડી વાર માટે ઉંડા પ્રતિભાવથી શાંત રહ્યો.

"શું નૌકાએ હજુ તેનો માર્ગ જાળવી રાખ્યો છે?" ઘણી વાર પછી તેણે પુછયું.

"તે હજુ પણ આ રસ્તે જ આવે છે."

"જો તે રોમન હશે, તો તેના ખુવાથંભ પર શીરસ્ત્રાણ હશે."

"તો તે આનંદની વાત થઈ. મને શીરસ્ત્રાણ દેખાય છે."

હજુ એરીયસ ચોકકસ નહોતો.

"તે ઉભી રહી છે અને તેની એક બાજુએ હોડી ઉતારે છે. તે નાની હોડીના માણસો યુધ્ધમાંથી બચી ગયા હોય તેવા સાગરમાં તરી રહેલા માણસોને બચાવી અને હોડીમાં ચડાવી દે છે. ચાંચીયાઓ માનવ નથી હોતા."

"તેઓને કદાચ હલેસા મારવાવાળાઓની જરૂર હશે," એરીયસે જયારે પોતે આવા હેતુ માટે બચાવકાર્ય કરેલું તે યાદ કરતા જવાબ આપ્યો.

બેનહર અજાણ્યાઓની ગતિવિધીઓ તરફ અત્યંત ધ્યાનપૂર્વક જોતો હતો.

"વહાણ ફરી રહ્યું છે," તેણે કહ્યું.

"કઈ બાજુએ?"

"આપણી જમણી બાજુએ. હું જે યુધ્ધનૌકાથી બચી નીકળ્યો હતો તે બાજુએ વહાણ પાછું વળ્યું છે અને હવે તે માણસોને તેના પર મોકલે છે."

"તારો અને ઈશ્વરનો આભાર," તેણે યુધ્ધનૌકાઓ તરફ એકનજર નાખતા કહ્યું. "જેવી રીતે મારા ઘણાબધા દેવોનો આભાર માનું છું તેવી જ રીતે તારો અને તારા ઈશ્વરનો આભાર. એક ચાંચીયો નૌકા ડુબાવી દે, તારી નૌકાને બચાવે નંહી. તેના ખુવાથંભ પરના શીરસ્ત્રાણ અને તેની ગતિવિધીઓ પરથી તેને રોમન તરીકે જાણું છું. વિજય મારો છે. નસીબે મને છોડી દીધો નથી. આપણે બચી ગયા છીએ. તારો હાથ હલાવ – તેમને બોલાવ – હું યુધ્ધવીર થઈશ, અને તું! – હું તારા પિતાને જાણતો હતો અને તેને પ્રેમ કરતો હતો. તે ખરેખર રાજકુમાર હતા. તેણે મને શીખવ્યું કે એક યહુદી જંગલી લુંટારો હોતો નથી. હું તને મારી સાથે લઈ જઈશ. હું તને મારો પુત્ર બનાવીશ. તારા ઈશ્વરનો આભાર માન અને ખલાસીઓને બોલાવ. જલદી! મહેનત ચાલુ રાખ. કોઈ લુંટારો છટકવો ન જોઈએ. તેમને તાકીદ કર!"

પાટીયા પર ઉંચા થઈ અને જુડાહે તેનો હાથ હલાવ્યો અને પુરી શકિતથી બોલાવવા લાગ્યો; છેલ્લે તેણે નાની હોડીમાં રહેલા ખલાસીઓનું ધ્યાન ખેંચ્યું અને તેઓએ તેમને ઝડપથી ઉંચકી લીધા.

નસીબના બળીયા એરીયસને નાયકના સંપૂર્ણ સન્માન સાથે નૌકા પર લાવવામાં આવ્યો. તુતક પર બિછાવેલા દિવાન પર બેઠાબેઠા તેણે લડાઈનો નિષ્કર્ષ સાંભળ્યો.જયારે બધા જ પાણી પર તરી રહેલાઓને બચાવી લેવામાં આવ્યા અને પુરસ્કાર ચોકકસ થયો કે તેણે તેનો નવો સેનાપતિનો ધ્વજ ફરકાવ્યો અને ઉત્તર દિશા તરફના નૌકા કાફલાને મળવા માટે અને વિજયને સંપૂર્ણ બનાવવા માટે ઉતાવળ કરી. તે સમય દરમ્યાન નહેરમાં પચાસ વહાણોએ પ્રવેશ કરી અને બચેલા ચાંચીયાઓને ઝડપભેર જેર કરવા માંડયા. એક પણ છટકી શકયો નંહી. નૌસેનાપતિના વૈભવમાં વધારો કરવા માટે દુશ્મનની વીસ યુધ્ધનૌકાઓ પકડી લેવામાં આવી.

યુધ્ધનૌકા પરથી પાછા ફરતા મીસેનમના ધકકા પર એરીયસનું ભવ્ય સ્વાગત કરવામાં આવ્યું. ત્યાં તે યુવાન તરફ એરીયસના મિત્રોનું ધ્યાન અત્યંત આકર્ષિત થયું; અને નૌસેનાપતિએ અત્યંત પ્રેમપૂર્વક તેના આગળના ઈતિહાસને સંભાળપૂર્વક છોડી દેતા તેની ઓળખાણ આપી અને પોતાના બચાવની કથા કહેતી વખતે આગળ કર્યો. વાતના અંતે તેણે બનહરને તેની પાસે બોલાવ્યો અને તેના ખભ્ભા પર અત્યંત પ્રેમ છોડી દેતા તેની ઓળખાણ આપી અને પોતાના બચાવની કથા કહેતી વખતે આગળ કર્યો. વાતના અંતે તેણે બનહરને તેની પાસે બોલાવ્યો અને તેના ખભ્ભા પર અત્યંત પ્રેમપૂર્વક તેનો હાથ ટેકવી અને કહ્યું:

"વહાલા મિત્રો, આ મારો પુત્ર અને વારસ છે. તેથી મારી મિલ્કત લેવાને – જો તે દેવોની ઈચ્છા હોય અને હું જે કંઈ છોડી જઈશ, તે બધું જ તને મારા નામે જાણશે. હું તમને બધાને તમે મને જે રીતે પ્રેમ કરો છો તેવી જ રીતે તેને પ્રેમ કરવાને પ્રાર્થના કરૂં છું."

જેવી તક મળી કે તરત જ સ્વીકૃતિ સંપૂર્ણ થઈ. અને આ રીતે બહાદુર રોમને બેનહરને શાહી વિશ્વમાં આનંદ પૂર્વક પરીચિત કરાવતા તેનામાં સંપૂર્ણ શ્રધ્ધા મુકી.

*****

ભાગ ૪

પ્રકરણ ૧લું

ઈસુના ઓગણત્રીસમા વરસે જુલાઈ માસમાં તે વખતે પૂર્વની રાણી તરીકે ઓળખાતું અને સમૃધ્ધીમાં રોમ પછીના ક્રમે આવતુ એન્ટીઓક શહેર જો કે વિશ્વમાં અતિ પ્રખ્યાત શહેર નહોતું. આપણે ત્યાં આવ્યા છીએ.

સાગરના આસમાની જળમાંથી ઓરોન્ટોસ નદીના મુખમાં મધ્યાહ્ન પહેલા એક માલવાહક નૌકાએ પ્રવેશ કર્યો. ગરમી સખત હતી, તો પણ જેમને તુતક પર રહેવાનો વિશિષ્ટ હક હતો, તેઓ બધા તુતક પર હતા. બેનહર અન્ય લોકો વચ્ચે હતો.

યુવાન યહુદી પાંચ વર્ષમાં સંપૂર્ણ પુરૂષ બની ગયો હતો. જો કે તેના મૂળ સ્વરૂપને સફેદ મલમલનો ઝભ્ભો થોડો ઢાંકી દેતો હતો, પણ તેનો દેખાવ અસામાન્ય રીતે મોહ પમાડે તેવો આકર્ષક હતો. એક કલાક કરતા વધારે સમયથી તે નૌકાના છજા નીચે બેઠો હતો, અને તે સમય દરમ્યાન તેની જ રાષ્ટ્રિયતા ધરાવનારા કેટલાક લોકોએ તેને વાતચીતમાં વ્યસ્ત કરવા માટે પ્રયત્નો કર્યા, પણ તેઓ નિષ્ફળ ગયા.

નૌકા સાયપ્રસના એક બંદરે થોભી અને એક શાંત, અંતર્મુખી અને અત્યંત સન્માનનીય જણાતા યહુદીને નૌકા પર લીધો. બેનહરે તેને કેટલાક પ્રશ્નો પુછવાનું સાહસ કર્યું અને તેના આત્મવિશ્વાસને જીતી લીધો અને તેના પરીણામ સ્વરૂપે વાતચીતનો દોર લંબાયો. તે સમયે જ ઓરોન્ટોસ નદી જયાં અખાતને મળતી હતી ત્યાં નદીમાં પ્રવેશ કરતા બે વહાણો દેખાયા; અને તે બન્ને વહાણોમાંથી ચમકતા પીળા રંગના નાના વાવટાઓ ફેંકવામાં આવ્યા. ત્યાં વહાણમાં અપાયેલી નિશાનીઓ અંગે અનુમાનો થયા. આખરે યાત્રીએ (સન્માનનીય યહુદીએ) પોતાની ઓળખાણ આપતા વિષય અંગે સમજ આપી.

"હા, હું તે વાવટાઓનો અર્થ જાણું છું," તેણે જવાબ આપ્યો. " તે રાષ્ટ્રીયતા દર્શાવતા નથી પણ તે માલિકી અંગેની નિશાનીઓ છે."

"શું તેના માલિક પાસે ઘણીબધી નૌકાઓ છે?"

"હા, તેની પાસે ઘણીબધી નૌકાઓ છે."

"આપ તેને જાણો છો?"

"હા, મેં તેની જોડે વ્યવહાર કર્યો છે."

યાત્રીએ વાત આગળ વધારવા માટે વિનંતી કરતા હોય તેમ કહેનાર તરફ જોયું. બેનહરે રસપૂર્વક સાંભળ્યું.

"તે એન્ટીઓકમાં રહે છે," યહુદીએ શાંતિથી વાત ચાલુ રાખી. " તે નોંધ લેવી પડે કે તેઓ શ્રીમંત છે અને તેના અંગેની કથા એટલી બધી સારી નથી. ત્યાં જેરૂસલેમના જુના હર ના નામથી ઓળખાતા પરીવારનો એક રાજકુમાર હતો."

જુડાહે શાંત રહેવા માટે પ્રયત્ન તો કર્યો, પણ તેનું હૃદય ધબકતું હતુ.

"તે રાજકુમાર એક પ્રતિભાશાળી વેપારી હતી. તેણે ઘણા સાહસો પગભર કર્યા. કેટલાક દુર પૂર્વમાં અને બીજા પશ્ચિમ સુધી પહોંચ્યા. મોટા મોટા શહેરોમાં તેની શાખાઓ હતી. તેમાંથી એન્ટીઓક

શહેરની શાખા તેમના પરિવારના સિમોનીડીસ નામના એક નોકરના હાથમાં હતી. તેનું નામ ગ્રીક હતું પણ તે એક ઈઝરાયેલી હતો. માલિક સાગરમાં ડુબી ગયો, પણ જો કે પછી પણ તેનો વ્યવસાય વધતો જ ગયો અને અત્યંત સમૃધ્ધ થયો. રાજકુમારના યુવાન વયે પહોંચવા આવેલા પુત્રએ જેરૂસલેમની એક શેરીમાં વહીવટકર્તા વેલેરીયસ ગ્રેટસને મારી નાખવા માટે પ્રયત્ન કર્યો પણ તે એક સાંકડી તક ને લીધે નિષ્ફળ ગયો અને ત્યાર પછી તેના અંગે કંઈ સાંભળવામાં આવ્યું નથી. વાસ્તવમાં રોમન વૈરાગ્નિએ સમગ્ર પરીવારનો ભોગ લીધો. તેમના નામે કોઈપણ જીવતું રહ્યું નહીં. તેમના મહેલ પર સરકારી મહોર લાગી ગઈ અને હવે તે જગ્યા એક કબુતરખાનું થઈ ગઈ છે; જાગીર જપ્ત કરી લેવામાં આવી. વહીવટકર્તાએ તેના હ્રદયનો ઘા સોનાના ગુલામથી સાજો કર્યો."

"તમારા કહેવાનો અર્થ તેણે તેઓની બધી મિલ્કત લઈ લીધી તેવો થાય છે?" શ્રોતાઓમાંથી એક અવાજ આવ્યો.

"તેઓ તેમ કહે છે," યહુદીએ જવાબ આપ્યો; "હું તમને મેં જે સાંભળી છે તે વાત કરૂં છું. અને આગળ વાત કરતા સીમોનીડીસ, જે અંહી એન્ટીઓકમાં રાજકુમારનો પ્રતિનિધી હતી, તેણે ટુંક સમયમાં ખુલ્લા વેપારમાં પોતાનું ખાતું ખોલાવ્યું અને ખાલી પડેલા અવકાશના કારણે ટુંકા ગાળામાં શહેરનો પ્રથમ વેપારી થઈ ગયો છે. તેના માલિકનું અનુકરણ કરતો હોય તેમ તેણે હિંદુસ્તાનમાં કાફલાઓ મોકલ્યા, અને હાલમાં સાગર પર શાહી નૌકા કાફલો બનાવવા માટે પુરતી થઈ પડે તેટલી તેની પાસે નૌકાઓ છે. તેઓ કહે છે તેમ તેની સાથે કોઈ ખોટા રસ્તે જતું નથી. તેના ઊંટો મોટી ઉંમર સિવાય મૃત્યુ પામતા નથી. તેના વહાણો કદી ગુમ થઈ જતા નથી. જો તે નદીમાં છોતરૂં પણ નાખશે તો તે સોનું થઈ અને તેની પાસે પાછું આવશે."

"આમ કેટલા વખતથી ચાલે છે?"

"દસ વર્ષ થયા નહીં હોય."

"તેની શરૂઆત ઘણી સારી રહી હશે."

"હા, તેઓ કહે છે કે વહીવટકર્તાએ ફકત રાજકુમારની જે હાથવગી મિલ્કત હતી – તેના ઘોડા, ઢોર, મકાનો, જમીનો, વહાણો અને માલસામાન લઈ લીધા. રોકડ રકમ શોધી શકાઈ નહોતી, જો કે ત્યાં તે પૈકીની એક વિશાળ રકમ હોવી જ જોઈએ. તે એક કોયડો જ બનીને રહી ગયો."

"મારા માટે નહીં," એક યાત્રી તિરસ્કાર પૂર્વક બોલી ઉઠયો.

"હું તને સમજી શકું છું," હિબ્રુએ જવાબ આપ્યો." અન્ય લોકોને પણ તારા જેવો જ વિચાર આવ્યો હશે. જુના સીમોનીડીસે તેમની શરૂઆત કરવા માટે તે સામગ્રી કામમાં લીધી હશે. વહીવટકર્તા પણ તે જ મતનો છે. – અથવા તેણે તેમ કર્યું પણ હોય – પાંચ વર્ષમાં તે લોકોએ વેપારીને બે વખત પકડયો અને તેના પર સિતમ ગુજાર્યો. યાતનાઓની તેના પર કોઈપણ જાતની અસર થઈ નહીં. તેની પાસે જે કંઈ હતું તે કાયદા પ્રમાણેજ હતું અને તેનો કાયદા પ્રમાણે જ ઉપયોગ કરતો હતો. તે બાબત જ તે લોકોને હતપ્રભ કરી દેતી હતી. જો કે હવે તો તે ત્રસ્ત ભૂતકાળ છે. તેની પાસે ટાઈબેરીયસની ખુદની સહી કરેલો વેપારનો પરવાનો છે."

*****

પ્રકરણ ૨૪ું

બીજા દિવસની વહેલી સવારે, શહેરની અવગણના કરતો બેનહર વેપારી સીમોનીડીસનું ઘર શોધતો હતો. ધક્કાઓની હારમાળાને જોડતા મુખ્ય માર્ગ સોંસરવા નદીની ઉપરવાસમાં સીલેયુસીયન પુલ નીચે જોવા મળતા દ્રશ્યનું વિહંગાવલોકન કરવા માટે તે થોભ્યો.

ત્યાંથી સીધા પુલની નીચે ભૂખરા પથ્થરોનું બનેલું અને કોઈપણ ચોક્કસ શૈલી વગરનું તે વેપારીનું ઘર આંગણામાં ઘાસ કાપ્યા વગરનું અને જાણે કે તેના પર ઢળી પડતી દિવાલોને ટેકો આપતું હોય તેવું લાગતુ હતુ. આગળના ભાગે આવેલા બે અત્યંત વિશાળ દરવાજાઓ ધક્કા પર ખુલતા હતા. મકાનમાં ઉપરના ભાગે કેટલાક મોટા, સળીયા જડેલા બાકોરા બારીઓની ગરજ સારતા હતા. દિવાલની ફાટોમાં ઉગેલું ઘાસ હવા આવતા ફરકતું અને ઘણી જગ્યાએ મોસ નામની કાળી લીલ બાઝેલી હતી. બાકી ઉઘાડા પથ્થરો દેખાતા હતા.

દરવાજાઓ ખુલ્લા હતા. તેમાંના એક દરવાજામાંથી વેપાર અંદર આવતો હતો અને બીજામાંથી બહાર જતો હતો. ત્યાં દરેક ગતિવિધીઓમાં ઉતાવળ અને ઉતાવળ જ હતી.

ધક્કા પર દરેક પ્રકારના માલસામાનની ગાંસડીઓના ઢગલા પડયા હતા અને કમ્મરે પટ્ટા બાંધેલા ગુલામોના જુથ મજુરી કરતા હતા.

પુલની નીચે નૌકાઓનો એક કાફલો લાંગરેલો હતો. તેમાંથી કેટલીક નૌકાઓમાં માલ ભરાતો હતો, તો કેટલીક નૌકાઓમાંથી માલ બહાર ઠાલવવામાં આવતો હતો. દરેક નૌકાના ખુવાથંભ પર પીળો વાવટો ફરકતો હતો. ધક્કાથી નૌકા કાફલા પર, વહાણથી વહાણ પર શોરબકોર વચ્ચે ગુલામોના ટોળા આવતા અને જતા હતા.

બેનહરે સંપૂર્ણ સ્વસ્થતાથી ઘરમાં પ્રવેશ કર્યો.

જગ્યાના પ્રમાણમાં અંદરનો ભાગ પણ વિશાળ અને સંભાળપૂર્વકની વ્યવસ્થા વાળો હતો. દરેક પ્રકારનો માલસામાન વ્યવસ્થિત રીતે ઢગલાઓમાં ગોઠવેલો હતો. ઝાંખો પ્રકાશ અને ગુંગળામણ થાય તેટલી ઓછી હવા હોવા છતાં માણસો ચપળતાથી હરતા ફરતા હતા; અને ઘણી જગ્યાએ બેનહરે કરવતો અને હથોડાઓ લઈ અને નૌકા પર ચડાવવા માટે માલ સામાનને લાકડાની વિશાળ પેટીઓમાં ગોઠવી અને તૈયાર કરતા જોયા. રસ્તા પર ધીમેથી ચાલતા ચાલતા તે જે માણસ તેના પિતાનો ગુલામ હતો તે કેટલો વિચક્ષણ અને પ્રતિભાશાળી હતો તેની સાબિતીઓ જોતો તે અંગે નવાઈ પામતો રહ્યો.

ઘણા સમય પછી એક માણસ તેના તરફ આગળ વધ્યો અને તેની સાથે તેણે વાત કરી.

"આપને શું જોઈશે?"

"હું વેપારી સીમોનીડીસને મળવા ઈચ્છું છું."

"આપ આ રસ્તે આવશો?"

"ભઠ્ઠી જેવી ગરમીવાળા ઘણા રસ્તાઓ વટાવી અને તેઓ ઉપર ચડતા પગથીયાઓ પાસે આવ્યા; તે ચડી અને તેઓ ગોદામના છાપરા પર આવ્યા અને બેનહરને સમજાયું કે બહારના ભાગે

પુલની પશ્ચિમે ખુલ્લા આકાશ નીચે આવેલું મકાન સામેથી જોતા એક પથ્થરના મકાન પર બીજું મકાન બનાવવામાં આવ્યું હોય અને નીચેથી જોતા તે દેખાતુ ન હોય તેવું હતું. તેનું છાપરૂ નીચી દિવાલોના કારણે સહેજ બેઠા ઘાટના છજા જેવું લાગતુ હતુ; જયાં તેના આશ્ચર્ય વચ્ચે ચિકકાર ફુલોથી સજાવેલા બેઠા ઘાટના ઘરના આગળના ભાગે આવેલો દરવાજો ખુલતો હતો. દરવાજા સુધી દોરી જતા સ્વચ્છ રસ્તાની બન્ને બાજુએ પર્શીયાના સંપૂર્ણ ખીલેલા ગુલાબના છોડ ગોઠવેલા હતા. મીઠી અત્તરની સુગંધને શ્વાસમાં ભરતો બેનહર પથદર્શકને અનુસર્યો.

આછા પ્રકાશવાળો રસ્તો પુરો થતા તેઓ અડધા પાડેલા પડદાવાળા દરવાજા સામે આવી અને ઉભા રહ્યા.

"માલિકને મળવા માટે એક અજાણ્યા આગંતુક આવ્યા છે."

એક સ્પષ્ટ અવાજે જવાબ આપ્યો, " ભગવાનના નામે તેમને અંદર આવવા દો."

મુલાકાતી ખંડમાં અંદર આવી અને છતમાં રાખેલી હવાબારી નીચે ઉભો રહ્યો. રોમન ઢબે સજાવેલા ખંડની તંબુ આકારની છત ઉપરના ભાગે ઢોળ ચડાવેલા દડાઓવાળી થાંભલીઓના ટેકે ઉભી હતી. છતનો જાંબુડી રંગના અબરખના સેંકડો કાચ જેવા ટુકડાઓ જડેલો ગુંબજ પ્રકાશને ખંડમાં સુંદર રીતે સ્થિર કરી દેતો હતો. ભોંયતળિયે બિછાવેલી ભૂખરા રંગની જાજમ તેના પર મુકાતા પગનો અવાજ પણ ન આવે તેમ તેને અંદર અર્ધો ઉતારી દે તેટલી જાડી હતી.

ખંડમાં પ્રકાશની મધ્યમાં બે વ્યકિતઓ હતી. ઉંચી પીઠ, પહોળા હાથાઓ અને નરમ ગાદીતકીયા વાળી ખુરશીમાં આરામથી બેઠેલો માણસ; અને તેની ડાબે ખુરશીની પીઠને અઢેલીને ઉભેલી તરૂણી. તેમની તરફ દ્રષ્ટિ કરતાંજ બેનહરે તેના લલાટે લોહી લાલ થતું અનુભવ્યું. તે પોતાનું સન્માન જાળવી શકે તેટલો જ ઝુકતા તેના હાથ ઉઠાવવાનું ચુકી ગયો અને બેઠેલી વ્યકિતએ તેની સામે દ્રષ્ટિ કરી કે ધ્રુજી ગયો. ઝડપથી એક મનોભાવ જાણે આવ્યે અને ગયો. જયારે તેણે તેની આંખો ઉઠાવી કે તેઓ બન્ને સરખી જ પરીસ્થિતિમાં હતા, ફકત પેલી છોકરીનો મોટી વ્યકિતના ખભ્ભે ટેકવેલો હાથ નીચે પડયો. તેઓ બન્ને તેને એકીટશે જોતા હતા.

"જો તમે યહુદી અને વેપારી સીમોનીડીસ હો" – બેનહર એક ક્ષણ માટે થોભ્યો – " તો આપણા પિતા અબ્રાહમના ઈશ્વરની શાંતિ તમારી અને તમારા પર હો."

છેલ્લો શબ્દ તે છોકરીને ઉદેશીને કહેવાયો હતો.

"તમે જેની સાથે વાત કરવા માગો છો તે હું જન્મજાત યહુદી સીમોનીડીસ છું," તે માણસે એકવચને સ્પષ્ટ જવાબ આપ્યો. "હું યહુદી સીમોનીડીસ છું અને તમારા પ્રશ્નનું નિરાકરણ કરતા પહેલા જાણવા માટે પ્રાર્થના કરૂં છું કે મને મળવા માટે આપ કોણ આવ્યા છો?"

જેવું બેનહરે સાંભળ્યું કે તકીયામાં અર્ધા ખુંપેલા અને આછા રેશમનો ઝભ્ભો પહેરેલા ગોળમટોળ માણસના ઢગલા તરફ જોયું. ઢગલા પર રાજવી મુખકાંતિ ધરાવતું મસ્તક – રાજપુરૂષ અને વિજેતા તરીકે આદર્શ ગણી શકાય તેવું મસ્તક – માઈકલ એન્જેલો સીઝરની પ્રતિકૃતિ તરીકે આદર્શ ગણી શકે તેવું સામેથી ઘુમ્મટ જેવું દેખાતું અને ધડમાં બેઠેલી પહોળી ગરદનવાળું મસ્તક જોયું. તેની આંખની સફેદ ભ્રમરો પર સફેદ આછી વાળની લટો પડેલી હતી. કાળી, ઉંડી અને ઘેરી આંખોવાળો ચમકદાર રકતવિહીન અને ઘણી કરચલીઓ વાળા ચહેરા સામે બેનહરે તેના હાથ ભીડયા. ખોલ્યા અને

હથેળી ઉંચી કરી, જાણે કે તે સમયે તે શાંતિ આપવા માટે ઉત્સુક હોય ત્યારે તે વખતે તે પણ તેવું જ માગતો હોય.

"હું જેરૂસલેમના રાજકુમાર અને હરના ઘરના સ્વર્ગસ્થ અધિપતિ ઈથામારનો પુત્ર જુડાહ છું."

વેપારીનો જોઈ શકાય તેવી ખોડવાળો પાતળો હાથ વેદના સાથે ઝભ્ભામાંથી બહાર આવ્યો. તે સખત રીતે ભીડાયો, તે સિવાય તેના શરીરના અન્ય કોઈ ભાગ પર તેની લાગણી જરા પણ દેખાઈ નહીં; ન તો તેને નવાઈ લાગી કે ન તો કોઈ રસ પડયો; કશું નહીં, બસ તેણે શાંતિથી જવાબ આપ્યો.

"જેરૂસલેમના રાજકુમારો હંમેશા મારા ઘરમાં સ્વાગત પામે છે; તમારૂં સ્વાગત છે. એસ્થર, તું યુવકને બેસવા માટે બેઠક આપ."

પાસે પડેલો મુંઢો ઉઠાવી અને તે છોકરીએ તેને બેનહર પાસે મુકયો. જેવીતેણે બેઠક મુકી અને ઉભી થઈ કે તેમની આંખો મળી.

"આપણા દેવની શાંતિ તમારી સાથે હો," તેણીએ કહ્યું. "આરામથી બેસો."

બેનહરે તેને આપવામાં આવેલી બેઠક પર ન બેસતા કહ્યું, "હું ભલા માલિક સીમોનીડીસને કહીશ કે તે મને ઘુસણખોર તરીકે પકડી રાખે નહીં. ગઈકાલે મેં નદી પરથી આવતી વખતે સાંભળ્યું કે આપ મારા પિતાને ઓળખતા હતા."

"હું રાજકુમાર હરને ઓળખતો હતો. અમે જમીન પરના, રણપ્રદેશના અને દરીયાપારના સાહસોમાં કાયદેસરનો નફો જોઈ શકતા વેપારીઓ તરીકે એકબીજાની સાથે સંકળાયેલા હતા. પણ બેસ, હું તને પ્રાર્થના કરૂં છું. એસ્થર, યુવક માટે થોડો દ્રાક્ષાસવ લઈ આવ. નહેમીયાહના કહેવા પ્રમાણે એક વખત જેરૂસલેમના અર્ધા ભાગ પર હરના પુત્રની આણ પ્રવર્તતી હતી. શ્રધ્ધા પ્રમાણે ઘણું જ જુનું ઘર!"

વાતચીત દરમ્યાન એસ્થરે બેઠક પરથી થોડા ફરી અને મેજ પર પડેલી સુરાહીમાંથી એક નાના ચાંદીના પ્યાલામાં દ્રાક્ષાસવ ભરી અને નીચે ઢળેલી નજરે બેનહરને આપ્યો. તેણે તેણીના હાથને મૃદુતાથી સ્પર્શ કરી અને તેને થોડો દુર કર્યો. ફરીથી તેમની નજરો મળી, જે વખતે તેણે નોંધ્યું કે તેણી ઘણી જ નાની હતી, ઉંચાઈમાં તેના ખભ્ભા સુધી પણ પહોંચતી નહોતી; પણ ઘણી જ સુંદર કાળી આંખો અને અત્યંત મૃદુ ચહેરાવાળી તેણી મીઠડી લાગતી હતી.

"ના, તારા પિતા – જો તે તારા પિતા હોય તો –" તે થોભ્યો.

"હું સીમોનીડીસની પુત્રી એસ્થર છું," તેણીએ ઠસ્સાથી કહ્યું.

"ત્યારે સુંદર એસ્થર, તારા પિતા, જયારે તેણે મારી વાત સાંભળી છે, ત્યારે હું તેમના શ્રેષ્ઠ આસવને લેવા માટે ધીમો પડયો છું; હું આશા રાખું છું કે તેઓ મારા અંગે કશું ખોટું વિચારશે નહીં; અથવા હું આશા રાખું છું કે તેમની દ્રષ્ટિએ મોભો ગુમાવશે નહીં. તું મારી જોડે એક ક્ષણ માટે અંહી ઉભી રહે!"

તેઓ બન્ને આવા કારણથી વેપારી તરફ ફર્યા. " સીમોનીડીસ!" તેણે શાંતિથી કહ્યું, "મૃત્યુ સમયે મારા પિતાએ તમારા નામના એક નોકર પર વિશ્વાસ મુકયો હતો, અને મને કહેવાયા પ્રમાણે તે વ્યકિત તમે જ છો!"

તે વખતે તેના ઝભ્ભા નીચેના હાથ સખત થવા માંડયા અને તેના પાતળા હાથ ભીડાયા.

સીમોનીડીસે તેની શાંતિ પાછી મેળવી અને ઠંડકથી જવાબ આપ્યોઃ "મારા રાજકુમાર હર સાથેના સબંધોને સ્પર્શ કરતા તારી માગણી પર આવું, અને હકક પ્રમાણે તે પુરી કરતા પહેલા શું તું મને પુરાવો આપી શકે કે તું કોણ છો? શું કોઈ તારો સાક્ષી કે તારી પાસે લખાણ છે? અથવા તો વ્યકિતગત રીતે એવું કશું તારી પાસે છે ખરૂં?"

માગણી સ્પષ્ટ હતી અને તે અંગેનો હકક બીન વિવાદાસ્પદ હતો. બેનહર શરમાયો, તેના હાથ ભીડાયા અને તેની જીભ થોથવાઈ ગઈ. તે જાણે કે બધું ગુમાવી બેઠો હોય તેવી તેને લાગણી થઈ. સીમોનીડીસે તેના પર હાવી થઈ ગયો હતો.

"સાબિતીઓ, સાબિતીઓ. હું કહીશ! તેને મારી સામે રાખ – તેને મારા હાથમાં મુકી દે!"

તો પણ બેનહર પાસે કોઈ જવાબ નહોતો. તેણે આવી જરૂરીઆતો અંગેની કોઈ ધારણા બાંધી નહોતી; અને હવે તે અંગે માગણી કરવામાં આવી, તેના માટે જાણે કે નૌકામાં વિતાવેલા ત્રણ વર્ષો તેની ઓળખાણની બધી સાબિતીઓ લઈ ગયા હતા, માતા અને બહેન જતા રહ્યા હતા, તે કોઈ પણ માનવીની જાણકારી વચ્ચે રહ્યો નહોતો. ત્યાં નૌકા પર તેની સાથે તેના ઘણા બધા ઓળખીતાઓ હતા, પણ તે બધું હતું. જીવનની અધવચ્ચે સંવેદનાએ તેને ફટકાર્યો અને જુડાહ તેની સામે એકલો પડી ગયો. તે ઉભો થયો અને તેના હાથ ભીડી અને જડતાથી તેનો ચહેરો ફેરવી લીધો. સીમોનીડીસે તેની વેદનાનું સન્માન કર્યું અને શાંતિથી રાહ જોતો રહ્યો.

"માલિક સીમોનીડીસ," તેણે ઘણી વાર પછી કહ્યું. "હું ફકત મારી વાત કરી શકું; અને જયાં સુધી શુભનિષ્ઠાથી ન્યાયપૂર્વક મને સાંભળવા માટે મહેરબાની કરો નહીં, ત્યાં સુધી તો ન જ કહી શકું."

"તો કહે," હવે ખરેખર પરિસ્થિતિના માલિક બનેલાસીમોનીડીસે કહ્યું – "તો કહે, તું તારી જાતને જે ખાસ વ્યકિત હોવાનો દાવો કરે છે તે માટે નહીં, પણ મારી રાજીખુશીથી હું તને સાંભળીશ."

તે પછી બેનહર આગળ વધ્યો અને ઝડપથી તેના જીવનની કથની વકતૃત્વકલાના તમામ પાસાઓને આવરી લઈને આપણે જે વાતથી પરીચીત છીએ તે પ્રમાણે મીસેનમમાં ઉતર્યો, એરીયસની સાથે રહ્યો, એજીયન સાગરમાંથી વિજેતા બની અને પાછો ફર્યો ત્યાં સુધીની વાત કરી.

"મારો ભાગ્યવિધાતા શહેનશાહનો પ્રિતિપાત્ર અને વિશ્વાસુ હતો, જેણે તેને માનવંતા ઈનામોના ઢગલા પર મુકી દીધો. પૂર્વના વેપારીઓએ અતિ ભવ્ય ભેટો આપવામાં ફાળો નોંધાવ્યો, અને તે રોમના ધનાઢયોમાં બમણો ધનાઢય થઈ પડયો. શું કોઈ યહુદી તેનો ધર્મ ભૂલી શકે? અથવાતો તેનું જન્મસ્થળ, જો તે આપણા વડવાઓની પવિત્ર ભૂમિ હોય તો? તે સારા માણસે મારો કાનુની ઔપચારિકતાઓ અનુસાર પુત્ર તરીકે સ્વીકાર કર્યો; અને મેં તેનો બદલો વાળવાની કોશીશ કરીઃ મેં જે કર્યું તેટલું કોઈ બાળકે તેના પિતા તરફ વધારે કર્તવ્યપાલન કર્યું નહીં હોય. મેં મારી જાતને શસ્ત્રોને સમર્પિત કરી દીધી, અને જે કંઈ યુધ્ધકલાને સબંધી જરૂરી હોય તે બધું જ જ્ઞાન પ્રાપ્ત કર્યું. વ્યકિતગત રીતે બધા જ હથિયારોમાં પ્રાવિણ્ય મેળવ્યા બાદ યુધ્ધક્ષેત્રમાં લોકોના શરીર સંચાલન અંગે વધારે જાણકારી મળવવાનો પ્રયત્ન કરૂં છું. શાહી સૈન્ય સલાહકારે મારો તેમના યુધ્ધ પરિવારના એક સભ્ય તરીકે સ્વીકાર કર્યો છે."

"ઓ ભલા સીમોનીડીસ!" બેનહરે એક ડગલું આગળ ભરતા કહ્યું, તેનો સમગ્ર આત્મા શબ્દો શોધી રહ્યો હતો. " હું જોઉં છું કે તમને સંતોષ થયો નથી, અને તેથી હું તમારા અવિશ્વાસની છાયામાં ઉભો છું."

વેપારી સ્થિર થઈને બેઠો રહ્યો.

તે પછી જુડાહે ફરીથી વેપારીને પોતાની વાત કરવાનું શરૂ કર્યું.

"મારી પાસે હું મારા પિતાનો પુત્ર છું તેવી સાબિતી નથી, તેથી હું તમને વધારે તકલીફમાં ન મુકતા ચાલ્યો જઈશ; ફકતમને એ કહેવા દો કે તમારી સેવાને બદલે કે તમારા ભવિષ્યના ખાતે હું કશું કરવાનો નથી; જે મેં પહેલા કહ્યું છે અને હવે હું કહું છું કે જે તમારા શ્રમ અને પ્રતિભાની નિપજ છે; તે આપના જ છે અને આપ ખુશીથી આવો. મારે તેમાંથી કશું પણ જોઈતું નથી. ભલા કવીન્ટસ – મારા બીજા પિતાએ તેની છેલ્લી સફર દરમ્યાન મને તેનો વારસદાર બનાવી અને રજવાડી ઐશ્વર્ય આપ્યું છે. જો તેથે તમે મારા વિષે ફરીથી કશું વિચારો તો મારા પ્રશ્નને યાદ કરજો – જે હું મારા અને તમારા ઈશ્વરના, ધર્મગુરૂઓના અને જેહોવાહના સોગન ખાઈને મારા અંહી આવવાનો મુખ્ય હેતુ જણાવું છું. શું તમે મારી માતા અને તીરઝાહ – મારી બહેન જે એસ્થર – તમારા જીવનની મીઠાશ છે – તેના જેવી જ નમણી અને સુંદર હોઈ શકે. ઓહ! તેઓ વિષે તમે મને શું કહી શકો છો?"

એસ્થરના ગાલ પરથી આંસુ સરી પડયા; પણ માણસ મજબુત આત્મબળવાળો હતો. તેણે સ્પષ્ટ અવાજે જવાબ આપ્યો.

"મેં કહ્યું ને કે હું રાજકુમાર બેનહરને ઓળખતો હતો. હું તેના કુટુંબનો જે દુર્ભાગ્યે ભોગ લીધો તે અંગે સાંભળેલી વાતને યાદ કરૂં છું. તે લોકો સાથેની શાસકોની કડવાશ અંગે મેં જે સાંભળ્યું છે તેને યાદ કરૂં છું. તે કે જેણે મારા મિત્રની વિધવા અને તારી માતા તેમજ તારી બહેન અને ખુદ તારા પર સિતમ વરસાવ્યા હતા, તેણે મારા પર પણ સિતમ ગુજાર્યો હતો. હું વધુ આગળ જઈશ અને તને કહીશ કે મેં તારા કુટુંબની તપાસ કરવા માટે મારાથી બનતા બધા જ શ્રેષ્ઠ પ્રયત્નો કર્યા, પણ – મારી પાસે તને કહેવા માટે કશું પણ નથી. તેઓ ખોવાઈ ગયા છે."

બેનહરથી મોટું ડુસકું ભરાઈ ગયું.

"ત્યારે – ત્યારે એક વધારે આશા છુટી ગઈ!" તેણે તેની લાગણીઓ સાથે સંઘર્ષ કરતા કહ્યું. " હું નિરાશાઓથી ટેવાઈ ગયો છું. હું અંહી ઘુસી આવ્યો તે માટે માફી માગુ છું; અને જો કોઈ પ્રસંગે મેં તમને દુભવ્યા હોય તો મારી વેદનાઓને ધ્યાનમાં લેતા ભુલી જજો. મારે વેરભાવ સિવાય કોઈ પણ વાત માટે જીવવાનું નથી. આવજો."

જેવો તે પરદા તરફ ફર્યો કે તેણે શાંતિથી કહ્યું, "હું તમારા બન્નેનો આભારી છું."

"શાંતિ તારી સાથે હો," વેપારીએ કહ્યું.

એસ્થર ડુસકા ભરવા સિવાય બીજું કશું બોલી શકી નહીં અને તેથી તે ચાલ્યો ગયો.

*****

પ્રકરણ ૩જું

બેનહર માંડ ગયો જ હશે કે સીમોનીડીસ જાણે કે ઉંઘમાંથી ઉઠયોઃ તેની નસોમાં લોહી દોડી ગયું; તેની આંખોની ઝાંખી રોશની ચમકારામાં ફેરવાઈ ગઈ; અને આનંદથી તે બોલી ઉઠયોઃ

"એસ્થર, ઘંટડી વગાડ – જલદી!"

તેણી મેજ પાસે ગઈ અને ચાકરને બોલાવવા માટે ઘંટડી વગાડી.

દિવાલના પાટીયાઓમાંથી એક પાટીયું પાછું ઠેલાયું અને દરવાજો દેખાયો, જેમાંથી એક માણસ આવી અને વેપારીની સામે સલામ કરી અને ઉભો રહ્યો.

"મલુક, અંહી – ખુરશીની નજીક,' માલિકે શાહી અવાજે કહ્યું. "તારે મારૂં એક કામ કરવાનું છે, જે કોઈ પણ ભોગે નિષ્ફળ જવું ન જોઈએ. જો સાંભળ! એક ઉંચો સુંદર અને દેખાવે ઈઝરાયેલી લાગતો યુવક હવે કોઠારમાં ઉતરતો હશે. તેની પાછળ જા અને દરેક રાત્રે તે કયાં છે, શું કરે છે અને કોની સોબત રાખે છે તે અંગેનો અહેવાલ આપતો રહેજે. અને જો, વધુ કંઈ ન મળે તો તેની વાતચીત અંગેના શબ્દેશબ્દનો અહેવાલ આપતો રહેજે. તેની આદતો, રીતભાત અને જીવન અંગે જણાવજે, જેથી તેને ખરી રીતે ઓળખી શકાય. તું સમજયો? ઝડપથી જા! જો તે શહેર છોડી દે, તો તું પણ તેની પાછળ જજે અને તેની સાથે ભાઈબંધી કરી લેજે. અને જો તે કશું પુછે તો તે પ્રસંગે તને જે ઠીક લાગે તે; ફકત તું મારી નોકરીમાં છો તે સિવાયની વાત કહેજે. જલદી, ઉતાવળ કર."

પહેલાની માફક જ તે માણસ સલામ કરી અને જતો રહ્યો.

તે પછી સીમોનીસીસે તેની બન્ને હથેળીઓ ઘસી અને હસ્યો.

"એસ્થર, જયારે તે યુવક બોલતો હતો, ત્યારે મેં નિરીક્ષણ કર્યું અને વિચાર્યું કે તેણે તને જીતી લીધી હતી."

અને જેવો તેણીએ જવાબ આપ્યો કે તેણીની આંખો નીચે ઢળી ગઈ.

"આપને વિશ્વાસ પૂર્વક કહું તો પિતાજી, મેં તેનો વિશ્વાસ કર્યો હતો."

"તો પછી તારી દ્રષ્ટિએ તે રાજકુમાર હર નો ખોવાઈ ગયેલો પુત્ર છે?"

"જો તે ન હોય તો – " તેણી અચકાઈ.

"અને જો તે ન હોય તો, એસ્થર?"

"જયારથી ઈશ્વરે મારી માતાને બોલાવી લીધી છે ત્યારથી તમારા માટે માત્ર હું જ સર્વસ્વ છું. જયારથી મેં જોયું છે અને સાંભળ્યું છે ત્યારથી તમારી બાજુએથી દરેક રીતે વેપાર વણજ સારા રસ્તે થતા જોયા છે, અને હવે હું કહીશ કે જો ખરેખર તે યુવક તેના દાવા પ્રમાણે રાજકુમાર ન હોય, તો પછી ખરા સત્યની સામે અસત્યએ મારી સામે કદી પણ આટલી સારી ભૂમિકા ભજવી નહીં હોય."

"સોલોમનના વૈભવના સોગન, દીકરી, તે ખરા દિલની વાત કહી. શું તું માને છે કે તારા પિતા તેના પિતાના નોકર હતા?"

"તે જે વાત કહેતો હતો તે પરથી મને તેણે તેવું કંઈ સાંભળ્યું હતું તેવું મને સમજાયું હતું."

"સરસ. તું ભલી બાળકી છો, એસ્થર. પ્રતિભા સંપન્ન યહુદી ડહાપણ અને દુઃખ પમાડે તેવી વાત સાંભળવાની તારી ક્ષમતા જોતા કહીશ કે હું ઝીયોન પર્વતની ઉત્તર દિશાએ આવેલી હીન્નોમની ખીણની એક કબરમાં જનમ્યો હતો. મારા માતાપિતા યહુદી વેઠીયાઓ હતા. વધતા અંજીર અને ઓલીવ વૃક્ષો, ઘણી ગીચ દ્રાક્ષલતાઓ વચ્ચે રાજાના બાગમાં નાનપણમાં મેં તેમને મદદ કરી. તેઓ કાયમી વેઠીયાઓના પ્રકારમાં આવતા હતા. તેઓએ મને રાજકુમાર હરને વેચી દીધો. તે સમયે વૈભવની સરખામણીમાં રાજકુમાર હરનો ક્રમ રાજા હેરોદ પછી તરતજ આવતો હતો. તેણે મને બાગમાંથી તેની ઈજીપ્તમાં આવેલી એલેકઝાન્ડ્રીયાની વખારોમાં ફેરવ્યો, જયાં હું મોટો થયો. હું ત્યાં છ વર્ષ ચાકરીમાં રહ્યો અને સાતમા વર્ષે મુસાના કાનુન પ્રમાણે મુકત થયો."

એસ્થરે હળવેથી હાથ ભીડયા.

"ઓહ, ત્યારે તમે તેના પિતાના નોકર નહોતા!"

"ના, દીકરી સાંભળ. હવે તે વખતે મંદિરના મઠોના કાનુનવિદોએ જોરદાર વિવાદ ખડો કર્યો કે કાયમી વેઠીયાઓના સંતાનોએ પણ તેમના માતાપિતાને લગતી શરતોનું પાલન કરવું પડે; પણ રાજકુમાર હર દરેક બાબતમાં ખરો માણસ હતો અને તેઓ માંહેનો ન હોવા છતાં પણ સીધા સંપ્રદાયના કાનુનનો સ્પષ્ટ અનુવાદક હતો. તેણે કહ્યું કે હું (સીમોનીડીસ) મહાન કાનુન આપનારના મહોર મારેલા લખાણોના ખરા અર્થ પ્રમાણે – ખરીદાયેલો ચાકર હતો. તેણે મને મુકત કર્યો."

"અને મારી માતા?" એસ્થરે પુછયું.

"એસ્થર, તું બધું સાંભળીશ; ધીરજ રાખ. મારી ચાકરીના અંતે હું પેસોવેરથી જેરૂસલેમ આવ્યો. મારા માલિકે મારી સરભરા કરી. હું દરેક રીતે તેના પ્રેમમાં હતો; અને મેં તેની સેવામાં ચાલુ રહેવાને પ્રાર્થના કરી. તે સંતૃષ્ઠ થયો અને મેં તેની બીજા સાત વર્ષ સેવા કરી. મેં તેના વતી સમુદ્રમાં વહાણોથી અને ધરતી પર પૂર્વ બાજુએ સુસા, પરપોલીસ અને તેની પેલે પાર રેશમની ધરતી પર ઉંટોના કાફલાઓ વડે સાહસો કર્યા. મારી દીકરી; તે ઘણા જોખમી રસ્તાઓ હતા; પણ મેં જે કંઈ સંભાળ્યું તેના પર ઈશ્વરના આશિર્વાદ વરસ્યા. હું રાજકુમાર માટે અઢળક નાણું અને મારા માટે જેના સિવાય બધું પાર પાડી શકાયું ન હોત તેવી સમૃધ્ધ જાણકારી લઈ અને ઘેર પાછો ફર્યો..... એક દિવસ હું જેરૂસલેમના ઘરમાં મહેમાન હતો ત્યારે એક તાસકમાં પાંઉના કેટલાક ટુકડાઓ લઈને નોકરડીએ પ્રવેશ કર્યો અને ત્યારે મેં તારી માતાને પહેલી જ વખત જોઈ, તેના પ્રેમમાં પડયો અને તેને મારા હૃદયમાં સ્થાન આપ્યું. થોડા વખત પછી તે સમય આવ્યો કે જયારે મેં રાજકુમાર પાસે તેને મારી પત્ની બનાવવા માટે પ્રસ્તાવ મુકયો. તેણે મને કહ્યું કે તેણી હંમેશાને માટે બંધાયેલી ચાકરડી હતી, પણ જો તેણી ઈચ્છતી હોય તો તે તેને મુકત કરશે કે જેથી હું આભારી થઈ શકું. તેણીએ મને પ્રેમ ના બદલે પ્રેમ આપ્યો, પણ તેણી જયાં હતી ત્યાં સુખી હતી અને તેણીએ મુકિત ઠુકરાવી દીધી. તેને જોવાને હું વારંવાર ગયો અને ફરી ફરીને પ્રાર્થના કરી અને ઘણા સમય પછી સમગ્ર સમય દરમ્યાન તેના કહેવા પ્રમાણે જો હું નોકરીમાં તેનો સાથી બની રહું તો તેણી મારી પત્ની બની શકે. શું તે મારા માટે વધારે પડતુ નહોતું? પણ તારી માતાએ કહ્યું કે જે રીતે તે હંમેશાને માટે ચાકરીમાં રહી છે તેમ મારે પણ રહેવું. હું આવ્યો, પણ પાછો ગયો."

તેણે એકાએક તેના ડાબા કાનની બુટ ખેંચી.

"જો એસ્થર, અંહી જો. જો તને અંહી સોયાથી કરેલું નિશાન નથી દેખાતું?"

"હું તે જોઈ શકું છું," તેણીએ કહ્યું; " અને ઓહ! તમે મારી માતાને કેટલો પ્રેમ કરો છો તે પણ જોઈ શકું છું!"

"મારા માલિક સાગરમાં ડુબી ગયા, જે મારા માટે પહેલી જ શોક પમાડે તેવી ઘટના બની હતી." વેપારીએ વાત ચાલુ રાખી. "હવે એસ્થર, તું ધ્યાનમાં લે. જયારે ભલો રાજકુમાર ખોવાઈ ગયો કે હું મુખ્ય નોકર તરીકે આગળ વધ્યો. તેની દરેક મિલ્કત મારા સંચાલન અને અંકુશ હેઠળ હતી. તેની વિધવાએ મારી નોકરી ચાલુ રાખી. મેં અત્યંત પરીશ્રમથી કામ કર્યું. વેપાર દિવસે ને દિવસે વધતો ગયો. દસ વર્ષ વિતી ગયા અને તારા સાંભળવા પ્રમાણે તે યુવકે જે વાત કરી તે વાવાઝોડું ફુંકાયું. વહીવટકર્તા વેલેરીયંસ ગ્રેટસને અકસ્માત થયો અને રોનોએ તેને વહીવટકર્તાના ખુનનો પ્રયત્ન ગણાવ્યો. તે બહાના નીચે રોમ છોડવાથી તેણે તેના અંગત ઉપયોગ માટે બાળકો અને વિધવાની બેસુમાર સંપત્તિ જપ્ત કરી લીધી. તેના ચુકાદાની પુનઃ વિચારણા ન થાય તેવા હેતુથી તેણે રસ ધરાવનારા બધા પક્ષોને ભુંસી નાખ્યા. તે ભયાનક દિવસ પછી હરનું કુટુંબ ખોવાઈ ગયું. તે દિકરો કે જેને મેં બાળક તરીકે જોયો હતો, તેને નૌકામાં આજીવન ગુલામી કરવા માટે મોકલી દેવામાં આવ્યો. માતા અને પુત્રીને જયુડીયાની ઘણીબધી અંધાર કોટડીઓમાંથી કોઈ એક કોટડીમાં પુરી દેવામાં આવ્યા. જેમાં કોઈ એક વખત ગયું કે પાછું આવ્યું નથી. લોકોની જાણકારીમાંથી તે લોકો એવી રીતે વિસ્મૃતિની ગર્તામાં ધકેલાઈ ગયા કે જાણે કે તેમને દરીયો ગળી ગયો હોય. આપણે તે સાંભળ્યું નથી કે તેઓ કેવી રીતે મૃત્યુ પામ્યા કે – તેઓ મરી ગયા છે કે નહીં."

એસ્થરની આંખો આંસુથી ભીની થઈ ગઈ.

"તારૂં હૃદય ભલું છે એસ્થર; અને હું મોટા ભાગના ભલા હૃદયનું જે ભાવિ હોય છે તેવું ન થાય તે માટે પ્રાર્થના કરૂં છું – કેમ કે તેને આંધળા થઈ અને નિર્દયતાથી કચડી નાખવામાં આવે છે.પણ જો, વધારે ધ્યાનથી સાંભળ. હું મારી ભાગ્યવિધાત્રીને મદદ કરવા માટે જેરૂસલેમ ગયો, પણ તેણીને શહેરના દરવાજા પર જકડી લેવામાં આવી હતી. અને તેણીને એન્ટોનીયાના મિનારાની તળ કોટડીમાં લઈ જવામાં આવી હતી. ત્યાર પછી ગ્રેટસ જાતે હર ના ઘરના પૈસા લેવા માટે મારી પાસે આવ્યો અને માગણી કરી, કેમ કે તે જાણતો હતો કે આપણી યહુદી વિનીમયની રીત પ્રમાણે વિશ્વની વિવિધ બજારોમાં બધા વ્યવહારો મારા હસ્તક ચાલતા હતા. તેને તેનાઆદેશ પર મારી સહીની જરૂર હતી. મેં ના પાડી દીધી. તેની પાસે મકાનો, જમીનો, માલસામાન, નૌકાઓ અને ફેરવી શકાય તેવી તમામ મિલ્કત કે જયાં મેં કામ કર્યું હતુ તે બધી જ હતી, પણ તેની પાસે તે લોકોના પૈસા નહોતા. મેં જોયું કે જો હું ઈશ્વરની તરફદારી કરીશ તો હું તુટી પડેલા ભવિષ્યને ફરીથી બનાવી શકીશ. મેં તે જુલમગારની માગણીઓ નકારી કાઢી. તેણે મારા પર સિતમ વરસાવ્યો; જો કે મારૂં આત્મબળ સારૂં હતું અને તેણે કશું પણ મેળવ્યા વગર મને છુટો કરી દીધી. હું ઘેર પાછો આવ્યો અને જેરૂસલેમના રાજકુમાર હર ના બદલે એન્ટીઓકના સીમોનીડીસના નામે ફરીથી શરૂ કર્યું. એસ્થર, તું જાણે છે કે મેં કેવી પ્રગતિ કરી છે; મારા હાથમાં રાજકુમારનો લાખ ટકા નો વધારો કેવી અદભૂત રીતે થયો છે? તું જાણે છે કે ત્રણ વર્ષના અંતે સીઝેરીયા જતી વખતે બીજી વખત મારી પાસે જે કંઈ માલસામાન હતો તે તેની જપ્ત કરવાની સત્તા હેઠળ આવતો હતો તેવું કબુલ કરાવવા માટે સિત્તમ ગુજાર્યો; અને તું જાણે છે કે તે બીજી વખત પણ નિષ્ફળ નીવડયો. ભાંગેલા શરીરે હું ઘેર પાછો ફર્યો અને મારી રાકેલને મારા પર વરસાવાયેલા સિતમની પીડા અને ભયના

કારણે મૃત્યુ પામેલી જોઈ. આપણો ઈશ્વર વરસી પડયો અને હું જીવી ગયો. શહેનશાહ તરફથી મને મુક્તિ અને સમગ્ર વિશ્વમાં વેપાર કરવાનો પરવાનો આપવામાં આવ્યો. આજે જેણે વાદળોને તેનો રથ બનાવ્યો છે અને વાયરા પર સવાર થઈને આવે છે તેનો જય હો! આજે એસ્થર; આજે મારી પ્રતિભાના કારણે મારી ચાકરીથી શરૂ કરેલી પ્રગતિ સીઝર જેટલી જ શ્રીમંતાઈ સુધી પહોંચી છે."

તેણે તેનું મસ્તક અભિમાનથી ઉઠાવ્યું; તેમની આંખો મળી; બન્નેએ એકબીજાના વિચારો વાંચી લીધા.

"આ ખજાનાનું હું શું કરીશ, એસ્થર?" તેણે દ્રષ્ટિ નીચી કર્યા સિવાય પુછયું.

"મારા પિતા," તેણીએ ધીમા અવાજે જવાબ આપ્યો. " તેના ખરા માલિકને હવે પાછો બોલાવી ન શકાય?"

તો પણ તેની દ્રષ્ટિ નીચે ઝુકી નહીં.

"અને મારી બાળકી; તને ભીખારી બનાવી દેવાની?"

"ના પિતાજી, હું નહીં થાઉં. કેમ કે હું તમારી પુત્રી નથી? સામર્થ્ય અને સન્માન તે પુત્રીના વસ્ત્રો છે. અને આવનારા સમયમાં તે ફરીથી આનંદ કરશે."

જેવું આમ તેણીએ કહ્યું કે સીમોનીડીસના ચહેરા પર પ્રેમના અવર્ણનીય આનંદનો પ્રકાશ ઝળહળી ઉઠયો. "ઘણી રીતે ઈશ્વર મારા પર માયાળુ થયો છે. પણ તું એસ્થર મને તેની મળેલી સર્વોતમ ભેટ છો."

તેણે તેણીને તેની છાતી પાસે ખેંચી અને વારંવાર ચુમી લીધી.

" હવે સાંભળ," તેણે સ્પષ્ટ અવાજે કહ્યું – "હવે સાંભળ કે હું આજે સવારે શા માટે હસ્યો હતો. તે યુવક સવારે મારી સામે આવ્યો ત્યારે યુવાનીમાં તેના પિતા જેવા સુંદર હતા તેવો જ સુંદર લાગતો હતો. મારો આત્મા તેને સલામ કરવા માટે તલસી ઉઠયો. મેં અનુભવ્યું કે મારી કસોટીના દિવસો પુરા થયા હતા અને મારી મજુરીનો અંત આવી ગયો હતો. મેં માંડમાંડ મારા અશ્રુઓને ખાળી રાખ્યા. હું હાથ લાંબો કરી અને મારી કમાણી તેને દેખાડી અને કહેવાનો હતો કે ' લે, આ બધું તારૂં છે અને હું તારો ચાકર તું બોલાવે કે હાજર છું' અને તેથી મારે તેમ કરવું છે, એસ્થર, મારે તેમ કરવું છે. પણ તે જ ક્ષણે ત્રણ વિચારોએ મને પાછો વાળ્યો. હું ખાત્રી કરવા માગતો હતો કે તે મારા માલિકનો જ પુત્ર હતો – તે મારો પહેલો વિચાર હતો; અને તેના સ્વભાવ અંગે મારે જાણવું હતુ – જે મારો બીજો વિચાર, અને ત્રીજો વિચાર એ આવ્યો કે એસ્થર; જેનો શ્રીમંતાઈમાં જન્મ થયો હોય તેઓમાં પણ કેટલાક એવા પણ હોય છેકે જેમનો હાથ શ્રીમંત હોય, પણ તેમના હૃદય શાપયુક્ત હોય છે. આ યુવાન અંગે શું સત્ય હતું તે પણ જાણવું જરૂરી હતું."

એસ્થરે તેના પિતાના હાથ ચુમી લીધા અને જાણે કે તેનો આત્મા પરીણામો તરફ આગળ દોડતો હોય તેમ કહ્યું, " તે ગયો છે. શું તે પાછો આવશે?"

"આહ, વિશ્વાસુ મલુક તેની પાછળ ગયો છે,અને તે તેને પાછો લઈ આવશે. જયારે હું તૈયાર છું."

"અને આમ કયારે થશે પિતાજી?"

"વધુ વખત સુધી નહીં, વધુ વખત સુધી નહીં. તે વિચારે છે કે તેના બધા સાક્ષીઓ મૃત્યુ પામ્યા છે. એક વ્યકિત હજુ જીવે છે કે જો તે ખરેખર મારા માલિકનો પુત્ર હોય તો તેને ઓળખવામાં થાપ ખાય તેમ નથી."

"તેની માતા?"

"ના દિકરી. હું તેની સામે સાક્ષી રાખી દઈશ; ત્યાં સુધી આપણે આરામ કરીએ. બાકીનું કામ ઈશ્વર કરશે. અબીમેલેકને બોલાવ."

એસ્થરે નોકરને બોલાવ્યો અને તેઓ ઘરમાં પાછા ફર્યા.

*****

પ્રકરણ ૪થું

બેનહર તે મોટા ભંડારમાંથી ચાલતો થયો કે તેના મગજમાં એકજ વિચાર આવતો હતો કે પોતાના લોકોની શોધખોળ કરવા માટે તેણે જે પ્રયત્નો કર્યા હતા અને નિષ્ફળતાઓ મેળવી હતી, તેમાં એક નો વધારો થયો; અનેતે તર્ક તેને પોતાના લોકો જેટલા વહાલા હતા, તેટલો ન પીડાકારક હતો. તેણે તેની આસપાસની પૃથ્વી પરની એકલતાની સંવેદનાની આજુબાજુમાં પરદો પાડી દીધો, જે બીજી કોઈ પણ બાબત કરતા વિશેષ, તેના જીવન જીવવાના બાકી રહેલા રસ્તામાં પણ ઘટાડો કરે તેવી વાત હતી.

તે ઝડપથી ખાનમાં પાછો આવ્યો.

"ડેફની તરફ જતો રસ્તો!" બેનહરે પ્રશ્ન કરતાવેંત ચાકર નવાઈ પામ્યો. "શું આ પહેલા તમે કદી ત્યાં ગયા જ નથી? સારૂં, તો હવે તમે તમારા જીવનના સારામાં સારા દિવસની ગણતરી કરો. તમે રસ્તો બરાબર સમજી લેજો, તેમાં ભુલ કરશો નહીં. બીજી શેરીમાં ડાબે, દક્ષિણે જતાં સુલપીયસ પર્વત જવાય છે; ત્યાંથી ગુરૂશિખર અને એમ્ફીથીએટરના રસ્તે જઈ અને ત્રીજી આડી શેરી કે જે હેરોદની વસાહત તરીકે ઓળખાય છે, ત્યાંથી તમે જમણે વળી અને સીલેયુકસ શહેર સોંસરવા થઈ અને ઈપીફાનેસના પીતળીયા દરવાજામાંથી નીકળજો. ત્યાંથી ડેફનીનો રસ્તો શરૂ થાય છે – અને દેવો તમારી સંભાળ લેશે!"

તેની પાસેથી પ્રવાસ અંગે થોડા વધારે દિશા સુચનો લઈ અને બેનહર નીકળી પડયો. હેરોદની વસાહત સહેલાઈથી મળી ગઈ; ત્યાંથી પીતળીયા દરવાજે આરસના મંડપ તળે તે દુનિયાના બધા વેપારી દેશોના લોકોના મેળાવડા વચ્ચેથી પસાર થયો.

જયારે તેણે દરવાજો વટાવ્યો ત્યારે દિવસનો ચોથો કલાક પુરો થવા આવ્યો હતો અને તે પ્રખ્યાત સમાધી તરફ જતા અંત ન આવે તેવા વિરાટ સરઘસમાં જોડાઈ ગયો. રસ્તાને પગપાળા, ઘોડેસવાર અને રથોમાં સવાર થયેલા લોકો માટે ત્રણ અલગ અલગ વિભાગોમાં વિભાજીત કરી નાખવામાં આવ્યો હતો અને જનારા તેમજ આવનારા લોકો માટે એકમાર્ગીય રસ્તાઓનું આયોજન કરવામાં આવ્યું હતુ. રસ્તાને નાની નાની થાંભલીઓને સાંકળોથી જોડી અને બનાવેલા કઠેડાઓથી વિભાજીત કરવામાં આવ્યો હતો. થાંભલીઓ જયાં પુરી થતી હતી ત્યાં ઘણી જગ્યાએ થોડી મોટી બેઠા ઘાટની પીઠીકાઓ પર સુંદર મૂર્તિઓ મુકવામાં આવી હતી. રસ્તાની બન્ને બાજુએ થોડી થોડી જગ્યા છોડવામાં આવી હતી અને ત્યાં સરસ રીતે કાપેલા ઘાસમાં થોડા થોડા અંતરે ઓક અને અંજીરના વૃક્ષોનું વાવેતર કરવામાં આવ્યું હતુ. ઘણી જગ્યાએ થાક લાગવાથી કંટાળેલા પાછા ફરતા લોકોને રહેવા માટે દ્રાક્ષલત્તાઓથી સજાવેલા ગ્રીષ્મઘરો આવેલા હતા. પગપાળા જનારા લોકો માટેનો રસ્તો લાલ પથ્થરો જડીને બનાવવામાં આવેલો હતો, તો સવારી વાળો રસ્તો રેતી પાથરી અને તેના પર ભારે દબાણ આપીને બનાવવવામાં આવેલો હતો પણ એટલો સખત નહોતો કે જેથી ખરી કે પૈડાના નિશાન પડી જાય. વિવિધ પ્રકારના મનમોહક ફુવારાઓ અને તે બધું જ ત્યાં મુલાકાત લેનારા રાજાઓએ તેમની યાદગીરી રહે તે માટે બનાવેલું હતું. ભગ્નહૃદયે બેનહર રસ્તાના બાંધકામમાં દેખાતી શાહી ઉદારતા

જોતો હતો. તેની સાથે આગળ વધતા ટોળાને તેણે પહેલેથી જ ધ્યાનમાં લીધું નહોતું. તેણે સરઘસની મીજબાની માણવા ખાતર જ માણી. ખરૂં કહેતા તેની પોતાની જાત પ્રત્યેની પરવાને એક બાજુએ રાખીએ તો ઓગસ્ટસને વિશ્વના કેન્દ્રમાં રાખી અને ગોળ ફરતા ગોઠવેલા સોનાના થાંભલાઓ સાથે તે પ્રદેશની એક રોમન દ્વારા લેવાયેલી મુલાકાતને તાજી કરનારી ઉજવણીઓમાં તેને જરા પણ રસ નહોતો. તે પ્રદેશો માટે કંઈ વધારે કે ચડીયાતું આપવાનીી કોઈ જ શકયતાઓ નહોતી. છેલ્લે તાળીઓના ગગડાટ સાથે આનંદના અવાજો વચ્ચે; અનેક ચીંધાતી આંગળીઓ વચ્ચે, ટેકરીની કોર ઉપર બંધાયેલી સમાધીનો મંદિર જેવો દરવાજો જોયો. ભજનો ઉંચા અવાજે ગવાયા, સંગીતની લય વધતી ગઈ અને લાગણીશીલ પ્રવાહ વહેતો થયો. પ્રવાહ સાથે તે અંદર ગયો અને રોમન ઢબે તે સ્થળની ભકિત કરવા માંડયો.

પ્રવેશમાર્ગને ભવ્ય બનાવતો પ્રવેશમાર્ગની પાછળનો ભાગ ચકચકીત પથ્થરો જડેલા સ્વચ્છ સપાટ મેદાન જેવો હતો. બેનહર ઉભો હતો, ત્યાં તેની આસપાસ રંગબેરંગી, સતત સ્ફટીકજળ ઉડાડતા ફુવારાઓ હતા, તો તેની સામે દક્ષિણ પશ્ચિમથી દુર તદન ચોખ્ખા રસ્તાઓ બગીચામાંથી બહાર નીકળતા હતા અને તેની પેલે પાર જંગલમાં ઝાંખા આસમાની ધુમ્મસમાં અદ્રશ્ય થતા હતા.

*****

પ્રકરણ ૫મું

બેનહર સરઘસ સાથેસાથે જંગલમાં પ્રવેશ્યો. તેને તેઓ કયાં જતા હતા તેમાં કંઈ ખાસ રસ તો નહોતો; તો પણ તેને આછેરો ખ્યાલ હતો કે તેઓ ત્યાંના સર્વશ્રેષ્ઠ આકર્ષણ એવા સમાધીની મધ્યે આવેલા મંદિરો તરફ આગળ વધતા હતા.

જેવા ગાયકો સમુહમાં ભાવપૂર્વક ભકિતગાન ગાવા માંડયા કે તરતજ તે જાણે ખુદને સંભળાવતો હોય તેમ ગાવા માંડયો, "ડેફનીની ઉષ્માસભર શેતુર ખાવી તે રાજાના મહેમાન થવા કરતા સારૂં છે." આવું વારંવાર પોતાની જાતને કહેવાથી ઘણાબધા જવાબો મેળવવાનો આગ્રહ રાખતા પ્રશ્નો તેના મનમાં ઉઠયા. શું સમાધીઓમાંનું જીવન એટલું જ મધુર હતું? ત્યાં એવું શું આકર્ષણ હતું? તેમાં ઉંડુ તત્વજ્ઞાન પડેલું હતું? અથવા તો ત્યાં કશું વાસ્તવિક, સપાટી પરનું અને રોજીંદી સંવેદનાને પારખી શકે તેવું કંઈ હતું? દર વર્ષે હજારોની સંખ્યામાં વિશ્વના જુઠા સોગન ખાનારાઓ તેમની સેવાઓ આપવા માટે ત્યાં ઉપસ્થિત થતા હતા. શું તેઓ કશું મન ને ગમે તેવું શોધી શકતા હતા? અને શું તેઓના મનની ખુલ્લી બારીમાંથી જીવનના અનંત અને વિવિધ કડવા અને મીઠા સ્વરૂપોને ભૂલી જવા માટે પ્રેરણા મેળવતા હતા? ભૂતકાળમાં જેવા દુઃખો આવ્યા હતા, તેવી જ નજીકના ભવિષ્ય માટેની સારી આશાઓના તરંગો ઉઠતા હતા? જો તેઓ માટે સમાધી એટલી જ સારી હતી, તો તેના લોકો માટે તે કેમ એટલી સારી નહોતી? તે એક યહુદી હતો; અને શું તે સમાધી અબ્રાહમના સંતાનો માટે પણ વિશ્વમાં શ્રેષ્ઠ હતી? તે તેના ભેટો મેળવી અને આવતા અને ગીતો ગાતા તેના સાથીઓ પ્રત્યે બેધ્યાન થઈને અને તેના શોધખોળના કાર્ય આગળની તેની બધી માન્યતાઓ સામે ઝુકી ગયો.

વનની ઝાડીમાં જતો રસ્તો ઘોંઘાટીયા સરઘસથી છુટકારો મેળવવાને લચાવતો હોય તેમ શરૂ થતો હતો. બેનહરે તે રસ્તો સ્વીકારી લીધો.

તે પહેલા તો રસ્તા પર પ્રકૃતિનું દર્શન કરાવતી, ભેદી ન શકાય તેવી દેખાતી અને જંગલી પક્ષીઓના માળાઓ બનાવવા માટેની આદર્શ જગ્યા સમાન ઝાડીઓ સોંસરવો ચાલ્યો.

ઝાડીઓ પાર કરીને જેવો તે આગળ ચાલ્યો કે તેની ડાબી અને જમણી બાજુએ કબુતર, હોલા, કાળા કોશી અને અન્ય પક્ષીઓના અવાજો સંભળાયા, અને તેને નજીક આવવા માટે કહેતું બુલબુલ જરા પણ બીક વગર જયાં બેઠું હતું ત્યાંજ બેઠું રહ્યું. જેવો તે એકાદ હાથ જેટલો આગળ વધ્યો કે તેના પગથી સહેજ આગળ એક તેતર સીસોટીઓ વગાડતુ દોડાવ માંડયું – અને જેવો તેને રસ્તામાંથી જવા દેવાને બેનહર થોભ્યો કે ચમકદાર ફુલોથી સજાવેલું, મધ જેવું કસ્તુરી મૃગ સરકતુ જોયું. શું તેને ખરેખર વનદેવતાના તેના જ મંદિરમાં દર્શન થતા હતા? તે પ્રાણીએ તેની સામે જોયું અને તેના દાંત વચ્ચે આંકડી વાળી ખોતરણી બતાવી; બેનહર. ભય પામવા છતાં તેના તરફ સ્મિત કર્યું અને લ્યો! આકર્ષણના દ્વાર ઉઘડી ગયા! ભય વગરની શાંતિ – શાશ્વત પરિસ્થિતિમાં શાંતિ – ત્યાં હતી!

તે જમીન પર સંતરાના વૃક્ષ નીચે બેઠો. તે વૃક્ષના ભૂખરા મૂળ નાના ઝરા સુધી પહોંચતા હતા. ખળખળ વહેતા પાણીથી નજીક સુઘરીનો માળો લટકતો હતો, અને તેમાંથી નાનકડું પક્ષી તેના ઘરના

દરવાજા બહારની દુનિયા જોતું હતું. " પક્ષી મારી જોડે સંવાદ કરે છે," તેણે વિચાર્યું. " તે કહે છે કે હું આ પ્રેમના આનંદમય વિશ્વના કાનુનના કારણે તારાથી જરા પણ ડરતો નથી."

સમાધીના આકર્ષણનું કારણ તેને દિવા જેવું સ્પષ્ટ દેખાયું,તે આનંદ પામ્યો અને ડેફનીમાં ખોવાયેલી એક વ્યકિત તરીકે તેણે તેની જાતને અનુભવી. ફુલો અને છોડવાઓની વચ્ચે, જયાં નજર પડે ત્યાં દેખાતા મૂક વૈભવને જોતો તે મોંમાં દાંત ખોતરણી રાખેલા માણસની જેમ અતિતમાં સરી ગયો.

પણ તેનો યહુદી સ્વભાવ ફરીથી આંતરખોજ કરવા માંડયો.

આ આકર્ષણ કેટલાક લોકો માટે પુરતુ હશે. તેઓ કેવા પ્રકારના માણસો હશે?

પ્રેમ આનંદ છે – આહ! તેના દુખમય જીવન પછી આવનાર પ્રેમ કેટલો આનંદમય છે! પણ જીવન માટે જે કંઈ હોય તે બધું ત્યાં હતું? બધું?

ત્યાં તેની અને બીજા લોકો કે જેમણે અંહી પોતાની જાતને સંતૃષ્ટિ વચ્ચે દાટી દીધી હતી; તે બન્ને વચ્ચે સરખાપણું નહોતું. તે લોકોને કોઈ કર્તવ્ય નહોતું – તેઓ પાસે હોય પણ નહીં, પણ તે –

"ઈઝરાયેલના ભગવાન!" તે દાહ પામતો હોય તેમ તેના પગ પર ઉછળી અને મોટેથી બુમ પાડી ઉઠયો – " માતા! તીરઝાહ! તે ક્ષણ પર શાપ હો, તે સ્થળ પર શાપ હો, જયાં તમને ગુમાવી અને હું મારી જાતને સુખી માનતો હોઉં!"

તે ઝડપથી ઝાડીઓમાંથી નીકળી અને નદીના બાંધેલા બન્ને કાંઠાઓ વચ્ચેથી વહેતા પ્રવાહમાં આવ્યો. તે પ્રવાહ વચ્ચે વચ્ચે પાણીના નિકાલ માટે રાખેલા દરવાજાઓએ ખંડિત થતો હતો. તે વચ્ચે આવતા સેતુ તરફ સામા પ્રવાહે તરી અને જતો રહ્યો; અને તેની ઉપર ઉભો રહ્યો કે તેણે બીજા ઘણા સેતુબંધો જોયા. તેમાંના કોઈ પણ બે સેતુ એક સરખા નહોતા. તેની નીચે એક ઉંડા ઘરામાં તદન નિર્મળ જળ વહેતુ હતુ અને ત્યાંથી તેની નીચે થોડે દુર પથ્થરો પર અવાજ સાથે નાનકડો સેતુ અને બીજો નાનકડો ધોધ હતો. આમ આગળ જયાં સુધી નજર પડે ત્યાં સુધી સેતુબંધો, ઝરાઓ અને પ્રતિઘોષ કરતા ધોધ એક વાત કહેતા હતા કે નદી તેના માલિકની પરવાનગી પ્રમાણે દોડતી હતી, અને તે માલિક ચોકકસપણે તે જ હોઈ શકે કે જે દેવોનો દાસ હોય.

એકાએક તેના મનમાં પ્રકાશ થયો – સમાધી વાસ્તવમાં એક મંદિર હતું – એક ઘણું પહોંચેલું, સારી રીતે ઓઝલ થઈ ગયેલું મંદિર. તેના જેવું કદી પણ હોઈ શકે નહીં.

સ્થપતિ થાંભલાઓ અને મંડપો, અંદરની સજાવટોમાં જ કોઈ મહાકાવ્યને તે જીવંત કરતો હોય તેવી મર્યાદાઓમાં જકડાઈને થોભી ગયો નહોતો; પણ તેણે તેની જાતને પ્રકૃતિના ચરણોમાં ધરી દીધી હતી – કલા આનાથી વિશેષ આગળ જઈ શકે નહીં. તેથી જયુપીટરના પુત્ર કેલીસ્ટોએ તેની વિચક્ષણ પ્રતિભાથી પુરાતન આર્કેડીયાનું નિર્માણ કર્યું, અને તેમાં ગ્રીક પ્રતિભા ઝળહળતી હતી.

સેતુ પર થઈ અને બેનહર આગળ જઈ અને નજીકની ખીણમાં ગયો, અને પછી આવતી ખીણના હૃદય સમાન ભવ્ય સમાધીએ આવ્યો. તે એવી જગ્યાએ ઉભો હતો કે જયાંથી જોતા સમાધી સર્વશ્રેષ્ઠ લાગતી હતી. તે જે રસ્તેથી આવ્યો, તેની છાયામાં એક પ્રલોભન હતું, અને ઝાડી સોંસરવી તેણે ચમકદાર પ્રતિમાની આછેરી ઝલક જોઈ, અને તેથી તે એકબાજુએ ફર્યો અને શીતળ એકાંતવાસમાં આવ્યો.

ડેફનીની પ્રતિમા અદભૂત સૌન્દર્યમૂર્તિ હતી. તેને માંડ ચહેરાની ઝલક લેવાનો સમય મળ્યો; કે મૂર્તિની પીઠીકા પાસે વાઘના ચામડાની પથારી કરી એક યુવક અને એક યુવતી એકબીજાને આલીંગન આપી અને સુતા હતા; અને તેમના કામ કરવાના ઓજાર – તેની કુહાડી અને દાતરડું, તેણીની ટોપલી – બેકાળજીથી ચુંટેલા ગુલાબના ફુલોના ઢગલા પર ફુંકેલા પડયા હતા.

આ દેખાવે તેને સ્તબ્ધ કરી દીધો. ઝડપથી સુગંધી ઝાડીમાં ઘસી જતા જેવું તેણે વિચાર્યું હતુ તેવું જ તેણે શોધી કાઢયું કે તે મહાન સમાધીનું આકર્ષણ ભય વિનાની શાંતીનું હતું, અને તે લગભગ તેને તાબે થયો; હવે આ ધોળા દિવસે ડેફનીના ચરણોમાં નિંદ્રા – પીડાજનક હોય તેવું આગળનું પ્રકરણ વાંચી લીધું. તે સ્થળનો કાનુન હતો પ્રેમ, પણ નિર્બંધ પ્રેમ.

અને આ ડેફનીની મીઠી શાંતિ હતી.

આ ડેફનીના કારભારીઓના જીવનનો અંત હતો.

બેનહર તેનું મસ્તક ઉન્નત રાખી અને ઝડપથી ડગલા ભરતો ચાલ્યો. અને જયારે તેણે તેની સંવેદનાઓ અંગે સંપૂર્ણ આનંદ સાથે તેણે શાંત આત્મા અંગેની તુલના કરી; જો કે ઘણી વખત વંકાયેલા હોઠે એમ કહેવાય કે તે એટલી ઝડપથી નહીં ભૂલી શકે કે તે બધી બાબતોથી પ્રભાવિત થવાને કેટલો નજીક પહોંચી ગયો હતો.

*****

પ્રકરણ ૬ઠ્ઠું

બેનહર સામે હંમેશા હરીયાળા રહેતા સાયપ્રસ વૃક્ષોનું જંગલ હતુ, તે દરેક વૃક્ષનું થડ એક ખુવાથંભ જેટલું ઉંચુ અને સીધું હતું. જંગલની ઘટાદાર હદમાં રખડતી વેળાએ તેણે આનંદના સુરોમાં રણશીંગુ ફુંકાતુ સાંભળ્યું, અને એક ક્ષણ પછી તેણે એક ગામડીયાને ઘાસ પર આડો પડેલો જોયો. તે મજબુત ગામડીયો ચહેરે મહોરે જયુડીયાનો હોય તેવી અણસાર ધરાવતો હતો અને તેથી તેના હૃદયથી યહુદી પ્રણાલિકા અનુસાર વસ્ત્રો પહેર્યા હતા. તે માણસ ઉભો થયો અને બેનહર પાસે આવ્યો.

"હું તને ફરીથી શાંતિ આપું છું," તેણે આનંદપૂર્વક કહ્યું.

"તારો આભાર," બેનહરે જવાબ આપ્યો અને પછી પુછયું, " શું તુ મારા રસ્તે જઈ રહ્યો છો?"

"જો તે તારો રસ્તો હોય તો; હું રમતગમતના મેદાન તરફ જઈ રહ્યો છું."

"હા, તેં જે રણશીંગુ સાંભળ્યું હતું તે હરીફોને સાદ પાડવા માટે ફુંકવામાં આવ્યું હતું."

"ભલા મિત્ર," બેનહરે ચોખ્ખું જ કહી દીધું. " હું સમાધી અંગેના મારા અજ્ઞાનનો સ્વીકાર કરૂં છું; અને જો તું મને તારો સંગાથી બનાવીશ, તો હું ખુશ થઈશ."

"તેથી મને પણ આનંદ થશે. ચાલ, હું રથોના પૈડાઓનો અવાજ સાંભળું છું. તેઓ દોડના પટ્ટા પર લઈ જવામાં આવતા હોય તેવું લાગે છે."

એક ક્ષણ માટે બેનહરે સાંભળ્યું અને પછી તેનો હાથ યહુદીના ખભ્ભા પર મુકતા કહ્યું,

"હું યુધ્ધવીર એરીયસનો પુત્ર છું, અને તમે?"

"હું એન્ટિઓકનો વેપારી મલુક છું."

"સારૂં, ઘણું સારૂં મલુક. આ રણશીંગુ, પૈડાોઅનો અવાજ અને આનંદની ખોજે મને ઉત્તેજીત કર્યો છે. મને કસરતોમાં કેટલીક વિશિષ્ટ જાણકારી છે. રોમની પેલેસ્ટ્રીમાં હું અજાણ્યો નથી. ચાલો આપણે તે બાજુએ જઈએ."

મલુક તરતજ કહેવા માટે ઉત્તેજીત થઈ ગયો, " યુધ્ધવીર રોમન હતો, અને હું તેના પુત્રને યહુદીના પોષાકમાં જોઈ રહ્યો છું."

"ઉમરાવ એરીયસ મારા પાલક પિતા હતા," બેનહરે જવાબ આપ્યો.

"ઓહ! મને હવે ખબર પડી, અને તેથી આપની માફી માગું છું."

જંગલના પટ્ટા સોંસરવા નીકળી અને તે લોકો રમતગમતના ક્ષેત્રમાં આવી પહોંચ્યા. ક્ષેત્ર પર પટ્ટાઓ આંકવામાં આવ્યા હતા અને તે પટ્ટાઓના માપ અને આકારમાં તેવા પ્રકારના રમતગમતના મેદાનમાં હોય છે તે પ્રમાણે જ હતા. દરેક રથ માટેની હદ પોચી ભૂમીને સમથળ કરી, પાણી છાંટી અને બન્ને બાજુએ ભાલાઓ ખોડી અને તેના પર ઢીલા દોરડાઓ બાંધી અને નકકી કરવામાં આવી હતી. દર્શકો અને ત્યાં અગાઉથી થોડો મહાવરો કરવા માટે આવી પહોંચેલા સારથીઓ માટે કેટલીક રાવટીઓ ઉભી કરવામાં આવી હતી અને તેમાં આગળની હરોળ કરતા પાછળની હરોળની બેઠકો ઉંચી

રહે તેમ બેસવાની વ્યવસ્થા પણ કરવામાં આવી હતી. આવી એક રાવટીમાં બન્ને નવ આંગતુકોએ તેમની જગ્યાઓ શોધી કાઢી.

બેનહરે પસાર થતા રથો ગણ્યા. તે બધા મળીને કુલ નવ રથ હતા.

"હું તેઓની પ્રસંશા કરૂં છું," તેણે અંતઃકરણપૂર્વક કહ્યું. " અંહી આ બાજુએ પૂર્વમાં જુઓ. હું વિચારૂં છું કે તેઓને આ બન્ને કરતા કશું વધારે સારૂં નહીં હોય તેવી આકાંક્ષાઓ હશે; પણ તેઓ મહત્વાકાંક્ષી છે અને ચાર રજવાડી રથો સાથે હરીફાઈમાં છે. ચાલો, આપણે તેમની ક્ષમતાનો અભ્યાસ કરીએ."

આઠમાંથી ચાર રથપસાર થયા. કેટલાક રથના ઘોડા ચાલતા હતા, તો કેટલાક રથના ઘોડા રેવાલ ચાલે ચાલતા હતા. બધા જ ખુબ જ સારી રીતે રથ ચલાવનારા સારથીઓના કાબુમાં હતા. તે પછી નવમો રથ પુરપાટ દોડતો આવ્યો. બેનહર ઉત્તેજનાથી ઉછળી પડયો.

"મલુક, હું શહેનશાહના તબેલાઓમાં હતો; પણ આપણા પિતા અબ્રાહમના સોગન ખાઈને કહું છું કે મેં અંહી છે તેવા ઘોડાઓ બીજે કયાંય જોયા નથી."

છેલ્લા ચાર રથ તો ભૂલાઈ જ ગયા. એક વખત તો તેઓ બધા મુંઝવણમાં મુકાઈ ગયા. દર્શકોમાંથી એકે તીણી ચીચીયારી પાડી. બેનહર ફર્યો અને જોયું કે એક વૃધ્ધ માણસ તેની બેઠક પરથી અરધો ઉભો થઈ ગયો હતો. તેના ભીડાયેલો હાથ ઉંચે ઉઠયા અને તેની આંખો ચમકી ઉઠી. તેની લાંબી સફેદ દાઢી હવામાં ફરકી ઉઠી હતી. તેની આજુબાજુના કેટલાક દર્શકો હસવા માંડયા.

"કમસે કમ તે લોકોએ તેની સફેદ દાઢીનો તો ખ્યાલ કરવો જોઈએ. તે કોણ છે?" બેનહરે પુછયું.

"રણમાંથી આવતો સમર્થ માનવી. મોઆબને પેલે પાર કયાંકથી; ઉંટોના ધણનો અને ઘોડાઓના ટોળાનો માલિક. તેઓ કહે છે તેમ, પ્રથમ ફેરોની હાડમાં ભાગ લેનારાઓના વખતનો – શેખ ઈલ્ડેરીમના નામ અને શાખથી ઓળખાય છે."

મલુકે આવી રીતે જવાબ આપ્યો.

તે સમય દરમ્યાન સારથી તે ચારે અશ્વોને શાંત કરવા માટે મહેનત કરતો હતો, પણ મહેનત એળે જતી હતી. દરેક વ્યર્થ પ્રયત્ન શેખને વધારે ઉત્તેજીત કરતો હતો.

"અબાડોન, તેને પકડી રાખ!" વડીલ બોલી ઉઠયા. "દોડો! ઉડો! મારા બાળકો, તમે સાંભળો છો? અને આ પ્રશ્ન તેના અનુચરોને અને તેના કબીલાને હતો. "તમે સાંભળો છો? તેઓ તમારી માફક જ રણમાં જન્મેલા છે. તેમને પકડો – ઝડપથી!"

તોખારોની તેજી વધી.

"કમભાગી રોમન!" અને શેખે તેની મુઠ્ઠી સારથી તરફ ઉછાળી. "શું તેણે ખાતરી નહોતી આપી કે તે તેમને કાબુમાં કરી શકશે – તેણે તેના બધા હરામી લેટીન દેવતાઓના સોગન ખાઈને નહોતું કહ્યું? ના, મારા હાથમાં આવતો નહીં – ભાગ, હું કહું છું! તેઓ ઉડતા ગરૂડની જેમ ઝડપથી દોડવા જોઈએ. તેઓ હથેળીમાં ઉછરેલા ઘેટાના બચ્ચાઓ જેવા મિજાજથી દોડવા જોઈએ. તેના પર શાપ ઉતરે – તેની માતા કે જે આ જુઠ્ઠાને તેનો પુત્ર કહે છે, તેના પર પણ શાપ ઉતરે! તેઓ, અણમોલ રતનોને જો. તેમાંના એક ને પણ ચાબુક અડાડી જો, અને –" બાકીનું વાકય તેની ગુસ્સાથી ધ્રુજતી બત્રીસીમાં સમાઈ ગયું.

"તેનું માથું – તમારામાંથી કેટલાક તેને કહો – એક શબ્દ પુરતો છે. તમારી માતાઓ તમારા માટે ગાતી હતી તે છાવણીનું ગીત. ઓહ, મુરખ, હું મુરખ કે મેં એક રોમનમાં વિશ્વાસ મુકયો."

બેનહરે વિચાર્યું કે તે શેખને સમજી શકયો હતો, અને તેથી તેને શેખ પ્રત્યે સહાનુભૂતિ થઈ આવી.

અને ઘોડાઓ તરફ બીજી દ્રષ્ટિ કરતા બેનહરે ઘોડાઓ અને તેના માલિક વચ્ચેના સબંધો અંગેની વાત વાંચી લીધી. તેઓ જનમ્યા તે દિવસથી તેની આંખો હેઠળ જ ઉછર્યા હતા; તેના કુટુંબની સાથે જ તેને ઘેર, તેના કાળા તંબુ હેઠળ, તેના વહાલા બાળકોની માફક જ તેની છાતી પર ઉછર્યા હતા; તેની આંખોના તારા હતા અને તેથી જ તેઓએ તેને ગર્વિષ્ઠ અને ધૃણાને પાત્ર રોમનો પર વિજય અપાવવો જ જોઈએ.વૃધ્ધ માનવી તેના વહાલાઓને શહેરમાં લઈ આવ્યો હતો અને તેઓ વિજયી થશે તે અંગે તેને કોઈ જ શંકા નહોતી, જો ફકત તે કોઈ તેની લગામ હાથમાં લઈ શકે તેવો વિશ્વાસપાત્ર નિષ્ણાત શોધી શકે; પણ તે નિષ્ણાત ફકત બુધ્ધીચાતુર્ય વાળો જ નહીં પણ એવા જુસ્સા વાળો હોવો જોઈએ કે તેવો જુસ્સો કયાંય પણ કોઈની જાણમાં ન હોય. પશ્ચિમના ઠંડા પ્રદેશના લોકોની માડક તે સારથીની અસમર્થતાનો બચાવ ન કરી શકે, પણ તેને ઘરભેગો જ કરી દે; એક આરબ અને એક શેખ તરીકે તેણે ફાટી પડવાનું અને તેને ધૃણાથી હવામાં જ ફેંકી દેવાનો.

વૃધ્ધ મુરબ્બી આવું કંઈ કરે તે પહેલા લગભગ બારેક હાથ પાણીદાર અશ્વો ફરતા ફરી વળ્યા અને તેઓને શાંત કર્યા. તે વખતે જ એક બીજો રથ હરીફાઈના પટ્ટા પર દેખાયો અને તે સાથે જ અન્ય બધા રથો અને દોડના સ્પર્ધકો જાણે કે તેઓ છેલ્લા મહાવરાના દિવસે ગોળ ચકકરમાં આવ્યા હોય તેમ ચોકકસપણે ગોઠવાઈ ગયા.

શાસ્ત્રોકત રીતે રથ તરીકે ઓળખાતા પ્રખ્યાત વાહનને ઓળખવામાં આપણને કોઈ મુશ્કેલી પડે તેમ નથી. કોઈપણ વ્યકિત નીચા પૈડાઓ અને પહોળી ધરી પર બેસાડેલા પુંછડી જેવા છેડાવાળા ઉપરથી અને પાછળથી ખૂલ્લા દરવાજા વગરના કક્ષને રથ તરીકે ઓળખી શકે. રથનો આ એકદમ શરૂઆતનો પ્રકાર હતો. વખતોવખત તેમાં સુધારાવધારા થતા રહ્યા અને કલાત્મક પ્રતિભાઓએ તે બેડોળ યાંત્રિક સામગ્રીને સુંદર વસ્તુમાં પરિવર્તિત કરી. તેથી દાખલા તરીકે પ્રભાતથી સંધ્યાના આપણા આકર્ષણને તેમાં પ્રતિબિંબિત કર્યું.

પુરાતન સમયના સવારો શાંત, ડાહ્યા અને મહત્વાકાંક્ષી હતા. તેમના સારા દેખાવને દ્વિતિય ક્રમનો અને શ્રેષ્ઠ દેખાવને ચતુર્થ ક્રમનો ગણતા. તે પછી તેઓ ઓલિમ્પિક રમતોમાં હરીફાઈ કરતા અને બીજા મંગળ પ્રસંગોની શોભામાં અભિવૃધ્ધી કરતા.

અન્ય હરીફો શાંત થયા. છેલ્લે આવનાર વધારે નસીબવાળો હતો. તે આપણે જયાંથી દ્રશ્ય જોઈએ છીએ તે બાજુએ આવતો હતો. તેની પ્રગતિ તેના વિશાળ નિર્દેશનથી, દર્શકોની તાળીઓ અને વહવાહના પોકારી પરથી દેખાઈ આવતી હતી. તેના રથની ધુંસરીની બન્ને બાજેઓએ એક એક કાળો તોખાર અને એક એક બરફ જેવા સફેદ રંગનો એમ એક બાજુએ બે અને એમ કુલ ચાર અશ્વો જોડયા હતા.

આગળ વધતો નવઆગંતુકનો રથ હવે સરખી રીતે જોઈ શકાય તેમ દ્રશ્યમાન થયો. સુંદર અશ્વો, સમર્થ સારથી અને આકર્ષક રથ. તે ખરેખર તેને મળતી પ્રસંશાનો અધિકારી હતો. રથના

પૈડાઓની બનાવટ અદભૂત હતી. ચમકતા પિતળના સીધા, વજનમાં હળવા પટ્ટાઓ પૈડાના કેન્દ્રથી પરીઘ તરફના આરાઓ પર જડવામાં આવ્યા હતા. અબનુસના સફાઈદાર ચકચકીત લાકડાના પૈડાઓ પર પિતળની વાટ ચડાવેલી હતી. પૈડાને ધરી સાથે જોડી રાખતો હાથીદાંતનો ખીલો તેની બહાર આવતી કુદરતી ગોળાઈવાળો જ રાખવામાં આવેલો હતો. પૈડાઓને જોડતી ધરીની બન્ને બાજુઓએ બહારના ભાગે ગર્જના કરતા વાઘના માથાની કાંસામાં ઢાળેલી આકૃતિઓ જડેલી હતી અને કક્ષની અંદર મુલાયમ ઉન વણેલા કાપડની રૂની ગાદીઓ જડેલી હતી. રથનો રાજદંડ સોનાનો ઢોળ ચડાવેલો હતો.

સુંદર અશ્વો અને દેદિપ્યમાન રથે બેનહરનું ધ્યાન ખેંચ્યું અને તે અત્યંત જીજ્ઞાસાથી તેના સારથીને જોવા પ્રેરાયો.

તે કોણ હતો?

અને સારથી દ્રશ્યમાન થયો. તેની સાથે એક સાથીદાર હતો. દોડના મેદાનમાં આવેલો ઉંચા ઘરાનાનો જણાઈ આવતો ધીરગંભીર સારથી ગ્રીક દંતકથાના પાત્ર માયેરટીલસની યાદ અપાવતો હતો. અને એક સાથીદાર સાથે દોડના મેદાનમાં આવી રહેલો સારથી દ્રશ્યમાન થયો, પણ બેનહરે ફક્ત સારથી પર જ ધ્યાન કેન્દ્રિત કર્યું. દેખાવ પરથી જ ઉંચા ઘરાનાનો જણાઈ આવતો ધીરગભીર સારથી રથમાં ટટ્ટાર ઉભેલો હતો. તેના શરીરને ફરતી ત્રણથી ચાર વખત લગામ વીંટાળેલી હતી. આકર્ષક દેહાકૃતિ ધરાવતા સારથીએ હળવા લાલ રંગનો ઝભ્ભો પહેરેલો હતો. તેના જમણા હાથમાં ચાબુક હતી અને બીજા હાથના ઉંચે ઉઠાવેલા ખુલ્લા પંજાનો અંગુઠો અંદરની બાજુએ લઈ અને તે ચાર આંગળીઓથી તેનો ક્રમ દર્શાવતો હતો. છબી તો સુંદર અને સજાવેલી હતી. વાહવાહના પોકારો અને પડતી તાળીઓના ગગડાટથી મળતી પ્રસંશા તેણે તેની યથાવત પરિસ્થિતિમાંજ સ્વીકારી. બેનહર તદન સ્થિર થઈ ગયો. તેની સ્મૃતિઓ અને ઈન્દ્રિયોએ તેને ઢંઢોળી મુકયો. તે સારથી – મેસાલા હતો.

અશ્વોની પસંદગી, રથની અદભૂત બનાવટ અને સારથીની રીતભાત અને નિદેર્શન – તે બધાની ઉપર; ઠંડા તીણા ગરૂડ જેવા લાક્ષણિક મનોભાવ. તેના દેશવાસીઓના વિક્ષ્વ પરના ઘણીબધી પેઢીઓથી શાસન કરવાથી શાહી રંગે રંગાયેલા મેસાલાને બેનહરે જોયો. તે કોઈ પણ પ્રકારના પરીવર્તન થયા વગરનો, તેવો જ ગર્વિષ્ઠ, આત્મવિશ્વાસુ અને હંમેશા જેવો જ ઉધ્ધત, મહત્વાકાંક્ષી અને ભાવનાશુન્ય હતો.

*****

પ્રકરણ ૭મું

જેવો બેનહર તેની રાવટીના પગથીયા ઉતર્યો કે છેક છેવાડેથી એક આરબ ઉભો થયો અને મોટેથી ઉદઘોષણા કરીઃ

'પૂર્વ અને પશ્ચિમના માણસો – જુઓ સાંભળો! ભલા શેખ ઈલ્દેરીમ શુભકામનાઓ પાઠવે છે. તેમના ચાર અશ્વો સાથે; ડાહ્યા સોલોમનના માનીતાઓના સંતાનો સાથે; તે શ્રેષ્ઠ અશ્વો સાથે અંહી સ્પર્ધા માટે આવ્યા છે અને તેમનું સંચાલન કરી શકે તેવા સમર્થ સારથીની તેમને જરૂર છે. જે કોઈ શેખને સંતોષ આપી શકે તેમ અશ્વોનું સંચાલન કરી શકશે તેને શેખ કાયમને માટે માલામાલ કરી દેશે. અંહી – ત્યાં – શહેરમાં અને રમતગમતના પ્રદર્શન મેદાનોમાં જયાં કયાંય પણ સમર્થ લોકો ભેગા થયા હોય ત્યાં જઈ અને તેમને તેમની – મારા માલિક ઉદાર શેખ ઈલ્દેરીમની ઘોષણા અંગે જાણ કરો.

ત્યાં ઉપસ્થિત જનસમુદાયમાં ઢંઢેરાએ કોલાહલ મચાવી દીધો. તે રાત્રે એન્ટીઓકના રમતગમતના વર્તુળોમાં ચર્ચાઓ મુખ્યસ્થાને માત્ર આ વિષય જ રહ્યો. તે વખતે બેનહરે તે સાંભળ્યું, થોભ્યો અને થોડો ખચકાતો શેખના દુત સામે જોઈ રહ્યો. મલુકે વિચાર્યું કે તે શેખની દરખાસ્ત સ્વીકારી લેવાનો જ હતો, પણ બેનહર તેની બાજુ ફર્યો અને પુછયું, "ભલા મલુક, હવે કયાં જઈશું?"

"કેસ્ટાલીયા."

"ઓહ! તેનો ફુવારો સમગ્ર વિશ્વમાં પ્રખ્યાત છે. ચાલો આપણે ત્યાં જઈએ."

એક ઢોળાવવાળા, વૃક્ષોની કમાનવાળા રસ્તાના છેડે, જમણા હાથ ઉપર ત્યાં એક સીધો ભૂખરો પથ્થર હતો અને ડાબી બાજુએ એક ખુલ્લું ઘાસનું મેદાન હતું; ત્યાં તેઓ કેસ્ટાલીયાના પ્રખ્યાત ફુવારાને જોવા માટે આવ્યા.

ફુવારાના સ્થળે દર્શકો સાથે બેનહર ત્યાં પહોંચ્યો. પથ્થરની ટોચ પરથી પાણી કાળા આરસના કુંડમાં જોશભેર પછડાતું, ચકચકીત ફીણ ફરી વળતા અને પાણી એક ગરણી જેવા આકારમાં અદ્રશ્ય થઈ જતું હતું.

કુંડની બાજુમાં એક આરસનો મંડપ હતો. તેની પાછળનો ભાગ નકકર દિવાલનો બનેલો હતો, જયાં એક વૃધ્ધ, દાઢીવાળો, કરચલીઓ યુકત ચહેરાવાળો, ગરીબ ગાય જેવો ધર્મગુરૂ બેઠો હતો. ત્યાં હાજર રહેલા લોકોની રીતભાત પરથી ભાગ્યેજ કોઈ કહી શકે કે ત્યાં આકર્ષણ શેનું હતું; સુંદર ફુવારાનું કે ત્યાં હંમેશા હાજર રહેતા ધર્મગુરૂનું? તે સાંભળતો, જોતો, પણ કદી બોલતો નહીં. કોઈક વખત ભાગ્યેજ કોઈ મુલાકાતી તેની તરફ હાથ લાંબો કરતો અને તેને સિકકો આપતો. આંખોમાં લુચ્ચાઈ ભરેલા ચમકારા સાથે તે પૈસા લઈ લેતો અને તેના બદલે સિકકો આપનારને પેપીરસનું પાંદડુ આપતો.

પાંદડુ લેનાર પેપીરસને કુંડમાં ઝબોળી દેવાની ઉતાવળ કરતો અને તે પછી સુર્યપ્રકાશમાં પાણી નીતરતું પાન પકડી અને તે પાન પરથી કાવ્યાત્મક વિવરણ મેળવી શકતો અને ફુવારાની પ્રખ્યાતિ ભાગ્યેજ કવિતાના ગુણમાં ઘટાડો કરતી. બેનહર દેવવાણીની ચકાસણી કરે તે પહેલા તેનું

ધ્યાન તેની સામેના ઘાસના મેદાન પર આગળ વધતા કેટલાક મુલાકાતીઓના એક જુથ તરફ ખેંચાયું, અને તે લોકોની ઈન્તેજારી તેના કરતા પણ ઓછી નહોતી.

એક ઉંચા અને સફેદ ઊંટને એક ઘોડેસવાર દોરતો હતો. ઊંટનો ઘણો મોટો હોદ્દો લાલ અને સોનેરી રંગનો હતો. બે અન્ય મોટા ભાલાધારી ઘોડેસવારો તે ઊંટને અનુસરતા હતા.

જો ઊંટના હોદામાં આગળ બેઠેલી વ્યકિત રાજકુમાર કે રાજા હોય, તો ટોળામાં તત્વજ્ઞાનીઓ સમયની સમતાનો ઈનકાર કરી શકે નહીં. જયારે તે લોકોએ મોટી પાઘડી નીચે ઢંકાયેલા કૃષકાય ચહેરાને જોયો અને તે પરથી તેલોકો તેની રાષ્ટ્રીયતા નકકી ન કરી શકયા કે તેઓ જીવનની મર્યાદા અંગે વિચાર કરતા આભારી થયા કે જેટલું ટુંકુ જીવન તેટલું જ સારૂં જીવન. જયારે તેણે તેની કામળી નીચે નાખી કે તે લોકોને તેની અદેખાઈ કરવા જેવું કશું લાગ્યું નહીં.

અને તે સ્ત્રીની સુંદરતા તેણીના બુરખામાંથી પણ જણાઈ આવતી હતી. તેણીએ કોણી સુધી કુંતલ આકારના કંગન પહેરેલા હતા અને સોનાના પટ્ટાવાળી સાંકળી કાંડા પર બાંધેલી હતી. તેના ખુલ્લા હાથ એક બાળક જેવા નાજુક હતા. તેની હોદામાં સહેજ ઉપર ઉઠેલી બેઠક પરથી તેણી શાંતિથી, આનંદથી લોકોને જોતી હતી અને દેખીતું જ તેથી તે લોકોનો અભ્યાસ કરવાને તત્પર તે માનુની તેની પોતાની ઉત્તેજના અંગે સભાન નહોતી; અને હવે જે રોજિંદુ નહોતું – તે વખતે લોકોમાં સ્ત્રીઓના પદ પ્રમાણેના રીવાજથી તદન વિરૂધ્ધ તેણી તેમની તરફ ખુલ્લા ચહેરે જોતી હતી.

તે યુવતીનો ચહેરો જોતાવેંત ગમી જાય તેવો હતો. ઘણો યુવાન અને સુડોળ, લંબગોળ ચહેરો ગ્રીક જેવો ગોરો નહોતો કે રોમન જેવો ભીનેવાને પણ નહોતો. તે ચહેરો ગાઉલ જેવો તામ્રવરણો નહોતો પણ હતી નાઈલ નદીના ઉપરના ભાગે પડતા સુર્યના મૃદુ કિરણોથી ત્વચા પર આવતી પારદર્શકતા કે જેમાંથી ગાલમાં વહેતું રકત જોઈ શકાય અને હતી કોમળ પારદર્શક આંખો.

જેવો સ્થળ અને લોકો અંગેનો અભ્યાસ પૂર્ણ થયો કે તે સૌન્દર્યમૂર્તિએ તેના ઊંટને ફુવારા નજીક દોરી જતા કમ્મર સુધી અરધા ઉઘાડા અને શ્યામવર્ણા ચાકરને કશુંક કહ્યું અને તેણે ફુવારાથી નજીક ઊંટને ઘુંટણીયે બેસાડયો. તે પછી તેણીએ તેના ચાકરને કુંડમાંથી પાણી ભરવા માટે એક પ્યાલો આપ્યો. ચાકર જેવો પાણી ભરવા ગયો કે એકાએક ત્યાં પ્રસરેલી શાંતિનો ભંગ કરતો તેજ ગતિએ દોડતા રથનો અવાજ આવ્યો અને મોટી ચીસ સાથે ત્યાં આજુબાજુમાં ઉભેલા લોકો દરેક દિશામાં વહેંચાઈ ગયા.

"તે રોમનનો લોકોને તેના રથ નીચે કચડી નાખવાનો વિચાર લાગે છે. સંભાળો!" મલુકે બેનહરને બુમ પાડી અને ઝડપથી ભાગી જવાને તૈયારી કરી.

બેનહરે અવાજની દિશાતરફ જોયું કે તેણે મેસાલાને તેનો રથ ટોળા તરફ પુરઝડપે હંકારતા જોયો. તે વખતે મેસાલા તદન ઓળખી શકાય તેટલો નજીક આવ્યો.

ઊંટની આસપાસના સવારો ભાગી જતા ઊંટ એકલું પડી ગયું અને તેવા પ્રકારના ઊંટોની લાક્ષણિકતા જોતા તે વધારે ચપળ હોઈ શકે જ નહીં, અને તેના પગ તો જમીન પર જ હતા અને તે બંધ આંખે વાગોળતા વાગોળતા તેનામાં લાંબા સમયથી કેળવાયેલી સલામતીની લાગણી સાથે તેની યથાવત પરિસ્થિતિમાંજ પડયું રહ્યું. ઈથીયોપીયાવાસીએ ડરથી તેના હાથ ઉંચા કરી દીધા અને હોદામાંથી છટકવા માટે વૃધ્ધ માણસ ફર્યો તો ખરો, પણ તેને ઉંમર નડી ગઈ અને ભયના કારણે તેના

મોભાને ભૂલી જવા છતાં પણ તે છટકી શકયો નહીં અને તે સ્ત્રીને પણ તેનો પોતાનો બચાવ કરવા માટે પણ ઘણું મોડું થઈ ચુકયું હતુ. બેનહર તે લોકોની નજીક જઈ અને ઉભો રહ્યો અને તેણે મેસાલાને બોલાવ્યોઃ

"થોભ! જો, તું કયાં જાય છે! પાછળ, પાછળ!"

વૃધ્ધ માનવી હૃદયપૂર્વક હસી પડયો અને તેણે જોયું કે બચવા માટે માત્ર એક જ તક હતી. બેનહર આગળ આવ્યો અને રથના ડાબી બાજુના ઘોડાઓની લગામ પકડી લીધી. "રોમન કુતરા! તારા જીવનની સંભાળ રાખ." તે પુરી શકિતથી ઘોડાઓને પાછળ ખેંચતા બુમ પાડી ઉઠયો. બન્ને ઘોડાઓ પાછળ હઠયા અને બીજા બે ઘોડાઓને ગોળ ફેરવ્યા. આખો રથ પાછો ખેંચાતા હચમચી ઉઠયો અને મેસાલા પડતા પડતા રહી ગયો; અને માયેરટીલસનો વટ ઢેફાઓમાં ઢોળાઈ ગયો. પ્રવર્તમાન પરિસ્થિતિમાં ભૂતકાળના જોખમને યાદ કરતા આજુબાજુએ ઉભેલા લોકો મેસાલા પર હસવા માંડયા.

તે પછી તે રોમનની અદ્વિતિય ઉધ્ધતાઈ જાહેર થઈ. તેણે તેના શરીર પણ વિંટાળેલી લગામ એક બાજુએ ઉછાળી દીધી અને રથ પરથી ઉતર્યો અને ઊંટની ફરતો ચાલ્યો. તેણે બેનહરની સામે જોયું અને વૃધ્ધ માનવી અને સ્ત્રીને ઉદ્દેશીને બોલ્યો.

"માફ કરો, હું તમને પ્રાર્થના કરૂં છું – હું તમને બન્નેને પ્રાર્થના કરૂં છું. હું મેસાલા છું," તેણે કહ્યું; "અને પૃથ્વી પરની સર્વપ્રથમ માતાના સોગનથી હું કહું છું કે મેં તમને કે તમારા ઊંટને જોયા નહોતા! કદાચ હું મારી પ્રતિભા અંગે વધારે પડતો વિશ્વાસ ધરાવતો હોઈશ. મેં તો ફકત આ ભલા લોકોની મજાક કરી – અને તેઓ આમ મજા લઈ રહ્યા છે. તેઓ માટે તે સારૂં હોઈ શકે!"

ત્યાં ઉભેલા ભલી પ્રકૃતિના લોકોને દ્રષ્ટિ અને સંકેતથી બેપરવાઈ બતાવીને તેના માનવા અનુસાર જાણે કે તેણે કશું સારૂં કહ્યું. તેણે વધારે શું કહેવું છે તે સાંભળવા માટે લોકો શાંત થયા. મેસાલાએ તેના સાથીને રથને થોડા સલામત અંતરે લઈ જવા ઈશારો કર્યો અને તે સ્ત્રીને ઉદ્દેશીને હિંમતભેર બોલી ઉઠયો.

"મને અંહી રહેલા ભલા માણસમાં રસ પડયો છે, જેની હજુ સુધી જો માફી મળી ન હોય તો, હું પછી વધારે સખત મહેનત કરી જોઈશ, હું તને તેની પુત્રી કહી શકું?"

તેણીએ કોઈ પ્રત્યુતર ન આપ્યો.

"ઓ અજાણી, જેટલી સુંદર તેટલી જ ક્રુર!" મેસાલાએ તેણી તરફ તેનો હાથ ફરકાવતા કહ્યું, "જો એપોલો તને બોલાવી ન લે, તો તું મને ફરીથી જોઈશ. તારે દેશને ન જાણવા છતાં, હું તારી પ્રસંશા કરવા માટે ઈશ્વરનું નામ નહીં આપું; તેથી સર્વ દેવોના સોગન, હું તારી પ્રસંશા કરીશ – મારા માટે!"

માયેરટીલસ તેના ચારેય અશ્વોને શાંત અને તૈયાર જોઈને તેના રથ તરફ પાછો ફર્યો. જેવો તે ચાલતો થયો કે તે સ્ત્રીએ તેની પાછળ જોયું અને તેની આંખમાં કોઈ અકથ્ય ભાવ ઉપસી આવ્યો. તરત જ ઊંટ ઉઠયો અને જવાને તૈયાર થયો કે વૃધ્ધ માનવી બોલી ઉઠયોઃ

"તું અંહી ઉભો રહે."

બેનહરે તે વૃધ્ધની ઉંમરનું સન્માન કર્યું અને તે તેની પાસે ગયો.

"તેં આજે અજાણ્યાઓની ખુબ સારી સેવા કરી છે. ત્યાં માત્ર એક જ ઈશ્વર છે. તેના પવિત્ર નામથી હું તારો આભાર માનું છું. હું ઈજીપ્તવાસી બાલ્થસાર છું. તયાં તાડ અને ખજુરીના વૃક્ષોની મોટી

વાડીઓમાં, ફેફની ગામ ને પેલે પાર તાડીઓ અને ખજુરીના વૃક્ષોની છાયામાં ઉદાર શેખ ઈલ્દેરીમનો પડાવ છે અને અમે તેના મહેમાનો છીએ. તું અમને મળવા માટે ત્યાં આવ. ત્યાં તારૂં આભારની લાગણી સાથે મધુર સ્વાગત થશે."

વૃધ્ધ માનવીના સ્પષ્ટ અવાજ અને ઉચ્ચતમ ધાર્મિક કક્ષાની રીતભાત અને વર્તણુંકથી આશ્ચર્ય પામતો બેનહર તે લોકોથી છુટો પડયો. જેવા તે બન્ને લોકો તેની દ્રષ્ટિથી ઓઝલ થયા કે તેણે મેસાલાને જે રીતે આનંદથી ઉપહાસપૂર્ણ હાસ્ય કરતા આવતો જોયો હતો તેમજ તેનામાં કોઈ પણ ફેર પડયા વગર તેને જતા જોયો.

*****

પ્રકરણ ૮મું

નિયમ અનુસાર જયારે કોઈ ખરાબ રીતે વર્તન કરે ત્યારે તેના કરતા સારી રીતે વર્તન કરવામાં આવે તો કોઈને તે ના પસંદ કરવા અંગે કોઈ ચોકકસ કારણ નથી. બનેલ બનાવ અંગે સદભાગ્યે મલુક માટે આ નિયમમાં અપવાદ હતો. તે બનાવે; જેમાં તે સાક્ષી હતો, બેનહરને તેની તુલનામાં ઉંચે ઉઠાવ્યો હતો, તેથી તે તેની હિંમત અને કાર્યની અવગણના કરી શકે નહીં. હવે તેણે તે યુવકના ભૂતકાળ અંગેની થોડી જાણકારી મેળવવાની બાકી રહેતી હતી. તે દિવસના પરીણામે મળેલી વિગતો ભલા માલિક સીમોનીડીસ માટે જરા પણ નુકસાનકર્તા નહોતી.

તે પછીના મુદ્દા પર, જેમ તે હજુ સુધીમાં જે કંઈ જાણી શકયો હતો તેને યાદ કરતા, બે વાસ્તવિકતાઓ સમજાઈ ચુકી હતી. તે એક યહુદી હતો,અને પ્રખ્યાત રોમનનો દત્તક પુત્ર હતો. બીજો નિષ્કર્ષ, જે કદાચ મહત્વનો હોઈ શકે; તે ચતુર જાસુસના માનસમાં તેની જાતને સ્પષ્ટ કરવાની શરૂઆત હતી; મેસાલા અને યુધ્ધવીરના પુત્ર વચ્ચે ત્યાં કોઈ પ્રકારનું એક જોડાણ હતું; પણ તે શું હતું? – અને તે કેવી રીતે મળેલી ખાત્રીમાં ઘટાડો કરતું હતું? તમામ શકિતથી તેનો ઉંડાણથી તાગ લેવા છતાં નિષ્કર્ષ માટે અર્થ કે રસ્તો મળ્યા નહીં. જયારે મુંઝવણના કારણે તે હેરાન થતો હતો ત્યારે બેનહર ખુદ તેની મદદે આવ્યો. તેણે તેના મેસાલા માટેના અતિશય તિરસ્કારના કારણો જણાવ્યા અને હરના ઘરની અવનતિ કઈ રીતે થઈ તેની કથની સંભળાવી.

"અને મલુક, તે જાણે છે, અને તેની સાથે હવે તે રહસ્ય લઈને જતો રહ્યો છે કે જે રહસ્ય માટે હું મારૂં જીવન આપી દઈશ. માત્ર મેસાલા જ મને જણાવી શકે તેમ છે કે મારી માતા અને બહેન કયાં છે. તેઓ કેવી પરિસ્થિતિમાં છે; અરે તેઓ જીવતા છે કે નહીં – અને જો તઓ મૃત્યુ પામ્યા હોય તો, ફકત તે જ કહી શકે કે તેઓના અસ્થિઓ મારી શોધખોળ માટે કયાં વાટ જોતા પડયા છે."

"અને શું તે નહીં કહે?"

"ના."

"શા માટે?"

"હું એક યહુદી છું, અને તે એક રોમન છે."

"હા, રોમનો હંમેશા યહુદીઓને ધિકકારતા જ રહ્યા છે, અને તેમની પાસે તેઓને છેતરવાની ઘણીબધી વિશિષ્ટ પધ્ધતિઓ છે."

"શું તેથી જ તે ખરેખર એવો છે? અને તે વાત એક બાજુએ રાખીએ તો એક બાબત દરજજા સાથે સંકળાયેલી છે, અને તેથી જ તે લોકોએ મારા પિતાની તમામ સંપત્તિ જપ્ત કરી અને વહેંચી લીધી હતી."

દલીલ સ્વીકારતો હોય તેમ મલુકે તેનું માથું ધીમેથી હલાવ્યું અને તે પછી તેણે નવેસરથી જ પુછી લીધું, "શું તેણે તમને ઓળખી લીધા છે?"

"તે મને ઓળખી શકે જ નહીં. મને મૃત્યુ પર્યંત નૌકામાં ગુલામી કરવા માટે મોકલી દેવામાં આવ્યો હતો, અને મારૂં મૃત્યુ થઈ ગયું હોય તેમ માની લેવા જેટલો લાંબો સમય થઈ ગયો છે."

"મને નવાઈ લાગે છે કે તમે એને ફટકાર્યો કેમ નહીં?" મલુકે બેનહરની લાગણીને સ્પર્શ કરતા કહ્યું.

"તે મારા માટે તેને હંમેશાને માટે ભૂતકાળમાં ધકેલી દેવાની વાત બનશે. મારા વર્તમાન અંગે તે જે ધારતો હોય તે ધ્યાનમાં લેતા હું તેને સહેલાઈથી મારી નાખી શકું, પણ કમસે કમ મારા હેતુ માટે મેં તેનો બચાવ કર્યો છે, પણ હું હજુ પણ તેને શિક્ષા કરી શકું છું. અને તેથી મને તમે મદદ કરો. હું પ્રયત્ન કરીશ."

"તે એક રોમન છે," મલુકે કોઈ પણ હિચકીચાટ વગર કહ્યું. "અને હું જુડાહના પરીવારનો છું. હું તને મદદ કરીશ. જો તું મારી મદદ લેવાનું પસંદ કરે તો. મને સોલોમનના સોગન."

"મને તારો હાથ આપ, એટલું જ પુરતું થઈ રહેશે."

જેવા તેમના હાથ જુદા પડયા કે બેનહરે તેજોમય લાગણીથી કહ્યું, 'હું જે કરવાને તને કહીશ, તે મુશ્કેલ નથી, ભલા મિત્ર; કે તે ભયજનક પણ નથી. ચાલો આપણે જઈએ."

તેઓએ ફુવારાની સામેના ઘાસના મેદાનની જમણી બાજુએ જતો રસ્તો લીધોી બેનહરે શાંતિનો ભંગ કર્યો.

"શું તું શેખ ઈલ્દેરીમને ઓળખે છે?"

"હા."

"તેની તાડ અને ખજુરના વૃક્ષોની વાડી કયાં આવેલી છે?અથવાતો ડેફનીથી તે કેટલું દુર છે?"

"તેની વાડીએ પહોંચવા માટે ઘોડા પર બે કલાક અને ઝડપી ઊંટ હોય તો એક કલાક લાગે."

"તારો આભાર, અને ફરીથી એક વખત તારી જાણકારી માટે તારો આભાર. તેં મને જે રમતોત્સવ અંગે વાત કરી છે, શું તે અત્યંત પ્રખ્યાત છે? અને તેઓ ભાગ લેવાના છે?"

પ્રશ્નો અભિપ્રાયજનક હતા અને જો તે મલુકના વિશ્વાસને પુનઃસ્થાપિત ન કરે, તો પણ તે પ્રશ્નોએ તેની ઉત્કંઠા જગાવી દીધી.

"ઓહ, હા! ત અત્યંત ભવ્ય હશે. જે સંપુર્ણ અને સમૃધ્ધ છે અને તેને તેનું સ્થાન ગુમાવવવું પાલવે તેમ નથી. હજુ પણ જેમ તે સફળ વ્યકિતઓ માટેનો રસ્તો છે,તેનો સમૃધ્ધી અંગેનો પ્રેમ જરા પણ ઓછો થયો નથી. અને કશું વધારે નહીં પણ દરબારમાં રાજદુત મેક્ષીન્ટીયસ જેવો મિત્ર મેળવવા માટે ધમાલ મચાવી શકે, જે અંહી પાર્થીયાવાસીઓની વિરૂધ્ધ પ્રચારની છેલ્લી તૈયારીઓને ઓપ આપવા માટે અંહી આવ્યો છે."

"હવે એક વસ્તુ વધારે, ઓ મલુક ઉજવણી કયારે હશે?"

"ઓહ, તારી માફી માગું છું," મલુકે જવાબ આપ્યો. " આવતીકાલે કે પરમ દિવસે રાજદુત આવે છે, અને રોમન ઢબે કહેતા, જો સાગરના દેવો કલ્યાણકારી થાય તો આજથી છઠ્ઠા દિવસે આપણે રમતોત્સવ માણીશું."

"સમય ઘણો ઓછો છે, મલુક; પણ તે પુરતો છે." છેલ્લા શબ્દો નિર્ણયાત્મક રીતે કહેવાયા. "આપણા પુરાતન ઈઝરાયેલના પયગંબરોના સોગન! હું ફરીથી લગામ હાથમાં લઈશ. થોભ! એક શરત; શું તને ખાત્રી છે કે ત્યાં મેસાલા એક સ્પર્ધક તરીકે ભાગ લેશે?"

હવે મલુક સ્પષ્ટપણે જોઈ શકતો હતો, અને તેથી રોમનને નીચા પાડવાની તમામ તકો પણ જોઈ શકતો હતો; પણ તે જેકોબનો ખરો વંશજ નહોતા, અને તેથી સમગ્ર વિચારના અંતે તકથી મળતી સફળતા તરફ ધસી ગયો નહોતો. તે જેવો બોલ્યો કે તેનો અવાજ ખરેખર ધ્રુજવા માંડયો. તેણે પુછયું, "શું તારી પાસે મહાવરો છે?"

"ડર નહીં, મારા મિત્ર. મેક્ષીમસના વર્તુળના વિજેતાઓએ આ ત્રણ વર્ષ દરમ્યાન તેમના તાજ મારી મરજીથી જ પહેર્યા છે. તેઓને પુછ – તેઓ પૈકીના શ્રેષ્ઠને જઈને પુછ, અને તે લોકો તેમ કહેશે. છેલ્લી મહાન રમતોમાં તેમના અશ્વોને હાથમાં લઈ અને સમગ્ર વિશ્વના સ્પર્ધકો સાથે હરીફાઈ કરવા માટે શહેનશાહે જાતે મારી પાસે દરખાસ્ત મુકી હતી."

"મેસાલા દોડમાં ભાગ લેશે," મલુકે સીધું જ કહ્યું. "તે ઘણીબધી બાબતોથી દોડમાં ભાગ લેવા માટે સંમત થયો છે. શેરીઓમાં, સ્નાનાગારોમાં, નાટયશાળાઓ, મહાલયો અને સૈનિકોની છાવણીઓમાં તેનું નામ જાહેર થઈ ચુકયું છે અને એન્ટિઓકના દરેક ઉદંડ જુવાનની નોંધપોથીમાં તેનું નામ તેને છાવણીમાં પાછો ધકેલી દેવા માટે લખાઈ ચુકયું છે."

"શરતમાં?"

"હા, શરતમાં; અને તેથી જ તે દંભી દરરોજ મહાવરા માટે આવે છે, જેવી રીતે તેં આજે તેને જોયો હતો."

"આહ, અને મેસાલા તે રથ અને તે અશ્વોથી દોડ કરશે? તારો આભાર, તારો ખુબ ખુબ આભાર મલુક! તેં મારી ખુબજ સારી સેવા કરી છે. મને સંતોષ થયો છે. હવે તાડ અને ખજુરીની વાડીએ જવા માટે તું મારો માર્ગદર્શક બની જા, અને ઉદાર શેખ ઈલ્દેરીમને મારી ઓળખાણ આપ."

"કયારે?"

"આજે. તેના અશ્વો આવતીકાલે વ્યસ્ત હશે."

મલુકે પ્રતિભાવ આપવા માટે એક ક્ષણ લીધી.

"આપણે સીધા ગામમાં જવું ઠીક રહેશે, અને તે સદભાગ્યે ઘણું જ નજીક છે; જો ત્યાંથી બે ઝડપી ઊંટ ભાડે મળી જાય તો આપણે એક કલાકમાં તો રસ્તે પડી જઈશું."

"તો ચાલો, આપણે તેમ કરીએ."

તે ગામ સુંદર બગીચાઓ અને મહેલાતોનું શ્રેષ્ઠ આયોજન હતું. તેમાં વચ્ચે વચ્ચે વૈભવી ખાનો આવેલી હતી. તે લોકોએ સામાન્ય કક્ષ આરક્ષિત કરી અને પ્રખ્યાત ખજુરીના વૃક્ષોની વાડી તરફ મુસાફરી ચાલુ કરી.

*****

પ્રકરણ ૯મું

ગામની બીજી બાજુએ આવેલો સમગ્ર પ્રદેશ હરીયાળીથી લહેરાતો હતો અને વાસ્તવમાં તો તે અત્યંત પરીશ્રમ પૂર્વક તૈયાર કરવામાં આવેલા બગીચાઓની ધરતી હતી. ઉંચી ટેકરીઓ પર જમીન સમથળ કરી અને તેને ફરતી વાડ બાંધવામાં આવતી. તેમાં એક નાનું છજું પણ ઉભું કરવામાં આવતું; અને ત્યાં વાડાઓ પર પણ દ્રાક્ષના વેલાઓ ચડાવી અને વાડને સુશોભિત કરવામાં આવતી, જે છજાના આકર્ષણને એકબાજુએ રાખીએ તોપણ ત્યાંથી પસાર થનારા વટેમાર્ગુંને તેની દ્રાક્ષલત્તાઓ પર લટકતી જાંબુડી રંગની દ્રાક્ષના ઝુમખાઓ તેનો સ્વાદ માણવાને લલચાવતા.

તેમની મુસાફરીના પથ પર આગળ વધતા તે મિત્રો નદી સુધી આવ્યા. ત્યાંથી તે લોકોએ નદી કિનારે ફંટાતા માર્ગને લઈને ખીણમાં પ્રવેશ કર્યો. નદીકાંઠાના નીચાણવાળા ભાગમાં જયાં પાણી એકઠું થઈ અને સરોવરમાં સમાઈ જતું હતું; તે લોકો ત્યાં આવ્યા. સરોવરનું પાણી શાંત, નિર્મળ અને ઉંડુ હતું. સરોવરમાં જે જગ્યાએથી નદીનું પાણી પ્રવેશ કરતું હતું ત્યાં એક જુનું તાડનું વૃક્ષ ઉભું હતું. તેના થડની ડાબી બાજુએ ફરી અને મલુકે તાળી પાડતા કહ્યું.

"જો, જો! પામવૃક્ષોની વાડી!"

અરબસ્તાનના કુદરતના માનીતા રણદ્વિપો અથવા નાઈલ નદીના કિનારે આવેલી ટોલેમીની વાડીઓ સિવાય આવું દ્રશ્ય બીજે કયાંય જોવા મળે તેમ નહોતું; આનંદમય સંવેદનાઓ સાથે અંતહિન સપાટ ધરતી પર સીરીયામાં ભાગ્યે જ જોવા મળતા અતિસુંદર ઘાસ પર પગલા પાડતો બેનહર માર્ગની શોધમાં આગળ વધ્યો. તેણે ઉંચે આંખો ઉઠાવી કે તાડ અને ખજુરીના ઉંચા વૃક્ષોના પાન વડે બનતી જાળીદાર કમાન જેવી રચના સોંસરવું આસમાની રંગનું આકાશ દેખાતું હતું. તંગ, ઉંચી, પીંછા જેવા મૃદુ અને મીણ જેવાનરમ અને તેજસ્વી સુંદર પાનથી શોભતી અને અગણિત ખજુરથી લચી પડતી, તેના પ્રકારમાં ઘણી જ ઉમદા, જુની અને અસંખ્ય ખજુરીઓ વટેમાર્ગુંઓને મોહ પમાડતી.

સરોવરના કાંઠે રસ્તો પુરો થતો હતો. ત્યાંથી પણ ખજુરી સિવાય બીજા કોઈ વૃક્ષો નહોતા. મુસાફરો ત્યાં સુધી આવ્યા. બેનહર કહેવા માટે ફર્યો.

"જેવી રીતે મેં આજે રાવટી પરથી જોયું તેમ ભલા મલુક, શેખ ઈલ્દેરીમ ખુબ જ સામાન્ય માનવી દેખાતો હતો. જેરૂસલેમના પુરોહિતોએ તેને લક્ષ્યમાં લેવો જોઈએ. મને ડર લાગે છે. તે કેવી રીતે ફળવાડીઓનો માલિક બન્યો? અને તે કેવી રીતે રોમના શાસનકર્તાઓની તૃષ્ણા અને લોભ સામે તેની વાડીને જાળવી રાખવા માટે શકિતમાન બન્યો?"

"એરીયસના પુત્ર, જો સમયની ભવ્યતાનું સંચાલન રકત કરી શકે, તો વૃધ્ધ્ધ શેખ ઈલ્દેરીમ તે એક એક એવો માણસ છે, જો કે તે એક ગાફેલ <u>એડોમાઈટ</u> છે."

મલુકે ઉષ્માભેર કહ્યું.

"તેના બધા વડવાઓ શેખ હતા. તેઓ પૈકીના એક – હું તે નહીં કહી શકું કે તે કયારે જીવતા હતા અથવા તો કશું સારૂં કાર્ય કરતા હતા – તેણે એક વખત એક રાજાને મદદ કરી, જે તલવારોથી

ઘાયલ થઈને પડયો હતો. અને તેમ કહેવાય છે કે રાજાએ તેની સેવાઓ યાદ રાખી અને રણના પુત્રને ત્યાંથી આ જગ્યાએ લાવ્યો અને તે લોકોએ તેમનો પડાવ અંહી રાખ્યો. તેના પરીવારને અને ઢોરના ધણને અંહી લાવવામાં આવ્યા અને નદીથી નજીકના પર્વત સુધીની સઘળી જમીન તેના અને તેના સંતાનોના નામે કાયમને માટે કરી દેવામાં આવી. અને તે પછી પણ તે લોકોના દરજ્જામાં જરા પણ ખલેલ કરવામાં આવી નહીં. તેનાપછી અવનારા શાસકોની નીતિ તે લોકો સાથે સારાસારી રાખવાની રહી છે. ઈશ્વરે તે લોકોને સમૃધ્ધ, વિસ્તારી, અશ્વો અને ઊંટોના ટોળાઓના માલિક બનાવ્યા અને ઘણાબધા શહેરો વચ્ચેના રાજમાર્ગોના ઈજારા પણ અપાવ્યા કે જેથી તેઓ શાંતિપૂર્વક કોઈપણ સમયે વેપાર વણજને કહી શકે કે 'શાંતિપૂર્વક આગળ વધો,' અથવા ' થોભો'; અને તેઓ જેમ કહે છે તેમ જ થાય છે."

મલુક એક ક્ષણ માટે શ્વાસ લેવાને થોભ્યો.

"પણ શેખ ઈલ્ડેરીમ રોમ નો ચાહક નથી; તેને રોમનો પ્રત્યે ઘૃણા છે. ત્રણ વર્ષ પહેલા પાર્થીયાવાસીઓ બોઝરાથી દમાસ્કસ સુધી સવારી લઈ ગયા અને આગળ જતા એક કાફલાની સામે આવી ગયા. તે સમગ્ર જીલ્લાને આવરી લેતા રસ્તા પર વેરાની આવક સાથે અન્ય બાબતો પણ સામેલ હતી અને તે રસ્તાનો ઈજારો શેખ ઈલ્ડેરીમ પાસે હતો. હુમલાખોરોએ કાફલાના તમામ લોકોને પકડી લીધા. બંધકોમાં કેટલાક લોકો એવા પણ હતા કે જેને રોમના પરીક્ષકો શાહી ખજાનાને અનામત રાખી અને આગળ લઈ જવાની શરતે વેરામાંથી માફી આપી શકે. થયેલા નુકસાનની ભરપાઈ કરવા માટે કરદાતા ખેડુતોએ સીઝરને ફરીયાદ કરી અને સીઝરે હેરોદને નુકસાન ભરપાઈ કરી આપવા માટે આદેશ કર્યો. હેરોદે તે નુકસાન ભરપાઈ કરી આપવા માટે શેખ ઈલ્ડેરીમની મિલ્કત જપ્ત કરી, જે માટે તેણે તેના પર રાજય અંગેની ફરજો બજાવવામાં બેદરકારી દાખવવાનો આરોપ મુકયો. શેખે સીઝરની પાસે દાદ માગી અને સીઝરે તે અનિમેષ નજરે નિહાળતી સ્ફીંકસ પાસેથી કશું શોધતો હોય તેવો જવાબ આપ્યો. વૃધ્ધ માનવીના હૃદયને કારમો ઘા લાગી ગયો. જો કે તેણે તેની સંપત્તિ પાછી કમાઈ લીધી છે અને તેની દૈનિક વૃધ્ધિથી તે આનંદ મેળવવા લાગ્યો છે."

"મલુક, તે કશું જ ન કરી શકે."

"સારૂં," મલુકે કહ્યું. "તેમાં એક બીજી વાત સમાયેલી છે. જો આપણે નજીક આવીશું તો હું તે વાત તને કહીશ. પણ જો! શેખની મહેમાનગતિ વહેલી શરૂ થઈ જાય છે. બાળકો તારી સાથે વાત કરવા માગે છે."

ઊંટસવારીઓ થંભી ગઈ અને બેનહરે નીચે કેટલીક સીરીયાના ખેડુતવર્ગની તેમની ટોપલીઓમાંથી ખજુર આપવાને કહેતી નાનીનાની છોકરીઓ સામે જોયું. ખજુર તાજી એકઠી થયેલી હતી અને ના પાડી શકાય તેમ નહોતું. તે થોભ્યો અને ખજુર ખાધી કે તે લોકો જે વૃક્ષની નીચે ઉભા હતા, તેના પરથી એક માણસ બુમ પાડી ઉઠયો. "તમારી સાથે શાંતિ હો, અને તમારૂં સ્વાગત છે."

તે લોકોએ બાળકોનો આભાર માન્યો અને તેમના પ્રાણીઓએ જે દરવાજો પસંદ કર્યો તેમાંથી પ્રવેશ કર્યો.

"તારે એ જાણવું જરૂરી છે," મલુકે ખજુરના ઠળીયા અંહી અને ત્યાં ફેંકતા કહ્યું. "વેપારી સીમોનીડીસે તેનો વિશ્વાસ મારામાં મુકયો છે, અને ઘણી વખત મને પ્રોત્સાહિત કરવા માટે જ મને

સભામાં પણ લઈ જાય છે; અને તેથી તેના ઘર ઉપર હું તેનો નોકર છું. મેં તેના ઘણાબધા મિત્રો જોડે ઘરોબો કેળવ્યો છે. તે લોકો મને પણ તેમના ઘરની વ્યકિત જેવો જ ગણે છે અને મારી હાજરીમાં મુકતપણે વાતો કરી શકે છે. આથી આ રીતે હું શેખ ઈલ્દેરીમના ગાઢ પરીચયમાં આવ્યો છું. થોડા અઠવાડિયાઓ પહેલા સીમોનીડીસના બોલાવવાથી વૃધ્ધ આરબ ત્યાં આવ્યો હતો અને તેણે મને ત્યાં હાજર રહેલો જોયો હતો. મેં જોયું કે તે કોઈ બાબત લઈને ઘણો જ વ્યથિત હતો અને તેથી મેં ત્યાંથી જતા રહેવા માટે રજા માગી, પણ તેણે મને રોકયો. ' જેવી રીતે તું ઈઝરાયેલી છે,' તેણે કહ્યું, ' થોભ, મારે એક વિચિત્ર વાત કહેવાની છે.' ઈઝરાયેલી શબ્દ પર મુકાયેલા ભારે મારી આતુરતા વધારી દીધી. હું ત્યાં જ રહ્યો અને તેની વાતનું આ મુળ તત્વ છે – હું ટુંકમાં પતાવીશ કેમ કે આપણે તેના તંબુની નજીક પહોંચી ગયા છીએ. તે ભલા માણસે જાતે જ વિગતો જણાવી. કેટલાક સારા વર્ષો પહેલા પણ માણસો ત્યાં રણમાં શેખ ઈલ્દેરીમના તંબુમાં બોલાવવામાં આવ્યા. એક હિંદુ, એક ગ્રીક અને એક ઈજીપ્તવાસી; અત્યાર સુધી જોવામાં ન આવ્યા હોય તેવા મોટા અને સફેદ ઊંટો પર આવ્યા હતા. તેણે તે લોકોનું સ્વાગત કર્યું અને તેમને વિરામ કરવા માટે વ્યવસ્થા કરી આપી. બીજી સવારે તેઓ ઉઠયા અને પ્રાર્થના કરી. તે પ્રાર્થના શેખ માટે નવી જ હતી – ઈશ્વર અને તેના પુત્રને ઉદ્દેશીને કરાયેલી પ્રાર્થના – આ તે વાતનો ભેદ છે. તેમની સાથે શીરામણ લીધા પછી ઈજીપ્તવાસીએ તેઓ કોણ હતા અને કયાંથી આવ્યા હતા તે કહ્યું. તે દરેકે એક તારો જોયો હતો, આકાશવાણીએ તે લોકોને જેરૂસલેમ જઈને પુછવાને કહ્યું હતું કે તે કયાં છે કે જે જન્મથીજ યહુદીઓનો રાજા છે. તેઓ આધિન થયા. જેરૂસલેમથી તે લોકોને એક તારો બેથલેહેમ સુધી દોરી ગયો. જયાં એક ગુફામાં તે લોકોએ એક નવજાત શિશુ જોયું અને તે લોકો ઘુંટણીયે પડયા અને તેની ભકિત કરી. ભકિત કર્યા પછી તે લોકોએ તેને કિંમતી ભેટો આપી અને તેથી તે લોકો તેના સાક્ષી થયા અને તેમના ઊંટો લઈ અને કયાંય પણ થોભ્યા વિના સીધા શેખ પાસે આવ્યા, કારણ કે જો હેરોદ – તેનો મહાન હોવાનો અર્થ કરે – તો તેમના પર હાથ ઉપાડી શકે, અને તે ચોકકસપણે તે લોકોને મારી નાખે. અને તેની આદત પ્રમાણે વિશ્વાસપૂર્વક શેખે તે લોકોની સંભાળ લીધી અને એક વર્ષ સુધી તે લોકોને સંતાડી રાખ્યા. તે લોકોએ તેને અમુલ્ય ભેટો આપી અને જુદાજુદા રસ્તે વિદાય થયા."

"શું શેખ ઈલ્દેરીમ પાસે તે ત્રણ માણસો અંગે વધારે જાણકારી નથી?" બેનહરે પુછયું. "તે લોકોનું શું થયું?"

"આહ, હા. જે દિવસ અંગે હું વાત કરૂં છું, તે દિવસે તે કારણથી જ શેખ ઈલ્દેરીમ સીમોનીડીસ પાસે આવ્યા હતા. તે દિવસ પહેલાની રાત્રીએ જ ઈજીપ્તવાસી બાલ્થસાર ફરીથી તેની પાસે આવ્યો હતો."

"તેં શું કહ્યું? બાલ્થસાર?"

"હા, ઈજીપ્તવાસી બાલ્થસાર."

"આજે આપણે કુવારા પાસે જે માણસને મળેલા તે વૃધ્ધ માનવીએ મને તેનું નામ બાલ્થસાર હોવાનું કહ્યું હતું."

તે વખતે ફરીથી યાદ અપાવતા મલુક ઉતેજીત થઈ ગયો.

"હા, તે જ. તે ખરૂં છે," તેણે કહ્યું; અને ઊંટ પણ તે જ હતું – અને તે વ્યકિતનું જીવન તેં બચાવ્યું હતું."

"પણ કથા અનુસાર સીમોનીડીસે શું કહ્યું તે અંગે તેં શું સાંભળ્યું?"

"જો, ઈલ્ડેરીમ એક ધીરગંભીર માનવી છે, તો સીમોનીડીસ એક ડાહ્યો માનવી છે," મલુકે જવાબ આપ્યો. "મેં સાંભળ્યું અને તેણે કહ્યું – પણ સાંભળ! આપણે બન્નેને લેવા માટે કોઈ આવે છે."

જયાં સુધી શેખ ઈલ્ડેરીમ જાતે તેન ઘોડાની પીઠ પર સવાર થયેલો દેખાયો નહીં, ત્યાં સુધી ઘોડાઓના ડાબલા અને પૈડાઓના કીચુડાટનો અવાજ મોટો થતો ગયો. તેની પાછળ પાછળ ચાર કથ્થાઈ રંગના રથને દોરતા દોરતા આરબો આવતા હતા. શેખની સફેદ દાઢી છેક છાતી સુધી લંબાયેલી હતી. આપણા મિત્રો લાંબી મુસાફરી કરીને આવ્યા હતા, પણ તેમની તરફ દ્રષ્ટિ પડી કે તરતજ શેખે માથું ઉંચુ કર્યું અને પ્રેમથી બોલ્યો.

"તને શાંતિ થાય! – આહ, મારા મિત્ર મલુક! તારૂં સ્વાગત છે. અને મને કહે કે તું જતો નથી, પણ હજુ આવ્યો જ છે; તેથી તારી પાસે મારા માટે ભલા સીમોનીડીસ તરફથી કશુંક છે. – આવનારા ઘણા વર્ષો સુધી ઈશ્વર તેને દીર્ઘાયુષ્ય આપે. એય, તમે બન્ને પટ્ટા પકડી લો અને મને અનુસરો. મારી પાસે પાંઉ અને <u>લેબન</u> છે, અથવા તો તમને વધારે ગમે તો કુમળા પ્રાણીનું માંસ છે. આવો!"

તે લોકો તેના તંબુના દરવાજા સુધી આવ્યા, જયાં તેઓ ઊંટો પરથી ઉતર્યા ત્યારે તે લોકોનો સત્કાર કરવા માટે તંબુના વચ્ચેના થાંભલા પર લટકાવેલી મોટી ધુમાડીયા રંગના ચામડાની એક શીશીમાંથી મલાઈદાર પીણું એક તાસકમાં રાખેલા ત્રણ પ્યાલાઓમાં રેડી અને તે તાસક પકડીને શેખ ઈલ્ડેરીમ ઉભા હતા.

"પીઓ," તેણે હૃદયપૂર્વક કહ્યું, " પીઓ. રાવટીમાં રહેનારા લોકોની મહેમાનનવાજીનો સ્વીકાર કરો."

તેઓ દરેકે એક એક પ્યાલો લીધો અને પી ગયા, પણ પ્યાલામાં ફીણ રહી ગયા.

"હવે ઈશ્વરના નામે પ્રવેશ કરો."

અને જયારે તે લોકો અંદર આવ્યા કે મલુકે શેખને એક બાજુએ બોલાવી અને ખાનગીમાં કંઈક કહ્યું; તે પછી તે બેનહર પાસે આવ્યો અને તે અંગે જણાવ્યું.

"મેં શેખને તારા વિષે વાત કરી છે અને તે તને આવતીકાલે સવારે તેના ઘોડાઓની પરીક્ષા લેવા માટે આપશે. તે તારો મિત્ર છે અને તારા માટે હું મારાથી જે કંઈ થઈ શકે તે બધું જ કરી છુટીશ. હવે તારે આરામ કરવો જોઈએ, અને મને એન્ટિઓક પાછો જવા દે. ત્યાં એક બીજી વ્યકિત છે, જેને મેં આજે રાત્રે મળવાનું વચન આપ્યું છે; મારી પાસે જવા સિવાય અન્ય કોઈ પસંદગી નથી. હું આવતીકાલે સવારે તૈયાર થઈ અને પાછો આવીશ; જો તે સમય દરમ્યાન બધું સરખું ઉતરશે, તો હું તારી સાથે રમતગમતની સ્પર્ધાઓ પુરી થાય ત્યાં સુધી રહીશ."

શુભેચ્છાઓની આપ લે થયા બાદ મલુક જવા માટે તૈયારીઓ કરવા લાગ્યો.

*****

પ્રકરણ ૧૦મું

સુલપીયસ પર્વતના કિલ્લાના દિવાલ જેવા પથ્થરો પર ચંદ્રપ્રકાશનું પહેલું કિરણ પડયું અને એન્ટિઓકના પોણા ભાગના લોકો તેમના ઘરની છત પર રાત્રે આવતી ઠંડી હવાની મંદમંદ લહેરો માણવા માટે આવી ગયા હતા; અને જયારે હવાની લહેરો થોભી જતી ત્યારે હાથમાં રાખેલા પંખાથી પવન ખાતો સીમોનીડીસ પણ તે લોકોનો જ એક ભાગ બનવા માટે છજા પર આવી ગયો હતો અને તે છજા પરથી નીચે નદીમાં લાંગરેલા તેના વહાણોને ડોલતા જોતો હતો.

"આજે રાત્રે મલુક ઘણો જ આળસુ રહ્યો છે." તેણે તેના વિચારો જે બાજુએ દોડી જતા હતા, તે દર્શાવતા કહ્યું.

શું તમે માનો છો કે તે આવશે?" એસ્થરે પુછયું.

"સિવાય કે તે સાગરમાં કે રણમાં ગયો હોય, અને હજુ તે પીછો કરતો નહીં હોય, નહીંતો તે જરૂર આવશે જ." સીમોનીડીસે પૂર્ણ વિશ્વાસથી કહ્યું.

તે વખતે જ છજા પર પગલાનો અવાજ સંભળાયો. "હા, એસ્થર! મેં નહોતું કહ્યું? તે અંહી છે – અને આપણેને સમાચારો મળશે. તારે ખાતર, મીઠી બાળકી મારા કમોળની હજુ કળી ખીલી રહી છે – હું મહાન ઈશ્વરને પ્રાર્થના કરૂં છું, જે તેના ઈઝરાયેલના ભટકી ગયેલા વહાણને ભુલ્યો નથી, તેથી તેઓ સાજા નરવા સલામત છે. હવે આપણે જાણીશું કે જો તે તારા તારા સૌંદર્ય સાથે અને મને મારી તમામ માનસિક શકિતઓ સાથે સ્વીકાર કરવાનો હોય તો."

મલુક બેઠક પર આવ્યો.

"આપને શાંતિ હો, ભલા માલિક," તેણે પ્રણામ કરતા કહ્યું – "અને તને,પુત્રીઓમાં શ્રેષ્ઠ એસ્થર."

તે લોકોની સામે મલુક માનપૂર્વક ઉભો રહ્યો અને તેની રીતભાત અને સંબોધનથી તેનો તે લોકો સાથેનો સબંધ સમજવો મુશ્કેલ થઈ પડયો. એક રીતે તે ચાકર હતો અને બીજી રીતે તે કુટુંબી અને મિત્ર હતો. સીમોનીડીસ તેની વ્યવસાયમાં જેમ આદત હતી તેમ જ નમનનો જવાબ આપતા સીધો જ મૂળ વિષય પર આવી ગયો.

"તે યુવકનું શું છે, મલુક?"

મલુકે તે દિવસના બનાવોનું તદન સરળ શબ્દોમાં અને શાંતિપૂર્વક વર્ણન કર્યું. બેઠક પર બેઠેલા શ્રોતાએ બનાવોના વર્ણન દરમ્યાન હાથ હલાવવા સિવાયનું કોઈ પણ હલનચલન દાખવ્યું નહીં, પણ તેની આંખો પહોળી થઈ, ચમકી ઉઠી અને કયારેક તેણે ઉંડો શ્વાસ લીધો; તે સિવાય તે પુતળાની માફક સ્થિર થઈને બેઠો રહ્યો.

"તારો આભાર, તારો આભાર મલુક," તેણે વાતના અંતે હૃદયપૂર્વક કહ્યું," તેં ખુબ જ સારૂં કામ કર્યું – કોઈપણ વ્યકિત આથી વધારે સારૂં કામ કરી શકે નહીં. હવેતું યુવકની રાષ્ટ્રિયતા અંગે શું કહી શકે છે?"

"તે એક ઈઝરાયેલી છે, ભલા માલિક અને જુડાહની જાતિનો છે."

"તું ચોકકસ છો?"

"એકદમ ચોકકસ."

"તેણે એવું તો શું કર્યું છે કેતુંતેનો મુખ્ય તર્ક જાણી શકયો?"

"માલિક સીમોનીડીસ, તે માટે હું વધારે ચોકકસ રીતે જવાબ આપીશ. તે તેની માતા અને બહેનને શોધવા માટે સમર્પિત છે – તે પહેલી વાત. તે પછી તેને રોમ વિરૂધ્ધ ફરીયાદ છે, અને તે મેસાલા કે જેના વિષે મેં તમને કહ્યું, તેણે તેની સાથે કંઈક ખોટું કર્યું છે, હાલની મહત્વની બાબત તે તેને નીચે પાડવાની છે. ફુવારાની મુલાકાતે એક તક ઉભી કરી છે, પણ તે એક બાજુએ મુકાઈ ગઈ કે જેથી લોકો માટે તે પુરતી નથી.

"મેસાલા લાગવગ વાળો છે," સીમોનીડીસે વિચારપૂર્વક કહ્યું.

"હા, પણ બીજી મુલાકાત રમતગમતના મેદાનમાં થશે."

"સારૂં – અને ત્યારે?"

"એરીયસનો પુત્ર વિજેતા થશે."

"તેં કેમ જાણ્યું?"

મલુકે સ્મિત આપ્યું.

તેણે મને જે કહ્યું તે પરથી મેં તેનું મુલ્યાંકન કર્યું છે."

"શું તે જાણ્યું તે આટલું જ છે?"

'ના; ત્યાં એક વધારે સારી નિશાની છે – તેનો આત્મા."

"એય, પણ મલુક, તેનો વેર લેવા અંગેનો તર્ક – તેને કેટલો અવકાશ છે? શું તેની મર્યાદા ફકત તેની સાથે જે લોકોએ ખોટું કર્યું છે તેટલા પુરતી જ સિમિત છે? અથવા તે ઘણા લોકો સાથે સ્પર્ધા કરવાનો છે?"

"મારા ભલા માલિક," મલુકે જવાબ આપ્યો. " યુવકને યહુદી તરીકે માનવાનો મારો કારણો પૈકીનું એ એક તે તેની રોમનો પ્રત્યેની ધૃણાની તિવ્રતા છે. જેવી રીતે તે ઘણા લાંબા સમયથી તે એક રોમનની ઈર્ષાના વાતાવરણમાં રહ્યો હતો તે પરથી તે વાત મારા માટે કુદરતી રીતે જ સ્પષ્ટ છે. મેં હજુ પણ તેની આંખમાં તેનો ભડકો જોયો છે."

થોડા વખત માટે સીમોનીડીસ નદીમાં એક સાથે રહેલી નૌકાઓ અને તેના પાણીમાં ડોલતા પડછાયાઓ સામે જોતો રહ્યો; અને જયારે તેણે ઉંચે જોયું કે તે મુલાકાતનો અંત આવ્યો.

"તેટલું પુરતુ છે મલુક,"તેણે કહ્યું. "તું ભોજન લઈ લે અને ખજુરની ફળવાડી તરફ પાછો જા; તારે યુવકને આવનારી પરીક્ષા માટે મદદ કરવી જ જોઈએ. હું શેખ ઈલ્ડેરીમને એક પત્ર મોકલાવીશ." તે પછી સીમોનીડીસે ધીમેથી જાણે કે પોતાની જાતને જ કહેતો હોય તેમ ઉમેર્યું," હું પણ રમતના મેદાનમાં હાજર રહીશ."

અને જયારે રીવાજ પ્રમાણે મલુકે આશિર્વચનો આપ્યા અને મેળવ્યા પછી વિદાય લીધી કે સીમોનીડીસે દુધનો મોટો ઘુંટ ભર્યો અને માનસિક રીતે તાજગી અને હળવાશ અનુભવી.

"હવે ભોજન મુકી દે. તે પુરૂં થઈ ગયું છે." તેણે કહ્યું.

તેણીએ આજ્ઞાનું પાલન કર્યું.

"હવે અંહીઆ."

તેણી સીમોનીડીસની ખુરશીના હાથા પર તેની જગ્યાએ તેનાથી તદન નજીક જતી રહી.

"ઈશ્વર મારા પ્રત્યે ભલો છે, ખુબજ ભલો છે," તેણે ઉત્સાહથી કહ્યું. "તેની ટેવ રહસ્યમાં વિચરવાની છે, હજુ પણ ઘણી વખતે તે આપણેને વિચારવા માટે રજા આપે છે, જેથી આપણે તેને જોઈ અને સમજી શકીએ. હું વૃધ્ધ છું; વહાલી, અને મારે જવાનું જ છે; પણ હવે આ અગીયારમા કલાકે જયારે મારી મૃત્યુ પામવાની આશાએ શરૂઆત કરી છે, તે મારી પાસે આ એકને વચન સાથે મોકલે છે, અને હું ઉંચે ઉઠયો છું. હું સંજોગોનો મોટો ભાગ તેની રીતે જ તેટલો મહાન થયેલો જોઈ શકું છું કે તે સમગ્ર વિશ્વ માટે નવો જન્મ હશે અને હું તેથી જ મને ઈશ્વરે આપેલી ઐશ્વર્યની ભેટનું કારણ પણ સમજી શકું છું અને તેમાં જે રૂપરેખા દોરાયેલી છે, તે પણ જોઈ શકું છું. ખરેખર મારી પુત્રી, હવે હું મારા જીવન પર નવેસરથી કાબુ રાખીશ."

એસ્થર જાણે કે તેની તેમનાથી દુર ઉડતા વિચારોને પકડતી હોય તેમ તેનાથી નજીક ખેંચાઈ.

"તે રાજાનો જન્મ થયો છે," તે જાણે કે તેણીને કહેતોહોય તેમ તેણે ચાલુ રાખ્યું, "અને તે સામાન્ય જીવનની મધ્યે આવી ગયો હશે. બાલ્થસારના કહેવા પ્રમાણે તેણે તેને તેની માતાના ખોળામાં હતો ત્યારે જોયો હતો, અને તેને ભેટો આપી હતી અને તેની ભકિત કરી હતી; અને ઈલ્ડેરીમે સત્તાવીસ વર્ષ પહેલા છેલ્લી ડીસેમ્બરે જયારે બાલ્થસાર અને તેના સાથીઓ હેરોદથી બચવા માટેની જગ્યા શોધતા પુછપરછ કરતા હતા ત્યારે તે લોકોને રાખ્યા હતા. હવે આવનારી ઘટમાળ લાંબા સમય સુધી પાછી ઠેલાય તેમ નથી. આજે રાત્રે કે આવતીકાલે તેમ થઈ શકે તેમ છે. ઈઝરાયેલના પવિત્ર વડવાઓ... આ વિચારમાંજ કેટલું સુખ છે! જયારે રાજા આવશે, ત્યારે તેને પૈસા અને માણસોની જરૂર પડશે, જેવી રીતે તે એક સ્ત્રીની કુખે જન્મેલું બાળક છે, તેથી તે આ બધી બાબતોથી માનવ હશે અને માનવના ધર્મથી બંધાયેલો હશે કે જેવી રીતે હું અને તું બંધાયેલા છીએ. અને પૈસા માટે તેને એકઠા કરનારા અને જાળવી રાખનારા લોકોની અને લોકો માટે નેતાઓની જરૂર પડશે. ત્યાં, ત્યાં! શું તું મારા ચાલવા માટે પહોળો રસ્તો અને આપણા યુવાન માલિકને દોડતા જોતી નથી? – અને તે લોકોના વૈભવનો અંત અને આપણું વેર તે બન્ને માટે?" તે થોભ્યો, જેમાં તેણીનો કોઈ ભાગ કે સારૂં પરીણામ નહોતું તેવી યોજનાના સ્વાર્થને કારણે આઘાત પામ્યો; અને તે પછી તેણીને ચુમી લેતા ઉમેર્યું, " અને તારી માતાની બાળકીના સુખ માટે."

તેણી હજુ પણ ચુપચાપ બેઠી હતી. તે પછી સીમોનીડીસે સ્વભાવોના તફાવતને યાદ કર્યો અને જેનાથી તેઓ હંમેશાને માટે સરખા જ કારણો સર આનંદ લઈ શકતાનહોતા કે એકજ બાબતથી સરખા જ ડર પામતા નહોતા, તે નિયમને યાદ કર્યો. તેણે યાદ કર્યું કે તેણી ફકત એક બાળકી હતી.

"તું કઈ બાબત અંગે વિચાર કરે છે, એસ્થર?" તેણે સાહજીકતાથી કહ્યું. " જો કોઈ વિચાર એક આકાંક્ષાથી આવ્યો હોય, તો મને તે આપી દે. મારી દિકરી, મારામાં સામર્થ્ય છે અને તું જાણે છે તેમ સામર્થ્ય એક ચીડવનારી વસ્તુ છે, અને તેની પાંખો હંમેશાને માટે ઉડવા માટે જ ફેલાયેલી રહે છે."

તેણીએ તદન સાહજીકતાથી અને બાળસહજ રીતે જવાબ આપ્યો.

"તેના માટે માણસને મોકલો, પિતાજી; તેના માટે આજે જ માણસને મોકલો અને તેને રમતના મેદાનમાં જવા દેશો નહીં."

"શું તેને રમતના મેદાનમાં જવા દેવાનો નથી? શા માટે, મારી પુત્રી?"

"તે ઈઝરાયેલના પુત્ર માટેની જગ્યા નથી, પિતાજી."

"ધાર્મિક, ધાર્મિક એસ્થર! શું તે જ બધી વાત છે?"

પુછપરછનો ધ્વની કશું શોધવાનો હતો, અને તેણીના હૃદય સોંસરવો ઉતરી ગયો. તેણીનું હૃદય જોરથી ધબકવા માંડયું – એટલું જોરથી ધબકવા માંડયું કે તેણી જવાબ આપી શકી નહીં. અજાણી આનંદમય લાગણીઓનું મિશ્રણ તેનામાં આવી પડયું.

"યુવક પાસે ભવિષ્ય છે," સીમોનીડીસે તેના હાથની સાથે વાત કરતા કહ્યું, અને વધારે આવેશથી બોલ્યો; "તેની પાસે નૌકાઓ અને સોનાના સીકકાઓ (શેકલ્સ – તે વખતમાં એક શેકલ ૨૫૨.૭૫ ગ્રેઈનનો રહેતો) હશે – બધું , એસ્થર બધું. હજુ હું ગરીબ થઈ ગયો નથી, તારા માટે પાછળ છોડી જવા માટે, અને તારા પ્રત્યેનો મારો પ્રેમ તે મૃત રાકેલ પ્રત્યેના પ્રેમ જેવો જ છે. મને કહે, તેની પાસે તે બધું પણ હશે જ ને?"

તેણી તેની ઉપર ઝુકી ગઈ અને પોતાની હડપચી તેના માથા પર ટેકવી.

"બોલ એસ્થર, હું જ્ઞાનથી મજબુત થઈશ. ત્યાં તેની ચેતવણીમાં સામર્થ્ય છે."

તે પછી તેણી બેઠી થઈ અને જાણે કે પવિત્ર સત્ય બોલતું હોય તેમ તેણી બોલી ઉઠી.

"મારા પિતા, સ્વસ્થ થઈ જાવ. હું તમને કદી પણ છોડીને જઈશ નહીં; જો કે તેણે મારો પ્રેમ જીતી લીધો છે, પણ હું જેમ અત્યારે છું તેમજ હંમેશા તમારી સાથે રહીશ."

અને તેણીએ વાત પુરી કરતી વખતે સીમોનીડીસને ચુમી લીધો.

"અને વધુમાં," તેણીએ વાત ચાલુ રાખીઃ "તે મારી દ્રષ્ટિએ દેખાવડો છે, અને તેના મોહક અવાજે મને તેની પાસે ખેંચી લીધી છે, એ તેને ભયમાં મુકાતો જોઈને હું ધ્રુજી ઉઠું છું. હા પિતાજી, હું તેને ફરીથી જોઈને વધારે આનંદિત થઈશ. જો કે હજુ પ્રેમ સંપૂર્ણ થયો નથી, જેથી તે માટે હું યોગ્ય સમયની વાટ જોઈશ, તે યાદ કરીને કે હું તમારી અને મારી માતાની પુત્રી છું."

"તારા પર ઈશ્વરે અત્યંત આશિર્વાદ વરસાવ્યા છે, એસ્થર! એક આશિર્વાદે મને શ્રીમંત બનાવ્યો છે; જે સિવાયનું મેં બીજું બધું ગુમાવી દીધું હોય તો પણ મને ચાલે. અને તેના પવિત્ર નામ અને શાશ્વત જીવનના સોગનથી, હું સોગન ખાઉં છું કે તારે સહન કરવું નહીં પડે."

તેની વિનંતીથી, થોડા સમય પછ એક ચાકર આવ્યો અને તેની બેઠકને ખંડમાં લઈ ગયો, જયાં તે આવનારા રાજા અંગે વિચાર કરતો ઘણા સમય સુધી બેઠો રહ્યો. જયારે તેણી જતી રહી અને નિર્મળતાથી ઉંઘી ગઈ.

*****

પ્રકરણ ૧૧મું

સીમોનીડીસના મહેલની બરાબર સામે નદીના સામા કાંઠે આવેલો મહાલય વિખ્યાત સ્થપતિ ઈપીફાનેસ દ્વારા પૂર્ણ કરવામાં આવ્યો હોવાનું કહેવાતું હતું અને જેટલી સારી કલ્પના થઈ શકે તેટલો જ સુંદર હતો; જો કે ઈપીફાનેસ એક મહાન સ્થપતિ હતો અને શાસ્ત્રીય રીતે જેટલું શકય હોય તેનાથી પણ વધારે આગળ બાંધકામ કરવાનો વિચાર કરનારો હતો, તેથી હવે તેમ કહેવાથી – તે મર્યાદાઓમાં ન જકડાઈને રહેનારો સ્થાપત્ય સર્જક બીજા શબ્દોમાં કહીએ તો જાણે કે તે ગ્રીક નહીં પણ પર્શીયાનો સ્થપતિ હતો.

આજે પણ તે ખંડનો એક જુનો થાંભલો વાચકના આકર્ષણ માટે ખડો છે, અને આપણે તે જુના થાંભલા પર એક ખંડ ખડો કરવાનો છે. તેવી જ રીતે વધારે વિચાર કરવાથી વાચક ત્યાંના બગીચાઓ, સ્નાનાગારો, મોટા સભાખંડો અને તેને સંલગ્ન કમરાઓની પરસાળો વટાવી અને છત પરની બારાદરી પર જઈ શકે; અને તે બધું કવિ મિલ્ટનના વિશ્વના બીજી કોઈ પણ જગ્યા કરતા વધારે "ભવ્ય પૂર્વ" જેટલુંજ શહેરનું પ્રખ્યાત અને સારી રીતે સજાવેલું ઘર બની ગયું હતું.

વર્તમાન સમયમાં તેના આપણે જે ખંડ અંગે વાત કરવાના છીએ તે ખંડને વ્યવસ્થિત રીતે સજાવેલા અને તમામ સુવિધાયુકત વિશાળ ખાસ કક્ષ તરીકે ગણાવી શકાય. તે ઘણી ખુલ્લી જગ્યા વાળા ખંડના ભોંયતળીયે વ્યવસ્થિત રીતે ઘસીને ચકચકીત કરેલો આરસ જડેલો હતો અને છતમાં કાચના ટુકડાઓની ગરજ સારતું રંગીન અબરખ જડેલું હતું જે દિવસ દરમ્યાન કક્ષને અત્યંત પ્રકાશિત બનાવતું હતું. કક્ષની અંદરના ભાગે સળંગ દિવાલને અઢેલીને ફરતો દિવાન ગોઠવેલો હતો, જે હિંદુસ્તાનના રેશમ અને કાશ્મીરના ઉનથી મઢેલો હતો. ખંડનું ઈજીપ્શીયન ઢબે સુંદર રીતે બનાવેલા રાચરચીલામાં મેજ અને ખુરશીઓ હતી. મેજની આજુબાજુએ બેઠેલા કે ઉભેલા અથવા આમ થી તેમ ફરતા લગભગ એકસો લોકો હતા, જેમનો કમસેકમ એક ક્ષણ માટે તો આપણે અભ્યાસ કરવો જ જોઈએ.

તે લોકોમાં કેટલાક તો નાના છોકરાઓ હતા. તેઓ ઈટાલીના વતની હતા અને મોટાભાગના ભૂતકાળમાં રોમમાં રહેતા હતા. તે બધા જ શુધ્ધ લેટીન ભાષામાં વાત કરતા હતા અને તીબેરની રાજધાનીમાં રોમન ઝભ્ભા નીચે પહેરવામાં આવતા સદરા અને ટુંકા ચણીયા જેવા અંતઃવસ્ત્રો પણ પહેર્યા હતા; જે એન્ટિઓકની આબોહવા અને ખાસ તો તે કક્ષના વાતાવરણ માટે ઘણા જ અનુકુળ હોવાથી સ્વીકૃત થયેલા હતા. તેમાંના કેટલાકે દિવાન પર લંબાવ્યું હતું. તેઓ દિવસની અત્યંત ગરમી અને શ્રમના કારણે થાકી ગયા હતા તેથી જ બેકસના સોગન(!?), આપણે પુછપરછ કરવા માટે થોભી શકીએ તેમ નથી.

મોટા અવાજે અવિરત શોરબકોર ચાલતો હતો. કયારેક હાસ્યનો ધોધ વછુટતો, કયારેક તેઓ ગૌરવ અનુભવતા તો કયારેક બધા લોકો ક્રોધથી ફાટી પડતા; પણ સર્વત્ર તીણો, લાંબો ખખડાટ સંભળાયા કરતો હતો, જે થોડોઘણો તે શોરબકોરમાં જુદો પડી આવતો હતો. જો આપણે ત્યાં

ગોઠવવામાં આવેલા સંખ્યાબંધ મેજ તરફ આગળ વધીએ તો રહસ્ય તેની જાતે જ ખુલ્લું પડી જતું જણાશે. તેઓ બધા તેમની માનીતી રમતોમાં વ્યસ્ત હતા. ત્યાં રમનારાઓ મેજ પર ઢાળેલી ચોપાટની એક બાજુએ હાથીદાંતમાંથી બનાવેલા પાસા મોટેથી અવાજ આવેતેમ દાબડીમાં ખખડાવી અને ફેંકતા, અને જેવો ગબડતા પાસાઓનો અવાજ થોભતો કે તરત જ તેમના પ્યાદા ચલાવવા માંડતા હતા.

તે બધા કોણ હતા?

"ભલા ફલેવીયસ," એક રમનાર તેના પાસાને તૈયાર રાખતા બોલ્યો," મારે તેની પાસે રહેવું પડશે, મને કલાક કહે – કલાક; મેં શું કહ્યું?! – ના, તે મિનીટ – કે જયારે મેક્ષીન્ટીયસ આવતીકાલે આવી પહોંચશે."

"સરસ રમત, સરસ રમત! હું તારી પાસે છું! અને તે મિનીટ જ શા માટે?"

"શું તું કોઈ દિવસ સીરીયાના ધોમધખતા સુરજ નીચે ઉઘાડા માથે તે જે ધક્કા પર ઉતરવાનો છે, ત્યાં ઉભો રહ્યો છે? અને વેસ્ટાની જવાળાઓ પણ એટલી ગરમ હોતી નથી; અને આપણા પિતા રોમ્યુલસ ના સૈન્યના સોગન, જો હું મૃત્યુ પામીશ, તો રોમમાં જ મૃત્યુ પામીશ.એવરનસ અંહીયા જ છે. હું ત્યાં કચેરી સામેજ ચોકમાં ઉભો રહું, અને આમ મારા બન્ને હાથ ઉંચે ઉઠાવી અને આકાશના દેવોના ભોંયતળીયાને સ્પર્શ કરીશ. હા, વિનસના સોગન, મારા ફલેવીયસ, તું મને છેતરી શકે નહીં! મેં મારૂં નસીબ ગુમાવી દીધું છે."

"ફરીથી?"

"મારે મારૂં સેસ્ટેરીયમ પાછું મેળવવું પડશે."

"તેથી તેમ થાવ."

અને તેઓ વારંવાર રમતા રહ્યા; અને જયારે પરોઢ થવા આવ્યું અને દિવાઓ ઝાંખા થવા લાગ્યા કે એક જ જગ્યાએ એકજ મેજ પર હજુ બે વ્યકિતઓ રમતમાં હતી. ત્યાં રહેલા મોટાભાગના લોકોની માફક તેઓ પણ લશ્કરી સલાહકારના હજુરીયાઓ હતા અને તેની વાટ જોતા તે સમય દરમ્યાન આનંદ પ્રમોદ કરતા હતા.

વાતચીત દરમ્યાન એક જુથ ખંડમાં પ્રવેશ્યું અને પહેલા તો કોઈના ધ્યાનમાં ન આવ્યું. તે જુથ મધ્યસ્થ મેજ તરફ આગળ વધ્યું. એવું લાગતું હતું કે તે લોકો હમણા જ પુરા થયેલા આનંદમેળામાંથી આવતા હોય. તેમાંના કેટલાક તેમના પગને માંડમાંડ કાબુમાં રાખી શકતા હતા. જો કે ત્યાં બીજું કોઈ મિજબાની આપવાનું ન હોય તો તે લોકોના નેતાના કપાળની કોર ફરતે એક ગજરો વીંટેલો હતો, જે તેને મિજબાનીનો મુખ્ય વ્યકિત હોવાનું સાબિત કરતો હતો. જયાં સુધી તેની સુંદરતાને વધારે ઉંચે ઉઠાવવામાં ન આવે ત્યાં સુધી શરાબ તેના પર કોઈ અસર કરે તેમ નહોતી. તેણે પોતાનું મસ્તક ઉંચે ઉઠાવ્યું; તેના ગાલ અને હોઠોમાં રકત ધસી આવ્યું અને તેથી તે લાલ થઈ ગયા. તેની આંખો ચમકી ઉઠી. તે વખતની રીત પ્રમાણે તેણે તેના ઢીલા ઝભ્ભાની પુષ્કળ ગડીઓવાળી ચાળ ઉછાળી અને શાહી ઢબ ગંભીરતાપૂર્વક ચાલ્યો. મેજ તરફ જતાં, તેણે તેની અને તેના સાથીઓ માટે થોડી ઔપચારિકતાથી અને કોઈપણ જાતની માફી માગ્યા વગર જગ્યા બનાવી; અને અંતે જયારે તે થોભ્યો અને ત્યાં રમનારા લોકો અને તે બધી જગ્યાઓ પર નજર કરી કે તે બધા તેની તરફ આનંદના અવાજો કરતા ફર્યા.

"મેસાલા! મેસાલા!" તેઓ બુમ પાડી ઉઠયા.

ખંડના બીજા ભાગમાં રહેલા લોકોએ બુમો સાંભળી અને તેઓ જયાં પણ હતા ત્યાંથી પ્રતિઘોષ પાડયો. તરતજ છુટાછવાયા બેઠેલા બધા જુથ ભેગા થઈ ગયા અને રમત અધુરી છોડી અને ખંડના કેન્દ્રભાગ તરફ તે લોકોએ ધસારો કર્યો.

મેસાલાએ બેપરવાઈથી તેના આગમન અંગે લેવાયેલી નોંધને સ્વીકૃતિ આપી અને તેની લોકપ્રિયતાના ક્ષેત્રને દર્શાવતા આગળ ધપાવ્યું.

"તારી તંદુરસ્તી અંગે શુભકામના, દ્રુસસ, મારા મિત્ર," તેણે તેની જમણી બાજુએ રમનારને કહ્યું;" તારી તંદુરસ્તી અને તારી નોંધપોથીને પણ."

તેણે મીણીયા પાટીયાઓ ઉઠાવ્યા અને લગાવાયેલી શરતોની વિગતો વાંચી અને તેને નીચે ઉછાળી દીધી.

"દેનારી! ફકત દેનારી? – ગાડીવાળા અને કસાઈઓનો સિકકો!" તેણે ઠપકાભર્યા હાસ્ય સાથે કહ્યું. "પીધેલી સેમેલેના સોગન! જો આમ જ હોય તો રોમનું શું થશે? બીજું તો કશું જ નહીં પણ શું સીઝર આ બધી રાત્રીઓમાં ભીખ જેવા દેનારીયસ સુધી લાવી દે તેવા ભાગ્યના પલટા માટે વાટ જોતો હશે?"

દ્રુસીના વંશજની ભ્રમરો લાલ થઈ, પણ આજુબાજુના લોકોએ તેના જવાબને મેજની આજુબાજુએ ભીડ કરી અને "મેસાલા! મેસાલા!"ના શોરબકોર વચ્ચે દબાવી દીધો. તે દ્રુસસ તરફ સમગ્ર ખંડમાં સંભળાય તેવું અટ્ટાહાસ્ય કરતા ફર્યો.

"હા, હા, મારા મિત્ર! તું ગુસ્સે થતો નહીં, કારણ કે મેં સીઝરને દેનારી સુધી નીચે આણીને સરખો કર્યો છે. તું જોઈ શકે છે કે મેં તેમ કર્યું છે, પણ તેના નામથી આપણા જુના રોમનને સુંદર પાંખો આવે તે માટે પ્રયત્ન કર્યો છે. આવ, મારા દ્રુસસ, આવ!" તેણે ફરીથી જગ્યા લીધી અને આનંદપૂર્વક પાસા ફેંકયા. "અંહી કેટલી રકમ માટે તું બાજી લગાવીશ? આપણે નસીબનો તાગ લઈએ."

તે નિખાલસ, હૃદયપૂર્વકની અને મોહક રીતભાત હતી. દ્રુસસ એક ક્ષણમાં ઓગળી ગયો.

"નીમ્ફીના સોગન, હા!" તેણે હસતા હસતા કહ્યું. " હું તારી સાથે પાસા ફેંકીશ, મેસાલા – એક દેનારીયસ માટે. પણ પકડી રાખ, મેસાલા પકડી રાખ. જો કોઈ એક પણ પ્રશ્ન હોય અને પાસા સ્થિર પકડી અને ઉભા રહેવું અનિષ્ટસુચક ગણાય કે નહીં? તે હું જાણતો નથી, પણ મને એક વખત એવું થયું અને મારે તે પુછવું જ જોઈએ; જો કે વિનસે મને તેના કમ્મરપટ્ટાથી ફટકાર્યો હતો."

"ના, મારા દ્રુસસ, વિનસ તેના કમ્મરપટ્ટાથી અળગી થાય કે પ્રેમમાં પડે છે. તારા પ્રશ્નો અંગે – હું પાસા ફેંકીશ અને તેને તારા દુર્ભાગ્ય સાથે પકડી રાખીશ. આ રીતે."

તેણે પાસાની દાબડી મેજ તરફ ફેરવી અને ચોપાટ ઉપર સ્થિર કરી અનેથોડી વાર માટે પકડી રાખી.

અને દ્રુસસે પુછયું, " શું તે કોઈ દિવસ કવીન્ટસ એરીયસને જોયો છે?"

'યુધ્ધવીર?"

"ના – તેનો પુત્ર!"

"હું તેને કોઈ પુત્ર હોય તેવું જાણતો નથી."

"સારૂં, તે કંઈ જ નથી." દ્રુસસે બેપરવાઈથી ઉમેર્યું; " ફકત મારા મેસાલા, પોલકસ તો કેસ્ટોર કરતા વધારે નહોતો; જેવી રીતે એરીયસ તારા જેવો છે."

ત્યાં કરવામાં આવેલી ટીકાએ સાવચેતીની અસર કરીઃ વીસ અવાજોએ તેને ઉઠાવી લીધી.

"ખરૂં, ખરૂં! તેની આંખો, તેનો ચહેરો," તેઓ બોલી ઉઠયા.

"શું!" એક જણાએ ધૃણાથી જવાબ આપ્યો. "મેસાલા એક રોમન છે અને એરીયસ એક યહુદી છે."

"તું ખરૂં કહે છે," ત્રીજા એકે બુમ પાડી. " તે એક યહુદી છે, અથવા તો મોમસે તેની માતાને ખોટો મુખવટો ઉછીનો આપ્યો છે."

ત્યાં વિવાદ નકકી જ હતો; જે જોઈને મેસાલા વચ્ચે પડયો. "મારા દ્રુસસ, શરાબ હજુ સુધી આવ્યો નથી; અને જેમતું જુએ છે, એરીયસ અંગેનો તમામ અભિપ્રાય સ્વીકારૂં છું, તો પછી તેથી તું મને તેના વિષે વધારે વાત કહે."

"સારૂં, તે રોમન હોય કે યહુદી – અને મહાન દેવ પેન ના સોગન, હું તારી લાગણીઓની અવગણના કરતા નથી કહેતો, મારા મેસાલા! – આ એરીયસ દેખાવડો, બહાદુર અને ધીરગંભીર છે. શહેનશાહે તેની તરફેણ કરી છે અને તેના આશ્રયદાતા બનવા માટે દરખાસ્ત કરી છે, જેનો તેણે સાભાર અસ્વીકાર કર્યો હતો. તે કયાંથી આવ્યો તે જ એક રહસ્ય છે, અને તે આપણાથી એટલું અંતર રાખે છે કે આપણે એ વાત જાણી શકીએ નહીં કે તે આપણાથી વધારે સારો કે ખરાબ છે. વ્યાયામશાળામાં પણ તે બધાથી અલગ જ રહેતો; તે રાઈનના આસમાની આંખો વાળા રાક્ષસ સાથે રમતો અને સરમાટીયાના શીંગડા વગરના આખલાઓ જોડે જાણે કે તેઓ પીંછાવાળી ગાદીઓ હોય તેમ આખડી પડતો. યુધ્ધવીર તેની પાછળ પુષ્કળ સંપત્તિ છોડી ગયો છે અને તે યુધ્ધ સિવાય બીજા કશા નો વિચાર કરતો નથી. મેક્ષેન્ટીયસે તેને પરીવારના સભ્ય તરીકે સ્વીકાર્યો છે અને તે આપણી સાથે નૌકા લઈને આવવાનો જ હતો, પણ આપણે તેને રાવેનામાં ગુમાવી દીધો. છતાં પણ તે સલામત રીતે આવી પહોંચ્યો. આપણે તેના વિષે આજે સવારે સાંભળ્યું છે, અને મહાલયમાં આવવાને કે કિલ્લા પર જવાને બદલે તેણે તેનો સામાન ખાનમાં મુકયો અને ફરીથી અદ્રશ્ય થઈ ગયો."

દ્રુસસે વાત કરી ત્યારે શરૂઆતમાં મેસાલાએ નમ્રતાપૂર્વક પણ બેપરવાઈથી સાંભળ્યું, જેમ દ્રુસસ આગળ વાત કરતો ગયો તેમ તે વધારે ને વધારે ધ્યાનથી સાંભળવા માંડયો અને પરીણામે તેણે તેનો હાથ પાસાઓની દાબડી પરથી ખેંચી લીધો અને બોલી ઉઠયો,

"હો, મારા કેઈયસ! શું તું સાંભળે છે?'

પોતાની કોણીને ટેકો આપીને ઝુકેલો એક યુવક – તેનો માયેરટીલસ અથવા તો તેના સાથીએ રથના મહાવરાના દિવસે કરેલા મહાવરાને ધ્યાનમાં લેતા એકદમ ખુશ થઈ અને જવાબ આપ્યો, " મારા મેસાલા, શું હું તારો મિત્ર નહોતો?"

"તું શું તને જે વ્યકિતએ આજે પછાડયો તેને યાદ કરે છે?"

"બેકસના પ્રેમભર્યા ઝુલ્ફાના સોગન, મને મદદ કરવા માટે મગજમાં રાખજે કે શું મારા ખભ્ભાને ઉઝરડો નહોતો પડયો? અને તે પછીના શબ્દો તેણે એવા છણકા સાથે ફટકાર્યા કે તેના કાનના પડદા ફાટી જાય?"

"સારૂ, તું નસીબનો આભાર માન કે મેં તારા દુશ્મનને ગોતી કાઢયો છે."

"તેં તેને શોધી કાઢયો છે, મારા મેસાલા," કેઈયસે જવાબ આપ્યો; અથવા તો હું મારી જાતે સ્પર્ધામાં જવાનો નથી."

"દ્રુસસ, હું તારો ક્ષમાપ્રાર્થી છું – અને બધાની માફી માગું છું – આ રીતે સમસ્યા ઉભી કરવા માટે." મેસાલાએ મોહક રીતે કહ્યું, " તું બોલીશ નહીં, એરીયસના પુત્રના આગમનના ભેદ ના સબંધથી હું વિચાર કરૂં છું. મને તેના આગમન અંગે વાત કહે."

"તે કશું નથી મેસાલા, કશું જ નહીં," દ્રુસસે જવાબ આપ્યો; એક બાળકની વાર્તા. જયારે તેનો પિતા એરીયસ સમુદ્રી લુંટારાઓનો મુકાબલો કરવા માટે સાગરવાટ ખેડતો હતો, ત્યારે તેને પત્ની કે કુટુંબ હતા નહીં; તે એક છોકરા સાથે પાછો આવ્યો – તે છોકરો કે જેના વિષે આપણે વાત કરીએ છીએ – અને બીજા દિવસે તે છોકરાને વિધિવત રીતે ખોળે બેસાડયો."

"ખોળે બેસાડયો?" મેસાલાએ વાકયનું પુનરોચ્ચારણ કરતા પુછયું, " દેવોના સોગન, દ્રુસસ, તેં મને ખરેખર વાતમાં રસ લેતો કર્યો છે! યુધ્ધવીરે તે છોકરાને કયાંથી શોધી કાઢયો? અને તે કોણ હતો?"

"મેસાલા, તને તે વાતનો કોણ જવાબ આપશે? કોઈ બીજું નહીં પણ યુવાન એરીયસ જ તે અંગેનો જવાબ આપી શકે. એક પાછી ફરતી યુધ્ધનૌકાએ એરીયસ અને અન્ય લોકોને શોધી કાઢયા હતા – તેઓ બન્ને એક જ પાટીયા પર હતા. હવે હું તને બચાવ કરનારાઓની વાત કહીશ, જે વાતને અંતે આવી ભવ્યતા છે – તે કદી પણ ખોટી પાડવામાં આવી નથી. તેઓ કહે છે કે યુધ્ધવીરનો સાથી એક યહુદી હતો –"

"એક યહુદી?!" મેસાલાએ પડઘો પાડયો.

"અને એક ગુલામ."

"શું દ્રુસસ? એક ગુલામ?"

"જયારે બન્નેને તુતક પર ઉંચકી લેવામાં આવ્યા ત્યારે યુધ્ધવીર તેના નૌસનીકના બખ્તરમાં હતો, અને બીજો ચીંથરેહાલ હલેસા મારવાવાળો હતો."

મેજ પર ઝુકેલો મેસાલા ઉઠયો.

"એક યુધ્ધનૌકા – " તેણે શબ્દની મહત્તા ઘટાડતા કહ્યું, અને જાણે કે તેના જીવનને ગુમાવી દેતો હોય તેમ તેણે એક વખત ચારે બાજુએ ફરતી નજર કરી. તે પછી તે થોભ્યો અને પાસા ખુલ્લા કરી અને હસતા હસતા બોલ્યો,

"જો મારા દ્રુસસ, સીલેનસના મુરખ ગધેડાના સોગન, તે દેનારીયસ મારો છે!"

તે જ વખતે ધરતી ધ્રુજી ઉઠે તેવી બુમ પડી અને કઠોર એટલાન્ટસને પ્રસન્ન કરવાને માટે ગાયન અને નૃત્યની વિધીઓ શરૂ થઈ.

*****

પ્રકરણ ૧૨મું

એક નાની સંસ્થાના સંચાલનમાં શેખ ઈલ્દેરીમ એક મહત્વનો માણસ હતો. અજાણ્યા આગંતુકોને તે તેના સંસ્થાનમાં તેની મહત્તા વધે તે રીતે સત્કારતો કે જેથી તેના વ્યકિતગત અભિગમ અને સુખસગવડોમાં વધારો થતો. જેથી વાચક તેની ખજુરની વાડીઓના સંદર્ભને વારંવાર લેવાથી તેનું ખોટું મુલ્યાંકન ના કરે. તે ખરેખર એક વૈભવી પડાવ હતો. ત્યાં તેના ત્રણ મોટા તંબુઓ હતા – એક તેના માટે, એક મુલાકાતીઓ માટે અને એક તેની વહાલી પત્ની અને તેણીની સ્ત્રીઓ માટે. તે ઉપરાંત ત્યાં છ કે આઠ નાના તંબુઓ હતા, જે તેના હિંમતવાન અને તીર, કમાન, ભાલા અને ઘોડેસવારીમાં નિપુણ અંગરક્ષકો કે જેને શેખ પોતાના કબીલામાંથી ખાસ પસંદ કરીને લાવ્યો હતો તે લોકો તથા અન્ય ચાકરો માટે હતા.

ચોકકસ થઈને કહીએ તો, તેની ત્યાં જે કોઈપણ પ્રકારની મિલ્કત હતી, તે તેની ફળવાડીમાં સર્વ પ્રકારના જોખમોથી મુકત હતી. પડાવનો અંદરનો ભાગ તેની ગાય, ઊંટો, ભેટાબકરા અને તેવા પ્રકારની માલ – મિલ્કત ચોર કે સિંહથી સુરક્ષિત રહે તેમ ચોકસાઈ પૂર્વક ગોઠવેલો હતો.

તેની સાથે સંપૂર્ણ ન્યાય કરતા, ઈલ્દેરીમ તેના લોકોના રીત રીવાજો ખુબજ સારી રીતે પાળતો. તેમાં કશું પણ એવું નહોતું કરતો, અરે લેશમાત્ર પણ નહીં. તેનું ત્યાં વાડીઓમાંનું જીવન તેના રણના જીવન જેવું જ હતું; તે એટલું જ નહીં, પણ તે ઈઝરાયેલની શરૂઆતના સમયનું જે જીવન હતું તેવા જ પ્રકારનું જુના મુરબ્બીપણાવાળા જીવનનું સુંદર પુનરાવર્તન હતું.

આપણે તેના તંબુના દરવાજા પર બેનહરને લાવ્યા છીએ.

નોકરો માલિકના આદેશની વાટ જોતા હતા. તેમાંના એકે તેના જુતા દુર કર્યા, બીજાએ બેનહરના રોમન પગરખા છોડયા; તે પછી તે બન્નેએ તેઓના ધુળથી આચ્છાદિત થયેલા ઉપવસ્ત્રો આપી અને સફેદ મલમલના સ્વચ્છ વસ્ત્રો પહેર્યા.

"ઈશ્વરના નામે અંદર પ્રવેશ કરો. આવો અને આરામ કરો." યજમાને હૃદયપૂર્વક જેરૂસલેમની સ્થાનિક બોલીમાં કહ્યું. તે પછી તે દિવાન પાસે ગયો.

"હું અંહીયા બેસીશ," અને તેણે બીજા દિવાનને ચીંધી અને કહ્યું, " ત્યાં નવઆગંતુકો બેસે છે."

તેણે તાળી પાડી અને તે સમયે હજુરડી તરીકે ઓળખાતી એક સ્ત્રી અંદર આવી અને તેણીએ કુશળતાપૂર્વક તકીયાઓનો ઢગલો ગોઠવી દીધો. તે પછી તેઓ દિવાનની એક બાજુએ અઢેલીને આરામથી બેઠા, ત્યારે સરોવરમાંથી તાજું ભરી લાવેલું પાણી આપ્યું. તેમના પગ ધોઈ અને રૂમાલથી કોરા કરવામાં આવ્યા. ઈલ્દેરીમે તાળી પાડી.

"નવઆગંતુકને મહેમાન માટેનો તંબુ બતાવો, અને કહો, હું ઈલ્દેરીમ એક અન્ય મહેમાન સાથે રોટી ભાંગવાને આવ્યો છું; અને જો ડાહ્યા બાલ્થસાર રોટલામાં ભાગ પડાવવાના હોય, તો ત્રણ જણા ભાગ લેશે, અને પક્ષીઓનો ભાગ પણ તેથી ઓછો હોવો જોઈએ નહીં."

બીજો ચાકર ચાલ્યો ગયો.

"હવે આપણે આરામ કરીએ."

આજના દિવસોમાં દમાસ્કસના બજારોમાં વેપારીઓ તેમની ગાદી પર જે રીતે લંબાવે છે તે રીતે ઈલ્દેરીમે લંબાવ્યું, અને આરામથી તેણે ગંભીરતાપૂર્વક કહ્યું," તેથી તમે મારો મહેમાન છો; તમે મારૂં લેબન પીધું છે અને મારા લુણને ચાખ્યું છે તેથી કોઈ પ્રશ્ન કરવાની મનાઈ નથી; તમે કોણ છો?"

" શેખ ઈલ્દેરીમ," બેનહરે શાંતિથી તેની સાથે આંખો મેળવતા કહ્યું,'હું પ્રાર્થના કરીશ કે આપ મારી માગણીને તુચ્છ ગણીને કાઢી નહીં નાખો; પણ તમારા જીવનમાં કયારેય પણ એવો પ્રશ્ન આવ્યો હતો કે જેનો જવાબ તમારા માટે કોઈ અપરાધ હોય?"

"સોલોમનની ભવ્યતાના સોગન, હા!" ઈલ્દેરીમે જવાબ આપ્યો. " આપણી પોતાની જાતને છેતરવી તે વાત તે વખતેજ સમાજને છેતરવાની વાત હોય છે."

"આભાર, આભાર ભલા શેખ!" બેનહર મોટા અવાજે બોલી ઉઠયો. "આથી વધારે સારો જવાબ કદી પણ મળી શકે નહીં. હવે હું જાણું છું કે હું આપને જે વાત પુછવા માટે આવ્યો છું, તેને ન્યાય આપવા માટે તમારા વિશ્વાસને તમે કોઈ ખાત્રી આપી શકતા નથી, અને તેથી જ મારા પામર જીવનની ઘટનાઓ ની વાત સરખામણીએ આપને તેવા પ્રકારની ખાત્રીમાં વધારે રસ હશે."

શેખ તે વખતે ફરીને ઝુકયો અને બેનહર તકનો લાભ ઝડપી લેવા માટે ઉતાવળો થયો.

"તોપછી ત્યારે તે વાત આપને ખુશ કરશે," તેણે કહ્યું, " પહેલી વાત એ કે જેવી રીતે આપને મારૂં નામ સુચવે છે તેમ હું રોમન નથી."

ઈલ્દેરીમે તેની છાતી પર આવતી દાઢી પસવારી અને બોલનાર તરફ અનિમેષ નયને આંખોમાં ચમકારા સાથે જોઈ રહ્યો.

"બીજી વાત," બેનહરે ચાલુ રાખ્યું. " હું જુડાહની જાતિનો ઈઝરાયેલી છું."

શેખે તેની નજરો નીચી ઝુકાવી.

"માત્ર તેટલું જ નથી શેખ, હું યહુદી છું અને મને રોમની સામે ફરીયાદ છે, જે તમારી ફરીયાદની સરખામણીમાં એક બાળકની મુશ્કેલીથી વધારે નથી."

વૃધ્ધ માનવીએ બેચેનીપૂર્વક તેની દાઢી ઉતાવળથી પસવારી અને તેની આંખોના ચમકારા અદ્રશ્ય થયા ત્યાં સુધી તેણે નેણ ઢાળી રાખ્યા.

"હજુ વધારે; હું મારા વડવાઓ સાથે ઈશ્વરે કરેલા કરારના સોગન ખાઉં છું – તેથી તમે મને બદલો લેવા દો. દોડમાંથી મળતા પૈસા અને ખ્યાતિ તમારી હશે."

ઈલ્દેરીમની ભ્રમરો ઢીલી થઈ; તેનું મસ્તક ઉન્નત થયું; તેનો ચહેરો ચમકવા લાગ્યો અને ઘણુંખરૂં તો તે જોવાને શકય હતું કે સંતૃષ્ઠિએ તેનો કબજો લઈ લીધો હતો.

"પુરતું છે! તેણે કહ્યું. " જો તારી જીભના મૂળમાં અસત્ય કયાંય પણ કોકડું વળીને બેઠું હશે તો સોલોમન જાતે પણ તને બચાવી નહીં શકે. તેથી કે તું રોમન નથી – તેથી એક યહુદી તરીકે તને રોમ વિરૂધ્ધ ફરીયાદ અને વ્યથા છે, અને બદલાની ભાવનાએ તને ઘેરી લીધો છે; હું માનુ છું; અને તે માટે પુરતી ગણતરી છે. પણ તારી ક્ષમતા અંગે વિચારતા તારી પાસે રથોની દોડનો શો અનુભવ છે? અને અશ્વો – શું તું તેને તારી મરજી પ્રમાણે ચલાવી શકીશ? – તને જાણવા માટે, તે તારા અવાજને અનુસરે તે માટે, તું કહે તેમ જાય તે માટે, ક્ષમતા અને શ્વાસના છેડા સુધી અને તે પછી જોખમી ક્ષણોમાં તારા જીવનના ઉંડાણમાંથી બહાર કાઢી અને બધા સામર્થ્યને એક કરીને તેમને ધ્રુજાવી શકીશ? આવી કુદરતી ભેટ દરેકને મળતી નથી, મારા દિકરા. હો, ત્યાં!"

એક ચાકર આગળ આવ્યો.

"મારા આરબોને અંદર આવવા દે."

તે માણસે તંબુની એક બાજુએ આવેલા અને તંબુને બે ભાગમાં વહેંચી નાખતો પરદો હટાવ્યો અને અશ્વોનું એક જુથ ખુલ્લું થયું. તે અશ્વો જાણે કે આમંત્રણ અંગે ચોકકસ થતા હોય તેમ એક ક્ષણ માટે ઢીલા થયા.

ઉન્નત મસ્તક, વંકી ગરદન, આગળ આવતા કેશવાળીના ઝુલ્ફાઓથી અર્ધી ઢંકાયેલી મોટી અને હરણ જેવી મૃદુ આંખો, જાણે કે બેનહરની છાતી સામે જ તંકાયેલા હોય તેવા અણીવાળા, આગળના ભાગે ઝુકેલા, સુડોળ, નાના કાન, ખુલ્લા નસકોરા અને ઉપલા ચંચળ હોઠ. " તું કોણ છો?" જેવી રીતે હંમેશા માણસો કહેતા હોય છે તેવી જ રીતે મૌનની ભાષામાં તેઓએ તેમ પુછયું. બેનહરે તે ચાર દોડવીરો પૈકીના એકને ઓળખી કાઢયો કે જેને તેણે દોડના મેદાન પર જોયો હતો અને તેને વધાવી લીધો હતો.

શેખે ઘોડાઓના ગાલ પંપાળ્યા, તેઓની કેશવાળી પસવારી અને તેમને વહાલ કરતો રહ્યો.

"અને હવે, ઓ ઈઝરાયેલના પુત્ર, તું મારી જાહેરાત પર શ્રધ્ધા રાખી શકે – જો હું રણનો અમીર હોઉં, મારા પ્રધાનો જુઓ! તેમને મારી પાસેથી લઈ જાવ અને હું કાફલામાંથી મરવા માટે ત્યજી દેવાયેલો એક નબળો માનવી બની જઈશ. તેમનો આભાર, વર્ષો વિતવા છતાં શહેરો વચ્ચેના ધોરીમાર્ગો પર મારી ધાક હજુ ઓછી થઈ નથી; અને હું તેમની સાથે જઈ શકું તેટલી મારામાં શકિત રહેશે ત્યાં સુધી થશે પણ નહીં. હા હા હા! હું તને તેઓના વડવાઓએ કરેલા અદભુત પરાક્રમોની ગાથા અનુકુળ સમયે કહીશ; હાલ પુરતું તો તેટલું જ પુરતું છે કે છાવણીમાં સૈન્ય પાછું ફરે તે વેળાએ તેમને કોઈ આંબી શકયું નથી; કોઈ નહીં, સોલોમનની તલવારના સોગન, શું તેઓનો શ્રમ કદી પણ નિષ્ફળ જાય ખરો! તેથી, તું નોંધ લે, રેતી ઉપર અને જીન નીચે; પણ હવે – હું જાણતો નથી – મને ભય છે, તેઓ પહેલી વાર ધુંસરી નીચે આવ્યા છે, અને સફળતા માટેની શરતો ઘણીબધી છે. તેઓમાં સ્વાભીમાન, સહનશકિત અને વેગ છે. જો હું તેઓ માટે યોગ્ય વ્યકિત શોધી શકું તો તેઓ વિજેતા બની શકે. ઈઝરાયેલના પુત્ર! તેથી તે વ્યકિત તું છો, હું સોગનપૂર્વક કહું છું કે તેઓ તને ઉંચે ઉઠાવશે તે દિવસ અત્યંત આનંદનો દિવસ હશે. હવે તારા વિષે વાત કર."

"હવે હું જાણી શકયો છું," બેનહરે કહ્યું. "શા માટે કોઈ આરબને તેના બાળકો જેટલા જ અશ્વો વહાલા હોય છે; અને તેથી હું તે પણ જાણી શકયો છું કે શા માટે આરબોના અશ્વો વિશ્વમાં સહુથી વધુ શ્રેષ્ઠ હોય છે; પણ ભલા શેખ, હું ફકત મારા શબ્દોથીજ આપને ન્યાય કરવાને કહેતો નથી. ઘણી વખત માણસોના બધા જ વચનો નિષ્ફળ જતા હોય છે. પહેલા મને અંહી કયાંય સપાટ જગ્યા પર મહાવરો કરવા દો. અને આવતી કાલે મારા હાથમાં આ ચારેય અશ્વોને મુકી દો."

ઈલ્દેરીમનો ચહેરો ફરીથી ચમકવા લાગ્યો, અને તે બોલવા જતો હતો.

"એક ક્ષણ, ભલા શેખ, એક ક્ષણ!" બેનહરે કહ્યું. " મને વધારે કહેવાદો. રોમના ઉસ્તાદો પાસેથી હું ઘણા પાઠ શીખ્યો છુ, થોડો વિચાર કરવાથી આજની જેમ ઘણી વખત મને મદદ મળી છે. હું આપને આ તમારા રણના પુત્રો વિષે કહીશ. તેઓ પાસે બાજ જેવી ઝડપ અને સિંહ જેવી હિંમત હોવા છતાં જયાં સુધી ધુંસરીની નીચે એક સાથે દોડવાની તેઓને તાલિમ નહીં મળે ત્યાં સુધી તેઓ નિષ્ફળ જઈ શકે તેમ છે. તેથી તેવી રીતે વિચારવાથી દરેક ચારમાંથી કોઈ એક ઝડપી હોઈ શકે અને એક ધીમો હોઈ શકે. મુશ્કેલી હંમેશા ઝડપીમાં હોય છે; અને જયારે દોડ તે હંમેશા ધીમા અશ્વ પર આવી પડતી હોય ત્યારે મુશ્કેલી હંમેશા જે ચપળ હોય તેને પડતી હોય છે. અને આજે તેમ વાત હતી; સારથી ઝડપી અશ્વનો વેગ ઘટાડી અને ધીમા અશ્વ જોડે તેની સંવાદિતતા બનાવી શકયો નહીં. મારી પરીક્ષાથી પણ વધારે સારૂં પરીણામ મળી શકે નહીં; પણ તેથી જો આપને તે અંગે કહું તો હું પ્રતિજ્ઞા કરૂં છું. જેથી એ જ આત્માથી હું કહીશ, હું તેઓને એક સાથે તેઓ જાણે કે એક જ હોય તેમ મારી ઈચ્છા પ્રમાણે દોડાવીશ. આપને ઈનામની રકમ અને તાજ મળશે, અને મને મારો બદલો. આપ શું કહો છો?"

શેખ ઈલ્દેરીમે સાંભળ્યું, એક વખત દાઢી પસવારી અને અંતે તેણે હસતા હસતા કહ્યું, " મેં તારા અંગે વધારે સારો વિચાર કર્યો હતો, ઈઝરાયેલના પુત્ર. આપણે રણમાં વાત કરીએ છીએ. જો તું શબ્દોથી રસોઈ કરી શકતો હોય તો હું માખણના સાગરનું તને વચન આપું છું. તને સવારે અશ્વો મળી જશે."

તે ક્ષણે જ તંબુનો પાછલો દરવાજો ખુલ્યો.

"વાળું તૈયાર છે. અને મારા મિત્ર બાલ્થસાર પણ અંહી આવશે. જેને તું હવે જાણીશ. તેની પાસે કહેવાને એક એવી કથા છે કે જે સાંભળીને એક ખરો ઈઝરાયેલવાસી કદાપિ થાકે નહીં."

અને ચાકરોને તેણે વધારે આજ્ઞા આપી.

મારા આભુષણોને તેમના કક્ષમાં પહોંચાડી દે.

અને તેઓએ આજ્ઞાનો અમલ કર્યો.

*****

પ્રકરણ ૧૩મું

બાલ્થસારને દિવાન તરફ દોરી જવામાં આવ્યો, જયાં ઈલ્દેરીમ અને બેનહર તેને સત્કારવા માટે ઉભા હતા. તેણે કાળા રંગનો તદન ઢીલો ઝભ્ભો પહેર્યો હતો; વૃદ્ધાવસ્થાને લીધે તેના પગ ધ્રુજતા હતા અને તે એક હાથમાં લાંબી લાકડી લઈ અને બીજા હાથ વડે એક ચાકરનો ટેકો લઈને ધીમેધીમે સાવચેતીપૂર્વક ચાલતો હતો.

"તમને શાંતિ હો, મારા મિત્ર," ઈલ્દેરીમે માનપૂર્વક કહ્યું . "શાંતિ અને તમારૂં સ્વાગત હો." ઈજીપ્તવાસીએ તેનું મસ્તક ઉંચે ઉઠાવ્યું અને પ્રત્યુતર આપ્યો, ""અને આપને પણ, ભલા શેખ – આપને અને આપના સર્વેને ઈશ્વરના આશિર્વાદ અને શાંતિ મળો. ઈશ્વર, તે પ્રેમ અને સત્ય છે."

"આ તે વ્યકિત છે, ઓ બાલ્થસાર," શેખે તેનો હાથ બેનહરના ખભ્ભા પર મુકતા કહ્યું ," તે આપણી સાથે આ સંધ્યાએ ભોજન લેશે."

ઈજીપ્તવાસીએ યુવક તરફ દ્રષ્ટિ કરી અને ફરીથી આશ્ચર્યપૂર્વક જોયું અને તેને શંકા થઈ કે તે જોઈ અને શેખ ઈલ્દેરીમે આગળ ચલાવ્યું, "મેં તેને આવતીકાલે મારા અશ્વો દોડનો મહાવરો કરવા માટે આપવાનું વચન આપ્યું છે; અને જો બધું પાર ઉતરશે, તો તે તેઓને દોડના મેદાનમાં લઈ જશે." બાલ્થસારે તેની દ્રષ્ટિ સ્થિર રાખી.

"તે ખુબજ સારી ભલામણ લઈને આવ્યો છે," ઈલ્દેરીમ થોડો વધારે મુંઝાયો, "તમે તેને રોમન નૌસેનાપતિ ઉમરાવ એરીયસના પુત્ર તરીકે ઓળખી શકો, જો કે – "શેખ અચકાયો અને તે પછી ફરીથી હસતા હસતા કહ્યું, "જો કે તે તેની જાતને જુડાહની જાતિના એક યહુદી તરીકે ઓળખાવે છે; અને ઈશ્વરના વૈભવના સોગન, તે જે કંઈ કહે છે તેમાં મને વિશ્વાસ છે."

તે પછી બાલ્થસાર વધુ વખત સુધી થોભી શકયો નહીં.

"મારા વહાલા શેખ, આજે મારૂં જીવન જોખમમાં મુકાયું હતું, અને જયારે બધા નાસી છુટયા હતા ત્યારે જો આ યુવક જેવો જ બીજો કોઈ યુવક વચ્ચે ન પડયો હોત તો મેં મારૂં જીવન ગુમાવી દીધું હોત, અને તેણે મને બચાવી લીધો." અને તેણે બેનહરને સીધેસીધું જ પુછી લીધું, " તે યુવક શું તું જ નહોતો?"

"હું એટલો બધો જવાબ આપી શકીશ નહીં," બેનહરે વિનમ્રતાથી જવાબ આપ્યો. "હું તે જ યુવક છું કે જેણે ઉધ્ધત રોમનના અશ્વો જયારે કેસ્ટાલીયાના ફુવારા પાસે ઊંટ તરફ ધસી આવતા હતા ત્યારે તેને રોકયા હતા."

"શું!" શેખે બેનહરને આશ્ચર્ય સાથે પુછયું. "તેં આ અંગે મને કશી પણ વાત કરી નથી, જયારે તું આનાથી વધારે સારી ભલામણ લાવી શકયો ન હોત! શું હું એક આરબ નથી? અને મારી જાતિના હજારે દસ પૈકીનો એક નથી? અને શું તેઓ મારા મહેમાન નથી?"

તે થોભ્યો અને થોડી વાર માટે છવાયેલી શાંતિનો ભંગ કરતા ફરીથી બોલ્યો.

"આવો," તેણે તેઓને કહ્યું, " ભોજન તૈયાર છે."

બેનહરે બાલ્થસારને ટેકો આપ્યો અને મેજ સુધી દોરી ગયો. થોડીવાર પછી તેઓ જયાં પોર્વાત્ય પદ્ધતિ પ્રમાણે સાદડી પર બેઠા હતા ત્યાં હાથ ધોવાના પાત્રો આવ્યા અને તેઓએ હાથ ધોઈ અને કોરા કર્યા. અને તે પછી શેખે એક નિશાની કરી કે ચાકર થોભી ગયો, અને ઈજીપ્તવાસીનો પવિત્ર લાગણીથી સભર ધ્રુજારી વાળો અવાજ ઉઠયો.

"સર્વ પિતા – ઈશ્વર! અમારી પાસે જે કંઈ છે, તે તારૂં જ છે; અમારી આભારની લાગણીઓનો સ્વીકાર કર, અને અમને આશિર્વાદ આપ, કે જેથી અમે તારી ઈચ્છા પ્રમાણે કાર્ય કરવાનું ચાલુ રાખીએ." તે સંતની ભવ્યતા હતી અને તેણે આવીજ રીતે તેના ભાઈઓ – ગ્રીક જેસ્પર અને હિંદુ મેલ્કીયરને કહ્યું હતું, જયારે વિવિધ ભાષઓમાંથી એકજ ભાષમાં બોલાયેલું અને સમજાયેલું વાકય રણપ્રદેશમાં વર્ષો પહેલા દૈવી ઉપસ્થિતિનું ચમત્કારિક પ્રમાણ હતું.

તેવીજ રીતે આજે – એક આરબ, એક યહુદી અને એક ઈજીપ્તવાસી; બધા એકજ ઈશ્વરમાં માનનારાઓ – તેઓ તે સમયે એકજ વિષય પર વાત કરનારા હશે; અને તે ત્રણ પૈકી, જે વકતા હોઈ શકે, તે પણ કે જેને તારાના સ્વરૂપે સાક્ષાત્કાર સુધીની અનુભૂતિ થઈ હોય, તે દિશામાં તેનો અવાજ સાંભળ્યો હોય, ચમત્કારિક રીતે તેના કાફલાને પરમાત્મા દ્વારા ઘણે દુર સુધી દોરવામાં આવ્યો હોય અને જેનું તેને પ્રમાણ મળ્યું હોય, તે તેના જ વિષયમાં વાત કરતો હોય.

*****

પ્રકરણ ૧૪મું

ઈજીપ્તવાસીએ રણમાં તે ત્રણે સંતો એકઠા થયા હતા તે અંગેની વાત કરી અને શેખ જો કે તે વાત અંગે સહમત થયો કે તે બનાવ સતાવીસ વર્ષ પહેલા ડીસેમ્બર માસમાં બન્યો હતો, કે જયારે તે અને તેના સાથીઓ હેરોદથી બચવા માટે શેખ ઈલ્દેરીમની રાવટીએ નાસી આવ્યા હતા અને પ્રાર્થનાઓ કરી હતી. ત્યાં ઉપસ્થિત તમામ લોકોએ અત્યંત રસપૂર્વક કથાશ્રવણ કર્યું; ચાકરો પણ બધું કામ પડતું મુકીને ધ્યાનપૂર્વક સાંભળી રહ્યા હતા. બેનહરે તે બધું માનવતાનું ગહન તત્વ મેળવવા માટે સાંભળતા ઈઝરાયેલના શ્રોતાની જેમ સાંભળ્યું. જેવી રીતે આપણે હાલમાં જોઈએ છીએ તેવી રીતે બેનહરે તેના જીવનમાં પરીવર્તન લાવનાર તર્કને આકાર લેતો જોયો, જો કે તે સંપૂર્ણપણે સાકાર થયો નહીં.

શેખ ઈલ્દેરીમ માટે તે કથા નવી નહોતી. તે ચોકકસપણે કથામાં વિશ્વાસ ધરાવતો હતો, જો કે મૂળભૂત રીતે, તેનું સર્વશકિતમાન કેન્દ્રસ્થ સત્ય જેવી રીતે બેનહરમાં ઉતરી ગયું હતું તેવી રીતે તેને સમજાયું નહોતું. તે એક આરબ હતો, જેને સામાન્ય રીતે ઘટનાક્રમમાં હોય તેવો રસ હતો; જયારે બીજી બાજુએ બેનહર એક ઈઝરાયેલવાસી યહુદી હતો, તેથી અન્ય લોકોને હોય તેથી થોડો વધારે અને વિશિષ્ટ રસ તેને તે કથામાં હતો. તેણે સમગ્ર યોગાનુયોગને સંપૂર્ણપણે યહુદી માનસથી નિહાળ્યો.

તે પારણામાં હતો ત્યારથી, જયારથી તેને યાદ આવે ત્યારથી તે મસીહા વિષે સાંભળતો આવ્યો હતો; તે એક સમયે મહાવિદ્યાલયોમાં પસંદગીના લોકોની આશા, ડર અને વિશિષ્ટ ભવ્યતાથી પરીચિત થયો. પ્રથમથી છેલ્લી હરોળના ધર્મગુરૂઓએ તેને જે કંઈ આગળ કહેવાયું તે કહ્યું હતું અને હજુ પણ આવનારા રાબ્બીઓ દેવળોમાં, શાળાઓમાં રોજીંદા અને મિજબાનીના દિવસોમાં, જાહેરમાં અને ખાનગીમાં, રાષ્ટ્રિય શિક્ષકો જયાં સુધી અબ્રાહમના તમામ સંતાનો કંટાળી ન જાય ત્યાં સુધી અપેક્ષિત મસીહાનું વિવરણ કરતા અને તેના મૂળ અર્થ પ્રમાણે અને કઠોરતાથી તેમના જીવનને ઢાળી દેતા.

આથી તેમ સમજી શકાય કે યહુદીઓમાં પણ મસીહા વિષે ઘણીબધી ચર્ચા થતી હોય અને તે પ્રમાણે થતી પણ હતી; પણ બધાજ વિવાદોનો એક બિંદુએ અંત આવી જતો, અને ફકત એકજ – કે તે કયારે આવશે?

મસીહા સાથે જોડાયેલી અદભુત અને આશ્ચર્ય પમાડનારી એક બાબત અંગે લોકોમાં સર્વાનુમત હતો કે જયારે તે આવશે અને તે જે કંઈ થવાનો છે તે યહુદીઓનો રાજા – તે લોકોનો રાજદ્વારી રાજા, તે લોકોનો સીઝર અને તેની સાધન સજ્જતાથી તે વિશ્વવિજય કરવાનો હશે અને ઈશ્વરના નામે તેઓની અવનતિ થતી રોકી રાખશે. આ વિશ્વાસ પર જ વહાલા વાચકો, ફારીસીઓ કે અલગતાવાદીઓએ (બીજો શબ્દ વધારે રાજકીય પથદર્શક છે) મઠોમાં અને દેવળોમાં વેદી ફરતા, મેસીડોનીયાના સ્વપ્નથી ઘણે દુર ઉપર સુધી આશાની એક ઈમારત ખડી કરી દીધી હતી.

બેનહરના યુવા માનસ અને પ્રકૃતિ પર રોમના સમૃધ્ધ અને વ્યસ્ત જીવનના પાંચ વર્ષના સમયગાળાએ જે અસર પાડી હતી, તેને તે વખતે આ મહાન શહેર કેવું હતું તે પરથી મુલવી શકાય તેમ છે. વાસ્તવમાં તે સમયે રોમ ઘણાબધા રાષ્ટ્રોનો રાજકીય અને વ્યાપારી બાબતો અંગે એકઠા થવા માટેનો એક મંચ હતો, તો તેવીજ રીતે રોમ કોઈપણ પ્રકારના અંકુશથી મુકત આનંદ અને સ્વચ્છંદતા માટે પણ પ્રખ્યાત હતું. મુખ્ય મથકની સામે આવેલા ગોળાકાર પથની લંબાઈ દર્શાવતા પથ્થરોને પણ હવે અંધકારનું ગ્રહણ લાગ્યું હતું. હવે તો એક વખતની સર્વોતમ શિખર પર વિરાજમાન ભવ્યતા માનવજાતના ઝડપથી વહેતા પ્રવાહોમાં ઢળી ગઈ હતી. જેવી રીતે માત્ર થોડી સભાઓ, વધારે ચોકકસ થતા પાસઓવરની ઉજવણીમાં એકઠા થતા લોકો સાથે તેમની સરખામણી કરવા જેવું કશું જ નહોતું; જો કે જયારે તે મેકસીમસના દોડના મેદાનમાં જાંબુડી વેલેરીયા નીચે બેઠો હતો ત્યારે ત્યાં બેઠેલા લગભગ સાડા ત્રણસો દર્શકોમાંથી એક પણ દર્શકનેતે સમયે તેના મનમાં વિચાર આવ્યો હશે, કે શકય છે કે ત્યાં દિવ્ય વિચારધારાથી સમૃધ્ધ માનવ પરીવારની શાખાઓ હશે. જો કે તે યોગાનુયોગ નહોતું, ત્યાં રોમનોના હૃદયમાં તેઓ માટે દયાને સ્થાન નહોતું, અને તેથી તેમની વ્યથાઓથી, અને તેથી વધારે ખરાબ એવી તેમની વ્યથાઓ વચ્ચેની નિરાશામાં જ તેમના દેશબાધવોને આપવામાં આવતા વચનો બંધબેસતા હતા.

તેથી આવા સંજોગોમાં તેને ખરેખર આવો કોઈ વિચાર આવે તે સ્વાભાવિક હતું! આપણે ઘણા વિચારના અંતે તે સ્વીકારીશું; પણ જયારે તેનું પ્રતિબિંબ તેની સામે પડયું કે તેણે તેની જાતને તેમાં મુકી દીધી. કારણ કે તે ચોકકસ પ્રતિષ્ઠા અને માન અંગે આંધળો નહોતો થઈ ગયો. સામુહિક કંગાલીયત અને તેમની કોઈપણ આશા વગરતી પરિસ્થિતિને ધર્મની સાથે કોઈજ સબંધ નહોતો; તેઓના નિઃસાસા અને આક્રંદ તે લોકોના દેવો કે દેવોની અછત માટે નહોતા. ના, દુઃખી પરિસ્થિતિ ધર્મના કારણથી ઉભી થઈ નહોતી, પણ અણઘડ વહીવટ, પચાવી પાડવાની વૃતિ અને અગણિત જુલમોથી ઉભી થઈ હતી.

અસાવધ કે સાવધ માણસો પણ તેમાં ફસાઈ જતા અને તેમાંથી છુટવા માટે પ્રાર્થના કરતા. તે ભયંકર પણ અગત્યની રાજરમત હતી. તેની પુરવણીમાં દરેક જગ્યાએ જેમ કે લોદીનમ, એલેકઝાન્ડ્રીયા, એથેન્સ, જેરૂસલેમ – એક રાજાએ તે લોકો પર વિજેતા થવાનું હતું, તેણે ભકિત માટે ઈશ્વર થવાનું નહોતું.

બે હજાર વર્ષો પછી તે પરિસ્થિતિનો અભ્યાસ કરતા, આપણે સોગનથી કહી શકીએ કે ત્યાં સર્વવ્યાપ્ત નિષ્કર્ષ સિવાયનો કોઈ ભગવાન પોતાને ખરો ભગવાન હોવાનું વસાબિતકરે અને એકમાત્ર આધિપત્યનું દર્શન કરાવે અને વહારે ચડે તે સિવાય કોઈ છુટકારો નહોતો; પણ તે વખતના લોકો; અરે જ્ઞાનીઓ અને તત્વજ્ઞાનીઓ પણ રોમ ની નીચે કચડાઈ જતા અને જીવતા રહી જવા સિવાય કોઈ આશા જોઈ શકતા નહોતા, અને તેમ થતું. તેથી ફરીથી ઉભા થવા અને એકઠા થવામાં રાહત રહેતી; તેથી તેઓ પ્રાર્થના કરતા, કાવતરાઓનો ભોગ બનતા, બંડ પોકારતા, લડતા અને મરી જતા. ધરતી આજે તેના લોહીથી અને આવતીકાલે આંસુઓથી ભીની થતી અને હંમેશા આમ જ થતું.

આથી હવે તેમ કહી શકાય કે બેનહર તેના સમયના લોકો સાથેની ગોઠવણમાં હતો, રોમનો સાથેની ગોઠવણોમાં નહીં. પાટનગરના પાંચ વર્ષોના વસવાટે તેની સંલગ્ન વિશ્વના દુઃખોને જોવા અને તેનો અભ્યાસ કરવાની તક પુરી પાડી; અને તેનો ઈલાજ ફકત તલવારથી જ થઈ શકે તેમ હતો. અને તે તેની જાતને આવનારા તે દિવસ માટે તેના ભાગે આવતા અંકમાં અને બહાદુરીભર્યા પાઠમાં બંધ બેસી શકે તે માટે આગળ વધ્યો હતો. હથીયારોના મહાવરાથી તે સંપૂર્ણ યોધ્ધો બન્યો હતો; પરંતુ યુધ્ધને તેના મોટા ક્ષેત્રો હતા અને જે વ્યકિતએ તેમાં સર્વોતમ સફળતા મેળવવી હોય તેણે ભાલાથી હુમલો કરતા અને ઢાલથી બચાવ કરવાથી વધારે જ્ઞાન મેળવવું પડે. તેવા ક્ષેત્રોમાં સેનાપતિ તેનું કાર્ય શોધી કાઢતો અને તે વખતના મહાન લડવૈયાઓમાંથી એકમાત્ર તે જ રહેતો. તે એક હથીયારધારી લડવૈયો – એક નાયક તેના એક સૈન્ય સાથે રહેતો. આ મત તેના જીવનની યોજનાઓમાં પ્રવેશ્યો હતો અને તેણે જેનું સ્વપ્ન સેવ્યું હતું તેનું વેરના પ્રતિબિંબથી વધારે સીંચન કરી પોષ્યું હતું. તેની વ્યકિતગત નબળાઈઓના સંદર્ભમાં શાંતિથી મહેનત કરતા કેટલાક યુધ્ધના માર્ગો વધારે ચોકકસપણે જોઈ શકાતા હતા.

તેણે જયારે બાલ્થસારને સાંભળ્યો ત્યારે તે ખુદની લાગણીઓને વધારે સારી રીતે સમજી શકયો. તેના અત્યંત સંવેદનશીલ બિંદુઓ પૈકીના બે બિંદુઓને તેની કથા સ્પર્શ કરી ગઈ અને તેથી જ તેને ઢંઢોળી મુકયો.તેના હૃદયની ગતિ તેજ બની અને વધુ તેજ બની, ત્યાં સુધી કે જયારે તેણે તેની જાતને શોધી કાઢી ત્યારે તેને શંકા નહોતી કે દરેક બાબતમાં આ સંગીતીકા સત્ય હતી, અથવાતો તે બાળકે મસીહાને ચમત્કારિક રીતે શોધી કાઢયા હતા. આશ્ચર્ય તો એ વાતનું હતું કે સમગ્ર ઈઝરાયેલ પ્રાકટય અંગે સંપૂર્ણપણે અજાણ હતું અને તે દિવસ પહેલા તેણે પણ આ અંગે કશું સાંભળ્યું નહોતું. તેને બે પ્રશ્નોએ ઘેરી લીધો અને તે ક્ષણે જ તેને જાણવાની ઈચ્છા થઈઃ

તે બાળક કયાં હતું?

અને તેનું કાર્ય શું હતું?

વિક્ષેપ બદલ ક્ષમા પ્રાર્થના પછી તેણે બાલ્થસારના અભિપ્રાય અંગે પુછવાનું શરૂ કર્યું, અને બાલ્થસાર હવે કોઈપણ બાબત માટે બોલવાને નાખુશ નહોતો.

*****

પ્રકરણ ૧૫મું

"જો હું તમને તે જણાવી શકું," બાલ્થસારે તેના સમર્પિત, પ્રામાણિક અને ભાવાવહી અવાજથી કહ્યું, "ઓહ, જો હું તે જાણતો હોત કે તે કયાં છે, તો હું કેવો ઝડપથી ત્યાં પહોંચી ગયો હોત! મને સાગરો કે મોટા પહાડો પણ અટકાવી શકયા ન હોત."

"તો તમે તેને શોધવાનો પ્રયત્ન કર્યો હતો?" બેનહરે પુછયું.

ઈજીપ્તવાસીના મુખ પર સ્મિત ફરકયું.

"રણમાં મને આપવામાં આવેલું આશ્વાસન આપવામાં આવેલું આશ્રયસ્થાન છોડવાનું થયું ત્યારે મેં જે પ્રથમ કાર્ય કરવા માટે તૈયારી કરી" – બાલ્થસારે ઈલ્દેરીમ તરફ આભારવશ આંખોથી દ્રષ્ટિ કરી – "મારે જાણવું હતું કે તે બાળકનું શું થયું? પણ એક વર્ષ વિતી ગયું અને હું જયુડીયા જવાની હિંમત કરી શકયો નહીં, કારણ કે હજુ પણ રકતપિપાસુ હેરોદ ગાદી પર હતો. ઈજીપ્તમાં મારા પુનરાગમન બાદ, મેં જે કંઈ જોયું અને સાંભળ્યું હતું તેમાં મારા કેટલાક મિત્રોએ વિશ્વાસ મુકયો અને મારા આનંદમાં ભાગીદાર બન્યા. તેઓ કે જે આ મુકિતદાતાના જન્મની કથા કરી પણ કંટાળ્યા તનહોતા તેઓ પૈકીના કેટલાક મારા માટે બાળકની શોધ કરવા માટે પહેલા બેથલેહેમ ગયા અને ખાન અને ગુફા શોધી કાઢી; પરંતુ એ દરવાન કે જે તે જન્મ થયાની રાત્રીએ દરવાજે હતો અને અમે તારાને અનુસરીને ત્યાં આવ્યા હતા – તે જતો રહ્યો હતો. રાજાએ તેની ધરપકડ કરી હતી અને તે પછી તે કયાંય જોવામાં આવ્યો નહોતો."

"પણ તેઓએ કેટલાક પુરાવાઓ ચોકકસપણે શોધી કાઢયા હશે." બેનહરે આતુરતાપૂર્વક કહ્યું.

"હા, રકતરંજીત પુરાવાઓ – તે સવારનું એક ગામ; માતાઓ હજુ પણ તેમના નાના બાળકો માટે રડતી હતી. તારે એ જાણવું જરૂરી છે કે જયારે હેરોદે અમારા નાસી જવા વિષે સાંભળ્યું કે તેણે સૈનિકોને મોકલ્યા અને બેથલેહેમમાં જન્મેલા તમામ નવજાત શિશુઓની કતલ કરાવી નાખી. એક પણ બાળક બચી શકયું નહીં. મારા સંદેશાવાહશોની શ્રધ્ધા દ્રઢ થઈ; પણ તેઓ મને કહેવા માટે પાછા આવ્યા કે તે બાળક મૃત્યુ પામ્યું હતું. અન્ય નિર્દોષ નવજાત શિશુઓ સાથેજ તેનો વધ કરી નાખવામાં આવ્યો હતો."

"મૃત્યુ પામ્યું!" બેનહરે આઘાતથી ચીસ પાડી; "શું તમે એમ કહો છો કે તે શિશુ મૃત્યુ પામ્યુ હતું?"

"ના, મારા દિકરા, મેં તને તેમ નથીકહ્યું. મેં તેમ કહ્યું હતું કે મને મારા સંદેશવાહકોએ કહ્યું હતું કે નવજાત શિશુનું મૃત્યુ થયું હતું. તે અહેવાલોને મેં સાચા માન્યા નથી; હું હજુ પણ તેમ માનતો નથી."

"હવે હું સમજી શકું છું કે આપની પાસે કંઈક વિશિષ્ટ માહિતી છે."

"ના, એવું નથી," બાલ્થસારે બેનહરના મુખ પર આવેલા નિરાશાના ભાવોનું નિરીક્ષણ કર્યું અને આંખો ઢાળી દીધી,"તે આત્માએ (તેઓના માર્ગદર્શક એવા તારાએ) શિશુથી આગળ અમારી સાથે જવાનું નહોતું. ઈશ્વરીય પ્રેરણાએ અમને અંતે સલામત રીતે શેખ ઈલ્દેરીમ પાસે પહોંચાડી દીધા."

"હા," શેખ ઈલ્દેરીમે ઉત્તેજનાથછ તેની દાઢી પસવારતા કહ્યું, "આપે મને કહ્યું હતું કે આપ સહુને મારી પાસે પવિત્ર આત્માની પ્રેરણાથી મોકલવામાં આવ્યા હતા – મને તે યાદ છે."

"મને કોઈ ખાસ ખબર નથી," બેનહરના ચહેરા પર વ્યાપેલી નિરાશા જોઈને બાલ્થસારે આગળ ચલાવ્યું;" પણ મારા દિકરા, હું તને કહીશ કે હું શા માટે એમ માનું છું કે તે બાળક જીવે છે."

ઈલ્દેરીમ અને બેનહર બન્ને સહમત થતા દેખાયા અને તેઓ જે સાંભળે તે સમજી શકે તે માટે જ તેઓને અંહી આવવાનું કહેણ મોકલાયું હશે તેવું તેમને દેખાયું. ચાકરોને પણ વાતમાં વધારે રસ પડયો અને તેઓ દિવાનની નજીક આવ્યા અને વાત ધ્યાનપૂર્વક સાંભળવાને ઉભા રહ્યા. સમગ્ર તંબુમાં શાંતિ પ્રસરી રહી.

"અમે ત્રણેય ઈશ્વરમાં માનતા હતા," બાલ્થસારે વિધાન કરી અને માથું નમાવ્યું.

"અને તે સત્ય છે," તેણે વાત આગળ ચલાવી. " તેનો શબ્દ તે ઈશ્વર છે. પર્વતો રજકણોમાં ફેરવાઈ જાય અને ઉત્તર દિશાના પવનોથી સાગર સુકાઈ જાય; પણ તેનો શબ્દ અવિચળ રહેશે, કારણકે તે સત્ય છે."

ઉપર્યુકત ઉદગારો અવર્ણનીય ગંભીરતાથી કહેવાયા.

"તે વાણી કે જે તેની (ઈશ્વરની) હતી. મને સરોવરના કાંઠેથી કહેતી હતી, તેણે મને કહ્યું,' તારા પર આશિર્વાદ હો, ઓ મિસરના પુત્ર; મુકિત આવે છે. પૃથ્વીના દુરદુરના ભાગોમાંથી આવેલા અન્ય બે સાથે તું મુકિતદાતાના દર્શન કરીશ." મેં મુકિતદાતાને જોયો છે – તેના નામનો જય હો! – પણ મુકિત, જે અપાયેલા વચાનો બીજો ભાગ છે, તે હજુ આવવાની છે. તું જુએ છે? જો બાળક મૃત્યુ પામ્યું હોય, તો મુકિત માટે અન્ય કોઈ દુત નથી અને વિશ્વ મિથ્યા છે. અને ઈશ્વર – નહીં, હું તે કહેવાની હિંમત નહીં કરૂં.

મુક્તિ એ કાર્ય હતું કે જે કાર્ય માટે બાળકનો જન્મ થયો હતો; અને જયાં સુધી વચનનું જે અસ્તિત્વ છે તો તેનું કાર્ય જયાં સુધી સંપૂર્ણ ન થાય કે ઓછામાં ઓછું તે માટેનો માર્ગ બની ન શકે ત્યાં સુધી મૃત્યુ પણ તેને તેના કાર્યથી અલગ કરી શકે નહીં. આ બાબતને મારી માન્યતાના એક કારણ તરીકે સ્વીકારો. અને તે પછી હું જે કહું છું તેના પર વધારે ધ્યાન આપો."

બાલ્થસાર થોડીવાર માટે અટકયો, આસવનો ઘુંટ ભર્યો અને થોડા સ્વસ્થ થઈ આગળ ચલાવ્યું:

"મેં જે મુકિતદાતાને જોયો છે તેણે સ્ત્રીની કુખેથી જન્મ લીધો,પ્રકૃતિથી આપણા જેવો જ અને આપણી બધી નિર્બળતાઓ, આપણા કષ્ટો, બિમારીઓ અને મૃત્યુને પણ આધિન છે. અને તેનું બીજું કાર્ય કે જે તેનાથી થોડું જુદું છે તે વિચારો. શું તે એવું કાર્ય નથી કે જે માટે ફકત એક માનવ જ યોગ્ય હોય? એક ડાહ્યો, મકકમ અને ઠરેલ પુરૂષ – એક બાળક નહીં. આમ થવા માટે જે રીતે આપણો ઉછેર થાય છે તે રીતે જ તેનો ઉછેર થવો રહ્યો. હવે એમ વિચાર કરો કે તેના જીવન પરનો ભય તેના બાળપણ

અને પુખ્તાવસ્થા વચ્ચેનો મધ્યાંતર હોય. પ્રવર્તમાન શકિતઓ તેની શત્રુ હતી; હેરોદ તેનો શત્રુ હતો; અને રોમ અન્ય શું હોઈ શકે? અને ઈઝરાયેલ વિષે કે તતે ઈઝરાયયેલ દ્વારા સ્વીકૃતિ નહીં પામે તે કારણે તેને ઈઝરાયેલથી અળગા રહેવાનું હતું. હવે તમે કહો કે તેના જીવનની સંભાળ લેવા માટે તેના અજ્ઞાતવાસમાં રહેવા સિવાય કોઈ વધુ સારો રસ્તો હતો? તેથીજ જયારે પણ હું મારી જાતને કહીશ કે તે મૃત્યુ પામ્યો નથી પણ ખોવાઈ ગયો છે; અને તેનું કાર્ય થયું નથી તેથી જ તે ફરીથી આવશે તો મારી તે માન્યતા છે કે તે જીવે છે અને તે માટે મેં તમારી પાસે કારણો મુકયા છે. તો શું તે યોગ્ય નથી?"

સમજ પડવાથી ઈલ્દેરીમની આંખો તેજસ્વી થઈ, અને બેનહર? નિરાશાઓને ફગાવી દઈને ઉઠેલા બેનહરે હૃદયપૂર્વક કહ્યું, " હું, એટલુંજ પ્રાપ્ત ન કરૂં – તેમને કહો કે આગળ શું પ્રાર્થના છે?"

"તારા માટે એટલું જ પુરતુ નથી મારા દિકરા? તો ઠીક,"બાલ્થસારે વધુ શાંત અવાજે કહ્યું, " તે જોઈને કે તે ઈશ્વરની ઈચ્છા હતી કકે તે બાળકને શોધી કાઢવામાં ન આવે – ત્યારે મેં મારી શ્રધ્ધાને ધીરજમાં સ્થિર કરી દીધી અને તેની વાટ જોતો રહ્યો. જો કે શું હું તેની પાસે ન જઈ શકું કે તેના સનાતન સ્થળની ટેકરી કે ખીણનું નામ ન આપી શકું? તે નિશ્ચિત વાતથી કે ઈશ્વરના વચનથી અને કારણથી હું જાણું છું કે તે જીવે છે. તે યુવાન થાય ત્યાં સુધી તેનું જીવન આમ અંધકારમાંજ પસાર થઈ જાય તેથી વધુ શ્રેષ્ઠ માર્ગ અન્ય કયો હોઈ શકે? તેથી જ હું મારી જાતને કહું છું કે તે મૃત્યુ પામ્યો નથી પરંતુ ખોવાઈ ગયો છે, અને તેનું કાર્ય હજુ અધુરૂં છે, તેથી જ તે ફરીથી પાછો આવશે."

બેનહરના શરીરમાં તેની રહીસહી આશંકાને નિર્મૂળ કરતી એક ધ્રુજારી પ્રસરી ગઈ.

"આપ શું વિચારો છો કે તે કયાં હશે?" તેણે ધીમેથી, ખચકાતા અવાજે જાણે કે તેના હોઠ પર પવિત્ર શાંતિએ ભાર મુકયો હોય તેમ પુછયું.

બાલ્થસારે જોયું કે બેનહરનું માનસ હજુ પણ અંતરાયોમાંથી મુકત થયું નહોતું તેથીી બાલ્થસારે બેનહર તરફ પ્રેમભરી દ્રષ્ટિ કરી અને જવાબ આપ્યો.

"નાઈલ નદીના કાંઠે મારા ઘરમાં હું ચિંતન કરતો બેઠો હતો ત્યારે મને વિચાર આવ્યો કે ત્રીસ વર્ષની વયના એક માણસે તેના જીવનના ઘણા ક્ષેત્રો ખેડયા હોય. તેનામાં આધ્યાત્મિક જ્ઞાનનો છોડ સારી રીતે રોપાયો હોય અને તે પછી ગ્રીષ્મ ઋતુના સમયે પુખ્ત થયેલા છોડને પુરતો અવકાશ મળે અને તે પછી તેના પાકની લણણી કરવાની હોય; તે બાળક અત્યારે સત્યાવીસ વર્ષનો યુવક છે – તેના સ્થાપિત થવાનો હાથવેંતમાં જ છે. જે રીતે તમે મને અંહી પુછો છો તેમજ મેં મારી જાતને પૂછ્યું અને મારી ભિતરથીજ જાણેકે તમારા વડવાઓ દ્વારા ઈશ્વરની ધરતીથી અલગ થયેલા એક સારા વિશ્રાંતિના સ્થળેથી ઉત્તર આવ્યો કે જો તે જયુડીયામાં ન હોય તો તે બીજે કયાં દેખાય? જો તે જેરૂસલેમથી તેનું કાર્ય શરૂ ન કરે તો બીજા કયા શહેરથી તેનું કાર્ય શરૂ કરશે? તે જે આશિર્વાદ લાવશે તે આશિર્વાદ સર્વપ્રથમ પ્રાપ્ત કરનાર જો અબ્રાહમ, ઈસ્સાક અને જેકોબના સંતાનો ન હોય; પ્રેમથી; ઓછામાં ઓછું જો એમ કહીએ કકે તતે ઈશ્વરના સંતાનો ન હોય તો અન્ય કોણ હોય? જો હું તે જોવાને અનુબંધિત હોઉં તો જયુડીયા અને ગાલીલીના પર્વતો અને જોર્ડન તરફ ઉતરતા ઢોળાવો પર ખુબજ સારી રીતે તેની શોધ કરૂં. કેમ કે હું માનું છું કે તે હવે ત્યાં છે."

"હું સમજયો, ભલા બાલ્થસાર," બેનહરે કહ્યું, કે તમારા પર વધુ અને અજાણી રીતે કૃપા થઈ છે. હું તે પણ સમજી શકું છું કે તમે એક ડાહ્યા માનવી છો. હું પ્રાર્થના કરૂં છું કે તમે જેની વાટ જુઓ છો; હું પણ જયુડીયાના પુત્ર હોવાની માન્યતાથી જેની વાટ જોઉં છું; તેના કાર્ય અંગે વિશેષ કહીશ. તમે તેમ કહ્યું કે તે તારણહાર થનાર છે; તો શું તે યહુદીઓનો રાજા પણ નહીં થાય?"

"મારા દિકરા," બાલ્થસારે માયાળુ સ્વરે કહ્યું, " તે કાર્ય હજુ પણ ઈશ્વરના હૃદયમાં એક ઉદેશ થઈને રહ્યું છે(તે કાર્ય હજુ પૂર્ણ થયું નથી) તેના વિષે હું જે કંઈ વિચારૂં છું, એ તે પવિત્ર અવાજના શબ્દોથી ખોટું છે." બાલ્થસારે શાંતિપૂર્વક વાત આગળ ચલાવી – "કે જે વાતે મને એલેકઝાન્ડ્રીયા અને નાઈલ નદીના ગામડાઓમાં ઉપદેશક બનાવ્યો તે સમયે પ્રસંગોપાત થયેલી માનવના પતનની પરિસ્થિતિ હતી એવું હું માનતો હતો. ઈશ્વર અંગેના મારા જ્ઞાનના અભાવના કારણે હું શોક વ્યકત કરતો હતો તેથી મારા જેવાઓની વ્યથાના કારણે – કોઈ એક વર્ગ નહીં, પરંતુ સમગ્ર માનવજાત માટે – જયારે સર્વે પતિત થયા ત્યારે એવું લાગતું હતું કે કોઈની પણ મુકિત નથી સિવાય કે ઈશ્વર જાતે જ તેના કાર્ય માટે અવતરે (સંદર્ભઃ શ્રીમદ ભગવદ ગીતા – યદા યદા હી ધર્મસ્ય) અને તેના અવતરણ માટે તેમજ હું તેનો સાક્ષાત્કાર કરી શકું તે માટે મેં તેની પ્રાર્થના કરી અને પવિત્ર અવાજે કહ્યું, ' તારૂં સત્કાર્ય વિજયી થયું છે, મુકિત આવે છે અને તું મુકિતદાતાને જોઈશ.' – અને તે ઉત્તર સાથે આનંદ માણવાને હું જેરૂસલેમ સુધી ગયો. હવે, કોની મુકિત છે? સમગ્ર વિશ્વની. અને તે કેવી રીતે થશે? લોકો જે કહે છે અને હું જાણું છું તેમ જયાં સુધી રોમ નો તેના શિખરેથી વિનાશ નહીં થાય ત્યાં સુધી સુખ અને શાંતિ નથી થવાના. તો મારા કહેવાનું તાત્પર્ય એ કે તેઓના (રોમનોના) શાસકોના અણઘડ વહીવટથી નિર્માણ થયેલી વિષમ પરિસ્થિતિ એટલી તો વિષમનથી કે જેવી ઈશ્વર પ્રત્યેના અજ્ઞાનથી ઉપસ્થિત થયેલી પરિસ્થિતિ. ઓહ ના, ના! મુકિત શાસકો અને સમર્થોને નીચે પાડવા માટે અને માત્ર એ લોકોની જગ્યાઓ ખાલી કરવા માટે કે અન્ય લોકો તે જગ્યાઓ સર કરે અને તેનો આનંદ માણે તેવા રાજકીય હેતુઓ માટે ન હોઈ શકે. જો તે બધું આવું જ હોય તો ઈશ્વરનું ડહાપણ કોઈ જ રીત ચડીયાતું થઈ શકે નહીં. હું તમને કહું છું કે આંધળો આંધળાને કહેશે કે તે જે આવે છે તે આત્માઓનો મુકિતદાતા થનાર છે; અને મુકિતનો અર્થ ઈશ્વરની એક વખત પૃથ્વી પર ઉપસ્થિતિ એવો છે."

બેનહરના મુખ પર સ્પષ્ટપણે નિરાશા કળાતી હતી. તેનું માથું ઝુકયું. જો કે તે સંતૃષ્ઠ થયો નહોતો તો પણ તેને ઈજીપ્તવાસી સાથે વિવાદ કરવા માટે પોતે અસમર્થ હોવાની અનુભૂતિ થઈ. પણ ઈલ્દેરીમનું એવું નહોતું.

"ઈશ્વરના વૈભવના સોગન!" તે લાગણીવશ થઈને બોલી ઉઠયો, " સર્વેનો રીવાજોથી ન્યાય થાય છે. વિશ્વના રસ્તાઓ (જગતના રીતરીવાજો) પરીવર્તિત થઈ શકતા નથી. દરેક પ્રજા પાસે સમર્થ નેતા હોય છે, તે સિવાય પરિસ્થિતિમાં સુધારો થાય નહીં."

બાલ્થસારે આગઝરતા શબ્દોને ગંભીરતાથી લીધા. " ભલા શેખ, તેનામાં સમસ્ત વિશ્વનું ડહાપણ છે; અને તું ભૂલી ગયો કે તેના દ્વારા આપણે મુકિત (હિંદુ ધર્મમાં મોક્ષના સંદર્ભે વાત સમજવી) પામનાર છીએ. 'માનવનો આત્મા તેની મુકિત માટે' એ ઈશ્વરની ઈચ્છા છે."

શાંત થયેલા ઈલ્દેરીમે તેનું મન વાત માનવા માટે તૈયાર ન હોવા છતાં માથુ હલાવ્યું. તેના બદલે બેનહરે ચર્ચા આગળ વધારી. તેણે બાલ્થસારને ઉદેશીને કહ્યું,

"પિતા – હું આપને પરવાનગીથી કહીશ. આપને કોને અને કોના માટે જેરૂસલેમના દરવાજે પુછવાની જરૂર લાગે ?"

"હું લોકોને પુછું," બાલ્થસારે શાંતિપૂર્વક કહ્યું, " તે કયાં છે કે જે યહુદીઓનો જન્મજાત રાજા છે?"

"અને આપે તેને બેથલેહેમની ગુફાઓમાં જોયો છે!"

"અમે તેને જોયો, તેની ભકિત કરી અને તેને ભેટો આપી. મેલ્કીયરે સોનું, જેસ્પરે લોબાન અને મેં તેને વસ્ત્રોની ભેટ આપી."

"આપ કયારે સત્યની વાત કહેશો? ઓ પિતા, આપ કહો તેમાં વિશ્વાસ કરવાનો," બેનહરે કહ્યું," પણ અભિપ્રાય લેવાનો હોય તો હું આપ તે બાળક જે પ્રકારે રાજા થનાર છે તે સમજી શકતો નથી – હું શાસકને તેના સામર્થ્ય અને કર્તવ્યથી અલગ કરી શકતો નથી."

"પુત્ર," બાલ્થસારે કહ્યું, " આપણેને આપણી આસપાસ રહેલી બાબતોનો જ અભ્યાસ કરવાની આદત પડી છે, પણ તેથી વધારે ફલકવાળા અને થોડે દુર રહેલા અન્ય વિષયો પર દ્રષ્ટિ કર, તને ' યહુદીઓનો રાજા' નું પદ જોવા મળશે. તું તારી આંખો ઉઠાવીશ કે તને ગોથું ખવડાવે તેવું કારણ (રાજા એટલે શું તેવી સામાન્ય માન્યતા) દુર થશે અને શિર્ષકનો એક શબ્દ રહેશે. તારા ઈઝરાયેલે વધુ સારા દિવસો જોયા છે. તે દિવસો કે જયારે ઈશ્વર તારા લોકોને તેના સહુથી વહાલા લોકો કહેતો અને તિર્થંકરો દ્વારા તેઓની સાથે વ્યવહાર કરતો. હવે જો તે દિવસોમાં તેણે તેઓને મુકિતદાતાનું વચન આપ્યું હોય, તો તેઓને ' યહુદીઓનો રાજા' મળે તેવું વચન અપાયું હોય – તો તે દ્રશ્ય વચન અનુસાર જ થવું જોઈએ. તો તે અંગે વિચાર કર – હેરોદના અનુગામીએ શું થવાનું હોય? ઈશ્વર તેના માનીતાઓને વધુ લાભ ન આપે? જો તું સર્વશકિતમાન પિતા વિષે એવો વિચાર કરી શકે કે તે માનવીની રાજયવ્યવસ્થાની શોધોને ઉછીની લે તો હું એ વખતેજ તે (મુકિતદાતા) સીઝર થાય તેવી શરત ન મારૂં? ઓહ – મુળતત્વ કે જેની આપણે વાત કરીએ છીએ, તે માટે વધારે ઉંચે દ્રષ્ટિ કરો તેવી હું તમને પ્રાર્થના કરૂં છું. તે કેવા પ્રકારનો રાજા થશે તે અંગે વધારે પુછો. કેમ કે હું કહું છું મારા દિકરા, તે એવું રહસ્ય છે કે જો કોઈપણ મનુષ્ય તે રહસ્યની ચાવી સિવાય તે રહસ્ય સમજી શકે નહીં."

બાલ્થસારે સમર્પિત થઈને તેની આંખો ઉંચી કરી. "ધરતી પર તેનું એવું રાજય છે, સાગર અને ધરતીને સમાવે તેથી પણ વિશાળ. જેવી રીતે આપણું હૃદય એક સત્ય એવું છે કે જેની સાથે આપણે જોયા વગર જન્મથી મૃત્યુ સુધી મુસાફરી કરીએ છીએ તેવીજ રીતે તેનું (ઈશ્વરનું) અસ્તિત્વ એક સત્ય છે. જયાં સુધી કોઈપણ માનવ સર્વપ્રથમ તેના આત્માને ઓળખી શકે નહીં ત્યાં સુધી તેને જોઈ શકે નહીં, કેમ કે તેનું રાજય તેના માટેનથી પણ તેના આત્મા માટે છે."

"પિતા, આપ જે કહો છો તે મારા માટે એક સમસ્યા છે." બેનહરે કહ્યું, " મેં કદીપણ કોઈ એવા રાજય વિષે સાંભળ્યું નથી."

"મેં પણ," ઈલ્દેરીમે કહ્યું.

"અને તે અંગે હું તેથી વધારે વાત કહી શકું તેમ પણ નથી," બાલ્થસારે નમ્રતાપૂર્વક ઉમેર્યું. "તે શું છે, તે શેના માટે છે કે તે કેવી રીતે આવે તે અંગે જયાં સુધી તે બાળક પોતાનો અધિકાર પ્રાપ્ત કરવાને આવશે નહીં ત્યાં સુધી કોઈપણ તે બાબત જાણી શકશે નહીં."

તે પછી ત્યાં શાંતિ પ્રસરી રહી. જેને બાલ્થસારે વાતચીતના અંત તરીકે માન્ય કરી. "ભલા શેખ," તેણે શાંતિથી કહ્યું, "આવતીકાલે અથવા પરમ દિવસે હું એક વખત શહેરમાં જઈશ. મારી પુત્રી રમતોની તૈયારીઓ જોવા ઈચ્છે છે. અને મારા દિકરા, હું તને ફરીથી મળીશ. તમને બન્નેને શાંતિ હો અને શુભરાત્રી."

તેઓ બધા ઉભા થયા અને જયાં સુધી ઈજીપ્તવાસી તંબુની બહાર ગયો ત્યાં સુધી તેને જોતા રહ્યા.

"શેખ ઈલ્દેરીમ," બેનહરે કહ્યું, " મેં આજે રાત્રે ઘણી વિચિત્ર વાતો સાંભળી છે. મને રજા આપો. હું સરોવરના કાંઠે થોડું ચાલવા માગું છું કે જેથી હું તે અંગે વિચાર કરી શકું."

"જા, અને હું પણ તારી પાછળ આવીશ."

*****

પ્રકરણ ૧૯મું

શાંત રાત્રી હતી. સરોવર પણ શાંત હતું. સરોવરના કાંઠાને અથડાઈને એક પણ તરંગ પાછું જતું નહોતું. જુના પૂર્વના પુરાણા તારાઓ અદ્રશ્ય થયા હતા અને સર્વત્ર ગ્રીષ્મઋતુ છવાઈ ગઈ હતી.

બેનહરની લાગણીઓ જાગૃતથઈ ગઈ હતી. તેની કલ્પનાઓ ઉષ્ણ થઈ હતી અને તેનું હૃદય ડામાડોળ હતું. તેથીજ તેને તાડના વૃક્ષો, આકાશ વગેરે દુર દક્ષિણે દેખાતા હતા. નિરાશ બેનહર બાલ્થસારની વાતો સમજી કે સ્વીકારી શકતો નહોતો. શાંત સપાટીવાળું સરોવર બેનહરને નિલોટિક માતા જેવું લાગતું હતું. અને કોણ જાણે બેનહરને એવું લાગ્યું કે પવિત્ર આત્માએ ઈશ્વરનો સાક્ષાત્કાર કરાવ્યો હોય અને તે ભલો માણસ સરોવરના કાંઠે ઈશ્વરને પ્રાર્થના કરી રહ્યો હોય. બેનહરને ડર લાગ્યો તો પણ આશા કરી અને અંતઃદ્રષ્ટિ થઈ શકે તો તે માટે વાટ પણ જોઈ.

તેના જીવનના સંપૂર્ણ પ્રતિબિંબની કવિતામાં એક એવો વિરામ હતો કે જે તે પુરી શકે તેમ નહોતો. અત્યંત પરીશ્રમથી તે સૈનિકની તાલિમ પામ્યો અને એક સેનાનાયક તરીકે પદવી પામ્યો. પણ તેના આ બધા પ્રયત્નો કયા હેતુ માટે? ક્રાંતિ – તેણે એક ચિત્તે વિચાર કર્યો. જો કે ક્રાંતિની પ્રક્રિયા હંમેશા સરખી જ રહી છે. અને માનવને તેમાં દોરી જવા માટે, તેના અનુયાયીઓને નોંધવા માટે એક કારણ જોઈએ જ. અને બીજું – તે ક્રાંતિનો અંત એક વાસ્તવિક પ્રાપ્તિ જેવો જ હોવો જોઈએ.

તે ક્રાંતિનો અંત નિશ્ચિત કરવા માટે તે ક્રાંતિના અનુયાયીઓનો અભ્યાસ કરવો બેનહર માટે જરૂરી હતું. અને બેનહરે જયારે અંતરમનથી કાર્ય કરવાને તત્પર ક્રાંતિના અનુયાયીઓને જોયા ત્યારે સ્વાભાવિકપણે તેઓ તેના દેશવાસીઓ હતા. ઈઝરાયેલને થયેલા અન્યાયો અબ્રાહમના હરકોઈ સંતાનને થયેલા અન્યાયો હતા અને તે હરકોઈ એક પવિત્ર કારણ હતું.

એય, તે એક કારણ હતું! પણ અંત – તે શું હોઈ શકે?

તેણે ભૂતકાળના દિવસોમાં જયારેપણ આ વિચાર કર્યો હતો ત્યારે સર્વનો એકસરખો જ નિષ્કર્ષ આવતો હતોઃ એક ધુંધળો, અચોકકસ અને રાષ્ટ્રિય સ્વાતંત્ર્યનો સામાન્ય વિચાર. શું તે પુરતુ હતું? તે ના કહી શકતો નહોતો. કારણ કે તે 'ના' તેની આશાનું મૃત્યુ હોઈ શકે અને તેને હા કહેવામાં સંકોચ થયો કારણકે તે પોતાની જાતને જ તે વાતની ખાત્રી આપી શકયો નહીં કે ઈઝરાયેલ એકલા હાથે રોમ ને લડત આપવા માટે શકિતશાળી હતું. તે તેના મહાન શત્રુના સામર્થ્યને જાણતો હતો; તે એ પણ જાણતો હતો કે તેના શત્રુની કળા તેના સામર્થ્ય કરતા પણ વધુ ચડીયાતી હતી. જો કે તેના શત્રુ વિરૂધ્ધ એક સાર્વત્રિક જોડાણ પુરતુ હતું, પણ તે અશકય હતું, સિવાય કે કચડાયેલા રાષ્ટ્રોમાંથી એક મહાન નેતા આવે અને યુધ્ધકિય સફળતા દ્વારા; સંપૂર્ણ વિશ્વને ભરી દેતી કિર્તી દ્વારા સફળ થાય. નવા એલેકઝાન્ડરના મેસીડોનીયા જેવો જયુડીયાનો વૈભવ થાય ખરો? ધર્મગુરૂઓના વૈભવ તળે એ શકય

હતું, પણ શિસ્તથી નહીં. અને તે પછી હેરોદના બાગમાં મેસાલાએ મારેલો ટોણો, "તમે વિજય તરીકે જે કંઈ છ દિવસોમાં મેળવો છો, તે સાતમા દિવસે ખોઈ બેસો છો."

તો એવું થયું કે તે વૈચારિક શુન્યાવકાશથી સર્જાયેલી ખીણને પાર કરવાનો વિચાર કરીને કદીપણ તે તરફ આગળ વધ્યો નહોતો, પરંતુ માર ખાઈને પાછો પડયો હતો. તેથીજ નીરંતર રીતેતે વિષયમાં બેનહર એવો તો નિષ્ફળ ગયો હતો કે જેથી તેણે તે વિષયને જ છોડી દીધો હતો; સિવાય કે કોઈ એવી તક મળે. તે દિવસોમાં કોઈ નાયક આગળ આવે કે ન આવે તે તો ફકત ઈશ્વર જ જાણે. જો કે બાલ્થસારની વાતે તેને સ્પષ્ટપણે મુસીબતનો ઉકેલ આપ્યો હતો; અંહી અંતે એક જરૂરી નાયક મળી આવ્યો હતો; અને તે સિંહના વંશનો પુત્ર; અને યહુદીઓનો રાજા! અને તે નાયકની પાછળ – સશસ્ત્ર વિશ્વ.

તો રાજવી રાજયનું સુચન કરતો હતો; તેણે ડેવીડ જેવા જ ભવ્ય યુધ્ધવીર થવાનું; સોલોમન જેવા ડાહ્યા અને પ્રભાવશાળી શાસક થવાનું; અને તેના રાજયએ એવું શકિતશાળી થવાનું કે જેની સામે રોમ અથડાઈને ચુરેચુરા થઈ જાય. તો તો તે અત્યંત પ્રચંડ યુધ્ધ હોવું જોઈએ, અને જન્મ અને મૃત્યુની વ્યથા – તે પછી શાંતિ, અને તે શાંતિનો અર્થ હંમેશાને માટે જયુડીયાનું પ્રભૂત્વ.

"એવા રાજયનું શું? અને તે કેવું થવાનું?" બેનહરે ખુદને આવો સવાલ પુછયો.

પણ ત્યાં ફકત બાલ્થસારના શબ્દો હતાઃ " પૃથ્વી પર માનવ માટે નહીં, પણ તેના આત્મા માટે. એક પ્રભાવશાળી તેમ છતાં અકલ્પ્ય ભવ્યતા."

"માનવનો હાથ તેમાં નથી," બેનહરે નિરાશાથી કહ્યું. "એવું રાજય કે જેમાં ન પરીશ્રમીઓ હોય, ન સલાહકારો કે સૈનિકો હોય અને તે રાજય કોઈ રાજા કે માનવને કામમાં આવે તેવું કોઈ રાજય ન હોય. એવા રાજય માટે તો પૃથ્વી પર પ્રલય થવો પડે અથવાતો પૃથ્વીએ તદન નવી થવું પડે. અને તે પછી શાસન માટે નવા સિધ્ધાંતો શોધી કાઢવા પડે – કેટલુંક હાથમાં રહેલા હથિયારોને એકબાજુએ રાખીને – અને કેટલુંક સેના ને બદલે. પણ શું?

બેનહર આમ ચિંતન કરતો હતો કે એક હાથ તેના ખભ્ભા પર મુકાયો.

"ઓ એરીયસના પુત્ર, મારે તને એક પણ શબ્દ કહેવાનો નથી," ઈલ્દેરીમે તેની પાસે થોભતા કહ્યું, "પણ એક શબ્દ, અને તે પછી મારે પણ પાછા ફરવું પડશે, કેમ કે રાત્રી પસાર થઈ રહી છે."

"આપનું સ્વાગત છે, શેખ."

"પણ હવે તેં જે કંઈ પણ સાંભળ્યું છે," શેખ ઈલ્દેરીમે લગભગ એક શ્વાસે કહ્યું, " તે વાતમાં શ્રધ્ધા રાખ કે જયારેપણ તે બાળક આવશે ત્યારે તે તેને સબંધ છે તેવા પ્રકારની રાજય વ્યવસ્થા ગોઠવશે; જયાં સુધી તું વેપારી સીમોનીડીસ કે જેની હું તને ઓળખાણ કરાવીશ; તેને તું સાંભળે નહીં ત્યાં સુધી મન ખુલ્લુ રાખજે. ઈજીપ્તવાસી બાલ્થસાર તો તેના સ્વપ્નો કે જે પૃથ્વી માટે ખુબ જ સારા છે તે તને તેની યોજના આપે છે. સીમોનીડીસ વધુ ડાહ્યો છે. તે તને તારા પયગમ્બરોના અવતરણોના પુસ્તકો અને તેના પાનાઓથી સંદર્ભ આપશે, તેથી તું તે બાળક યહુદીઓનો રાજા થશે તે સત્યને નકારી

નહીં શકે – એ ય, ઈશ્વરના વૈભવના સોગન! એક રાજા કે જેવો હેરોદ, થોડો વધુ સારો અને અત્યંત પ્રભાવશાળી. આથી હું તને કહું છું કે તને તે પછી વેરની મીઠાશનો આસ્વાદ મળશે, તને શાંતિ હો."

ઈલ્દેરીમ ઉભો રહ્યો નહીં.

"ફરીથી સીમોનીડીસ!" બેનહરે કડવાશથી કહ્યું. " સીમોનીડીસ અંહી, સીમોનીડીસ ત્યાં; હવે અને પછી! મારા પિતાના નોકરથી જાણે કે મારે કોઈપણ રીતે અળગા થવાનું જ ન હોય, કમસે કમ તે એટલું તો જાણે છે કે જે મારૂં છે તેને કેમ જાળવી રાખવું. જો કે તે ઈજીપ્તવાસી કરતા વધુ ડાહ્યો છે. જો તે ન હોત તો તે વધુ શ્રીમંત ન હોત. કરારના સોગન! જેને શ્રધ્ધા ન હોય તેવા માનવે શ્રધ્ધાની શોધમાં જવું જોઈએ –" આમ સાંભળીને તે એકાએક ભાંગી પડયો.

તળાવની પાળ નીચે ધકકા તરફથી એક સ્ત્રીનો મીઠો અવાજ શાંત પાણીની સપાટી પર બંસીના સુરોની માફક ધીમેધીમે મોટો થઈને પથરાઈ રહ્યો હતો. પાણીમાં પડતા હલેસાઓનો ધીમો અવાજ સંભળાયો અને થોડી વાર પછી શુધ્ધ ગ્રીક ભાષામાં બેનહરને તે ગીતના શબ્દો સમજાયા. તે સ્ત્રી ગીતો ગાતા ગાતા આવતી હતી.

થોડીજ વારમાં ગાયિકા તાડવૃક્ષોમાં જતી રહી. હોડી ઘેરી રાત્રીમાં ઘેરા પડછાયાની માફક પસાર થઈ ગઈ.

"હું તે અવાજને ઓળખું છું. – બાલ્થસારની પુત્રી." તેણે ઢળતી પાંપણોવાળી મોટી આંખો, સુંદર હોઠ અને સુંદર દેહાકૃતિ યાદ કરી.

તે પછી લગભગ તે જ ક્ષણે બીજો નાનો અને અત્યંત સુંદર – બાળક જેવો મૃદુ ચહેરો જાણે કે તેને સરોવરમાંથી બહાર લઈ આવવાનો હોય તેમ દેખાયો.

"એસ્થર!" તેણે સસ્મિત કહ્યું.

"એવી જ રીતે, જાણે કે એક તારાને મારી પાસે મોકલવામાં આવે તેવું મેં ઈચ્છયું હોય."

તે ફર્યો અને ધીમેથી ચાલીને પાછો તંબુમાં આવ્યો.

*****

ભાગ ૫

પ્રકરણ ૧લું

મહેલના ભોજન કક્ષમાં સુરાની મહેફીલ પછીની તે સવારે યુવાન પેટ્રીશીયનો દિવાનખંડમાં આમથી તેમ પડયા હતા. કદાચ સંસદસભ્ય મેક્ષેનટીયસ આવ્યો હતો અને શહેર તેના સ્વાગતમાં ઉમટી પડયું હતું. શસ્ત્રસજજ સેના તેને સલામી આપતી હતી, તો પણ ઘણાબધા એ જ દિવાનખંડમાં સુતા રહ્યા હતા કે જયાં તેઓ નશામાં ધુત થઈને પડી ગયા હતા અથવાતો તેઓને ગુલામો આડેધડ આમથી તેમ ફેંકી ગયા હતા.

જો કે ઉજવણીમાં ભાગ લેનારા બધા આવી શરમજનક પરિસ્થિતિમાં નહોતા. જેવો દિવસ એકદમ પ્રકાશિત થઈ ગયો કે મેસાલા ઉઠયો અને તેના માથા પાસેથી ફુલનો ગજરો લીધો. તેને સમજાયું કે આનંદનો અંત આવ્યો હતો. તેણે કપડા સરખા કર્યા, દ્રશ્ય તરફ છેલ્લી નજર કરી અને એકપણ શબ્દ બોલ્યા વગર ત્યાંથી ચાલતો થયો. આખી રાત્રી ચાલેલી નિયામકસભાની ચર્ચાઓ પછી સીસેરો વધુ ગંભીર થઈને તેમાંથી બહાર નીકળી શકયો નહોતો.

તે પછી ત્રણ કલાકે બે દુત તેના ખંડમાં પ્રવેશ્યા અને મેસાલાએ સ્વહસ્તે તે બન્નેને મહોર લગાવેલા પત્રની એક એક નકલ આપી. તે પત્ર હજુ પણ સીઝેરામાં રહેનાર વહીવટદાર વેલેરીયસ ગ્રેટસને ઉદેશીને લખાયેલો હતો. એક દુતે જમીનમાર્ગે જવાનું હતું અને બીજાએ સાગર સફર કરવાની હતી.તે બન્નેએ બને તેટલી ત્વરાથી જવાનું હતું.

એન્ટિઓક, ૧૨, કાલ, જુલાઈ

ગ્રેટસને મેસાલાનો પત્ર

ઓ મારા મિડાસ!

મારે આપને એક નવાઈભરી ઘટનાનું વર્ણન કરવાનું છે, કે જે અંગે મારા અનુમાન અંગે તમારે તાત્કાલિક વિચારવાનં છે. અને તે અંગે મારા મનમાં કોઈ શંકા નથી.

મને પ્રથમ તો આપની સ્મૃતિઓને ઢંઢોળવા દો. યાદ કરો કે કેટલાક વર્ષો તહેલા જેરૂસલેમના રાજકુંવરનો એક પુરાતન અને ગર્ભશ્રીમંત પરીવાર, કે જે બેનહરના નામથી ઓળખાતો હતો. જો આપને તે યાદ હોય અને હું ભુલ ન કરતો હોઉં તો, આપના મસ્તક પરનું ઘાનું એક નિશાન આપને તે બનાવની યાદ તાજી કરાવશે.

આપને રસ પડે તેવું બીજું – આપણા પ્રાણ લેવાનો પ્રયત્ન કરવાના કસુર હેઠળ તે પરીવારને કેદ કરવામાં આવેલો અને તેની મિલકતો જપ્ત કરવામાં આવેલી. અને તેથી પણ વધુ, ઓ મારા મિડાસ! આપણા સીઝર દ્વારા જેવું તે કૃત્યને માન્ય કરવામાં આવ્યું કે તેમાંથી આપણને મળેલી સંપત્તિમાંથી મને મળેલો ભાગ હું આનંદપૂર્વક માણી રહ્યો છું ત્યારે આપને તે માટે હું કદીપણ આભારવશ થવા માટે બાધ્ય નહીં કરૂં.

આપના સમર્થનના પક્ષમાં હું વધુ યાદ કરીશ કે આપે ઝનુનપૂર્વક બેનહરના પરીવારને ઠેકાણે પાડેલું. તે વખતે આપણે બન્ને ખુબજ જોરદાર અને હેતુપૂર્વકની હોય તેવી યોજના કરવાનું ધારતા

હતા કે જેમાં વહીવટદારનું અનિવાર્ય તેમજ પ્રાકૃતિક મૃત્યુ શાંતિપૂર્વક ઢંકાઈ જાય. આપ તે કાવતરાખોરની માતા અને બહેન સાથે શું કર્યું તે યાદ કરશો. કેમ કે મને તેઓ જીવે છે કે મૃત્યુ પામ્યા છે તે જાણવાની અત્યંત ઈચ્છા થઈ છે.

યાદ કરો કે ખરા ગુનેગારને યુધ્ધજહાજોમાં જીવનપર્યંત મોકલી આપવામાં આવ્યો હતો. તેના દેહને જહાજના સેનાપતિને સોંપવામાં આવેલો તે રસીદ મેં મારી જાતે જ વાંચેલી હતી.

હલેસા પરના જીવનની મર્યાદાઓના સંદર્ભમાં બહારવટીયો યોગ્ય રીતે જ મૃત્યુ પામવો અથવા ડુબી જવો જોઈએ. તે ચોકકસપણે મૃત્યુ પામ્યો હોય તેવા અભિપ્રાયથીજ હું પાંચ વર્ષ સમૃધ્ધીનો આનંદ માણતો શાંતિપૂર્વક જીવ્યો છું કે જે માટે હું તેનો કેટલાક અંશે ઋણી છું.

ગઈ રાત્રીએ મેં એક મીજબાની આપેલી. તેમાં વાતોવાતોમાં મેં રોમથી આવેલા એક મહેમાન પાસેથી એક વાત સાંભળી આપ જાણો છો કે સંસદસભ્ય મેક્ષેન્ટીયસ પાર્થેજવાસીઓ વિરૂધ્ધ પ્રચારકાર્ય સંભાળવા માટે આજે આવેલ છે. તેમની સાથે આવેલા મહત્વકાંક્ષી લોકો પૈકીનો એક તે સદગત નૌસેનાપતિ કવીન્ટસ એરીયસનો પુત્ર અને વારસ એ જ વ્યકિત છે કે જેને આપે વહાણોમાં મોકલી આપ્યો હતો – તે જ બેનહર કે જે પાંચ વર્ષ પહેલા મૃત્યુ પામ્યો હોવો જોઈએ – અને તે હવે ભવિષ્ય અને પદવી સાથે અને જો શકય હોય તો રોમ ના નાગરિક તરીકે પાછો આવ્યો છે. તો – આપ તો સાવચેત થઈને દ્રઢતા પૂર્વક બેઠા છો, પણ હું ભયમાં છું. આપને કહેવાની જરૂર નથી કે જોખમ શેનું છે.

જયારે આ બહારવટીયાનો દત્તક પિતા એરીયસ સમુદ્રી ચાંચીયાઓ જોડે યુધ્ધમાં જોડાયો ત્યારે તેનું વહાણ ડુબી ગયું અને ફકત બે સિવાય અન્ય જહાજીઓ બચી શકયા નહીં. અને તે બે એટલેકે એક તો ખુદ એરીયસ અને બીજો તે આ; તેનો વારસ.

જયારે અધિકારીઓએ તેમને સાગરમાંથી બચાવ્યા ત્યારે સેનાપતિનો સાથી એક યુવાન હતો કે જેને જહાજના તુતક પર ઉંચકી લેવામાં આવ્યો હતો. તે જહાજના ગુલામના પોષાકમાં હતો.

ગઈકાલે, એક સારી તકથી, હું એરીયસના પુત્રને રૂબરૂ મળ્યો; અને હવે હું જાહેર કરૂં છું કે, જો કે મેં તેને તે વખતે ઓળખ્યો નહોતો, તે એ જ બેનહર કે જે વર્ષો સુધી મારો બાળપણનો સાથી હતો; તે એ જ બેનહર કે જે; જો તે માનવ હોય તો, તે સામાન્ય વાત છે કે આ ક્ષણે તે વેર લેવાનું વિચારી રહ્યો હોય. માતા, બહેન, પોતાનો ખુદનો અને ખોઈ બેસેલા ભવિષ્યનો પ્રતિશોધ માત્ર કોઈનો જીવ લઈને તૃપ્ત નહીં થાય.

જો કે બેનહરનું આવવા અને જવાનું માનનીય સંસદસભ્ય મેક્ષેન્ટીયસ દ્વારા નિયંત્રિત થાય છે અને સંસદસભ્ય મેક્ષેન્ટીયસ તેના કાર્યમાં દિવસ અને રાત્રીના વિરામ વગર અત્યંત પ્રયત્નશીલ રહે છે; તે એક મહીના પહેલા અંહીથી જશે નહીં.

મેં તે યહુદીને ગઈકાલે ડેફનીની સમાધીએ જોયો. અને જો હવે તે ત્યાં ન હોય તો ચોકકસપણે આસપાસમાંજ કયાંક હોવો જોઈએ. ખરેખરતો તે પામવૃક્ષોની વાડીમાં દ્રોહી શેખ ઈલ્દેરીમના તંબુમાં જ હોવો જોઈએ કે જે આપણા મજબુત હાથોમાંથી વધુ વખત સુધી છટકી નહીં શકે. મેક્ષેન્ટીયસ તેના પ્રથમ કાર્ય તરીકે તે આરબને રોમ જતા વહાણમાં ચડાવી દે તો નવાઈ પામશો નહીં.

હું તે યહુદીના ઠેકાણા વિષે ચોકકસ છું કારણકે તે આપના માટે મહત્વનું હશે – કેમ કે જયારે આપ હવે શું કરવાનું છે તે વિચારશો ત્યારે મારા માનવા પ્રમાણે હર કોઈ યોજના કે જેમાં માનવનું કાર્ય સંડોવાયેલું હોય છે તેમાં ત્રણ મૂળતત્વો હંમેશા ધ્યાનમાં લેવા જોઈએ – સમય, સ્થળ અને સંસ્થા.

તો આપ કહેશો કે આ એ જ સ્થળ છે કે જયાં સહુથી પ્રિતિપાત્ર મિત્રના વિશ્વસ્ત કાર્ય માટે સંકોચ થવાનું કોઈ કારણ નથી.

– મેસાલા

*****

પ્રકરણ ૨૪મું

એજ સમય કે જયારે સંદેશવાહકો તેમને આપવામાં આવેલા પત્ર સાથે રવાના થયા તે જ વખતે બેનહરે ઈલ્ડેરીમના તંબુમાં પ્રવેશ કર્યો.

શેખ ઈલ્ડેરીમે દિવાન પર બેઠાબેઠાજ સલામ કરી.

"હું તને શાંતિ હો તે માટે પ્રાર્થના કરૂં છું, ઓ એરીયસના પુત્ર," તેણે કહ્યું. "અશ્વો તૈયાર છે. હું તૈયાર છું."

"શું તઓને ધુંસરીએ જોડયા છે?"

"ના."

"તો પછી હું તેઓને મારી જાતે જ ધુંસરીએ જોડીશ," બેનહરે કહ્યું. "મારે તારા આરબો સાથે પરીચિત થવું જ જોઈએ. કેમ કે તેઓ માનવ જેવા છે; જો તે બહાદુર હોય તો તેમને ઠપકો આપવો વધારે સારૂં રહેશે અને જો તેઓ ડરપોક હોય તો તેઓને વખાણવા પડે અને તેઓની ખુશામત કરવી પડે. તો ચાકરોને મારા માટે લગામ લાવવા દો."

"અને રથ?" શેખે પુછયું.

"હું આજે રથને એકલો રહેવા દઈશ(રથને ઘોડા જોડીશ નહીં). તેની જગ્યાએ તેઓને મારા માટે પાંચમો ઘોડો લાવવા દો, જો આપની પાસે હોય તો; તે ખુલ્લી પીઠવાળો હોવો જોઈએ અને અન્ય અશ્વોની જેમ જ ઉડતો હોવો જોઈએ."

ઈલ્ડેરીમને અત્યંત નવાઈ લાગી, અને તેણે એક નોકરને આદેશ કર્યો, "તેઓને ચારે તોખારો માટે સાજ લાવવાનું કહો," તેણે કહ્યું, "અને સાયરસ માટે લગામ."

તે પછી ઈલ્ડેરીમમ ઉઠયો, "સાયરસ મારો પ્રેમ છે અને હું તેનો છું, ઓ એરીયસના પુત્ર. અમે વીસ વર્ષોથી એકબીજાના સાથી છીએ – તંબુમાં, યુધ્ધમાં અને રણમાં દરેક તબકકે અમે એકબીજાના સાથીઓ રહ્યા છીએ. હું તે અશ્વ તને બતાવીશ."

તંબુના ભાગ પડતા પડદા તરફ જઈને ઈલ્ડેરીમે પડદાને પકડી રાખ્યો અને બેનહર તેની નીચેથી પસાર થયો. અશ્વો એકસાથે તેની પાસે આવ્યા. એક નાના મસ્તક, તેજસ્વી અખો, વંકી છટાદાર ગરદન અને રૂવાબદાર છાતી વાળો અશ્વ તેની સામે જોઈને આનંદથી હણહણી ઉઠયો.

"સુંદર અશ્વ," શેખે ઘેરી ભુખરી હડપચી પસવારતા કહ્યું, " સુંદર અશ્વો, સુપ્રભાત." બેનહર તરફ ફરી અને તેણે ઉમેર્યું, " આ સાયરસ છે, ચારે અશ્વોનો પિતા. મીરા, તેઓની માતા આપણા પાછા ફરવાની વાટ જુએ છે. તે અત્યંત સુંદર અને કિંમતી ઘોડી મારા કરતા પણ વધુ શકિતશાળી વ્યકિતના સંરક્ષણમાં છે. મારા બંધુઓને તેની ગેરહાજરી સહન કરવાની ઈશ્વર શકિત આપે. મીરા તેઓની ભવ્યતા છે. દસ હજાર ઘોડેસવારો, રણના પુત્રોની આગળ થઈને તેણી પુરપાટ દોડી જશે. તો રણના પુત્રો આજે પુછશે, 'તમે મીરા વિષે સાંભળ્યું?' અને તેના ઉત્તરમાં, ' તે આનંદમાં છે.' તેઓ કહેશે, ' ઈશ્વર ભલો છે! ઈશ્વરના આશિર્વાદ હો!"

અશ્વોનો સાજ લાવવામાં આવ્યો અને બેનહરે સ્વહસ્તે જ તેમને તૈયાર કર્યા. તે પછી તે અશ્વોને તંબુની બહાર જાતે જ દોરી ગયો અને ત્યાં તેઓને લગામ ચડાવી.

"મારા માટે સાયરસને લઈ આવો." તેણે કહ્યું.

એક આરબ ઉત્સાહથી સાયરસને દોરી લાવ્યો.

"અને હવે લગામો."

તેને લગામો આપવામાં આવી અને બધી લગામો સંભાળપૂર્વક એકબીજી લગામથી અલગ કરવામાં આવી.

"ભલા શેખ," તેણે કહ્યું, " હું તૈયાર છું. મારા પહેલા એક ભોમીયાને મેદાન પર જવા દોઅને તમારા માણસો પૈકી કેટલાકને પાણી સાથે મોકલી આપો."

શરૂઆતમાં તો કોઈ મુશ્કેલી પડી નહીં. અશ્વો અને નવા સારથી વચ્ચે જાણે કે મૂક સમજુતી થઈ હોય તેવું લાગતું હતું. દોડનો મહાવરો દોડના મેદાન પર નિયત માર્ગ પર જ થતો હતો. ફક્ત બેનહર રથ પર સવાર થવાને બદલે સાયરસ પર આરૂઢ થયો હતો. શેખ ઈલ્દેરીમ હૃદયથી ખુશ થયો. તેણે દાઢી પસવારી અને સંતોષથી સ્મિત કર્યું. તે બેનહર તરફ પગપાળો જ ચાલ્યો અને તેની પાછળ તેના કબીલાના બધા પુરૂષો, સ્ત્રીઓ અને બાળકો દોડતા આવ્યા.

તાલિમ માટે મેદાન ખુબજ અનુકુળ હતું. તેના પર બેનહર ચારેય અશ્વોને ધીમી ચાલથી લંબગોળાકાર રેખાઓ પર અને પછી પહોળા વર્તુળ પર ચલાવ્યા. તે પછી મધ્યમ ચાલે અને તેથી આગળ વધીને પુરપાટ દોડાવી મુકયા. થોડીવાર પછી તેઓને સાંકડા વર્તુળમાં દોડાવ્યા, થોડીવાર આડાઅવળા દોડાવ્યા, ડાબે, જમણે અને આગળ અટકયા વગર અશ્વો દોડતા જ રહ્યા. આમને આમ એક કલાક વિતી ગયો. તે પછી અશ્વોને બેનહરે ધીમા પાડયા અને તે ધીમી ચાલે અશ્વોને ચલાવી અને શેખ ઈલ્દેરીમ પાસે લઈ ગયો.

"કામ થઈ ગયું, હવે મહાવરા સિવાય બીજું કંઈ નહીં," તેણે કહ્યું. તે સાયરસ પરથી ઉતર્યો અને અશ્વો પાસે ગયો. "જુઓ, તેમની કેશવાળીની ચમક પર એક ટપકું યે નથી. તેઓ એટલી જ સરળતાથી શ્વાસ લે છે કે જયારે મેં શરૂ કર્યું ત્યારે લેતા હતા. મેં તને ખુબજ આનંદ આપ્યો છે, અને તેથી તે વધુ મુશ્કેલી ભર્યું થશે જો આપણે વિજય પામીશું નહીં અને આપણો –"

તે થોભ્યો અને ઉત્તેજનાથી લાલ થયો અને નમન કર્યું. શેખની બાજુમાંજ તેણે પહેલી જ વખત બાલ્થસારને તેની લાકડીના ટેકે ઉભેલો જોયો. બાલ્થસારની આજુબાજુમાં બે સ્ત્રીઓ બુરખો પહેરીને ઉભી હતી.

"વિજય અને આપણો પ્રતિશોધ!" ઈલ્દેરીમે તેના માટે પુરૂં કર્યું. તે પછી તેણે કહ્યું, " એરીયસના પુત્ર, તું તે જ માનવ છો. શરૂઆત જેવોજ અંતે થા, અને તું જોઈશ કે એક આરબ તારા માટે શું કરી શકે છે."

ફરીથી સાયરસ પર સવાર થઈને બેનહરે ફરીથી તાલિમ તાજી કરી. પહેલાની જેમ જ ધીમી ચાલ માંથી મધ્યમ ચાલ, મધ્યમચાલમાંથી પુરપાટ દોડ. તે પછી તેણે એકધારી ઝડપે તેમને દોડાવ્યા અને ધીમેધીમે અત્યંત વેગથી દોડાવી મુકયા. ચારેય અશ્વો એક સરખા હતા. પછી ભલે તેઓ આગળ ઉડતા હોય કે પછી સુંદર કોતરણીવાળા રથ સાથે જોડયા હોય. તેઓની દરેક ક્રિયામાં એકતા, સામર્થ્ય,

ભવ્યતા અને આનંદ છલકતા હતા. બધું જ સહજભાજે એ જ રીતે કે જાણે પક્ષીઓ સાંજ પડે ને નીડ ભણી ઉડતા હોય.

જયારે તાલીમ ચાલતી હતીઅને આસપાસ ઉભેલા કે બેઠેલા દર્શકોની વાહવાહ થતી હતી ત્યારે જ મલુક મેદાન પર શેખને શોધવા માટે આવ્યો.

"મારી પાસે આપના માટે એક સંદેશ છે, ઓ શેખ," તેણે કહ્યું, "સીમોનીડીસ વેપારી તરફથી."

"સીમોનીડીસ!" આરબ ઉછળી પડયો. " ઓહ! તે સારૂં છે. એબાડોન તેના શત્રુઓને ઉઠાવી લે!"

ઈલ્દેરીમે પરબીડીયાનું સીલ તોડયું અને બન્ને પત્રો વાંચ્યા.

ક્રમ – ૧

શેખ ઈલ્દેરીમને સીમોનીડીસ

ઓ મિત્ર!

તારે ત્યાં એક સુંદર નવયુવાન આવ્યો છે. તે પોતાને એરીયસના પુત્ર તરીકે ઓળખાવે છે અને તેવું એરીયસે તેને દત્તક લીધો તેથી છે.

તે મારો ખુબજ વહાલો છે.

તું આજે કે આવતીકાલે આવજે કે જેથી હું તને તેની વાત કરી શકું અને તારી સલાહ લઈ શકું. તે દરમ્યાન તેની બધી વિનંતીઓ માનજે. તેનું માન જાળવજે. જો તેનો બદલો ચુકવવાનો હોય તો હું તે માટે તારી સાથે બંધાયેલો છું.

મને તે યુવકમાં રસ છે તે વાત ખાનગી રાખજે.

તારા બીજા મહેમાનને મારી યાદ આપજે. તે, તેની પુત્રી, તું અને તારા અન્ય સાથીઓ રમતોના દિવસે સરકસમાં મળીશું. મેં આપણા સર્વ માટે તે દિવસની બેઠકો અનામત કરાવી લીધી છે.
તને અને તારા સર્વને શાંતિ હો.

– સીમોનીડીસ

ક્રમ – ૨

શેખ ઈલ્દેરીમને સીમોનીડીસ

ઓ મિત્ર!

જેઓ રોમન નથી અને તેમની પાસે પૈસા કે લુંટવા જેવી કંઈ કિંમતી સંપત્તિ છે તેઓ માટે ચેતવણી છે કે સત્તાસ્થાને આવનાર નવો રોમન ઉચ્ચ અધિકારી તે માટે અધિકૃત થયો છે.

આજે સંસદસભ્ય મેક્ષેન્ટીયસ આવે છે.

સાવચેત રહેજે.

સલાહના બીજા કેટલાક શબ્દો.

તારી પાસે તેઓના રાજયઅમલમાં ઘણીબધી સંપત્તિ છે. ઓ મિત્ર, તારા વિરૂધ્ધ કાવતરામાં એક પક્ષકાર તરીકે હેરોદ પણ હશે જ. તેથી ધ્યાન રાખજે.

રસ્તાની રખેવાળી કરનારા તારા વિશ્વાસુ માણસોને એન્ટિઓકની દક્ષિણે મોકલજે અને તેઓને આવનારા અને જનારા દરેક ખેપીયાને શોધવાનો આદેશ કરજે. જો તેઓ તને અથવા તારી સાથે સંકળાયેલી બાબતો અંગે ખાનગી સંદેશાઓ અને સંદેશવાહકોને ખોળી કાઢે, તો તેઓને તારે જોઈ લેવા જ પડશે.

જો સંદેશવાહકોએ આજે સવારે જ એન્ટિઓક છોડી દીધું હોય તો તારા માણસોને આડા રસ્તાઓ વિષે ખબર હશે જ, અને તેઓ તેમને આંતરી શકશે.

જરાય ખચકાઈશ નહીં.

આ પત્ર વાંચીને સળગાવી નાખજે.

– સીમોનીડીસ

ઈલ્દેરીમે પત્રો વાંચ્યા અને તેની ગડી કરી અને તેના કમ્મરબંધમાં ખોંસી દીધા.

બેનહર ચારેય અશ્વોને ચલાવતો ચલાવતો ઈલ્દેરીમ પાસે આવ્યો. "તારી પરવાનગીથી ઓ શેખ," તેણે કહ્યું, " હું તારા આરબોને તંબુમાં પાછા મુકી આવીશ અને તેઓને આજે બપોરે ફરીથી પાછા લઈ જઈશ."

ઈલ્દેરીમ તેના ભણી ગયો અને જેવો તે સાયરસ પર બેઠો કે તેણે કહ્યું, " મેં તેઓને તને આપી દીધા છે, ઓ એરીયસના પુત્ર, જયાં સુધી રમતો પુરી ન થાય ત્યાં સુધી તું તને ઠીક લાગે તેમ તેઓ જોડે વ્યવહાર કરજે. તેં તેઓની જોડે બે કલાકમાં જે કંઈ કર્યું છે તે પેલો રોમન – શિયાળોના ટોળા તેની હાડકા અને ચામડાની જયાફત ઉડાવે – તે ઘણા અઠવાડીયાઓમ પણ કરી શકયો નહીં. ઈશ્વરની ભવ્યતાના સોગન, આપણે જીતીશું જ!"

જયારે તંબુમાં ઘોડાઓની સંભાળ લેવામાં આવતી હતી ત્યારેપણ બેનહર ત્યાં જ રહ્યો; તે પછી સરોવરમાં એક ડુબકી લગાવી અને તે પછી શેખ સાથે અરકનો એક જામ લીધો. અને તે જામે તેઓના આત્માઓને અત્યંત રજવાડી વૈભવથી ઉષ્ણ કરી દીધા. તે પછી બેનહરે ફરીથી તેનો યહુદી પોષાક પહેર્યો અને પામવૃક્ષોની વાડીમાં મલુકને મળવા માટે ચાલતો થયો.

"હું તને આપીશ," બેનહરે કહ્યું, " સેલ્યુસીયન પુલની પાસે રહેલી ખાણમાં એકકઠી કકરેલી મારી સંપત્તિમાંથી થોડો હિસ્સો જો તું લાવી શકે તો તે મારી પાસે લાવ. અને ભલા મલુક – જેવી રીતે તું એક વ્યવસાયી છો અને જેનો મને ડર છે કે શેખ ઈલ્દેરીમ નથી –"

"આરબો ભાગ્યેજ એવા હોય છે," મલુકે ગંભીરતાથી કહ્યું.

"હું તેઓની ચતુરાઈની કે લુચ્ચાઈની ટીકા કે નિંદા કરતો નથી. મલુક, પણ જો કેટલીક બાબતોને ધ્યાનમાં લેવામાં આવે તો સારૂં. હવે જો, હું સરકસની કચેરીએ જવા માગતો નથી. કેમ કે તેઓ જાણે છે કે હું યહુદી છું, અને તેથી જ જાતિ કે વંશને અનુલક્ષીને આવે તેવી તમામ અડચણોથી મારે સાવચેત રહેવું જ પડે. તેથી તું સરકસની કચેરીએ જજે અને ત્યાં જઈને જાણી લેજે કે મારી સ્પર્ધક તરીકેની નોંધણીની તમામ પ્રાથમિકતાઓ પરીપૂર્ણ થઈ છે કે નહીં? અને જો તું નિયમોની એક નકલ મેળવી શકે તો તે મારા માટે ઘણી જ મદદરૂપ થશે. મારે કેવા રંગ અને પ્રકારનો પોષાક પહેરવાનો છે તે

અને સ્પર્ધાની શરૂઆતમાં અંદરના તબેલામાં મને કયાં સ્થાન આપવામાં આવ્યું છે તે જાણવું પણ મારા માટે જરૂરી છે. જો તે મેસાલા પછી તરત જ મેસાલાની ડાબી કે જમણી બાજુએ હોય તો સારૂં, અને જો તેમ ન હોય તો તું મને તે રોમનની ડાબી અથવા જમણી બાજુએ જ સ્થાન મળે તેવી ગોઠવણ કરવાનો પ્રયત્ન કરજે.

મેં ગઈકાલે જોયું કે જેવો મેસાલા અભિમાની છે તેવું જ તેને તેના રથનું અભિમાન હતું. અને કેમ ન હોય? કારણ કે તેનો રથ અને અશ્વો સીઝરના શ્રેષ્ઠ રથ અને શ્રેષ્ઠ અશ્વો પૈકીના એક છે, પણ તારે કોઈ એક ચોકક્સ નિયમ હોય અને તે અંતર્ગત તેનો રથ સ્પર્ધાના માપદંડથી હળવો કે ભભારે છે તે પણ જાણવાનું છે. તેના રથના ચોકક્સ માપ અને વજન વિષે જાણવું મારા માટે જરૂરી છે જ. અને મલુક, જો તું આ કંઈજ ન જાણી શકે તો ઓછામાં ઓછું તેના રથની ધરી જમીનથી કેટલી ઉંચી રહે છે તે જાણી લેજે. મલુક, તું સમજે છે? હું તેને મારો એવો કોઈપણ પ્રકારનો વાસ્તવિક લાભ લેવા દેવા માગતો નથી. હું તેના વૈભવની પરવા કરતો નથી. પણ જો હું તેને હરાવી દઉં, તો તેનું પતન વધુ જોરદાર હશે અને મારો વિજય વધુ સંપૂર્ણ હશે. તેથીજ મને જે કોઈ વિશિષ્ટ લાભ મળે તે મારે મેળવવો જ જોઈએ."

તંબુના દરવાજે એક ચાકર સુરાહીઓને ફરીથી ભરતો હતો. તે થોભ્યો અને તેઓને જામ ભરી આપ્યા. થોડીવાર પછી મલુક શહેરમાં પાછો ફર્યો.

તેઓની ગેરહાજરીમાં સીમોનીડીસના સુચવ્યા પ્રમાણેના આદેશ સાથેજ એક સવારને સુસજ્જ કરી ખેપીયાઓની શોધમાં રવાના કરવામાં આવ્યો. તે એક આરબ હતો અને તેની પાસે લખેલું કંઈ જ નહોતું.

****

પ્રકરણ ૩જું

"બાલ્થસારની પુત્રી આઈરસે મને આપની પાસે નમસ્કાર અને સંદેશ સાથે મોકલ્યો છે," એક નોકરે બેનહરને કહ્યું. તેણે સરળતાથીજ કહ્યું." આપને તેણીની સાથે તળાવ પર જવું ગમશે?"

"હું મારી જાતે જ જવાબ આપીશ. તેણીને કહેજે."

બેનહરના જુતા લાવવામાં આવ્યા અને થોડીજ વારમાં બેનહર સુંદર ઈજીપ્તવાસી રમણીને મળવા નીકળી પડયો. પર્વતોનો પડછાયો ફળોની વાડી પર પથરાઈ રહ્યો હતો. વૃક્ષોની ઘટામાં દુરથી ઘેટાઓના ગળે બાંધેલી ઘંટડીઓનો સુમધુર રણકાર સંભળાતો હતો. પહાડની તળેટીમાં ઉતરતા ઢોરઢાંખર અને ભરવાડો પોતપોતાના ધણને લઈને ઘર ભણી આવતા હતા.

સીમોનીડીસના આમંત્રણને માન આપીને શેખ ઈલ્દેરીમ શહેર ભણી ગયા હતા. બેનહર આમ, આ રીતે એકલો પડયો. બેનહરે તેના ઘોડાઓની સંભાળ લેવાની હતી, તેને સરોવરના ઓવારે લઈ જઈને ઠંડા કરવાના હતા અને તેના કામ વખતે પહેરવાના કપડા બદલાવી અને તેનો પરંપરાગત સફેદ પોષાક પહેરવાનો હતો.

બેનહર જે સ્ત્રીને મળવા જવાનો હતો તે ઈજીપ્તની રમણી અદભૂત સૌન્દર્યની સ્વામિની હતી. તેણીની ઉપસ્થિતિ માત્રથીજ સોલોમનનું પ્રેમગીત હવામાં ગુંજતુ હોય તેવું લાગતું હતું. જો કે બેનહરને ત્યાં જવા માટે કોઈ પ્રેમ કારણભૂત નહોતો, પણ એક આકર્ષણ અને જીજ્ઞાસા કકે જે કદાચ પ્રેમદુતની પ્રેરણાથી થયા હોવા જોઈએ.

તળાવની પાળ પરથી નીચે ઓવારા પર ઉતરવા માટે સીધાસાદા સાંકડા પગથીયાઓ અને તેના છેડે એક નાનકડો ચોક હતો. સીડી અને ચોક થાંભલાઓ પર રાખેલા દીવાઓથી પ્રકાશિત થતા હતા. તો પણ કોણજાણે કેમ બેનહર પગથીયાઓની ટોચ પર થોભ્યો અને તેણે જે કંઈ જોયું તેમાં ગુંચવાઈ ગયો.

સરોવરના સ્વચ્છ જળ પર એક સુંદર નૌકા સ્થિર ઉભી હતી. કેસ્ટેલીયાના ઝરણા પાસે જોવા મળેલો એક અત્યંત કાળો ઉંટોનો રખેવાળ ઈથીયોપીયાવાસી હલેસા લઈએ હોડી હંકારવાનો આદેશ મળે તેની વાટ જોતો હતો. નૌકાને સુંદર મંડપ વડે શણગારવામાં આવી હતી, એટલું જ નહીં પણ તેને લાલચટક ભભકાદાર રેશમી ગાદીતકીયા અને ચટ્ટાઈઓથી સુશોભિત કરવામાં આવી હતી.સુકાનની બેઠક પર બેઠેલી ઈજીપ્તવાસી રમણીએ આછા મુલાયમ કાપડનો બુરખો પહેર્યો હતો અને માથા પર નાનકડો ફટકો બાંધ્યો હતો. તેણે સુંદર વેલબુટ્ટાવાળી હિંદુસ્તાની શાલ ઓઢી હતી અને તેના સુંદર ઘાટીલા હાથ ખભ્ભા સુધી ખુલ્લા હતા. તે સ્થળે રહેલી દરેક વસ્તુ તેના સૌન્દર્યમાં અભિવૃધ્ધિ કરતી હતી.

બેનહરે તેણી તરફ દ્રષ્ટિ કરી, પરંતુ આવી બધી બાબતો પર ધ્યાન આપ્યું નહીં. તો પણ તેના પર જે એક સરળ છાપ પડી તે તેજસ્વી પ્રકાશ જેવી જ એક સંવેદના હતી, નહીં કે માત્ર શબ્દોના જોડકણાથી બનેલી કોઈ કવિતા – સુંદર લાલ હોઠ, દાડમની કળી જેવા દાંત, હરીણી સરીખી આંખો

અને ભાલ પર લહેરાતી લટ. ઉઠ મારી વહાલી અને આવ, કેમ કે શિશિર ઋતુ વિતી ગઈ છે અને આ વર્ષાઋતુ પણ નથી. પૃથ્વી પર સુંદર ફુલો ખીલ્યા છે; પક્ષીઓને ગીતો ગાવાનો સમય આવ્યો છે અને પૃથ્વી પર વિચરતા પશુઓના પ્રેમભર્યા અવાજ સંભળાય છે....

"આવ," તેણીએ કહ્યું,"આવ, નહીંતર મને લાગશે કે તું એક ગરીબ બિચારો નાવિક છો."

શું તેણી તેના સાગર પરના જીવન વિષે કંઈ જાણતી હતી? તે એ જ વખતે ઓવારા પર ઉતરી આવ્યો અને જેવી તેણે તેની સામે રહેલી ખાલી બેઠક પર જગ્યા લીધી કે કહ્યું, " મને ડર હતો."

"કઈ વાતનો?"

"નૌકા ડુબી જવાનો," તેણે સસ્મિત ઉત્તર આપ્યો.

"જયાં સુધી આપણે ઉંડા પાણીમાં ન જઈએ ત્યાં સુધી વાટ જો," તે સુંદર સ્ત્રીએ કાળા નાવિકને નૌકા ચલાવવાનો સંકત આપતા કહ્યું અને નૌકા ચાલી.

જો પ્રેમ અને બેનહર શત્રુઓ હોય તો તે સ્ત્રી દયાને પાત્ર હતી. ઈજીપ્તવાસી રમણી એવી જગ્યાએ બેઠી હતી કે જયાંથી તેને તેણી સિવાય અન્ય કશું જ દેખાય નહીં. તેણીની તેજસ્વી આંખો તેના પર પ્રકાશ પાથરતી રહી. તારાઓ ઉતરી આવ્યા, અને તો પણ તેણે તેને જોયા નહીં. રાત્રીનો અંધકાર સર્વત્ર પ્રસર્યો અને તેણીની દ્રષ્ટિ તેના માટે રોશની બની રહી.

"મને સુકાન આપ." તેણે કહ્યું.

"ના," તેણીએ જવાબ આપ્યો, " મેં તને મારી સાથે નૌકાવિહાર કરવા માટે આમંત્રણ નહોતું આપ્યું? હું તારી ઋણી છું અને મારે તેનો બદલો ચુકવવો રહ્યો. તું વાત કરે અને હું સાંભળું અથવાતો હું વાતો કરીશ અને તું સાંભળજે. પસંદગી તારી; પણ આપણે કઈ બાજુએ જઈશું તે હું નકકી કરીશ, અને તે તરફ જવાનો માર્ગ પણ."

"અને તો કયાં જઈશું?"

"તને ફરીથી સાવચેત કરવામાં આવે છે."

"ઓ સુંદર ઈજીપ્તવાસી રમણી, હું હરકોઈ કેદી દ્વારા પુછવામાં આવતો પહેલો પ્રશ્ન પુછું છું."

"મને ઈજીપ્ત કહે."

"તને આઈરસ કહી અને હું બોલાવું તે મને વધુ ગમશે. ઈજીપ્ત એક દેશ છે, અને તેનો અર્થ ઘણી બધી પ્રજાઓ." બેનહરે કહ્યું.

"હા, હા! અને એક એવો જ દેશ!" ઈજીપ્શીયન સુંદરીએ કહ્યું.

"હવે મને ખબર પડી કે આપણે ઈજીપ્ત જઈએ છીએ." બેનહરે કહ્યું.

"જો આપણે ત્યાં હોઈએ તો મને ખુબજ આનંદ થશે." તેણીએ કહ્યું.

"તો પછી તને મારી કોઈ જ પરવા નથી." બેનહરે કહ્યું.

"આહ, અને તેથી જ મને ખબર પડે છે કે તું ત્યાં કદી પણ નહોતો." તેણીએ કહ્યું.

"હું કોઈ દિવસ ઈજીપ્ત ગયો નથી." બેનહરે કહ્યું.

"ઓ એરીયસના પુત્ર, ત્યાં સુખી વ્યકિત તેના સુખમાં વધારો થતો જોઈ શકે છે. અને પવિત્ર સરીતાના મધુર વારિનો એક જ ઘુંટ કે હસવાનું અને ગાવાનું. બાળકની જેમ આનંદ કરવાનો."

"અંહી છે તેવો કોઈ ગરીબ તારી સાથે ત્યાં કયાંય નથી?"

"ઈજીપ્તમાં સામાન્ય માણસની રહેણીકરણીમાં એકદમ સીધોસાદો હોય છે," તેણીએ જવાબ આપ્યો. "તેઓને ખપ પુરતું મળી રહે એટલે તેથી વધારે મેળવવાની તેઓને ઈચ્છા પણ નથી હોતી. અને તે વાત એટલી સુક્ષ્મ છે કે કોઈ ગ્રીક કે કોઈ રોમન સમજી શકે નહીં."

"પણ હું નથી ગ્રીક કે નથી રોમન."

તેણી હસી પડી. "મારી પુષ્પવાટિકાની મધ્યે એક ફુલછોડ છે અને તે વસંતઋતુમાં સહુથી વધુ ખીલી ઉઠે છે. તે કયાંથી લાવવામાં આવ્યો હશે તેનું અનુમાન કરી જો."

"ફુલોના ઘર પર્શીયાથી?"

"ના. રેફાયમ નદીના મેદાનોના રસ્તાની એક બાજુએ ઉગેલા તે ફુલછોડને એક મુસાફરે ખોળી કાઢયો હતો."

"ઓહ, તો તે જયુડીયાથી લાવવામાં આવ્યો છે."

"મેં તેને નાઈલ નદીના મેદાનોમાં રોપી દીધો અને દક્ષિણના મૃદુ વાયરાએ તેનું પોષણ કર્યું અને સુર્યએ ઋજુતાથી તેને ચુમી લીધો. તે પછી તેણે હંમેશા મને સુગંધથી મહેકતી રાખી છે. અને જેવું પુષ્પોનું તેવું જ ઈઝરાયેલના માનવોનું. ઈજીપ્તમાં ન હોય તેવી પુર્ણતાને તેઓ કયારે પામશે?"

"મુસા કરોડોમાં એક હતા."

"ના, તેઓ સ્વપ્નદ્રષ્ટા હતા. શું તું તેને ભૂલી જઈશ?"

"મિત્ર જેવા ફરાઓ મૃત્યુ પામ્યા છે."

"ઓહ, હા! તેઓ નાઈલના કાંઠે જ સમાધીઓમાં ચીર નિંદ્રામાં પોઢયા છે. ખળખળ વહેતી નાઈલ અને સુર્ય તે લોકો માટે જ હવાને માફકસરની રાખે છે."

"એલેકઝાન્ડ્રીયા રોમ નું નગર છે."

"એલેકઝાન્ડ્રીયાનો સતાપલટો થયો છે. સીઝરે તલવારના બળે કલીઓપેટ્રા પાસેથી એલેકઝાન્ડ્રીયા લઈ લીધું અને શીખામણ આપી. તું મારી જોડે બ્રુકેઈયમ આવ. હું તને રાષ્ટ્રોની મહાશાળા બતાવીશ. સેરાપીઓનમાં સ્થાપત્યની પૂર્ણતા જો. પુસ્તકાલયમાં જા અને ઈતિહાસમાં અમર થઈ ગયેલા લોકોના જીવનચરિત્રો વાંચ; રંગમંચ જો અને ગ્રીક અને હિંદુઓના નાયકોને સાંભળ, નૌકાઓના ઓવારે જા અને વેપારવણજની વિજયકથાઓ સાંભળ; મારી જોડે શેરીઓમાં ઉતરી આવ. ઓ એરીયસના પુત્ર; જયારે દિવસ આથમી જશે અને એલેકઝાન્ડ્રીયામાં તને એવી વાર્તાઓ સાંભળવા મળશે કે જે અત્યંત આનંદ કરાવશે અને તેના ગીતો કદી પણ ભૂલાશે નહીં."

એકાએક નૌકાનું તળીયું સરોવરના તળીયે રહેલી રેતી સાથે ઘસાયું અને બીજી જ ક્ષણે નૌકાનો મોરો કાંઠા પર ચડી ગયો.

"એક ઝડપી યાત્રા, ઓ ઈજીપ્ત!" બેનહર બોલી ઉઠયો.

"અને એક વધુ ટુંકુ રોકાણ!" જેવો કાળા નાવિકે નૌકાને ફરીથી સરોવરમાં લઈ જવા માટે જોરદાર ધકકો માર્યો કે તેણીએ કહ્યું.

"ઓહ, ના," તેણીએ હસતા હસતા કહ્યું. " તારે રથ ચલાવવાનો; મારે નૌકા. આપણે નદીકાંઠે છીએ અને ઈજીપ્ત જવા માટે આપણે ડેફનીની સમાધી તરફ જવું પડશે. અને રસ્તામાં તું મને પેલો રોમન કે જેનાથી અમને તેં બચાવ્યા છે તે વિષે કંઈક કહેવાનું છે."

બેનહરને આઈરસની વિનંતી પસંદ પડી નહીં. તેણે કહ્યું, " હું આશા રાખું છું કે આ નાઈલ નદી હોય અને ઘણા લાંબા સમયથી નિંદ્રામાં પોઢેલા રાજાઓ અને રાણીઓ તેમની સમાધીઓમાંથી ઉઠીને આવે અને આપણી સાથે યાત્રા કરે."

"તો તો તેઓ કદાચ આપણી નૌકા ડુબાવી દે. પણ મને તે રોમન વિષે વાત કર. તે અત્યંત દુષ્ટ છે, નહીં?"

"હું ન કહી શકું."

"શું તે ઉમરાવ પરીવારમાંથી આવે છે? તે શ્રીમંત છે?"

"હું તેની શ્રીમંતાઈ વિષે ન કહી શકું."

"તેના અશ્વો કેવા સુંદર હતા! તેનો સુવર્ણજડીત રથ અને હાથીદાંત જડેલા રથના પૈડા; પણ તેની ઉધ્ધતાઈ! જેવો તે દુર હંકારી ગયો કે રસ્તાની આસપાસ એકઠા થયેલા લોકો હસવા માંડયા. તે લોકો, કે જે તેના પૈડાઓ નીચે લગભગ આવી જ ગયા હતા." તેણી તે બનાવને યાદ કરી અને હસવા લાગી.

"તેઓ ટોળામાં હતા." બેનહરે કટુતાથી કહ્યું.

"તે એવા રાક્ષસો પૈકીનો એક હોવો જોઈએ કે જેનો ઉછેર રોમમાં થાય છે. શું તે એન્ટિઓકમાં રહે છે?"

"તે પૂર્વના કોઈ સ્થળેથી આવ્યો છે."

"તેના માટે સીરીયા કરતા ઈજીપ્ત વધારે સારૂ રહેશે."

"ભાગ્યે જ," બેનહરે વછાબ આપ્યો. " કલીઓપેટ્રા મૃત્યુ પામી છે."

એ ક્ષણે જ તંબુના દરવાજે પ્રકાશિત દિવાઓ દેખાયા. " છાવણી!" તેણી બોલી ઉઠી.

"આહ, તો પછી આપણે ઈજીપ્ત જતા નથી. મેં કરનાક કે ફીલી જોયા નથી. અને આ નાઈલ નદી નથી. તો મેં કદાચ સ્વપ્નમાં નૌકાવિહાર કર્યો છે."

"ફીલી – કરનાક. અબુ સીમ્બેલ પર એવું કંઈક જોઈ રહેલો રામસેસ કે જેનાથી પૃથ્વી અને સ્વર્ગના નિર્માતા ઈશ્વરનું સ્મરણ કરવાની પ્રેરણા થાય. તેં તેને જોયો નથી તે વિચાર અને દુઃખી થા. પણ તારે શા માટે દુઃખી થવું જોઈએ? ચાલો, આપણે ફરીથી નદીમાં જઈએ."

"થવા દે! એ ય, સવાર પડે ત્યાં સુધી, અને સાંજ અને બીજી સવાર!" બેનહરે જોશભેર કહ્યું.

થોડીવાર પછી બેનહર આઈરસ જોડે બેઠો હતો અને બન્નેના હાથ સુકાન પર સાથેજ ભીડાયેલા હતા. વાતોવાતોમાં કેટલી વેળા વીતી ગઈ તેનું બે માંથી કોઈનેય ભાન રહ્યું નહીં. જેવો તે બન્નેએ કાંઠા પર પગ મુકયો કે આઈરસે કહ્યું, "આવતીકાલે આપણે શહેરમાં જઈશું."

"પણ તું રમતના મેદાન પર આવીશ?"

"ઓહ, હા."

"હું તને મારી પતાકા મોકલાવીશ."

*****

પ્રકરણ ૪થું

બીજા દિવસે શેખ ઈલ્દેરીમ તેની છાવણીમાં પાછો આવ્યા. અને જેવો તે ઘોડા પરથી નીચે ઉતર્યો કે તેના જ પરીવારનો એક માણસ તેની પાસે આવ્યો અને કહ્યું, "મને આ પરબીડીયું આપને આપવાનો આદેશ આપવામાં આવ્યો છે અને તે સાથે જ એક વિનંતી પણ કરવાની કે આપ આ વખતે જ તે વાંચો. જો તેનો જવાબ આપવાનો હોય, તો હું આનંદથી આપની વાટ જોઈશ.

ઈલ્દેરીમે તરતજ તે પરબીડીયા પર ધ્યાન આપ્યું. તેનું સીલ પહેલેથી જ તોડી નાખવામાં આવેલું હતું અને તેના પર સરનામું કરવામાં આવેલું હતું," વેલેરીયસ ગ્રેટસને સીઝેરામાં."
લેટીનમાં લખેલો પત્ર જોઈને શેખ ઘુરકી ઉઠયો," અબાડોન તેને લઈ લે."

જો પત્રનું લખાણ ગ્રીક કે અરબીમાં હોત તો તે વાંચી શકયો હોત, પણ તે પત્રમાં થોડું ઘણું પણ જે કંઈ વાંચી શકયો તે પત્રના અંતે રોમન લિપીમાં મોટા અક્ષરોથી સહી કરેલી હતી. – મેસાલા.

પત્રના અંતે કરેલી સહી વાંચતા વેંત શેખની આંખો ચમકી ઉઠી; તેણે પુછયું," તે યહુદી યુવાન કયાં છે?"

"મેદાન પર અશ્વો જોડે," એક ચાકરે જવાબ આપ્યો.

શેખે પેપીરસને પરબીડીયામાં પાછો મુકયો અને પરબીડીયાને કમ્મરબંધમાં ભરાવી અને ફરીથી ઘોડો પલાણ્યો. એ જ ક્ષણે એક નવઆગંતુક આવતો દેખાયો. તેના દેખાવ પરથી જ તે શહેરમાંથી આવતો હોય તે જણાઈ આવતું હતું. તેણે કહ્યું, " હું ઉદાર શેખને મળવા ઈચ્છું છું." તેની ભાષાની લઢણ અને રીતભાત પરથી તે રોમન હતો તેવું જણાઈ આવતું હતું.

શેખ લેટીન વાંચી કે લખી શકતો નહોતો, પરંતુ બોલી તો જરૂર શકતો હતો; તેથી વૃધ્ધ આરબે શાલીનતાથી જવાબ આપ્યો," હું જ શેખ ઈલ્દેરીમ છું."

આગંતુકે આંખ ઢાળી દીધી, ફરીથી ઉંચે જોયું અને ખચકાતા અવાજે મહામહેનતે કહ્યું, " મેં સાંભળ્યું છે કે આપને રમતોત્સવ માટે એક સારથીની જરૂર છે."

શેખ ઈલ્દેરીમની સફેદ મુછો નીચેના હોઠના ખુણા તિરસ્કારથી વંકાયા, "તું તારે રસ્તે જા," તેણે કહ્યું. "મારી પાસે સારથી છે."

આગંતુકને હજુ પણ કંઈક કહેવું હતું, તેથી તે ત્યાંજ ઉભો રહ્યો. "શેખ, હું અશ્વપ્રેમી છું અને લોકો કહે છે કે આપની પાસે વિશ્વના સહુથી સુંદર અશ્વો છે."

રોમન દ્વારા કરવામાં આવેલી ખુશામતની વૃધ્ધ માનવી પર કોઈ જ અસર પડી નહીં. તેણે કહ્યું, "આજે નહીં, આજે નહીં; કોઈ અન્ય સમયે હું તને તે અશ્વો બતાવીશ. આજે તો હું અત્યંત વ્યસ્ત છું."

શેખ બેનહર જયાં અભ્યાસ કરતો હતો તે બાજુએ ઘોડો દોડાવી ગયો, જયારે પેલો આગંતુક હસતા ચહેરે શહેર જવા રવાના થયો. તેણે તેને સોંપવામાં આવેલું કાર્ય પૂર્ણ કર્યું હતું.

અને તે દિવસ પછી દરરોજ છેક સ્પર્ધાના આગલા દિવસ સુધી કોઈને કોઈ, અને ક્યારેક તો બે થી ત્રણ માણસો શેખ પાસે સારથી થવા માટે બહાના શોધીને આવતા.

આ રીતે મેસાલા બેનહર પર સતત દેખરેખ રાખતો રહ્યો.

*****

પ્રકરણ ૫મું

જયાં સુધી બેનહર તેના અશ્વોને ક્ષેત્રની બહાર લઈ ગયો નહીં ત્યાં સુધી શેખે વાટ જોઈ. તેને અત્યંત સંતોષ થયો કેમ કે તેણે અશ્વો તમામ રીતે ચકાસ્યા હતા. ધીમી ચાલ, મધ્યમ ચાલ, પુરપાટ દોડાવીને કે તરતજ થોભાવીને – એ જ રીતે જેમ કે તે પહેલેથી અશ્વોને મહાવરો આપતો હતો.

"શેખ, હું આજે બપોર પછી આપને આપનો સાયરસ પરત કરીશ." બેનહરે અશ્વોની ગરદન પંપાળતા કહ્યું. " હું હવે રથ લઈ જઈશ."

"આટલું વહેલું?"

"ભલા શેખ, આવા અશ્વો માટે એક દિવસ પણ પુરતો છે. તેઓ ડરતા નથી; તેઓ એક માનવ જેટલા જ બુધ્ધિશાળી છે અને તેઓને મહાવરો કરવો ગમે છે. આ – " તેણે ચારેય અશ્વોમાં સહુથી નાના અશ્વની પીઠ પસવારતા કહ્યું – " આપ તેને અલ્દેબરન કહીને બોલાવો છો, હું માનું છું કે તે સહુથી ચપળ છે; સ્ટેડીયમને ચક્કર લગાવવામાં એક વખતમાંજ તે અન્યને તેની લંબાઈ છે તેના કરતા ત્રણ ગણો આગળ રહીને દોરી જશે."

ઈલ્દેરીમે તેની દાઢી પસવારી અને આંખ પટપટાવતા કહ્યું, " અલ્દેબરન સહુથી ચપળ છે પણ સહુથી ધીમાનું શું છે?"

"આ તે છે." બેનહરે અન્તારેસ નામના ઘોડાની લગામ હાથમાં રમાડતા કહ્યું. " આ તે છે; પણ તે વિજેતા થશે, કેમ કે તે આખો દિવસ દોડયા કરે તેવો છે અને સુર્યાસ્ત થાય કે તે સહુથી ઝડપી ઘોડાને પહોંચી જશે."

"ફરીથી ખરૂં," ઈલ્દેરીમે કહ્યું.

"મને એક વાતનો ડર છે, શેખ. વિજયની તૃષ્ણામાં એક રોમન પાસેથી ખેલદિલીની અપેક્ષા રાખવી નકામી છે. સ્પર્ધાઓમાં – તે બધા જ – તમે જો જો – તેઓની ચાલાકીઓ અનંત છે; રથોની દોડમાં તેઓ બધે જ પહોંચી વળે તેવા ધુર્ત છે. ઘોડાથી સારથી, સારથી થી માલિક. જેથી કરીને ભલા શેખ, આજથી તો છેક મહાવરો સંપૂર્ણ થાય ત્યાં સુધી તમારી પાસે જે કંઈ છે તેની ખુબજ સંભાળ રાખજો. કોઈપણ અજાણ્યાને અશ્વોની પાસે ફટકવા દેતા પણ નહીં. જો તેઓને સંપૂર્ણ પણે સલામત રાખવા હોય, તો થોડું વધારે કરો – દિવસ અને રાત તેઓને સશસ્ત્ર ચોકિયાતોની ચોકીમાં રાખી દો. તે પછી મને અંતનો કોઈપણ ડર રહેશે નહીં." તંબુના દરવાજે તેઓ ઘોડાઓ પરથી ઉતર્યા.

"તે જે કંઈ કહ્યું તે પર ધ્યાન આપવામાં આવશે. પણ એરીયસના પુત્ર – "ઈલ્દેરીમે કમ્મરબંધમાંથી પરબીડીયું ખેંચી કાઢયું અને ધીમેથી તેને ખોલ્યું. જેવા તેઓ દિવાન પર જઈને બેઠા કે તેણે કહ્યું, "મને લેટીનમાં લખાયેલો આ પત્ર વાંચી સંભળાવ." તેણે બેનહરના હાથમાં પત્ર આપ્યો અને કહ્યું, " આ પત્ર તારા પૂર્વજોની ભાષામાં મોટેથી વાંચ."

બેનહર ખુબજ આનંદમાં હતો અને તેણે એમ જ વાંચ્યું, " ગ્રેટસને મેસાલા!" તેના શરીરમાં ચેતવણીની એક ધ્રુજારી રકતવાહીનીઓમાં થઈને હૃદયમાં દોડી ગઈ. ઈલ્દેરીમે તેના ઉશ્કેરાટનું નિરીક્ષણ કર્યું.

"સારૂ; હું વાટ જોઉં છું."

જયારે તેણે ગ્રેટસને બનેલા બનાવોની સ્મૃતિ કરાવતા ભાગને વાંચવાનું શરૂ કર્યું કે તેનો અવાજ લડખડાયો, " હું થોડું વધુ યાદ કરીશ," તેણે વાંચ્યું," કે આપે ઝનુન પૂર્વક બેનહરના પરીવારને ઠેકાણે પાડેલો," ત્યાં તેણે લાંબો શ્વાસ લીધો, " તે વખતે આપણે બન્ને ખુબજ જોરદાર અને હેતુપૂર્વકની હોય તેવી યોજના કરવાનું ધારતા હતા કે જેમાં વહીવટદારનું અનિવાર્ય તેમજ પ્રાકૃતિક મૃત્યુ શાંતિપૂર્વક ઢંકાઈ જાય."

અંહી બેનહરના હાથમાંથી પત્ર નીચે પડી ગયો અને તેણે બન્ને હાથ વડે મોં છુપાવી દીધું. "તેઓ મૃત્યુ પામ્યા છે – મૃત્યુ. હું એકલો જ બાકી રહી ગયો છું."

યુવાન માણસની વેદનાઓનો શેખ શાંતિપૂર્વક સાક્ષી બની રહ્યો. તે ઉભો થયો અને કહ્યું,

"એરીયસનાપુત્ર, મારે તારી ક્ષમા માગવાની છે. તું પત્રને તારી જાતે જ વાંચી લે. જયારે તને ફરીથી કળ વળે ત્યારે મને કહેવડાવજે. હું પાછો આવીશ."

તે તંબુની બહાર જતો રહ્યો.

થોડીવાર પછી થોડા ઠીક થઈને બેનહરે ફરીથી વાંચવાનું શરૂ કર્યું," આપે તે કાવતરાખોરની માતા અને બહેન સાથે શું કર્યું તે યાદ કરશો. કેમ કે મને તેઓ જીવે છે કે મૃત્યુ પામ્યા છે તે જાણવાની અત્યંત ઈચ્છા થઈ છે." બેનહરે ફરીથી પત્રવાંચવાનું શરૂ કર્યું અને વારંવાર તે પત્રને વાંચતો રહ્યો અને એકાએક એક ઉદગાર સાથે તે રડી પડયો. "તે જાણતો નથી કે તેઓ મૃત્યુ પામ્યા છે. તો હજુ પણ એક આશા છે." તે પત્રનો અંતભાગ વાંચવા લાગ્યો.

"તેઓ મૃત્યુ પામ્યા નથી," તેણે થોડા ઠીક થયા પછી કહ્યું, " તેઓ મૃત્યુ પામ્યા જ ન હોય, નહીંતર તેણે (મેસાલાએ) તે વિષે સાંભળ્યું જ હોત." તે પછી તેણે શેખને બોલાવવા માટે માણસ મોકલ્યો.

મહેમાનનવાજીના તંબુમાં શેખ આવ્યા કે બેનહરે કહ્યું, "ઓ શેખ," તેણે કહ્યું, " મારે તને એક વાત કહેવાની કે પહેલા તો ફકત તારા અશ્વો સાથે જ લાગતું વળગતું હતું. મેં તને મારો પૂર્વ ઈતિહાસ કહેવાની ના પાડી હતી. પણ મારા હાથમાં રહેલા આ પત્રના કારણે મને તને બધી જ વાત કરવાની ફરજ પડી છે અને તે સઘળું હું તને ખુબજ ખુશીથી કહીશ, કેમ કે આપણા બન્નનો શત્રુ એકજ છે અને આપણે બન્નેને તે શત્રુનો જ ડર છે. અને એ શત્રુ કે જેના વિરૂધ્ધ આપણી પાસે એક સામાન્ય કારણ પણ છે. હું આ પત્ર વાંચીશ અને કદાચ તે પછી તું જોઈશ કે હું શા માટે અંદરથી હચમચી ગયો હતો."

જયાં સુધી બેનહર તે ફકરો કે જેમાં મેસાલાએ ચોકકસતાથી દર્શાવ્યું હતું , "મેં તે યહુદીને ગઈકાલે ડેફનીની સમાધીએ જોયો હતો. અને જો હવે તે ત્યાં ન હોય તો ચોકકસપણે આસપાસમાંજ કયાંક હોવો જોઈએ. ખરેખર તો તે પામવૃક્ષોની વાડીમાં દ્રોહી શેખ ઈલ્દેરીમના તંબુમાં જ હોવો જોઈએ."

"આ......હ!" શેખ ઈલ્દેરીમે નવાઈ અને ગુસ્સાના મિશ્રીત ભાવોથી કહ્યું.

"તે પામવૃક્ષોની વાડીમાં," બેનહરે ફરીથી વાંચ્યું, " દ્રોહી શેખ ઈલ્દેરીમના તંબુમાં."

"દ્રોહી! – હું?" વૃધ્ધ આરબ બરાડી ઉઠયો. તેના કપાળ અને ગરદનની નસો એવી બધી ફુલી ગઈ અને જોરથી ધબકાવ માંડી કે એવું લાગે કે જાણે હમણાં જ ફાટી જશે.

"એક ક્ષણ માટે, શેખ." બેનહરે કહ્યું, " આવો અભિપ્રાય તારા માટે મેસાલાનો છે. હવે તેની ધમકી સાંભળ." અને તેણે આગળ વાંચ્યું. ".....દ્રોહી શેખ ઈલ્ડેરીમ કે જે આપણા મજબુત હાથોમાંથી વધુ વખત સુધી છટકી નહીં શકે, તેના જ તંબુમાં હોવો જોઈએ. મેક્ષેન્ટીયસ તેના પ્રથમ કાર્ય તરીકે તે આરબને રોમ જતા વહાણમાં ચડાવી દે તો નવાઈ પામતો નહીં."

"મને અને રોમ જતા વહાણમાં ચડાવી દેવાનો! શેખ ઈલ્ડેરીમને કે જેના એક ઈશારે દસ હજાર ભાલાધારી ઘોડેસવારો મેદાનમાં ઝુકાવી દે તે શેખ ઈલ્ડેરીમને રોમ જતા વહાણમાં ચડાવી દેવો છે!"

શેખ ટટ્ટાર થયો, તેના હાથ સીધા થયા, મુઠ્ઠીઓ ભીડાઈ ગઈ અને આંખોમાં તણખા ઝર્યા. પણ થોડી જ વારમાં તેણે પોતાની જાત પર કાબુ મેળવી લીધો અને ઘુંટણીયે પડયો અને તેના હાથ ઈશ્વરના દરબારમાં દાદ માગવા માટે ઉઠયા. તેણે કહ્યું, "હે ભગવાન! આ અહંકારનો અંત કયારે આવશે? હું એક મુકત માનવ છું, મારી પ્રજા મુકત છે. શું અમારે ગુલામો તરીકે જ મૃત્યુ પામવું પડશે? અથવા તો તેથી પણ ખરાબ – માટે એક પાળેલા કુતરાની માફક ગળે પટ્ટો બાંધી અને માલિકના પગલા પડે ત્યાં ઢસડાવાનું? રખેને તે મને ચાબુક ફટકારી બેસે તે ડરથી મારે તેના હાથ ચાટવાના? જે કંઈ મારૂં છે તે મારૂં નથી; હું ખુદ મારો પોતાનો નથી; મારે શરીર અને આત્માથી એક રોમનના ઋણી રહેવું પડે, ઓહ – આમાંથી મારો કયારે છુટકારો થશે? પાંચ, દસ કે પચીસ વર્ષે?"

તેણે તેના દાંત ભીંસ્યા, બન્ને હાથ ઉંચા કર્યા અને માથું ધુણાવ્યું; તે પછી એક અન્ય વિચારથી પ્રેરિત થઈને તેણે બેનહરનો ખભ્ભો મજબુતાઈથી પકડી લીધો.

"એરીયસના પુત્ર! જો હું તારી માફક યુવાન, સુદઢ અને શસ્ત્રોની તાલિમ પામેલો હોઉં અને જો મારી પાસે એક લક્ષ્ય હોય, એક એવું મહાન લક્ષ્ય કે જે ધૃણાને પણ પવિત્ર બનાવે – હરના પુત્ર, હરના પુત્ર –કહે."

અને તે નામના ઉચ્ચારથીજ બેનહરની નસોમાં વહેતું રકત ઘડીભર થંભી ગયું; તેને નવાઈ લાગી અને મુંઝાયો. તેણે તેની અત્યંત પાસે રહેલા વૃધ્ધ આરબની આંખોમાં તેની તેજસ્વી આંખો પરોવી દીધી.

"હરના પુત્ર, હું કહું છું કે તને થયેલા અન્યાયોનો બદલો જયાં સુધી હું લઈશ નહીં ત્યાં સુધી મને ચેન નહીં પડે. મારી ફરીયાદોમાં સમગ્ર વિશ્વની ફરીયાદો ઉમેરી અને મારી પોતાની જાતને પ્રતિશોધને સમર્પિત કરૂં છું. સ્વતંત્રતા માટેનું એવું કોઈપણ યુધ્ધ નહીં હોય કે જેમાં હું વ્યસ્ત રહ્યો ન હોઉં; રોમ ની વિરૂધ્ધ એવી કોઈજ લડાઈ નહીં હોય કે જેમાં મેં ભાગ લીધો ન હોય. જો કે હું વધુ સારૂં ન કરી શકયો, નહીંતર મેં પાર્થેજવાસીઓને ફેરવી નાખ્યા હોત. જો મારા માણસો મને નિષ્ફળતા અપાવે તો પણ હું કદી પણ મેદાન છોડીને જઈશ નહીં! ઈશ્વરના વૈભવના સોગન! હું વરૂઓની ટોળી સાથે જોડાઈશ અને સિંહોને મિત્રો બનાવીશ; તે આશાથી કે એક દિવસ શત્રુનો તેઓની મદદ વડે મુકાબલો કરી શકું. હું દરેક શસ્ત્ર અજમાવી જોઈશ. તો મારો પ્રતિશોધ રોમનો પર લઈ અને તેનો વધ કરવામાં આનંદ માણીશ. જે કંઈ રોમ નું છે તે અગ્નિમાં હોમી દેવાનું, જે કોઈ રોમન તરીકે જનમ્યો છે તેને તલવારને ઘાટ ઉતારવાનો. અનેક રાત્રીઓના મેં સારા અને નઠારા એમ બન્ને પ્રકારના દેવોની પ્રાર્થના કરી છે અને તેમની પાસેથી

વિશિષ્ટ શકિતઓ માગી છે – તોફાનો, દુષ્કાળ, ગરમી, ઠંડી અને એવા હજારો પ્રકારના અનામી વિષાણુઓ કે જેને તેઓ હવામાં મુકત કરી શકે, એવી હજારો વસ્તુઓ કે જેનાથી લોકો ધરતી પર કે સાગરમાં મૃત્યુ પામે, ઓહ! હું ઉંઘી ન શકયો.... હું – હું – "

શેખ શ્વાસ લેવા માટે થોભ્યો. તેના બન્ને હાથ એકબીજા સાથે ઘસ્યા, મસળ્યા અને હાથને પાણીથી ધોઈ નીતારતા હોઈએ તેમ ઝાટકા મારી છુટા કર્યા. અને તેમ કહેવું ઠીક બહેશે કે શેખનો હૈયામાં ઉંડે સુધી ઉતરી જતો અવાજ અત્યંત ક્રોધથી લાલચોળ થઈ ગયેલી આંખોથી ઉભી થયેલી રોમન સમાજની ધુંધળી છાપથી બેનહર હચમચી ગયો.

આ સઘળા વર્ષોમાં તે એકાકી યુવકે પહેલીજ વાર તેને તેના મુળ નામથી કોઈકે બોલાવ્યો હતો. ઓછામાં ઓછું એક માણસ તો તેને ઓળખતો હતો, અને તે પણ દુર રણપ્રદેશનો આરબ કે જેણે તેની ઓળખની કોઈ આવશ્યકતા નહોતી.

તેની જાણકારીમાં આ વાત કેવી રીતે આવી? તે પત્રથી? ના. તે નિષ્ઠુર કથા કે જેમાં તેના પરીવારે વેઠેલી પારાવાર યાતનાઓ કહેવાઈ હતી; જેમાં તેની કમનસીબીનું વર્ણન થયું હતું, પણ તેમ નહોતું કહેવાયું કે તે એ જ ભોગ બનેલી વ્યકિત હતી કે જે તેના કમનસીબથી માંડમાંડ બચી શકી હતી. તેણે નોંધ્યું કે શેખે આ પત્ર વાંચ્યો અને તેનું તાત્પર્ય સમજયો. તેને ખુશી થઈ. આશા પુનઃ જીવિત થવાથી તેના શરીરમાં એક ક્ષણ માટે થોડી ધ્રુજારીનો સંચાર થયો, તો પણ તે શાંત થઈને બેઠો રહ્યો.

"ભલા શેખ, તમે મને કહે કે આ પત્ર તને કેવી રીતે મળ્યો?"

"મારા લોકો શહેરોને જોડતા રસ્તાઓની સંભાળ રાખે છે," ઈલ્દેરીમે જવાબ આપ્યો. " તેઓએ એક વાહક પાસેથી તે લઈ લીધો."

"તેઓને ખબર છે કે તે તમારા લોકો હતા?"

"ના. સમગ્ર વિશ્વ માટે તેઓ લુંટારાઓ છે અને મારે તેમને પકડી અને મોતને ઘાટ ઉતારવાના છે."

"ફરીથી શેખ, તમે મને મારા પિતાના નામથી, હરના પુત્ર તરીકે બોલાવ્યો છે. હું તો માનતો નહોતો કે આ ધરતી પર કોઈ એવું હોય કે જે મને આ નામથી ઓળખતું હોય. આપને આ વાતની ખબર કેવી રીતે પડી?"

ઈલ્દેરીમને ખચકાટ થયો; પણ તેણે બે હાથથી ટેકો લીધો અને જવાબ આપ્યો, " હું તને ઓળખું છું, તો પણ હું તને વિશેષ કંઈ કહેવાને મુકત નથી."

"કોઈએ આપને તે માટે બાધિત કર્યા છે?"

શેખે તેનું મોં બંધ કર્યું અને ચાલતો થયો. પણ તેણે બેનહરની નિરાશા જોઈ અને પાછો ફર્યો અને કહ્યું, "ચાલો, આપણે આ બાબતમાં વધુ કશું નહીં કહીએ. હું નગરમાં જઈશ; હું જયારે પાછો ફરીશ ત્યારે હું તને બધી વાત કરીશ. મને તે પત્ર આપ."

ઈલ્દેરીમે સંભાળપૂર્વક તે પેપીરસનો વીંટો વાળ્યો, તેને પરબીડીયામાં મુકયો અને ફરીથી સ્વસ્થતા પ્રાપ્ત કરી લીધી.

"તેં શું કહ્યું?" તેણે ઘોડાઓની વાટ જોતી વખતે પુછયું અને હાંકયે રાખ્યું, " મેં તને પુછયું હતું કે જો હું તારી જગ્યાએ હોઉં તો તું શું કરે? અને તેં કોઈ જવાબ આપ્યો નહોતો."

"મારે જવાબ આપવો હતો અને હું આપીશ." બેનહરનો અવાજ તેની લાગણીઓની અનુભૂતિનો પ્રતિઘોષ કરતો હતો. " તેં જે કંઈ કહ્યું છે તે હું કરીશ – જે કંઈ એક માનવનું સામર્થ્ય છે તેટલું તો કરીશ જ. મેં ઘણા સમય પહેલા જ મારૂં સમગ્ર અસ્તિત્વ પ્રતિશોધને સમર્પિત કરી દીધું છે. પસાર થયેલા છેલ્લા પાંચ વર્ષોની પ્રત્યેક ઘડી હું માત્ર આ જ વિચાર સાથે જીવ્યો છું. મેં કોઈ રાહતનો શ્વાસ લીધો નથી. મેં યૌવનનો કોઈ આનંદ લીધો નથી. રોમ નો વૈભવ મારા માટે નહોતો. મારે તો મારો પ્રતિશોધ લેવા માટે મને તેનું પ્રશિક્ષણ મળે તે માટે તેની જરૂર હતી. મેં તે માટે વિખ્યત વિદ્વાનો અને નિષ્ણાતોનું શરણ લીધું; પણ તે કોઈ કાવ્યશાસ્ત્ર કે તત્વજ્ઞાનના જાણકારોનું નહીં. ઓહ .... મારી પાસે તે માટે સમય નહોતો. મારી એકમાત્ર ઈચ્છા એક યુધ્ધવીર માટેનું તમામ જરૂરી જ્ઞાન મને મેળે તે માત્ર હતી. તે માટે હું ગ્લેડીયેટર્સ અને સર્કસના વિજેતાઓ સાથે જોડાયો અને તેઓ મારા પ્રશિક્ષકો બન્યા. મુખ્ય પડાવના શારિરિક શિક્ષકો અને વ્યુહરચનાઓના અગ્રગણ્ય જાણકારોએ મને એક વિદ્વાન તરીકે સ્વીકૃતિ આપી અને મને તેઓની હરોળમાં રહેવાનું ગૌરવ આપ્યું. ઓ શેખ! હું એક સૈનિક છું, પણ મારે જે જોઈતું હતું તે માટે મારે સેનાપતિ બનવું રહ્યું. તે વિચારથી મેં પાર્થેજવાસીઓ સામેની ઝુંબેશમાં ભાગ લીધો. અને જયારે તે પુરી થાય ત્યારે જો હું જીવતો રહું અને શારિરિક રીતે સમર્થ રહું તો," તેણે તેના જોડેલા હાથ ઉઠાવ્યા અને આવેશથી કહ્યું, " ત્યારે હું રોમન લોકોનો શત્રુ હોઈશ. રોમન સામ્રાજયએ મને તેની તમામ અધમતાઓનો હિસાબ રોમન લોકોના જીવનથી આપવો પડશે. શેખ! આ તમને મારો ઉત્તર છે."

ઈલ્દેરીમે તેનો એક હાથ બેનહરના ખભ્ભા પર મુકયો અને તેને ચુમી લીધો અને સંયમથી કહ્યું, " હરના પુત્ર – જો તારો ઈશ્વર તને સહાય ન કરે, કેમ કે તે મૃત્યુ પામ્યો છે, તો આ વચન મારી પાસેથી લે – હું પ્રતિજ્ઞા કરૂં છું કે જો તારો સમય આવે તો હું તને સાથ આપીશ. મારા તમામ માણસો, ઊંટો, ઘોડાઓ અને તૈયારીઓ કરવા માટે મારો રણપ્રદેશ. હું પ્રતિજ્ઞા લઉં છું. હાલ માટે આટલું પુરતું છે. આપણે રાત્રી પહેલા મળીશું."

તરતજ ફરીને શેખ ઝડપથી ઘોડા પર સવાર થયો અને આંખથી ઓઝલ થયો.

*****

પ્રકરણ ૯ઠ્ઠું

આંતરવામાં આવેલા પત્રમાં બેનહરને અત્યંત રસ પડયો કેમ કે તે ઘણીબધી બાબતોમાં નિર્ણાયક હતો. તેમાં એ વાતની સંપૂર્ણપણે કબુલાત હતી કે તેનો લેખક બેનહરના પરીવારને જે ખુની હેતુથી દુર લઈ ગયો હતો તેણે જ આખી યોજના જે હેતુથી હતી તેને મંજુર કરી હતી અને જપ્તીની પ્રક્રિયામાંથી એક ભાગ પણ મેળવ્યો હતો. અને તો પણ તે મુખ્ય કાવતરાખોરને એક વાતનો આનંદ હતો કે તે જે કંઈ થયું તેમા તે મુખ્ય કાવતરાખોર હોવાનું કહેવાય અને તે રીતે તે કદી પણ ભુલી ન શકાય તેમ તેનું નામ દહેશતથી લેવાય અને તે રીતે તેનું પોતાનું ભવિષ્ય સુરક્ષિત થાય. આ માટે સીસેરીયામાં જે કંઈ સલાહ આપવામાં આવે તે પ્રમાણે કરવા માટે તે સંપૂર્ણપણે તૈયાર હતો.

અને હવે તે પત્ર જેને ખરેખર લાગતું વગતું હતું તેના હાથમાં પહોંચી ગયો હતો. તે આવનાર ભયની ચેતવણી આપતો હતો અને એક કસુરવારની કબુલાત પણ હતી. તો જયારે ઈલ્દેરીમ તંબુ છોડીને ગયો ત્યારે બેનહરે આ અંગે તાત્કાલિક કંઈક કરવા માટે ઘણુંબધું વિચારવું પડે તેમ હતું. તેના શત્રુઓ પૂર્વમાં સહુથી કુશળ અને શકિતશાળી હતા; તો તેઓની પાસે તે ભય પામવાને માટે પણ મોટું કારણ હતું. તેણે પરિસ્થિતિનું પ્રામાણિક અવલોકન કરવાનો પ્રયત્ન કર્યો, પણ તેમ કરી શકયો નહીં. તેની લાગણીઓ સતત તેને કચડી નાખતી હતી. તેની માતા અને બહેન જીવતા હતા એ શકયતામાં જ એક ચોકકસ આનંદ હતો. અને તે બાબતમાં થોડુંક તો એ જ કે તે ખાત્રીના પાયામાં એક નજીવું અનુમાન હતું. એક એવો માણસ હતો કે જે તેને કહી શકે કે તેઓ કયાં હોઈ શકે. તો આટલી લાંબી શોધખોળનો અંત હવે હાથવેંતમાં હતો. આ બધી વાતો એક લાગણીનું કારણ હતું. તે અંતર્ગત એટલું તો કબુલ કરવું પડે કે તેને અંધશ્રધ્ધાની હદ સુધી એ વાતનું આકર્ષણ હતું કે પરમકૃપાળુ પરમાત્મા તેની શ્રધ્ધા સાથે સમન્વય કરવાના હતા કે જેમાં તેની અતુટ શ્રધ્ધા હતી.

પ્રસંગોપાત, ઈલ્દેરીમના શબ્દોના સંદર્ભમાં, બેનહરને નવાઈ લાગતી હતી કે તે આરબને તેની જાણકારી કેવી રીતે મળી! તે ન તો મલુક હોય કે ન તો સીમોનીડીસ કે જેમને તે વાત તેને કહેવામાં કોઈ રસ નહોતો. તો શું મેસાલાએ આ બધું કહ્યું હશે? ના, ના. તેના માટે આવી વાતખુલ્લી કરવી આફત સમાન હતી. આવી બધી અટકળો વ્યર્થ હતી. પણ બેનહર જયારે આ બધી વાતનો નિષ્કર્ષ મેળવવામાં પાછો પડયો ત્યારે પણ તેને એક વાતનો દિલાસો હતો કે જે કોઈને આ વતાની જાણકારી હતી, તે તેનો મિત્ર હતો. અને તેણે એ વાતને યોગ્ય સમયે જાહેર કરી હતી. થોડી વધુ વાટ જોયા પછી – થોડી વધુ ધીરજ રાખીને; કદાચ શેખની આ ખેપ એ માટે વધુ મહત્વની હોઈ શકે કે જેનાથી આ પત્રની સંપૂર્ણ જાહેરાત થાય.

અને જેમ તેને આશા હતી તેમ જો તીરઝાહ અને તેની માતા તેના માટે આવા સંજોગોમાં પણ તેની વાટ જોતા હશે? તો બેનહરનો અંતરાત્મા તેની વાત નકારતો નહોતો.

આવા વિચારોથી મુકિત મેળવવા માટે તે જેટલું દુર જઈ શકાય તેટલે ફળઝાડની વાડીઓ તરફ દુર ભટકવા ગયો. ત્યાં પણ કે જયાં ખજુર એકઠી કરવામાં આવતી હતી, તે વિશાળ વૃક્ષોમાં

પક્ષીઓએ માળા બનાવ્યા હતા અને બેરીના મીઠાશથી છલોછલ ભરેલા ભળો ઉપર ઉડતા ભમરાઓ અને મધમખીઓના પાંખો વિંઝવાના તાલબધ્ધ સંગીતથી વનપ્રદેશની બધી લીલી અને સોનેરી જગ્યાઓ ભરેલી પડી હતી.

તળાવના કાંઠે જો કે તે ઘણા સમય સુધી બેઠો રહ્યો. તેની દ્રષ્ટિ ચાંદનીના તેજ થી સરોવરના પાણી પરની ચમકતી મંદ લહેરો પરથી આગળ વહેતી તે ઈજીપ્તવાસી રમણી (બાલ્થસારની પુત્રી આઈરસ)ના વિચાર પર સ્થિર થઈ. સરોવરની આમ થી તેમ થતી લહેરોની સાથે તે સૌંદર્ય સામ્રાજ્ઞીના મધુર કંઠે ગવાયેલા ગીતો અને કહેવાયેલી કથાઓ, તેનું મધુર હાસ્ય, સુંદર રીતભાત અને તે નૌકાવિહાર સમયે બેનહરના સુકાન પર રહેલા હાથ નીચે રહેલા તેણીના નાનકડા અને નાજુક હાથોની ઉષ્મા.

પણ તેની સાથેજ સમાંતર ચાલતો એક વિચાર અને તે અજાણી બાબતો કે જે કોઈપણ કાનુન કે પ્રકૃતિના નિયમથી વિપરીત હતી અને જેનો તે સાક્ષી હતો તે વિચાર તેને બાલ્થસાર તરફ દોરી ગયો. એ ભલો માણસ કે જે કરૂણા અને ધીરજ ધરીને યહુદીઓના રાજાના પવિત્ર વચનને ધારણ કરીને ઉભો હતો. અને મંઝીલ નજીક હતી. અને ત્યાં જ બેનહરનું મન કહેતું હતું કે તેને જે કંઈ તેના મનમાં ઉઠતા પ્રશ્નો અને વિચારો અને તે એક વ્યકિતવિશેષના રહસ્યોનો એક સંતોષકારક ઉત્તર મળવાનો હતો. પણ તે એ જ હોઈ શકે? કારણ કે જે કંઈ આપણી ઈચ્છાને અનુકુળ નથી તે વિચારનો અસ્વિકાર પણ એટલી સરળતાથી થઈ શકે નહીં. તેણે બાલ્થસારે આપેલી ઈશ્વરના આગમન અને તેના દ્વારા સ્થાપવામાં આવનાર રાજયની સ્વિકૃત વ્યાખ્યા નકારી કાઢી. સમર્પણના અતલ ઉંડાણમાંથી આવતો નિષ્કર્ષ મનને ગમે તેવો, પણ દિવાસ્વપ્ન જેવો હતો. કારણકે આ વાત આત્માઓના સામ્રાજયની હતી. તે આવનાર નવો સમ્રાટ કે જે સમ્રાટ સોલોમનથી વધુ ડાહ્યો અને શકિતશાળી હશે. તેનું સામ્રાજય પહેલાથી વધુ વિશાળ, સમૃધ્ધ અને શકિતશાળી અને પહેલાથી વધુ ભવ્ય પણ હશે. તે ખાસ એવું કે જેનાથી તે સેવા અને પ્રતિશોધ બન્ને મેળવી શકે. આવા જ વિચારોમાં તેણે ડોવર ભણી પ્રયાણ કર્યું.

બપોરનું ભોજન લઈને બેનહર સુર્યપ્રકાશમાં સારી રીતે નિરીક્ષણ કરી શકે તે માટે રથને બહાર લાવ્યો. રથની બનાવટ ગ્રીક ઢબની હતી. બે પૈડા વચ્ચેની રથની ધરી થોડી વધુ લાંબી અને મજબુત હતી. રથના થોડા વધુ વજનના ગેરલાભ સામે સમતોલન અને નિયમનનો વધુ લાભ મળે તેવું આરબોએ બરાબર ધ્યાનમાં લીધું હતું. રોમના રથ નિર્માતાઓએ આ રથ સુંદર, સલામત અને મજબુત બનાવ્યો હતો. આ રથ તે સમયની બનાવટના અન્ય રથ કરતા થોડો જુદો પડતો હતો. તે સમયે "એકીલસ નો રથ" અને "માનવોનો રાજા"નામના રથ પ્રચલિત હતા. જે યુધ્ધો માટે જ બનાવવામાં આવ્યા હતા અને તેનું સખત પરીક્ષણ કરવામાં આવતું હતું. તે ઈસ્થેમીયન અને ઓલિમ્પિકના તાજ માટે સંઘર્ષ કરતા યોધ્ધાઓના માનીતા હતા. રથની કોઈપણ બાબત બેનહરની નજર બહાર રહી નહીં.

પછી તે અશ્વોને જોતરી અને મહાવરો કરવા માટે ખાસ તૈયાર કરવામાં આવેલા મેદાનમાં રથને લાવ્યો. ત્યાં તેણે છેક સાંજ સુધી ધુંસરીએ જોડી અને જુદીજુદી રીતે તાલિમબધ્ધ અશ્વોને દોડાવ્યે રાખ્યા. જયારે તે સાંજે પાછો આવ્યો ત્યારે તેનો આત્મા સંતૃષ્ટિથી પ્રફુલ્લિત થઈ ગયો. તે રેસમાં જીતે કે હારે, પણ મેસાલા સાથે સ્થિર બુધ્ધિથી કેવી રીતે વર્તન કરવું તેની ચોકકસ રૂપરેખા માનસમાં સ્પષ્ટ કરી દીધી. પૂર્વ ભણી દ્રષ્ટિ કરતા તેને એ વિચાર પણ ન આવ્યો કે ત્યાં એકમાત્ર મેસાલા જ નહીં પણ અન્ય સ્પર્ધકો પણ હશે. બસ, તેને તેના એકમાત્ર પ્રતિસ્પર્ધીને સ્પર્ધા આપવાનો આનંદ હતો અને તે

આનંદથી તેનો આત્મા પુલકિત થઈ ઉઠયો હતો. તેની સ્વચંની પ્રતિભા માટે તેને કોઈ શંકા નહોતી અને તેની સ્પર્ધાના સહભાગી એવા ચાર અશ્વો માટે ગૌરવ હતું અને તેથી જ સ્પર્ધાના પરીણામ માટે તેને સંપૂર્ણ આત્મવિશ્વાસ હતો.

જો, જો, હા હો એન્ટેરેસ, અલ્દેબરન, રીગેલ અને તું અટાયર – શું તે આપણાથી સાવચેત નહીં હોય? હા હા સહૃદયી સહકર્મીઓ. હશે જ.

તો આ રીતે એક અશ્વથી બીજા અશ્વ પાસે માલિક તેના ઘોડાને કહેતો હોય તેમ નહીં પણ બંધુઓમાં જયેષ્ઠ હોય તેમ વારાફરતી ફરી વળ્યો.

રાત પડી કે બેનહર ઈલ્દેરીમના તંબુના દરવાજે જઈ ઉભો રહ્યો. શેખ હજુ શહેરમાંથી પાછા ફર્યા નહોતા. બેનહર નહોતો વ્યગ્ર, અધિર કે તેને નહોતી શંકા. જયારે શેખ તેને સાંભળશે કે તેને તેના ચારેયના દેખાવથી સંતોષ થશે. તે ચારેય અશ્વોને મસાજ કરાવી, ઠંડા પાણીથી નહાવડાવી અને પછી ભૂખ્યા થયેલા જીવોને વહાલથી ખવડાવી અને આનંદ પામશે. બેનહરને પોતાના સદનસીબની અનુભૂતિ થઈ. દુરથી ઝડપથી દોડતા આવતા ઘોડાના ડાબલાઓનો અવાજ સંભળાયો. મલુક ઘોડા પરથી ઉતર્યો અને સલામ કરી.

"એરીયસના પુત્ર," તેણે આનંદપૂર્વક કહ્યું, " હું તને શેખ ઈલ્દેરીમ વતી સલામ કરૂં છું. તે ભલા શેખે તને શહેરમાં સવાર થઈ અને જવા માટે વિનંતી કરી છે. તે ત્યાં તારી વાટ જુએ છે.

બેનહરે મલુકનું અભિવાદન સ્વીકાર્યું અને વધારે પુછપરછ કરી નહીં પણ જયાં અશ્વોને ચારો નીરવામાં આવ્યો હતો ત્યાં ગયો. અલ્દેબરન જાણે કે તેની સેવા આપવા ઈચ્છતો હોય તેમ તેની પાસે આવ્યો. બેનહરે તેને વહાલથી પંપાળ્યો, પણ તે ચારેયમાંથી એક ઘોડો લેવાને બદલે અન્ય એક ઘોડા પર સવાર થયો. તે ચારેય અશ્વો સ્પર્ધા માટે જ અનામત હતા. થોડી જ વારમાં બેનહર અને મલુક બન્ને શાંતિપૂર્વક અને ઝડપથી ઘોડેસવાર થઈ અને નીકળી ગયા.

સેલેયુસીયન પુલની નીચે થોડા અંતરે તેઓએ નદી હોડી વડે પાર કરી અને નદીના કાંઠે કાંઠે સવારી કરી અનેફરીથી બીજી નૌકા વડે નદી પાર કરી અને શહેરમાં પશ્ચિમ દિશાએથી પ્રવેશ કર્યો. આ ચકરાવો લાંબો હતો પણ બેનહરે સાવચેતીના કારણોસર તે પસંદ કર્યો.

સીમોનીડીસની તળભૂમી તરફ તેઓ આગળ વધ્યા અને પુલની નીચે મોટી વખાર જેવી જગ્યા સામે મલુકે લગામ ખેંચી.

"આપણે આવી પહોંચ્યા છીએ," તેણે કહ્યું, " ઉતરો."

બેનહરે સ્થળને ઓળખી લીધું.

"શેખ કયાં છે?" તેણે પુછયું.

"મારી સાથે આવો, હું તમને બતાવીશ."

એક દરવાન તેમના ઘોડાઓ લઈ ગયો અને વધુ કંઈ સમજાય તે પહેલા બેનહર ફરીથી એક વધુ મોટા ઘરના દરવાજા સામે આવીને ઉભો રહી ગયો. અંદરથી અવાજ આવ્યો – " ઈશ્વરના નામે અંદર પ્રવેશ કરો."

*****

પ્રકરણ ૭મું

મલુક દરવાજે ઉભો રહ્યો. બેનહર એકલો જ અંદર ગયો. તે વિશાળ ઓરડામાં પાછળની દિવાલની મધ્યમાં રહેલી એક આરામખુરશી પાસે લાકડાના સ્ટેન્ડમાં ઉંચી કાઠીના માણસના કદથી પણ થોડી વધુ લંબાઈનો એક ચકચકીત પોલીશ કરેલો ગોળ તાંબાનો સળીયો ભરાવેલો હતો. તેમાં સરકાવીને ગોઠવી શકાય તેવી રચનાવાળા છ કે તેથી વધારે ચાંદીના પ્રગટાવેલા દિવાઓથી દિપમાળા બનાવી હતી. તે દિવાઓના પ્રકાશમાં દિવાલમાંની કાચની બારીઓ, છતની નીચે ફરતી લાકડાની નકશીદાર કાંગરી અને તેાં સોનાનો ઢોળ ચડાવેલું પીતળનું નકશીદાર જડતર અને આછા જાંબલી રંગના અબરખથી મઢેલો ગુંબજ પ્રકાશિત થતો હતો. તે સિવાય આ ઓરડો સીમોનીડીસની મુલાકાત વખતે જેવો હતો તેવો જ હતો. તેમાં બીજો કોઈ જ ફેરફાર થયો નહોતો.

થોડા ડગલા આગળ ચાલી અને બેનહર ઉભો રહ્યો.

ત્યાં સીમોનીડીસ, એસ્થર અને ઈલ્ડેરીમ હતા. બેનહરે ત્રણેયની સામે ઉતાવળે વારાફરતી જાણે કે તેના મનમાં કોઈ પ્રશ્ન આકાર લેતો હોય અને તેનો ઉત્તર આપવાનો હોય તેમ જોયું. આ લોકોને અત્યારે મારૂ શું કામ હશે? તેના મનમાં એક જ સવાલ થતો હતો. તેઓ મિત્રો છે કે શત્રુઓ?

થોડીવારે તેની આંખો એસ્થર પર સ્થિર થઈ.

સીમોનીડીસ અને ઈલ્ડેરીમે તેની સામે પ્રેમપૂર્વક દ્રષ્ટિ કરી. એસ્થરના મુખ પર પ્રેમ, દયા અને માયાથી પણ કશું વિશેષ દેખાતું હતું – કંઈક આધ્યાત્મિક તેજ કે જેની કોઈજ વ્યાખ્યા થઈ શકે નહીં ભલા વાચક, તેમ કહી શકાય? તેના મનમાં એક ઈજીપ્તવાસી અને ભલા યહુદી વચ્ચે થોડીવાર તુલના થતી રહી, પણ તે એક જ ક્ષણ ચાલી અને જેમ આવી તુલનાઓ થતી રહેતી હોય અને કોઈપણ જાતના નિષ્કર્ષ વગર જતી રહેતી હોય તેમજ જતી રહી.

“હરના પુત્ર –”

અતિથી વકતા તરફ ફર્યો.

“હરના પુત્ર,” સીમોનીડીસે ફરીથી ધીમા અવાજે સ્પષ્ટતાથી, સંક્ષિપ્તમ સમજાવી શકાય તેટલાજ શબ્દોમાં કહ્યું, “તને આપણા પૂર્વજોના ઈશ્વર શાંતિ આપે – તે મારી પાસેથી લે” તે થોડીવાર થોભ્યો અને ઉમેર્યું, “મારી પાસેથી, અને મારૂ જે કંઈ છે, તે પણ.”

વકતા તેની ખુરશીમાં બેઠો. તેના મુખ પર શોર્ય હતું. વાતાવરણમાં તેનું રહેવું તો પ્રભુત્વ હતું કે તેની અસર તળે ભાંગેલો તુટેલો માણસ પણ તેની વેદના ભુલી જાય. સફેદ ભ્રમરો નીચેની કાળી આંખો સ્થિર હતી, કઠોર નહોતી. એક ક્ષણ આમ ને આમ વિતી ગઈ.પછી તેણે તેના બન્ને હાથ હથેળીઓ ખભ્ભાને સ્પર્શે તેમ ચોકડી કરી નમસ્કારની મુદ્રામાં મુકયા.

તેની નમસ્કાર કરવાની આ પધ્ધતિની કોઈજ ગેરસમજ થઈ શકે નહીં, અને થઈ પણ નહીં.

“સીમોનીડીસ,” બેનહરે પ્રત્યુતર આપ્યોઃ

"આપે જે પવિત્ર શાંતિનું નિવેદન કર્યું છે, તેનો સ્વીકાર થયો છે. પુત્ર પિતાને જેમ આપે તેમ હું આપને તે પરત કરૂં છું. આ માત્ર આપણા બન્ને વચ્ચેની સંપૂર્ણ સમજ છે."

આ રીતે તેણે સીધું જ વેપારીનું સમર્પણ સ્વીકારી અને પરત કર્યું અને તેથી બન્ને વચ્ચેના માલિક અનેનોકરના સબંધની જગ્યાએ વધુ ઉચ્ચતમ અને પવિત્ર સબંધોએ સ્થાન લીધું.

સીમોનીડીસે તેના હાથ નીચે મુકયા અને એસ્થર તરફ ફરીને કહ્યું, " માલિકને બેસવા માટે કંઈક આપ."

એસ્થર ઉતાવળથી અંદર ગઈ અને એક બાજઠ લાવી. તેણે તેના મુખ પર છલકતી અંતરમનની ભીનાશથી બેનહર અને સીમોનીડીસ તરફ વારાફરતી જોયું. તે બન્નેમાંથી કોઈને પણ મોટપ જોઈતી નહોતી. થોડીવાર તે ખચકાટથી ઉભી રહી. બનહર આગળ વધ્યો અને હળવેથી તેના હાથમાંથી બાજઠ લઈ લીધો. તેણે તે બાજઠ વેપારીની બેઠકના પગ પાસે મુકી અને કહ્યું,

"હું અંહી બેસીશ."

એક ક્ષણ માટે બેનહરની આંખો એસ્થરની આંખોમાં પરોવાઈ ગઈ, પણ બન્નેએ તેથી પણ એકબીજાને વધારે નિહાળી લીધા. બેનહરે મનોમન એસ્થરની આભારની લાગણીઓ સ્વીકારી અને એસ્થરે બેનહરના ધૈર્ય અને ઔદાર્યની પ્રસંશા કરી.

સીમોનીડીસે સ્વીકૃતિને નમન કર્યું.

"એસ્થર, મારી દિકરી, પેલો દસ્તાવેજ લઈ આવ." તેણે રાહતના શ્વાસે કહ્યું. એસ્થરે કબાટ ખોલ્યો અને તેમાંથી એક ગડી કરેલો પેપીરસ કાઢી અને સીમોનીડીસને આપ્યો.

"તેં સારૂં કહ્યું, હરના પુત્ર," સીમોનીડીસે પેપીરસનો વીંટો ઉખેળતા કહ્યું, "આપણે એકબીજાને સમજી લઈએ. મેં તમામ જરૂરી બાબતોનો સમાવેશ કરી અને સમજી શકાય તેવો એક દસ્તાવેજ તૈયાર કર્યો છે. તેમાંના બે મુદાઓ જે હું ભારપૂર્વક કહીશ, મિલ્કત પહેલા અને તે પછી આપણા બન્નેના સબંધો. આ દસ્તાવેજ આપણા બન્ને માટે સ્પષ્ટ છે, જે હવે હું વાંચુ છું."

બેનહરે પત્રો મેળવ્યા, પણ ઈલ્દેરીમ ભણી નજર નાખી.

"ના," સીમોનીડીસે કહ્યું, "શેખ તને વાંચતા અટકાવી શકે નહીં. તું એ દસ્તાવેજની વિગતો વાંચીશ, ચકાસી લઈશ અને તેના સમર્થન માટે તારે કોઈક જોઈશે. જયારે તું અંતિમ નિષ્કર્ષ પર પહોંચે ત્યારે તને ત્યાં શેખ ઈલ્દેરીમનું નામ વાંચવા મળશે. તે બધું જ જાણે છે. તે તારો મિત્ર છે તેમજ મારો પણ મિત્ર છે અને તેથી આપણા બન્નેનો વિશ્વસ્ત સાક્ષી છે."

બેનહરે જવાબ આપ્યો, "હું તેની મિત્રતાના વૈભવને જાણું છું અને મારે હજુ તે માટે મારી જાતને પુરવાર કરવાની બાકી છે. ઓ સીમોનીડીસ, હું તે પત્રોને પછી કાળજીપૂર્વક વાંચી જઈશ. આપ તે પત્રોને હાલમાં તમારી પાસે રાખો. તે માટે આપે કોઈ ચિંતા કરવાની જરૂર નથી. મનેતે ટુંકમાં સમજાવો."

સીમોનીડીસે વીંટો પાછો લઈ લીધો.

"એસ્થર, અંહી મારી પાસે ઉભી રહે અને વીંટો તારી પાસે રાખ. ભૂલેચુકેય તેઓને કોઈ વાતે મુંઝવણ થાય."

એસ્થરે સીમોનીડીસની બેઠકની બાજુમાં સ્થાન લીધું અને તેનો ડાબો હાથ સીમોનીડીસના ખભ્ભા પર મુકયો અને તેથી જયારે સીમોનીડીસે હીસાબના લેખાજોખાનું વાંચન શરૂ કર્યું ત્યારે એસ્થર અને બેનહર તે બન્નેની સંયુકત સમજણ અને સહમતી દેખાઈ આવી.

"આ," સીમોનીડીસે દસ્તાવેજનું પહેલું પાનું ખોલતા કહ્યું, " મારા પિતાએ રોમનોથી બચાવેલી રોકડ રકમનો હિસાબ દર્શાવે છે. ત્યારે કોઈજ મિલ્કત બચાવી શકાઈ નહોતી. અને આ રકમ પણ લુંટારાઓએ લુંટી લીધી હોત, પરંતુ આપણા યહુદી રીતરીવાજો પ્રમાણે વિનીમય થવાનો હોવાથી રહી ગઈ. રોમ, એલેકઝાન્ડ્રીયા, દમાસ્કસ, કાર્થેજ, વેલેન્ટીના અને બીજે જયાં કયાંય પણ આપણા વેપારી વર્તુળોમાં હતી, તે એકસો વીસ ટેલેન્ટની યહુદી શાખે બચી ગયેલી રકમ છે."

તેણે પત્રનો વીંટો એસ્થરને આપ્યો અને બીજો પેપીરસ લીધો.

"તે રકમથી – એકસો વીસ ટેલેન્ટથી – મેં ફરીથી શરૂઆત કરી. હવે અંહીથી મારી શાખ શરૂ થાય છે. મારા આ વેણને મુડીના રોકાણ અને તેમાંથી મળતા વળતરથી પણ વિશેષ સંદર્ભમાં તું જોઈશ."

બીજા અને તે પછીના પેપીરસના વીંટાઓમાંથી તેણે સરવૈયાની છેલ્લી નોંધો વાંચી, જે નીચે પ્રમાણે હતી.

વહાણોમાંથી આવેલી પુરાંત	૬૦ ટેલેન્ટ
વખારમાં રહેલા માલની કિંમત	૧૧૦ ટેલેન્ટ
પરીવહન થઈ રહેલો માલસામાન	૭૫ ટેલેન્ટ
ઊંટો, ઘોડાઓ વગેરેનું મુલ્ય	૨૦ ટેલેન્ટ
કોઠી અને કોઠારોનું મુલ્ય	૧૦ ટેલેન્ટ
બીજા વેપારીઓ પાસેથી લેણી નીકળતી રકમ	૫૪ ટેલેન્ટ
હાથ પરની રોકડ સીલક	૨૨૪ ટેલેન્ટ
કુલ	૫૫૩ ટેલેન્ટ

આ ૫૫૩ ટેલેન્ટમાં મૂળ મુડી ૧૨૦ ટેલેન્ટ જોડી દેતાં કુલ ૬૭૩ ટેલેન્ટ થાય છે. આ ૬૭૩ ટેલેન્ટ હવે તારા છે. ઓ હરના પુત્ર, આ બધુંજ તારૂં છે અને તે તને વિશ્વમાં એક શ્રીમંત પુરૂષ બનાવે છે.

તેણે બધા પેપીરસ એસ્થર પાસેથી સંભાળપૂર્વક ભેગા કર્યા અને ફરીથી વીંટો વાળ્યો અને બેનહરને આપવા હાથ લાંબો કર્યો. તેના વર્તનમાં ગૌરવ હતું, તેમાં તેની ફરજ યોગ્ય રીતે અદા કર્યાનો સંતોષ હતો – અને તે કદાચ બેનહર માટે તેણે 'જે કરવાનું હતું તે કર્યું – તેમાં શું?' એવો ભાવ હતો.

"અને હવે કંઈજ નથી," તેણે અવાજ ધીમો કરતા કહ્યું. તેની આંખો હજુ પણ સ્થિર હતી.

"હવે કશું નથી તેમ તમે ન કહી શકો."

આ ક્ષણે બધાના મુખના ભાવોમાં પરિવર્તન આવ્યું. સીમોનીડીસે ફરીથી તેના બન્ને હાથ વડે ચોકડી કરી અને તેની છાતી પર મુકયા. એસ્થર ચિંતામાં પડી, ઈલ્ડેરીમના ગાત્રો શિથિલ થયા. એક માણસે બીજા માણસ માટે સર્વસ્વ અર્પણ કરી ઉત્તમ ભવિષ્યનું નિર્માણ કર્યું અને હવે તેને એવો કયો ઉત્તર આપવાનો બાકી રહેતો હતો?

પેપીરસનો વીંટો હાથમાં લઈ બેનહર પોતાની લાગણીઓ સાથે દ્વંદ્વ કરતો ઉભો થયો.

"આ મારૂં જે કંઈ છે તે બધું દેવતાઓના આશિર્વાદ છે. તે રાત્રીનો અંધકાર કે જેમાંથી મને ફરીથી પરમ તેજ જોવા મળે તેવી મેં આશા જ મુકી દીધી હતી," તેણે ધ્રુજતા અવાજે કહ્યું, " હું ઈશ્વરનો આભાર માનીશ કે તેણે મને એકલો મુકયો નથી, અને તે પછી તમારો આભાર માનીશ સીમોનીડીસ, આપની વિશ્વસનીયતાએ અન્યોની ક્રુરતા પર વિજય મેળવ્યો છે અને આપણા માનવસ્વભાવને મુકત કર્યો છે."

"આમાં હું કરી શકું તેવું કંઈ જ નથી. તેને એમ ને એમ રહેવા દો. શું કોઈ એવું હશે કે જેને મારા સમયમાં મારાથી વધુ ઔદાર્યથી આ વાતના સાક્ષી થવાનો વિશેષ અધિકાર મળ્યો હોય? મારા માટે તેટલું જ પુરતું છે." સીમોનીડીસે કહ્યું.

"શેખ ઈલ્ડેરીમ, હવે મને સાક્ષી થવાની સેવાનો લાભ લેવા દો. અંહી મારૂં વચન છે અને જે હું તમને કહીશ – સાંભળો અને યાદ રાખો, અને તું એસ્થર, આ ભલા માણસની ભલી દિકરી, તું પણ...."

બેનહરે તેનો પેપીરસનો વીંટાવાળો હાથ સીમોનીડીસ તરફ લંબાવ્યો.

"આ દસ્તાવેજમાં જે કંઈ જણસ છે, તે બધી – વહાણો, ઘર, માલસામાન, ઉંટ, ઘોડા અને રોકડ કે જે કંઈ છે તે સઘળું – ઓ સીમોનીડીસ હું આપને પરત કરૂં છું. આ બધું હંમેશાને માટે તમારૂં છે."

એસ્થરની અશ્રુભીની આંખોમાં સ્મિત આવ્યું, ઈલ્ડેરીમે દાઢી પસવારી, પણ એકમાત્ર સીમોનીડીસ શાંત રહ્યો.

"એ સઘળું તમારૂં અને હંમેશા તમારૂં જ રહેશે," બેનહરે પોતાની જાત પર કાબુ રાખતા કહ્યું, "એક અપવાદ સાથે અને એક શરત સાથે."

શ્રોતાઓના શ્વાસ એક ક્ષણ માટે થંભી ગયા.

"મારા પિતાના એકસોવીસ ટેલેન્ટ આપે મને પરત કરવાના રહેશે."

શેખ ઈલ્ડેરીમને થોડું હસવું આવ્યું.

"અને તમારે મારી માતા અને બહેનની શોધમાં જોડાવું પડશે."

આભારવશ સીમોનીડીસે કહ્યું, " હું તારો જુસ્સો જોઈ શકું છુ, હર ના પુત્ર, અને હું ઈશ્વરનો આભારી છું કે તેણે મને તું જેવો છો તેવો જ મારી પાસે મોકલ્યો છે. જો મેં જીવનમાં તારા પિતાની સારી રીતે સેવા કરી હોય અને તેમના વિદાય થયા પછી તેમની મને સ્મૃતિ કાયમ રહી હોય તો તું તારૂં કર્તવ્ય કદાચ ચુકી જાય તેવો ડર હોય તો હું કહીશ કે અપવાદ માટે કોઈ જ સ્થાન નથી. તું કર્તવ્ય ચુકી જવાનો ડર રાખીશ નહીં."

તે પછી પેપીરસને ઉલટો કરી તેણે વાત આગળ વધારી. " તને દસ્તાવેજ પૈકીનું સઘળું આપેલું નથી. આ લે – મોટેથી વાંચ."

"હરના મુનીમો અને જાગીરના કારભારી સીમોનીડીસ દ્વારા તૈયાર કરાયેલા દસ્તાવેજ અનુસાર....

૧. આમારાહ અને ઈજીપ્તવાસીના ભાગે જેરૂસલેમનો મહેલ આવે છે.

૨. એન્ટિઓકનો કારભારી સીમોનીડીસ રહેશે. અને

૩. એસ્થર સીમોનીડીસની પુત્રી રહેશે."

આ વાતનો વિચાર તો બેનહરના મગજમાં જયાં સુધી સીમોનીડીસે કહ્યું નહોતું ત્યાં સુધી આવ્યો જ નહોતો. તે સમયના કાનુન અનુસાર પુત્રીએ માતાપિતાની શરતોનું પાલન કરવું જ પડે. એટલે કે ગુલામ માતાપિતાની પુત્રીએ પણ જે તે માલિકના ગુલામ થઈને રહેવું પડે. એક પિતાની દ્રષ્ટિએ તે ભલીભોળી એસ્થર તેના પ્રેમનું પાત્ર હતી તો સાથે જ તે જન્મથી જ પરીવાર સાથે જોડાયેલી શરતોના બંધને જકડાયેલી હતી. બેનહરને આ વાત સમજાઈ ગઈ અને તેના મનમાં કંઈક અલગ જ લાગણીએ જન્મ લીધો અને ધીરેથી તેણે એસ્થર સામે જોયું. એસ્થર શરમાઈ ગઈ અને તેની સામે જોઈ અને નજરો ઢાળી દીધી. પછી પેપીરસની ગડી વાળી બેનહરે કહ્યું,

"જે માણસ પાસે છસ્સો ટેલેન્ટ હોય તે ઘણો શ્રીમંત કહેવાય અને તેને જે ગમે તે કરી શકે. પણ પૈસાથી વિશેષ, સંપત્તિથી પણ વધુ મુલ્યનું હોય તો તે હૃદય અને માનસ છે કે જે આટલી સંપત્તિથી ભ્રષ્ટ થયું નથી. ઓ સીમોનીડીસ – અને તું સુંદર એસ્થર – તમે ડરો નહીં. શેખ ઈલ્ડેરીમ આ વાતના અને ક્ષણના સાક્ષી રહેશે કે હું તમને ગુલામીમાંથી મુકત કરૂં છું. હું જે જાહેર કરૂં છું તેનો લેખિત દસ્તાવેજ કરી આપું છું. હું શું તેથી વધારે કંઈ કરી શકું?"

"હરના પુત્ર," સીમોનીડીસે કહ્યું, "તેં સહેલાઈથી ગુલામીને હળવીફુલ બનાવી દીધી છે. હું ખોટો હતો. પણ કેટલીક બાબતો એવી છે કે જે તું કરી શકે નહીં. તું અમને કાયદાથી મુકત કરી શકે નહીં. હું હંમેશાને માટે તારો દાસ છું, કારણ કે આ દરવાજે તારા પિતા સાથે આવ્યો હતો અને મારા કાનમાં એનું વિંધ હજુ અકબંધ છે."

"મારા પિતાએ આવું કર્યું?"

"તું તેમનું એવી રીતે મુલ્યાંકન કરીશ નહીં." તરતજ સીમોનીડીસે કહ્યું, તેણે મારો તે કક્ષાના ચાકર તરીકે સ્વીકાર કર્યો, કારણ કે મેં તેમ કરવાનું કહ્યું હતું. મને તે વાતનો કદી પણ પસ્તાવો થયો નથી. તે તો મેં રશેલ – આ મારી પુત્રીની માતાનું મુલ્ય ચુકવ્યું હતું. તે રશેલ કે જે મારી પત્ની બની શકે તેમ નહોતી સિવાય કે હું તે જેવી હતી તેવો જ બની જાઉં."

"શું તેણી હંમેશાને માટે દાસ હતી?"

"હા, એવું જ."

બેનહર ખંડમાં વ્યથાથી આમ થી તેમ ચાલતો રહ્યો.

"હું પહેલા પણ શ્રીમંત હતો," તેણે એકાએક ઉભા રહી અને કહ્યું, "પણ મને હવે તેથી પણ વધુ મહાન ભવિષ્યનું નિર્માણ થયું હોય તેવું લાગે છે. આમાં શું કોઈ ઈશ્વરીય સંકેત નથી? ઓ સીમોનીડીસ – મારૂં માર્ગદર્શન કરો. મને સત્ય શું છે તે જોવા અને તેનું અનુસરણ કરવામાં મદદ કરો. મને મારી નામના વધે અને આપ કાનુન અનુસાર જે મારા છો, તેવીજ રીતે હું આપના માટે મન, વચન અને કર્મથી આપનો દાસ થઈને રહું તે માટે સહાય કરો."

સીમોનીડીસના મુખ પર ખરેખર કાંતિ આવી ગઈ.

"મારા સ્વર્ગવાસી માલિકના પુત્ર, હું સહયોગ આપવાથી પણ વધુ સારૂં કરી શકું. હું તને હૃદયપૂર્વક સહયોગ કરીશ. મારૂં શરીર તો સાથ નહીં આપે, કેમ કે તે તારા માટે પહેલેથીજ વિંધાઈ ગયું છે. આપણા ઈશ્વરની યજ્ઞવેદીના સોગન ખાઈને કહું છું; હું જાણું છું કે મારે શું કરવાનુ છે; બસ તેનો આદેશ કર."

"જણાવો," બેનહરે આતુરતા પૂર્વક કહ્યું.

"કારભારી તરીકે મિલ્કત મારી રહેશે."

"હવેથી તમારી જાતને તમે કારભારી સમજો. તમારે તે લેખિતમાં જોઈશે?"

"તારા શબ્દો જ પુરતા છે, તારા પિતાની જેમ જ. જો હવે પુરૂ સમજી લેવું હોય તો" – સીમોનીડીસ અટકયો.

"મને બધું જ સમજાઈ ગયું છે." બેનહરે કહ્યું.

"અને તું, રશેલની પુત્રી, કંઈક કહે," સીમોનીડીસે તેના ખભ્ભા પરથી હાથ ઉંચો કરી અને કહ્યું. અને આમ એસ્થર એકલી થઈ ગઈ. તે નવયૌવના શરમથી લાલ થઈ ગઈ. તેણી બેનહર પાસે ગઈ અને નારી સહજ કોમળતા અને મીઠાશથી કહ્યું,

"હું મારી મા કરતા વધારે સુંદર નથી. અને હવે જયારે તેણી અમારી સાથે નથી ત્યારે, ઓ મારા માલિક, હું આપને પ્રાર્થના કરૂં છું કે મને મારા પિતાની સંભાળ લેવા દો."

બેનહરે એસ્થરનો હાથ પોતાના હાથમાં લીધો અને તેને પાછી તેની બેઠક પર દોરી જતા કહ્યું,

"તું એક ભલી દિકરી છો અને હંમેશા રહીશ."

સીમોનીડીસે તેની દિકરીનો હાથ બેનહરના હાથમાંથી લીધો અને ખંડમાં શાંતિ છવાઈ ગઈ.

*****

પ્રકરણ– ૮મું

સીમોનીડીસે સભાપતિની છટાથી ઉંચે જોયું. "એસ્થર" તેણે શાંતીથી કહયું. રાત્રી ઝડપથી વીતી રહી છે અને સમગ્ર ઘટના ક્રમથી આપણે સહુ પણ કંટાળ્યા છીએ. તો હવે થોડું જમવાની વ્યવસ્થા કર"

એસ્થરે ઘંટડી વગાડી, એક ચાકર દ્રાક્ષાસવ અને ભોજન લઈને અંદર આવ્યો. એસ્થરે બધું ભોજન મેજ પર સજાવ્યું.

"મારા ભલા માલીક" સીમોનીડીસે વાત આગળ ચલાવી, મારી દ્રષ્ટિએ સમજ હજુ સંપૂર્ણ થઈ નથી. તેથી જ આપણા જીવન જાણે કે બે વહેતી સરીતાઓનો સંગમ થઈ અને એક થઈને આગળ વધે તે રીતે આગળ ચાલતા રહેશે. મને લાગે છે કે જો આકાશમાંની દરેક વાદળી આ પ્રવાહ પર વરસી પડે તો વધારે સારી રીતે સરીતા ચાલતી રહેશે. તે દિવસ તુ મારા દરવાજે આવી અને એમ સમજીને પાછો વળ્યો હોઈશ કે મેં તારી સંપતિ મારા ખાતે કરી દીધી છે. પણ તે ખરેખર એવું નહોતું, ખરેખર એવું નહોતું હું એક ક્ષણ માટે આવું વિચારી ન શકુ. એસ્થર એ વાતની .... છે કે મે તને ઓળખી લીધો હતો એટલું જ નહી મલુકને પુછી કે મે તને છોડી પણ દીધો નહોતો.

"મલુકા" બેનહરને નવાઈ લાગી.

"મારા જેવો એક માણસ કે જે માલીકને વફાદાર છે તેની પાસે ઘણા બધા દુર સુધી પહોંચી શકે તેવા લાંબા હાથ હોવા જ જોઈએ અને ખાસ કરીને ત્યારે કે જયારે જે વિધિએ તેનો અન્ય સાથે ખુબ જ ક્રુરતાપૂર્વક નો વ્યવહાર કર્યો હોય અને તે વિશ્વ સાથે જ તેણે મુકાબલો કરવાનો હોય. મારી પાસે એવા વિશ્વાસુ ઘણા માણસો છે અને ઘણી વખત – તેણે ભલા શેખ તરફ આભારવશ જોયું. કોઈ વખત મને ભલા માણસો પાસેથી પણ સારી સલાહ મળે છે. મને શેખ ઈલ્દેરીમ – એક જાજરમાન, ભલો અને બહાદુર માણસ ગમે છે. તેને પુછી જો કે જો મેં તારા અસ્તિત્વનો ઈન્કાર કર્યો હોય કે હું તને ભુલી ગયો હોઉં."

બેનહરે આરબ તરફ જોયું.

"આ તે જ ભલો ઈલ્દેરીમ છે કે જેણે તને મારી વાત કરી?" ઈલ્દેરીમની આંખો જાણે કે સ્વીકૃતિનો પ્રત્યુતર આપતી હોય તેમ ચમકી ઉઠી અને તેણે માથું હલાવ્યું.

"કેવી રીતે? ઓ મારા માલિક," સીમોનીડીસે કહ્યું, " ચકાસ્યા વગર કેમ ખબર પડે કે કયો માણસ કેવો છે? હું તને ઓળખતો હતો; મેં તારા પિતાને તારામાં જોયા; પણ તું કેવી પ્રકૃતિનો છે તે હું જાણ નહોતો. કેટલાકલોકો એવા હોય છે કે જેના મહોરા પાછળ કોઈ અલગ જ પ્રકારનો માનવી છુપાયેલો હોય. શું તું એવો હતો? મેં મલુકને તને મારા માટે શોધી કાઢવા મોકલ્યો. આ કાર્યમાં તે મારી આંખો અને કાન હતા. તેને દોષ ન આપીશ. તેણે તારા વિષે જે અહેવાલ આપ્યો, તે ખુબજ સારો હતો."

"હું તેને દોષ નહીં આપું," બેનહરે હૃદયપૂર્વક કહ્યું. " તમારી ભલાઈમાં પણ ડહાપણ હતું."

"આ શબ્દ મારા માટે ઘણો જ આનંદદાયક છે," વેપારીએ લાગણીસભર અવાજે કહ્યું, "ખુબજ આનંદદાયક, મારો ગેરસમજણ થવાનો ડર જતો રહ્યો છે. હવે નદીઓને ઈશ્વર જે દિશા બતાવે તે તરફ વહેવા દો."

થોડા અંતરાલ પછી તેણે ફરીથી શરૂ કર્યું, " હવે મને સત્ય કહેવાની ફરજ પડે છે. વણકર વણાટકામ કરતો હોય ત્યારે તેની સાળનો કાંઠલો આમથી તેમ ફરતો હોય, કપડું વણાતું હોય અને આકૃતિઓ ઉપસી આવતી હોય અને તે સ્વપ્ન સાકાર કરતો હોય. આ સ્વપ્નોમાં જ મારા હાથે ભવિષ્યનું નિર્માણ થાય અને તેની પ્રગતિથી મને નવાઈ લાગે અને તેથી તે માટે હું મારી જ જાતને વારંવાર તે અંગે પ્રશ્નો કરૂં. હું જોઈ શકયો કે મેં જે વેપારી સંસ્થાની સ્થાપના કરી અને તેને સંભાળપૂર્વક વિકસાવી તે માત્ર મારી મહેનતથી જ સફળ થઈ નહોતી. રણપ્રદેશના આગ ઝરતા વાયરા અન્ય વેપારીઓને ગુંગળાવી નાખતા, મને નહીં. સાગરના ઉઠતા તોફાનો વિનાશ વેરતા, પણ મારા વહાણોને સહી સલામત રીતે કોઈક કાંઠે પહોંચાડતા. આ બધાથી પણ વધુ વિચિત્ર લાગે તેવું કે હું અન્ય પર ઘણો અવલંબીત હતો; મને એક જ જગ્યાએ બંદીવાનની જેમ મૃત વસ્તુની જેમ જ રહેવાની ફરજ પડી હતી તો પણ એક પણ વાણોતરથી મને એક દોકડાની પણ ખોટ આવી નથી. સંજોગોએ મારી તરફેણ કરી અને ખરેખર મારા કર્મચારીઓ વિશ્વાસુ હતા."

"આ ખરેખર વિચિત્ર છે," બેનહરે કહ્યું.

થોડીવાર રોકાઈ અને સીમોનીડીસે ફરીથી બોલવાનુ શરૂ કર્યું, " કોઈપણ વેપાર કે વ્યવસાય માત્ર ભાગ્યના સહારે કે કોઈ વ્યકિત વિશેષની બુધ્ધિના જોરે વિકાસ પામતો નથી. તે માટે ઈશ્વરની કૃપા આવશ્યક છે. ઈશ્વરે ધનસંચય કરવા માટેની શકિત કોઈ વિશિષ્ટ ઉદેશથી જ આપી હોય. પણ તે ઉદેશ શું હતો?"

સહુ શાંતિથી સાંભળી રહ્યા હતા.

"અને તેથી મેં કહ્યું અને કહેતો રહ્યો. અંતે ઓ મારા માલિક! અંતમાં હું તારા અભિપ્રાય ઉપર આવ્યો – આમાં ઈશ્વરીય સંકેત હતો – અને તોરી જેમ જ મેં પુછયું, તેનો હેતુ શો હોઈ શકે? ઈશ્વરના માર્ગે ચાલનારની બૌધિક ક્ષમતા કદી એળે જતી નથી. મેં આ સઘળા વર્ષો હૈયામાં પ્રશ્નને સંઘરી રાખ્યો અને તેનો ઉત્તર શોધતો રહ્યો. પણ હું ચોકકસ હતો કે જો આમાં ઈશ્વરીય સંકેત હશે, તો કોઈ દિવસ તેના સારા દિવસોમાં તેના પોતાના જ માર્ગે ટેકરી પર સફેદ ચુનાથી ધોળેલું ઘર ચોખ્ખું દેખાય તેમ તે મને તેનો હેતુ દર્શાવશે. અને હું માનું છું કે તેણે તેવું કર્યું છે."

બેનહર ધ્યાનપૂર્વક એકેએક શબ્દ સાંભળતો રહ્યો.

"ઘણા વર્ષો પહેલા, મારા લોકો સાથે – એસ્થર, ઓલીવ વૃક્ષો પરથી આવતી સવાર જેટલી જ સુંદર તારી માતા મારી સાથે હતી – હું જેરૂસલેમની ઉત્તર દિશાએથી પસાર થતા રસ્તાની બાજુમાં અવેલી મહાન સમાધીઓની પાસે બેઠો હતો ત્યારે ત્યાંથી મોટા સફેદ ઊંટો પર વિરાજમાન, આ પવિત્ર શહેરમાં કદી જોવા ન મળ્યા હોય તેવા, દુર દેશના એકદમ અજાણ્યા ત્રણ લોકો પસાર થઈ રહ્યા હતા. તેઓ મારી પાસે આવ્યા અને પહેલા ઊંટસવારે મને પ્રશ્ન પુછયો.

'યહુદીઓનો રાજા કે જેનો જન્મ થયો છે, તે કયાં છે?' જાણે કે તે મારા આશ્ચર્યને શાંત પાડવાનો પ્રયત્ન કરતો હોય તેમ કહેતો રહ્યો,' અમે પૂર્વમાં એક તારો જોયો છે, અને અમે તેની ભકિત

કરવાને આવ્યા છીએ.' હું તેમને સમજી તો ન શકયો પરંતુ તે લોકોને દમાસકસના દરવાજા સુધી મુકી આવ્યો; અને રસ્તામાં જે કોઈ પણ લોકો મળ્યા – દરવાજે ઉભેલા ચોકીયાતો પણ – બધાને તે લોકોએ આ જ પ્રશ્ન પુછયો. તે બધા કે જેણે આ પ્રશ્ન સાંભળ્યો હતો તેમને મારી જેમ જ નવાઈ લાગી હતી. સંજોગવશાત તે સમયે મસીહાની તેના આગમન વિષેની ભવિષ્યવાણી ભૂલી ગયો હતો. અરેરે, અરેરે, આપણે કેવા બાળકો છીએ કે, અરે! શાણા માણસો હોવા છતાં પણ તે ભવિષ્યવાણીને ભૂલી ગયા છીએ! જયારે પણ ઈશ્વરના પગલા પૃથ્વી પર થાય છે ત્યારે તેનો પ્રભાવ કંઈક અલગ જ હોય છે, બાલ્થસાર, આપે તે જોયું છે?"

"અને તે સાંભળ્યું છે તેની વાત કહો." બેનહરે કહ્યું.

"એક ચમત્કાર, ચમત્કાર જ!" સીમોનીડીસનો અવાજ ઉત્તેજનાથી મોટો થયો. " મારા ભલા માલિક, જેમ તેણે મને કહ્યું હતું તેમજ જે પ્રશ્નના ઉત્તરની મને ઘણા વર્ષો થી તલાશ હતી; તે ઉત્તર મને મળતો જણાયો. જયારે તે આવશે ત્યારે તે અંકિચન હશે (તેની પાસે કશું પણ નહીં હોય) – અંકિચન અને એક જ, તેને કોઈ અનુચરો નહીં હોય, કોઈ સેના, શહેરો કે કિલ્લાઓ નહીં હોય; એક રાજયની સ્થાપના કરવાની થશે અને રોમ નો વિસ્તાર ઓછો થશે કે પ્રવાહમાં તણાઈ જશે. જો, જો મારા માલિક, તું સામર્થ્યવાન છો. તારી ભુજાઓ તાલિમ પામેલી છે. તું શ્રીમંત છો; તો ઈશ્વરે આપેલી આ તક ઝડપી લે કે જે માટે પૃથ્વી પર તારૂં આગમન થયું છે. તેનો ઉદેશ તે તારો ઉદેશ નથી? આથી વધુ સંપૂર્ણ ભવ્યતા માટે કોઈ એક માણસનો જન્મ થયો હોય ખરો?"

સીમોનીડીસે તેની રજુઆતમાં સમગ્ર શકિત લગાવી દીધી.

"પણ તે સામ્રાજય, તે સામ્રાજય!" બેનહરે આતુરતાથી જવાબ આપ્યો," બાલ્થસાર કહે છે કે તે આત્માઓનું સામ્રાજય હશે."

યહુદી હોવાનું સીમોનીડીસને ખુબજ ગૌરવ હતું અને તેથીજ થોડી ખીજથી તેનો હોઠ મરડાયો અને તેણે પ્રત્યુતર આપવાનું શરૂ કર્યું.

"બાલ્થસાર આ બધી અદભૂત ઘટનાઓના, ચમત્કારોના સાક્ષી છે. ઓ મારા માલિક; અને ત્યારે તેઓ તે અંગે વાત કરે છે; હું શ્રધ્ધાથી મસ્તક નમાવું છું કેમ કે તેઓ વ્યકિતગત રીતે તેની દ્રષ્ટિ અને અવાજ છે. પણ મિસરના પુત્ર છે અને પૂર્ણપણે ઈશ્વરવાદી પણ નથી. તેથી ઈઝરાયેલના સબંધમાં ઈશ્વરના ઉદેશનો તાગ મેવવાનું તેના માટે અઘરૂં છે. જેહોવાહ અને અન્ય તીર્થંકરો (પયગંબરોને) તો સીધેસીધા ઈશ્વર પાસેથી જ પ્રકાશ પામતા હતા. મને તીર્થંકરોમાં શ્રધ્ધા છે. એસ્થર, મને તોરાહ આપ."

તેણે એસ્થરની વાટ જોયા વગર જ ચાલુ રાખ્યું.

"મારા માલિક, સઘળા લોકોનો પુરાવો હળવાશથી લઈ શકાય ખરો?"

"જો કે તેં ઉત્તરના સાગરમાં ટાયરથી દક્ષિણના રણના છેવાડે આવેલા એડોમના પાટનગર સુધી મુસાફરી કરી છે. તને કયાંય મંદિરોમાં ભીક્ષા આપનાર પાસેથી શેમા નો ગણગણાટ સાંભળવા મળશે નહીં. ત્યાં મઠમાં અભ્યાસ કરતા બાળકો પણ આ વાત જાણતા ન હોય, કેમ કે તે પ્રદેશો આપણા પિતા ડેવીડના સામ્રાજયનો ભાગ નહોતા. તો હવે તેઓમાં શ્રધ્ધા કયાંથી આવી? તે હવે આપણે જોઈશું."

એસ્થર સોનાના તારથી વણેલા સુતરાઉ કાપડની થેલીમાં પેપીરસના ઘણાબધા વીંટાઓ સંભાળપૂર્વક લઈને આવી.

“તેને તારી પાસે રાખ પુત્રી. હું કહું તે વીંટો મને આપતી જા,” પિતાએ હંમેશાની માફક તેને મૃદુ અવાજે કહ્યું અને પોતાની વાત ચાલુ રાખી.

“તેને ઘણો સમય થયો, મારા ભલા માલિક, ખરેખર ઘણો સમય – તે પવિત્ર માણસોનાનામ તને ફરીથી કહેવાને કે તે પછી આવનાર તે લોકો કે જેણે ઈશ્વરકૃપાથી લખ્યું છે અને તે ઉપદેશકો કે જેણે છેક ગુલામીકાળથી પ્રબોધ કર્યો છે; તે ડાહ્યા લોકો કે જેણે માલાકીની જયોતમાંથી તેમની જયોત પ્રગટાવી અને અજવાળા પાથર્યા, તેઓની છેલ્લી હરોળમાં આવનારા હિલ્લેલ અને શમ્માઈએ કદી વિશ્વવિદ્યાલયોમાં તેમની વાત પૂનરાવર્તિત કરી નથી. તું તેમને તે સામ્રાજય અંગે પ્રશ્ન કરીશ? આમ, એનોકના ગ્રંથમાં જેનું વર્ણન છે તે ઘેટાઓનો ગોવાળ – તે કોણ છે? આપણે કયા સમ્રાટના કયા સામ્રાજય વિષે વાત કરી રહ્યા છીએ? તે સમ્રાટનું આધિપત્ય સ્વીકાર કરે છે અને અગ્નિસ્થંભના પ્રકાશમાં ધર્મસંઘની આગેકુચ થાય છે. સમ્રાટ સોલોમનના ઉપવનના પામવૃક્ષો મધ્યે ગાયકો ગાય છે કે – ‘જુઓ; ઓ ઈશ્વર, ઈજરાયેલને તેના રાજા માટે બેઠું કરો. ડેવીડના પુત્ર, તું જાણે છે કે યોગ્ય સમયે આ સમગ્ર ઈઝરાયેલ પર, ઈઝરાયેલના બાળકો પર ઈશ્વરના નામે તેનું શાસન હશે.... અને તે ઈશ્વરનું અનુસરણ કરનાર ખરા અર્થથી રાજવી હશે.... અને તેથી જ તે હંમેશાને માટે પૃથ્વી પર શાસન કરશે.’ અને છેલ્લું, પણ ઓછું નહીં, સાંભળ એઝરા, મોઝેસ બીજાનો રાત્રીના સંદર્ભમાં દ્રષ્ટિકોણ શું છે તે જાણી અને તેને પુછ કે માનવની ભાષામાં વાત કરતો સિંહ કોણ છે કે જે ગરૂડ (રોમ) ને કહે છે – તેં જુઠ્ઠાઓને પ્રેમ કર્યો છે અને ઔદ્યોગિક શહેરોનો વિનાશ કર્યો છે, તેની દિવાલોને જમીનદોસ્ત કરી દીધી છે, જો કે તેણે તને કશી હાની પહોંચાડી નથી. તેથી ચાલ્યો જા; કેમ કે પૃથ્વીનું સર્જન ફરીથી થશે અને ન્યાયમાં શ્રધ્ધા રહેશે. જેણે તેની દુર્દશા કરી છે તેના પ્રત્યે પણ દયા થાય.’ – તે પછી ગરૂડ દેખાયું નથી. ઓ મારા માલિક, ચોકકસપણે આ બધી જ ભવિષ્યવાણીઓ પુરતી જ હોવી જોઈએ. પણ ડહાપણના ફુવારાઓના મસ્તકનો માર્ગ (તોરાહ) એ ખુલ્લો જ છે. ચાલો આપણે તે માર્ગે જઈએ.

એસ્થર, પહેલા થોડો દ્રાક્ષાસવ અને તે પછી તોરાહ આપ.”

“તું તીર્થંકરોમાં માને છે, મારા માલિક?” તેણે થોડો દ્રાક્ષાસવ પીધો અને પુછયું, “ મને ખબર છે કે તે માટે તારામાં તેટલી જ શ્રધ્ધા છે અને તેથી જ તું આટલો માયાળુ છો. એક સમગ્ર સમાજના લોકોનો વિશ્વાસ કદાપિ ખોટો હોતો નથી. તને અવો કોઈ નહીં મળે કે જે તેમ કહે છે કે નવો આવનાર રાજા જે તેના રાજયની સ્થાપના કરશે; તે આ વિશ્વથી થોડું અલગ હશે. હું તેનો સંદર્ભ આપીશ. એસ્થર – મને તે પુસ્તક કે જેમાં ઈસાઈયાહનું ડહાપણ છલોછલ ભરેલું છે, તે આપ.”

એસ્થરે એક વીંટો ખોલ્યો અને સીમોનીડીસને આપ્યો. સીમોનીડીસે વાંચવાનું શરૂ કર્યું. “ જે લોકો અંધકારમાં ભટકતા હતા તે લોકોએ પ્રકાશ દીઠો; અને જે લોકો અંધકારથી ભરેલા મૃત્યુના પડછાયાના પ્રદેશના વાસી હતા તેમના પર પ્રકાશ પથરાયો... કેમ કે આપણા માટે એક બાળકનોજન્મ થયો છે. આપણેને એક પુત્ર આપવામાં આવ્યો છે; અને પ્રભૂતા તેના ખભ્ભા પર હશે અને તેનું નામ અદભૂત, મુકિતદાતા, પરાક્રમી પરમેશ્વર, અનંતનો પિતા અને શાંતિનો રાજકુમાર રાખવામાં આવશે. તેની પ્રભૂતા સર્વદા વધતીતી રહેશે અને તેનેની શાંતિ અંતહિન હશે, અને તેથી જ તે તેને ડેવીડની

રાજગાદી પર આ સમયથી શરૂ કરીને હંમેશાને માટે ન્યાય અને ધર્મ દ્વારા જે નિશ્ચિત કરવામાં આવેલું છે તે શાસન સ્થિર કરશે અને સંભાળશે. ઓ મારા માલિક, તને પયગંબરોમાં શ્રધ્ધા છે? – હવે એસ્થર, ઈશ્વરે જે મીકાહને જે શબ્દ કહેલો છે, તે વીંટો આપ."

એસ્થરે સીમોનીડીસને તેણે જે કહ્યો તે વીંટો આપ્યો.

"પણ તું," તેણે વાંચવાનું શરૂ કર્યું – "પણ તે બેથલેહેમ અને ઈફ્રાત (તે બન્ને શહેરોના નામછે) જો કે તે જુડાહ પ્રાંતના ઘણા શહેરો પૈકીના નાના નગરો છે તે આગળ થશે, કેમ કે ઈઝરાયેલના શાસકનું ત્યાં આગમન થશે. – આ તે બાળકની વાત છે, તે જ બાળક કે જેને બાલ્થસારે ગુફામાં જોયો અને તેની ભકિત કરી. મારા માલિક, તને પયગંબરોમાં શ્રધ્ધા છે? એસ્થર, મને જેરેમીયાહના શબ્દો આપ."

વીંટો હાથમાં લઈને તેણે પહેલાની માફક જ વાંચવાનું શરૂ કર્યું. " જુઓ, તે દિવસો આવે છે. ઈશ્વરમાં શ્રધ્ધા રાખો કેમ કે હું ડેવીડના વંશજોનો ઉધ્ધાર કરીશ. એક રાજાનું શાસન હશે અને તે વધતું રહેશે, અનેતે ન્યાયનું શાસન આ પૃથ્વી પર કાયમ કરશે. તેના દિવસોમાં જુડાહનો બચાવ થશે અને ઈઝરાયેલ સલામત રહી શકશે. તે એક રાજા તરીકે શાસન કરશે – મારા માલિક, એક રાજા તરીકે. તું પયગંબરોમાં માને છે? – હવે પુત્રી, હવે જુડાહનો પુત્ર કે જે નિષ્કલંક છે; તેની ભવિષ્યવાણીનો વીંટો આપ."

એસ્થરે સીમોનીડીસને ડેનીયલનું પુસ્તક આપ્યું.

"સાંભળ મારા માલિક," તેણે કહ્યુંઃ મને અંધકારમાં પ્રકાશ દેખાય છે, અને જો, એક માનવપુત્ર સ્વર્ગના વાદળો સાથે આવી રહ્યો છે. તેનામાં પ્રભુતા છે અને ભવ્યતા છે, અને એક રાજય કે જેમાં બધી પ્રજાઓ, બધા રાષ્ટ્રો અને ભાષઓ તેની સેવામાં હશે; તેની પ્રભુતા સદૈવ રહેશે અને તેનું સામ્રાજય અવિચળ રહેશે. હવે તો પયગંબરોની વાતો પર વિશ્વાસ થયો ને?"

"આટલું પુરતું છે. મને શ્રધ્ધા છે," બેનહરે કહ્યું.

"તો પછી શું?" સીમોનીડીસે પુછયું. "જો રાજા દરીદ્ર થઈને આવે તો આપણાથી થાય તેટલું આપણે તેના માટે નહીં કરવાનું?"

"તેના માટે કરવાનું? છેલ્લા શ્વાસ અને છેલ્લા દોકડા સુધી. પણ તમે એમ શા માટે કહો છો કે તે દરીદ્ર થઈને આવશે?"

"એસ્થર, મને ઝકરીયાહના મુખે ઈશ્વરે જે શબ્દો મુકયા છે, તે વીંટો આપ." સીમોનીડીસે કહ્યું. એસ્થરે તેને એક વીંટો આપ્યો.

"સાંભળ, હવે રાજા કેવી રીતે જેરૂસલેમમાં પ્રવેશ કરશે." તે પછી તેણે વાંચવાનું શરૂ કર્યું.

"ઓ ઝીયોનની પુત્રી, ખુબ આનંદ કર. જો તારો રાજા તારી પાસે ન્યાય અને મુકિત લઈને આવે છે; પ્રેમથી સભર, એક ગધેડા પર સવાર થઈને, અને એક વછેરા પર સવાર થઈને હળવેથી તારી સમીપ આવે છે."

બેનહરે બારીની બહાર દ્રષ્ટિ કરી.

"શું જુએ છે, મારા માલિક?"

"રોમ!" તેણે ખિન્નતાથી જવાબ આપ્યો – "રોમ, અને તેની સેનાઓ. હું તેમાં તે સૈન્ય સાથે તેની છાવણીઓમાં રહ્યો છું. હું તેના સામર્થ્યથી પરીચિત છું."

"આહ! સીમોનીડીસે કહ્યું. "તું આવનાર રાજાની સેનાઓનો સરસેનાપતિ હોઈશ. તારી પસંદગી લાખોમાંથી થઈ હશે."

સીમોનીડીસે થોડી ક્ષણો વિચાર કર્યો.

"સામર્થ્યનો પ્રશ્ન છે ત્યાં સુધી તારે પરેશાન થવાની જરૂર નથી." થોડીવાર પછી તેણે બેનહરને કહ્યુંઃ

"તું આપણા વાત્સલ્યમૂર્તિ સમાન સમર્થ રાજાનું તેની પોતાની આગવી છટાથી આગમન થતું જોઈશ." સીમોનીડીસે જવાબ આપ્યો. " તેની એક તરફ તું હોઈશ અને બીજી તરફ પીતળથી ચમકતા પોષાકવાળી સીઝરની સેના. અને તું પુછતો હતો કે તે શું કરી શકે?"

મને પણ તેવો જ વિચાર આવ્યો."

"ઓ મારા માલિક!" સીમોનીડીસે આગળ વાત ચાલુ રાખી. " આપણું ઈઝરાયેલ કેટલું મજબુત છે, તે તું જાણતો નથી. તેની એક ઘરડો દુખી માણસ બેબીલોન નદીના કાંઠે વિલાપ કરતો હોય તેવી કલ્પના કરે છે. પણ તું આવતા પાસઓવરના તહેરવારે જેરૂસલેમ જા અને બાર્ટરની ગલીમાં ઝાયસ્ટસમાં ઉભો રહે. અને જો, તે વચન કે જે ઈશ્વરે પિતા જેકોબને પાડનઆરમ (મેસોપોટેમીયાનું પુરાતન આર્મીયન સામ્રાજય) તેના વિશ્વાસે ઈજીપ્તવાસીઓની અને રોમનોની ગુલામીની એડી નીચે કચડાતા રહ્યા તો પણ તેનો વિકાસ કરતા ગયા છે. હવેતે ખરેખર એક રાષ્ટ્ર અને રાષ્ટ્રોનો સમુહ થઈ શકે તેમ છે. ફકત તેટલું જ નહીં, મારા માલિક; ઈઝરાયેલના સામર્થ્યનો તાગ પામવાને તારે નૈસર્ગિક વૃધ્ધિના નિયમને જોવાની જરૂર નથી. મારો કહેવાનો અર્થ શ્રધ્ધાનો ફેલાવો જે તને સમગ્ર વિશ્વમાં પહોંચાડી દેશે. હું જાણું છું કે જેરૂસલેમ તે બીજું કંઈ નહીં પણ મંદિરના પાયાનો પથ્થર છે, અથવા તો શરીરનું હૃદય છે. તારી દ્રષ્ટિ મહાશકિતશાળી સેનાઓ પરથી પાછી ફેરવ અને ભવિષ્યવાણીનો સમય આવે તેની વાટ જોનારા શ્રધ્ધાળુઓને જો, તારી છાવણીઓમાં, ઓ ઈઝરાયેલ! પર્શિયામાં વસવાટ કરતા જે લોકો કે તેના પૂર્વજોએ સ્થળાંતર નહોતું કર્યું; ઈજીપ્ત અને ઉંડે આફ્રિકામાં, પશ્ચિમે લોડીયમમાં અને સ્પેનના વ્યાપારમથકોમાં, ગ્રીસમાં, દુર સુદીર સાગરમાં પોન્ટુસમાં, અંહી એન્ટિઓકમાં અને આ રોમમાં પણ, નજીકના રણપ્રદેશથી લઈને નાઈલ નદીને પેલે પાર ફેલાયેલા રણમાં, કાસ્પીયન સમુદ્રની પેલે પાર અને ગોગ અને મેગોગની પુરાતન ભૂમિમાંવસવાટ કરતા ઈઝરાયેલીઓમાંથી તલવાર પકડી શકે તેવા હાથ જે તારી વાટ જુએ છે તેની ગણતરી કર તો કેટલી થાય? તો હવે તું એ પણ સમજી જઈશ કે ઈઝરાયેલ અને ઈઝરાયેલીઓનો નવો રાજા શું ન કરી શકે?"

ચિત્ર સુંદર રીતે રજુ કરવામાં આવ્યું હતું. અને ઈલ્ડેરીમ જાણે રણભેરી વગાડતો હોય તેમ ઉભો થયો અને બોલી ઉઠયો," ઓહ, હું આ જ કહેવાનો હતો."

બેનહર શાંતિથી બેઠો રહ્યો. તે વકતવ્ય – જેમાં એ જે મુકિતદાતાના આગમનની આશા વ્યકત કરી હતી; તેને તેનું જીવન સમર્પિત કરવાનું આમંત્રણ હતું. આમ તો આ વિચાર તેના મનમાં વારંવાર આવ્યો હતો. એક વખત કે જયારે ડેફનીની વનરાજીમાં મલુકને સાંભળ્યો ત્યારે, તે પછી જયારે બાલ્થસારે ઈશ્વરના સામ્રાજયની પરિકલ્પના કરી ત્યારે, અને તે પછી જુની ફળવાડીમાં એકલો ચાલી રહ્યો હતો ત્યારે. પણ જયારે તે વિચાર આવ્યો તેવો જ જતો રહ્યો હતો. પણ આ વખતે તેમ થયું નહીં.સીમોનીડીસે આ બધી વાતો એવી વિદ્વતાપૂર્ણ રીતે રજુ કરી હતી કે બેનહરને તેમાં અપૂર્વ આશા

અને પવિત્રતાની ઝલક દેખાઈ હતી. તેના પર કંઈક એવો પ્રભાવ પડયો – સમજો કે કોઈ દરવાજો નસીબના જોરે જ ખુલી ગયો હોય અને તેના કર્તવ્ય પાલનનો એવો તો મીઠો પુરસ્કાર મળે કે જીવન સાર્થક થઈ જાય.

"ચાલો સીમોનીડીસ, આપણે તમે જે કહો છો તે માન્ય રાખીએ," બેનહરે કહ્યું, "કે જે રાજા આવશે અને તેનું સામ્રાજય સોલોમનના સામ્રાજય જેવું જ હશે, તો હું તે વાત માટે મારી જાતને સમર્પિત કરૂં છું. તો પણ થોડું વધુ કહું તો મારે ઈશ્વરની ઈચ્છા પરિપૂર્ણ કરવામાં અને તમે જે અદભૂત ભવિષ્યની વાત કરી છે તે માટે મારૂં જીવન સમર્પિત કરવાનું છે; તો પણ શું? આપણે અંધારામાં ફાંફા મારવાના? આપણે રાજા આવે ત્યાં સુધી વાટ જોવાની? કે તેણે મને તેનો માર્ગ પ્રશસ્ત કરવા માટે મોકલ્યો છે? તમારી ઉંમર અને અનુભવોને ધ્યાનમાં લઈને મને ઉત્તર આપો."

સીમોનીડીસે તરતજ જવાબ આપ્યો.

"આપણી પાસે પસંદગીને કોઈ જ અવકાશ નથી. આ પત્ર –" તેણે મેસાલાએ મોકલેલો અને આંતરવામાં આવેલો પત્ર રજુ કર્યો. – " આ પત્ર આપણે જે કરવાનું છે તે માટેની નિશાની આપે છે. મસાલા અને ગ્રેટસની સંયુકત તાકાત સામે આપણે પ્રતિકાર કરી શકીએ તેટલા મજબુત નથી; રોમમાં આપણેને કોઈ સાંભળે તેમ નથી અને અંહીઆ કોઈ સેના નથી. જો આપણે વાટ જોઈશું તો તે તમને મારી નાખશે. તેઓ કેટલા દયાળુ છે તે મારી સામે જુઓ અને વિચારો."

સીમોનીડીસ તેના પર ગુજારવામાં આવેલા સિતમોને યાદ કરી અને ધ્રુજી ગયો.

"ઓ મારા ભલા માલિક," તેણે પોતાની જાત સંભાળી અને કહ્યું, "તું તારા હેતુમાં કેટલો દ્રઢ છો?"

બેનહર તેને સમજી શકયો નહીં.

"મને યાદ આવે છે કે યુવાનીમાં વિશ્વ મારા માટે કેટલું આનંદદાયક હતું," સીમોનીડીસે કહ્યું.

"તો પણ," બેનહરે કહ્યું, "તમે મોટું બલીદાન આપવા માટે સમર્થ હતા."

"હા, પ્રેમ માટે પણ, પણ તેથી પણ કશું વધુ હોઈ શકે?" સીમોનીડીસે માથું હલાવ્યું.

"મહત્વકાંક્ષા."

"ઈઝરાયેલના પુત્ર, મહત્વકાંક્ષા પણ નહીં."

"તો પછી શું? વેર?"

સીમોનીડીસની આંખોમાં ચમકારો થયો. તેના હાથોમાં સળવળાટ થયો અને તેણે તરત જ જવાબ આપ્યો," કાનુન અનુસાર વેર લેવું તે યહુદીનો અધિકાર છે."

"એક ઊંટ, અરે એક કુતરૂં પણ તેની સાથે થયેલા અન્યાયને યાદ રાખે છે." ઈલ્દેરીમે કહ્યું અને સીમોનીડીસે ત્યાંથી વાત ઉપાડી લીધી.

"એક કાર્ય કરવાનું છે. રાજા આવે તે પહેલા જ તે થવું જોઈએ. આપણેને શંકા હોવી ન જોઈએ કે ઈઝરાયેલને તેના હાથમાં મુકવાનું છે. પણ, અરેરે, તે શાંતિનો હાથ છે, કે જેમાં યુધ્ધના છળકપટને સ્થાન નથી.કરોડો લોકોનો કોઈ નેતા નથી કે એક તાલીમબધ્ધ જુથ નથી. હેરોદની વિશાળ ભાડુતી સેના આપણને કચડી નાખવા માટે જ રાખવામાં આવી છે. સંજોગો રોમનને માફક આવે તેવા છે; તેની નીતિએ તેના આતંકનું ખુબ જ સારૂં ફળ આપ્યું છે; પણ હવે સમય બદલાયો છે; જયારે ભરવાડ કવચ

પહેરશે અને ભાલો અને તલવાર હાથમાં લેશે અને સિંહ સાથે બાથ ભરવાને આગળ વધશે ત્યારે કોઈકે તો તેની પાછળ રહેવું જ રહ્યું. તે વ્યકિત તેના આગમનની પપૂર્વ તૈયારી કરી રહી હોય તેનાથી બીજી કોઈ વધુ સારી વ્યકિત હોઈ શકે ખરી?"

બેનહરની આંખ સમક્ષ સમગ્ર ચિત્ર સ્પષ્ટ થઈ ગયું. તેના ચહેરા પર કાંતિ આવી ગઈ. તેણે કહ્યું, "મને સમજાયું. પણ સ્પષ્ટ કહું તો એક કાર્ય કરવાનું છે તે એક વાત છે, પણ તે કેવી રીતે કરવું તે બીજી વાત છે."

એસ્થરે સીમોનીડીસને દ્રાક્ષાસવ આપ્યો, તેણે એક ઘુંટડો ભર્યો અને જવાબ આપ્યો, " શેખ અને તું, મારા માલિક, તમારે બન્નને઼ે તમારી કામગીરીનો સ્વતંત્ર હવાલો સંભાળવાનો રહેશે. હું અંહીઆ જ રહીશ અને ધ્યાન રાખીશ કે આ વસંત સુકાઈ ન જાય. તું જેરૂસલેમ જઈશ અને આપણા ઈઝરાયેલીઓની સૈન્ય માટે ભરતી કરીશ, તેમને તાલિમ આપીશ અને પધ્ધતિસરની સેનાનું નિર્માણ કરીશ. ત્યાં છુપા સ્થળોમાં હથીયારો અને અન્ય પુરવઠો જમા કરીશ. હું તે પુરવઠો અવિરત મળતો રહે તેની વ્યવસ્થા કરીશ. પેરીમાં તારૂં કાર્ય પુરૂં કરી અને તું ગાલીલ જઈશ અને ત્યાંથી જેરૂસલેમ પાછો આવીશ. પેરીના રણપ્રદેશમાં તારે જયારે જરૂર પડશે ત્યારે શેખ ઈલ્દેરીમ તને સહકાર આપવા માટે નજીકમાં જ હશે. તે રસ્તાઓનું ધ્યાન રાખશે અને તેથી કશું જ તેની જાણ બહાર નહીં રહે. તે તને ઘણી રીતે મદદરૂપ થશે. જયાં સુધી સમય ન આવે ત્યાં સુધી, મારો બસ એક સેવક તરીકેનો ભાગ ભજવીશ. મેં તે ઈલ્દેરીમને કહ્યું છે. તું શું કહે છે?"

બેનહરે શેખ ઈલ્દેરીમ તરફ જોયું.

"સીમોનીડીસ કહે છે તે ખરૂં છે, હર ના પુત્ર," આરબે જવાબ આપ્યો. " મેં મારૂં વચન આપ્યું છે અને તેથી તે સંતૃષ્ઠ છે. પણ તારે વફાદાર રહેવાની પ્રતિજ્ઞા લેવી પડશે અને મારી પ્રજાને તારી જરૂર પડે ત્યારે તેની અને મારી પડખે ઉભા રહેવું પડશે."

સીમોનીડીસ, ઈલ્દેરીમ અને એસ્થરની આંખો બેનહર પર સ્થિર થઈ ગઈ.

બેનહરે પ્રત્યુતર આપ્યો, " આપણા બધાની સામે આનંદનો પ્યાલો ભરેલો પડયો છે અને હવે તે આપણા હાથમાં હશે અને આપણે તેનો આસ્વાદ લઈશું – બધા, પણ હું નહીં. મને ખબર છે, સીમોનીડીસ અને ભલા શેખ! હું સારી રીતે સમજી શકયો છું કે તમારા પ્રસ્તાવનો શો અર્થ થાય છે.જો હું આ જીવનને અપનાવી લઉં તો શાંતિની બધી જ આશાઓ મારાથી જોજનો દુર પાછળ રહી જશે. તેના બહારવટીયાઓ અને શિકારીઓ મારી પાછળ પડશે અને મારે તે શહેરોની બહાર આવેલા કબ્રસ્તાનો અને ગીરીકંદરાઓની ગુફાઓમાં લપાઈ છુપાઈને મારૂં જીવન વ્યતિત કરવું પડશે."

એસ્થરને રડવું આવ્યું અને વકતવ્યમાં ખલેલ પડી. જેવું બધાએ તેની તરફ જોયું કે તેણે પોતાના પિતાના ખભ્ભા પર રડતા રડતા માથું ટેકવી દીધું.

"મને તારો તો વિચાર જ ન આવ્યો, એસ્થર," સીમોનીડીસ જો કે અંદરથી હચમચી ગયો હતો, તો પણ તેણે મૃદુ અવાજથી કહ્યું.

"આટલું પુરતું છે, સીમોનીડીસ," બેનહરે કહ્યું, "હું કહેતો હતો કે મારી પાસે તમે દર્શાવેલા કામનો સ્વીકાર કરવા સિવાય બીજો કોઈ રસ્તો જ નથી. અને હવે અંહીઆ રહેવું એટલે અપ્રતિષ્ઠિત મૃત્યુને આમંત્રણ આપવું. મારે ફટાફટ કામે લાગી જવું પડશે."

"તો આ બધી બાબતોનું લખાણ કરી લઈશું?" વેપારી સીમોનીડીસ તેની આદતથી મજબુર થઈને બોલ્યો.

"ના, તેની કોઈ જરૂર નથી, મને તમારી વાત પર પુરો વિશ્વાસ છે."

તો આમ સીધીસાદી રીતે એક એવી સમજુતી થઈ કે જેણે બેનહરના જીવનમાં મોટું પરીવર્તન આણ્યું. તેણે કહ્યું,

"તો પછી બધું નકકી થઈ ગયું છે."

"અબ્રાહમનો ઈશ્વર આપણેને મદદ કરે!" સીમોનીડીસે કહ્યું.

"હવે એક વાત, મારા મિત્રો," બેનહરે વધુ આનંદથી કહ્યું, "તમારી રજા લઈને – હું સ્પર્ધા પુરી થાય ત્યાં સુધી તમારી પાસેથી મુદત માગું છું. જયાં સુધી ગવર્નર તરફથી મેસાલાને કોઈ પ્રત્યુતર આપવામાં ન આવે ત્યાં સુધી એવી કોઈજ આશા નથી કે તે મારી ઉપર આક્રમણ કરે. અને તેનો પત્ર રવાના કર્યાના સાત દિવસ સુધી તેવું થવાનું નથી. સર્કસમાં (દોડના મેદાનમાં) તેની સાથેની મુલાકાત એક એવો આનંદ છે કે હું તે માટે કોઈપણ જોખમ ઉઠાવવા તેયાર છું. એટલે હું સ્પર્ધામાં જરૂરથી ભાગ લઈશ."

ઈલ્ડેરીમને તે વાતનો આનંદ થયો અને તેણે તેની સહમતી આપી. સીમોનીડીસે વ્યાપારી ઢબે કહ્યું, "તો ઠીક છે. ચાલો મને પણ મારો કારોબાર સંભાળવાનો મોકો મળશે. તો, તેં મને કહ્યું હતું કે એરીયસ તારા નામ પર થોડી સંપત્તિ મુકતા ગયા છે. તે કઈ કઈ છે?"

"મીસેનમમાં એક હવેલી અને રોમમાં થોડા મકાન છે."

"તો મારૂં એક સુચન છે, કે બધું જ વેચીને રોકડી કરી લો. મને તેનો હિસાબ આપો અને મને તેના માટે અધિકૃત કરી લો. હું તે માટે એક માણસને મોકલું છું. કમ સે કમ આપણે શાહી લુંટારાઓનો આ વખતે પહેલેથી જ નિકાલ કરી નાખીશું."

"તમને આવતીકાલે જ બધો હિસાબ મળી જશે."

"તો હવે કશું બાકી રહ્યું ન હોય તો આજની રાત્રીનું કાર્ય પૂર્ણ થયું છે," સીમોનીડીસે કહ્યું.

ઈલ્ડેરીમે તેની દાઢી પસવારી અને કહ્યું, " અને સારી રીતે પૂર્ણ કર્યું છે."

"એસ્થર, ફરીથી દ્રાક્ષાસવ અને ભોજન લઈ આવ. શેખ ઈલ્ડેરીમ અને મારા ભલા માલિક આપણા આજની રાત્રીના મહેમાનો છે."

ઘોડાઓ લાવો," બેનહરે કહ્યું, "હું ફળવાડીમાં પાછો ફરીશ. જો હું અત્યારે જ જતો રહીશ તો શત્રુ મને શોધી શકશે નહીં. અને" – તેણે ઈલ્ડેરીમ તરફ જોયું – " તે ચારે અશ્વો મને જોઈને ખુશ થશે."

વહેલી પરોઢ થઈ કે બેનહર અને મલુક તંબુના દરવાજે ઘોડા પરથી ઉતર્યા.

*****

પ્રકરણ ૯મું

બીજા દિવસની રાત્રીના લગભગ ચોથા કલાકે બેનહર એસ્થરની સાથે વિશાળ કોઠારની છત પર ઉભો હતો. નીચે કોઠારમાં જબરદસ્ત દોડાદોડી થઈ રહી હતી. કોઈ ખોખાઓ અને ડબ્બાઓ બંધ કરી રહ્યા હતા, તો કોઈ તેને તેની જગ્યાએ પહોંચાડતું હતું. ઝાંખી મશાલોના અજવાળામાં કોઈ નીચે ઝુકી અને સામાન ખેંચતુ હતું તો કોઈ સામાન બાંધતુ હતુ. તેઓ મશાલોના ઝાંખા અજવાળામાં પૂર્વની વાતોમાં સાંભળવામાં આવેલા સખત મહેનત કરતા જીન જેવા લાગતા હતા. એક વહાણની રવાનગી માટે તૈયારી થઈ રહી હતી. જો કે હજુ સુધી સીમોનીડીસ તેની કચેરીમાંથી આવ્યો નહોતો. તે છેલ્લી ઘડીએ આવશે અને જહાજના કપ્તાનને કયાંય પણ અટકયા વગર એકધારી મુસાફરી કરીને ઓસ્ટ્રીયા પહોંચવાની સુચના આપશે, અને ત્યાં પ્રવાસીને ઉતારી અને સ્પેનના સાગરકાંઠે આવેલા વેલેન્ટીના બંદરે આરામથી પહોંચવાને કહેશે.

તે મુસાફર એક દલાલ કે જે યુધ્ધવીર એરીયસની જાગીરની રોકડી કરવાનો છે. જયારે વહાણના લંગર ઉપડશે અને તેની યાત્રા શરૂ થઈ જહશે કે બેનહર ગત રાત્રીએ નકકી થયા પ્રમાણે કામે લાગી જશે. જો તેને ઈલ્દેરીમ સાથે થયેલા મોખિક કરાર અનુસાર કામગીરી ન કરવી હોય તો તેની પાસે ના પાડવા માટે થોડો જ સમય બચ્યો હતો.

એક વખત તો તેના મનમાં તેવો વિચાર આવ્યો પણ ખરો. તે અદબ ભીડી અને ગોદીમાં થતી દોડાદોડીનું દ્રશ્ય જોતાજોતા પોતાની જાત સાથે જ ચર્ચા કરતો હતો. યુવાન, દેખાવડો અને શ્રીમંત તેમજ હમણાં જ રોમન સમાજના દેશભકત વર્તુળનો સભ્ય; તેની આસપાસ ઘેરાયેલા વિશ્વનો વિચાર કરવો ઘણો જ સહેલો છે કે તેને જે ફરજ સોંપવામાં આવી છે તેમાં ભય અને શાસન વિરૂધ્ધ આદરેલા બહારવટામાં પળે પળે કેવડું જોખમ છે. આપણે ફકત તે ચર્ચાઓની કલ્પના જ કરી શકીએ કે જેના ભાર તળે તે દબાયેલો હતો; એકબાજુ સીઝર સાથેના વ્યર્થ વિવાદ અને આવનાર રાજાના આગમન અંગેની અચોકકસતા હતીતો સવલત, માનપાન, માભો, બજારમાંથી ખરીદી શકાય તેવો તમામ માલસામાન; અને તે બધાથી વધુ મહત્વનું; હજુ નવા ઘરની પ્રાપ્તિની તેના મિત્રો સાથેની સંવેદનાની કલ્પનાઓ તેને આનંદ આપતી હતી. ફકત તે લોકો કે જે વર્ષોથી એકલા થઈ ગયેલા હોય અને ભટકતું જીવન ગાળતા હોય તેને જ આ પછીની વાત સમજાય તેવી હતી.

ચાલો, થોડું વધુ ઉમેરીએ તો, આ વિશ્વ – હંમેશા એટલા પુરતુ લુચ્ચુ રહ્યું છે; હંમેશા નબળા લોકોના કાનમા ગણગણાટ કરતું રહ્યું છે કે, " થોભો, વાતને હળવાશથી લો, આવતીકાલનો સુર્યોદય તમારો છે – આમજ આ ઘડીએ બેનહર અને તેના સાથીઓને સમજાવી રહ્યું હતું.

એસ્થર બેનહરના ખભ્ભા પર હાથ મુકીને ઉભી હતી. બેનહરે તેને પુછયું,

"તું કદી રોમ ગઈ છો?"

"ના," એસ્થરે જવાબ આપ્યો.

"તને ત્યાં જવું ગમશે?"

"મને લાગે છે કે ન પણ ગમે."

"શા માટે?"

"મને રોમ નો ડર લાગે છે," એસ્થરે ધ્રુજતા સાદે જવાબ આપ્યો. બેનહરે તેની સામે જોયું તો તેને થયું કે તે એક નાનકડી છોકરી છે. આછા પ્રકાશમાં તે તેનો ચહેરો તો ન જોઈ શક્યો, પણ ત્યારે જ તેને તીરઝાહનો વિચાર આવ્યો અનેતેનાચહેરા પર કંઈક વિશિષ્ટ પ્રકારની મૃદુતા છવાઈ ગઈ. ગ્રેટસ સાથે થયેલા અકસ્માતવાળી આફતની સવાર કે જેણે તેને તેની ઘરની છત પર સાથે ઉભેલી બહેનથી દુર કરી દીધો હતો, તે યાદ આવ્યું.બીચારી તીરઝાહ! હવે તે ક્યાં હશે? એસ્થરે તેની લાગણીઓ પંપાળી હતી. તેણે તેની સામે કદી પણ તેની ચાકર હોય તેમ જોયું નહોતું; અને વાસ્તવમાં તેણી તેની ચાકર હતી તે વિચાર જ તેને વધારે બીજાની લાગણીઓનો વિચાર કરનાર અને તેની તરફ પ્રેમાળ બનાવતો હતો.

"હું રોમ નો વિચાર કરી શકતી નથી," તેણીએ પોતાની જાતને સંભાળતા એક સ્ત્રી સહજ કોમળતાથી શાંતિપૂર્વક કહ્યું. "હું રોમ નો મહેલો અને મંદિરોના શહેર તરીકે વિચાર ન કરી શકું. મારા માટે તો તે એવા દૈત્ય છે કે જેની પાસે સુંદર ભૂમિનો કબજો છે અને ત્યાં માણસ માટે બરબાદી અને મોતનું તાંડવ ચાલતું રહે છે. તે એક એવો દૈત્ય છે કે જેનો પ્રતિકાર શક્ય નથી – તે એક ગર્જના કરતો, રક્ત પિપાસુ અને અતિ લોભી દૈત્ય છે. શું કામ –"

તેણીએ વિષાદથી નીચે જોયું અને થોભી.

"વાત કર," બેનહરે કહ્યું. તેણી બેનહરથી વધારે નજીક આવી, ફરીથી ઉંચે જોયું અને કહ્યું, " તું શા માટે રોમને તારો શત્રુ બનાવે છે? તું શા માટે તેની સાથે સમજુતિ કરી અને આરામથી જીવન વ્યતિત કરતો નથી? તે ખુબજ તકલીફો સહન કરી છે. તે શત્રુઓનો સામનો કર્યો છે. વિપત્તિઓએ તારા યૌવનને હણી લીધું છે. શું તું તારૂં જીવન આમાં જ લગાવી દઈશ?"

વાતચીત દરમ્યાન એસ્થરનો સુંદર ચહેરો બેનહરની વધુ નજીક આવી ગયો. તે તેની ઉપર ઝુકયો અને મૃદુતાથી પુછયું, " એસ્થર, તું મારી પાસેથી શી અપેક્ષા રાખે છે?"

એસ્થરને થોડો સંકોચ થયો, પછી તેણે પુછયું, " રોમ માં તમારી જાગીર છે, ત્યાં રહેવા માટે કોઈ હવેલી છે?"

"હા."

"તે હવેલી સુંદર છે?"

"તે સુંદર છે – ઉપવનોની મધ્યે આવેલ મહેલની ચારે બાજુએ ચાલવાને પગદંડીઓ બનાવેલી છે, ફુવારાઓ, કુદરતી ઝરણાઓ, દ્રાક્ષના માંડવાઓ અને ચોતરફ ફરતી પહાડીઓથી દ્રશ્ય મનોહર બને છે. ત્યાંથી એક બાજુએ નીઓપોલીસ અને વીસુવીયસ દેખાય છે, તો બીજી તરફ સાગરના નીલા ઘુઘવતા મોજાઓ પર એકધારા ચાલતા વહાણો દ્રશ્યને અતિસુંદર બનાવે છે. સીઝરની પ્રાદેશિક મુલાકાત વખતે રોકાવા માટે બનાવેલી હવેલી પણ ત્યાંથી નજીક છે, પણ રોમમાં એમ કહેવાય છે કે તે જુનો એરીયન વીલા સહુથી સુંદર છે."

"અને ત્યાંનું જીવન? એકદમ શાંત?"

"મહેમાનોના આવવાના દિવસોને બાદ કરતા ગ્રીષ્મઋતુના દિવસો અને ચાંદની રાત્રીઓ અત્યંત શાંત હોય છે, અને જયારે હું અંહી છું ત્યારે ત્યાં શાંતિનો ભંગ થાય તેવું કશું જ નથી, સિવાય કે

ચાકરોની ધીમા અવાજે થતી વાતચીત, પક્ષીઓનો કલરવ અને ફેવારાઓનો અવાજ; આ બધું જ અપરિવર્તનીય છે; સિવાય કે જુના ફુલો કરમાઈ અને ચીમળાઈ જાય અને નવી કળીઓ ખીલી ઉઠે અને સુર્યપ્રકાશને હળવેથી રૂપેરી વાદળી આછો કરી દે. એસ્થર, તે જીવન મારા માટે ત્યાં એકદમ સ્થિર થઈ ગયું હતું. બસ હું એ વિચારથી જ હેરાન થતો હતો કે મારૂં જીવન બસ આ જ આનંદ પ્રમોદમાં પૂર્ણ થઈ જશે અને હું બીજું કંઈ પણ નહીં કરી શકું?"

એસ્થર નદીને પેલે પાર જોઈ રહી.

"તું શા માટે પુછે છે?" બેનહરે પુછયું.

"મારા ભલા માલિક – "

"ના એસ્થર ના, તેમ નહીં. મને મિત્ર કહીને બોલાવ, કે અન્ય કોઈ નામે, તને જેમ ગમે તેમ; હું તારો માલિક નથી કે કદી થઈશ પણ નહીં."

એસ્થરના ચહેરા પર લાલીમા છવાઈ ગઈ અને તેની આંખોમાં ચમક આવી. પણ વિચારોમાં ખોવાઈ ગયેલો બેનહર તે જોઈ શકયો નહીં.

"હું સમજી શકતી નથી," તેણીએ કહ્યું. " તું જે જીવનની પસંદગી કરે છે – તે એક એવું જીવન"

"હિંસા અને રકતપાતથી ભરેલું જીવન," તેણે એસ્થરનું વાકય પૂર્ણ કર્યું.

"હા," તેણીએ ઉમેર્યું, " જયારે પ્રકૃતિ એવું જીવન પસંદ કરે છે કે જેમાં સુંદર હવેલી વાળી વાત છે."

"એસ્થર, તું ભુલ કરે છે. ત્યાં કોઈ જ વાતની પ્રાથમિકતા નથી. અરેરે. રોમન શાસન એટલું દયાળુ નથી. જેની આવશ્યકતા છે તે વાત કરૂં છું. મારે ત્યાં જવું જરૂરી છે. અંહી રહેવું એટલે મોતના મોઢામાં રહેવું; અને જો ત્યાં જતો રહું તો ત્યાં પણ તેવું જ છે. વિષનો કટોરો મળશે કે લડાઈમાં જીવ જશે અથવા તો કોઈ ન્યાયાધિશ મને સજા આપશે. મસાલાએ અને ગવર્નર ગ્રેટસે મારા પિતાજીની ઘણીબધી સંપત્તિ હડપ કરી લીધી છે અને હવે તેઓ કોઈ પણ કિંમતે સંપત્તિથી હાથ ધોવા માગતા નથી કે શાંતિ કરાર થઈ શકે તેમ નથી કેમ કે ત્યાં આ વાત આડી આવે છે. મારા મતે મારા માટે શાંતિ શકય નથી; અરે જુના ઘરની આરસ મઢેલી પોર્ચ માટે પણ શાંતિ શકય નથી. જયારે મારો પરીવાર, મારા માણસો કે જેની કયાંય ભાળ મળતી નથી તેનો વિચાર કરૂં તો પણ શાંતિની શકયતા નથી. તે લોકોને શોધવા માટે મારે પુરી નિષ્ઠાથી પ્રયત્નો કરવા જોઈશે. તેઓએ વગર વાંકે ઘણીબધી યાતનાઓ સહન કરી હશે. જો હું તેઓને શોધી કાઢું તો તે લોકોના ગુનેગારોને સજા થવી જોઈએ કે નહીં? શું તેઓ તેમના પર ગુજારવામાં આવેલા સિતમોના કારણે મૃત્યુ પામ્યા હશે કે તેમની હત્યા થઈ હશે? અથવા તો તેઓ જીવતા બચી નીકળ્યા હશે? ઓહ, મને તેમના સ્વપ્નાઓ આવે છે અને ઉંઘ ઉડી જાય છે. મને માત્ર પવિત્ર પ્રેમ જ નહીં, નૈતિકતાનું ભાન આપે તેવી કોઈ પણ સમજાવટ કે પવિત્ર પ્રેમ પણ મારા અંતરમાં ભડભડ બળતા અગ્નિને શાંત કરી શકે તેમ નથી."

"તો પછી પસિસ્થિતિ એટલી બધી ખરાબ થઈ ગઈ છે?" એસ્થરનો અવાજ ભયથી ધ્રુજી ઉઠ્યો. "બીજું કંઈ થઈ શકે તેમ નથી?"

બેનહરે એસ્થરનો હાથ પકડયો.

"તું મારી આટલી બધી કાળજી લે છે?"

"હા," તેણીએ શાંતીથી જવાબ આપ્યો.

તે હાથમાં ઉષ્મા હતી. તે હાથ બેનહરની હથેળીમાં સંકોચાઈને રહી ગયો. તેને લાગ્યું કે તેનો હાથ કાંપી રહ્યો હતો. ત્યારે તેને ઈજીપ્તની સુંદરીની યાદ આવી. તે એસ્થરના સ્વભાવથી તદન વિપરિત; લાંબી, દઢ, મધુરભાષિણી, કમનીય અને દિલકશ. તેણે પ્રેમથી એસ્થરનો હાથ ચુમી લીધો.

"એસ્થર, તું મારા માટે બીજી તીરઝાહ બની રહીશ."

"તીરઝાહ કોણ છે?"

"મારી નાની બહેન, જેને રોમનોએ મારી પાસેથી છીનવી લીધી છે, હું જયાં સુધી તેને શોધી ન કાઢું ત્યાં સુધી મને આનંદ કે શાંતિ મળી શકે નહીં."

એ જ સમયે પરોઢનું પહેલું કિરણ તે બન્નેના ચહેરા પર પડયું. પાછા ફરીને તેમણે જોયું તો સીમોનીડીસને પૈડાવાળી ખુરશીમાં બેસાડી અને એક ચાકર દરવાજાની બહાર લઈ જતો હતો. તેઓ વેપારી પાસે ગયા અને તે પછી સીમોનીડીસે આગળ કરવાની કાર્યવાહી ટુંકમાં સમજાવી.

વહાણના લંગરો ઉઠયા અને વહાણ ફરી ગયું. મશાલોના અજવાળા વચ્ચે અને વહાણવટીઓના હેઈસા હેઈસાના પોકારો વચ્ચે બેનહરને લઈ અને વહાણ ચાલતું થયું. બેનહર કે જે આવનાર રાજાને પ્રતિબધ્ધ હતો.

*****

પ્રકરણ ૧૦મું

સ્પર્ધાના આગલા દિવસે જ શેખ ઈલ્દેરીમે રથોની દોડની પોતાની બધી વસ્તુઓ સર્કસની આસપાસ એકઠી કરી લીધી. નોકર ચાકર, પગપાળા સૈનિકો, ઘોડેસવારો, અન્ય પશુઓ, સામાનથી લદાયેલા ઊંટો અને અન્ય રસાલાને જોઈને એવું લાગતું હતું કે કોઈ કબીલો ક્યાંક જઈ રહ્યો હતો. આવડું મોટું સરઘસ જોઈને લોકો હસી પડતા હતા, પણ કોઈમાં એટલી હિંમત નહોતી કે શેખનું રતિભાર પણ અપમાન કરી શકે. જો તે નિરીક્ષણ હેઠળ હોય (અને તે માટે કારણ પણ હતું) તો બાતમીદાર આ અર્ધજંગલી રસાલો કે જે સ્પર્ધાના સ્થળે આવ્યો હતો તેનુંભરપુર વર્ણન કરી શકે. રોમનોને હસવું આવે, શહેરને તેની રમુજ થાય; પણ તેની કોને પરવા હતી? બીજા દિવસે દુર રણપ્રદેશ તરફ જતા રસ્તે જે ઐતિહાસિક ઘટના આકાર લેવાતી હતી, અને તેની સાથે ફળવાડીઓની જે કંઈ કિંમત કરી શકે તેવી જણસ – તેના ચારેય અશ્વોની સફળતા જ બચાવી શકે તેમ હતી (કેમ કે શેખ તે બધું જ દાવ પર લગાવી દેવાનો હતો). તેણે ઘર છોડી પ્રયાણ કરી દીધું હતું, તેના બધા તંબુઓ સંકેલી લેવામાં આવ્યા હતા; ડોવર કંઈ એટલું બધું દુર નહોતું. બાર કલાકમાં જે કંઈ પકડી શકાય તેવું હોય તો તે પહોંચની મર્યાદાથી બહાર થઈ જવાનું હતું. સ્મિતના મુખવટા હેઠળનો માણસ કદી સલામત હોતો નથી. આ વાત ચતુર શેખ બરાબર જાણતો હતો.

શેખ ઈલ્દેરીમ કે બેનહર, બન્નેમાંથી કોઈનેય મેસાલાના પ્રભાવનો ડર નહોતો. તેમના મત અનુસાર સ્પર્ધા પુરી થાય તે પહેલા જ મેસાલા તેમના વિરૂધ્ધ કાર્યવાહી કરશે નહીં. પણ જો તે સ્પર્ધામાં હારી જાય તો ગ્રેટસની સલાહ લેવાની વાટ જોયા સિવાય બધું કરવા માટે ઝનુની બની જાય. તેથી તેઓ કોઈ પણ આફતનો સામનો કરવા માટે તૈયાર હતા. તે સમયે તેઓ ખુબજ આરામથી આગળ વધી રહ્યા હતા અને તેમને મનમાં વિશ્વાસ હતો જ કે આવતીકાલે સ્પર્ધામાં તેમનો વિજય નક્કી જ હતો.

રસ્તામાં જ તેમની વાટ જોતો મલુક મળી ગયો. તે વિશ્વાસુ વ્યકિતએ બેનહર અને સીમોનીડીસ વચ્ચે તેણે જે સેતુરૂપ ભૂમિકા ભજવવાની નક્કી થઈ હતી કે બેનહર અને ઈલ્દેરીમ વચ્ચે તેની હાજરીમાં જે કરાર થયો હતો; તેનો તેના વર્તનમાં કંઈજ અણસાર આવવા નહોતો દીધો. તેણે બધાનું અભિવાદન કર્યું અને પછી શેખને તેણે એક પત્ર આપ્યો અને કહ્યું, "હું સર્કસના મુખ્ય આયોજક પાસેથી આ જાહેરાત લઈ આવ્યો છું; જેમાં તમને સ્પર્ધકોનો ક્રમ પણ મહાવરો કરવાને જાણવાને મળશે. ભલા શેખ, મારે કોઈની પણ વાટ જોવાની જરૂર નથી. હું તમને તમારા વિજય પર અભિનંદન આપું છું."

તેણે શેખ ઈલ્દેરીમને પત્ર આપ્યો અને તે બેનહર તરફ ફર્યો.

"એરીયસના પુત્ર, તમને પણ મારા અભિનંદન. હવે તમને મેસાલા સાથે સ્પર્ધા કરતા કોઈ પણ રોકી શકે તેમ નથી. સ્પર્ધાની તમામ પ્રાથમિક ઔપચારિકતાઓ પરિપૂર્ણ કરવામાં આવી છે. મને સ્પર્ધાના મુખ્ય આયોજક તરફથી તેની ખાત્રી આપવામાં આવી છે."

"મલુક, તારો ખુબ ખુબ આભાર," બેનહરે કહ્યું.

મલુકે આગળ ચલાવ્યું, "તમને સફેદ ધ્વજ આપવામાં આવ્યો છે, જયારે મસાલાને રાતો અને સોનેરી ધ્વજ આપવામાં આવ્યો છે. સારી પસંદગીની અસરનો વરતારો થવા જ માંડયો છે. છોકરાઓ શેરીઓમાં સફેદ રીબન વેચવા માંડયા છે. આવતીકાલે દરેક આરબ અને યહુદી સર્કસમાં સફેદ રીબન બાંધીને આવશે. તેની પાછળ આપણો ઉદેશ એ છે કે લોકો તમારી સ્પર્ધામાં રસ લેતા થાય."

"પ્રેક્ષક દીર્ઘામાં બેઠેલા, પણ પોમ્પીના બંદરમાં બેઠેલી ન્યાય સમિતીમાં બેઠેલા નહીં."

"ના, લાલ અને સોનેરીની ત્યાં સત્તા ચાલશે, પણ જો આપણે જીતી જઈએ – " મલુક તે વિચારથી જ આનંદમાં આવી ગયો – "જો આપણે જીતી જઈએ તો તે મોભાદાર માણસો સ્તબ્ધ થઈ જશે. તેઓ શરત લગાવશે,અલબત જે કંઈ રોમ નું નથી તેના પક્ષમાં જ – બે, ત્રણ કે પાંચ સામે એક – મેસાલાના નામ પર – કેમ કે તે રોમન છે." તેનો અવાજ થોડો ધીમો થયો. તેણે ઉમેર્યું; " આ ધૃષ્ટતા જ યહુદીને તેની સંપત્તિને જોખમ સામે મંદિરમાં સુરક્ષિત કરવા માટે પ્રેરણા આપે છે. મારો એક મિત્ર રાજદુતની ગાદીની પાછળજ ત્રણ સામે એક, કે પાંચ કે દસ સામે એકની શરતનો સ્વીકાર કરવા માટે ઉભો હશે. રોમનોમાં આ પાગલપણું ખુબ જ વધવું જોઈએ. મેં તે હેતુ માટે છ હજાર શેકેલ તે માણસને આપી રાખ્યા છે."

"ના મલુક," બેનહરે કહ્યું. એક રોમન ફકત રોમના ચલણી નાણામાંજ વહીવટ કરશે. તું આજે જ તારા મિત્ર મળી લે અને તેની બોલી સેસ્ટરટીમાં તું કહે તેટલી રકમમાં આપે. અને ધ્યાન રાખજે કે તે મેસાલા અને તેના ટેકેદારોનેજ આંટીમાં લે. મેસાલા અને તેના અશ્વો વિરૂધ્ધ હું અને શેખ ઈલ્ડેરીમના અશ્વો."

મલુકે તત્ક્ષણ પ્રત્યુતર આપ્યો.

"સમગ્ર સ્પર્ધાનું મુખ્ય કેન્દ્ર તમારા બન્ને વચ્ચેની જ હરીફાઈ હશે."

"મને પણ એવુંજ લાગે છે, મલુક."

"હા, મને ખબર છે."

"ઓ મલુક, તું એવું કંઈ કરી શકે કે જેથી ઉપસ્થિત તમામ પ્રેક્ષકોનું ધ્યાન મારા અને મેસાલા પર જ કેદ્રિત થયેલું રહે?"

મલુકે શાંતિથી કહ્યું, "તે થઈ શકે તેવું છે."

"તો તેમ થવા દે," બેનહરે કહ્યું.

"ઘણાબધા જુગારીઓ દાવ લગાડશે. જો તે દાવ સ્વીકારી લઈએ તો બધું ગોઠવાઈ જાય." મલુકે તેની આંખો બેનહર પર સ્થિર કરી.

"હું તેની લુંટફાટનો હિસાબ પાછો નહીં આપું." બેનહરે જાણે કે પોતાની જાત સાથે જ વાત કરતો હોય તેમ કહ્યું. "બીજી તક કદાચ ન પણ મળે. અને જો હું તે મેસાલાને સ્પર્ધામાં હરાવી શકું તો સાથેસાથે તેના અભિમાન પર વજ્રઘાત કરી શકું. આપણા પિતા જેકોબ કંઈ બદલો નહીં લે."

તેના ચહેરા પરના દઢ નિશ્ચયે તેને આગળ જે કંઈ કહેવું હતું તે મૌનથી જ સમજાવી દીધું.

"હા, તેમ જ થશે. ધ્યાનથી સાંભળ. સેસ્ટરટી (રોમનું પ્રચલિત ચલણ)માં જે કંઈ શરત લાગે તે સ્વીકારી લેજે. જો કોઈ વધુ પડતી ઉંચી બોલી લગાવે તો ટેલેન્ટમાં દાવ લગાવી દેવાનો. પાંચ, દસ, વીસ, પચાસ કે ગમે તેટલા. અને જો બને તો મેસાલાની સાથે પણ શરત લગાવી દેજે."

"મેસાલા સાથે શરત મારવા માટે ઘણી મોટી રકમ જોઈશે," મલુકે કહ્યું, " મારે જામીનગીરી આપવી પડશે."

"તેનું થઈ જશે. સીમોનીડીસ પાસે જા અને તેને મારી ઈચ્છાની વાત કર. તેને કહે કે મારૂં હૃદય શત્રુની બરબાદી નકકી કરીને બેઠું છે, અને આ તક મેં અંધકારમાં જોયેલી અદભુત તક છે. આપણા પક્ષે આપણા પૂર્વજોનો ઈશ્વર છે. જા, મલુક. આ તક ને હાથમાંથી સરી જવા ન દેતો."

અને મલુકે અત્યંત આનંદથી સલામ કરી અને સવારી માટે ગયો તો ખરો, પણ તરત જ પાછો ફર્યો.

"મને માફ કરજે," તેણે બેનહરને કહ્યું. " એક બીજી વાત. મસાલાના રથની નજીક તો હું જઈ શકયો નથી, પણ મારી પાસે અન્ય પ્રમાણ છે. અને તે અહેવાલ અનુસાર તેના રથની ધરી તારા રથની ધરી કરતા જમીનથી એક વેંત જેટલી ઉંચી રહે છે."

"એક વેંત જેટલી? એટલી વધારે?" બેનહર આનંદથી બુમ પાડી ઉઠયો અને પછી મલુક ઉપર ઝુકયો.

"મલુક, જેવી રીતે તું જુડાહનો પુત્ર છો અને તારા રાજાનો વિશ્વાસુ છો; તું પ્રેક્ષકદીર્ઘામાં વિજયદ્વાર પર રવેશની એકદમ નીચે સ્થંભોની બરાબર સામે તારી બેઠકનું નકકી કરી નાખ. અને જયારે વળાંક લઈએ ત્યારે ધ્યાનપૂર્વક નિરીક્ષણ કરજે, સારી રીતે, કેમ કે જો બધું આપણી ધારણા પ્રમાણે થાય, હું – ના મલુક – મારે જે થવાનું છે, તે વિષે કંઈજ કહેવું નથી. ફકત ત્યાં જા અને સારી રીતે જો."

તે ક્ષણે શેખ ઈલ્દેરીમનો સાદ સંભળાયો.

"હા, ઈશ્વરના વૈભવના નામે! આ બધું શું છે?"

તેના હાથમાં સ્પર્ધાની જાહેરાત હતી. તેના પર આંગળી મુકી અને તે બેનહર પાસે આવ્યો.

"વાંચો," બેનહરે કહ્યું.

"ના, તું વાંચે તો વધુ સારૂં." બેનહરે પત્ર હાથમાં લીધો. તેમાં આયોજક તરીકે પ્રાંત અધિકારીની સહી હતી. પત્રમાં સ્પર્ધાના આયોજનની તમામ વિગતો મુદાસર લખેલી હતી. તેમાં લોકોને જણાવવામાં આવ્યું હતું કે સ્પર્ધાના કાર્યક્રમની શરૂઆત એક અતિ ભવ્ય સરઘસથી થશે અને તે પછી દેવ કોન્સસની વેદી પર પરંપરાગત રીતે પુજન અર્ચન થશે. તે પછી સ્પર્ધાઓનો પ્રારંભ થશે; દોડ, મલ્લકુસ્તી, કુદ અને અન્ય રમતોના અનુક્રમ દર્શાવેલા હતા. સ્પર્ધકોના નામ અને તેની સામે તેની રાષ્ટ્રીયતા અને તાલિમશાળાઓના નામ જણાવવામાં આવ્યા હતા. વિવિધ પુરસ્કારની રાશી અંગેની પણ વિગતો હતી. સ્પર્ધા પૂર્ણ થયાની સાંજે જયારે લોરીયલ કે પાઈનના પર્ણોનો સીધોસાદો તાજ વિજેતાને પહેરાવવાનો સમય આવે તે ક્ષણ કે જયારે વિજેતાને થાય કે તેણે જે કંઈ પ્રાપ્ત કર્યું છે તેની સામે બધા ધનવૈભવની પણ કોઈ વિસાત નથી; તે ભવ્યતા અને તેના સંતોષનું વર્ણન કરવામાં આવ્યું હતું.

આ બધી જ વિગતો પર અછડતી નજર નાખી અને બેનહર રથોની દોડની જાહેરાત પર આવ્યો. તેણે હળવેથી વાંચ્યું. પૌરુષ સભર સ્પર્ધાઓ માણવાના શોખીન લોકોને ખાત્રી આપવામાં આવી હતી કે તેઓ એન્ટિઓકમાં જેની કોઈ સરખામણી થઈ શકે તેમ નથી તેવા એરેસ્ટીઅન સંઘર્ષથી સંતૃષ્ઠ થશે.

બેનહર સ્પર્ધાના આયોજનને લગતી વિગતો ઝડપથી વાંચી ગયો. રથની દોડની જાહેરાત તેમાં છેલ્લે હતી. તે તેણે ધીમેથી વાંચવાની શરૂઆત કરી.

–વીર સ્પર્ધકોની શોર્યસભર સ્પર્ધાના દર્શકોને ખાત્રી આપવામાં આવે છે કે તેઓ જેની કોઈની સાથે સરખામણી થઈ શકે તેમ નથી તેવી ઓરેસ્ટીયન સંઘર્ષ સભર સ્પર્ધા નિરાશ નહીં કરે. પ્રાંત અધિકારીને પ્રથમ દર્શકનું આ શહેર સન્માન આપે છે. વિજેતાને લોરીયલના તાજ અને એક હજાર સેસ્ટેરટીના પુરસ્કારો નિયત કરવામાં આવ્યા છે. તે પછીની વિગતો

– છ સ્પર્ધકોએ ભાગ લેવા માટે આવેદન કરેલું, તેમાંથી ચાર સ્પર્ધકોની અશ્વો સાથે ભાગ લેવાની અરજીને માન્યતા આપવામાં આવી છે; આ સંદર્ભે, સ્પર્ધામાં સર્વોતમ દેખાવ કરવા માટે દરેક સ્પર્ધકે અન્ય સ્પર્ધકો સાથે એકસાથે જ દોડ લગાવવાની રહેશે. તે દરેક સ્પર્ધકોને નીચેની વિગતે જણાવવામાં આવે છે.

૧ કોરીન્થના સ્પર્ધક લીસપ્પસનાચાર અશ્વો – બે ઘંઉવર્ણા, એક ઘેરા બદામી રંગનો અને બે કાળા – તેઓએ ગત વર્ષે એલેકઝાન્ડ્રીયાની સ્પર્ધામાં પ્રવેશ મેળવ્યો હતો અને તે પછી કોરીન્થમાં – તેઓ વિજેતા બન્યા હતા. તેને પીળા રંગનો ધ્વજ એનાયત કરવામાં આવે છે.

૨ રોમના સ્પર્ધક મેસાલાના ચાર અશ્વો – બે સફેદ, બે કાળા; સીરસેનસીયસના વિજેતા – મેકસીમસના સર્કસમાં ગત વર્ષે પ્રદર્શિત થયેલા. તેને લાલ અને સોનેરી ધ્વજ એનાયત કરવામાં આવેલો છે.

૩ એથેન્સના સ્પર્ધક કલીન્થસના ત્રણ ઘંઉવર્ણા અને એક ઘેરા બદામી રંગનો અશ્વ, તે ઈસ્થેમસમાં ગત વર્ષનો વિજેતા – તેને લીલા રંગનો ધ્વજ એનાયત કરવામાં આવે છે.

૪ બાયઝેન્ટીયનના સ્પર્ધક ડીકેઈયસના બે કાળા, એક ઘંઉવર્ણો અને એક ઘેરા બદામી રંગનો અશ્વ, બાયઝેન્ટીયમની ગત વર્ષની સ્પર્ધાનો વિજેતા – તેને કાળા રંગનો ધ્વજ એનાયત કરવામાં આવે છે.

૫ સીડોનીયાના સ્પર્ધક એડમેટસના બધા ઘંઉવર્ણા રંગના અશ્વો, તેમને વાદળી રંગનો ધ્વજ એનાયત કરવામાં આવે છે.

૬ રણના શેખ ઈલ્દેરીમના ચાર અશ્વો, બધા સફેદ; પહેલી સ્પર્ધા, તેનો રથી બેનહર – એક યહુદી સ્પર્ધક, તેને સફેદ રંગનો ધ્વજ આપવામાં આવે છે.

બેનહર, એક યહુદી રથી!

એરીયસના નામ ને બદલે આમ કેમ?

બેનહરે તેની આંખો ઉંચે કરી શેખ ઈલ્દેરીમ પર ઠેરવી. હવે તેને સમજાયું કે આરબના મુખમાંથી શા માટે ચીસ નીકળી ગઈ હતી. બન્ને એકજ નિષ્કર્ષ પર આવ્યા. આ બાબતમાં મેસાલાનો હાથ હતો.

*****

પ્રકરણ ૧૧

જયારે એન્ટિઓકમાં હજુ સાંજ જ પડી હતી કે શહેરની મધ્યે આવેલા ઓમ્ફાલુસમાં દરેક દિશાઓમાંથી ખાસ કરીને નિમ્ફેઈયમના તળપ્રદેશમાંથી અને હેરોદના કોલોન્નાડેના ઉત્તર અને દક્ષિણ વિસ્તારોમાંથી લોકોનો અવિરત પ્રવાહ બેકસ અને એપોલો દેવતાઓને અર્ઘ્ય આપવાના સમયે આવી રહ્યો હતો.

તે શહેરની જોજનો લાંબી શેરીઓમાં છતવાળી મહેલાતોની આગળના આરસપહાણ જડેલી પોર્ટીકોને થઈ શકે તેટલી ઘસી અને ચકચકીત કરવામાં આવી હતી. આ આનંદપ્રદ શહેરમાં રાજકુમારો ભોગવિલાસ માટે નકામા ખર્ચાઓ કરીને પણ પોતાને ભાગ્યશાળી માનતા. શહેરમાં અંધકારને આવવાની પરવાનગી નહોતી. ગાવા બજાવવાના, હાસ્યના અને બુમાબુમના અવિરત અવાજોના મિશ્રણના પડતા પડઘાઓના ગુણાકારથી ઉત્પન્ન થતો શોરબકોર કોઈ પોલાણમાં પાણીનો ઘસમસતો પ્રવાહ ગર્જના કરતો હોય તેવો લાગતો હતો.

ત્યાં અનેક રાષ્ટ્રોના પ્રતિનિધિઓ આવ્યા હતા. તેની કોઈ અજાણ્યાને નવાઈ લાગે, પરંતુ એન્ટિઓક માટે આ બધું સામાન્ય હતું. આ વિવિધ પ્રદેશના જુદાજુદા પહેરવેશ, રીતભાત, બોલીઓ અને ધાર્મિક માન્યતા ધરાવતા લોકો એકબીજાને મળતા હતા. જે સંમિશ્રિત દ્રશ્યો અનેકતામાં એકતાથી કોઈ વિશિષ્ટ નવા સમાજની રચના થઈ હોય એવું લાગતું હતું. તે લોકો એન્ટિઓકમાં આવ્યા, તેમના પહેરવેશ, રીતરીવાજો, બોલીઓ અને દેવતાઓ સાથે લાવ્યા. જયાં ઠીક લાગ્યું ત્યાં થોભ્યા, વ્યવસાય કર્યો, ઘરો બાંધ્યા, યજ્ઞવેદીઓની સ્થાપના કરી અને તેમના વતનમાં જે જીવનધોરણ જીવતા હતા, તેનું અનુસરણ ચાલુ રાખ્યું.

એન્ટિઓકમાં તે રાત્રે લગભગ દરેક લોકોએ બીજા દિવસે થનાર રથોની સ્પર્ધાની જાહેરાતના અનુસંધાને તેમના માનીતા રથસવારોની તરફેણમાં તે રંગો ધરાવતા ખેસ, બીલ્લા, રીબન કે પીંછાના રૂપે કંઈક ને કંઈક ધારણ કર્યું હતું. કોરીન્થના લીસીપ્પસનો પીળો, એથેન્સના કલીએન્થસનો લીલો, બાયઝેન્ટીયમના ડાયેસીયસનો કાળો, સીડોનીયાના એડમેટસનો વાદળી, રોમ ના મેસાલાનો લાલ અને સોનેરી તથા રણપ્રદેશનું પ્રતિનિધિત્વ કરતા બેનહરનો સફેદ. આવું એક જુના રીવાજ પ્રમાણે ઓરેસ્ટસની સ્પર્ધાના દિવસોમાં પરંપરાના ભાગ રૂપે ચાલતું આવતું હતું.

જો કે બહારથી આવેલો દર્શક એકવારતો રંગોના વૈવિધ્યથી આકર્ષિત થાય, પણ તેને થોડીવારમાં લીલા સફેદ અને સોનેરી લાલ રંગનું પ્રભુત્વ જણાઈ આવતું હતું.

પણ ચાલો હવે આપણે આ શહેરની શેરીઓ પસાર કરી અને મહેલ ભણી પ્રયાણ કરીએ.

મહેલના દિવાનખંડમાં પાંચ મોટા ઝુમ્મરની મીણબતીઓ તાજી સળગાવેલી હતી. ત્યાં એકઠા થયેલા લોકો પણ તે સ્થળને અનુરૂપ જ હતા. ખંડમાં એક બાજુએ જુતા ચપ્પલનો ઢગલો કરેલો હતો, કયાંક આડાઅવળા વસ્ત્રાલંકારો પડેલા હતા તો ગોળ મેજને ફરતે બેઠેલા લોકોના અવાજો સાથે રમાતા જુગારના પડતા પાસાઓનો અવાજ પણ આવતો હતો. તો પણ તે પૈકીના ઘણાખરા લોકો કશું

જ કરતા નહોતા. તેઓ આમથી તેમ ચાલતા રહેતા, એકબીજા પાસે ઉભા રહેતા, કોઈ અર્થ વગરની વાતો કરતા અને છુટા પડતા. શું આવતીકાલે હવામાન સારૂ હશે? સ્પર્ધાની તૈયારીઓ પૂર્ણ થઈ ગઈ હશે? શું એન્ટિઓકના સર્કસના અને રોમન સર્કસના નિયમો અલગ અલગ હશે? વાસ્તવમાં તો તે યુવાનો ખરેખર થાકી ગયા હતા. તેઓનું અત્યંત કઠીન કાર્ય પૂર્ણ થઈ ગયું હતું. તે યુવાનોના હાથની પાટીઓમાં દરેક સ્પર્ધાઓ જેવી કે દોડ, મુક્કાબાજી કે અન્ય સ્પર્ધાઓની શરતોના નિયમો લખ્યા હતા, માત્ર રથદોડની જ વિગતો નહોતી.

તેવું શા માટે?

ભલા વાચક, તેઓને મેસાલાની સામે ટક્કર લઈ શકે તેવો કોઈ પ્રતિસ્પર્ધી જ દેખાતો નહોતો.

ત્યાં લાલ સોનેરી સિવાય બીજો કોઈ રંગ નહોતો.

કોઈપણ તેના પરાજય વિષે વિચાર કરતુ નહોતું.

શું કામ? શું તેઓને શ્રેષ્ઠ પ્રશિક્ષણ નહોતું મળ્યું? શું તેઓ કોઈ શાહી અશ્વ સૈન્ય શાળામાંથી સ્નાતક નહોતા થયા? શું તેમના અશ્વો સીરેસીયનમાં આવેલા સર્કસ મેક્સીમમમાં વિજેતા નહોતા થયા? એક જ કારણ – હા, – તે રોમન હતો!

ખંડના ખૂણામાં એક દિવાન પર મેસાલા બેઠો હતો. તેની આસપાસ કોઈ બેઠેલા કે ઉભેલા તેના દરબારી પ્રસંશકો તેને એક જ વાતના પ્રશ્નો પુછી રહ્યા હતા.

તે જ સમયે દ્રુસસ અને સેસીલસનો પ્રવેશ થયો.

"આહ!" યુવાન રાજકુમારે દિવાન તરફ મેસાલાના ચરણોમાં જાણે પડતું જ મુક્યું, " આહ, બકાસના સોગન, હું થાકી ગયો છું!"

"તું ક્યાં હતો?" મેસાલાએ પુછયું.

"શેરીઓમાં આગળ; છેક ઓમ્ફાલુસ અને તેથી પણ આગળ – કોને ખબર કે કેટલું આગળ? આ પહેલા લોકોનો વણથંભ્યો પ્રવાહ આ રીતે શહેરમાં આવ્યો નથી, તેમના કહેવા પ્રમાણે આપણે આવતીકાલે સમગ્ર વિશ્વના લોકોને સર્કસમાં જોઈ શકીશું."

મેસાલા ઠપકાભર્યું હસ્યો.

"મુર્ખાઓ, તેઓ કદી સીઝર સાથે રહેલા સીરેશીયનને અટકાવી નહીં શકે. પણ, મારા દ્રુસસ, તે શું શોધી કાઢ્યું?"

"કંઈ નહીં."

"ઓ, આ! તું ભુલી ગયો," સેસીલસે કહ્યું.

"શું?" દ્રુસસે પુછયું.

"સફેદ ધ્વજ વાળા લોકોનું સરઘસ."

"આ તો નવાઈ પમાડે તેવું છે!" દ્રુસસ અડધો ઉભો થઈ ગયો.

"અમે સફેદ ધ્વજના પક્ષના લોકોના એક જુથને મળ્યા, તેઓના હાથમાં ધજાપતાકાઓ હતી. પણ –હા, હા, હા! તેણે ગફલતભર્યા અવાજે કહ્યું.

"કઠોર દ્રુસસ – આગળ નથી કહેવાનો?" મેસાલાએ કહ્યું.

"મારા મેસાલા, તેઓ જેરૂસલેમમાં આવેલા જેકોબના મંદિરના કચરો ખાનારા રણના ગંદાગોબરા લોકો હતા. મારે તે લોકોનું શું કામ?"

"ના," સેસીલસે કહ્યું. " દ્રુસસ ડરી જાય, પણ હું નહીં."

"તો પછી તું વાત કર."

"તો સારૂં, અમે તે ટોળા પાસે ઉભા રહ્યા અને –"

"તેમને અમારી સાથે શરત મારવા કહ્યું," દ્રુસસે કહ્યું.

"અને – હા,હા,હા! – અને એક માણસ કે જેની પાસે પુરતું ઓઢવાનું પણ નહોતું તે આગળ આવ્યો, અને – હા, હા, હા! – તેણે હા પાડી. મેં મારી પાટી કાઢી. ' તું કોની પર શરત મારીશ?' મેં પુછયું. ' બેનહર, તે યહુદી,' તેણે જવાબ આપ્યો. પછી મેં તે કેટલી રકમની શરત મારવા ઈચ્છતો હતો તે પુછયું. તેણે જવાબ આપ્યો, ' આ–આ–' મેસાલા, મને માફ કરો. જોવના વાવાઝોડાના સોગન, હું હસ્યા વિના રહી શકયો નહીં! હા,હા,હા!"

શ્રોતાઓ થોડા આગળ આવ્યા.

મેસાલાએ સેસીલસ સામે જોયું.

"એક શેકલ," પછી તેણે કહ્યું.

"એક શેકલ, એક શેકલ."

ત્યાં ઉપસ્થિત બધા લોકો એક સાથે હસી પડયા.

"અને દ્રુસસ, તે શું કર્યું?" મેસાલાએ પુછયું.

દરવાજાની બહારથી એક અવાજ અંદર આવ્યો, અને ઘોંઘાટમાં ભળી ગયો; શોરગુલ એટલો વધ્યો કે સેસીલસે થોડા પાછા હટી, પાછળ જોયું, થોડીવાર થોભ્યો અને પછી કહ્યું, " મારા મેસાલા, ઉમરાવ દ્રુસસે તેની પાટી મુકી અને – શેકલ ગુમાવ્યો."

"એક સફેદ નિશાનવાળો, એક સફેદ નિશાનવાળો."

"તેને અંદર આવવા દો."

ઘોડીપાસાનો જુગાર રમનારાઓએ રમત થોભાવી દીધી. ઉંઘી ગયા હતા તે જાગી ગયા અને આંખો ચોળતા ચોળતા ખંડની વચ્ચે આવી ગયા અને તેમની પાટીઓ લઈ અને ઉભા રહી ગયા.

"હું આપને અર્પણ કરૂં છું –"

"અને હું –"

"હું –"

તે ઉષ્માભેર આવકાર પામેલી વ્યકિત સાયપ્રસથી બેનહરના સહપ્રવાસી તરીકે આવેલ સન્માનનીય યહુદી હતો. તે ધીરગંભીર ચાલે બધાનું નિરિક્ષણ કરતો શાંતિથી અંદર આવ્યો. તેના સફેદ ઝભ્ભા પર કે તેની પાઘડી પર કયાંય ડાઘ નહોતો. ઝુકીને સ્મિત આપતા આપતા તે ખંડ મધ્યે રાખેલા મેજ પાસે આવ્યો, ત્યાં આવી તેણે રજવાડી ઢબે પોતાનો ઝભ્ભો સરખો કર્યો, બેઠક લીધી અને હાથથી અભિવાદન કર્યું. આંગળી પર પહેરેલી વીંટીના હીરાના ચળકાટથીજ તેની કક્ષાની બધાને ખબર પડી ગઈ અને ખંડમાં શાંતિ પથરાઈ ગઈ.

"રોમ ના શ્રીમંત નિવસીઓ, તમને બધાને મારા વંદન!" તેણે કહ્યું.

"તે કોણ છે? દેવ જયુપીટરના સોગન, મને ખબર નથી."

"ઈઝરાયેલનો કુતરો. તેનું નામ સંબલાત છે. તે આપણા લશ્કરને ખાદ્ય સામગ્રીનો પુરવઠો પુરો પાડે છે. તે ઘણો શ્રીમંત છે અને રોમ નો રહેવાસી છે. તે આપણા લશ્કરનો જાસુસ છે. દેવી વિનસના કમ્મરબંધના સોગન! તે કરોળીયા જેવી આવડતથી પોતાની જાળ બિછાવી શકે છે. ચાલો, તે શું કહે છે તે સાંભળો."

આટલું બોલીને મેસાલા ઉભો થઈ ગયો અને દ્રુસસની સાથેજ સંબલાતની આજુબાજુમાં એકઠા થયેલા લોકોમાં સામેલ થયો.

"મને શેરીઓમાંથી જાણવા મળ્યું," સંબલાતે સ્મિત સાથે તેની પાટીઓ કાઢી અને કહ્યું. "કે મેસાલાના નામ ઉપર ઘણાબધા લોકો બાજી લગાવવવા માટે તૈયાર નથી. ઈશ્વર સાક્ષી છે અને તમને ખબર છે કે હું સાચું બોલું છું. તમે મારો રંગ જુઓ છો, તો ચાલો વાત પર આવીએ. હું જાતે અંહી બાજી લગાવવવા માટે આવ્યો છું. તમે મને શું આપશો?"

શ્રોતાઓ સ્તબ્ધ થઈ ગયા.

"ઉતાવળ કરો," તેણે કહ્યું. " મારે રાજય પ્રતિનિધિ સાથેની મુલાકાત નકકી થયેલી છે."

"એક સામે બે," છ થી સાત રોમનો એક સાથે બોલી ઉઠયા.

"શું?" સંબલાત બુમ પાડી ઉઠયો. " તમે રોમન થઈને એક ના માત્ર બે નો દાવ લગાડો છો?"

"તો પછી એક ના ત્રણ."

"તમે ત્રણ કહો છો? બસ ત્રણ? અને બીજા કોઈને નહીં પણ મને –આ યહુદી કુતરાને તમે ચાર આપો."

"ચાર આપ્યા." ટોણાથી ઉશ્કેરાઈને એક છોકરો બોલ્યો.

"પાંચ – મને પાંચ આપો." સંબલાત બોલી ઉઠયો. ત્યાં ઉપસ્થિત બધા શાંત થઈ ગયા.

"રાજયના પ્રતિનિધિ – તમારા અને મારા માલિક – મારી વાટ જુએ છે."

ત્યાં ઉપસ્થિત ઘણાબધાને કોઈ પ્રતિભાવ આપતુ નહોતું તે આકરૂં લાગ્યું.

"મને પાંચ આપો. રોમ ના માન ને ખાતર મને પાંચ આપો."

"તો પાંચ," એક રોમને કહ્યું.

ખંડમાંથી એક તીણો અવાજ ઉઠયો અને ખળભળાટ થઈ પડયો. મેસાલા જાતે આગળ આવ્યો.

"તો પાંચ થઈ જાય," તેણે કહ્યું.

અને સંબલાતે સ્મિત સાથે લખવાનું શરૂ કર્યું.

"જો સીઝરનું આવતીકાલે મૃત્યુ થાય," તેણે કહ્યું. "તો પણ રોમ કંગાળ નહીં થઈ જાય. કોઈક તો તેટલાજ સામર્થ્યથી તેની ગાદી લેશે. મને છ આપો."

"તો છ," મેસાલાએ જવાબ આપ્યો. " એક ના છ."

ખંડમાં પહેલાથી પણ વધારે શોરબકોર થયો.

"તો એક સામે છ," મેસાલાએ કહ્યું. " આ રોમન અને યહુદી વચ્ચેનો તફાવત છે. અને તે જાણીને, ઓ ડુકકરના માંસના મુકિતદાતા, તો થવા દે. ફટાફટ આંકડો માંડી દે. કદાચ રાજયપ્રતિનિધિ તને બોલાવે તે પહેલા તું દેવાળીયો થઈ જાય તો?'

સંબલાતે ટાઢકથી તેની સામે સ્મિત કર્યું અને મેસાલાને તે વાંચવા આપ્યું.

"વાંચો, વાંચો." બધાએ કહ્યું.

અને મેસાલાએ વાંચ્યું.

"શ્રી – રથદોડ. મેસાલા રોમ ના જ સંબલાત સાથે શરત કરે છે કે જો તે બેનહરને હરાવી દેશે, તો શરત મારનાર સંબલાતની રકમ વીસ ટેલેન્ટ જીતી જશે. પણ જો મેસાલા હારી જાય તો મેસાલાએ એકના છ લેખે સંબલાતને એકસો ને વીસ ટેલેન્ટ આપવાના થશે. – સાક્ષી સંબલાત."

વાતાવરણમાં શાંતિ પથરાઈ ગઈ. બધા સ્તબ્ધ થઈ ગયા. મેસાલાએ કરારની સામે જોયું અને તેની આંખો પહોળી થઈ ગઈ. તે ડઘાઈ ગયો અને ઝડપથી વિચારી લીધું. થોડી વાર પછી તે ઉભો થયો અને તેની આસપાસ ઉભેલા તેના દેશવાસીઓ સામે ખીજાઈને જોયું, કેમ કે તે કરાર પર સહી ન કરે તો તેની નેતાગીરીનો અંત આવી જાય. એક ક્ષણ માટે તેની આંખે અંધારા આવી ગયા. તેની વાચા હરાઈ ગઈ અને ચહેરાનો રંગ ઉડી ગયો. તેના મગજમાં એક વિચાર આવ્યો.

"એ યહુદી!" તેણે પુછયું, " તારા વીસ ટેલેન્ટ કયાં છે? મને બતાવ."

તેને ઉત્તેજીત કરવા માટે સંબલાતનું માત્ર સ્મિત જ પુરતું હતું.

"ત્યાં,"તેણે મેસાલાને એક પત્ર આપતા જવાબ આપ્યો.

"વાંચો, વાંચો!" ચારે બાજુએથી અવાજો આવ્યા.

"આ પત્ર સાથે લાવનાર રોમના સંબલાતને મારા સીઝરની છાપ વાળા પચાસ ટેલેન્ટના સિકકાઓનો અધિકાર આપું છું. –લીખીતંગ સીમોનીડીસ."

"પચાસ ટેલેન્ટ, પચાસ ટેલેન્ટ!" ત્યાં ઉભેલા દરેકના અવાજમાંથી આશ્ચર્યનો પડઘો પડયો. તે પછી ડ્રુસસ બચાવમાં આગળ આવ્યો.

"હરકયુલસના સોગન, આ પત્ર બનાવટી છે, અને તેથી આ યહુદી તેટલો જ ખોટો છે. કોઈ અન્ય નહીં પણ સીઝરના નામે પચાસ ટેલેન્ટ? આ તો આપણું અપમાન છે."

તેણે અત્યંત ગુસ્સાથી લાલચોળ થઈને કહ્યું, પણ સંબલાત શાંતિથી બેઠો રહ્યો. તેના ચહેરા પર જેમ વધુ વાર થઈ તેમ વધારે સ્મિત ખીલી ઉઠયું. છેલ્લે મેસાલાએ કહ્યું,

"હા, તો એક થી એક, મારા દેશવાસીઓ – એક થી એક, આપણા પુરાતન રોમ ના નામે." આ સમયગાળામાં તેણે તેની છટાથી ફરીથી પ્રભૂત્વ પ્રાપ્ત કર્યું.

"અરે તું સંજોગોને આધીન શ્વાન!" તેણે સંબલાતને કહ્યું. " મેં તને એક ના છ આપવાનું કહ્યું છે ને? એક ના છ!"

"હા," યહુદીએ શાંતિથી કહ્યું.

"સારૂં, તો મને બાનાની રકમ આપ."

"તે ભલે તુચ્છ રકમ હોય, તો પણ આપની." સંબલાતે કહ્યું.

"તો પછી લખ, પાંચ સામે વીસ." (પચ્ચીસ ટકા એડવાન્સ)

"તારી પાસે એટલા બધા છે?"

"માતાજીના સમ, હું આપને રસીદો બતાવીશ."

"ના, બહાદુર રોમનના મુખેથી બોલાયેલો શબ્દ જ પુરતો છે. ફકત આંકડો પાડ. એક સામે છ ની શરત કબુલ રાખી લખાણ કરી આપીશ."

"તો એમ લખો."

અને પછી કરારોની અરસપરસ આપલે થઈ. સંબલાત એકાએક ઉભો થયો અને ચારે બાજુએ જોયું. તેના મુખ પર વિલક્ષણ સ્મિત આવ્યું. તેનાથી અન્ય કોઈનેય વધુ ખબર નહોતી કે તે જેની સાથે શરતનો વ્યવહાર કરે છે તે કેવા લોકો છે.

"રોમનો," તેણે કહ્યું, " કોઈ બીજામાં શરત મારવાની હિંમત હોય તો; તમને બધાને શ્વેત ધ્વજનો વિજય થાય તો, તમારી બધાની સાથે એક સામે પાંચની શરત મારવા તૈયાર છું."

ત્યાં ઉપસ્થિત બધાને ફરીથી નવાઈ લાગી.

" શું?" તે મોટેથી બોલ્યો. " શું કાલે સર્કસમાં એવું કહેવાશે કે એક મહેલના દિવાનખંડમાં એકઠા થયેલા સીઝરના ખાનદાનના માણસો વચ્ચે – રોમન ઉમરાવોની વચ્ચે એક ઈઝરાયેલનો યહુદી કુતરો પહોંચી ગયો અને તેણે પાંચ ટેલેન્ટની શરત મારી, પણ કોઈએ પણ તે શરત ઉપાડી લેવાની હિંમત કરી નહીં."

આ ટોણો બધાને અસહ્ય થઈ પડયો.

"તો થયું, ઓ અબુધ!" દ્રુસસે કહ્યું, " તો શરતનું લખાણ કર અને તેને મેજ પર મુક, અને જો તારી પાસે આટલા બધા નાણાં હોય તો આવતીકાલે જોઈ લેજે. હું, દ્રુસસ તને વચન આપુ છું."

સંબલાતે ફરીથી લખાણ કર્યું અને ઉભો થયો. તેણે વટથી કહ્યું, " જો દ્રુસસ, હું આ શરતને તારા પર જ છોડી દઉં છું. એકવાર સહી થઈ જાય કે મારી પાસે સ્પર્ધા શરૂ થાય તે પહેલા ગમે ત્યારે મારી પાસે મોકલી આપજે. હું પોર્ટ પોમ્પી ઉપર રાજય પ્રતિનિધિની બેઠક પાસે જ બેઠો હોઈશ. તમને બધાને શાંતિ હો."

તેણે નમન કર્યું અને બધા બુમબરાડાઓથી બેપરવા થઈને દરવાજાની બહાર નીકળી ગયો. તે રાત્રે આખા શહેરમાં આ શરતની વાત ફેલાઈ ગઈ. બેનહરે પણ સાંભળ્યું અને જયારે તેને ખબર પડી કે મેસાલાએ તેની તમામ મિલ્કત આ બાજી પર લગાવી દીધી છે, તે જીવનમાં પહેલી જ વાર શાંતિથી ઉંઘી ગયો.

*****

પ્રકરણ ૧૨મું

એન્ટિઓકમાંઆવી સ્પર્ધાઓ માટેની વિશિષ્ટ સંરચના ધરાવતું સર્કસ નદીના દક્ષિણ કિનારે ટાપુની સામે આવેલું હતું. એક રીતે જોઈએ તો આ ઈમારત ખરેખર તો રમતપ્રિય જાહેર જનતા માટે એક વિશિષ્ટ ભેટ સમાન હતી. તેની પ્રેક્ષકો નો સમાવેશ કરવાની ક્ષમતા વિશાળ હતી. પ્રેક્ષકો પાસેથી ત્યાં પ્રવેશ માટે કોઈ શુલ્ક લેવામાં આવતું નહોતું. ત્યાં આવનાર પ્રેક્ષકોને તો પણ આ સ્પર્ધાઓ જોવા માટે જગ્યા મળે કે કેમ તેનો ડર હતો અને તેથી તેઓ પૈકીના ઘણાખરાલોકોએ સ્પર્ધાઓના ઉદઘાટનના દિવસના આગલા દિવસે જ સર્કસની આસપાસમાં બધી ખાલી જગ્યાઓમાં કે સૈન્યના કામચલાઉ આશ્રયસ્થાનોમાં – જયાં જગ્યા મળી ત્યાં આશરો લઈ લીધો હતો.

લગભગ મધ્યરાત્રીએ સર્કસના પ્રવેશદ્વાર ખોલી દેવામાં આવ્યા અને લોકોનો એવો તો ધસારો થયો કે જાણે કોઈ ધરતીકંપ થયો હોય કે કોઈ લશ્કરે રણગર્જના કરતા ઢાલ અને ભાલા ખખડાવી હુમલો કરી દીધો હોય. મનગમતી જગ્યા મેળવી લેવા માટે તે લોકોએ પડાપડી કરી અને જયાં જગ્યા મળી ત્યાં રાત્રે ઉંઘ કરી લીધી, સવારનું શીરામણ પણ ત્યાં જ પાટલીઓ પર કરી લીધું અને સવારે ખેલાડીઓની હળવી કસરતો પણ માણી લીધી.

તેથી વધુ ઉચ્ચ વર્ગના જે લોકોએ પોતાની બેઠકો આરક્ષિત કરી લીધી હતી, તેઓ દિવસનો પહેલા કલાક શરૂ થતા આવવા માંડયા. તે પછી વૈભવી વસ્ત્રો પહેરેલા અને પાલખીઓમાં વિરાજમાન ઉમરાવો અને અતિ શ્રીમંત લોકોએ તેમના મોભા અનુસાર નોકર ચાકર સાથે તેમનું સ્થાન લીધું. શહેરમાંથી લોકોનો અવિરત પ્રવાહ હજુ ચાલુ જ હતો.

કિલ્લાના સુર્ય ઘડીયાળ અનુસાર બરાબર સવારનો બીજો અડધો કલાક વિત્યો કે સુંદર ગણવેશધારી, ચમકતા શિરસ્ત્રાણ અને ઢાલ તથા ભાલા સાથે સુલપીયસ પર્વત પરથી સૈન્યએ પુરા ઠાઠમાઠથી ઉતરવાનું શરૂ કર્યું અને છેલ્લે જયારે લશ્કરની છેલ્લી ટુકડી પુલ પરથી પસાર થઈ કે એન્ટીઓક લગભગ ખાલી થઈગયું. કેમ કે લોકો ફકત સર્કસમાંજ નહોતા ગયા, પરંતુ નદીની તે બાજુએ કે જયાં નદી સાગરને મળતી હતી ત્યાં પણ એકઠા થયા હતા.

રાજય પ્રતિનિધી ટાપુ પરથી એક મોટા તરાપામાં આવ્યા. તેમણે અસંખ્ય લોકોની હાજરીમાં જેવો એન્ટિઓકની મુખ્ય ભૂમિ પર ઠાઠમાઠથી પગ મુકયો કે સૈન્યએ તેનું સલામી આપી શાહી સન્માન કર્યું અને રમતોત્સવની ટુંકમાં માહિતી આપી અને પધારવા આમંત્રિત કર્યા.

ત્રીજા કલાકે ભેરીઓ વાગી અને પ્રેક્ષકો શાંત થઈ ગયા. લાખો લોકોની દ્રષ્ટિ ઈમારતની પૂર્વ દિશાએ આવેલા સ્થંભોની હારમાળાઓ પર સ્થિર થઈ.

ત્યાં એક વિશાળ કમાન આકારનું પ્રવેશ દ્વાર હતું જે પોર્ટા પોમ્પી તરીકે ઓળખાતું હતું. તેના ઉપર લશ્કરી ધારાધોરણો અનુસાર બાંધવામાં આવેલુ, થોડું ઉંચે રોમના અધિકાર સુચક ચિન્હોથી સજાવેલી બેઠક વ્યવસ્થા હતી. રાજય પ્રતિનિધી તેની મુખ્ય બેઠક પર શાહી ઠાઠ થી વિરાજમાન થયો હતો. પરસાળની બન્ને બાજુએ આવેલ ભોંયતળીયા પર ખંડો આવેલા હતા, જેને કારસર્સ (રથની દોડ

શરૂ થવાના સ્થળ) તરીકે ઓળખવામાં આવતા હતા. બધા કારસર્સની બન્નેબાજુએ આવેલા સ્થંભો ને જડેલા મોટા દરવાજા ઉપરની બાજુએથી ખેંચી અને ખોલી શકાય તેવી રચના ધરાવતા હતા. બે ખંડોની સહીયારી દિવાલ પર થાંભલીઓ આવતી હતી અને તે થાંભલીઓને લોખંડની નકશીદાર જાળીથી સાંકળી લેવામાં આવી હતી. તે જાળીની બરાબર વચ્ચે જડેલી તાસકમાં રોમનું નીશાન હતું. જાળીની પાછળ શ્રીમંત અને ઉમરાવો ને બેસવા માટેની પ્રેક્ષકદીર્ઘા હતી. આ જાળી બન્ને તરફથી સર્કસના અર્ધગોળાકાર ભાગ સુધી સ્થપતિઓના કલા કૌશલ્યના બેનમુન નમુનાઓ સમાન બે મીનારાઓ પાસે પહોંચતી હતી. આ સમગ્ર દીર્ઘા પર કલાત્મક રીતે જાંબલી રંગના જાડા સુતરાઉના કાપડથી છાંયડો કરવામાં આવ્યો હતો. જેમ દિવસ વધુ ચડતો જાય તેમ તે દ્રશ્ય વધુ મનોહર લાગતું હતું.

સર્કસના માળખાની આટલી બારિક સંરચના સમજયા પછી વાચક સર્કસના બાકીના માળખાની પણ આંતરિક સંરચના સહેલાઈ થી સમજી શકયો હોઈ તે પોતાને રાજય પ્રતિનિધી સાથે બેઠેલા નિર્ણાયકો સાથે જ પોતે સ્થાન લીધું હોય અને ત્યાંથી પશ્ચિમ દિશામાં નજર કરી બધી સ્પર્ધાઓ સારી રીતે જોઈ અને માણી શકે તેવી કલ્પના સહેલાઈથી કરી શકે છે.

ત્યાંથી બરાબર સામે સશસ્ત્ર પહેરેદારોથી રક્ષિત બે વિશાળ દરવાજાઓ હતા. આ બન્ને દરવાજાઓના છેડાપર બે ઉંચા મિનારા આવેલા હતા. સર્કસના સ્પર્ધાના મેદાનને સમથળ કરી અને તેમાં ઝીણી સફેદ રેતી પાથરવામાં આવેલી હતી. આ ભાગમાં ફકત દોડ સિવાયની બધી સ્પર્ધાઓનું આયોજન થયું હતું. પશ્ચિમ દિશામાં રેતીની હદ પુરી થાય ત્યાં થોડી ઉંચી આરસની પગદંડી હતી અને તેની મધ્યે ભૂખરા પત્થરોના ત્રણ કલાત્મક સ્થંભો ઉભા કરવામાં આવેલા હતા. તે આખો દિવસ બધા પ્રેક્ષકોની દ્રષ્ટિ ત્યાં વારંવાર સ્થિર થવાની હતી, કેમ કે તે પ્રથમ નિશાનથી સ્પર્ધકો ત્યાંથી શરૂઆત કરવાના હતા અને તેજ સ્થંભ પાસે એક ચકકર પુરૂં થતા બીજા ચકકરની શરૂઆત થવાની હતી. પગદંડીની પાછળ થોડી જગ્યા છોડીને દેવોને અર્ધ્ય આપવાની વેદી હતી અને તે પછી એક પાંચ થી છ હાથ ઉંચી અને દસ થી બાર હાથ પહોળી એક દિવાલ હતી. ત્યાંથી સર્કસના કેન્દ્રની લંબાઈ બરાબર બસ્સો વાર થતી હતી એટલે કે એક પૂર્ણ ઓલમ્પિક સ્ટેડીયમ બનતું હતું. પ્રથમ નિશાનની બરાબર સામે એક બીજું એવું જ નીશાન હતું.

સ્પર્ધકો મેદાનમાં પ્રવેશ કરે તે પછી તેમણે તેમને ફાળવાયેલા પથ પર દિવાલને પોતાની ડાબી બાજુએ રાખી અને સંકેત મળ્યે દોડ શરૂ કરવાની હતી. રાજય પ્રતિનિધી અને સ્પર્ધાના નિર્ણાયકો જયાં બેઠા હતા, ત્યાંથી સમગ્ર સ્પર્ધા જોઈ શકાતી હતી અને તેથી જ તે જગ્યા પ્રેક્ષકો માટે સહુથી વધુ પસંદગીની જગ્યા હતી.

હવે પોર્ટા પોમ્પી ઉપર જયાં રાજય પ્રતિનિધી અને નિર્ણાયકો બેઠા હતા ત્યાંથી સ્પર્ધા માટે કરવામાં આવેલી ખાસ તૈયારીઓ સારી રીતે જોઈ શકાતી હતી. સર્કસમાં સ્પર્ધકોને પ્રવેશ અને પ્રસ્થાન કરવાના બે ઉત્તર દિશાના અને એકપશ્ચિમ દિશામાં એમ કુલ ત્રણ દરવાજાઓ પૈકીનો પશ્ચિમ દિશાનો દરવાજો વિજયદ્વાર તરીકે જાણીતો હતો કેમ કે બધાવિજેતાઓને તાજપોષી પછી તે દ્વારમાંથી પ્રસ્થાન કરાવી તેમનું ભવ્ય સરઘસ શહેરમાં કાઢવામાં આવતું હતું.

પશ્ચિમ છેડે કઠેડા ઉપર એક વધારાનો અર્ધવર્તુળાકાર રવેશ કાઢવામાં આવ્યો હતો. ત્યાં બે દીર્ઘાઓનું નિર્માણ કરવામાં આવ્યું હતું. તેમાં એક ઉપર બીજી અને તેની ઉપર ત્રીજી એમ ત્રણ હરોળો

હતી. ત્યાં બેઠેલા કિંમતી વસ્ત્રાલંકારોપહેરેલા શ્રીમંત દર્શકો તે સમાજમાં વિશિષ્ટ દરજજો ધરાવતા હતા. તે પછી તેનાથી થોડા ઉતરતા દરજજાના પ્રેક્ષકોની દીર્ઘાઓ આવેલી હતી.

ભેરીઓ વાગી અને સર્કસમાં ઉપસ્થિત સહુ ઉત્તેજીત દર્શકો થોડી વાર માટે શાંત થયા.

પોર્ટા પોમ્પીની બહાર પૂર્વ દિશામાંથી સંગીતકારોના વૃંદ સાથે સમુહમાં ગીતો ગાતા ગાયકોએ સર્કસમાં પ્રવેશ કર્યો અને ઉજવણીનો પ્રારંભ થયો. મુખ્ય વહિવટદાર, શહેરના વહીવટી અધિકારીઓ, સ્પર્ધાના આયોજકો વગેરે તેમની પાછળ આવ્યા. તે લોકોએ સુંદર વસ્ત્ર અલંકારો ધારણ કર્યા હતા અને ફુલોના હાર પહેર્યા હતા. તે પછી સારી રીતે શણ ગારેલી દેવતાઓની પાલખીઓ અને ચાર પૈડા વાળી ગાડીઓ લાવવામાં આવી અને તે પછી તે દિવસના સ્પર્ધકો તેમના દોડ, કુસ્તી, મુક્કાબાજી, કુદ અને રથની દોડની સ્પર્ધાઓ માટે ખાસ નક્કી કરેલા પોષાકોમાં આવ્યા.

ધીરે ધીરે સર્કસની અંદર આવી અને સરઘસે ગોળાકાર ચકરાવો લેવાનું શરૂ કર્યું. દ્રશ્ય અત્યંત મનોહર હતું. લોકો તેમના માનીતા ખેલાડીઓને ઉછળી ઉછળીને દાદ આપતા હતા પણ તેવું ઉષ્માયુકત સન્માન દેવતાઓની પાલખીઓને, ગાડીઓને કે સ્પર્ધાના આયોજકો અને વહીવટદારો તથા તે સરઘસમાં ચાલનારા અન્ય લોકોને મળતું નહોતું.

તેમાં પણ દોડ, મલ્લકુસ્તી, મુક્કાબાજી, કુદ અને રથદોડની સ્પર્ધાઓના ખેલાડીઓને ઉષ્માભેર વધાવી લેવામાં આવતા હતા, કેમ કે ત્યાં ઉપસ્થિત મોટા ભાગના લોકોએ તે પૈકીના કોઈને કોઈ સ્પર્ધક પર દાવ લગાડયો હતો. જેવા ઉમરાવો અને દેવતાઓના રથ અને પાલખીઓ પસાર થયા અને સ્પર્ધકો આવ્યા કે લોકોએ તેમના પસંદગીના સ્પર્ધકોને મોટા અવાજે નામ લઈને તેમજ ફુલોના હાર અને ગજરાઓ અટારીઓ પરથી ફેંકીને વધાવી લીધા.

પ્રશ્ન જો કઈ સ્પર્ધા વધુ લોકપ્રિય હતી તેનો હોય તો તે પ્રશ્નનો જવાબ હવે મળે છે. ભવ્ય સજાવટ કરેલા રથ તેમજ અતિ સુંદર અશ્વોને ટુંકા બાંય વગરના અને શ્રેષ્ઠ ઉનના કાપડમાંથી સીવેલા તેમને ફાળવવામાં આવેલા રંગોના ઝભ્ભાઓ પહેરેલા આકર્ષક દેહાકૃતિ ધરાવતા બધા પ્રભાવશાળી રથીઓ સાથે એક એક અશ્વારોહી ચાલતો હતો. જો કે બેનહરે કોઈ કારણથી સંભવતઃ અવિશ્વાસથી એકલા ચાલવાનું પસંદ કર્યું હતું. તેના સિવાય બધાએ માથા પર શીરસ્ત્રાણ પહેર્યા હતા. જેવા તેઓ આગળ વધ્યા કે અબાલ વૃધ્ધ સહુ દર્શકો તેમની પાટલીઓ પરથી ઉભા થઈ ગયા અને રથીઓ તથા તેમના અશ્વોનું પણ તાળીઓ પાડી, બુમો પાડી અને પુષ્પવર્ષા કરી એવું સ્વાગત કર્યું, કે રથીઓ અને તેમના રથ તેમજ તેમનો પથ સઘળું ફુલોથી છવાઈ ગયું. અરે તે સ્વાગતથી તેમના અશ્વો પણ મોજ માં આવી ગયા અને નૃત્યમય રીતે ડાબલા જમીન પર ફટકારતા કુચ કરતા રહ્યા, કેમ કે તેઓ પણ જાણતા હતા કે તેઓ પણ આ સ્પર્ધાના સ્પર્ધકો હતા. અને થોડીવારમાંજ દેખાઈ આવ્યું કે તે પ્રતિસ્પર્ધીઓમાં કયા સ્પર્ધકો લોકોના માનીતા હતા કેમ કે લગભગ દરેક પ્રેક્ષક તેમના માનીતા સ્પર્ધકને ફાળવવામાં આવેલા રંગના કપડા કે નિશાન જેમ કે યુવતીઓએ કમ્મર પર કે લાંબા વાળના અંબોડામાં તેવા રંગની પટ્ટી બાંધી હતી. અંહી લીલો, ત્યાં પીળો કે વાદળી રંગ દેખાતો હતો. પણ વધારે પડતા જો દેખાતા હોય તો તે સફેદ તેમજ ઘેરો લાલ અને સોનેરી રંગ હતો.

જયારે આટલા બધા લોકોના આટલા બધા નાણાં દાવ પર લાગેલા હોય ત્યારે સ્પર્ધકના કૌશલ્ય અને સામર્થ્ય જેટલું જ મહત્વ તેના અશ્વોનું પણ હતું. જો કે રાષ્ટ્રિયતા પણ તેટલો જ ભાગ

ભજવતી હતી. બાયઝેન્ટાઈન અને સીડોનીયા ના સ્પર્ધકોને ઓછા વધાવવામાં આવતા હતા, કેમ કે પાટલી પર બેઠેલા દર્શકો પૈકીના થોડા જ તેમના શહેરો ના રહેવાસીઓ હતા, જયારે ગ્રીસના કોરીન્થ અને એથેન્સ શહેરોના લીલા અને પીળા પોષાકમાં સજ્જ દર્શકો વધુ હતા તેથી તેમના માનીતા સ્પર્ધકોને પ્રમાણમાં વધુ વધાવી લેતા હતા. ઘેરો લાલ અને સોનેરી રંગ થોડો ઓછો દેખાતો હતો પણ તેના દર્શકો પણ નોંધપાત્ર સંખ્યામાં હતા કેમ કે એન્ટિઓકના શહેરીઓ અને અન્ય રોમન દરબારીઓ અને સામાન્ય નાગરિકો પણ નોંધપાત્ર સંખ્યામાં સ્ટેડિયમમાં હાજર રહ્યા હતા. તે સિવાયના લોકોમાં સિરીયાના રહેવાસીઓ, યહુદીઓ અને આરબો હતા. તે શેખ સમર્થિત શોષિત અને પિડિત લોકોને શેખના ચાર અશ્વોમાં શ્રધ્ધા હતી તો રોમનો પ્રત્યે ભારોભાર નફરત હતી.

જેવા રથ અને ચાલકોએ સ્ટેડિયમમાં અર્ધવર્તુળ પૂર્ણ કર્યું અને બીજા નિશાન સુધી પહોંચ્યા કે તે શ્વેત સમર્થક દર્શકોની ઉત્તેજનામાં વધારો થયો. તેનો મુકાબલો કરવામાં રોમનો અને તેના સમર્થકોએ લાલ અને સોનેરી રંગના સ્પર્ધકની તરફેણમાં પોકારો કર્યા.

"મેસાલા! મેસાલા!"

"બેનહર! બેનહર!"

આવી બુમો પડતી હતી.

સરઘસના પથ ઉપરના કઠેડામાં કેટલાક એવા લોકો હતા કે તેઓ પક્ષકારો તો રોમના હતા, પણ દાવ જીતી શકે તે ખેલાડી પર લગાવતા હતા. તેઓએ એકબીજા સાથે વાતો ચાલુ રાખી.

"આહ, બેકસના સમ!" એક સ્ત્રી બોલી ઉઠી, "પેલો દેખાવડો પુરૂષ તે જ નથી ને કે જેનો રોમ પ્રત્યેનો દ્રોહ તેના વાળના રંગમાં જણાઈ આવે છે."

"અને તેનો રથ કેટલો ભવ્ય છે!" તેની પાસે બેઠેલી સ્ત્રીએ સહજ લહેકાથી કહ્યું, "તેના રથમાં સોને મઢેલા હાથી દાંતનું કોતરકામ જડેલું છે. દેવ જયુપીટર ખાત્રી આપે છે કે તે જ જીતશે."

પણ તેની પાછળની પાટલી પર બેઠેલા લોકોના અભિપ્રાય તદ્દન ભિન્ન હતા.

"યહુદી પર એક સો શેકલ." કોઈએ ઉંચા અને તીણા અવાજે કહ્યું.

"એટલો ઉતાવળો ન થા," બોલનારના કાનમાં તેના મિત્રએ ગણગણાટ કર્યો. જેકોબના બાળકો મર્દાનગી ભરી રમતોમાં એટલા બધા નિપુણ નથી. તેઓ પર વારંવાર ઈશ્વરનો કોપ ઉતરે છે."

"તને ખાત્રી છે? અને તેના હાથમાં કંઈક તો છે ખરૂં."

"અને તેના અશ્વો કેવા સુંદર છે." ત્રીજાએ કહ્યું.

"અને તેથીજ," ચોથાએ ઉમેર્યું, "લોકો કહે છે કે તે રોમનોની બધી જ યુકિત પ્રયુકિતઓ જાણે છે."

છેલ્લે એક સ્ત્રીએ તેની પ્રશંસા પૂર્ણ કરી.

"હા, અને તે રોમનો કરતા પણ વધારે દેખાવડો છે."

આ બધી વાતોથી પ્રોત્સાહિત થઈને પેલા આશાવાદી માણસે ફરીથી મોટી બુમ પાડી, "એકસો શેકલ, તે યહુદી પર."

"તું મુર્ખ!" અટારીની આગળની હરોળમાં બેઠેલા એક એન્ટિઓક નિવાસીએ જવાબ આપ્યો. "તને કદાચ ખબર નહીં હોય કે મેસાલાના એક સામે તેના છ ની પચાસ ટેલન્ટની શરત લાગી છે. તારા શેકલને ઉંચે મુક અને છેલ્લા અબ્રાહમને આવવા દે કે જે તને ફટકાની સજા કરે."

"હા! હા! એન્ટિઓકના ગધેડા! તારો શ્વાસ રોકી રાખ. તને ખબર છે જ કે મેસાલા તેની બરોબરી કરી શકે તેમ નથી."

આવા પ્રશ્નો, ઉત્તર અને પ્રત્યુત્તર ચાલતા રહ્યા. અને સાથે આવો વિરોધાભાસ પણ, જે હંમેશા ખેલ ભાવનાથી વિપરિત હતો.

ઘણા સમય પછી, જયારે સરઘસની પૂર્ણાહુતિ થઈ અને પોર્ટા પોમ્પીથી સરઘસ પાછું ફર્યું કે બેનહરને પ્રાર્થના કરવાની ભાવના થઈ.

પૂર્વના લોકોની આંખોમાં તેના પ્રતિસ્પર્ધી મેસાલા પર આશા દેખાતી હતી.

*****

પ્રકરણ ૧૩મું

લગભગ ત્રણ વાગ્યે રથોની દોડ સિવાયની બધી સ્પર્ધાઓ પૂર્ણ થઈ ગઈ હતી. સ્પર્ધાના મુખ્ય આયોજકે આ સમય વિશ્રામ માટે પસંદ કર્યો હતો. સર્કસના ખૂલ્લા દરવાજાઓમાંથી લોકો બહાર નીકળી અને અલ્પાહારગૃહોમાં સ્વરૂચી અનુસાર થોડું ખાવાપીવા માટે બહાર ગયા હતા. જે લોકો અંદર જ રોકાયા હતા તેઓ તેમના એકધારા બેસી રહેવાના કારણે જકડાઈ ગયેલા શરીરને થોડું ઢીલું કરીને તેમની જ પાટલીઓ પર ગપ્પા મારતા કે પોત પોતના ખેલાડીઓની હારજીતની ચર્ચા કરતા હતા. જોવા જેવું તો એ હતું કે મોટા ભાગના લોકો બે શ્રેણીઓમાં વહેંચાઈ ગયા હતા – વિજેતા આનંદમાં હતા, તો પરાજીત સ્પર્ધકોના સમર્થકો તેમની હાર ના કારણે ખૂબજ દુઃખી જણાતા હતા.

જો કે ત્યાં નાગરિકોનો એક ત્રીજો એવો પણ વર્ગ હતો કે જેને માત્ર રથોની દોડ માં જ રસ હતો. તેઓએ જયારથી સ્ટેડીયમમાં પ્રવેશ કર્યો હતો ત્યારથી તેમની જગ્યા પર જ પગ વાળીને બેઠા રહ્યા હતા. તેમાં સીમોનીડીસ અને તેના લોકો પણ હતા. તેમની જગ્યા ઉત્તર દિશા ના મુખ્ય દરવાજા પર રાજય પ્રતિનિધીની બરાબર સામે હતી.

જયારે ચાર મજબુત બાંધાના નોકરો સીમોનીડીસની ખુરશીને બે વાંસ જોડીને બનાવેલી ડોળીમાં લઈને સ્ટેડીયમમાં આવ્યા ત્યારે લોકોમાં હલચલ મચી ગઈ. પશ્ચિમ દિશાએ બેઠેલા પ્રેક્ષકોમાંથી કેટલાક લોકોએ તેના નામના પોકારો કર્યા તો કેટલાક તેને જોવા માટે ઉંચે ચડયા કેમ કે સીમોનીડીસની, તેની સંપતિની અને બીજી આડીઅવળી વાતોની સાચીખોટી અફવાઓ ચારે બાજુએ ફેલાયેલી હતી.

શેખ ઈલ્દેરીમને પણ લોકોએ ઓળખી લીધા અને તેમનું સ્વાગત કર્યું પણ બાલ્થસાર અને તેની સાથે ચાલતી બે બુરખાધારી સ્ત્રીઓ વિષે કોઈને પણ કંઈ જાણકારી નહોતી.

લોકોએ તેમના માટે માન પૂર્વક રસ્તો કરી દીધો અને કઠેડા પરથી નીચે સ્પર્ધાના મેદાન પર તેઓ સહેલાઈથી જોઈ શકે અને આસપાસના દર્શકો સાથે વાત કરી શકે. તેમને વધારે સગવડ માટે અઢેલીને બેસવા માટે ગાદી તકીયા અને પગ રાખવા માટે બાજોઠ આપ્યા.

તે સ્ત્રીઓ આઈરસ અને એસ્થર હતી.

પોતાની બેઠક લીધા પછી એસ્થરે બુરખો હટાવી સ્પર્ધાના મેદાન અને સમગ્ર સર્કસ પર નજર ફેરવી અને થોડા ડરથી ફરીથી પોતાનું મુખ બુરખામાં છુપાવી દીધું જયારે ઈજીપ્તવાસી આઈરસે બુરખાનો પરદો તેના ખભ્ભા પર આવે તેમ પાછળ મૂકી દીધો, કેમ કે તે આવી સ્પર્ધાઓ અને તેના રીત રીવાજોથી ટેવાઈ ગઈ હતી.

નવા આવનારાઓએ સામાન્ય રીતે રાજય પ્રતિનિધી, તેના કર્મચારીઓ અને વિશાળ દર્શકો સામે પ્રથમ પરીક્ષા તેમના રથ ચાલનના કૌશલ્યરૂપે પ્રદર્શિત કરી અને આપવાની રહેતી હતી. તે સમય દરમ્યાન કેટલાક કારીગરો સફેદ ચુનાથી ધોળેલા દોરડાઓ લઈ પથ પર પહેલા નીશાનથી શરૂ કરી અને માર્ગ તૈયાર કરતા હતા.

લગભગ તે જ સમયે પોર્ટા પોમ્પીમાંથી છ માણસો આવ્યા અને તેમની જગ્યા દરેક ઉપયોગમાં લેવાયેલા રથના તબેલાની આગળ લીધી અને દરેક ખંડમાંથી એક અવાજ ગુંજી ઉઠયો.

"જુઓ, જુઓ! જમણે ચોથા ક્રમાંક પર લીલા નેજા વાળાએ સ્થાન લીધું છે. એથેનીયન ત્યાં છે."

"અને મેસાલા – હા, તે બીજા ક્રમે છે."

"તે કોરીન્થીયન –"

"શ્વેત ધ્વજવાળાને જુઓ. તે આવે છે. તે ઉભો રહ્યો; તે પ્રથમ ક્રમાંકે છે. ડાબેથી પહેલો."

"ના, શ્યામ ધ્વજ વાળો ત્યાં ઉભો રહ્યો, અને તેથી શ્વેત ધ્વજનો ક્રમ બીજો થશે."

"તો તેમ છે."

ત્યાં ફરજ પરના દરવાનોએ તેમને ફાળવવામાં આવેલા સ્પર્ધકના ધ્વજના રંગના ઝભ્ભા પહેર્યા હતા, તેથી જયારે તેઓ તેમના મથકે જાય ત્યારે બધાને ખબર પડે કે કયા ચોકક્સ તબેલામાં કયો સ્પર્ધક તેના તોખારો જોડેલા રથ સાથે સ્પર્ધા શરૂ થવાની વાટ જોતો હશે.

"તે મેસાલાને કયારેય જોયો છે?" ઈજીપ્તવાસી રમણીએ એસ્થરને પુછયું.

યહુદીની બેટીએ ના કહેતા ખભ્ભા ઉંચા કર્યા. તે રોમન માત્ર તેના પિતાનો જ નહીં, પણ બેનહરનો પણ શત્રુ હતો.

"તે દેવ એપોલો જેટલો જ દેખાવડો છે." આઈરસની મોટી આંખોમાં ચમક આવી. તેની સામે જોઈને એસ્થરને વિચાર આવ્યો, "તો તે બેનહર કરતાં પણ વધુ દેખાવડો છે." પણ બીજી ક્ષણે જ તેણે ઈલ્ડેરીમને તેના પિતાને કહેતા સાંભળ્યા, "હા, પોર્ટા પોમ્પીની ડાબી બાજુએ આવેલો તબેલો તેનો છે;" અને તેને થયું કે તે બેનહર વિષે જ વાત થઈ રહી છે.તેની આંખો તે તરફ ફરી અને એક નજર નાખી, પાછો પરદો કરી અને મનમાં જ પ્રાર્થના ગણગણવા માંડી.

એ વખતે જ સંબલાત તે લોકો પાસે આવી પહોંચ્યો.

"હું તે તબેલાઓ પાસેથી જ આવું છું, ભલા શેખ." તેણે દાઢી પસવારતા ઈલ્ડેરીમને માન પૂર્વક નમન કર્યુ અને આતુરતાથી પુછયું, "આપણા અશ્વો સંપૂર્ણ પણે તૈયાર છે?"

શેખ ઈલ્ડેરીમે શાંતીથી જવાબ આપ્યો, "જો તે હારી જાય તેમ હોય તો હું પ્રાર્થના કરીશ કે તેઓને મેસાલા સિવાય અન્ય કોઈ સ્પર્ધક હરાવી દે."

પછી તે સીમોનીડીસ તરફ ફર્યો અને તેની પાટી બહાર કાઢી અને કહ્યું, "મારી પાસે તમને રસ પડે તેવી થોડી વાતો છે. ગઈ રાત્રે મેં મેસાલા સહિત ત્યાં રહેલા બીજા જુગારીઓ સાથે દાવ લગાડયો હતો તેની મેં વાત કરી હતી. હવે એક વધારે બાજી મારા માણસોએ લગાવી છે. જેની વિગતો મારા લોકો મને દોડ શરૂ થતા પહેલા આપશે."

સીમોનીડીસે પાટી હાથમાં લીધી અને શરતની બધી વિગતો ધ્યાન થી વાંચી.

"હા," તેણે કહ્યું, "તેનો દુત મારી પાસે આવ્યો હતો અને મારી પાસે કેટલી રકમ છે તેની ચોકસાઈ કરી હતી. પાટી ને તારી પાસે રાખ અને જો તું બાજી ગુમાવી દે તો તને ખબર છે કે તારે શું કરવાનું છે; અને જો તું જીતે" – તેનો ચહેરો સખત થયો, – "જો તું જીતે – ઓ મિત્ર, તું જોઈ લેજે! જોઈ

લેજે કે કોઈ સહી કરનારા ભાગી ન જાય; તેને છેલ્લી દમડી મળી જાય ત્યાં સુધી પકડી રાખજે, કેમ કે તેઓએ આપણી સાથે તેવું જ કર્યું છે."

"મારો ભરોસો કરો," સમ્બલાતે જવાબ આપ્યો.

"તને અમારી સાથે બેસવું નહીં ગમે?" સીમોનીડીસે પુછયું.

"તમે ખૂબ જ ભલા છો," સમ્બલાતે પ્રત્યુતર આપ્યો;" પણ જો હું રાજય પ્રતિનિધીને છોડીને આવું તો રોમન યુવાનોનો ઉકળાટ વધી જશે. ઈશ્વર તમને શાંતિ આપે, ઈશ્વર તમને બધાને શાંતિ આપે.

થોડી વારમાં વિશ્રામનો સમય પૂરો થયો.

ભેરી નો અવાજ સાંભળીને પ્રેક્ષકો પોતપોતાની જગ્યા પર પાછા આવીને બેસી ગયા. કેટલાક કર્મચારી ઓ સ્ટડીયમમાં આવ્યા અને દિવાલો ચડી, પશ્ચિમ દિશામાં બીજા નિશાન પાસે ઉભા કરવામાં આવેલા એક મંચ પર સાત લાકડાના દટ્ટા લટકાવી દીધા અને તે પછી પહેલા નિશાને જઈ અને તેવી જ રીતે ડોલ્ફીનના આકારની સાત ધાતુની માછલીઓ ગોઠવી દીધી.

"શેખ, આ લોકો આ દડાઓ અને માછલીઓનું શું કરશે?" બાલ્થસારે પુછયું.

"તમે કદી રથો ની દોડ જોઈ નથી?"

"આ પહેલા કદી નહીં, અને તે વિષે મને કંઈ ખબર પણ નથી. અને તમને ખબર તો છે જ કે હું શા માટે આજે અંહી આવ્યો છું."

"હા, તેઓ તેની મદદથી ગણતરી રાખશે. દોડનું પ્રત્યેક ચકકર પુરૂં થઈ જાય કે તરત એક દડો અને એક માછલી હટાવી દેવામાં આવશે."

બધી તૈયારીઓ પૂર્ણ થઈ ગયા પછી સ્પર્ધાઓના મુખ્ય આયોજકે સંકેત આપ્યો કે સમગ્ર સ્ટેડિયમમાં ભેરીઓ વાગી ઉઠી. લોકો સતર્ક થઈ ગયા અને અંદરો અંદરની વાતો બંધ થઈ ગઈ અને સઘળા લોકોની દ્રષ્ટિ પૂર્વ તરફના છ દરવાજાઓ પર સ્થિર થઈ ગઈ, જેની પાછળ તેમના માનીતા સ્પર્ધક રથ ચાલકો હતા.

સીમોનીડીસના મુખ પર એક અસામાન્ય પ્રકાશનો ચમકારો થયો અને તેને ઈશ્વર સાથે હોવાની અનૂભૂતિ થઈ. શેખ ઈલ્દેરીમ તેની દાઢી ઝડપથી પસવારવા માંડયો.

"હવે રોમનોને જો," ઈજીપ્તવાસી રમણીએ એસ્થરને કહ્યું. એસ્થરનું ધ્યાન તેની તરફ નહોતું કેમ કે તેના પરદો કરેલા બુરખા નીચે જોર થી ધડકતા હૃદય સાથે તે બેનહરની વાટ જોઈ રહી હતી.

તબેલાઓનું માળખું એવી રીતે ચણવામાં આવ્યું હતું કે સ્ટેડીયમની આગળથી અને મધ્યભાગથી જયાં પહેલું નિશાન દેખાતું હતું અને જયાંથી સ્પર્ધા શરૂ થવાની હતી, તે જગ્યાને કેન્દ્રમાં રાખી અને તે તબેલાઓને ચણવામાં આવ્યા હતા.

ભેરીઓ ટુંકા સમય માટે જ તીણા સ્વરે વાગી ઉઠી કે દરેક રથ માટે રથને પ્રસ્થાન કરાવાની નિશાની આપવાની તેમને સોંપાયેલી કામગીરી કરવાને તત્પર અને જરૂર પડયે જયારે સંજોગો કાબુ બહાર જાય ત્યારે મદદરૂપ થવાને તૈયાર સ્વયંસેવકોએ તેમનું સ્થાન લીધું.

ફરીથી ભેરીઓ વાગી અને વારાફરતી દરવાનોએ તબેલાઓના દરવાજાઓ ખોલ્યા.

પહેલા તો રથચાલકોને ફાળવવામાં આવેલા પાંચ ઘોડસવારો આગળ આવ્યા. તેઓ છ સ્પર્ધકો સામે પાંચ હતા કેમ કે બેનહરે તે સેવા લેવાની ના પાડી દીધી હતી. સફેદ ચુનાથી ધોળેલા

દોરડાઓ તેઓ પસાર થતા ગયા તેમ નીચે મુકાતા ગયા અને ફરીથી ઉઠાવવામાં આવ્યા. જો કે તે આગળ ચાલતા સુંદર રીતે સજાવેલા અશ્વોના નિપુણ ચાલકોની ભાગ્યે જ કોઈ એ નોંધ લીધી. કેમ કે આ બધા સમય દરમ્યાન લોકો તબેલાઓના દરવાજા પાછળ હણહણતા અને ડાબલા પછાડતા તોખારોના અવાજ અને તેમના માનીતા સવારોના પણ આવતા થોડા ઘણા અવાજો પર કાન માંડીને બેઠા હતા.

સફેદ દોરડાઓ ફરીથી ઉઠયા અને દરવાનોએ તેમના માણસોને સાદ દીધો કે તે જ ક્ષણે લોકો અટારીઓ પરથી હાથ હલાવી અને બુમો પાડવા માંડયા.

એકાએક સીટી વાગી અને ઝંઝાવાત ઉઠયો.

દરેક તબેલાના દરવાજાના આગળના ભાગમાંથી ધસમસતા ઘોડાપૂરની માફક છ રથોને જોડેલા ચાર ચાર અશ્વો જાણે કે મજબુત પણછમાંથી તીર છુટયા હોય તેમ દોટ મૂકી અને ત્યાં એકઠો થયેલો માનવ મહેરામણ, જાણે કે બધાના શરીરમાંથી વિજળી પસાર થઈ ગઈ હોય તેમ ઉભો થઈ ગયો. સ્ટેડીયમમાં બુમો, હાકલો, ચીસો અને ચીચીયારીઓથી સ્પર્ધાનું વાતાવરણ જોરદાર જામી ગયું. તે એ સમય હતો કે જેની તે લોકોએ ધીરજ પૂર્વક વાટ જોઈ હતી. તે ક્ષણથી કે જયારથી સ્પર્ધાઓ થવાની જાહેરાત થઈ હતી કે તેમની વાતોમાં અને સ્વપ્નોમાં આ જ સ્પર્ધાની તે લોકો વાટ જોતા હતા.

"તે આવે છે – ત્યાં – જુઓ!" આઈરસે મેસાલા તરફ આંગળી ચીંધતા કહ્યું.

"મને તે દેખાય છે," એસ્થરે બેનહર તરફ જોઈને કહ્યું.

એસ્થરના મુખ પરથી પરદો હટી ગયો હતો. એક ક્ષણ માટે તો યહુદીની દિકરી બહાદુર થઈ ગઈ હતી. આટલી બધી ભીડ સામે શૌર્ય દેખાડવાની વાતે તેના રોમેરોમમાં આનંદ છવાઈ ગયો હતો અને તેની સમજમાં એ આવી ગયું હતું કે આવા સમયે લોકો જયારે મૃત્યુના ભય પર વિજય મેળવી લે છે ત્યારે તેને ભૂલી જાય છે.

હવે સ્પર્ધકો સર્કસના લગભગ દરેક ભાગમાંથી દેખાતા હતા. તો પણ સ્પર્ધા હજુ શરૂ થઈ નહોતી. કેમ કે તે લોકોએ તેમને ફાળવવામાં આવેલો સફેદ પટ્ટા કરેલો પથ સફળતા પૂર્વક પુરો કરવાનો હતો. તે નિયમ સ્પર્ધકો એક સાથે સ્પર્ધાની એક સરખી શરૂઆત કરે તે હેતુથી બનાવવામાં આવ્યો હતો. જો તેને ફાળવવામાં આવેલા પથ પર વર્તુળ પુરૂં ન થાય તો સ્પર્ધક સ્પર્ધા માટે ગેર લાયક ઠરતો હતો અને જો તે પથ સાચવવાની વેતરણમાં ધીમે થી પૂરો કરે તો સ્પર્ધામાં પાછળ રહી જવાનો ડર રહેતો હતો. તે પછી સ્પર્ધકો પથ છોડી અને અંદરના વર્તુળ પર જઈ શકતા હતા.

સ્પર્ધાના આ અંકને તેના પોતાના જોખમો અને પરીણામો હતા તે સ્પર્ધકો તેમ જ દર્શકો પણ સારી રીતે જાણતા હતા. પૌરાણિક કથાઓના વૃધ્ધ નાયક નેસ્ટર નું કથન કે જયારે તેણે તેના પુત્રને લગામ સોંપતી વખતે નેસ્ટરે સાચું જ કહ્યું હતું કે –

"સ્પર્ધામાં વિજય મેળવવો તે માત્ર સામર્થ્ય થી શકય નથી પણ તે ડાહ્યા થવા કરતા ચપળ થવાની એક કળા છે."

સ્ટેડિયમમાં ઉપસ્થિત બધા દર્શકોને હવે અધ્ધરશ્વાસે કોણ વિજેતા બનશે તેના પરીણામમાં જ રસ હતો.

સ્ટેડિયમમાં ઘણું અજવાળું થઈ ગયું હતું. દરેક ચાલક પોતાનું ચકકર પુરૂં થયે જયારે અંદરના ચકકરમાં પહોંચવાનો લાગ શોધવાનો હતો ત્યારે તે બધા રથના ચાલકો એક જ લક્ષ્ય રાખીને અત્યંત ઝનુનથી તેમની ઝડપવધારી રહ્યા હતા ત્યારે તે વખતે અથડામણ થવાની પૂરેપૂરી શકયતાઓ હતી. એટલું જ નહીં પણ જો સ્પર્ધાનો મૂખ્ય સંચાલક તેના દેખાવથી સંતૃષ્ઠ ન થાય તો તે ચાલકને સ્પર્ધામાંથી ભાગ લેતા અટકાવી શકે તેવી સત્તા ધરાવતો હતો. પણ જો તે સમયસર તેમ ન કરે તો શું?

પથની પહોળાઈ લગભગ એકસો પચાસ હાથ જેટલી હતી. ચપળ આંખો, સ્થિર હાથ અને સચોટ નિર્ણાયકતા આ તમામ સ્પર્ધકોના રોમેરોમમાં ઉતરી ગઈ હતી. હવે થોડો જુદો વિચાર કરો. જો તેનું મન ચલિત થાય, કે હાથમાંથી લગામ સરકી જાય તો? જો ઉપર અટારીએ બેઠેલા હજારો પ્રેક્ષકોથી આકર્ષિત થઈને કોઈ ભૂલ કરી બેસે તો? કુદરતી આવેગોને પણ ગણતરીમાં લેવા પડે. અને એક વખત આ બધા જોખમોથી પર એક અન્ય વિચાર કરીએ તો – દ્વેષ, મિથ્યાભિમાન અને આડંબર જેવા અવગુણો ને રથ ચાલનના કૌશલ્યથી; મૈત્રિ અને પ્રેમથી જીતવાના હોય તો શું તે બધા એક જ પરીણામને લાયક હતા?

છેલ્લો આધ્યાત્મિક સ્પર્શ કલ્પનાચિત્રને સુંદર બનાવતો હતો.

મોજમજામાં મસ્ત અને ખેલકુદમાં સુસ્ત લોકોની આ છ યે સ્પર્ધકોને વધાવતા દર્શકો સાથે ભાગ્યેજ સરખામણી થઈ શકે.

સ્પર્ધકોએ બને તેટલું વર્તુળની આંતરિક રેખા તરફ જવાના પ્રયત્નો કર્યા. આરામથી રથ ચલાવવાનો અર્થ સ્પર્ધા છોડી દેવાનો થતો હતો અને તે કોને ગમે? કારકિર્દીના મધ્યાહ્નને આવું સ્વાભાવિક રીતે કોઈને પણ સુઝે નહીં. અને અટારી પરથી આવતા અવાજોમાંથી કોણ કોને પ્રોત્સાહિત કરે છે તે જ ખબર પડતી નહોતી તેથી જે ઘોંઘાટ ઉઠતો તે બધા જ રથ ચાલકો પર એક સરખી જ અસર નિપજાવતો હતો.

મેસાલાના ચાર અશ્વો એક સાથે દોરડા નજીક આવતા હતા કે સ્પર્ધાના મુખ્ય આયોજકની બાજુમાં જ રહેલા ભેરી વાદકે અત્યંત ઝનુનપૂર્વક ભેરી વગાડી અને તેને સાવચેત કર્યો તો પણ લગભગ વીસેક કદમ દુર તે અવાજ તો ન સંભળાયો પણ જો કે તેને તેમ કરતો જોઈ નિર્ણાયકોએ તેમના રસ્સા નીચે કર્યા અને એક ક્ષણ પણ ન થઈ કે મેસાલાના અશ્વનો પગ એવી રીતે લપસ્યો કે જાણે કે હમણા પડી જશે. તેથી જરા પણ વિચલીત થયા વગર રોમને તેની લાંબી ચાબુક છુટી કરી, લગામો ઢીલી કરી, હવામાં ચાબુક વિંઝતા આગળ ઝુકી અને દિવાલ પાસે જગ્યા લઈ લીધી.

"દેવ જયુપીટર આપણી સાથે છે! દેવ જયુપીટર આપણી સાથે છે!" રોમન પ્રેક્ષકો એક સાથે આનંદથી પોકારી ઉઠયા.

રથોની સ્પર્ધાની શરૂઆતમાં જ એક દુર્ઘટના બની ગઈ.

જેવો મેસાલાએ ઝડપથી વળાંક લીધો કે તેના રથ ની ધરી સાથે જડેલા કાંસાના સિંહનું મુખ તેની પાછળ આવતા એથેન્સના સ્પર્ધકના રથની ધુંસરીના પાછળના છેડા પર ફસાઈ ગયું અને તે ઘોડો તેની જમણી બાજુએ આવેલા ઘોડા સાથે અથડાઈ ગયો. પરીણામે બન્ને રથના સંતુલન જોખમમાં મુકાયા. એથેન્સવાસીએ તેમાંથી છટકવાનો પ્રયત્ન કરતા તેમના મુખ્ય માર્ગથી થોડા દુર થઈ ગયા. હજારો લોકોના ભય થી શ્વાસ અધ્ધર થઈ ગયા. ફક્ત ઉપર બેઠેલો રાજય પ્રતિનિધી બુમો પાડતો હતો.

"તે જીતે છે! દેવ જયુપીટર આપણી સાથે છે!" જેવી મેસાલાએ સ્પીડ વધારી કે દ્રુસસના મિત્રો એકસાથે બોલી ઉઠયા.

હાથમાં પાટી રાખી અને સંબલાત તેમની તરફ ફર્યો; તે બોલવા જતો હતો જ કે નીચે સ્પર્ધાના મેદાન પર એક કડાકો થયો અને તેની નજર તે તરફ પડી.

મેસાલા આ અકસ્માતમાંથી હેમખેમ પસાર થઈ ગયો. એથેન્સવાસીના જમણા હાથ પર ફકત મેસાલા જ હતો. બીજી બાજુએ બે થી ત્રણ રથ એકબીજાની નજીક દોડી રહ્યા હતા; તેથી તે મેસાલાની તરફ પોતાના બેકાબુ અશ્વોને લઈને તે તરફ ઘુસવાની કોશીશ કરતો હતો. તે જ સમયે દુર્ભાગ્યવશ ડાબી બાજુએથી દોડી રહેલા બાયઝેન્ટીયનના પૈડાની એથેન્સવાસીના રથના પાછલા છેડા સાથે ટકકર થઈ ગઈ અને ગુસ્સા અને ડર થી બાયઝેન્ટાઈનવાસી કલીએન્થસની ચીસ નીકળી ગઈ અને પોતાના જ અશ્વોની ખરીઓ નીચે, પોતાના જ રથના પૈડાઓ નીચે બીચારો કમનસીબ કલીએન્થસ કચડાઈ ગયોઃ આ ભયંકર દ્રશ્ય જોઈને એસ્થરે પોતાની આંખો મીંચી દીધી.

કોરીન્થના લીસીપ્પસ, સીડોનીયાના એડમેટસ અને બાયઝેન્ટાઈનના ડાયેસીયસ પર એક નજર નાખી અને સંબલાતે બેનહર તરફ જોયું અને ફરીથી દ્રુસસ અને તેના લોકો તરફ જોયું.

"યહુદી પર એક સો સેસ્ટેરટી!" સંબલાતે બુમ પાડી.

"લીધા!" દ્રુસસે જવાબ આપ્યો.

"યહુદી પર બીજા એકસો!" સંબલાતે ફરીથી બુમ પાડી.

તેને કોઈ સાંભળતું હોય તેવું લાગ્યું નહીં. તેણે ફરીથી બુમ પાડી પણ નીચે પરિસ્થિતીએ કંઈક જુદો જ રંગ લીધો હતો અને તેઓ બધા બુમો પાડવામાં જ વ્યસ્ત હતા, " મેસાલા, દેવ જયુપીટર આપણી સાથે છે."

જયારે યહુદીની દિકરીએ જોવાની હિંમત કરી ત્યારે, કેટલાક લોકો તુટેલી ગાડી અને ઘોડાઓને સ્પર્ધાના મેદાનમાંથી દુર કરવાના કામે લાગ્યા હતા તો કેટલાક કલીએન્થસના મૃત શરીરને લઈ જતા હતા; અને તે જગ્યા પર બેઠેલા દરેક ગ્રીક દર્શકના અવાજમાં ધિકકાર પૂર્વક બદલો લેવાની પ્રાર્થના થતી હતી.

એકાએક એસ્થરના ઉપર ઉઠેલા હાથ નીચે પડયા. તેણે બેનહરને સાજો સમો, તેની આગળ એકદમ મુકત રીતે રોમનની સાથે જ દોડ લગાવતો જોયો. તેની પાછળ જ કોરીન્થનો લીસીપ્પસ, સીડોનીયાનો એડમેટસ અને બાયઝેન્ટાઈનનો ડાયેસીયસ એક સાથે રથ દોડાવી રહ્યા હતા.

સ્પર્ધા આગળ વધી રહી હતી. સ્પર્ધકોનો આત્માં તેમાં સંપૂર્ણપણે ઓતપ્રોત થઈ ગયો હતો અને લાખો લોકો નીચે ઝુકી અને દોડ જોઈ રહ્યા હતા.

*****

પ્રકરણ ૧૪મું

હવે સરસાઈ લેવા માટે હોડ શરૂ થઈ. આપણે અગાઉ જોયું તેમ બેનહર તે છ સ્પર્ધકોમાં સહુથી ડાબી બાજુએ હતો. એક ક્ષણ માટે તો તે પણ અન્ય સ્પર્ધકોની જેમ દોડના મેદાનમાં અંજાઈ ગયો હતો. તો પણ તેણે મેસાલા (કે જે તેના માટે માત્ર સામાન્ય પ્રતિસ્પર્ધી જ નહોતો) અને તેના અન્ય પ્રતિસ્પર્ધીઓ તરફ જોઈ લીધું. મેસાલાના કુલીન ચહેરા પર અધિરતા, મગરૂરી, અહંકાર અને ઘમંડ જેવી લાક્ષણિકતાઓ છલકાતી હતી, તો તેના મસ્તક પર ઈટાલીની સુંદર પીતળની હેલ્મેટ તેની પ્રતિભામાં વધારો કરતી હતી. તો પણ ઈઝરાયેલવાસીને લાગ્યું કે તેણે આ માણસને કાચ સોંસરવો જોયો છે. તે મેસાલા અત્યારે જેટલો ક્રુર, લુચ્ચો, હતાશ અને ઉત્તેજીત હતો; તેટલો ધ્યેયનિષ્ઠ નહોતો, તે સતત સતર્ક રહેવાની તાણમાં જીવતો અને કોઈપણ વાતનો ઉકેલ ઉગ્રતાથી લાવવાની કોશીષ કરતો માનવી હતો.

ફરીથી વળાંક આવ્યો. બેનહરને થયું કે તે આ માણસને ગમે તેવી મુશ્કેલીઓનો સામનો કરવો પડે, પણ તે આ શત્રુને નમ્ર બનાવીને જ રહેશે. વિજય, મિત્રો, સટોડીયાઓ, માન સન્માન – આ બધું એક ચોકકસ હેતુ માટેની સ્પર્ધામાં જતું રહે તેવું પણ બને. આ જીવનમાં તેને મળેલું સન્માન એક વાર ગયું કે પાછું મળે તેમ નહોતું. તો પણ તેના ભાગે નહોતી ધીરજ; નહોતી તિતિક્ષા કે નહોતી ભવિષ્યની ચિંતા કેમ કે તે ભવિષ્યમાં વિશ્વાસ કરતો નહોતો. તેની પાસે તેની યોજના હતી, અને પોતાનામાં વિ શ્વાસ હતો. તેણે વધુ ચોકસાઈથી અને પુરા સામર્થ્ય સાથે તેનું કાર્ય કરવાનું હતું. આ વાત તેને દિવા જેવી સ્પષ્ટ દેખાતી હતી.

હજુ દોડના મેદાનમાં અડધે પણ નહોતા પહોંચ્યા કે બેનહરે જોયું કે જો કોઈ અથડામણ કે અન્ય અકસ્માત ન થાય તો જો રસ્સા પાડી દેવાશેઅને પુર ઝડપે આવી રહેલા મેસાલાને અગાઉથી જ સ્પર્ધાના આયોજકો સાથે ગોઠવણ થયા પ્રમાણે દિવાલનો માર્ગ આપી સલામત રીતે સ્પર્ધાના તે બિંદુએ પહોંચાડી દેવામાં આવશે. તે રોમન અધિકારીઓ તેના દેશવાસી માટે કે જે આટલો લોકપ્રિય હોવા છતાં તેની આટલી તરફેણ કરતા હતા. ત્યાં મેસાલા તેના અશ્વોને જે રીતે ઝનુન પૂર્વક આગળ દોડાવી રહ્યો હતો તે જોતા તેને હરાવવો સહેલો નહોતો.

સમયની માગ શું છે તે જાણવું એક વાત છે અને તેના પર અમલ કરવો તે બીજી વાત છે. બેનહરે સમયનો સદઉપયોગ કરવા માટે તે જ ક્ષણે દિવાલ વાળો પથ લઈ લીધો.

દોરડું પડયું અને બેનહરે અશ્વોને વધુ તેજ ગતિ કરાવવા માટે હવામાં ચાબુક લહેરાવી. તેણે લગામો જમણી તરફ ખેંચી અને તેના પાણીદાર અરબી તોખારો પુર ઝડપે તેના પ્રતિસ્પર્ધીઓની આગળ થઈ ગયા. આથી જયારે દર્શકો એથેન્સવાસી ના પ્રાણઘાતક અકસ્માતથી ધ્રુજી ઉઠયા હતા અને અન્ય ત્રણેય સ્પર્ધકો એકબીજા થી આગળ થવા સંઘર્ષ કરતા હતા ત્યારે આવી વિરલ પ્રતિભાથી બેનહર તેમને ફરીને મેસાલાની સાથે થઈ ગયો.જો કે તે બહારના વર્તુળમાં હતો. તેની અદભૂત પ્રતિભાએ તેને એકદમ બહારની ડાબી બાજુએથી જમણી દિશામાંલાવી દીધો હતો. તેની આ અસાધારણ પ્રતિભા

દર્શકોથી છાની રહી નહીં. તેઓએ તેને ખુબ ખુબ તાળીઓથી વધાવી લીધો. એસ્થરને અત્યંત નવાઈ લાગી અને તેણે તેના બન્ને હાથ આનંદથી ઉંચા કર્યા. તે પછી સંબલાતે સ્મિત કરતા તેના એકસો સેસ્ટેરટી એક ક્ષણનો યે વિલંબ કર્યા વિના શરત મારનાર સાથે કબુલ કર્યા. હવે રોમનોને ફાળ પડી કે કદાચ મેસાલાને તેનો બરાબરનો પ્રતિસ્પર્ધી મળ્યો છે; અને તે ઈઝરાયેલી છે!

અને હવે બન્ને સ્પર્ધકો એકબીજા વચ્ચે તદન ઓછો ગાળો રાખીને એકબીજાની સાથે સાથે જ પોતાના રથ દોડાવી રહ્યા હતા. થોડા અંતર સાથે જ તેઓ બીજા નિશાનની નજીક પહોંચી ગયા. પશ્ચિમ દિશાએથી ત્રણ થાંભલીઓ જેવી દેખાતી રચના વાસ્તવમાં તો ટુંકા ગાળાની એકબીજાને સમાંતર વળાંક લેતી દિવાલો હતી. રથ ચાલકો માટે વળાંક લેવાનો દરેક સમય હંમેશા નાજુક સમજવામાં આવતો હતો. મેદાનમાં ચોતરફ એકદમ ખામોશી છવાઈ ગઈ. તે જ સમયે મેસાલાએ બેનહરને જોયો અને ઓળખી પણ લીધો. આશ્ચર્યજનક રીતે તેના શરીરનું રોમેરોમ ઉત્તેજીત થઈ ઉઠયું.

"ઈરોસનો પરાભવ, માર્સનો જય," મેસાલાએ પોતાની ચાબુકથી બેનહરના અશ્વો પર એવો તો વાર કર્યો કે જેનાથી તે અશ્વો અપરિચત હતા. "ઈરોસનો પરાભવ, માર્સનો જય," તેણે ફરીથી કહેતા બેનહર પર ચાબુકનો વાર કર્યો.

મેસાલાની ચાબુકના સટાકા આખા સ્ટેડિયમમાં ગાજી ઉઠયા અને દર્શકો ચોંકી ઉઠયા. ચારે બાજુએ સનસનાટી ફેલાઈ ગઈ. સન્નાટો વધુ ઘેરો થયો. ઉપર રાજય પ્રતિનીધીની પાછળ બેઠેલા લોકોના શ્વાસ થંભી ગયા અને તે લોકો હવે શું થશે તેની વાટ જોવા લાગ્યા. તે પછી તે જ ક્ષણે નીચેની અટારીઓએથી જાણે કે મેઘ ગર્જના થતી હોય તેમ લોકોનો એક સાથે અવાજ એક સાથે સંભળાયો.

આજ સુધી તે અશ્વો પર પર કદી કોઈએ ચાબુક ઉગામી નહોતી. તે ચારેયનો ઉછેર પ્રેમાળ હાથોમાં ખૂબજ સંભાળપૂર્વક થયો હતો. તેમના માટે આ નવી પરિસ્થિતી હતી અને તેથી તે ચારેય ડરી ગયેલા અશ્વો એકાએકએક સાથે ઉછળ્યા.

જેવા તે ચારેય અશ્વો એક સાથે ઉછળ્યા કે તેમનો રથ પણ આગળ થયો. પ્રશ્ન તો એ થાય કે બેનહરના વિશાળ હાથોમાં આવી મજબુત પકડ કયાંથી આવી? તે મજબુત હાથોની પકડ લાજવાબ હતી, કે જેણે વરસો સુધી તોફાની સમુદ્રમાં હલેસાઓ પકડયા હતા. ભૂમધ્ય સાગરમાં લડાતા નૌકાયુધ્ધમાં ડગમગતા યુધ્ધજહાજમાં, નશામાં ચકચુર નોબતવાદક ના તાલે મુકાદમની ચાબુકના ફટકા સહન કર્યા હતા. ઝાંખા પ્રકાશમાં તે જરાય ન ડગ્યો,પણ અશ્વોની લગામ છુટી મુકી દીધી અને માયાળુ અવાજે ભયજનક વળાંક પર માર્ગદર્શન આપવાનો પ્રયત્ન કરી, પ્રોત્સાહિત કરતો રહ્યો અને લોકોની તરફેણ ઓછી થાય તે પહેલા તે ફરીથી પહેલું નિશાન આવે તે પહેલા મેસાલાની એકદમ બાજુમાં આવી ગયો. તે માત્ર રોમન સિવાય બધા લોકોની સહાનુભૂતિ અને આકર્ષણનું કેન્દ્ર બની ગયો. તો જે ઝનુન પૂર્વક લાગણીઓ દર્શાવાઈ તેથી તો એટલું સ્પષ્ટ થઈ ગયું કે મેસાલાની બધી બહાદુરી હવે એળે જવાની હતી.

જેવા બધા સ્પર્ધકોએ નિશાનને ફરતો ચકરાવો લીધો કે એસ્થરે બેનહર તરફ જોયું તો હંમેશા શાંત રહેતો ચહેરો આજે થોડો ઝાંખો અને ઉપાધીમાં લાગતો હતો.

એકાએક જ એક માણસ પશ્ચિમ છેડે દિવાલના છેડે આવેલા ઉંચા તખતા પર ચડયો અને ઉપરથી એક લાકડાનો દડો હટાવી દીધો. એ જ સમયે પૂર્વ ભાગેથી એક ડોલ્ફીન ને ઉતારી લેવામાં આવી હતી. આ રીતે જ બીજી અને ત્રીજી પણ ઉતારી લેવામાં આવી.

ત્રણ ચકકર પુરા થઈ ગયા હતા. મેસાલા અને બેનહર હજુ પણ પાસપાસે દોડી રહ્યા હતા. અન્ય સ્પર્ધકો તેની પાછળ પહેલાની માફક જ આવતા હતા. સ્પર્ધા માં બે જુથ એકબીજા સાથે હરીફાઈ કરતા હોય તેમ પહેલા સ્થાને બે; મેસાલા અને બેનહર તેમજ બીજા સ્થાને ત્રણ; એમ કુલ પાંચ સ્પર્ધકો રથ દોડાવતા હોય તેવું લાગતું હતું. આ પ્રકારની દોડ તે પછી સીઝરના સમયમાં લોકપ્રિય થઈ હતી. આ સમય દરમ્યાન પ્રેક્ષકોનો કોલાહલ પણ સ્પર્ધા સાથેજ આગળ વધતો જતો હતો.

પાંચમા ચકકર દરમ્યાન સીડોનીયન એક વખત બેનહરની લગોલગ આવી ગયો, પણ તરતજ પાછળ થઈ ગયો.આમ ને આમ સ્પર્ધામાં ક્રમના કોઈ ફેરફાર વગર છઠ્ઠું ચકકર આવી ગયું.

ધીમે ધીમે ઝડપ પણ વધતી ગઈ અને સ્પર્ધકોના શરીરનું ગરમ લોહી વધુ ગરમ થઈ ઉઠયું હતું. સ્પર્ધકો અને અશ્વો, બન્ને ને ખબર હતી કે આ અંતિમ સ્પર્ધા છે અને આમાં જ હાર અને જીત નકકી થઈ જવાની હતી.

સ્પર્ધાની શરૂઆતમાં પ્રેક્ષકોને રોમન અને યહુદી વચ્ચેના તિવ્ર સંઘર્ષમાં જે રસ હતો તે હવે એકાએક ચિંતા અને સહાનુભૂતિમાં પરિવર્તિત થઈ ગયો હતો. તમામ બેઠકો ઉપરના દર્શકો એકદમ સ્થિર થઈને આગળ તરફ ઝુકીને બેઠા હતા. માત્ર તેમના ચહેરા તેમના સ્પર્ધકો સાથે સાથે ફરતા રહેતા હતા. શેખ ઈલ્ડેરીમે તેની દાઢી પસવારવાનું બંધ કર્યું અને એસ્થર તેના ડર ને ભૂલી ગઈ.

"એક સો સેસ્ટરટી યહુદી પર!" સંબલાતે રોમન રાજય પ્રતિનિધી ના ચંદરવામાં બેઠેલા રોમનોને ઉદેશીને બુમ પાડી.

તેનો કોઈ જ પ્રત્યુતર મળ્યો નહીં.

"એક ટેલન્ટ, પાંચ ટેલન્ટ કે દસ – પસંદગી તમારી!"

તેણે એકદમ ચોકકસ થઈને પોતાની પાટી આગળ કરી.

"હું તારો સેસ્ટરટી લઈશ," એક રોમન યુવકે લખવાની તૈયારી કરતા જવાબ આપ્યો.

"જો જે, એવું ન કરતો," તેના મિત્રએ તેને રોકયો.

"કેમ, શા માટે?"

"મેસાલા તેની મહતમ ઝડપ સુધી પહોંચી ગયો છે. તેના રથના પૈડાની કોર જો. તેની લગામો હવામાં ઉડતી હોય તેમ લાગે છે. હવે યહુદી ને જો."

પહેલાએ જોયું.

"હરકયુલસના સોગન." તેની મેસાલામાં શ્રધ્ધા ડગમગી ગઈ હતી. તેણે લાગણીવશ થઈને કહ્યું, "કુતરો તેના ટુકડા પર તેનું બધું વજન ફેંકી દે છે. મને દેખાય છે! મને દેખાય છે! જો આપણા મિત્રને દેવતાઓ મદદ નહીં કરે તો તે ઈઝરાયેલવાસી જીતી જશે. ના, પણ હજુ નહીં, જુઓ! દેવ જયુપીટર આપણી સાથે છે!"

એક ચીસ રાજય પ્રતિનિધીના માથા પરથી સમગ્ર દીર્ઘામાં ગાજી ઉઠી.

જો તે સાચું હતું કે મેસાલાએ તેની મહત્તમ ઝડપ મેળવી લીધી હતી, તો તેના પ્રયત્નની અસર પણ દેખાતી હતી. ધીમે ધીમે પણ ચોક્કસપણે તેણે આગળ રહેવા માટે નક્કી કરી લીધું હતું. તેના અશ્વો તેના માથા નીચે રાખી અને દોડતા હતા; તેના નસકોરા લોહી જેવા લાલ દેખાતા હતા; તેમની આંખો તાણથી ખાડામાં બેસી ગઈ હોય તેમ દેખાતી હતી. એ વાત ચોક્કસ કે તેજીલા તોખારો તેમનાથી થાય તેટલું શ્રેષ્ઠ પ્રદર્શન કરતા હતા. તે આમ ક્યાં સુધી ગતિ જાળવી શકશે? તે બસ છઠ્ઠા ચક્કરના અંતે ખબર પડી જવાની હતી. જેવા તે અશ્વો બીજા નિશાન નજીક આવ્યા કે બેનહર રોમનના રથની પાછળ થયો.

મેસાલાના સમર્થકોના આનંદનો પાર રહ્યો નહીં. તેઓએ હાકલા પડકારા કરી, તેમના રંગના નિશાન અને રીબીનો હવામાં ઉછાળ્યા. અને સંબલાત જુગારીઓના દાવથી તેની પાટીઓ ભરવા માંડયો.

વિજયદ્વાર ઉપર નીચેની પાટલી પર બેઠેલા મલુકને તેનો ઉત્સાહ જાળવી રાખવો અશક્ય લાગ્યો. ત્યાં પશ્ચિમ દિશામાં વળાંક પાસે આવેલી થાંભલીઓ પાસે બેનહરે કંઈક થશે તેવો સંકેત આપ્યો હતો. આથી તે ઘણો દાવ લગાડી બેઠો હતો. અને તે પાંચમું ચક્કર હતું. તો પણ કંઈ થતું નહોતું. અને તેણે તેની જાતને કહ્યું કે છઠ્ઠા ચક્કરમાં કંઈક થશે. પણ લો, બેનહર તેના શત્રુના રથની માંડ પાછળ પોતાનું સ્થાન જાળવી રાખતો હતો.

પૂર્વ છેડે સીમોનીડીસ અને તેના સાથીદારો શાંતીથી બેઠા હતા. વેપારીનું મસ્તક નીચે ઝુકેલું હતું. શેખ ઈલ્દેરીમ તેની દાઢી પસવારવા માંડયા હતા. એસ્થરના શ્વાસ થંભી ગયા હતા. એક આઈરસ જ આનંદમાં હોય તેમ દેખાતું હતું.

હવે છઠ્ઠા અને અંતિમ ચક્કરમાં મેસાલા આગળ હતો અને તેની પાછળ બેનહર હતો, તે એક જુની વાર્તાને યાદ કરાવે તેટલો નજીક હતો.

"પહેલા યુમેલસ ફેરેસના તોખારો લઈને ઉડયો; જે ટ્રોયના બહાદુર ડાયોમેડના વારસ હતા; તેણે યુમેલસની પાછળ પવના સુસવાટાને રાખી દીધા, અને તેના રથ પર સવાર થઈ પાછળ જોતા, તેને તેની ડોકે ગરમ વાયરા લાગે, અને તે તેમના લંબાતાપડછાયા પર ઝળુંબતા લાગે"

અને આમ પહેલું નિશાન અને તેને ફરીને જતા પહેલા મેસાલાને ડર લાગ્યો કે કદાચ બેનહર તેનાથી આગળ નીકળી જાય, તેથી તેણે દોડમાં પોતાની સ્થિતી મજબુત બનાવવા માટે દિવાલની એકદમ નજીક રથ દોડાવી રહ્યો હતો. જો તે થોડો પણ ડાબી બાજુએ ખસે તો તેનો રથ દિવાલ સાથે અથડાઈ પડે તેમ હતો. ત્યાં વળાંક પાસે એટલી ઝડપથી બન્ને રથ ચલાવી રહ્યા હતા કે કોઈ કહી શકતું નહોતું કે કોણ મેસાલા છે અને કોણ બેનહર છે. તે દરમ્યાન એસ્થરને બેનહરનો એક વખત ચહેરો જોવા મળ્યો, જે પહેલા કરતા પણ વધુ સફેદ થઈ ગયો હતો.

પણ એસ્થર ના મત થી અલગ સીમોનીડીસે ઈલ્દેરીમને કહ્યું, "ભલા શેખ, બેનહરના ચહેરા પરથી લાગે છે કે તે કોઈ ચાલ ચાલવાનો છે."

તે પર ઈલ્દેરીમે જવાબ આપ્યો, "તમે જોયું નહીં કે તેનો ચહેરો કેટલો તાજોમાજો દેખાતો હતો? મિત્રો, ઈશ્વરના વૈભવના સોગન, તેઓ હજુ દોડી રહ્યા છે. તમે જુઓ કે શું થાય છે."

એક દડો અને એક માછલી બાકી રહી હતી. બધા દર્શકો શ્વાસ રોકીને બેઠા હતા. રોમના સમર્થકો સિવાય બધા લોકો આશ્ચર્યજનક રીતે બેનહરના શુભચિંતક બની ગયા હતા. લોકો મોટેથી બુમો પાડીને શાબાસી આપી રહ્યા હતા. ચારે બાજુએ બેનહરના નામનો જ અવાજ સંભળાતો હતો. જે કોઈ ખૂણેથી તે રથ દોડાવી નીકળતો ત્યાંથી અવાજો આવતા, "દિવાલ તરફ લઈ લે! આગળ વધ. ઘોડાની લગામ ઢીલી કર."

અને હવે છેલ્લો વળાંક લેવા માટે મેસાલાએ તેના ડાબી બાજુએ જોતરેલા અશ્વોની લગામ ખેંચવાનું શરૂ કર્યું. આ એક એવી જરૂરી કાર્યવાહી હતી કે જેમાં ગતિ ધીમી કરવી જ પડે.

તેનો જુસ્સો બુલંદ હતો; વેદી પર તેની લીધેલી પ્રતિજ્ઞાઓથી પણ વધુ; તે પ્રખર રોમન હજુ પણ પ્રથમ હતો. ત્રણેય થાંભલીઓ માત્ર છસ્સો હાથ દુર હતી અને ત્યાં ખ્યાતિ, નસીબ, બઢતી અને તિરસ્કૃતો પર વિજય..આ બધું તેના ખાતે બોલવાનું હતું. તે જ ક્ષણે મલુકે બેનહરને તેના અરબી તોખારો આગળ ઝુકતો અને લગામો છુટી કરતા જોયો. તેના હાથમાંથી બધી લગામો છુટી થઈ કે તેણે અશ્વોને ડચકાર્યા. હવે અશ્વો રંગમાં આવ્યા. બેનહરના ચહેરા પર તેજ આવ્યું, તેને આંખોમાં ચમક આવી અને તે ક્ષણેજ એક નહીં પણ ચારેચાર અશ્વોએ એક સાથે જ રોમનના રથ પર ધસારો કર્યો. મેસાલા નિશાનના અઘરા અને જોખમભર્યા વળાંક પર હતો તો પણ તેને ભવિષ્યની કોઈ જ પરવા નહોતી. લોકો તરફથી તેને કોઈ નિશાની મળી નહીં. તે બધા અવાજો ઉપરથી એક અવાજ બેનહર માટે આવતો હતો અને તે અવાજ બીજા કોઈનો નહીં પણ તે સમયે સીરીયાની ભાષામાં બોલાતોશેખ ઈલ્ડેરીમનો હતો. તેણે તેના અરબી તોખારોને કહ્યું,"

"વેદી પર! મૃગશીર્ષ નક્ષત્ર પર. હવે તું અન્તરેસ! શા માટે ઢીલ કરે છે? ભલા અશ્વ – ઓહ અલ્દેબરન! હું સ્ત્રીઓ અને બાળકોને આપણી રાવટીઓમો અટાયર, અન્તારસ, રીગલ અને અલ્દેબરન, તમારા વિજયના ગીતો ગાતા સાંભળું છું"! અને તે ગીતો સદૈવ ગવાતા રહેશે. ખુબજ સરસ કર્યું! આવતી કાલે ઘેર તમારા કાળા તંબુમાં! અન્તારસ, આપણા લોકો અને માલિક તમારી વાટ જુએ છે. તો થયું! હા, હા! આપણે ગૌરવશાળી થયા. આપણા વતનની માટીની મહેકમાં આપણો વૈભવ છે. કાર્ય પૂર્ણ થયે ઉભા રહો અને આરામ કરો!"

જયારે મેસાલા નિશાનને ફરતો વળાંક લઈ અને આગળ ધસી જવાનો હતો તે ક્ષણે બેનહરે મેસાલાની પાછળથી થોડો વળાંક લઈ સીધા આગળ વધી જવાનું હતું. આ વાત અટારીઓ પર બેઠેલા હજારો પ્રેક્ષકોને સમજાઈ ગઈ; તેઓએ જોયું કે નિશાન આપવામાં આવ્યું છે – અને તેનો જોરદાર પ્રતિભાવ; ચારેય અશ્વોએ મેસાલાના બહારની બાજુના પૈડાની એકદમ નજીકથી ધસારો કર્યો અને બેનહરનું અંદરની બાજુએ આવતું પૈડું મેસાલા ના બહારની બાજુના પૈડા પાછળ આવી ગયું – આ બધાને દેખાયું. તે પછી પ્રેક્ષકોએ એક મોટો કડાકો સાંભળ્યો અને આખા સરકસમાં એક તીણી ચીસ ગાજી ઉઠી. કોઈને કશું સમજાય તે પહેલા મેસાલાનો રથ ભાંગીને ભૂકોથઈ ગયો અને શ્વેત અશ્વો તેમના રથ સાથે આગળ વધી ગયા. મેસાલાના રથની ધરી વારંવાર ધરતી સાથે અથડાતી રહી અને રથના ટુકડે ટુકડા થઈ ગયા અને મેસાલાના હાથ ઘોડાઓની લગામમાં ફસાયેલા હોવાથી તે માથાભેર પટકાયો અને ઢસડાયો. તેની પાછળ આવતો સીડોનીયન તેના રથને રોકી અને વળાંક લઈ શકયો નહીં અને અકસ્માતના ડર લગભગ પાગલ જેવો થઈ ગયેલો તે અને તેના અશ્વો કાટમાળ ઉપરથી પુર ઝડપે

પસાર થઈ ગયા. એકબીજા સાથે અફળાતા બે લગામ અશ્વો, તુટી ને ઉછળી પાછા પડતા રથના કાટમાળનો પ્રતિઘોષ, રેતી અને ધુળ ના વાદળ વચ્ચે થઈ તે ઢસડાયો અને કોરીન્થ અને બાયઝેન્ટાઈનના સ્પર્ધકોને આગળ જતા જોઈ રહ્યો. બેનહરે પરિસ્થિતીનો તાગ લેવામાં એક ક્ષણનો યે વિલંબ કર્યો નહોતો અને તેથી તે બધાથી આગળ હતો.

લોકો તેમની બેઠકો પર ઉભા થઈ, બુમો અને ચીસો પાડીને કુદવા લાગ્યા. જે લોકોની નજરો મેદાન તરફ હતી, તેઓએ મેસાલાને કયારેક અશ્વોની ખરીઓ નીચે કચડાતો જોયો તો કયારેક રથના કાટમાળમાં અથડાતો કુટાતો જોયો. તે લોકોએ બેનહરની લગામનો કુશળ સ્પર્શ જોયો નહોતો કે જેનાથી થોડા જ વધુ વળાંકે મેસાલાના પૈડાની ધરી થાંભલી સાથે અથડાઈ ગઈ અને ભાંગી ગઈ; લોકો તેને મૃત્યુ પામેલો ધારતા હતા પણ તે હજુ જીવતો હતો. જો કે મોટાભાગના લોકોની નજર તો બેનહર પર અટકી હતી. તેઓ તો એ જોવામાં મશગુલ હતા કે તેણે કઈ બહાદુરીથી અને અપ્રિતમ સામર્થ્યથી તેના અરબી ઘોડાઓને પાગલ જેવા બનાવી દીધા હતા. જયારે બાયઝેન્ટીયન અને કોરીન્થીયન રથ સવાર હજુ તેની મંઝીલથી અડધે હતા, બેનહર પહેલા નિશાન પર પહોંચી ગયો હતો.

અને તેણે સ્પર્ધા જીતી લીધી હતી.

રાજય પ્રતિનિધી ઉભા થયા; લોકો હજુ પણ તેમના વિજેતા અને તેના અશ્વોને વધાવતા હતા. સ્પર્ધાનો મુખ્ય આયોજક તેની બેઠક પરથી નીચે ઉતર્યો અને વિજેતાઓને તાજ પહેરાવ્યો. પહેલા મુકકાબાજીની સ્પર્ધાનો વિજેતા સોનેરી વાળવાળો અને નીચી ભ્રમરોવાળો કુર દેખાવનો સેક્ષન હતો. તે પછી સહુનો માનીતો બેનહર; તેણે ટોળામાં ઉભેલા તેના શિક્ષકને ઓળખી લીધા કે જેનો તે માનીતો હતો; તેને માથું ઝુકાવી નમન કર્યું અને તે પછી તેણે ઉપર જયાં સીમોનીડીસ અને તેના જુથના લોકો બેઠા હતા તે તરફ જોયું અને તે લોકોએ તેમના હાથ હલાવ્યા. એસ્થર તેની બેઠક પર બેઠી જ રહી, પણ આઈરસ ઉભી થઈ અને બેનહર તરફ સ્મીત આપી અને હાથ હલાવ્યા. જો કે તે અને અન્ય મેસાલાના સમર્થકોનું એટલું ઉષ્માભર્યું અભિવાદન ન કહી શકીએ કેમ કે તેઓ એમ માનતા હતા કે જો મેસાલા પડી ન ગયો હોત, તો તે જ વિજેતા થયો હોત.

તે પછી વિજય સરઘસ શરૂ થયું. તેમાં લોકો મોટી સંખ્યામાં જોડાયા અને તેમના માનીતા વિજેતાઓને હર્ષનાદો સાથે વિજયદ્વારમાંથી બહાર લઈ ગયા.

અને તે દિવસ પુરો થયો.

*****

પ્રકરણ ૧૫મું

ઈલ્ડેરીમ સાથે બેનહરે મધ્યરાત્રીએ નદી પાર કરી. પૂર્વ યોજના અનુસાર તે લોકોએ એજ રસ્તે જવાનું હતું કે જે રસ્તા પર ત્રીસ કલાક પહેલા તેમનો કાફલો આગળ વધ્યો હતો.

શેખ ખુબજ આનંદમાં હતો; તેણે બેનહરને વૈભવી ભેટ સોગાદોની નવાજેશ કરવા ઈચ્છયું; પણ બેનહરે એમ કહીને બધાનો સાભાર અસ્વીકાર કર્યો કે તે તેના શત્રુના અભીમાનના ચુરેચુરા કરીને જ સંતૃષ્ઠ થઈ ગયો હતો. આવો મીઠો ઝઘડો ઘણો લાંબો ચાલ્યો.

"વિચાર," શેખે કહ્યું, "તેં મારા માટે શું કર્યું છે. અકાબાના દરેક કાળા તંબુમાં કે યુફ્રેટીસ નદીના સામા કાંઠે અને ત્યાં સીથીયાના સાગરને પાર મારી મીરા અને તેના બાળકો જશે; અને તેના ગીતોમાં હું મશહુર થઈશ, અને તું તે ભૂલી જા કે હું જીવનના છેલ્લા પડાવ પર છું. જે સેનાપતિ વગરના સૈનિકો છે તેઓ મારી પાસે આવશે અને અગણિત તલવારબાજો પણ મારી સાથે જોડાશે. તેથી વેપાર ઘણો વધશે અને તેથી મને મળતી રસ્તાની રખેવાળીની રકમ પણ ઘણી વધી જશે તેમજ રાજાઓ તરફથી કરમુકત રકમ પણ એટલી જ વધુ હશે. તને ખબરનથી કે રણમાં હવે મારી કેટલી નામના વધશે. એ ભાઈ, સોલોમનની તલવારના સોગન! મારા કાસદોનું સીઝર ધ્યાન રાખશે અને તેમને માન આપશે. તો પણ કંઈ નહીં? કશું જ નહીં?"

અને બેનહરે જવાબ આપ્યો, "ના શેખ, શું મારી પાસે તમારો હાથ અને હૃદય નથી. તેનો આવનાર રાજાના સામર્થ્ય અને પ્રભાવ માટે વધારે વિસ્તાર કરો. એવું કોણ કહે છે કે તમને તેમ કરવાની પરવાનગી નથી આપવામાં આવી? મારે જે કાર્ય કરવાનું છે તેમાં મારે ઘણી વધારે જરૂર પડશે અને તેથી હું તમને ના કહીને તેની પાસે લઈ જઈશ.

આ મીઠો ઝઘડો ચાલતો હતો ત્યાં બે સંદેશવાહકો આવી પહોંચ્યા. તેમાંથી એક મલુક હતો અને બીજો સંદેશવાહક અજાણ્યો હતો.

તે દિવસની ઘટના પછી ભલા માણસના આનંદનો પાર રહ્યો નહોતો.

"સીમોનીડીસે મને તે કહેવા મોકલ્યો છે કે સ્પર્ધા પૂરી થયા બાદ કેટલાક રોમનોએ વિજેતાને અને દાવ જીતનારાઓને ઈનામની રકમ ચુકવવા સામે વિરોધ નોંધાવ્યો છે."

શેખ ઈલ્ડેરીમ તેના મૃદુ અવાજમાં ચોંકીને બોલી ઉઠયો, "તો પૂર્વના લોકો એ વાતનો ન્યાય કરશે કે સ્પર્ધામાં આખરે જીત કોની થઈ."

"ના ભલા શેખ," મલુકે કહ્યું, " સ્પર્ધાઓના મુખ્ય આયોજકે પુરસ્કારની રકમ પૂરેપૂરી ચુકવી દીધી છે."

"તે સારૂં થયું."

"હવે તે લોકોએ ફરીયાદ કરી કે બેનહરે મેસાલાના રથનું પહેલું પૈડું તોડી નાખ્યું હતું તો મુખ્ય આયોજકે હસતા હસતા જવાબ આપ્યો હતો કે પહેલા વળાંક પર અરબી અશ્વો પર પણ વાર કરવામાં આવ્યો હતો."

"અને એથેનીયનનું શું થયું"

"તે મૃત્યુ પામ્યો છે?."

"મૃત્યુ પામ્યો?" બેનહર બોલી ઉઠયો.

"મૃત્યુ પામ્યો?" શેખ ઈલ્દેરીમે પડઘો પાડયો. "આ રોમન શયતાનોનું પણ કેવું ભવિષ્ય છે! મેસાલા જીવે છે?"

"જીવે છે – હા, ઓ શેખ, જીવે તો છે; પણ આ જીવતર તેને ભારરૂપ લાગશે. ચિકિત્સકો કહે છે કે મેસાલા જીવી તો જશે પણ કદી ફરીથી તેના પગ પર ઉભો નહીં રહી શકે."

બેનહરે શાંતીથી ઉંચે આકાશ તરફ જોયું. તેને સીમોનીડીસની જેમ જ મેસાલાને ખુરશીમાં બેસાડી અને ચાકરો લઈ જતા હોય તેવી કલ્પના થઈ આવી. તે ખાધે પીધે તો સુખી હતો; પણ તેના ગૌરવ અને મહત્વકાંક્ષા નું શું?"

"સીમોનીડીસે આથી વધુ કહેવાની ના પાડી છે," મલુકે આગળ વાત કરી," સંબલાતને થોડી તકલીફ પડી છે. દ્રુસસ અને તેના સાથીદારો કે જેણે તેની સાથે પાંચ ટેલન્ટની બાજી લગાવી હતી, તે લોકોએ રકમ ચુકવવાની ના પાડી છે અને ઉલટા રાજય પ્રતિનિધી મેક્ષેન્ટીયસની અદાલતમાં કેસ દાખલ કરી દીધો છે અને તેથી સંબલાતે આ કેસ સીઝરની અદાલતમાં દાખલ કરી દીધો છે. મેસાલાએ પણ દ્રુસસના કહેવાથી રકમ ચુકવવાની ના પાડી દીધી છે. આ તો એટલું સારૂ છે કે રોમનોએ એટલું જ નથી કહ્યું કે બધા વિરોધીઓના માથા કાપી નાખો; અને આપણા બધા વિરોધીઓ તેમની સાથે થઈ ગયા છે. શહેર આખું આ કાવતરાની ચર્ચા કરે છે. "

"સીમોનીડીસ શું કહે છે?" બેનહરે પૂછયું.

"એ તો ખૂબ જ ખુશ છે અને સતત હસ્યા કરે છે. તેનું કહેવાનું એમ છે કે જો રોમનો ચુકવશે તો કંગાળ થઈ જશે અને જો પાછીપાની કરશે તો બદનામ થશે. હવે તો રાજયનો કાનુન જ આ વાતનો ન્યાય કરશે. પૂર્વની લાગણી દુભવવી એટલે પાર્થીઅનોને નારાજ કરવા. શેખ ઈલ્દેરીમની લાગણીઓનો ખ્યાલ રાખવામાં ન આવે, તો રણપ્રદેશમાં ખોટો સંદેશ જશે. આ બધું મેક્ષેન્ટીયસે ધ્યાનમાં રાખવું પડશે. એટલે જ સીમોનીડીસે મને તમારી સાથે આવી કોઈ વાત કરવાની ના પાડી હતી. મેસાલાએ રકમ ચુકવવી જ પડશે."

શેખ ઈલ્દેરીમ ફરી એક વખત તેના જુના હસમુખા અંદાજમાં પાછા જોવા મળ્યા.

"તો ચાલો આપણે હવે છુટા પડીએ," તેણે પોતાના હાથ મસળતા કહ્યું."હવે જે કંઈ કરવાનું છે તે સીમોનીડીસ સારી રીતે સંભાળી લેશે. યશ અને કિર્તી આપણા છે. હું અશ્વોને તૈયાર કરવાની સુચના આપું છું."

"ઉભા રહો," મલુકે કહ્યું. મેં એક સંદેશવાહકને બહાર બેસાડી રાખ્યો છે. તમે તેને મળશો?"

"ભગવાનના સોગન, હું તો તેને ભૂલી જ ગયો હતો."

મલુકના ગયા પછી બીજા સંદેશાવાહકને અંદર બોલાવવામાં આવ્યો. તે સંદેશાવાહક નવયુવક હતો; ખુશ મિજાજ, દેખાવડા અને સારી રીતભાત ધરાવતા તે યુવકે ઘુંટણ પર ઝુકી અને કહ્યું,

"બાલ્થસારની પુત્રી આઈરસે મને સ્પર્ધામાં આપના વિજય માટે આપને વધાઈ આપતો સંદેશ આપવા માટે મને મોકલ્યો છે."

"મારા મિત્રની પુત્રી ભલી છે," ઈલ્દેરીમે ખુશ થઈને કહ્યું, "મારા તરફથી તેને આ શુભેચ્છાઓના બદલામાં આ હીરો આપજે."

આટલું કહી અને તેણે પોતાના હાથની વીંટી તેના હાથમાં રાખી દીધી.

"હું તમે કહ્યું તેમ જ કહીશ, ઓ ભલા શેખ," તે યુવકે જવાબ આપ્યો અને આગળ વાત કરી, " ઈજીપ્તવાસી બાલ્થસારની પુત્રી એ મને એક વધુ વાત કહેવા માટે કહ્યું છે. તેણે આપ શેખ ઈલ્દેરીમને વિનંતી કરી છે કે આપ યુવાન બેનહરને આવતી કાલે સાંજે આઈડેરનીના મહેલ પર તેના આવાસ પર આપ મોકલો. જયાં તે બેનહરને આવતી કાલે ચાર વાગ્યા પછી મળશે. તે ત્યાં તેની સાથે મુલાકાત કરવા માગે છે. જો ભલા શેખ ઈલ્દેરીમ મહેરબાની કરી તેની લાગણીનો સ્વીકાર કરશે તો તેણી તે માટે હંમેશાને માટે ખુબજ આભારી થશે."

શેખે બેનહર તરફ જોયું. બેનહરનો ચહેરો આનંદથી લાલ થઈ ગયો હતો.

"તારે શું કરવું છે?" તેણે પુછયું.

"તમારી પરવાનગીથી હું તે સુંદર ઈજીપ્તવાસી રમણીને મળવા જઈશ."

ઈલ્દેરીમે હસતા હસતા કહ્યું, "યુવાનોએ જીવનનો આનંદ લેવો જ જોઈએ, ખરૂં ને?"

તે પછી બેનહરે સંદેશાવાહકને જવાબ આપ્યો.

"જેણે તને મોકલ્યો છે તેને કહેજે કે હું બેનહર તેણી જે કોઈ છે, તેને આવતીકાલે આઈડરનીના મહેલમાં બપોરે મળવા આવીશ."

કિશોર ઉભો થયો અને બધાને સલામ કરી અને શાંતિથી જતો રહ્યો.

મધ્યરાત્રીએ શેખ ઈલ્દેરીમે બેનહર માટે એક માર્ગદર્શન કરી શકે તેવા ચાકર અને ઘોડાની વ્યવસ્થા કરી અને રવાના થયા.

*****

પ્રકરણ ૧૯મું

બીજા દિવસે આઈરસને મળવા માટે બેનહર ઓમ્ફાલસની મધ્યે આવેલ હેરોદની કમાનોની હારમાળાએ થઈ અને થોડી વારમાંજ મુલાકાતના નકકી થયેલા સમયે જ આઈડરનીના મહેલે પહોંચી ગયો.

શેરીમાંથી પસાર થઈને તે એક પરસાળમાં આવ્યો અને ત્યાંથી પગથીયા ચડી અને એક પોર્ટીકો માં આવ્યો. મહેલમાં જવાના મુખ્ય દ્વારના પગથીયાની બન્ને બાજુએ પાંખોવાળા સિંહોની સુંદર મૂર્તિઓ હતી. મધ્યમાં એક મોટી કાંકણસાર નામના પક્ષીની મૂર્તિની ચાંચમાંથી પાણી પડતું હતું. તે સિંહો, કાંકણસાર, દિવાલો અને ભોંયતળીયાની સજાવટ, ભૂખરા પત્થરમાંથીઘડેલા પગથીયાના મોટા કઠેડા – આ તમામ જગ્યાઓએ ઈજીપ્તની સંસ્કૃતિ છલકાતી હતી.

પરસાળ અને પગથીયાઓ ઉપર આવેલો ચાર સુંદર કોતરકામ કરેલા સ્થંભો ઉપર બનાવેલો આ ભવ્ય પોર્ટીકો ગ્રીક ઢબે બનાવવામાં આવ્યો હતો. તેને બરફ જેવા શ્વેત આરસપહાણથી મઢી દેવામાં આવ્યો હતો. તે જાણે મોટા ખડક પર કમળ પડયું હોય તેવો લાગતો હતો.

પોર્ટીકો નીચે ઉભેલા બેનહરને ઉચ્ચ ગુણવતાવાળા આરસપહાણમાં કરેલું સુંદર નકશીકામ ખુબજ ગમ્યું. તે પછી તે મહેલમાં આવ્યો. તે પહેલા થોડી સાંકડી પણ ઉંચીે પરસાળમાં પસાર થઈ, કેટલાક દરવાજાઓ પસારકરી અને મહેલના દિવાનખંડમાં આવ્યો. મહેલના ભોંય તળિયે આછા લાલ કલરની લાદી બીછાવવામાં આવી હતી અને તે રંગને અનુરૂપ દિવાલોને રંગવામાં આવી હતી. તો પણ તે સીધીસાદી પણ સુંદર લાગતી હતી.

તેને કંઈક અંતઃસ્ફુરણા થઈ અને તે ધીમેથી ચાલ્યો. તે હવે આઈરસની સામે હોવો જોઈએ; તેણી તેની વાટ જોતી હોવી જોઈએ; તેના સાંભળવા ગમે તેવા, ચંચળ અને મજાકમસ્તી વાળા ગીતો સંભળાવા જોઈએ; તેની તીરછી નજર સાથનું સ્મિત અને લાગણીઓનો ગણગણાટ – તેણે તેને સાંજે તાડવૃક્ષો વચ્ચે આવેલા તળાવમાં નૌકાવિહારનો આનંદ લેવા માટે બોલાવ્યો હતો; અને તે માટે જ તે આઈડરનીના તેના સુંદર મહેલમાં આવ્યો હતો.

તે પરસાળમાં થઈ અને એક બંધ દરવાના સામે આવ્યો અને તે દરવાજો કોઈપણ જાતના નકુચો ખોલવાના અવાજ કે હાથ કે પગના સ્પર્શ વિના ખુલી ગયો. તેને પહેલીવાર થયું કે તે ત્યાં એકલો નથી.

તેણે ઝાંખા પ્રકાશમાં દરવાજા સામે ઉભા રહી અને અંદર જોયું. અંદરના ખંડની સજાવટ રજવાડી ઢબથી અત્યંત વૈભવી રીતે કરવામાં આવી હતી.

તે અતિ વૈભવી અને વિશાળ ખંડમાં ચારે બાજુ નજર નાખી અને નીચે જોયું તો તે ગ્રીક પૌરાણિક કથામાં આવતી એક સુંદરી લીડા અને હંસના ચિત્ર પર લીડાની છાતી પર ઉભો હતો. તેણે થોડી આગળ નજર કરીને જોયું તો સંપૂર્ણ ભોંયતળીયું આવીજ પુરાણકથાઓના ચિત્રોથી સજાવેલું હતું. ત્યાં એકબીજાથી તદન જુદી ઢબે બનાવેલા કોતરકામની બેજોડ કલાકૃતિઓના નમુના જેવા થોડા

બાજોઠ અને ખુરશીઓ, મેજ અને આરામદાયક દિવાન હતા. દિવાલની ઓથે રાખેલું આ બધું ફર્નિચર, દિવાલના ઉપરના ભાગે લગાવેલી ચકચકીત પીતળના નમુના જડેલી નકશીદાર પેનલો, આ બધું ખંડમાં એકદમ ઓતપ્રોત થઈ જતું હતું. છતમાં તેટલુંજ સુંદર ચિત્રકામ કરેલું હતું. છત મધ્યેથી થોડી ગુંબજવાળી હતી અને તેની ઉપર એક ખુલ્લો ભાગ હતો, જેમાંથી સુર્યપ્રકાશ અંદર આવતો હતો અને ત્યાં પહોંચીએ તો આસમાની આકાશ તો હથેળીથી સ્પર્શી શકાય તેવું લાગતું હતું; તે ભાગ પર પિતળની ચમકતી રેલીંગ નાખવામાં આવી હતી; છતને ટેકો આપતી સોનેરી ઢોળ ચડાવેલી થાંભલીઓ પર સુર્યપ્રકાશ પહેલા પડતો હોઈ તે સુર્યકિરણનો સ્પર્શ થતા વેંત સળગી ઉઠતી હોય તેવી લાગતી હતી અને તેના પ્રકાશનું પરાવર્તન ખંડને વધુ પ્રકાશિત કરતું હતું. ખંડમાં મીણબતીના સ્ટેન્ડ અને ફુલદાનીઓ પણ ગોઠવેલી હતી. બધું થઈને રોમની પેલેટાઈન ટેકરીના વૈભવી વિસ્તારમાં આવેલા આ મહેલના ખંડની આંતરિક સજાવટ આલ્બન ટેકરી પરના સીસેરોએ ક્રેસસ પાસેથી ખરીદેલા સ્કાઉરસના ટસ્કયુલન વીલા જેવી હતી.

આ કલાકૃતિઓથી આકર્ષિત થયેલો અને હજુ પણ સ્વપ્નોમાં ખોવાયેલો બેનહર ખંડમાં આરામથી ટહેલતો હતો અને આઈરસની વાટ જોતો હતો. આઈરસને આવવામાં વાર લાગી તેથી તેને જરા પણ કંટાળો આવ્યોનહોતો કે નહોતી ખીજ ચડી. જયારે આઈરસ તૈયાર થઈ જશે ત્યારે તે આવશે કે તેના નોકરને મોકલશે. રોમના દરેક અતિ વૈભવી આવાસોમાં આવો ઉપરથી થોડો ખુલ્લો મહેમાનો માટેનો સ્વાગત કક્ષ એ રીતે જ સજાવવામાં આવતો હતો કે મુલાકાતીઓને જરાય કંટાળો ન આવે.

તેણે કક્ષમાં બે થી ત્રણ ચકકરો લગાવ્યા. વારંવાર જયારે તે ખંડની છતના ઉપરના ખૂલ્લા ભાગ નીચે આવી અને ઉભો રહ્યો અને પછી એક થાંભલીને અઢેલીને ઉભા રહી અને પ્રકાશ અને પડછાયા જોતા જોતા વિચાર કરતો હતો કે હજુ કેમ આઈરસ આવી નથી. ફરીથી તેણે નીચે ભોંયતળીયાના ચિત્રો સામે જોયું પણ આ વખતે તેને એ ચિત્રો એટલા પસંદ પડયા નહીં. અધિરતાથી તેણે વારંવાર કાન માંડી અને કોઈ અણસાર મેળવવાની કોશીશ કરી, પણ તેનો કોઈ અર્થ નહોતો. આ ઘરની સ્મશાનવત્ત શાંતિથી તે અકળાઈ ગયો. તો પણ તેણે તેના ચહેરા પરનું સ્મિત જાળવી રાખ્યું અને આઈરસના વિચારો કરતો રહ્યો. "ઓહ, તે તેની આંખની ભ્રમરોને છેલ્લો સ્પર્શ આપી રહી હશે, અથવા તે મારા માટે ફુલોની સજાવટ કરતી હશે; તે જેટલી મોડી આવશે તેટલી જ તે વધુ સુંદર લાગશે!" તે નીચે બેઠો અને સામે રાખેલા કાંસાના થાળા પર બેસાડેલા સાંકળથી બાંધેલા પીતળના મીણબતીના સ્ટેન્ડની સામે રાખેલી વેદીને આશ્ચર્યથી જોતો હતો. પણ આ શાંતિ તેને અકળાવી મુકતી હતી. તેણે બધા સુંદર કલાકૃતિઓના નમુનાઓ સામે જોયું અને કંઈક સાંભળવાની કોશીશ કરી, પણ ત્યાં કોઈ જ અવાજ આવતો નહોતો. તે મહેલ હજુ પણ એક મકબરા જેવો જ શાંત હતો.

કંઈક ભૂલ થતી હતી. ના, સંદેશાવાહક ઈજીપ્તવાસીએ જ મોકલ્યો હતો અને આ આઈડરનીનો જ મહેલ હતો. તે પછી તેને યાદ આવ્યું કે ઓરડાના દરવાજાઓ ભેદી રીતે એકાએક આપમેળે અવાજ વગર ખૂલી ગયા હતા! તો હવે જે થાય તે જોયું જશે.

તે એજ દરવાજે પાછો ગયો. તે એકદમ હળવેથી ચાલતો હતો, તો પણ તેના પગલાઓનો મોટો અવાજ સંભળાતો હતો અને તેથી તેને સંકોચ પણ થતો હતો. તેની અકળામણનો પાર રહ્યો નહીં. તેણે દરવાજાની મજબુત તાળાબંધી ખોલવાનો પ્રયત્ન કર્યો, પણ તેના બધા પ્રયત્નો એળે ગયા. તેણે

ફરીથી પ્રયત્ન કર્યો પણ દરવાજો ટસ નો મસ ન થયો. હવે તેને ખરેખર ડર લાગ્યો અને પળવાર તો તેની બુધ્ધિ બહેર મારી ગઈ.

એન્ટિઓકમાં તેનો કોણ જોડે શત્રુ હતો કે જે તેને હાની પહોંચાડવા માગતો હતો? મેસાલા!

અને આ આઈડરનીનો મહેલ?

તેની ઓસરીમાં ઈજીપ્ત હતું, <u>પોર્ટીકો</u>માં એથેન્સ હતું પણ આ મુલાકાતીઓના કક્ષમાં રોમ હતું; જે કંઈ હતું તે રોમન માલિકીનું નહોતું. એ ખરૂં કે આ સ્થળે શહેરના મુખ્ય માર્ગેથી જ આવી શકાય તેમ હતું, શહેર મધ્યે આવેલા આ સ્થળે તેના પર હુમલો કરવા માટેનું સ્થળ; પણ તેમ કરવા માટે તેના આવા પ્રતિભાશાળી શત્રુ પાસે એવું કયું કારણ હતું? આવો વૈભવશાળી અને સુંદર મુલાકાતીઓ માટેનો કક્ષ એક છટકાથી વિશેષ નહોતો. અનેઅજાણ્યા ભયથી બેનહર થથરી ઉઠયો.

મુલાકાતીઓના કક્ષમાં ડાબે અને જમણે ઘણા બધા દરવાજાઓ ખુલતા હતા. બેનહરે તેમાંથી એક માં છુપાઈ જવાનો વિચાર કર્યો, પણ તે બધા એકદમ સજ્જડ રીતે બંધ કરેલા હતા. જો તેને ખખડાવો તો ખબર પડે. તેમ કરવામાં તેને સંકોચ થયો અને તેણે કંટાળીને એક દિવાન પર પડતું મુકયું અને પડશે તેવા દેવાશે એમ ધારી ચારે બાજુએ જોતો રહ્યો.

સાફ વાત હતી કે તે હવે એક કેદી હતો; પણ કોનો અને શા માટે?

કયાંક આ બધું મેસાલાએ તો કાવતરૂં નથી કર્યું ને? તે ઉભો થયો અને સ્મિત સાથે ચારે બાજુએ જોયું. ત્યાં રહેલું દરેક ટેબલ કે ખુરશી હથીયાર બની શકે તેમ હતી. પક્ષીઓ સોનાના પાંજરામાં ભૂખ્યા મરી જાય પણ બેનહર તેવી રીતે મરે તે વાતમાં કોઈ દમ નહોતો. કંઈ વાંધો નહીં. તે કોઈનાથી પણ કમજોર નહોતો અને જયારે તે સપડાઈ જાય છે ત્યારે હંમેશા તેની ગુસ્સા અને લાચારીના સમયે તાકાત ઘણી બધી વધી જાય છે.

મેસાલા જાતે તો ન આવે કેમ કે તે સીમોનીડીસની જેમ અપંગ છે, પણ તે બીજાને તો કામમાં લગાવી શકે તેમ પણ બને ખરૂં. બેનહરે ફરીથી એક વખત ઉઠી અને દરવાજા પર જોર લગાવી જોયું. એક વાર તેણે મોટેથી સાદ પણ પાડયો, પણ તેનો અવાજ પડઘો પડીને પાછો આવ્યો. પોતાના પડઘાથી તે ખુદ ચોંકી ગયો. તેને થયું કે પ્રતિક્ષા કરવી તે જ ઠીક રહેશે.

આવી પરિસ્થિતીમાં મનમાં સમયાંતરે આશા અને તૃષ્ણાના પ્રવાહો ભરતી અને ઓટ ની જેમ ચડે અને ઉતરે છે. ઘણા સમય (કેટલો સમય લાગ્યો તે તો ન કહી શકાય) પછી તેને લાગ્યું કે આ આકર્ષણ એક અકસ્માતે થયેલી ભૂલ હતી. તેને થયું કે આ સ્થળ ચોકકસપણે કોઈ બીજાની માલિકીનું હતું અને તેની ખુબજ સારી રીતે સારસંભાળ રાખવામાં આવતી હતી. અને તેનો માલિક કે રખેવાળ આવવો જ જોઈએ; તે સાંજે કે રાત્રે ગમે ત્યારે આવશે, પણ આવશે તો ખરો જ. તો ધીરજ રાખો.

આવું ધારીને તે વાટ જોતો બેઠો રહ્યો.

લગભગ અડધો કલાક આમ ને આમ વીતી ગયો પણ તે બેનહર માટે ઘણો લાંબો સમય થઈ પડયો. જો કે તેને લાગ્યું કે મહેલના દરવાજા પહેલાની જેમ જ તેને ખબર ન પડે તેમ અવાજ વગર ખુલતા અને બંધ થતા હતા.

થોડી વાર પછી બેનહર ખંડના એક છેડે બેઠો હતો કે તેને કોઈનો પગરવ સંભળાયો.

"આખરે તે આવી ખરી!" તે રાહત અને આનંદની લાગણીથી બેઠો થયો.પણ પગરવ ઘણો વધારે મોટો અને તળીયે ખીલા જડેલા બરછટ વજનદાર જુતાઓનો હતો. તેની અને દરવાજા વચ્ચે પીતળથી મઢેલી થાંભલી હતી; તે શાંતીથી આગળ વધ્યો અને તેને ટેકો દઈને ઉભો રહ્યો. હવે તેણે કેટલાક અવાજો સાંભળ્યા – પુરૂષોના અવાજ – તેઓ પૈકીનો એક બરછટ અને ઘોઘરો હતો. તે શું કહેતો હતો તે બેનહરને ખબર પડી નહીં કેમ કે તે પૂર્વમાં કે દક્ષિણ યુરોપમાં બોલાતી ભાષા હતી.

ખંડનું સામાન્ય નિરીક્ષણ કર્યા પછી જોર જોરથી વાતો કરતા તેઓબે ઉંચા, ટુંકા ઝભ્ભા પહેરેલા માણસો ડાબે ફરી અને જયાં બેનહર ઉભો હતો તે તરફ આગળ વધ્યા. તેમાંથી એક ઘણો જાડો હતો અને તે પૈકી નો કોઈપણ ઘરનો માલિક હોય તેવું લાગતું નહોતું, પણ તે લોકો જે કંઈ જોતા હતા તે તેમને નવાઈભર્યું હોય તેવું લાગતું હતું; તેઓ દરેક જગ્યાએ તે ઉભા રહેતા હતા અને ચીજવસ્તુઓને સ્પર્શ કરીને જોતા હતા. તે કોઈ સારી રીતભાત ધરાવતા લોકો નહોતા. તેમની હાજરીથી એવુ લાગતું હતું કે આ બધું પૂર્વ આયોજિત હોવું જઈએ. એ વખતે તે લોકો જે રીતે આરામથી હરતા ફરતા હતા તે જોતા એવું લાગતું હતું કે તેઓ કોઈ કામે અંહી આવ્યા હોય તેવું બને ખરૂં. પણ શું કામ? અને કોની સાથે?

સ્પષ્ટ કહીએ તો તે લોકો જયાં બેનહર ઉભો હતો તેની આજુબાજુ આમથી તેમ ફરતા હતા. ત્યાંથી થોડે દુર જયાં સુર્યપ્રકાશ એક મૂર્તિ પરથી પરાવર્તિત થઈ અને ચમકતી ફર્શ પર પડતો હતો, તેઓ ત્યાં જઈ પ્રકાશમાં ઉભા રહ્યા.

મહેલમાં તેની આસપાસનું ભેદભરમ વાળું વાતાવરણ અને આ લોકોનું આગમન બેનહરને અકળાવી નાખવા માટે પુરતું હતું. પણ તે બે આગંતુકોમાંથી એકને બેનહર ઓળખી ગયો. તે નોર્થમેન હતો અને તેને આખું રોમ ઓળખતું હતું. તે પરમ દિવસે જ સર્કસમાં મુકકાબાજીની સ્પર્ધા જીત્યો હતો અને તેને તાજ પહેરાવવામાં આવ્યો હતો; તેના મોં પર પડેલા સંખ્યાબંધ ઘા ના નિશાન તેણે ઘણી બધી લડાઈઓ લડી હોવાના અને તેમાં અપ્રિતમ ધીરજથી વિજય મેળવ્યાની ચાડી ખાતા હતા. તેનું કસાયેલું શરીર, હરકયુલસની યાદ અપાવે તેવા મજબુત ખભ્ભા, પહોળી છાતી, ખુલ્લા સાથળ અને શરીર પર ઉપસેલી નસેનસ અને તેની કઠોર તાલીમ અને તેનો વ્યાયામ પ્રેમ દર્શાવતા હતા. બેનહરના રોમેરોમમાં કંઈક અજ્ઞાત ભયની લાગણી થઈ. લાગ મળે તો આ લોકોને તેનું ખુન કરી નાખતા વાર લાગે નહીં. અને અંહી હવે આ માયરમીડોન્સ હતા અને તેને તેની સાથે પનારો પાડવાનો હતો. તેણે દેખાવે યહુદી જેવા લાગતા, કાળા વાળ અને કાળી ભમ્મર આંખો વાળા તેના સાથીદાર તરફ જોયું. તેણે જોયું કે તે બન્નેએ તેમના જેવા ધંધાદારી લોકો દ્વંદ્વયુધ્ધના સમયે એરીનામાં જેવો પોષાક પહેરે છે તેવોજ પોષાક પહેર્યો હતો. આ બધા જ જોગ સંજોગ એકઠા કરતા બેનહરને કોઈ શંકા રહી નહીં; તે આયોજનબધ્ધ રીતે આ મહેલમાં છટકામાં ફસાઈ ગયો હતો. જો કોઈ બહારથી મદદ ન મળે તો આ ભવ્ય એકાંતમાં તેનું મૃત્યુ નકકી હતું.

હવે શું કરવું?

બેનહરે તેની કમ્મર ફરતો વીંટેલો ખેસ છોડી નાખ્યો અને તેનો સફેદ યહુદી ઝભ્ભો ઉતારી નાખ્યો. તેણે તેની નીચે રોમન ઢબનો સદરો પહેરેલો હતો. તે હવે મન અને શરીરથી તે લોકોનો મુકાબલો

કરવા માટે તૈયાર હતો. તેણે તેના બન્ને હાથ ભીડી દીધા અને થાંભલીને પીઠ ટેકવી અને શાંતીથી ઉભો રહ્યો.

હવે નોર્થમેન તેના સાથી તરફ ફર્યો અને તેને બેનહરને ન સમજાય તેવી ભાષામાં કંઈક કહ્યું; તે બન્નેએ બેનહર તરફ જોયું. તેઓએ અંદરો અંદર થોડી વાત કરી અને બેનહર તરફ આગળ વધ્યા.

"તમે કોણ છો?" બેનહરે લેટીન ભાષામાં પુછયું.

નોર્થમેને સ્મિત કર્યું પણ તેના ચહેરા પરની જંગલી ક્રુરતા ઓછી થઈ નહીં. તેણે જવાબ આપ્યો.

"જંગલીઓ."

"આ આઈડરનીનો મહેલ છે. તમે કોને શોધો છો? ઉભા રહો અને જવાબ આપો."

આ શબ્દો એકદમ સત્તાવાહી ઢબે કહેવાયા હતા અને તેથી અજાણ્યાઓ હતા ત્યાં જ ઉભા રહી ગયા. હવે નોર્થમેને પુછયું, "તમે કોણ છો?"

"એક રોમન."

તે કદાવર માણસે એક વખત તેનો ડાબો ખભ્ભો ઉછાળી માથું તે તરફ ઝુકાવ્યું.

"હા–હા–હા! મેં સાંભળ્યું છે કે ઈશ્વર કદી કોઈ યહુદીને રોમન બનાવી શકતો નથી.

તેણે હસવાનું ખાળી અને તેના સાથીદારને ફરીથી કંઈક કહ્યું અને બન્ને આગળ વધ્યા.

" થોભો!" બેનહરે થાંભલીનો ટેકો છોડતા કહ્યું. "એક વાત."

તે લોકો ફરીથી થોભી ગયા.

"એક વાત!" સેક્ષને અદબ ભીડી અને આરામથી તેને ડરાવતો હોય તેમ કહ્યું. "એક વાત! કહી દે."

"તમે થોર્ડ નોર્થમેન છો."

કદાવર માણસની આસમાની આંખો આશ્ચર્યથી ખુલ્લી રહી ગઈ. તેણે માથું હલાવી સ્વીકૃતિ આપી.

"તમે રોમમાં લાનીસ્ટા (ગ્લેડીયેટરની ખરીદી કરી તેની સાર સંભાળ રાખી તાલીમ આપનાર ધંધાદારી વ્યકિત કે જે તેને રોમના અખાડામાં પણ ઉતારતો હતો.) હતા."

થોર્ડે માથું હલાવી સંમતિ આપી.

"હું ત્યાં તમારો વિદ્યાર્થી હતો."

"ના," થોર્ડે માથું ધુણાવીને ના પાડી. "આયરમીનની દાઢીના સોગન, મેં કોઈ દિવસ એક પણ યહુદીને ગ્લેડીયેટરનો લડવૈયો બનાવ્યો નથી."

"પણ હું મારી વાત ને સાબિત કરી આપીશ."

"કેવી રીતે?"

"તમે અંહી મને મારી નાખવા માટે આવ્યા છો."

"તે સાચું છે."

"તો પછી મને આ માણસ સાથે હાથોહાથની લડાઈ કરવા દો અને હું મારી વાતને તેના મૃત શરીર પર સાબિત કરી આપીશ."

નોર્થમેનના ચહેરા પર ચમક આવી ગઈ. તેણે તેના સાથીને કંઈક કહ્યું જેનો તેણે કંઈ જવાબ ન આપ્યો, પછી તે નટખટ બાળકની માફક બોલ્યો,

"જયાં સુધી હું શરૂ કરવાનું ન કહું ત્યાં સુધી વાટ જુઓ. તેણે પગથી ઠોકર મારીને તેણે એક આરામ ખુરશી સીધી કરી અને આરામથી તેની ઉપર સુઈ ગયો અને કહ્યું, "સારૂં, તો હવે શરૂ કરો."

જરા પણ ઉત્તેજીત થયા વગર બેનહર તેના પ્રતિદ્વંદ્વી સામે આવી અને ઉભો રહી ગયો અને પછી કહ્યું, " તારો બચાવ કર."

તે માણસમાં કંઈ કહેવાપણું નહોતું. તેણે પોતાના હાથ ઉંચા કર્યા.

જયારે બન્ને એક બીજાની સામે આવી ને ઉભા રહ્યા તો એવું લાગતું હતું કે બન્ને સગા ભાઈઓ હતા. નોર્થમેનના સાથીની આંખોમાં આત્મવિશ્વાસ છલકતો હતો, પણ બેનહર એકદમ શાંત હતો, તેથી આગળ આવનારા ખતરાની સીધી ચેતવણીની ઘંટડી વાગતી હોય તેવું લાગતું હતું. તે બન્ને સ્પર્ધકોને ખબર હતી કે આ સ્પર્ધા જીવલેણ નીવડવાની હતી.

બેનહરે પોતાના જમણા હાથે વાર કર્યો. તેના હરીફે તેનાથી બચવા પ્રયત્ન કર્યો પણ તે પહેલા જ બેનહરે તેની કોણી મજબુત રીતે પકડી લીધી હતી. વાર જબરદસ્ત હતો, તેને બચવાનો કે સામો વાર કરવાનો મોકો જ મળ્યો નહીં. બેનહરે તેને આગળ કરી પોતાના જમણા હાથથી તેની ગરદન ફરતો વીંટાળી ભીંસ આપી અને પછી ડાબી બાજુએ વાળી દીધી. ફરીથી એકદમ ત્વરાથી તેણે તેની ખુલ્લી ગરદન પર ડાબા હાથે એક મુક્કો જડી દીધો અને કોઈ પણ જાતનો અવાજ તેના પ્રતિદ્વંદ્વીના મોં માંથી નીકળ્યો નહીં અને તે એકદમ ધરાશાયી થઈ ગયો.

હવે બેનહર થોર્ડ તરફ ફર્યો.

"હા! શું વાત છે! આયર્મીનની દાઢીના સોગન! " નવાઈથી તે બેઠો થઈ ગયો અને પછી હસ્યો.

"હા–હા–હા! આટલી સારી રીતો તો હું ખુદ પણ આ દાવ લગાવી ન શકયો હોત.

તેણે બેનહરને પગ થી માથા સુધી નિહાળ્યો અને પ્રસંશા કરતા બોલ્યો.

"આ મારો દાવ હતો. મેં દસ વરસ સુધી રોમની શાળામાં મહાવરો કર્યો છે. તું યહુદી નથી. તું કોણ છો?"

"તમે યુધ્ધવીર કવીન્ટસ એરીયસનું નામ સાંભળ્યું છે?"

"કવીન્ટસ એરીયસ? હા, તે મારા સંરક્ષક હતા."

"તેને એક પુત્ર હતો."

"હા," થોર્ડે કહ્યું, "હું તેના પુત્રને પણ ઓળખું છું. મેં જ તેને આ દાવ શીખવ્યો હતો. જે કોઈ મારા જેવા મજબુત હાથ ધરાવતો હોય તે સિવાય આ દાવ નો ઉપયોગ કરવો શકય નથી. તેથી જ મને મારા આ દાવ માટે ખુબ જ પ્રસંશા મળતી હતી"

"હું તે એરીયસનો જ પુત્ર છું."

થોર્ડ થોડો વધારે નજીક આવ્યો અને તેને ધ્યાનથી નિહાળ્યો; તે પછી તેની આંખો એકાએક ચમકી ઉઠી અને તેણે હસતા હસતા તેનો હાથ આપ્યો.

"હા–હા–હા! તેણે મને કહ્યું હતું કે મને આ સ્થળે એક યહુદી મળશે, એક યહુદી કુતરો – અને જો હું તેને મારી નાખું તો તે દેવતાઓની સેવા કર્યા બરાબર થશે."

તમને આવું કોણે કહ્યું?" બેનહરે થોર્ડ સાથે હાથ મિલાવતા પુછ્યું.

"તે – મેસાલા – હા, હા, હા!"

"થોર્ડ, આવું તેણે તમને કયારે કહ્યું?"

"ગઈ કાલે રાત્રે."

"મને થયું કે તે ઘણી ઈજા પામ્યો છે."

"તે ફરી કદી પણ ચાલી શકશે નહીં. તેણે તેની પથારી પરથી દર્દથી કણસતા કણસતા મને કહ્યું હતું."

થોડા શબ્દોમાંજ તેના પ્રત્યે મેસાલાને કેટલી ઘૃણા હતી તેનું સમગ્ર ચિત્ર રજુ થઈ ગયું; બેનહરને થયું કે તે જયાં સુધી જીવતો રહેશે ત્યાં સુધી આ કંઈ પણ કરવાને શકિતમાન ભયજનક રોમન તેનો પીછો નહીં છોડે. તો કહ્યું છે કે સુખી જીવનને બદલાની ભાવના બરબાદ કરી નાખે છે. અને એટલે જ તે સંબલાતની સાથે શરતમાં હારી ગયેલો જુગારી છેલ્લે પાટલે જઈ બેઠો હતો. જયારે બેનહરે તો આવનાર રાજા માટે માર્ગ તૈયાર કરવાનો હતો. તેના કાર્યમાં શત્રુ વિઘ્ન નાખે નહીં તે માટે જે કોઈ રસ્તાઓ શકય હોય તેનો બેનહરે વિચાર કરવો પડે. તો શા માટે રોમન પધ્ધતિઓથી જ તેણે કામ કરવું? જે માણસે તેને મારી નાખવા માટે માણસો મોકલ્યા હોય તે ફરી પણ આવું કરી શકે. તે માટે મેસાલા વધારે કિંમત પણ ચુકવી શકે તેમ હતો. એકાએક તેને અંતઃસ્કુરણા થઈ અને તેણે નીચે પડેલા તેના પ્રતિદ્વંદ્વી તરફ જોયું. તેનો ચહેરો સફેદ થઈ ચુકયો હતો પણ તેનો ચહેરો એકદમ તેના જેવો જ લાગતો હતો. તેણે નોર્થમેનને પુછ્યું,

"થોર્ડ, મેસાલાએ તને મને મારી નાખવા માટે કેટલા સેસ્ટરટીમાં સોદો કર્યો હતો?"

"એક હજાર સેસ્ટરટી."

"તે તમને મળી ગયા હશે; અનેહવે હું જે કહું તેમ તમે કરશો તો હું તે રકમમાં ત્રણ હજાર વધારે જોડી આપીશ."

તે કદાવર માણસે પ્રતિક્રિયા આપી.

"ગઈ કાલે મેં પાંચ હજાર જીતી લીધા હતા. તેમાં રોમનના એક હજાર ઉમેરો તો કુલ છ હજાર થઈ જાય છે. જો તું મને ચાર ના બદલે પાંચ હજાર આપે તો હું તારા માટે કોઈ પણ કામ કરવામાં પાછો નહીં પડું; પાંચ હજાર આપીશ તો હું પથારીમાં પડેલા રોમનને પણ મારી નાખીશ. બસ મારે તેનું મોં મારા હાથથી ઢાંકવું પડશે – આ રીતે."

આમ કહીને તેણે તે શું કરવા ધારતો હતો તે અભીનય કરી સમજાવ્યું.

"મને સમજાયું;" બેનહરે કહ્યું, "દસ હજાર સેસ્ટરટી હોવા એટલે ન્યાલ થઈ જવું. જો આટલા નાણાં એક સાથે આવી જાય તો તમે રોમ પાછા ફરીને મહાન સર્કસ પાસે દ્રાક્ષના દારૂની દુકાન ખોલી શકો અને આરામથી એવા પહેલા લાનીસ્ટા તરીકે જીવન ગુજારી શકો.

તે કદાવર માણસના ચહેરા પર બંધ આંખોથી જે બેનહરે ચિત્ર દેખાડયું હતું તે જોઈને આનંદ છવાઈ ગયો.

"હું તમને ચાર હજાર આપીશ. અને હવે જુઓ મજા કે આટલી રકમ કમાવા માટે તમારે લોહીનું એક ટીપું યે વહાવવાનું નથી. મારી વાત સાંભળો. અંહી જે તમારો મિત્ર પડયો છે તેનો ચહેરોમોરો મારા જેવો નથી લાગતો?"

"હું તો એમ કહીશ કે તે એકજ વૃક્ષનું સફરજન હતું. (તમે બન્ને સરખા લાગો જ છો.)"

" સારૂં, તો એ કેવું રહેશે કે હું તેના કપડા પહેરી લઉં અને તેના મારા કપડા પહેરાવી દઉં, તે પછી તેને અંહી જ છોડી અને આપણે જતા રહીએ તો આવી પરિસ્થિતીમાં તમને મેસાલાના પૈસા પણ મળી જશે, ખરૂં ને? બસ તમારે તેને એક જ વાતનો વિશ્વાસ અપાવવાનો છે કે મારૂં મૃત્યુ થયું છે."

થોર્ડ એટલો જોર જોરથી હસવા માંડયો કે તેની આંખોમાં આંસુ આવી ગયા.

"હા, હા, હા! આટલી સહેલાઈથી મને દસ હજાર સેસ્ટરટીની રકમ કદી પણ મળી નથી. મહાન સર્કસની નજીક જ શરાબની દુકાન ખૂલી જશે. અને તે પણ એક પણ લોહીનું ટીપું વહેવડાવ્યા વગર. બસ, થોડું જુઠ્ઠું બોલવાનું છે. તું મને વચન આપ કે જયારે પણ તું રોમ જઈશ તો થોર્ડ નોર્થમેનની દારૂની દુકાને આવવાનું ભૂલીશ નહીં. આયરમીનની દાઢીના સોગન, સાચું કહું તો જો તારા માટે મારે સીઝરની શરાબ ચોરવી પડે તો પણ હું તને આલા દરજજાની શરાબ ચખાડીશ."

તેઓએ ફરીથી હાથ મીલાવ્યા; તે પછી કપડાની અદલા બદલી થઈ. તે પણ નકકી થયું કે તે જ રાત્રે થોર્ડ જયાં રોકાયો હતો ત્યાં ચાર હજાર સેસ્ટરટી લઈને એક માણસ જશે. જયારે તે બધું પુરૂં થયું કે તે કદાવર માણસે સામેનો દરવાજો ખખડાવ્યો; તે તેના માટે ખૂલ્યો; અને તે મુલાકાતીઓના કક્ષમાંથી બહાર જતા પહેલા બેનહરને તેની સાથેના ઓરડામાં લઈ ગયો; જયાં બેનહરે તે મૃત મુકકાબાજના કપડા અને ઘરેણા પહેરી લીધા. તેઓ પછી ઓમ્ફાલસ જઈને છુટા પડવાના હતા.

"એરિયસના પુત્ર, તું મારી દુકાનમાં આવવાનું ભૂલતો નહીં. ઈશ્વર જાણે છે કે આટલા ઓછા પ્રયત્નમાં કોઈનેય આટલી સંપત્તિ કમાવાની તક ન મળે. ઈશ્વર તારી રક્ષા કરે!"

મુલાકાતીઓ માટેનો કક્ષ છોડતા પહેલા બેનહરે છેલ્લી વાર તે મૃત વ્યકિત સામે જોયું. તે બન્નેના ચહેરામાં ગજબની સમાનતા દેખાતી હતી. જો થોર્ડ નોર્થમેન આ વાત કોઈને ન કરે તો આ રહસ્ય કદી પણ ખૂલવાનું નહોતું.

****

તે રાત્રે, સીમોનીડીસના ઘરમાં, બેનહરે તે ભલા માણસને આઈડરનીના મહેલમાં જે કંઈ ઘટના બની હતી તેની વિગતવાર વાત કરી અને નકકી થયું કે થોડા દિવસો પછી યુધ્ધવીર એરીયસના દિકરાની ભાળ મેળવવા માટે એક સાર્વજનિક તપાસ શરૂ કરવામાં આવે. આ બાબતમાં નિર્ભયતાથી સમ્રાટ મેક્ષેન્ટસ સામે પણ રજુઆત કરવામાં આવે. અને, તે પછી પણ જો સત્ય બહાર ન આવે, તો સમજવું કે મેસાલા અને ગ્રેટસને પણ રાહત અને આનંદ થશે, અને તેથી બેનહર આરામથી તેના ખોવાયેલા લોકોની ભાળ મેળવવા જેરૂસલેમ જઈ શકશે.

તેનો વિદાય લેવાનો સમય આવ્યો. છત પર સીમોનીડીસ તેની ખુરશીમાં નદી ને પેલે પાર જોતો હતો. તેણે બેનહરને એક પિતા આપે તેવી રીતે આશિર્વાદ આપ્યા અને વિદાય આપી. એસ્થર તેને વિદાય આપવા માટે છેક નીચે સીડીઓ સુધી આવી.

"જો હું મારી માતાને શોધી શકું તો એસ્થર, તું તેની સાથે જેરૂસલેમ જજે અને તીરઝાહની બહેન બનીને રહેજે."

અને આમ કહીને તેણે એસ્થરને ચુમી લીધી.

તેણે નદી પાર કરી અને થોડે આગળ શેખ ઈલ્દેરીમની છાવણીઓ પાસે આવ્યો. ત્યાં તેને એક આરબ માર્ગદર્શક મળ્યો. તે સાથે તેના અશ્વો લઈ આવ્યો હતો.

"આ તારો અશ્વ છે."

બેનહરે જોયું, અને લો! તે અલ્દેબરન હતો.મીરા ના પુત્રો પૈકીનો સહુથી ચપળ અને તેજસ્વી અશ્વ, શેખ ઈલ્દેરીમનો સાઈરીયસ પછીનો માનીતો અશ્વ; અને તેને થયું કે શેખે તેને આ ભેટ સાથે તેનું હૈયું પણ બેન હરને આપી દીધું હતું.

ત્યાં મહેલમાં પડેલા મૃતદેહને તે રાત્રીએજ દફનાવી દેવામાં આવ્યો હતો; અને મેસાલાએ કરેલા આયોજન પ્રમાણે જ એક સંદેશવાહકને ગ્રેટસને બેનહરના મૃત્યુની જાણ કરવા માટે મોકલવામાં આવ્યો હતો કે જેથી તેને પણ નીરાંત થાય – આ બધું તે જ સમયગાળામાં બની ગયું.

થોડા દિવસ પછી રોમમાં સર્કસ મેક્ષીમસ પાસે એક શરાબનું પીઠું ખુલ્યું અને તેની ઉપર લખ્યું હતું,

"થોર્ડ ધ નોર્થમેન"

*****

ભાગ ૬

પ્રકરણ ૧લું

હવે આપણી કથા બેનહરે એન્ટીઓક છોડી અને શેખ ઈલ્દેરીમને રણમાં મળવા ગયો તેના ત્રીસ દિવસ પછી આગળ વધે છે.

એક મોટું પરિવર્તન થયું – આપણા કથા નાયક ના સંદર્ભે ઘણું મોટું પરિવર્તન – વેલેરીયસ ગ્રેટસના સ્થાને હવે પોન્ટીયસ પીલાતેની નિમણુંક થઈ હતી.

જો કે આ ફેરફાર કરવા માટે સીમોનીડીસે પુરા પાંચ રોમન ટેલન્ટ જેટલી મોટી રકમ સેજાનુસ કે જે શહેનશાહના અંગતવિશ્વાસુઓમાંથી એક હતો; તેને ચુકવવી પડી હતી. તેથી બેનહરને ખાસ જાહેર થયા સિવાય જેરૂસલેમમાં તેના પરિવારના સભ્યોને શોધવામાં ઘણી મદદ મળી શકે તેમ હતું. આ પવિત્ર કાર્ય માટે તેણે દ્રુસસ અને તેના સાથી જુગારીઓ પાસેથી જે રકમ વસુલ કરી હતી (સ્વાભાવિક રીતે મેસાલાની શાખ ત્યાં રોમમાં જરા પણ રહી નહોતી તેથી તે બધા શત્રુઓ થઈ ચુકયા હતા) તેનાથી ચુકવણી કરી હતી.

જો કે તે સમય જ એવો હતો કે યહુદીઓ સારી રીતે જાણતા હતા કે આ શાસન પરિવર્તનથી તેમનું કંઈ વધારે ભલું થવાનું નહોતું.

એન્ટોનીયામાં ગેરીસનમાં રહેલી લશ્કરી ટુકડીના સૈનિકોને ત્યાંથી મુકત કરવા માટે જે લશ્કરી ટુકડીઓ મોકલવામાં આવી હતી, તે ટુકડીઓએ રાત્રે શહેરમાં પ્રવેશ કર્યો; બીજા દિવસની સવારે ત્યાંના રહેવાસીઓનું અભિવાદન કરવા માટે શહેરના જુના મિનારાને શહેનશાહની છાતી સુધીની પ્રતિમા સાથે પૃથ્વીનો ગોળો અને ગરૂડની આકૃતિઓ સાથેના લશ્કરના નિશાનોથી સજાવવામાં આવ્યો હતો. એક સાથે મોટી સંખ્યામાં લોકો ધીરજ પૂર્વક સીસેરા કે જયાં પીલાતનું અધિકૃત નિવાસસ્થાન હતું ત્યાં રજુઆતો કરવા પહોંચ્યા. પાંચ દિવસ અને રાત તે લોકો ત્યાં બેઠા રહ્યા અને આખરે તે લોકોને સર્કસમાં મુલાકાત માટે સમય આપવામાં આવ્યો. જયારે તેઓ ત્યાં એકઠા થયા ત્યારે પિલાતે તે લોકોની ફરતે સૈનિકો ગોઠવી દીધા. તેમનો વિરોધ કરવાને બદલે તે લોકોએ તેમનું જીવન અર્પણ કરવાની વાત કરી પિલાતને જીતી લીધો. પિલાતે બધા શાહી નિશાન મીનારા પરથી ઉતરાવી લીધા. (જયારે ગ્રેટસે તેના અગીયાર વર્ષના લાંબા શાસન દરમ્યાન આ બધા નિશાન તેની ધાક બનાવી રાખવા જાળવી રાખ્યા હતા.)

પરંતુ એ પણ સાચું છે કે નઠારી વ્યકિત પણ કયારેક સારૂં કામ કરવા માટે પ્રયત્ન કરતી હોય છે. પિલાતે એવું જ કર્યું. સત્તાની ધુરા સંભાળતા વેંત તેણે જયુડીયાની બધી જેલોમાં બંધ કેદીઓની યાદી તૈયાર કરવાનો આદેશ આપ્યો. તે યાદી સાથે તે કેદીઓના અપરાધનું વિવરણ, અને તેમને સજા થઈ છે કે તે કાચા કામનો કેદી છે તેની પણ વિગતો માગી. જે વિવરણ તૈયાર કરવામાં આવ્યું તે અત્યંત નવાઈ પમાડે તેવું હતું. તે જેલોમાં એવા સેંકડો લોકો હતા કે જેની વિરૂધ્ધમાં કોઈ જ ફરીયાદ નોંધવામાં આવી નહોતી. તેમને તાત્કાલિક છોડી મુકવામાં આવ્યા. ઘણા બધા એવા પણ કેદીઓ હતા કે જેને ઘણા વખત પહેલા મરેલા જાહેર કરવામાં આવ્યા હતા. અને સહુથી વધુ નવાઈ લાગે તેવી વાત તો એ હતી કે

એવી પણ કેટલીક કાળ કોટડીઓ હતી કે જે અંગે સામાન્ય લોકોને તો ખબર નહોતી, પણ જેલના અધિકારીઓ પણ ભૂલી ગયા હતા. આવી જ એક ભૂલાઈ ગયેલી કાળ કોટડી અંગે આપણે આગળ જોઈશું. પણ, માનવામાં ન આવે એવી આ વાત કે આ બધું જેરૂસલેમમાં થયું હતું.

માઉન્ટ મોરીયા પર એન્ટોનીયાનો મીનારનું બાંધકામ મેસીડોનીયાના લોકોએ વર્ષો પહેલા કયુરં્ હતું. તે પછી જહોન હાયરકાન્સે મંદિરના રક્ષણ માટે માઉન્ટ મોરીયાના પોણા ભાગના વિસ્તારને આવરી લેતા અત્યંત મજબુત કિલ્લાનું નિર્માણ કર્યું. તે દિવસોમાં તે કિલ્લો શત્રુઓ માટે અભેદ ગણાતો હતો. પણ જયારે હેરોદ તેના બહાદુર અને પ્રતિભાશાળી સ્થપતિઓ સાથે આવ્યો ત્યારે તેની દિવાલો વધુ મજબુત અને ઉંચી ચણાવી; તેમાં કચેરીઓ, લશ્કરી બેરેકો, શસ્ત્રાગાર, પાણીના ટાંકા, અનાજના કોઠારો અને છેલ્લે તમામ કક્ષાના કેદીઓ માટે જેલનું નિર્માણ કરાવ્યું. તેણે જગ્યા સમથળ કરાવી, ફરતે કમાનોની હારમાળા કરી અને મંદિરના સૌન્દર્યમાં વધારો કર્યો. કમાનોની છત પરથી નીચે જોતા મંદિરનો મુખ્ય ખંડ દેખાતો હતો. આવી વ્યુહાત્મક જગ્યાઓને વ્યવસ્થિત રીતે ઉપયોગમાં લેવામાં રોમનો ખુબજ નિપુણ હતા. ગ્રેટસના વહીવટ દરમ્યાન આ સ્થળનો લશ્કરની છાવણી અને માથાભારે બળવાખોરોની જેલ તરીકે ઉપયોગમાં લેવા માટે વિકાસ કરવામાં આવ્યો હતો. જયારે પણ તેના દરવાજામાંથી લશ્કરી ટુકડીઓ ધાંધલ ધમાલ કાબુમાં લેવા માટે બહાર નીકળતી, ત્યારે આફત આવી જતી. અને જો કોઈ યહુદી પણ તેના દરવાજાઓ નીચેથી પસાર થતો તો તેનું પણ આવી બનતું.

આ વર્ણન સાથે આપણે આપણી વાત આગળ શરૂ કરીએ છીએ.

****

નવા વહીવટદારના આદેશ અનુસાર જેલમાં રહેલા બધા લોકોનો એક અહેવાલ એન્ટોનીયાના મીનાર પર પહોંચાડવામાં આવ્યો અને તરતજ તે અંગે જે આદેશો થયા તેનું પાલન કરવામાં આવ્યું; અને આમ જ બે દિવસો વિતી ગયા કે જયારે છેલ્લા કમનસીબન કેદી ને ચકાસણી કરવા માટે લાવવામાં આવ્યો. આગળ મોકલવા માટે તૈયાર કરવામાં આવેલું એક કોઠા પત્રક ત્યાંના મુખ્ય સેના અધિકારીના ટેબલ પર પડયું હતું. બસ થોડીવારમાં જ તે માઉન્ટ ઝાયોન પર આવેલા મહેલમાં પિલાતને મોકલવાનું હતું.

મુખ્ય સેના અધિકારીની કચેરી તેના મોભાને અનુરૂપ મોટી અને યોગ્ય સજાવટ કરેલી હતી. તો પણ સાત વાગ્યે અધિકારીની ધીરજ ખુટી ગઈ અને તે કંટાળી ગયો. તે અહેવાલને રવાના કરવામાં આવશે તે પછી જતે છત પર જઈ ખુલ્લી હવામાં શ્વાસ લેશે અને થોડી હળવી કસરતો કરી અને પછી યહુદીઓને મંદિરની કોર્ટમાં જોઈને આનંદ લેશે. તેના સાથી અધિકારીઓ અને કર્મચારીઓની પણ ધીરજ ખુટી ગઈ હતી.

બધા આમ વાટ જોતા હતા ત્યાં જેલની પાસેના ઓરડામાં એક વ્યકિત દાખલ થઈ. તેના હાથમાં હથોડી જેટલી વજનદાર ચાવીઓનો જુડો હતો. મુખ્ય સેના અધિકારીનું ધ્યાન તરત જ તેની ઉપર ગયું અને તેણે કહ્યું,

"આવ ગેસીયસ! અંદર આવ."

જેવો તે નવ આગંતુક જે ટેબલની પાછળ મુખ્ય અધિકારી આરામખુરશીમાં બેઠો હતો તે તરફ આગળ વધ્યો કે ત્યાં હાજર રહેલા બધાએ તેની તરફ જોયું કે તેના ચહેરા પર ઘણી આશંકા અને ભય છવાયેલો હતો. તેઓ બધા એકદમ શાંત થઈ અને તે જે કંઈ કહે તે સાંભળવા કાન માંડીને બેઠા. તેણે હળવેથી કહ્યું, "મુખ્ય અધિકારીશ્રી, હું આપને જે ખબર આપવા આવ્યો છું, તે કહેતા મને ડર લાગે છે."

"શું ગેસીયસ, બીજી કોઈ ભૂલ થઈ?"

"જો હું આ બીજું કંઈ નથી પણ એક ભૂલ છે તેવું મારી જાતને સમજાવી શકું તો મને ડર નંહી લાગે."

"તો પછી એ ગુનો હશે – અથવા તેથી પણ વધુ ખરાબ, નોકરી પરની બેદરકારી. તું સીઝર પર હસી શકે અથવા દેવતાઓને દોષ આપી શકે અને જીવતો પણ રહે; પણ જો તે સૈન્યને લગતું કંઈ હશે – તને ખબર જ છે, ગેસીયસ – થવા દે."

" તે વાતને આઠ વરસ થયા કે જયારે વેલેરીયસ ગ્રેટસે મને અંહી મીનારમાં કેદીઓની રખેવાળી સોંપી હતી," તે માણસે અટકયા વગર વાત ચાલુ રાખી. " મને તે સવાર યાદ છે કે જયારે મેં મારી કચેરીમાં ફરજ બજાવવા માટે પહેલી વાર પગ મુકયો. તેના આગલા બે દિવસ પહેલા શહેરમાં રમખાણ મચ્યું હતું અને શેરીઓમાં મારામારી થઈ હતી. આપણે ઘણા બધા યહુદીઓને પકડી લાવ્યા હતા અને ફટકાર્યા હતા. તો વાત જાણે કંઈક એમ બની હતી કે એક છાપરા પરથી ગ્રેટસ પર લાદી નો એક ઘા કરવામાં આવ્યો હતો અને તેનો ઘોડો ભડકયો અને તેથી ગ્રેટસ પડી ગયો. તેમ કહેવાય છે કે તે ગ્રેટસને મારી નાખવાનું કાવતરૂં હતું. મેં તેમને તમે અત્યારે જયાં બેઠા છો ત્યાં જ જોયા હતા. તેના માથા પર પાટો બાંધ્યો હતો. તેણે મારી નિમણુંકની વાત કરી અને મને સંખ્યાબંધ કાળ કોટડીઓની આ ચાવીઓ આપી; તે મારી કચેરીમાં જ રહેવાની હતી અને મારે તે સંભાળીને રાખવાની હતી. ત્યાં એક કાગળનો વીંટો ટેબલ પર પડેલો હતો. તેણે મને પાસે બોલાવ્યો અને તે વીંટો ખોલવાનું કહ્યું. 'આ ત્રણ જેલની કોટડીઓના નકશા છે,' તેણે કહ્યું. 'આ એક, તેણે ઉપરના માળની રચના બતાવી; આ બીજો તને બીજા માળની રચના બતાવશે અને આ છેલ્લો નીચેના માળની રચનાનો છે. હું તારામાં વિશ્વાસ મુકીને તને આપું છું.' મેં ચાવીઓનો ઝુડો તેમના હાથમાંથી લીધો અને તેણે વાત આગળ ચલાવી, " હવે તારી પાસે ચાવીઓ અને નકશાઓ છે; હવે તું ફટાફટ જા અને આ બધી વ્યવસ્થાઓને સમજી લે; દરેક કોટડીની મુલાકાત લે અને તેની પરિસ્થિતી જોઈ લે. જયારે પણ કોઈ કેદી કે સલામતીની બાબતમાં કોઈ પ્રશ્ન ઉભો થાય ત્યારે તારી વિવેકબુધ્ધિ અનુસાર તારે નિર્ણય લેવાનો છે, કેમ કે તારે માત્ર મારી હેઠળ જ કામ કરવાનું છે, અંહી મારા સિવાય તારો કોઈ ઉપરી અધિકારી નથી.'

"મેં તેને સલામ મારી અને અને જવા માટે પાછો ફર્યો કે તેણે મને પાછો બોલાવ્યો.'ઓહ, હું ભૂલી ગયો, તેણે કહ્યું. 'મને ત્રીજા માળનો નકશો આપ.' મેં તેને નકશો આપ્યો, અને તેણે તે નકશો ટેબલ પર ફેલાવ્યો."તો, જો, ગેસીયસ,' તેણે કહ્યું, ' આ કોટડીને જો.' તેણે એક પાંચ નંબરન કોટડી પર આંગળી મુકી. 'તે કોટડીમાં ત્રણ માથાભારે કેદીઓને રાખવામાં આવ્યા છે કે જેની પાસે રાજયના કોઈ ગોપનીય રહસ્યની જાણકારી છે અને તેઓ તેની જીજ્ઞાસાની કિંમત ચુકવી રહ્યા છે.' તેણે મારી સામે એકદમ ગંભીર થઈને જોયું – એવી રીતે જોયું કે તે કોઈ ભયંકર અપરાધ કરવાથી પણ વિશેષ હોય. તેના કહેવા

અનુસાર તે મુક અને અંધ લોકોને મૃત્યુ થાય ત્યાં સુધી રાખવાનો આદેશ હતો. તે લોકોને ખોરાક અને પાણી સિવાય કશું આપવાનું નહોતું, અને તે પણ દરવાજાના તે માટેના કાણામાંથી જ આપવાના હતા. તે પછી પટ્ટી સરકાવીને તે કાણું બંધ કરી દેવાનું હતું. તું સાંભળે છે, ગેસીયસ?' મેં તેને જવાબ આપ્યો. 'તો સારૂ, તેણે વાત આગળ ચલાવી,'તારે એક વાત ભૂલવાની નથી, નંહીતર' – તેણે મારી સામે ધમકી આપતો હોય તેમ જોયું,' તેની કોટડીના દરવાજાનો નંબર પાંચ છે. તે જ માળ ઉપર – આ ગેસીયસ' – તેણે એક ચોકકસ કોટડી ઉપર મને યાદ રહે તે માટે આંગળી મુકતા કહ્યું, – કોઈ પણ દિવસ કોઈએ પણ કોઈ કારણથી ખોલવાની નથી. તારે પણ નંહી.' મેં પુછયું, ' પણ જો તેઓ મરી જાય તો?' તો તેણે જવાબ આપ્યો કે તે તેમની કબર બની જશે. તેઓને ત્યાં મરવા માટે જ રાખવામાં આવ્યા છે. તે કુષ્ઠરોગીઓની જ કોટડી છે. તું સમજે છે?' આમ કહીને તેણે મને જવા દીધો.

ગેસીયસ વાત કરતા થોડી વાર થોભ્યો. તેના ટુંકા ઝભ્ભાના છાતી પરના મોટા ખીસ્સામાંથી ત્રણ કાગળના વીંટા કાઢયા, તે બધા ઘણા જુના થઈ ગયા હતા અને ઘણા વપરાશમાં પણ આવ્યા હોવાથી પીળા પડી ગયા હતા. તેમાંથી એક ને અલગ કાઢીને તેણે તેને અધિકારીના ટેબલ પર ફેલાવ્યો અને એકદમ સાહજિક રીતે કહ્યું," આ ભોંયતળિયાની કોટડીઓનો નકશો છે."

ત્યાં બેઠેલા બધા લોકોએ તે નકશાઓ પર જોયું.

"માનનીય અધિકારીશ્રી, આ તે જ નકશા છે કે જે મને ગ્રેટસે આપ્યા હતા. જુઓ, આ પાંચ નંબરની કોટડી છે." ગેસીયસે કહ્યું.

"મને સમજાયું,"અધિકારીએ જવાબ આપ્યો. "આગળ વાત કર, તેના કહેવા અનુસાર તે કુષ્ઠરોગીઓ ની કોટડી હતી."

"મારે તમને એક પ્રશ્ન કરવો છે," જેલરે નમ્રતાપૂર્વક પરવાનગી માગી.

અધિકારીએ સંમતિ આપી.

"મને આવા સંજોગોમાં આ નકશો સાચો છે કે ખોટો તે જાણવાનો અધિકાર નથી?"

"તું બીજું શું કરી શકે?"

"ઠીક, તો આ સાચો નકશો નથી."

હવે મુખ્ય અધિકારીને નવાઈ લાગી.

"આ સાચો નકશો નથી," જેલરે ફરીથી કહ્યું. " આમાં પાંચ કોટડીઓ બતાવી છે, પણ તે કોટડીઓની પાછળ એક છઠ્ઠી કોટડી પણ છે."

" છ? તેં એમ કહ્યું ?

" હું તમને મારા મત પ્રમાણે જે ભોંયતળિયાની રચના છે તે સમજાવીશ."

ગેસીયસે ટેબલ પર પડેલી પાટી પર ગેસીયસે કાચો નકશો દોર્યો અને મુખ્ય અધિકારીને બતાવ્યો.

" તેં સારી કામગીરી કરી છે," મુખ્ય અધિકારીએ દોરેલા નકશા ને જોઈ, થોડી વાર થોભી, કંઈક વિચાર કરી અને કહ્યું, "મારી પાસે સુધારેલો નકશો હશે, અથવા તે વધુ સારૂ રહેશે કે હું નવો બનાવડાવી અને તને આપુ. તે માટે આવતીકાલે સવારે આવજે."

આમ કહીને તે ઉભો થયો.

"પણ મુખ્ય અધિકારીશ્રી, મારી વાત થોડી વધારે સાંભળો."

"આવતીકાલે, ગેઈસસ, આવતી કાલે."

"મારે તમને જે કહેવું છે તે માટે હું આવતીકાલની વાટ જોઈ શકું તેમ નથી."

ભલો મુખ્ય સેના અધિકારી તેની ખુરશીમાં પાછો બેસી ગયો.

" હું ફટાફટ વાત કરીશ," જેલરે નમ્રતાથી કહ્યું, " ફક્ત મને એક વધુ પ્રશ્ન પુછવાની રજા આપો. ગ્રેટસે જે કારણથી પાંચ નંબરની કાળકોટડીમાં કેદીઓને રાખવામાં આવ્યા હતા તે કારણ જાણવાનો શું મને અધિકાર નથી?

"હા, તે તારી ફરજ છે. જે કોઈ જેલમાં કેદીઓ છે, તે રાજયના કેદીઓ છે – તેથી ગ્રેટસે જે કહ્યું હોય તે તારે આંખો બંધ કરીને અને હોઠ ભીડીને માનવું જ પડે."

" ઠીક ત્યારે," જેલરે કહ્યું, " જો તે સાચું ન હોય તો પણ?"

"ના!" હવે મુખ્ય સેના અધિકારીને તેની વાતમાં ફરીથી રસ પડયો.

"સાંભળો અને તમારી જાતે નિર્ણય કરો, માનનીય અધિકારીશ્રી, મેં પહેલા માળથી છેલ્લા માળ સુધી તમામ કોટડીઓની મુલાકાત લીધી અને છેલ્લે આ કોટડીમાં આવ્યો. તેનો ક્રમ પાંચમો હતો અને તેને ખોલવાનો આદેશ નહોતો. આ આઠે આઠ વર્ષો દરમ્યાન તે ત્રણ કેદીઓને માત્ર ખોરાક અને પાણી તે માટે એક ખાસ રચના વાળા કાણામાંથી આપવામાં આવતા હતા. હું ગઈ કાલે તે દરવાજા પાસે ગયો અને થયું કે આટલા વર્ષો પછી તે દરવાજાની પાછળ કોણ જીવતું રહ્યું હશે તેવી જીજ્ઞાસાવશ તાળાઓ ખોલવાનો નિર્ણય કર્યો તો ચાવીઓ લાગી જ નંહી. અમે તે દરવાજાને ખોલવા થોડો ખેંચ્યો તો તે લોખંડનો કાટ ખાધેલો દરવાજો એટલો બધો જીર્ણ થઈ ગયો હતો કે આખેઆખો દરવાજો જ પડી ગયો. અમે અંદર ગયા અને અમારા બધાના આશ્ચર્ય વચ્ચે ત્યાં એક નગ્ન, વૃધ્ધ અને આંધળો માણસ હતો. તેની ચામડી કાગળ જેવી પાતળી થઈ ગઈ હતી. તેણે તેના હાથના આંગળીઓના ગંદા, લાંબા અને વાંકડીયા નખ પક્ષીના નખ જેવા લાગતા હતા.મેં તેને તેના સાથી કેદીઓ વિષે પુછયું તો તેણે નકારમાં માથું ધુણાવ્યું. અમે તે લોકોને શોધવા માટે કોટડીમાં તપાસ કરી. ભોંયતળીયું અને દિવાલો સામે જોતા વિચાર આવ્યો કે જો બે માણસો મરી ગયા હોય તો તેમના કમસે કમ હાડકા તો મળવા જ જોઈએ."

"તો પછી તને શો વિચાર આવ્યો?"

" પહેલા તો મને લાગ્યું કે ત્યાં આ આઠ વર્ષ દરમ્યાન એક જ કેદી હોવો જોઈએ."

અધિકારી થોડો સાવધ થયો અને કહ્યું, "સંભાળીને બોલજે, તારો કહેવાનો અર્થ એવો તો નથી થતો ને કે વેલેરીયસ ગ્રેટસ ખોટું બોલતો હતો."

ગેસીયસે માથું ઝુકાવ્યું, પણ કહ્યું, " તેની કદાચ ભૂલ પણ થતી હોય."

"ના, તે ખરો હતો," મુખ્ય અધિકારીએ ઉષ્મા પૂર્વક કહ્યું. " તારા પોતાના કહેવા પ્રમાણે તે સાચો હતો. તેં જ નહોતું કહ્યું કે તે કોટડીમાં છેલ્લા આઠ વર્ષોથી નિયમિત રીતે ત્રણ કેદીઓ માટે પાણી અને ખોરાક આપવામાં આવે છે?"

ત્યાં ઉભેલા મૂક પ્રેક્ષકોએ મુખ્ય અધિકારીની ચતુરાઈની દાદ દીધી. તો પણ ગેસીયસે હાર માની નંહી.

"મુખ્ય અધિકારીશ્રી, મેં તમને હજુ અડધી જ વાત કરી છે. જયારે તમને બધી વાતની ખબર પડશે ત્યારે તમે મારી વાત સાથે સહમત થશો. તમને ખબર છે કે અમે તે માણસ સાથે શું કર્યું? અમે તેને નવડાવ્યો, વાળ અનેનખ કપાવ્યા, કપડા પહેરાવ્યા અને નગરના દરવાજે લઈ જઈને આઝાદ કરી દીધો. આમ મેં તેનાથી મારા હાથ ખંખેરી નાખ્યા. આજે તે પાછો આવ્યો અને તેને મારી પાસે લાવવામાં આવ્યો. તેની આંખોમાં આંસુ સાથે તેણે મને તેની કોટડીમાં પાછો લઈ જવા માટે વિનંતી કરી અને મેં તે માટે આદેશ કર્યો. મારા કર્મચારીઓ જયારે તેને ત્યાં લઈ જવાના હતા ત્યારે તે ચોધાર આંસુડે રડી પડયો અને મારા પગ ચુમવા માંડયો અને તેણે ઈશારાથી મને પણ સાથે આવવા આગ્રહભરી વિનંતી કરી; અને હું ગયો. મારા મનમાં ત્રણ કેદીઓવાળી રહસ્યમય વાત હજુ પણ ચાલતી જ હતી. હું તેનાથી સંતૃષ્ઠ નહોતો. હવે મને આનંદ થયો કેમ કે મેં તેની આજીજી પર ધ્યાન આપ્યું હતું, મને તેનું ફળ મળવાનું હતું."

આ ક્ષણે ત્યાં ઉપસ્તિથ બધા એકદમ સ્થિર થઈ ગયા.

"જયારે અમે કોટડીમાં ફરીથી પહોંચ્યા તો તે કેદીએ મારો હાથ આતુરતાથી પકડયો અને દિવાલમાં એક કાણા જેવું કે જેમાંથી અમે કેદીને ખોરાક અને પાણી આપતા હતા ત્યાં દોરી ગયો. તે એટલું બધું મોટું હતું કે તેમાંથી તમારી હેલ્મેટ પણ અંદર જતી રહે. તો પણ તે ગઈ કાલે મારા ધ્યાન બહાર રહી ગયું. તેણે હજુ પણ મારો હાથ પકડી અને તેનું માથું તે કાણામાં નાખ્યું અને તેનાથી થઈ શકે તેટલા મોટા અવાજે બુમ પાડી. એક ધીમો અવાજ પાછો આવ્યો. મને નવાઈ લાગી, અને તેને પાછો ખેંચી અને મેં બુમ પાડી,'હો, અંહીઆ!' પહેલા તો કોઈ જવાબ ન આવ્યો. મેં ફરીથી બુમ પાડી, અને જવાબમાં પાછા શબ્દો આવ્યા,' ઈશ્વર તારો જય હો!' તે તો વધારે નવાઈ પમાડે તેવી વાત હતી, ઓ મુખ્ય અધિકારીશ્રી, તે એક સ્ત્રી નો અવાજ હતો. અને મેં પુછયું, ' તમે કોણ છો? અને જવાબ મળ્યો, 'ઈઝરાયેલની પુત્રી, તેને અંહી તેની પુત્રી જોડે કેદ કરવામાં આવી છે. અમને બને તેટલીજલદી મદદ કરો, નંહીતર અમે મરી જઈશું.' મેં તેમને કહ્યું કે આનંદ કરો, અને તે પછી ઉતાવળે અમે અંહીઆ તમારી મરજી શું છે તે જાણવા આવ્યા છીએ."

મુખ્ય અધિકારી ઉતાવળે ઉભો થયો.

"તેં સારૂ કર્યું ગેસીયસ," તેણે કહ્યું, "અને હવે જો. તે નકશો ખોટો હતો, અને તેથી તે ત્રણ માણસોની વાત પણ. કેટલાક રોમન લોકો વેલેરીયસ ગ્રેટસ થી વધુ સારા છે."

"હા," જેલરે કહ્યું. " મને કેદીએ વાત કરી કે તને નિયમિત રીતે તે સ્ત્રીઓ માટે જે ખોરાક અને પાણી આપવામાં આવતા હતા તે તેઓને પહોંચાડતો હતો."

"તે ખરેખર પ્રસંશાને પાત્ર છે,"મુખ્ય અધિકારીએ જવાબ આપ્યો અને ત્યાં ઉપસ્થિત મિત્રોની સહમતી માટે તેમની સામે જોયું અને તે કેટલી સારી વાત હતી તેની પ્રતિતી કરી અને તેણે ઉમેર્યું, " ચાલો, તો આપણે તે સ્ત્રીઓને બચાવી લેવા જઈએ. બધા મારી સાથે ચાલો."

ખુશ થઈને ગેસીયસે આભારની લાગણી વ્યકત કરી.

"આપણે દિવાલ સોંસરવા જવું પડશે," તેણે કહ્યું. મેં શોધી કાઢયું કે દરવાજો કયાં હતો, પણ તે પછી ચુના અને પત્થરોથી ચણી લેવામાં આવ્યો હતો."

મુખ્ય અધિકારીએ કારકુનને આદેશ કર્યો, " મારી પાછળ કડીયાઓને તેમના કામ ના હથીયારો લઈ ને મોકલળ ઉતાવળ કરજે; પણ અહેવાલને રોકી રાખજે, કેમ કે મારે તેમાં સુધારો કરવાનો છે."

થોડા જ સમયમાં તેઓ જતા રહ્યા.

*****

પ્રકરણ ૨

"ઈઝરાયેલની પુત્રી, તેને અંહી તેની પુત્રી જોડે કેદ કરવામાં આવી છે. અમને બને તેટલી જલદી મદદ કરો, નંહીતર અમે મરી જઈશું."

જેલર ગેસીયસને તેના પ્રસ્તાવિત નકશામાં જે છ નંબર આપ્યો હતો, તે કોટડીમાંથી આવો જવાબ મળ્યો. જે વાચકે આ જવાબ ધ્યાનથી સાંભળ્યો હશે, તેને તે વાતમાં કોઈ શંકા રહી નંહી હોય અને પોતાની જાતને કહ્યું જ હશે, " આખરે બેનહર ની માતા અને તેની બહેન તીરઝાહ મળી આવ્યા."

અને તેથી વાત આમ બની હતી.

તે સવાર કે જયારે આઠ વર્ષ પહેલા બેનહરની મા અને બહેનની ધરપકડ કરવામાં આવી હતી ત્યારે ગ્રેટસ ના મત હતો કે તેમને રસ્તામાંથી એકદમ હટાવી દેવામાં આવે. પહેલા તો તેણે તેમને પોતાના જ કિલ્લામાંજ રાખ્યા અને તે પછી છ નંબરની કાળ કોટડીમાં એટલા માટે નખાવી દીધા કે કોઈનેય કાનોકાન ખબર ન પડે. બીજું તે કોટડીમાં રકતપિતના કીટાણુંઓ હતા અને તેથી તેમનું મૃત્યુ નિશ્ચિત જ હતું. થતું એવું કે જેલના કેદીઓને ગુલામો મારફત રાત્રીના જ પહોંચાડવામાં આવતા હતા, જેથી તેનો કોઈ સાક્ષી પુરાવો ન રહે. પછી તે કેદીઓ રીબાઈ રીબાઈને મરે તે માટે કોટડીઓને ચણી લેવામાં આવતી હતી. ગ્રેટસે આ છઠ્ઠી કોટડીની આગળ પાંચમી કોટડીમાં એક એવા અપરાધીને નાખી દીધો હતો કે જેને આંધળો અને મુંગો બનાવી નાખવામાં આવ્યો હતો. આ અપરાધીની પસંદગી ગ્રેટસે એટલા માટે કરી હતી કે તે બન્ને સ્ત્રીઓને ખાવાનું આપ્યા કરે. આમ મેસાલા અને ગ્રેટસે કાવતરૂં કરીને બેનહરની બધી જ મિલ્કત હડપ કરી લીધી અને તેમાંથી એક પાઈ પણ સરકારી ખજાનામાં જમા કરાવી નંહી.

છેલ્લા તકેદારીના પગલા તરીકે તેણે જેલના તે ભાગના જુના જેલરને નોકરીમાંથી બદલી નાખ્યો, કેમ કે તેનાથી આ રહસ્ય છાનું રાખવું અઘરૂં હતું. તે જેલર તે ગુપ્ત કોટડી વિષે જાણતો હતો. તે પછી પુરા કાવતરાને અંજામ આપવા માટે તેણે નવા નકશા બનાવડાવી અને નવા જેલરને આપ્યા; જેમાં આપણે જોયું કે તેમાં છ નંબરની કોટડી હતી જ નંહી. અને તેથી તે કોટડી અને તેના કમનસીબ કેદીઓ સમજો કે ભૂલાઈ જ ગયા.

એવું શું હતું કે આ આઠ વર્ષોના જેલવાસ દરમ્યાન આટલી બધી યાતનાઓ સહન કરીને પણ બેનહરની માતા અને પુત્રી હજુ પણ જીવતા હતા અને તેમને હજુ પણ મુકિતની આશા હતી?

છ નંબરની કોટડી જેવી નકશામાં ગેસીયસે બતાવી હતી તેવી જ હતી. થોડી મોટી અને જર્જરીત.

પહેલા તો આ મેસીડોનીયાની ઢબે બાંધેલો કિલ્લો મંદિર થી થોડો અલગ હતો. કિલ્લા અને મંદિર વચ્ચે એક સાંકડી જગ્યા હતી. તે પછી ત્યાંના કર્મચારીઓ માટે ઓરડાઓની હરોળ બાંધવાની થઈ અને તેથી તે ફાટ ઉપર ચણતર કરી અને ઉપર ઉત્તર દિશાએથી પ્રવેશદ્વારનું નિર્માણ કરવામાં આવ્યું અને નીચે એક થી પાંચ જેલની કાળકોટડીનું ચણતર કરવામાં આવ્યું. તેમાં પાંચમી કોટડીની

પાછળ છઠ્ઠી ગુપ્ત કોટડી બનાવવામાં આવી. આસમગ્ર ઈમારતોનું સંકુલ એવી રીતે ફરીથી નિર્માણ કરવામાં આવ્યું હતું કે ઉત્તર જેરૂસલેમ તરફથી જોતા તે રાજાઓના મકબરા જેવું દેખાતું હતું. પણ જયારે પત્થરો કાપવામાં આવ્યા, ત્યારે છઠ્ઠા નંબરની કોટડીને બહારની બાજુએથી મોટા પત્થરો મુકીને ચણી લેવામાં આવી હતી જેમાં હવાની અવરજવર માટે એક નાનું કાણું રાખવામાં આવ્યું હતું. હેરોદે જયારે મંદિરનો કબજો લીધો ત્યારે કિલ્લાની દિવાલોને વધુ મજબુત અને ઉંચી બનાવવામાં આવી અને આ એક સિવાય બધા કાણાઓને બંધ કરી દેવામાં આવ્યા. આ છઠ્ઠી કોટડીમાં તે કાણામાંથી થોડો ઘણો હવા ઉજાસ આવતો હતો.

આવી છઠ્ઠા નંબરની કાળ કોટડી હતી.

વાચકો, હવે નવાઈ ન પામતા.

થોડા સમય પહેલા જ મુકત કરવા માં આવેલા પાંચમા નંબરની કોટડીના તે આંધળા અને મુંગા કંગાળ માણસે જે વર્ણન કર્યું હતું, તે હવે જે વાત કરવાના છીએ તેની સરખામણીમાં કંઈ જ નથી.

તે બન્ને સ્ત્રીઓ જે કાણામાંથી પ્રકાશ અને હવા આવતા હતા તેની નીચે જ એક બીજાને બાથમાં લઈને બેઠી હતી. તેમના જીર્ણશીણ વસ્ત્રો અને તેમના પર તીરાડ માંથી પર પડતો પ્રકાશ તે બન્નેને ભૂત જેવા બનાવી દેતો હતો. સંપત્તિને પાંખો આવી ગઈ હતી, સુખ સગવડો હવામાં ઓગળી ગઈ હતી પણ તે બન્ને વચ્ચે પ્રેમ હજુ પણ એવો ને એવો જ હતો. પણ આ આઠ વરસોમાં ઘણું પરીવર્તન આવી ગયું હતું. આઠ વરસ તે પહેલા માતા એક સુંદર સ્ત્રી હતી અને તેની પુત્રી ફુલની કોમળ કળી જેવી સુંદર કિશોરી હતી. હવે તેમના વાળ અસ્તવ્યસ્ત થઈ ગયા હતા, તેઓ અત્યંત ગંદી થઈ ગઈ હતી અને આટલા વરસોના અંધકારથી તેઓની ત્વચા સફેદ થઈ ગઈ હતી. ભૂખ અને તરસથી તે તડપી રહી હતી, કેમ કે પેલા આંધળા અને મુંગા કેદીને મુકત કરી દીધા પછી તેમને ખાવા પીવા માટે કંઈ આપવામાં આવ્યું નહોતું.

તીરઝાહ તેની માતા ને ભેટી અને રડી રહી હતી.

"તીરઝાહ, શાંત થા. તેઓ આવશે. ઈશ્વર દયાળુ છે. આપણે તેનામાં આસ્થા ધરાવીએ છીએ અને કદી પણ મંદિરમાંથી આવતી ભેરીના અવાજ સાથે તેને પ્રાર્થના કરવાનું ચુકયા નથી. તે તેજસ્વી પ્રકાશને તું જો, સુર્ય હજુ પણ દક્ષિણાવર્તિ છે અને હજુ દિવસના સાત પણ વાગ્યા નથી. કોઈક આપણેને લેવા આવશે. આપણે શ્રધ્ધા રાખીએ. ઈશ્વર દયાળુ છે." આમ જ તે માતાએ તેની દિકરીને ધીરજ બંધાવતા આઠ વરસો કાઢી નાખ્યા હતા. પણ આ આઠ વરસોને તેર માં ઉમેરીએ તો હવે તીરઝાહ બાળક રહી નહોતી.

"મા, હું મકકમ થવાનો પ્રયત્ન કરીશ," તેણીએ કહ્યું." તારી પીડા પણ મારા જેટલી જ વધારે છે અને તેથી હું તારા અને મારા ભાઈ માટે જીવવા ઈચ્છું છું! પણ મારી જીભમાં બળતરા થાય છે, મારા હોઠ સુકાય છે. મને થાય છે કે તે કયાં હશે? અને તે આપણને કદી શોધી શકશે?"

તેનો સુકો, તીણો, કંઈક અણધાર્યો અને અસ્વાભાવિક ધાતુના રણકાર જેવો અવાજ આપણા હૈયાને સ્પર્શી જતો હતો.

માતાએ તેની દિકરીને વધારે છાતી સરસી ભીંસી અને કહ્યું," મેં ગઈકાલે રાત્રે તેને સપનામાં તને જોઉં છું તેટલો જ સ્પષ્ટ રીતે જોયો હતો. તને ખબર છે કે આપણે સ્વપ્નોમાં વિશ્વાસ કરવો જોઈએ,

કેમ કે આપણા પિતા પણ સ્વપ્નોમાં વિશ્વાસ કરતા હતા. ઈશ્વરે ઘણી વખત તેમની જોડે તે રીતે વાત કરી હતી. મને લાગ્યું કે આપણે આપણા ઘરના દરવાજા સામે જ ઘરની સ્ત્રીઓના દિવાનખંડમાં હતા ત્યારે તે ત્યાં આવ્યો અને દરવાજાના પડછાયામાં ઉભો રહ્યો અને આમ થી તેમ જોયું. મારૂં હૃદય જોર થી ધબકવા માંડયું. મને ખબર પડી ગઈ કે તે આપણને શોધી રહ્યો છે. મેં મારા હાથ તેના માટે ફેલાવ્યા અને તેને બોલાવતા દોડી પડી. તેણે સાંભળ્યું; મારી સામે જોયું, પણ તે મને ઓળખી શકયો નંહી અને એક ક્ષણમાં તે જતો રહ્યો."

"જો આપણે તેને ખરેખર મળીએ તો તેમ ન થવું જોઈએ. આપણે ઘણા બદલાઈ ગયા છીએ."

" તેવું થયું છે; પણ – " માતાનું માથું ઝુકયુ અને તેનો ચહેરા પર વેદના છવાઈ ગઈ; તેણે જેમ તેમ કરીને જાત સંભાળી અને આગળ ચલાવ્યું, " પણ આપણે એવું કંઈક કરવું જોઈએ કે તે આપણને ઓળખી શકે."

તીરઝાહે પોતાના ખભ્ભા ઉછાળ્યા અને ફરીથી વિલાપ કરવા લાગી.

"પાણી, મા મને કમસે કમ પાણીનું એક ટીપું તો આપ."

માતાએ આજુબાજુના ખાલીપામાં અસહાય રીતે તાકી રહી. તેણે ઈશ્વરનું વારંવાર નામ લીધું અને વારંવાર તેના નામે વચન આપ્યું અને તે અંધકારમાં પણ એક પડછાયો તેની આગળથી પસાર થયો અને તેને મૃત્યુ તેની શ્રધ્ધાની પરીક્ષા કરતું હોય તેમ એકદમ નજીક હોય એમ લાગ્યું. તે કોઈ પણ હેતુ વગર એકધારી બોલતી હતી કેમ કે હિંમત ટકાવી રાખવા માટે બોલતા રહેવું એકદમ જરૂરી હતું. તેણે ફરીથી કહ્યું,

"તીરઝાહ, ધીરજ રાખ; તે લોકો આવી રહ્યા છે – તેઓ બસ અંહી આવી જ પહોંચ્યા છે." તીરઝાહની મા ને એવું લાગ્યું કે તેણીએ બન્ને કોટડીઓની વચ્ચેની દિવાલની બીજી બાજુએથી કંઈક અવાજ આવ્યો. અને તે ભૂલ નહોતી કરતી.એક ક્ષણ, અને એક ધડામ કરતા અવાજના આખી કોટડીમાં પડઘા પડયા. તીરઝાહે પણ તે સાંભળ્યું; અને તે બન્ને એકબીજાને વળગીને જ ઉભા થયા.

"ઈશ્વરનો હંમેશા જય થાઓ! માતાએ ભારોભાર શ્રધ્ધા અને આશાથી કહ્યું."

"હો, ત્યાં!" તેઓએ તે પછી સાંભળ્યું; અને તે પછી, " તમે કોણ છો?"

અવાજ અજાણ્યો હતો, શું વાત છે? તીરઝાહ અને તેની માતાએ આ આઠ વરસોમાં આ પહેલા તેમના એકમેકના અવાજ સિવાય બીજા કોઈનો અવાજ સાંભળ્યો નહોતો. અને આ લાગણીઓના ઘોડાપુર તેમને મૃત્યુ થી જીવન તરફ – અને તે પણ આટલા ઝડપથી લઈ જતા હતા!'

"ઈઝરાયેલની પુત્રી, તેને અંહી તેની પુત્રી જોડે કેદ કરવામાં આવી છે. અમને બને તેટલી જલદી મદદ કરો, નંહીતર અમે મરી જઈશું."

"આનંદ કરો. હું પાછો આવીશ."

તે સ્ત્રીઓએ મોટેથી ડુસકા ભર્યા. તેઓને શોધી કાઢવામાં આવ્યા હતા; મદદ આવી રહી હતી. તેઓને મુકત કરવામાં આવશે. અને તેમણે જે કંઈ ખોયું છે તે પાછું આપવામાં આવશે – ઘર, સમાજ, સંપત્તિ, પુત્ર અને ભાઈ!

આછો પાતળો પ્રકાશ પણ તેમને દિવસ જેવો ઉજાસ વાળો લાગ્યો અને તેમની ભૂખ, તરસ, પીડા અને મૃત્યુનો ભય બધું જ ભૂલીને તેઓ એકબીજાને જોર થી વળગીને ભોંય તળીયા પર બેસી આનંદથી રડવા લાગ્યા.

અને આ વખતે તેઓએ વધારે વખત સુધી રાહ જોવી પડી નંહી. જેલર ગેસીયસે એકદમ વ્યવસ્થિત રીતે તેની વાત કરી, પણ જયારે તેણે વાત પુરી કરી ત્યારે મુખ્ય અધિકારી એકદમ સ્ફુર્તિથી ઉભો થઈ ગયો.

"ત્યાં અંદર!" તેણે બાકોરા સોંસરવી સંભળાય તેમ બુમ પાડી.

"અંહી!" માતાએ ઉભા થતાં કહ્યું.

તેણીએ બીજો અવાજ બીજી જગ્યાએથી આવતો સાંભળ્યો. દિવાલ પર ઝડપથી પ્રહાર થતા હતા; લોઢાના ઘણ, કોશ અને અન્ય હથીયારોના ઉઠવાના અને પછડાવાના અવાજો આવ્યા. તેણી કે તીરઝાહ બે માંથી કોઈ કશું બોલ્યા નંહી, પણ તે સાંભળતા રહ્યા; તેઓ સારી રીતે જાણતા હતા કે તેમની મુકિત આ માર્ગ થી જ આવી રહી હતી. આ તો એવું હતું કે માણસો કોઈ ઉંડી ખાણમાં દટાઈ ગયા હોય અને તેમને બચાવી લેવા આવતા લોકોનો અવાજ સાંભળતા હોય. તેમની આંખો તે બિન્દુ પર કેન્દ્રિત થઈ હતી. જો આ બચાવ કામગીરી થોડીવાર માટે પણ થોભી જાય તો તેઓ ફરીથી હતાશ થઈ જાય.

બહારની બાજુએ ઓજાર મજબુત હતા અને તે લોકોના હાથ કુશળ હતા અને તેમની ઈચ્છાશકિત સારી હતી. દરેક ક્ષણે અવાજ વધારે સ્પષ્ટ થતો જતો હતો; દરેક પ્રહારે કોઈક ને કોઈક પોપડો ખરી પડતો હતો અને મુકિત નજીક ને નજીક આવી રહી હતી. હવે તે કારીગરો પણ વાતચીત સાંભળી શકતા હતા. તે પછી – ભલું થાય – એક ફાટમાંથી મશાલોનો પ્રકાશ અંદર આવ્યો અને અંધકારમાં તેજસ્વી હીરાનો ઝળહળાટ થાય તેમ કોટડી ઝળહળી ઉઠી. સવાર જેવી જ સુંદર.

"મા, તે જ છે, તે જ છે! તેણે આપણને અંતે શોધી કાઢયા છે!" તીરઝાહે અધિરાઈ થી બુમ પાડી પણ માતાએ શાંતીથી જવાબ આપ્યો," ઈશ્વર દયાળુ છે."

અંદરની બાજુએ એક મોટો પત્થર પડયો, તે પછી બીજો અને પછી તો ઢગલો થઈ ગયો અને દરવાજો ખુલી ગયો. પત્થરની રજથી છવાયેલો એક માણસ હાથમાં ઘણ લઈને અંદર આવ્યો અને ઉભો રહ્યો. તેણે તેના માથા થી ઉંચે મશાલ પકડી રાખી અને તેની પાછળ બે થી ત્રણ માણસો પણ તેમના હાથમાં મશાલ લઈને અંદર આવ્યા. તે પછી મુખ્ય અધિકારી અંદર આવ્યો અને બે માણસો તેની આજુબાજુમાં મશાલ લઈને ઉભા રહી ગયા.

સ્ત્રીઓનું સન્માન મુખ્ય અધિકારીના સ્વભાવમાં વણાયેલું હતું. મુખ્ય અધિકારી ઉભો રહ્યો કેમ કે તેઓ તેનાથી દુર ગયા – ડર થી નંહી, પણ શરમથી; બીજું કંઈ નંહી, ઓ વાચક, માંડ માંડ તન ઢાંકવાનો પ્રયાસ કરતા તે બે માનવ શરીરની જીભે થી હતાશામાં અવાજ આવ્યો :

"અમારી નજીક ન આવો – અશુધ્ધ, અશુધ્ધ!"

માણસોને ડર લાગ્યો અને મશાલના પ્રકાશમાં એકબીજાને જોવા લાગ્યા.

"અશુધ્ધ, અશુધ્ધ!" તે ખૂણામાંથી ફરીથી તીણો, ધ્રુજારીપૂર્ણ, દુઃખ ભર્યો અવાજ એક વાર જાણે સ્વર્ગના દરવાજે જઈ આત્મા એક વાર પાછળ જુએ અને તેના મુખમાંથી ચીસ નીકળી જાય તેવો અવાજ આવ્યો.

તો, તે વિધવા માતા અને તેની પુત્રીએ તેમની ફરજ બજાવી, અને તે ક્ષણે જ વાસ્તવિકતાનું ભાન થયું કે તેમણે જે મુક્તિ માટે પ્રાર્થના કરી હતી અને સ્વપ્ન જોયું હતું; તે સોડોમના સોનેરી સફરજન (પુરાતન રોમન સાહિત્યમાં વર્ણન કરેલું એક સુંદર ફળ કે જેને સ્પર્શ કરતાં જ ધુમાડો થઈ જતું હતું) જેવું જ હતું.

તેણીને અને તીરજાહને રક્તપિત થયો હતો.

શક્ય છે કે વાચકને આ શબ્દનો અર્થ ન સમજાય. ચાલો, આપણે તેને તે સમયના કાયદાનો સંદર્ભ લઈને આ સમજાવીએ. તેમાં આ કિસ્સામાં માત્ર થોડો ફેરફાર થયો હતો.

"આ ચારની મરેલાઓમાં ગણતરી કરવી – આંધળો, રક્તપિતિયો, ગરીબ અને વાંઝીયો." યહુદીઓનાતાલમુદ ગ્રંથમાં આમ કહેવાયું છે. તેથી રક્તપિતિયાઓને શહેરની બહાર કાઢી મુકવામાં આવતા હતા. તેમના પરિવારજનો પણ તેમનાથી અંતર રાખીને વાત કરતા. તે લોકોને મંદિર અને સીનાગોગમાં પ્રવેશનો અધિકાર નહોતો. તે લોકો બહાર નીકળે ત્યારે આખું શરીર અને મોં ઢાંકીને અશુધ્ધ, અશુધ્ધ એમ બોલતા બોલતા ચાલવું પડતું હતું. તેમનો નિવાસ હિન્નોમ અને ગેહન્નાની ખીણના જંગલમાં આવેલી વણવપરાયેલી કબર માટે અનામત ગુફાઓમાં હતો. તેમના માટે મૃત્યુ આવે તેની વાટ જોવા સિવાય બીજો કોઈ રસ્તો નહોતો.

સ્વાભાવિક છે કે માતાને તેણીએ જયારે પહેલી વખત તેના જમણા હાથમાં એક ઘારૂં પડેલું જોયું ત્યારે કે તે કયો વાર કે કઈ તારીખ હશે તે યાદ ન જ હોય. તેણે તે ઘાવને ધોઈ નાખવાનું વિચાયુરૂં, પણ તેમ કરવાથી કોઈ ફેર પડયો નંહી. પછી એક દિવસ તીરઝાહે પણ કહ્યું કે તેને પણ તેવો જ ઘા પડયો હતો. તેમને પાણી તો ઓછું મળતું હતું, તેમાંથી પણ થોડું પાણી તે બન્નેએ તેમાં ઉપયોગમાં લેવાનું શરૂ કર્યું. અંતે તેમના આખા હાથમાં રોગ ફેલાઈ ગયો; ચામડી ફાટી ગઈ અને નખ માંસથી અલગ થઈ ગયા. પીડા તો વધારે થતી નહોતી પણ પછી તેમનાહોઠ અને મોં પણ ફાટી ગયા અને તેમાંથી લોહી અને પરૂ વહેવા લાગ્યા. એક વાર જયારે માતા તે નરકની કોટડીની સફાઈ કરતી હતી ત્યારે તેણે કોટડીની ઉપરના છેદ માંથી આવતા પ્રકાશમાં તીરઝાહનો ભયંકર ચહેરો જોયો. તેને પણ આખા શરીરમાં રક્તપિત ફેલાઈ ગયો હતો. તેણે એકદમ ડરી જઈને જોરથી ચીસ પાડી. તે યુવતીની આંખોની પાંપણો બરફ જેવી સફેદ થઈ ગઈ હતી.

માતા એક વાર તો અવાચક, સ્થિર અને જાણે કે તેનો આત્મા લકવાગ્રસ્ત થઈ ગયો હોય તેવી થઈ ગઈ. તેના મનમાં એક જ વિચાર ઘુમરાતો હતો – રક્તપિત, રક્તપિત!

ફરીથી તેણે પોતાની જાતને સંભાળી અને તેના બાળક માટે એક માતા તરીકે વિચારવાનું શરૂ કર્યું કે તેનામાં હિંમત આવી અને તેણે પોતાની જાતને એક નાયીકાને છાજે તે રીતે પૂર્ણ રીતે તે માટે તૈયાર કરી. તેણીએ તે રહસ્ય તેના હૈયામાં દફનાવી દીધું; પોતાની જાત પ્રત્યે પણ બેપરવા થઈને તેણીએ પોતાની જાતને તીરઝાહ માટે સમર્પિત કરી દીધી. અને અદભૂત ચતુરાઈથી તેની પુત્રીને શું થયું છે તેનાથી અજાણ રાખવાનો અથાક પ્રયત્ન કરવા માંડી. તેણી તેની સાથે વારંવાર એક ની એક નાની મોટી રમતો રમવા માંડી અને અગાઉ કહેલી વાર્તાઓ ફરીથી કહેવા માંડી તો કેટલીક નવી વાર્તાઓ અને ગીતો પણ બનાવી કાઢયા અને પોતાનું દુખ વિસારે પાડીને આનંદથી ગાવા લાગી. પણ જયારે તેના ફાટેલા હોઠ અને માંસના લોચા જેવા થઈ ગયેલા હાથ થી થતી પીડાથી બધી વાતો ભુલાઈ જવા માંડી ત્યારે એક

જ વાત તેમને જીવતા રહેવામાં સહાયભૂત થતી હતી – કે સમગ્ર વિશ્વ જેની આતુરતાથી વાટ જુએ છે તે મુકિતદાતાનું આગમન હવે થવાનું છે.

ધીમે ધીમે એકધારો આખા શરીરમાં રોગ ફેલાઈ ગયો. પહેલા તેમના માથા સફેદ થયા, તે પછી પાંપણો હોઠ અને મોઢું. હવે આખા શરીરે ભીંગડા થઈ ગયા અને તે પછી ગળામાં રોગ ફેલાયો; તેમના સાંધાઓમાં તેની પેશીઓ અને ગાદીઓને સખત કરી – ધીમે ધીમે, અને માતા સારી રીતે જાણતી હતી કે હવે તેમના ફેફસા, રકતવાહિનીઓ અને હાડકામાં અસર થઈ રહી હતી. મૃત્યુ પણ આમ ને આમ આવવામાં વરસો લગાડતું હતું. ભયજનક વાસ્તવિકતાનો બીજો દિવસ પણ આવ્યો – તે દિવસે માતાએ તેના કર્તવ્યપાલનની ભાવનાથી હૈયા પર પત્થર રાખીને તીરઝાહને તેના રોગની વાત કરી; અને તે બન્ને વેદના અને હતાશાથી ઈશ્વરને પ્રાર્થના કરી કે તેમનો અંત વહેલો આવે. જો કે તેમને તેમના સ્વપ્નોમાં વિશ્વાસ હતો કે બેનહર આવશે અને તેમને આ એકાંત કાળકોટડીમાંથી છોડાવશે. માતાએ દિકરીને તેના ભાઈ સાથે મેળાપ કરવાનું વચન આપ્યું હતું અને તેવું જ વચન દિકરીએ માતાને આપ્યું હતું. તેમાં તે બન્નેનને કોઈજ શંકા નહોતી. તે બન્નેને એકબીજામાં પુરી શ્રધ્ધા હતી. જયારે બાર કલાકની ભૂખ અને તરસ પછીની ક્ષણ આવી કે ગેસીયસે તેમને બોલાવ્યા ત્યાં સુધી તેઓ એકબીજાને આમ જ સધીયારો આપતા હતા.

મશાલો કોટડીમાં પ્રકાશ ફેલાવી રહી હતી અને મુકિતનો સમય આવી પહોંચ્યો હતો."ઈશ્વર તું દયાળુ છો," વિધવા માતાએ બુમ પાડી – તે લોકોએ આટલા વરસો દરમ્યાન પીડાઓ સહન કરી હતી અને તેનોઅંત આવ્યો હતો તે માટે ઓ વાચક, આભારવશ થઈને બુમ પાડી. મુખ્ય અધિકારી સીધો જ અંદર આવ્યો; તે પછી તેણે બન્ને સ્ત્રીઓ જે ખુણામાં જતી રહી હતી ત્યાં જોયું, એકાએક મોટી સ્ત્રીમાં ફરજની ભાવના જાગી ઉઠી, અને તેણે સીધી જ અણગમતી ચેતવણી આપી દીધી –

"અશુધ્ધ, અશુધ્ધ!"

આહ, વેદનાથી ગ્રસ્ત માતાએ તેના ફરજના ભાનની કિંમત ચુકવવી પડી! મુકિત હાથવેંતમાં હતી તો પણ તે સ્વાર્થ થી આંધળી થઈ શકી નંહી. જુના સુખના દિવસો ફરીથી પાછા આવવાના નહોતા. જો તેણી મકાન કે જેને તેઓ ઘર કહેતા હતા ત્યાં સુધી પહોંચી જાય તો પણ તેમને દરવાજે જ થોભાવી દેવામાં આવે અને બુમો પાડવામાં આવે, "અશુધ્ધ, અશુધ્ધ!" મુખ્ય અધિકારી આ સાંભળીને ધ્રુજી ઉઠયો, પણ તેની જગ્યાએ ઉભો રહ્યો.

"તમે કોણ છો?" તેણે પુછયું.

"બે ભૂખ અને તરસથી મરી રહેલી સ્ત્રીઓ. તો પણ" – માતાને જરા પણ સંકોચ થયો નંહી." ન તો અમારી પાસે આવશો કે ન દિવાલોને સ્પર્શ કરશો. અશુધ્ધ, અશુધ્ધ!"

"હે સ્ત્રી, મને તારી વાત કર – તારૂં નામ, અને કયારે તમને અંહી કોણ અને શા માટે લઈ આવ્યું તેની વાત કર."

"જેરૂસલેમ શહેરમાં એક રાજકુમાર બેનહર રહેતો હતો. તે બધા ઉદાર રોમનોનો મિત્ર હતો. સીઝર પણ તેનો મિત્ર હતો. હું તેની વિધવા છું અને આ મારી સાથે છે તે તેની પુત્રી છે. અમને અંહી શા માટે લાવવામાં આવ્યા છે તે જયારે હું જ જાણતી નથી ત્યારે હું તમને કેવી રીતે કહું? કદાચ તે માટે કે

અમે શ્રીમંત હતા? આપને વેલેરીયસ ગ્રેટસ જ કહી શકે કે અમારો શત્રુ કોણ હતો અને અમારો જેલવાસ કયારથી શરૂ થયો. તે વાતની મને ખબર નથી. જુઓ, અમે શું ગુમાવ્યું છે – ઓહ, જુઓ અને દયા કરો!"

કોટડીની હવા મશાલોના ધુમાડા અને રાખથી ભારે થઈ ગઈ હતી, તો પણ રોમને એક મશાલચીને તેની પાસે બોલાવી અને તે જવાબના શબ્દે શબ્દની લેખિત નોંધ કરી. તેમાં ફરીયાદ હતી, ઈતિહાસ હતો અને તે લોકોને કરવામાં આવેલા અન્યાયનું વિવરણ હતું અને પ્રાર્થના પણ હતી. કોઈ સામાન્ય માણસ આવું કરી શકે નંહી, અને તે રોમન અધિકારી પણ બીજું કંઈ કરી શકે તેમ નહોતો. તે માત્ર માની શકે અને તેને દયા આવી શકે.

"બાઈ, હવે તને રાહત થશે," તેણે પાટી બંધ કરતા કહ્યું.

"હું તમારા માટે ખોરાક અને પાણી મોકલાવીશ."

"અને કપડા અને નહાવા માટે પાણી પણ, અમે તમને પ્રાર્થના કરીએ છીએ, ઓ ઉદાર રોમન!"

"તમારે જે જોઈએ તે," તેણે જવાબ આપ્યો.

"ઈશ્વર દયાળુ છે," વિધવાએ ડુસકા ભરતા કહ્યું. "ઈશ્વર તમને શાંતિ આપે."

"અને, થોડું વધુ," તેણે ઉમેર્યું, " હું તમને ફરીથી મળી શકીશ નંહી. તૈયારીઓ કરો. આજે રાત્રે હું તમને મીનારાના દરવાજે લઈ જઈશ, અને મુકત કરી દઈશ. તમને કાયદાની ખબર જ છે. અલવિદા."

તેણે તેના માણસો જોડે વાત કરી અને દરવાજામાંથી જતો રહ્યો. થોડી વારમાંજ કેટલાક ગુલામો કોટડીમાં પાણીનું મોટું વાસણ, એક બાલદી અને થોડા ટુવાલ નેપકીન અને બીજા કપડા લઈને આવ્યા. પછી ઘણું બધું ખાવાનું પણ લેતા આવ્યા. તે બધું કેદીઓ પહોંચી શકે તેમ રાખી અને પછી ભાગી ગયા. લગભગ અડધી રાત્રે તે બન્નેને દરવાજા પાસે લાવવામાં આવ્યા અને ત્યાંથી શેરીમાં છોડી દેવામાં આવ્યા. અને આમ તેઓ તેમના પૂર્વજોના શહેરમાં તેઓ ફરી એક વાર મુકત હતા.

બન્નેએ તારા મઢયા આકાશ સામે જોયું અને ખુદને પ્રશ્ન કર્યો :

"હવે શું? અને હવે કયાં જઈશું?"

*****

પ્રકરણ 3

જયારે જેલર ગેસીયસ મુખ્ય અધિકારી સામે એન્ટોનીયાના મીનારમાં હાજર થયો, લગભગ તે જ સમયે એક પગપાળો માનવી માઉન્ટ ઓલીવની પૂર્વ બાજુએથી આરોહણ કરી રહ્યો હતો. તે રસ્તો ઉબડ ખાબડ અને ધુળીયો હતો અને તેની આજુબાજુ ઉગેલા ઝાડી ઝાંખરા સુકાઈને ભૂખરા થઈ ગયા હતા. તે સમયે જયુડીયામાં ઉનાળો ચાલી રહ્યો હતો. તે સારૂં હતું કે પ્રવાસી યુવાન અને સશકત હતો અને તેણે ખુલતા કપડા પહેર્યા હતા.

તે ધીરે ધીરે આગળ વધી રહ્યો હતો. કયારેક ડાબી કે કયારેક જમણી બાજુએ જોતો હતો. તેની આંખોમાં ખુશી અને આશંકાના મિશ્ર ભાવ સાથે તે રસ્તા પર આગળ વધી રહ્યો હતો. જાણે કે તે હવા સાથે વાત કરી રહ્યો હતો," હું ફરીથી તારી પાસે આવીને ખુશ છું; મને જોવા દે કે તું કેટલી બદલાઈ ગઈ છો."

જેમ તે ઉપર ચડતો ગયો તેમ તે કયારેક પાછળ જોવા માટે ઉભો રહેતો અને મોઆબ પર્વતમાળા જોઈ લેતો. પણ જેવો તે શિખર નજીક પહોંચ્યો કે તેણે થાક ભૂલી,પાછળ જોવાનું બંધ કરી અને ઝડપથી ડગલા ભરવા માંડયા. અને શિખર પર–ત્યાં પહોંચવા માટે તેણે તુટેલા માર્ગ પર થોડા જમણે પગ વાળ્યા કે ત્યાં રસ્તો પુરો થતો હતો. ત્યાંથી સામે નજર કરી તો તેને જાણે કે કોઈએ મજબુત હાથો વડે જકડી લીધોહોય તેમ તે એકાએક રોકાઈ ગયો. તેના ગાલ ઉપર લાલી દોડી આવી, શ્વાસ ઝડપી થઈ ગયા, તેની આંખોમાં આનંદ છલકાઈ ગયો. કેમ કેતેની આંખોની સામે –

તે મુસાફર, ભલા વાચક બીજું કોઈ નંહી પણ બેનહર હતો; અને સામે જેરૂસલેમ હતું. તે આજે જેવું છે તેવું પવિત્ર શહેર નંહી; પણ હેરોદના સમયનું પવિત્ર શહેર – ખ્રિસ્તનું પવિત્ર શહેર. તો પણ જુના ઓલીવના વૃક્ષોથી શોભતું સુંદર શહેર, પછી બીજું શું?

બેનહર થોડીવાર થાક ખાવા માટે એક મોટા ખડક પાસે આવ્યો, માથા પર બાંધેલો મોટો કપડાનો ફટકો છોડયો અને આરામથી સામે જોઈ રહ્યો.

તે જ જગ્યાએ દેશ દેશાવરના લોકોએ ત્યાં ઘણી વખત એકલા પસાર થતી વખતે જુદા જુદા સંજોગોમાં આમ જ કર્યું હતું. વેસ્પાસીઅનનો પુત્ર, મુસ્લિમ, ક્રુસેડર, તે બધા વિજેતાઓ; આપણી વાર્તાના સમય પછીના એક હજાર પાંચસો વર્ષ પછીના સમયના નવા વિશ્વના ઘણા યાત્રાળુઓ; આ બધા ત્યાંથી પસાર થયા હતા. પણ તે ટોળાઓએ આપણા બેનહરે જે સંવેદનાઓ અનુભવી તેવી અનુભૂતિ કરી નહોતી. તે ત્યાં તેના દેશવાસીઓ, તેના વિજય અને સુખદુખ, તે લોકોનો ઈતિહાસ અને ઈશ્વરનો ઈતિહાસ આ બધું યાદ કરીને ઉભો રહ્યો. તે શહેરની ઈમારતો તેના લોકોની પ્રતિભા, સમર્પણ, અપરાધો, નબળાઈઓ, ધર્મ અને નાસ્તિકતાની સાક્ષી હતી. જો કે તેણે રોમ ને પરીવારનું હોય રીતે જોયું હતું અને તેને સંતોષ થયો હતો. સામેનું દશ્ય જોઈને તેને ગૌરવની લાગણી તો થઈ પણ એક વિચાર પણ આવ્યો. રાજય અને સંપત્તિ હવે તેના દેશવાસીઓના નહોતા; તો તેમના મંદિરોમાં ભકિત પણ પરદેશી શાસકોની પરવાનગીથી કરી શકાતી હતી; તે ટેકરી કે જયાં ડેવીડે આરસપહાણના લખોટાને ગોફણમાં

મુકી ગોલીઆથને હરાવ્યો હતો – ઈશ્વરના નામે કર એકઠો કરતા લોકોની કચેરી, અને તે નાસ્તિકોને જીવતરનો ભાર લાગે તેવી મોત ન આવે તેની સજા – આ બધું તે સમયના દરેક યહુદીના આનંદ અને વેદના સાથે સંકળાયેલી વાતો હતી. બેનહરના પરીવારે જે વેઠયું હતું તેની સ્મૃતિ પણ આમાં સામેલ હતી.

પર્વતોના દેશમાં થોડો જ ફેરફાર થયો હતો. જયાં પત્થરની ટેકરીઓ હતી ત્યાં બધું એમ ને એમ હતું. મુખ્ય શહેરમાં થોડો ફેરફાર થયો હતો.

સુર્ય ઓલીવના વૃક્ષો પાછળથી પશ્ચિમ તરફ ધીમેથી પ્રયાણ કરી રહ્યો હતો અને માણસો પણ તે જ દિશામાં જઈ રહ્યા હતા. ઓલીવના વૃક્ષો, દ્રાક્ષના વેલા અને લીલીછમ હરીયાળી દ્રશ્યને નયનરમ્ય બનાવતી હતી. હવે સુર્ય અસ્તાચળ ભણી જઈ રહ્યો હતો. આભમાં સંધ્યાની લાલીમા પથરાઈ રહી હતી. ત્યાં શહેરની દિવાલો અને મીનારાઓ સોનેરી થઈ રહ્યા હતા. હવે સુર્ય આથમી ચુકયો હતો. હવે બેનહરને ઘરની યાદ આવી. તેણે દુર ઉત્તર દિશા તરફ કે જયાં તેનું ઘર હતું તે ભણી નજર કરી. ખબર નંહી કે તે મકાન હવે બચ્યું હશે કે કેમ?

સુમધુર સંધ્યા તેની લાગણીઓ પર છવાઈ તો ગઈ, પણ તે લાગણીઓ અને તેની મહત્વકાંક્ષાઓને એક બાજુએ મુકી અને તેણે તે કર્તવ્યનો વિચાર કર્યો કે જે કારણથી તે જેરૂસલેમ આવ્યો હતો.

દુર રણપ્રદેશમાં જયારે તે ઈલ્ડેરીમ સાથે સુરક્ષાની દ્રષ્ટિીથી મજબુત સ્થળોની તપાસ કરતો હતો ત્યારે જે રીતે એક સૈનિક જે રણક્ષેત્રમાં તેણે ફરજ બજાવવાની છે તેવી રીતે તે પ્રદેશનો અભ્યાસ કરતો હતો ત્યારે એક સાંજે એક સંદેશવાહક સમાચાર લઈને આવ્યો કે ગ્રેટસને હોદા પરથી દુર કરવામાં આવ્યો હતો અને પોન્ટીયસ પીલાતને તેની જગ્યા પર નિમણુંક આપવામાં આવી હતી.

મેસાલા મૃતપાય દશામાં પથારીમાં પડયો હતો અને ગ્રેટસ પાસે કોઈ સત્તા રહી નહોતી અને જતો રહ્યો હતો. હવે કોઈપણ થી ડરવાની જરૂર નહોતી. તો પછી બેનહરે તેની માતા અને બહેની શોધમાં શા માટે વિલંબ કરવો? જો તે ખુદ જયુડીયાની જેલમાં તપાસ કરવા ન જાય તો તેને ખબર કેમ પડે કે તેઓ જીવે છે કે નંહી. જો તે કેદીઓની વિરૂધ્ધમાં કંઈ ન મળે તો પિલાતને તેમને જેલમાં રાખવાને કોઈ કારણ નહોતું. જો તેઓ મળી જાય તો તે તેમને પોતાની સાથે સલામત સ્થળે લઈ જઈ શકે અને તે પછી શાંત ચિત્તે આવનાર યહુદી રાજાની સેવા માટેઆગળની યોજના વિષે વિચારી શકે. તે રાત્રે તેણે ઈલ્ડેરીમ સાથે સલાહ મસલત કરી અને તેની સહમતી મેળવી. તેની સાથે ત્રણ આરબો જેરીકો સુધી આવ્યા હતા. ત્યાંથી તે તે લોકોને પોતાના ઘોડાઓ સોંપી અને તે લોકોથી છુટો પડયો હતો અને એકલો ચાલતો થયો હતો. મલુક તેને જેરૂસલેમમાં મળવાનો હતો.

બેનહરની યોજના અનુસાર ભવિષ્યને ધ્યાનમાં રાખીને એ જરૂરી હતું કે તે અધિકારીઓની નજરથી, ખાસ તો રોમન અધિકારીઓથી સાવચેત રહીને આગળ વધતા જાય. મલુક ખુબજ ચતુર અને વિશ્વાસુ હતો, તે કારણથીજ તેને બધીજ તપાસ અંગેની કામગીરી સોંપવામાં આવી હતી.

શરૂઆત કયાંથી કરવી? આ પહેલો પ્રશ્ન હતો. તેના મગજમાં કોઈ સ્પષ્ટ વિચાર નહોતો. તેના વિચાર અનુસાર એન્ટિઓક ના કિલ્લાના મિનારથી શરૂઆત કરવી સારી પડે તેમહતી. જેલની ભૂલભૂલામણી જેવી કાળકોટડીઓના નકશા પર રહસ્ય નો એવો તો પડદો પડેલો હતો કે કોઈ યહુદીને

તેની કલ્પના પણ થઈ શકે તેમ નહોતી. એવું પણ બને કે તે કોટડીઓ ત્યાં રહેલા કેદીઓની કબરો બની ગઈ હોય. જો તેની મા અને બહેન ત્યાં ન હોય તો પણ તેઓનું ત્યાં ના દસ્તાવેજોમાં કોઈક તો નામ નિશાન તો હશે જ. બસ આ કડી ના આધારે જ તેણે આગળ વધતા રહેવાનું થશે અને પૂર્ણ વિશ્વાસથી કાર્યને અંતિમ ધ્યેય સુધી પહોંચાડવાનું થશે.

આ નિષ્કર્ષથી તેને આશા બંધાઈ. સીમોનીડીસ મારફત તેને ખબર પડી હતી કે તેની (હર પરિવારની) મીસરની સેવિકા આમારાહ હજુ જીવતી હતી. તે હજુ પણ તે વિશાળ ભવન કે જેને ગ્રેટસ વેચી શકયો નહોતો, તેની સાર સંભાળ રાખી રહી હતી. તે ઘરના મૂળ માલિકો અંગે બધાને ખબર હતી અને તેથી જ અજાણ્યાઓ અને ખરીદી શકે તેવા લોકોએ આ મકાન ખરીદવાનો કદિ વિચાર કર્યો નહોતો. તે મકાનની આસપાસથી પસાર થતા લોકોમાં એવી અફવાઓ ઉડી હતી કે તે મકાનમાં ભૂતપ્રેતનો વાસ હતો. કદાચ એ માટે જ અમારાહ કોઈ કોઈ વાર મકાનની છત પર કે બારી પર પડી જતી હતી. જો હવે તેની સાથે કોઈ પણ રીતે મુલાકાત થઈ શકે તો કદાચ તે થોડી ઘણી મદદરૂપ થઈ શકે. ભલું કરે ભગવાન કે જો આટલા બધા દિવસો પછી જયારે તે પહેલી વાર તેને મળશે તો ન જાણે કેટ કેટલી સ્મૃતિઓ તાજી થશે અને તેને એટલી ખુશી થશે કે જાણે તેને તેની મા અને બહેન મળી ગયા હોય. બસ, તો હવે તેણે તેના જુના ઘેર જઈ અને વૃધ્ધ આમારાહ ને મળવું જ રહ્યું.

આમ તેણે નકકી કર્યું કે તે સર્વપ્રથમ જુના ઘેર જઈ અને આમારાહને મળશે. આ વિચારથી તે પહાડની ટોચ પર થઈ થોડી ઉત્તર દિશાએથી નીચે આવતા રસ્તા પર થઈને ઉતરવા માંડયો. પહાડ ની તળેટીમાં ખળખળ વહેતા ઝરણા ને પસાર કરી તે સીલોમ શહેરની દક્ષિણે જતા રસ્તા અને તે નામના તળાવ ને જોડતા ચાર રસ્તા પસાર કરી અને ઘેટા બકરાઓ ચરાવતા ભરવાડ સાથે વાતો કરતો બજાર તરફ આગળ વધ્યો. તે ગેથસેમને(જેરૂસલેમના માઉન્ટ ઓલીવની તળેટીમાં આવેલું ઉપવન) થઈને માછલી દરવાજે થઈ અને શહેરમાં આવી પહોંચ્યો.

*****

પ્રકરણ ૪થું

ભરવાડોથી છુટો પડીને જયારે બેનહર દરવાજામાં પહચ્યો ત્યારે અંધારૂ થઈ ગયું હતું. બેનહર દક્ષિણમાં પડતી સાંકડી ગલીમાં આગળ ચાલ્યો. તેને ત્યાં જે થોડાઘણા લોકો મળ્યા તે લોકોએ તેમને સલામ કરી. પથરાળ રસ્તો ખરબચડો હતો. રસ્તાની બન્ને બાજુએ આવેલા, નાના, બેઠા ઘાટના અંધારીયા ઘરોના બારી દરવાજાઓ બંધ હતા. બેનહરને તે ઘરના ધાબાઓ પરથી ભાગ્યેજ બાળકો અને સ્ત્રીઓનો અવાજ સાંભળવા મળ્યો. આવી અંધારી ભેંકાર રાત્રીના વાતાવરણમાં જે કોઈ સામે મળતું તે પણ તે પણ તેવું જ લાગતું. આવા ભયાવહ વાતા વરણમાં ડરતો ડરતો બેનહર આજે જે બેથસેદા તળાવ કહેવાય છે તે સ્થળે પહોંચ્યો. તળાવનું પાણી અંધકારમાં પણ તારાઓના પ્રકાશમાં ચમકતું હતું. બેનહરે ઉપર એન્ટોનીયાના કિલ્લાની ઉત્તર દિશાની દિવાલ પર નજર કરી. કાળા અંધકારની પશ્ચાદ ભૂમિકામાં એન્ટોનીયાનો મિનાર તેને પડકાર આપી અને ડરાવતો હોય તેમ ટટ્ટારખડો હતો. તેને કોઈએ પડકાર કર્યો હોય તેવા ડર થી ઉભો રહ્યો.

તે મજબુત પાયા પર ચણાયેલો ઉંચો અને વિશાળ કિલ્લો હતો. તેની માતા અને બહેનને જો ત્યાં જીવતા દાટી દેવાના હોય તો તે તેમના માટે શું કરી શકે? તેના હાથ ગમે તેટલા મજબુત હોય તો પણ કશું નંહી. એક વિશાળ સૈન્ય તેના ભારે પથ્થરો ફેંકવાના યંત્રો અને કોશ જેવા ઓજારોથી તેને ધ્વસ્ત કરી શકે, પણ તે મહકાય દિવાલો સામે એકલો હતો. તેને આવી મુંઝવણમાં ભગવાન યાદ આવ્યા. ભગવાન હંમેશા લાચાર અને નબળા ને મદદ કરે છે. જો કે કયારેક ભગવાન આમ કરવામાં ધીમા પડે છે!

દહેશત અને શંકા સાથે તે મિનારની સામે પડતી શેરીમાં વળ્યો અને પશ્ચિમ દિશામાં આગળ વધ્યો.

બેઝેથાની સામી બાજુએ તેનો એક જાણીતો અમલદાર હતો કે જે તેને શહેરમાં આશરો આપી શકે. પણ અત્યારે તે પોતાના ઘેર જવાની તિવ્ર ઈચ્છાને રોકી ન શકયો. તેનું હૈયું તેને તે માર્ગે લઈ ગયું. તેને રસ્તામાં મળેલા થોડા લોકો પાસેથી તે ઘર વિષે જે કંઈ જાણવા મળ્યું હતું તે મન નેગં.મે તેવું સારૂ નહોતું. હવે આકાશ ચાંદી જેવું ચમકવા માંડયું હતું અને પશ્ચિમ દિશામાં દેખાઈ રહેલા દશ્યો ખાસ કરીને માઉન્ટઝીઓન પર આવેલા ઉંચા મીનારાઓના પડછાયા અદશ્ય થતા પહેલા સમગ્ર કિલ્લાની આણ ફેલાવતા ખીણમાં પથરાઈ રહ્યા હતા.

થોડા સમય પછી તે તેના પિતાના ઘેર પહોંચી ગયો.

આ કથાના વાચકો પૈકી કેટલાક ને દિવ્ય આનંદની અનુભૂતી થશે. તે એ લોકો છે કે જેમનું યૌવન સુખી ઘરોમાં વિત્યું હતુ – તેની સ્મૃતિઓ તેઓની આંખોમાં આંસુ બનીને ઉતરી આવે અને તેમને એવું લાગે કે તેઓ તે ઘરમાં ફરીથી બાળક થઈને પહોંચ્યા છે. વહાલાઓની સાથે હસવું ગાવું અને બસ મજા કરવી.

ઘરની ઉત્તર દિશા તરફના દરવાજા સામે આવીને બેનહર ઉભો રહ્યો. ઘરના ખૂણામાં સંપત્તિ સીલ કરવામાં આવી હતી તેની ચાડી ખાતું સુકાયેલું મીણ હજુ પણ દેખાતું હતું અને દરવાજાના નકુચાઓ ઉપર હજુ પણ એ તકતી જડેલી હતી કે જેમાં લખ્યું હતું –

"આ સમ્રાટની સંપત્તિ છે."

વરસો પહેલાની તે ક્રુર ઘટના પછી આજ સુધી અમારાહ સિવાય તે ઘરમાં કોઈ ગયું નહોતું કે તેમાંથી બહાર નહોતું નીકળ્યું. પહેલાની જેમ જ તેણે ઘરનો દરવાજો ખખડાવવો જોઈએ? જો કે તેને ખબર હતો કે તેમ કરવાનો કોઈ જ અર્થ નહોતો. શકય હતું કે અમારાહ ટકોરા સાંભળીને બારીમાંથી નીચે ઝુકી અને જુએ. હાથમાં પત્થર લઈને તે પહોળી પથરાળ સીડીઓ પર ચડયો અને દરવાજો ખખડાવ્યો. આવું તેણે ઘણી વાર કર્યું, પણ માત્ર પડઘા જ પડયા. તે સિવાય ન તો કંઈ સાંભળવા મળ્યું કે ન તો કોઈ સળવળાટનું નિશાન દેખાયું. આ ભેંકાર ખામોશી તેને અકળાવી ગઈ.

ઉત્તર થી તે પૂર્વ તરફ આવ્યો. ત્યાં ચાર બારીઓ પડતી હતી. તેે ઘણીવાર સુધી ખિન્નતાથી તેને તાકી રહ્યો. તે સમયે તેના હૃદયમાં આશાઓ સળવળી ઉઠી. પણ સાથે જ તે ખુદને જ છેતરતો હોય તેવું તેને લાગ્યું. અમારાહનું કોઈ નામો નિશાન નહોતું – એ નામે કોઈ ભૂતાવળ પણ ઉભી નહોતી. તે શાંતિપૂર્વક ઘરની દક્ષિણ દિશા તરફ થોડું ચાલ્યો. ત્યાં પણ દરવીજો સીલ કરેલો હતો અને ત્યાં ની તકતી લટકી રહી હતી. ઓગસ્ટ માસના ચન્દ્રની ખીલી ઉઠેલી ચાંદનીનો પ્રકાશ જેરૂસલેમની પૂર્વ દિશાએ આવેલા માઉન્ટ ઓલીવેટના જૈતુનવૃક્ષો પર થઈ અને જાણે કે ઘરમાં પરાવર્તિત થતો હતો અને તેમાં તકતીના અક્ષરો સ્પષ્ટ વાંચી શકાય તેવા હતા. બેનહરે તે વાંચ્યુ અને તકતીને ઉખાડી અને ખાડામાં ફેંકી દીધી. તેનાથી માત્ર આ થઈ શકયું. થોડી વાર પછી તે શાંત થયો પગથીયા પર બેસી અને આવનાર નવો રાજા વહેલો આવે તે માટે પ્રાર્થના કરી. હવ તેને ભર ઉનાળે ભારે ગરમીમાં કરેલી લાંબી મુસાફરીનો થાક લાગ્યો તેમ જ ધીરે ધીરે તેના જુના ઘર નો નશો પણ તેના પર છવાતો ગયો, અને અંતે તે ત્યાં જ લાંબો થઈ ને ઉંઘી ગયો.

લગભગ તે જ સમયે એન્ટોનીયાના મિનારની સામેની શેરીમાંથી બે સ્ત્રીઓ હરના મહેલ તરફ આગળ વધી. તેઓ લપાતી છુપાતી, થોડી થોડી વારે ઉભી રહી, કંઈક સાંભળવાની કોશીશ કરી અને આમ થી તેમ નજર કરતી આગળ વધતી હતી. તેઓ જુના ઘરના ખૂણા પાસે થોભી. માતાએ ધીમેથી કહ્યું,

"તીરઝાહ, આ તે જ છે."

અને તીરઝાહે થોડી વાર આમ થી તેમ જોયું, તેની માતાનો હાથ પકડયો અને પછી રડતા રડતા તેને જોરથી ભેટી પડી.

"ચાલ આપણે જઈએ મારી દિકરી, કેમ કે" – માતાએ અચકાતા અચકાતા ધ્રુજતા અવાજે શાંત રહેવાનો પ્રયત્ન કરતા કહ્યું, – "કેમ કે સવાર થશે કે તેઓ આપણેને શહેરના દરવાજા બહાર કાઢી મુકશે અને ફરીથી કદી આવવા દેશે નંહી."

તીરઝાહ પથ્થર પર ઢગલો થઈને બેસી ગઈ.

"ઓહ, હા! " તેણીએ ડુસકા ભરતા કહ્યું; "હું ભુલી ગઈ. મને ઘેર જવાની તમન્ના હતી, પણ આપણે હવે રકતપિતિયાઓ થયા, અને હવે આપણું કોઈ ઘર નથી; આપણે જીવતેજીવ મરેલા છીએ!"

માતાએ મૃદુતાથી તેને પકડી અને ઉભી કરી. તેના ઉત્સાહમાં વધારો કરતા કહ્યું, "દિકરી, આપણે હવે ડરવાની જરૂર નથી. ચાલો, આપણે આગળ જઈએ."

ખરેખર, એકબીજાના ખાલી હાથ પકડીને તેઓ એક સૈન્યને માત આપી અને આવી પહોંચ્યા હતા.

અને ખરબચડી દિવાલ સરસા થઈને તેઓ બે ભૂત ની જેમ દરવાજા સુધી આવ્યા અને થોભ્યા. ત્યાં જડેલી તકતી જોઈ, તેમના શરીરમાં ટાઢનું એક લખલખું પસાર થઈ ગયું, બન્ને ડરથી એક ડગલું પાછળ હઠી ગયા અને બેનહરે જયાં ઉભા રહીને વાંચ્યુ હતું ત્યાંથી જ પથ્થરની તકતી પર કોતરેલું લખાણ વાંચ્યું –

"આ સમ્રાટની સંપત્તિ છે."

માતાએ પુત્રીના હાથ પકડયા અને પીડાથી વિલાપ કર્યો.

"હવે શું,મા? તું મને ડરાવે છે."

અને માતાએ જવાબ આપ્યો, "ઓહ, તીરઝાહ, બીચારો મૃત્યુ પામ્યો છે! તે મૃત્યુ પામ્યો છે!"

"કોણ, મા?"

"તારો ભાઈ! તે લોકોએ તેની પાસેથી સર્વસ્વ છીનવી લીધું – સર્વસ્વ – તેનું ઘર પણ!"

"બિચારો!" તીરઝાહે ભાવવિહીન આંખોથી કહ્યું.

"તે હવે આપણને કદી પણ મદદ નંહી કરી શકે."

"અને તે પછી, મા?"

"આવતીકાલે – આવતીકાલે, મારી દિકરી, આપણે રસ્તાની એક બાજુએ બેઠક શોધી કાઢી અને અન્ય રકતપિતીયાઓ ની જેમ હાથ ફેલાવીને ભીખ માગીશું. અથવા –"

તીરઝાહ તેની માતાને ફરીથી વળગી ગઈ અને કાનમાં ગણગણતા કહ્યું, "ચાલો આપણે– ચાલો આપણેમરી જઈએ."

"ના!" માતાએ મકકમતાથી કહ્યું, "ઈશ્વરે આપણો સમય નકકી કરી રાખ્યો છે અને આપણે ઈશ્વરમાં શ્રધ્ધા ધરાવીએ છીએ. આવી પરિસ્થિતીમાં પણ આપણે તેના આગમનની વાટ જોવી જોઈએ. ચાલ, આગળ જઈએ."

આમ કહેતાની સાથે જ તેણે તીરઝાહનો હાથ પકડયો અને ઘર ના દક્ષિણ ભાગ તરફ દિવાલ સાથે લગોલગ રાખી અને આગળ ધકેલી. ત્યાં કોઈનો પણ અણસાર આવતો નહોતો. તેઓ બીજા ખૂણા તરફ આગળ ગયા અને ત્યાંથી ચન્દ્રના પ્રકાશમાં શેરીમાં પડતો ઘરનો દક્ષિણ ભાગ સ્પષ્ટ દેખાતો હતો ત્યાં પહોંચ્યા. માતાનું આત્મબળ મજબુત હતું. પશ્ચિમ દિશાની બારી પર એક નજર નાખી અને તે પ્રકાશમાં આવી. તીરઝાહ તેની પાછળ પાછળ આવી અને તે પછી તેમની ઉંડી ઉતરી ગયેલી આંખોમાં, રૂક્ષ હોઠો અને ગાલમાં, ચીમળાયેલા હાથોમાં, અને લાંબા વેર વિખેર વાળ થી ભૂત જેવી આકૃતિઓ દેખાઈ આવી. તેમને જોઈને આ બન્નેમાં કઈ માતા છે અને કઈ પુત્રી છે તેમ કોઈ કહી શકે તેમ નહોતું.

"હેય !" માતાએ કહ્યું. "ત્યાં કોઈ પગથીયા પર પડયું છે–એક પુરૂષ. ચાલો આપણે તેની પાસે જઈએ."

બીજી બાજુએથી ફરીને તે બન્ને દરવાજાની નજીક પહોંચી ગઈ અને દિવાલના પડછાયામાં ઉભી રહી.

"તે સુતો છે, તીરઝાહ!"

તે માણસ ઘસઘસાટ સુતો હતો.

"તું અહીં ઉભી રહે, હું દરવાજો ખોલવાની કોશીશ કરૂં છું."

આમ કહીને માતા અવાજ કર્યા વગર દરવાજે પહોંચી અને અને નકુચો ખોલવાની હિંમત કરી. બરાબરએ જ સમયે તે માણસ પડખું ફર્યો અને ઉંડો શ્વાસ લીધો. તેણે મોઢા પર ઓઢેલું કપડું ખસી ગયું અને તેનો ચહેરો ચંદ્રના પ્રકાશમાં ખુલ્લો થયો. તેણીએ નીચે જોયું, અને ફરીથી જોયું. થોડીવાર થોભી અને ગોઠણભેર બેસી ગઈ. થોડી ઝુકી; ફરી એક વાર ધ્યાનપૂર્વક સુતેલા માણસને જોયો અને ફરીથી સીધી થઈ ગઈ. તેણે હાથ ભીડયા અને તેની આંખો સ્વર્ગ તરફ મૂક આજીજી કરતી હોય તેમ ઉંચી કરી. એક ક્ષણ પછી માતા તીરઝાહ પાસે પાછી દોડી ગઈ.

"જો ઈશ્વરનું અસ્તિત્વ છે, તો આ માણસ મારો પુત્ર – તારો ભાઈ છે!"

"મારો ભાઈ? – જુડાહ?"

માતાએ તેનો હાથ આતુરતાથી પકડી લીધો.

"આવ!" તેણીએ કાનમાં કહ્યું; ચાલ, આપણે બન્ને તેને એકસાથે જોઈએ." તેણીએ ઈશ્વર પ્રત્યેના આદર ભર્યા ગણગણાટ સાથે કહ્યું.

"મારો ભાઈ? – જુડાહ?"

"આવ!" તેણીએ ફરીથી એટલા જ મકકમ અવાજે કહ્યું, "ચાલ, આપણે બન્ને તેને એક સાથે જોઈએ – ફરી એક વખત – ફકત એક વખત – તે પછી ભલા ભગવાન, તારા ભકતોને મદદ કરજે." તેઓ એકબીજાના હાથમાં હાથ પરોવી અને ઝડપથી તેની પાસે પહોંચ્યા.

જેવો તેમનો પડછાયો તેની ઉપર પડયો કે તે બન્ને થોભ્યા. તે માણસનો એક હાથ બીજા પગથીયા પર પડયો હતો. તીરઝાહ ઘુંટણભેર બેસી ગઈ. તેને તેના ભાઈનો હાથ ચુમી લેવાની અદમ્ય ઈચ્છા થઈ પણ માતાએ તેને પાછી ખેંચી લીધી.

"તારા જીવતેજીવ ન કરીશ; તારા જીવતેજીવ ન કરીશ! અશુધ્ધ, અશુધ્ધ!" તેણીએ તીરઝાહના કાનમાં કહ્યું.

તીરઝાહને તરત જ સંકોચ થયો, કેમ કે તેઓ રકતપિતિયા હતા.

બેનહર ખુબ જ દેખાવડો હતો. તેના ગાલ અને કપાળ રણનો તાપ અને પવન વેઠીને થોડા કાળા થઈ ગયા હતા; તો પણ સુડોળ ગરદન પર તેની આછા દાઢી મુછ વચ્ચે રાતા હોઠ અને સફેદ દાંત વાળો ગોળ ચહેરો તેની માતાની આંખોને કેવો વહાલો લાગ્યો હશે! તેને તેના પુત્રનો ચહેરો જાણે કે તે એક નાના બાળકને ખોળામાં લે તેમ લઈ અને તેને ચુમી લેવાની કેવી તિવ્ર ઈચ્છા થઈ હશે? આ તિવ્ર ઈચ્છાઓને તાબે ન થવાની શકિત માતાને કયાંથી મળી હશે? તેના પ્રેમમાંથી – ઓ વાચક! – તેના માતૃપ્રેમમાંથી જ. જો તું ધ્યાનથી નિરીક્ષણ કરે તો તું સારી રીતે સમજી શકીશ, કે જયારે તેમનો રોગ સારો થવાની કે તેમનું ભવિષ્ય ઉજજવળ બને તેવી કોઈ શકયતા નહોતી ત્યારે તે એક માતાને ન ગમે તેવું તો પણ કરવું પડે તેવું કેટલું કડવું અને અઘરૂં કાર્ય હતું. તેઓ તેને કોઈ આશિર્વાદ આપી કે ચુમી

શકે તેમ નહોતા. તેણી ગોઠણભેર બેસી ગઈ, તેના એક શેરીની ધુળથી છવાયેલા જુતાનેભારે હૈયે વારંવાર ચુમી લીધું.

બેનહર જાગ્યો અને તેનો હાથ સંકોર્યો. માતા અને પુત્રી પાછા હઠયા, પણ તેમણે બેનહરને તેના સ્વપ્નમાં ગણગણતા સાંભળ્યો,

"માતા! અમારાહ! તે કયાં છે –"

પાછો તે નિંદ્રામાં સરી પડયો.

તીરઝાહ આતુરતાથી તેની સામે જોઈ રહી. માતાને થયું કે તે રડી પડશે. તેણીએ તેની લાગણીઓ પ્રયત્નપૂર્વક કાબુમાં રાખી. તો પણ તેને લાગ્યું કે તે જાગી જશે.

તેણે તેની માતા વિષે પુછયું હતું; તેને ભૂલી ગયો નહોતો; તે સપનામાં પણ તેની માતાનો વિચાર કરતો હતો. તેટલું પુરતું નહોતું?

હાલ તો માતાએ તીરઝાહને ઢંઢોળી, અને તેઓ ઉભા થયા, અને એક વધુ નજર નાખી; તે દશ્યને કાયમ માટે આંખોમાં કેદ કરી અને એકબીજીના હાથમાં હાથ નાખી તેઓ ફરીથી શેરી વટાવી પાછા દિવાલના પડછાયામાં જઈને ઉભા રહ્યા. તેઓ હળવેથી ગોઠણભેર બેઠા અને તેની સામે તે જાગે ત્યાં સુધી વાટ જોતા બેસી રહ્યા. તે લોકોને કંઈ ખબર નહોતી કે શું થશે. કોઈપણ તેઓના ધીરજ અને પ્રેમનું માપ કાઢી શકે તેમ નહોતું.

બેનહર ગાઢ નિંદ્રામાં સરી પડયો હતો. એક સ્ત્રી મહેલના ખૂણામાં દેખાઈ. દિવાલના પડછાયામાં બેઠેલી બન્ને સ્ત્રીઓને તે ચંદ્રપ્રકાશમાં સ્પષ્ટ દેખાઈ આવી. એક નીચી, કમ્મરથી વધુ પડતી ઝુકેલી, ઘંઉવર્ણી અને થોડા સફેદ થઈ ગયેલા વાળ વાળી તે સ્ત્રીએ ચાકરો પહેરે તેવો સુઘડ પોષાક પહેર્યો હતો અને હાથમાં એક શાકભાજીથી આખી ભરેલી ટોપલી હતી.

આગંતુક સ્ત્રીએ પગથીયા પર પડેલા માણસને જોયો અને ઘડીભર ઉભી રહી; પછી તેની પાસે થઈને આગળ ચાલી. તે પછી દરવાજા પાસે ગઈ અને તેનો એક બાજુનો નકુચો સરળતાથી ખોલી, તે દરવાજાને ધકકો માર્યો. ડાબી બાજુનો દરવાજો કોઈ જ અવાજ વગર ખુલી ગયો. તેણીએ ટોપલી અંદર મૂકી અને પાછળ ફરીને જીજ્ઞાસાથી જોયું તો નીચે પગથીયા પર પડેલા માણસનો ચહેરો તેને સ્પષ્ટ દેખાયો અને તેના મુખમાંથી ઉત્તેજનાથી હળવી ચીસ નીકળી ગઈ.

શેરીની સામેની બાજુની દિવાલના પડછાયામાં સંતાયેલા દર્શકોને તે સ્ત્રીની ચીસ સંભળાઈ અને તેમણે જોયું કે તે સ્ત્રી; તેણીએ જાણે કે સ્વપ્ન જોયું નથી ને તેની ખાત્રી કરતી હોય તેમ તેની આંખો ચોળતી દેખાઈ. તે થોડી ઝુકી, તેના હાથ ભીડયા અને ચારે બાજુએ જોયું. પછી તે સુતેલા માણસ પર વધુ ઝુકી અને તેના બન્ને હાથ પકડી વહાલથી ચુમી લીધા. આવું તે બન્ને સ્ત્રીઓને પણ કરવાની અદમ્ય ઈચ્છા થઈ આવી હતી – પણ તેમ કરવાની હિંમત થઈ નહોતી.

આમ થવાથી બેનહર જાગી ગયો. તેણે પોતાનો હાથ પાછો ખેંચ્યો; તેણે તે સ્ત્રીની સામે જોયું.

"અમારાહ! ઓ અમારાહ, આ તું છો?" તેણે કહ્યું.

ભલા હૃદયે મુખ થી કોઈ જવાબ ન આપ્યો, પણ તેની આંખોમાં આનંદથી આંસુ આવ્યા અને તેણીનું મસ્તક ઝુકી ગયું.

મૃદુતાથી તેણે તેણીના હાથ દુર કર્યા, તેનો આંસુભીનો ચહેરો ઉઠાવી અને આનંદથી તેને હળવેથી ચુમી લીધી. તે પછી તેણે જે કહ્યું તે સામેની દિવાલના પડછાયામાં ઉભેલી સ્ત્રીઓને સંભળાયું.

"માતા – તીરઝાહ – ઓ અમારાહ, મને તેમની વાત કર! કહે, મને કહે, હું તને પ્રાર્થના કરૂં છું!"

અને અમારાહે જવાબમાં એક નીસાસો નાખ્યો.

તેં તેને જોયા છે અમારાહ. તું જાણે છે કે તેઓ કયાં છે; મને કહે કે તેઓ ઘેર છે."

તીરઝાહ ફરી, પણ તેની માતાએ દૈવી સંકેતથી તેનો હાથ પકડયો અને કાનમાં ગણગણી, "તું ન જા – જીવના જોખમે પણ નંહી. અશુધ્ધ, અશુધ્ધ."

તેણીનો પ્રેમ એક જોખમી પડાવ પર હતો. જો કે તે બન્ને એ ભગ્ન હૃદયથી એ સ્વીકાર્યું હતું કે તેને ખબર પડવી જોઈએ નંહી; અને તેણીએ લાગણીઓ પર વિજય મેળવ્યો.

તે સમયે જ જેમ વાત કરી તેમ અમારાહનો પ્રવેશ થયો, અને તેણી થોડું વધારે રડી.

"તું કયાં જાય છે?" તેણે દરવાજો પાછો બંધ થતા જોઈને કહ્યું. "તો આવ અને હું તારી સાથે જઈશ." તેણે બેઠા થતા કહ્યું, "રોમન લોકો – ઈશ્વરનો તેના પર શાપ ઉતરે! – રોમનો જુઠ્ઠું બોલ્યા હતા. આ મારૂં ઘર છે.અમારાહ, ઉભી થા અને ચાલ આપણે ઘરમાં જઈએ." એક ક્ષણ પછી તેઓએ દરવાજે પડછાયામાં બેઠેલી તેમનીતરફ એકીટશે જોતી બન્ને સ્ત્રીઓને પાછળ છોડી ઘરમાં પ્રવેશ કર્યો. તે પછી માતા અને પુત્રી ત્યાંથી જતી રહી.

તેઓએ તેમની ફરજ અદા કરી હતી.

તેમનો પ્રેમ કસોટીની એરણ પર પાર ઉતર્યો હતો.

બીજી સવારે જયારે લોકોએ તે બંનેને જોઈ કે પથ્થરો મારી અને શહેરની બહાર હાંકી કાઢી.

"જતી રહો! તમે મૃત્યુ ના હવાલે થઈ છો; જાવ અને મરી જાવ!" ધુળની ડમરી વચ્ચે આવા અવાજો તે બન્નેના કાનમાં પડઘાતા રહ્યા અને તેઓ જતી રહી.

*****

પ્રકરણ ૫મું

આ દિવસોમાં પવિત્ર ભૂમિના પ્રવાસીઓ માઉન્ટ ઓલિવ પર કે જેની તળેટીમાં સીડ્રોન(લેમન બી બ્રશ નામની વનસ્પતિ કે જે હર્બલ ટી તરીકે પણ વપરાય છે)થી છવાયેલા ગીહોન નદીના કોતરો વચ્ચે હીન્નોમ ખીણમાં આવેલ જુનો એન રોગેલ નામના ઝરણાના ધરાની પાસે "રાજાઓનો બગીચો" નામના સુંદર સ્થળે આવી કુવાનું મીઠું પાણી પીવા માટે થોભે છે અને તેની દિવાલમાં ચણાયેલા મોટા પથ્થરોને જુએ છે, તેની ઉંડાઈ વિષે પુછે છે, પુરાતન ચિત્રો જોઈને સ્મિત કરે છે, ત્યાંના રહેવાસીઓ પર થોડી દયા ખાય છે અને માઉન્ટ મોરીયાહ અને ઝીયોન, બન્ને કે જેનો ઢોળાવ તેમને ઉત્તર તરફથી એક બાજુએ ઓફેલ અને બીજી બાજુએ જુનું ડેવીડનું શહેર દેખાય છે ત્યાં જાય છે. આવી પશ્ચાદ ભૂમિકામાં , દુર ઉંચે આકાશમાં પવિત્ર સ્થળોની સજાવટ નજરે પડે છે. અંહી હિપ્પીકસના ખંડેરોમાં હેરમ તેના ભવ્ય ગુંબજ સાથે ઉભું છે. આ દશ્યને પુરતું માણી લઈ, તેની સ્મૃતિ મન પર અમિટ છાપ છોડી દે તે પછી મુસાફરો જમણી બાજુએ માઉન્ટ ઓફેન્સ (આક્રમણનો પર્વત) ની કદાવર ખરબચડી શીલાઓ અને ડાબે હીલ ઓફ ઈવીલ કાઉન્સેલ (શયતાનના સહાયકની ટેકરી – જો કે હાલમાં ત્યાં યુનાઈટેડ નેશન્સની કચેરી આવેલ છે) ની મુલાકાત લે છે. ત્યાં તેઓ યહુદી ધર્મશાસ્ત્રના ઈતિહાસથી પરિચિત થશે અને તેમને અંધશ્રધ્ધા પર વિજય પામી શકે તેવા આધ્યાત્મિક જ્ઞાનમાં ચોકકસ રસ પડશે.

ઈસુ ખ્રિસ્તના સમય માં શહેરના દક્ષિણ અને દક્ષિણપૂર્વ ભાગમાં આવેલું તે ભેંકાર સ્થળ એક કબ્રસ્તાન હતું. તે ગેહેન્ના નામના સ્થળે હીબ્રુ બાઈબલઅનુસાર કેટલાક જયુડીયાના રાજાઓ ત્યાં અગ્નિવેદીમાં બાળકોનું બલીદાન આપતા હતા અને તેથી તે સ્થળ ને શાપિત માનવામાં આવતું હતું. આ કબ્રસ્તાનમાં રકતપિતિયાઓએ વસવાટ કર્યો હતો. ત્યાં તે લોકોએ તેમની સરકાર, તેમનો સમાજ અને તેમનું શહેર વસાવી રાખ્યું હતું અને તેઓ તેમને ઈશ્વરે શાપ આપ્યો છે અને તેથી જ તરછોડાયેલા છે તેમ સમજી તેમાંજ સીમિત કરી અને પોતાનું જીવન પસાર કરતા હતા.

બેનહરની મા અને બહેનને શહેરમાંથી હાંકી કાઢયાના બીજા દિવસે અમારાહ એન રોગેલના કુવા પાસે એક પથ્થર પર બેઠી હતી. જેરૂસલેમથી પરીચિત હોય તેવી કોઈ પણ વ્યકિત તેની સામે જોઈને કહી શકે કે તેણીએક ગર્ભશ્રીમંત પરિવારની માનીતિ ચાકર હતી. તેણીના હાથમાં એક ઘડો અને ટોપલી હતી. ટોપલી ઉપર સફેદ કપડું બાંધેલું હતું. તેને પાસે જમીન પર મૂકી અને માથે બાંધેલી શાલ છોડી, તેના વાળ સરખા કર્યા અને પર્વતની તળેટીમાં એકેલદામા (જેરૂસલેમમાં આવેલ પ્રાર્થનાનું સ્થળ) તરફ આવેલ ધ પોટર્સ ફીલ્ડ નામના અજાણ્યા લોકોને દફનાવવાના કામમાં લેવામાં આવતા કબ્રસ્તાન તરફ દષ્ટિ કરી.

વહેલી સવારનો સમય થયો હતો અને તે ત્યાં કુવા પાસે સહુથી પહેલા પહોંચી ગઈ હતી. જો કે તરતજ એક માણસ દોરડું અને તેની સાથે બાંધી શકાય તેવી બાલટી લઈને આવ્યો. તેણે તેણીનું

અભિવાદન કર્યું, દોરડાનો વીંટો ખૂલ્લો કરી, ડોલ બાંધી અને ગ્રાહકોની વાટ જોવા માંડયો. એક ગેરાહમાં પનિહારીઓને પાણીનો ઘડો ભરી આપવો તેનો વ્યવસાય હતો.

અમારાહ કંઈ પણ બોલ્યા વગર બેઠી રહી. થોડી વાર પછી તેનો ખાલી ઘડો જોઈને તે માણસે તેને ભરી આપવા પુછયું. તેણીએ શાંતિથી જવાબ આપ્યો, "હમણાં નંહી," તે પછી તેણે તેણીની તરફ વધારે ઘ્યાન આપ્યું નંહી. જયારે ઓલીવ વૃક્ષો પર પૂર્ણપણે સવાર છવાઈ ગઈ અને તેના રોજના ગ્રાહકો આવવા માંડયા અને તેમને તે પાણી ભરી આપવા માંડયો ત્યારે પણ તેણી એકી ટશે ટેકરી તરફ તાકી રહી.

હવે બપોર થવા આવી, તો પણ તેણી એકી ટશે ટેકરી તરફ તાકી રહી હતી; આમ જયારે તે તાકી રહી છેત્યારે ચાલો આપણે તેનો હેતુ શું હતો તે જોઈએ.

તેણી રાત પડે કે ઘરની બહાર નીકળતી અને બજારમાં જતી. બધાની નજરોથી બચતી માછલી દરવાજે કે ટાયરોપોએઓનમાં આવેલી દુકાનોમાંથી શાકભાજી અને માંસ ખરીદી અને પાછી મહેલમાં પુરાઈ જતી.

તેણીને જુના ઘરમાં બેનહર પાછો આવ્યાનો જે આનંદ થયો હતો તેનું શબ્દોમાં વર્ણન થઈ શકે તેમ નથી. તેણીની પાસે બેનહરની માતા અને બહેન તીરઝાહની બાબતમાં જણાવવા જેવું કંઈ જ નહોતું – કંઈ પણ નંહી. બેનહરે તેણીને અંહી એકલા રહેવા કરતા બીજી કોઈ સારી જગ્યાએ લઈ જઈ રહેવાની વ્યવસ્થા કરી આપવાનું કહ્યું, પણ તેણીએ ના પાડી. તે ખુદ એમ ઈચ્છતી હતી કે બેનહર જે ઓરડામાં રહેતો હતો તે જ ઓરડામાં રહે. તે હજુ પણ એવો ને એવો જ સારી રીતે સચવાયેલો હતો. પણ રહસ્ય ખુલી જવાનો મોટો ભય હતો. બેનહર કોઈ પણ પરિસ્થિતિમાં અધિકારીઓની નજરે પડવા અને તેની પુછપરછ થવા દેવા માગતો નહોતો. તેણે અમારાહને આશ્વાસન આપ્યું કે જયારે પણ શકય હશે ત્યારે તે તેણીને આવી અને મળી જશે. તે રાત્રીના જ આવશે અને રાત્રીના જ પાછો વળી જશે. તેણી સંતૃષ્ઠ થવા મજબુર થઈ અને ફરી એક વાર તેને ખુશ કરવાનો પ્રયત્ન કરવા લાગી. કેમ કે તે હવે એ માણસ હતો કે જે તેની પાસે રહેવાનો નહોતો, નહોતો તેના મનમાં એક કિશોરની જેમ રહેવાનો હતો કે જેને તેણીએ ખુશ કરવાનો હતો. તેણીએ તેની જુની દિનચર્યા ફરીથી શરૂ કરવાનો વિચાર કર્યો. તે મીઠાઈ ખાવાનો શોખીન હતો; તેને જે સહુથી વધુ ખુશ કરી શકે તે વાત તેણીને યાદ આવી અને તે માટે જયારે પણ તે આવે ત્યારે તેને ગમતી બધી વસ્તુઓ ઘરમાં હાજર રાખવાનું નકકી કર્યું. તેથી વધુ કોઈ ખુશ થઈ શકે? તો બીજી રાત્રીએ, પહેલા કરતા થોડી વધુ વહેલી તે ટોપલી લીધી અને માછલી દરવાજે ભરાતી બજારમાં ગઈ અને સારામાં સારૂ મધ શોધવા માટે આમ થી તેમ ફરતી વખતે તેણીને એક માણસ વાત કરતો હતો તે સાંભળવાની તક મળી.

વાત કરનાર વ્યકિત એન્ટોનીયાના કિલ્લામાં સરદાર સાથે મશાલ લઈ જવાનું કામ કરતો હતો તેથી તેને છઠ્ઠી કોટડીની પુરી જાણકારી હતી. તેણે વાતચીત દરમ્યાન છઠ્ઠી કોટઠીમાં કેદ કરેલ માતા અને પુત્રીના નામ અને તેમને શા માટે કેદ કરવામાં આવ્યા હતા તે કારણ પણ આપ્યા.

અમારાહને તે માણસ કોઈ દેવદુત વાત કરતો હોય અને તેણી શ્રઘ્ધાથી સાંભળતી હોય તેવી લાગણી થઈ. તેણીએ રોજબરોજની ચીજવસ્તુઓ ખરીદી અને સ્વપ્ન જોતી હોય તેમ ઘેર પાછી ફરી.

તેની ખુશીની કોઈ સીમા નહોતી. તેણીએ બેનહરની માતાને શોધી કાઢી હતી. તો પછી હવે બેનહર કેટલો ખુશ થશે!?

તેણીએ તેની ટોપલી ઠેકાણે મુકી અને હવે નાચવા અને ગાવા લાગી. એકાએક તેણી થોભી ગઈ. તેને થયું કે જો બેનહરને ખબર પડશે કે તેની માતા અને બહેનને રકતપિત થયો છે તો તેને કેટલું દુખ થશે? તેને થશે કે તે મરી જાય તો સારૂં. તે રકતપિતિયાઓ જયાં પણ રહેતા હતા તે બધી જગ્યાએ તપાસ કરશે અને તેમ કરવામાં તેને પણ રકતપિત થઈ શકે તેમ હતો. તો તેનું ભવિષ્ય પણ તેની માતા અને બહેન જેવું જ થઈ જાય. તેણે બન્ને હાથ મસળ્યા. હવે તેણીએ શું કરવું?

તેની સામે ઘણા બધા વિકલ્પો હતા. તેણીને અંતઃસ્ફુરણા થઈ. તેણીના મનમાં ડહાપણથી નંહી પણ તેના પ્રત્યેના પ્રેમથી એક નિર્ણય થયો.

તેને ખબર હતી કે રોજ સવાર રકતપિતિયાઓનું એક જુથ તેમની ગુફાઓમાંથી નીકળી, ટેકરી પરથી ઉતરી એન રોગેલ ના કુવા સુધી પોતપોતાના પાણી ભરવાના વાસણો સાથે લઈને આવતું હતું. ત્યાં તેઓ થોડા દુર ઉભા રહી જતા હતા અને તે પછી કોઈ ને કોઈ તે વાસણોને ભરી આપતું હતું. તે જુથમાં તીરઝાહ અને તેની માતાએ પણ આવવું જ પડશે; કેમ કે કાનુન નિષ્ઠુર હતો અને તેમાં કોઈને વિશિષ્ટ સ્થાન આપવામાં આવતું નહોતું. એક શ્રીમંત રકતપિતિયાની પરિસ્થિતિ એક ગરીબ રકતપિતિયા કરતા વધારે સારી નહોતી.

તેથી અમારાહે નકકી કર્યું કે તેણી બેનહરને આવી કોઈ વાત સાંભળી હતી તેવું કંઈ કહેશે નંહી પણ તે એકલી કુવા પાસે જઈ અને વાટ જોશે. ભૂખ અને તરસ અભાગીયાઓને ત્યાં ખેંચી લાવશે અને તેને ખાત્રી હતી કે તે તીરઝાહ અને તેની માતાને પહેલી નજરે જ ઓળખી લેશે; અને જો તેમ ન થાય તો તે લોકો તેણીને ઓળખી લેશે.

ત્યાં બેનહર આવ્યો, અને તેઓએ ઘણી બધી વાતો કરી. આવતીકાલે મલુક આવી જવો જોઈએ; તે પછી તેઓ માતા અને પુત્રીની શોધ તરત જ શરૂ થઈ જશે. તે તે માટે અધિરો થઈ ગયો હતો. તેના મન ને શાંતિ થાય તે માટે તેણે આસપાસના વિસ્તારમાં આવેલા ધાર્મિક સ્થળોની મુલાકાત લેવાનો વિચાર કર્યો. આપણને સમજાયકે તે સ્ત્રી માટે રહસ્ય જાળવી રાખવું કેટલું અઘરૂં હશે? પણ તેણીએ શાંતિ જાળવી રાખી.

જયારે તે ગયો કે તેણી સરસ રસોઈ બનાવવામાં વ્યસ્ત થઈ ગઈ. જેવો સવાર થવાનો સમય થયો કે તે આથમતા તારલાઓના અજવાળે ટોપલી ભરી, એક ઘડો લઈ, નગરના સહુથી વહેલા ખુલતા માછલી દરવાજે થઈ, એન રોગેલના રસ્તે થઈને ત્યાં કુવા પાસે આવી પહોંચી, જે આપણે જોયું.

સુર્યોદય થયાની થોડી વાર પછી રકતપિતિયાઓનું એક જુથ પહાડી તરફથી આવતું દેખાયું. પાણી સીંચનાર માણસ ઉતાવળ કરતો હતો. એક સાથે લગભગ દસથી બાર ડોલ પાણી આપવાનું થતું હતું. દરેકને તડકો થાય તે પહેલા પાછા જવાની ઉતાવળ હતી. તે બિચારા પહાડી પર પાછા જતા ત્યારે તેઓ તેમની કબરોમાં પાછા જાય ત્યારે તેમની કબરોમાં પાછા જતા હોય તેવું લાગતું હતું. થોડા વખત પછી તે જુથના બધા લોકોના ચહેરાઓ કળાવા માંડયા. તે પૈકીના કેટલાક તો ઘણા નાના બાળકો હતા. વારાફરતા તેઓ પાણી ભરવા લાગ્યા. સ્ત્રીઓએ તેમના ખભ્ભા પર ઘડા ઉંચકયા, વૃધ્ધ અને અત્યંત અશકત માણસોએ લાકડી અને કાખઘોડીનો ટેકો લીધો. તેમાંના કેટલાક કમ્મરથી વળી ગયા હતા તો

કેટલાક શરીરથી સાવ નખાઈ ગયા હતા. તો પણ તે સમદુખીયા સમાજમાં એકબીજા પ્રત્યે પ્રેમ અને આદરની લાગણી ખુબ જ જોવા મળતી હતી. સમાજથી તરછોડાયેલાઓએ તેમના વેદનામય જીવનને મૃદુ બનાવી દીધું હતું.

અમારાહ જયાં બેઠી હતી ત્યાંથી તેણીએ આ બધા જુથમાં આવતા લોકોનું નિરિક્ષણ કરવા માંડયું. તેઓ પહાડી પર હોવા અંગે અમારાહને કોઈ જ શંકા નહોતી. અને તેથી જ તે લોકોએ તે જયાં બેઠી હતી ત્યાં થઈએ નીચે આવવું પડશે. જયારે બધાને પાણી અપાઈ જશે ત્યારે તેઓ આવશે.

અમારાહનું ધ્યાન પહાડીના મોટા પોલાણ પર પડયું. તેના મુખ પાસે એક મોટો પથ્થર પડયો હતો. સુર્ય પ્રકાશ તેમાં મોડો આવતો હોય તેવું લાગતું હતું. તેમાંથી કેટલાક ગેહેન્નાના સફાઈ કામદારોની ફરજ બજાવતા હોય તેવા (મૃત શરીરો પર નભતા હોય તેવા) જંગલી કુતરાઓ આવતા જતા હતા. તો પણ તેણીને આશ્ચર્ય થયું કે તેમાંથી પણ આખરે ધીરે ધીરે ચાલતી ચાલતી બે ઈજીપ્તવાસી સ્ત્રીઓ એકબીજીને ટેકો આપીને ચાલી આવતી હતી. તેમના વાળ સફેદ થઈ ગયા હતા; પણ અન્યની માફક તેઓ ચીંથરેહાલ નહોતી અને તેઓ ચારે બાજુએ એવી રીતે જોતી હતી કે જાણે કે તેઓ આ વિસ્તારમાં હમણાંજ રહેવા આવી હોય. તેમને પહાડી પરની ગુફાઓમાં રહેવા માટે કેવી જગ્યા ફાળવવામાં આવી હશે તેની કલ્પનાથી જ અમારાહના હૃદયના ધબકારા વધી ગયા. તે બન્ને કુવા તરફ ચાલી અને ત્યાં હવે નગરમાંથી આવેલી સ્ત્રીઓએ તેમને રોકવા માટે બુમો પાડી, તો પણ તેઓ ચાલતી રહી. ત્યાં કુવા પર પાણી સીંચી આપનાર માણસે તેમની તરફ પથ્થરો ફેંકયા અને તેમને પાછા ફરવાની ફરજ પાડી. તેમની સાથે રહેલા થોડા લોકોએ તેમને દોષ આપ્યો તો પહાડી પરના દુખીયારાઓએ મોટે થી બુમો પાડી, "અશુધ્ધ, અશુધ્ધ!"

"ચોકકસ," જેવા તે બન્નેએ આગળ વધવાનું ચાલુ રાખ્યું કે અમારાહને મનમાં થયું – "ચોકકસ, તેઓ અજાણ્યા છે અને અંહી રકતપિતિયાઓ કેમ રહે છે તેની તેઓને ખબર નથી."

તે ઉભી થઈ, તેની ટોપલી અને ઘડો લઈ અને તેમને મળવા ચાલી કે તરત જ તેને કાનમાં કુવા પરથી આવતા ચેતવણીના અવાજ સંભળાયા.

"કેવી મુરખ છે," એક સ્ત્રીએ હસતા હસતા કહ્યું, "તે કેવી મુરખ છે કે મરેલાઓને આવી રીતે રોટલો આપવા જાય છે!"

"અને વિચાર કે તે આ માટે કેટલી દુર આવી છે!" બીજી સ્ત્રીએ કહ્યું, "મારે તેને હવે કમસે કમ દરવાજે તેણીની મુલાકાત થાય તે માટે ફરજ પાડવી પડશે."

લાગણીઓનો કડવો ઘુંટ ગળે ઉતારીને અમારાહે આગળ વધવાનું ચાલુ રાખ્યું. જો તેની ભૂલ થાય તો?! તેનું હૈયું ગળે આવી ગયું. મનમાં શંકા અને મુંઝવણ લઈને થોડી વધુ આગળ આવી. તેઓ જયાં વાટ જોઈને ઉભા હતા ત્યાંથી ચાર થી પાંચ વાર આગળ જઈને તેણી થોભી ગઈ.

તે માલિકણ કે જેને તેણીએ પ્રેમ કર્યો હતો. જેના હાથ તેથીએ વારંવાર આભારવશ ચુમ્યા હતા! એક માની જેમ તેણીને પ્રેમ કર્યો હતો! અને તીરઝાહ! તે તેની સાથે બાળપણથી મોટી થઈ હતી. તેની સાથે રમતા રમતા તેના સુખદુખમાં ભાગીદાર થઈ હતી. હસતી રમતી, ગીતો ગાતી તીરઝાહ તે ઘરનું અજવાળું, ઘડપણની લાકડી હતી. તેની માલિકણ, તેની વહાલસોઈ – તેઓ? અમારાહનું હૈયું ભરાઈ આવ્યું.

"આ વૃધ્ધ સ્ત્રીઓ છે," તેણએ ખુદને કહ્યું. "મેં આ લોકોને પહેલા કદી જોયા નથી. હું પાછી જઈશ."

તેણી પાછી ફરી.

"અમારાહ," રકતપિતિયાઓ પૈકીની એક વ્યકિતએ કહ્યું.

ઈજીપ્તવાસી સ્ત્રીના હાથમાંથી ઘડો પડી ગયો, તેણીના શરીરમાં ધ્રુજારી વ્યાપી ગઈ અને તેણે પાછા વળીને જોયું.

"મને કોણે સાદ દીધો? "

"અમારાહ."

અમારાહની આમ થી તેમ થતી આંખો તેણીને બોલાવનારના ચહેરા પર સ્થિર થઈ.

"તમે કોણ છો? " તેણી આવેશથી બોલી ઉઠી.

"અમે તું જેને શોધે છે તે જ છીએ."

અમારાહ ઘુંટણીયે પડી ગઈ.

"ઓ મારી માલિકણ, મારી માલિકણ! જેવી રીતે મેં તમારા ઈશ્વરને મારા ભગવાન બનાવ્યા છે, તેમનું ભલું થાય કે તેણે મને તમારી પાસે આવવાનો માર્ગ બતાવ્યો છે."

અને ભાવવશ અમારાહ ઘુંટણભેર બેઠેલી તેઓની તરફ આગળ વધવા લાગી.

"અમારાહ, ત્યાં જ રહે! અમારી પાસે આવીશ નંહી. અશુધ્ધ, અશુધ્ધ!"

આટલું કહેવું પુરતું હતું. અમારાહ ભાંગી પડી. તે એટલે મોટેથી ડુસકા ભરીને રડવા લાગી કે કુવા પરના લોકોને પણ સારી રીતે સંભળાયું. એકાએક તેણી ગોઠણભેર ઉભી થઈ ગઈ.

"ઓ મારી માલિકણ, તીરઝાહ કયાં છે?"

"હું અંહી છું, અમારાહ, અંહી! તું મારા માટે થોડું પાણી નંહી લઈ આવે?"
પોતાના ચહેરા પર પડેલા વાળની લટ પાછળ કરી અને અમારાહ ઉભી થઈ અને પાછળ જઈને ટોપલી લઈ આવી અને તેના પરથી સફેદ કપડું દુર કર્યું.

"જુઓ" તેણીએ કહ્યું, "હું તમારા માટે માંસ અને રોટી લાવી છું."

તેણી રૂમાલ જમીન પર પાથરવા જતી જ હતી કે માતાએ ફરીથી કહ્યું, "તેમ ન કરીશ, અમારાહ. તેઓ કે જે બુમ પાડી રહ્યા છે તે લોકો તને પથ્થરથી મારશે અને અમને પાણી પણ પીવા દેશે નંહી. તે ટોપલી મને લઈ લેવા દે. ઘડો ભરી આવ. અમે તેને કબરમાં અમારી સાથે લઈ જઈશું. આજના દિવસ માટે તું અમારા માટે આટલું કરે તે ઘણું છે. અમારાહ ઉતાવળ કર."

જે લોકોની નજર સામે આ બધું થયું તે બધાએ અમારાહ માટે માર્ગ કરી દીધો અને તેને ઘડો ભરવામાં મદદ પણ કરી. તે લોકોના ચહેરા પર પણ દર્દ અને દયાના ભાવ હતા.

એક સ્ત્રીએ પુછયું, "તેઓ કોણ છે?"

અમારાહે ટુંકમાં જવાબ આપ્યો, "તેઓ મારા માટે ભલા હતા."

તેના ખભા પર ઘડો ઉંચકી અને તે ઉતાવળથી પાછી આવી. તે બેધ્યાન પણે જ તેઓની પાસે પહોંચી ગઈ હોત, પણ તેઓએ બુમ પાડી અને તેને રોકી લીધી,"અશુધ્ધ, અશુધ્ધ! સાવચેત રહે!" પાણીના ઘડાને તેણે ટોપલી પાસે મુકી દીધો, થોડી પાછળ જઈ અને ઉભી રહી.

"અમારાહ, તારો આભાર," માલિકણે પાણીનો ઘડો અને ટોપલી લેતા કહ્યું."તે આ ખુબ સારૂં કર્યું."

"મારાથી થઈ શકે તેવું બીજું કંઈ નથી?" અમારાહે પુછયું.

માતાનો હાથ ઘડા પર હતો અને તે તરસથી મરી જતી હતી; તો પણ તેણી થોભી, ઉભી થઈ અને મક્કમતાથી કહ્યું, "હા, મને ખબર છે કે જુડાહ ઘેર પાછો આવ્યો છે. મેં તેને ગઈ રાત્રીએ પગથીયા પર સુતેલો જોયો હતો. મેં જોયું કે તેં તેને ઉંઘમાંથી જગાડયો હતો."

અમારાહે તેના હાથ ભીડયા.

"ઓ મારી માલિકણ! તમે તે જોયું અને આવ્યા નંહી!'

"એમ કરૂં તો તેનું મોત થાયઈ હું તેને ફરી કદી મારા હાથ ફેલાવી ભેટી શકીશ નંહી. હું તેને કદી ફરીથી ચુમી શકીશ નંહી.ઓ અમારાહ, અમારાહ, મને ખબર છે કે તું તેને પ્રેમ કરે છે.!"

"હા, તેણી ગોઠણભેર બેસી ગઈ અને ખરા હૃદયથી રડતા રડતા કહ્યું, "હું તેના માટે મારો જીવ પણ આપી શકું."

"અમારાહ, તું જે કહે છે તેને સાબિત કર."

"હું તૈયાર છું."

"તો પછી તારે તેને અમે કયાં છીએ તે કે તું અમને મળી છો તે કહેવાનું નથી. – અમારાહ, બસ આટલું જ કરવાનું છે."

"પણ તે તમને શોધે છે. તે તમને શોધવા ઘણે દુર થી આવ્યો છે."

"તે અમને શોધી કાઢે તેમ ન થવું જોઈએ. અમારી જેવી દશા થઈ છે, તેવી તેની દશા થવી ન જોઈએ. સાંભળ અમારાહ, આજે જેવી રીતે તે અમારી સેવા કરી છે તેવી રીતે તું અમારી સેવા કરી શકે છે. તું અમારે જે કંઈ થોડુંઘણું જોઈએ તે લાવી આપજે – તે હવે એટલું વધુ તો નંહી ચાલે – વધુ નંહી ચાલે. તું આમજ સવાર સાંજ આવતી રહેજે અને – અને" – તેણીના અવાજમાં ધ્રુજારી આવી. તેણીએ અટકી અટકીને કહ્યું, "અને તું અમને તેની વાતો કરજે; પણ તું તેને અમારી કંઈ પણ વાત કરતી નંહી. તેં સાંભળ્યું?"

"ઓહ, તમારા વિષે વાત કરવી તેના માટે સાંભળવી વસમી થઈ પડશે, અને તે તમને શોધવા નીકળી પડે તે જોવું પણ – અને તેના પ્રેમને ખાતર પણ, અને તો પણ તમે જીવતા છો તે તેને ન કહેવું મારા માટે પણ વસમું થઈ પડશે!"

"અમારાહ, તું તેને એમ કહી શકીશ કે અમે સાજાસમા છીએ?"

અમારાહે બન્ને હાથ છાતી પર મૂકયા અને માથું નમાવ્યું.

"ના," માલીકણે વાત આગળ ચલાવી; "તેથી જ આપણે હવે શાંત થઈએ અને વાત પુરી કરીએ. હવે તું જા અને સાંજે આવજે. અમે તારી વાટ જોઈશું. ત્યાં સુધી, આવજે."

"ઓ મારી માલિકણ, આ ભારે બોજ ઉઠાવવો ઘણો અઘરો પડશે," અમારાહે ભાંગી પડતા કહ્યું.;

"અમારી સામે જોઈને કહે કે તે કેટલો અઘરો છે," માતાએ ટોપલી તીરઝાહને આપતી વખને જવાબ આપ્યો. "આ સાંજે પાછી આવજે," તેણીએ ફરીથી કહ્યું, પાણીનો ઘડો લીધો અને કબર તરફ ચાલતી થઈ.

અમારાહ તેઓ દેખાતા બંધ થયા ત્યાં સુધી બેઠી રહી. તે પછી ભગ્નહૃદયે તેણે ઘેર પાછી ફરી.

તે સાંજે તેણી પાછી આવી; અને આમ તેનો સવાર સાંજ તેમની સેવા કરવાનો નીત્ય ક્રમ બની ગયો. તે લોકોને કંઈ એટલી બધી વસ્તુઓની જરૂર પડતી નહોતી. પહાડીની કબર તરીકે વપરાતી જે ગુફામાં તેઓ રહેતા હતા તે ગુફાની સરખામણીએ મીનારની પથરાળ કોટડી વધુ ભયાનક હતી. સુર્ય પ્રકાશ તે ગુફામાં આવતો હતો અને તેઓ આ સુંદર વિશ્વમાં હતા તેની અનુભૂતિ કરાવતો હતો. તો પછી, કોઈ પણ ખૂલ્લા આકાશ નીચે વધુ વિશ્વાસથી મૃત્યુની પ્રતિક્ષા કરી શકે.

*****

પ્રકરણ છઠ્ઠું

ઈંગ્લાન્ડમા ઓક્ટોબરમાં, હિબ્રુમાં ટીશ્રી તરીકે ઓળખાતા સાતમા મહીનાના પહેલા દિવસની તે સવાર હતી. બેનહર શહેરની એકદમ સામાન્ય વીશીમાં ઉતર્યો હતો. તે વહેલો ઉઠયો અને તૈયાર થયો.

મલુક આવ્યો અને તેણે બેનહરને સંક્ષિપ્તમાં મુકત થયેલા કેદીઓની માહિતી આપી અને એન્ટોનિયાના કિલ્લાના મિનારથી શોધ શરૂ કરી. તેણે હિંમતભેર તેના મુખ્ય અધિકારીની સીધી જ મુલાકાત લીધી અને પુછપરછ કરી. તેઓએ અધિકારીને બેનહરના પરિવાર સાથે ભુતકાળમાં બનેલી વેલેરીયસ ગ્રેટસની સાથે અકસ્માતે બનેલ ઘટનાઓની વિગતો જણાવી અને જણાવ્યું કે તે માત્ર એક અકસ્માત હતો અને તેમાં કોઈ ગુનાહિત ઘટના નહોતી. હવે તેણે એ શોધનો હેતુ જણાવ્યો કે જો કોઈ દુખી પરીવાર જીવતું મળી આવ્યું હોય અને તેના મિલ્કતના અધિકારો તેને પરત મળે તેવી અરજી લઈ અને દરબારમાં સીઝરના ચરણોમાં ન્યાય માગ્યો હોય તો ખબર પડે. જો આવી અરજી પર શાહી આદેશથી તપાસ કરવામાં આવે અને તેમાં જો કોઈ કાર્યવાહી કરવામાં આવે તો તેમાં બેનહરના પરિવાર કે તેના મિત્રોએ ડરવાની કોઈ જરૂર હતી નંહી.

તેના જવાબમાં મુખ્ય વહિવટદારે જણાવ્યું કે સંજોગવશાત તેણે તે મહિલાઓની શોધ કરી હતી; જયારે તેમની મુકિતના દસ્તાવેજોની નકલ માગવામાં આવી તો તેણે તેની પણ પરવાનગી આપી.

તે પછી મલુક ઉતાવળથી બેનહર પાસે આવ્યો.

તે યુવાન પર આ વાતની જે ભયાનક અસર પડી તેનું વર્ણન કરવાનો કોઈ અર્થ નથી. તેના આંસુઓથી પણ તે દુખ હળવું થવાનું નહોતું; તે તેની અભિવ્યકિત ન થઈ શકે તેટલું ઉંડી અસર કરી ગયું હતું. તે નિસ્તેજ ચહેરે ભારે હૃદયથી લાંબા સમય સુધી બેઠો રહ્યો. હવે તે આવનારી કપરી પરિસ્થિતિના વિચારો વિષે વાત કરતો હોય તેમ ગણગણ્યો,

"રકતપિતિયાઓ, રકતપિતિયાઓ! તેઓ – મારી માતા અને તીરઝાહ – તેઓ રકતપિતિયાઓ! આવું કેટલું, આવું કેટલું સહન કરવાનું, ઓ ભગવાન!"

એક ક્ષણ માટે તે શોકથી ભાંગી પડયો, બીજી ક્ષણે તેને વેર લેવાની અદમ્ય ઈચ્છા થઈ આવી. સ્વીકારવું રહ્યું કે તે સારી વાત નહોતી. લાંબા સમય પછી તે ઉભો થયો.

"મારે તેમની શોધમાં જવું જ પડશે. જો સમયસર તેઓ ન મળ્યા તો મરી જશે."

"તેમને તું કયાં શોધીશ?" મલુકે પુછયું.

"એક જગ્યા એવી છે કે જયાં તેઓ હોઈ શકે."

મલુકે વિરોધ તો કર્યો પણ અંતે આગળ તેમને શોધવાના પ્રયત્નો સારી રીતે કરવાની જવાબદારી પણ લીધી. તેઓ બન્ને શયતાનના સલાહકારની ટેકરીની સામેની બાજુએ ગયા અને ત્યાં આખો દિવસ રકતપિતિયાઓને ભિક્ષા આપી અને પાંચમા કે છઠ્ઠા મહિનામાં આવેલી તે બન્ને સ્ત્રીઓ વિષે પુછપરછ કરી. તેમણે જો કોઈ તેમની ભાળ આપે તો ખુબ સારો બદલો આપવાની પણ ખાત્રી

આપી. તે લોકોએ વારંવાર આવ્યા અને તપાસ ચાલુ રાખી. પણ તે શહેરમાંથી હાંકી કાઢવામાં આવેલા પર્વત પર વસતા બધા રકતપિતિયાઓ કાનુની રીતે મૃત્યુ પામેલા હતા અને તેમને જો મોટી રકમનું ઈનામ આપવામાં આવે તો તેમને કોઈ ફરક પડતો નહોતો અને તેથી તેનો અર્થ નહોતો. વારંવાર કુવા પર ત્યાં આવતા લોકો ને પુછવામાં આવ્યું, પણ તે લોકોએ પણ કંઈ કહ્યું નંહી. તેનો અર્થ એ થયો કે પ્રયત્નો નિષ્ફળ ગયા હતા. હવે, સાતમા મહિનાની પહેલી તારીખની સવારે જે માહિતી મળી હતી કે માછલી દરવાજે બે સ્ત્રીઓ કે જેને રકતપિત થયો હતો તેમને સતાવાળાઓ દ્વારા પથ્થરો મારી અને હાંકી કાઢવામાં આવી હતી, તેમાં વધારો થયો નંહી. જેમ જેમ કડીઓ જોડવામાં આવી તેમ તેમ ગુંચવાડો વધતો ગયો. તેઓ કયાં હતા? અને તેમનું શું થયું?

"એટલું પુરતુ નહોતું કે મારા લોકોને રકતપિતિયા બનાવી દેવામાં આવ્યા," બેનહરે કડવાશથી કહ્યું; "એટલું પુરતું નહોતું કે તેમને રકતપિતિયા બનાવી દેવામાં આવ્યા. ઓહ ના! તેમને તેમના શહેરમાંથી પણ હાંકી કાઢવામાં આવ્યા હતા. મારી માતા મૃત્યુ પામી છે! તે આમથી તેમ ભટકતી મૃત્યુ પામી! તીરઝાહ પણ મૃત્યુ પામી! હું એકલો રહી ગયો. અને તે પણ શા માટે? આમ કેટલું, ઓ મારા પૂર્વજોના ભગવાન, આમ કેટલું રોમથીઆપણે સહન કરવાનું?"

ક્રોધિત, નિરાશ અને વેરથી ભરેલો બેનહર તે રાત્રે સ્થાનિક રહેવાસીઓની ન્યાયપાલિકામાં એકઠા થતા ટોળામાં ભળી ગયો. જયારે તે સવારનો નાસ્તો કરતો હતો, ત્યારે તેણે તેઓમાંના કેટલાકને સાંભળ્યા હતા. ત્યાં એકઠા થયેલા કેટલાક જુથો પૈકી એક જુથ પ્રત્યે તેનું ધ્યાન ખેંચાયું. તેઓ મોટાભાગના યુવાન, પડછંદ, હટ્ટાકટ્ટા અને ઉર્જાથી સભર અને તેમની ભાષાની લઢણથી ગ્રામ્ય વિસ્તારમાંથી આવતા હોય તેવા લાગતા હતા. ઉન્નત મસ્તક, ચમકદાર આંખો અને ટટ્ટાર થઈને ચાલતા તે યુવાન લોકો નો આત્મા જેરૂસલેમના પછાત કચડાયેલા વર્ગના લોકો જેવો નહોતો; તેઓ ગાલીલના મુકત પર્વતિય વિસ્તારોની તંદુરસ્ત આબોહવામાંથી આવતા હતા. તેઓ તે દિવસે શરણાઈ મહોત્સવમાં ભાગ લેવા આવ્યા હતા. બેનહરને થયું કે તેઓના ઉચ્ચતમ ધ્યેય ને અનુરૂપ આ લોકો જ હતા. તે લોકોનું નિરિક્ષણ કરતી વખતે વિચારતો હતો કે જો તે લોકોને રોમન લીજીયન (સેનાની ૬૦૦ થી ૮૦૦ સૈનિકોની ટુકડી)ની માફક પ્રશિક્ષિત કરવામાં આવે અને જો તેનો મુકાબલો રોમન લીજીયનની સાથે જ થાય તો તેઓ કેવી સિધ્ધિઓ મેળવી શકે.

બરાબર તે જ સમયે એક માણસ સભામાં આવ્યો. તેની આંખો ઉત્તેજનાથી તેજસ્વી હતી અને ભરાવદાર ચહેરો હતો.

"તમે અંહી શું કરો છો?" તેણે ગાલીલ પ્રદેશના રહેવાસીઓને કહ્યું."આપણા ધર્મગુરૂઓ તેમજ વડીલો મંદિરે પિલાતને મળવા જઈ રહ્યા છે. ચાલો, ઉતાવળ કરો અને આપણે તે લોકો સાથે જઈએ." એક ક્ષણમાં તેઓ બધા તેની આસપાસ ટોળું વળીને ઉભા રહી ગયા.

પિલાતને મળવા! શા માટે?"

તેમને એક ષડયંત્રની જાણ થઈ છે. પિલાત મંદિરના ખર્ચે એક નવો બંધ બંધાવી રહ્યો છે.

"શું, આ પવિત્ર ખજાનાથી?"

તેઓ બધાએ આગ ઝરતી આંખોથી આ પ્રશ્ન વારંવાર પુછયો.

"તે કોરબન – પૈસા નો દેવ. તે લોકોને એક નયા પૈસાને પણ સ્પર્શ તો કરવા દો!"

"ચાલો," સંદેશવાહકે બુમ પાડી. "સરઘસ અત્યારે પુલ પર હશે. આખું શહેર તેમાં ઠલવાઈ ગયું છે. માત્ર આપણી ખામી છે. ઉતાવળ કરો!"

તે લોકો ખેડુતો અને નાવિકો પહેરે તેવો બાંય વગરનો લાંબો ઝભ્ભો પહેરતા હતા. મોટાભાગના લોકએ માથા પર કશું બાંધ્યું કે પહેર્યું નહોતું. પશુઓના ધણને અનુસરતા મોટી પહાડી આસાનીથી ચડી જતા, ભર તડકે દ્રાક્ષની વાડીઓમાં કામ કરતા લોકો હતા. તે લોકોએ તેમના કમ્મરપટ્ટા કસીને બાંધી લીધા અને કહ્યું,"તો અમે તૈયાર છીએ."

તે પછી બેનહરે તે લોકોને ઉદબોધન કર્યું.

"ગાલીલના રહેવાસીઓ," તેણે કહ્યું, "હું જુડાહનો પુત્ર છું. તમે મને તમારી સાથે લેશો?"

"અમારે લડવું પણ પડે," તેઓએ જવાબ આપ્યો.

"ઓહ, તો પછી હું ભાગવામાં પહેલો નંહી હોઉં!"

તે લોકોએ બેનહરનો કટાક્ષ હળવાશથી લીધો અને સંદેશવાહકે કહ્યું,"તું મજબુત દેખાય છે. આવી જા."

બેનહરે તેના ઉપર પહેરેલા વસ્ત્રો ઉતાર્યા.

તમને લાગે છે કે ત્યાં લડાઈ થઈ શકે?" તેણે કમ્મરપટ્ટો કસતી વખતે શાંતિથી પુછયું.

"હા."

"કોની સાથે?"

"ત્યાંના ચોકીયાતો સાથે."

"રોમન લીજીયનના સૈનિકો સાથે?"

"રોમનો બીજા કોનો વિશ્વાસ કરે?"

"આપણે તેમની સાથે કેવી રીતે લડીશું?"

તેઓ તેની સામે શાંતિથી જોઈ રહ્યા.

"સારૂ," તેણે આગળ ચલાવ્યું, "આપણે આપણાથી બનતું સારામાં સારૂ કરીએ; પણ તે માટે આપણે કોઈ સારા નેતાની પસંદગી કરવી ન જોઈએ? તે લીજીયોનરીઝને હંમેશા એક સેનાપતિ હોય છે, તેથી જ તેઓ એક મનથી લડી શકે છે."

હવે ગાલીલના લોકો તેની સામે જાણે કે આ કોઈ નવો વિચાર હોય તેમ વધુ જીજ્ઞાસાથી જોવા લાગ્યા.

"ચાલો આપણે કમ સે કમ એક સાથે રહેવા સહમત થઈએ," તેણે કહ્યું."હવે, જો તમે તૈયાર હો તો હું તૈયાર છું."

"હા, ચાલો આપણે જઈએ."

નવા શહેર બેઝેથામાં આવેલી વીશીને ભૂલવી ન જોઈએ; અને પ્રીટોરીયમ કે જયાં રોમનલોકોએ માઉન્ટ ઝીયોન પર હેરોદના મહેલની પ્રતિકૃતિ સમાન જ મહેલ બનાવ્યો હતો, ત્યાં પહોંચવા માટે આ જુથના લોકોએ ઉત્તરી ઢોળાવને પસાર કરી અને મંદિરની પશ્ચિમે પહોંચવું પડે. શેરીઓમાં થઈ અને ઉત્તર અને દક્ષિણની સાંકડી પરસાળોમાં થઈને તેઓ ઝડપણી અકરા જીલ્લાને ફરીને મરીઅમના મિનારે થઈ કે જયાથી ઉંચી દિવાલ આગળ આવેલા મોટા દરવાજે પહોંચ્યા. ત્યાં જતી

વખતે તે લોકોએ તેમના જેવા દેખાતા લોકો પર ધ્યાન ન આપ્યું. તેમને પ્રસ્તાવિત જાહેરાતના સમાચારથી તેમની અવગણના થઈ હોવાનું લાગ્યું હતું અને તેથી તેઓ ગુસ્સે થયા હતા. જયારે તેઓ પ્રીટોરીયમના દરવાજે પહોંચ્યા, ત્યારે વડીલો અને ધર્મગુરૂઓના સરઘસમાં મોટા પ્રમાણમાં લોકો જોડાઈ ગયા હતા.

ત્યાં આરસપહાણના સુંદર મંડપ નીચે બેઠેલો એક રોમન સૈન્ય અધિકારી તેમના સશસ્ત્ર ચોકિયાતો સાથે તે દરવાજાની ચોકી કરતો હતો. સુર્યપ્રકાશમાં રોમન સૈનિકોના શિરસ્ત્રાણ અને ઢાલ ચમકતા હતા અને તેઓ તેમના હોદા પ્રમાણે હરોળોમાં ઉભા હતા. પીતળના ખુલ્લા દરવાજામાંથી ઘણા નાગરિકો અંદર આવ્યા, જયારે થોડા પાછા ગયા.

"શું ચાલે છે?" એક ગાલીલવાસીએ બહાર આવનારને પુછયું.

"કંઈ નંહી," જવાબ મળ્યો. "મહેલના દરવાજે ધર્મગુરૂઓ પિલાતને મળવા માગે છે. તેણે બહાર આવવાની ના પાડી છે. તે લોકોએ એક પ્રતિનિધિને મળવા મોકલ્યો છે કે જયાં સુધી પિલાત તે લોકોને મળશે નંહી ત્યાં સુધી તે લોકો ત્યાંથી જશે નંહી. તેઓ પિલાતની વાટ જુએ છે."

"ચાલો આપણે અંદર જઈએ," બેનહરે શાંતિથી કહ્યું અને જોયું કે તેના સાથીઓએ સાંભળ્યું નહોતું, તે માત્ર મુખ્ય સમાહર્તા અને ફરીયાદીઓ વચ્ચેનો વિવાદ નહોતો, પણ એક એવો ગંભીર મુદો ઉપસ્થિત થયો હતો અને તેનું નિરાકરણ કોઈ મજબુત મનોબળ વાળી વ્યકિત જ કરી શકે તેમ હતી.

દરવાજાની અંદર લીલાછમ વૃક્ષોની હારમાળા હતી અને તેની નીચે બેસવા માટે બેઠકો હતી. મહેલની અંદર અવર જવર કરતા લોકો સંભાળપૂર્વક સ્વચ્છ, સફેદ આરસમઢયા પગરસ્તે ઉપરથી પડતા પડછાયાથી દુર ચાલતા હતા. કેમ કે જોવામાં થોડું વિચિત્ર લાગે તેવું, એક ધાર્મિક આદેશ અનુસાર જેરૂસલેમની દિવાલોની અંદર કોઈ ઝાડપાન ઉગાડવાની મનાઈ હતી. અરે, એક ડાહ્યા રાજાએ ઈજીપ્તની સ્ત્રી સાથે લગ્ન કર્યા અને તે પછી તેની તે પત્ની માટે બાગ બનાવવો હતો, તો તેને પણ એન રોગેલની સભામાં મનાઈ કરવામાં આવી હતી.

વૃક્ષોની હારમાળા પુરી થતી હતી ત્યાં મહેલનો સામેનો ભાગ દેખાતો હતો. ત્યાંથી જમણે વળીને લોકોનુ ટોળું થોડું આગળ ચાલીને એક મોટા ચોકમાં પહોંચ્યું. તેની પશ્ચિમ બાજુએ મુખ્ય સમાહર્તાનો મહેલ હતો. લોકોમાં કોલાહલ વ્યાપી ગયો. દરેકની નજર મહેલની આગળ આવેલા મંડપની પાછળના બંધ દરવાજાઓ પર હતી. ત્યાં મંડપનું રક્ષણ કરવા માટે રોમન લીજીયનના અન્ય સૈનિકો હરોળમાં ગોઠવાયેલા હતા.

આ ભીડ એટલી નજીક આવી ગઈ હતી કે બેનહરના જુથના ચુવાનો ધાર્યા પ્રમાણે આગળ વધી શકયા નહોતા; તેથી તેઓએ પાછળ રહી અને જે થાય છે તે જોવાનું નકકી કર્યું કારણ કે ત્યાં મંડપમાં તેઓને ધર્મગુરૂઓની ઉંચી પાઘડીઓ સિવાય કંઈ દેખાતું નહોતું. તેઓની અધીરાઈ ટોળામાં પ્રસરતી જતી હતી. વારંવાર એક સાથે અવાજ ઉઠતો હતો,"પિલાત, જો તમે મુખ્ય સમાહર્તા હો, તો આગળ આવો!"

એક માણસ ટોળામાંથી રસ્તો કરીને આગળ આવ્યો. તેનો ચહેરો ક્રોધથી લાલ થઈ ગયો હતો.

"અંહી ઈઝરાયેલની કોઈ કિંમત નથી," તેણે મોટા અવાજે કહ્યું. "આ પવિત્ર ભૂમિ પર આપણે રોમન સામ્રાજયના કુતરાઓથી વિશેષ કંઈ નથી."

"તમને શું લાગે છે, તે બહાર નંહી આવે?"

"બહાર આવે? તેણે બહાર આવવાની ત્રણ વાર ના પાડી નથી?"

"તો ધર્મગુરૂઓ શું કરશે?"

"સીઝરના દરબારમાં કરતા હતા તેમ, જયાં સુધી તેમને નંહી સાંભળે ત્યાં સુધી ધરણા દેશે."

"તે ખજાનાને સ્પર્શ કરવાની હિંમત કરશે ખરો?" ગાલીલનિવાસીઓ પૈકી એકે કહ્યું.

"કોણ કહી શકે? શું રોમનોએ પવિત્ર સ્થળોને અપવિત્ર નથી કર્યા?"

એક કલાક આમ ને આમ પસાર થઈ ગયો, તો પણ પિલાતે તેમને કોઈ જવાબ આપ્યો નંહી. ધર્મગુરૂઓ અને લોકો બેઠા રહ્યા. બપોર થઈ અને પશ્ચિમ દિશામાંથી એક ઝાપટું લઈ આવ્યું, પણ પરિસ્થિતિમાં ટોળું મોટું થવા અને શોરબકોર વધવા સિવાય કોઈ ફેર પડયો નંહી. ટોળાનો ગુસ્સો વધતો ગયો. પલાતને બહાર આવવા માટેના પોકારોમાં પણ તોછડાઈ આવી ગઈ. તે દરમ્યાન બેનહરે તેના ગાલીલ નિવાસીઓને એકઠા નિયંત્રણમાં રાખ્યા હતા. તેને ખબર હતી કે રોમન ગૌરવ આવા સમયે માનવામાં ન આવે તેમ વધારે મજબુત થઈને બહાર આવશે અને તે સમય દુર નહોતો. પિલાત અમસ્તો જ શાંત બેઠો નહોતો, પણ તે લોકોનું ટોળું તોફાને ચડે તેની વાટ જોતો હતો..

અને તેમ થયું. ભીડના મધ્યભાગેથી પ્રહારો થવાના અવાજ આવ્યા,લોકો ઘાયલ થયા, વેદના અને ઝનુનપૂર્વક રોષ પ્રગટ થવા લાગ્યો. ભીડ તોફાને ચડી. પાછળ રહેલા સામાન્ય માણસો પહેલા આગળ ધકેલાયા; મધ્યભાગે રહેલા બહાર નીકળવાનો પ્રયત્ન કરવા લાગ્યા. લોકોની આગેવાની કરતા ધર્મગુરૂઓ અને વડીલો હેબતાઈ ગયા અને થોડા સમયમાં જ ભીડના મધ્યભાગે રહેલા યહુદી પોષાકમાં રહેલા રોમન સૈનિકો પર પુરા જોશ થી તુટી પડયા. સમગ્ર વાતાવરણમાં ભય છવાઈ ગયો.

બેનહરે લાગણીઓ પર કાબુ રાખ્યો.

"તને કંઈ દેખાય છે?" તેણે એક ગાલીલ નિવાસીને પુછયું.

"ના."

"હું તને ઉપર ઉઠાવીશ."

તેણે તે માણસને વચ્ચેથી પકડી અને ઉંચે ઉઠાવ્યો.

"ત્યાં શું ચાલે છે?

"હવે મને દેખાય છે," તે માણસે કહ્યું. "ત્યાં કેટલાક લોકો હાથમાં ધોકા લઈને લોકોને ફટકારી રહ્યા છે. તે લોકોએ યહુદીઓ જેવો પહેરવેશ પહેર્યો છે."

"તેઓ કોણ છે?"

"રોમનો, ઈશ્વર સાક્ષી છે! રોમનોએ વેશપલટો કર્યો છે. તેમના ધોકા ખળામાં ધાન ઝુડતા હોય તેમ લોકોને ઝુડે છે! ત્યાં, એક ધર્મગુરૂ એક જ ફટકે પડી ગયા – એક વૃધ્ધ માણસ! તેઓ કોઈને બક્ષતા નથી!"

બેનહરે તે માણસને નીચે ઉતાર્યો.

"ગાલીલના વતનીઓ,"તેણે કહ્યું, "આ પિલાતની ચાલાકી છે. હવે, હું જે કહું તે તમે કરશો? આપણે તે લાઠીધારી માણસોનો પણ મુકાબલો કરવાનો છે.

ગાલીલનો આત્મા જાગી ઉઠયો.

"હા, હા!" તેઓએ પ્રત્યુતર આપ્યો.

"તો ચાલો આપણે દરવાજા પાસે રહેલા વૃક્ષો પાસે જઈએ અને હેરોદના બાગના ફુલછોડ વચ્ચે સંતાઈ જઈએ, જો કે થોડું નિયમ વિરૂધ્ધ છે, પણ અંતે તેથી બધું સારૂં થઈ રહેશે. ચાલો!"

તેઓ બને તેટલી ઝડપથી પાછળ દોડયા; અને, વૃક્ષોની ડાળીઓમાંથી ધોકા કાપી લીધી અને તેઓ પણ ભરી પીવા તૈયાર થઈ ગયા. તેઓ પાછા ફરતા હતા ત્યારે ટોળાના ભયભીત લોકોએ પાગલોની માફક દરવાજા તરફ દોટ મુકી. તેમની પાછળ સતત બુમો અને ચીચીયારીઓ પાડતા અવાજો આવતા હતા.

"દિવાલ તરફ!" બેનહરે બુમ પાડી. "દિવાલ તરફ! – અને ટોળાને પસાર થઈ જવા દો!" આવી રીતે દિવાલ સાથે ચીપકી રહી અને ગાલીલવાસી આંદોલનકારીઓ ભીડની ધકકામૃકીમાંથી બચી ગયા અને ખુલ્લી જગ્યા તરફ આગળ વધ્યા.

"એક સાથે રહો અને મારી પાછળ આવો!"

આ સમય દરમ્યાન બેનહરની નેતાગીરીનો સિકકો જામી ગયો હતો. જયારે તે ભીડને લઈને આગળ વધ્યો ત્યારે તેના સમર્થકો ચારે તરફ હતા. બીજી બાજુએ રોમનો લોકો પર લાઠીઓ વરસાવતા, હસતા કુદતા, આરામથી આગળ વધી રહ્યા હતા. પણ જયારે તેઓ ગાલીલના લોકો પાસે પહોંચ્યા તો તેમની નવાઈનો પાર રહ્યો નંહી. ગાલીલના લોકો પણ પુરી તૈયારી સાથે સામનો કરવા તત્પર હતા. પછી તો શું થાય – ચારે બાજુએથી જોરદાર ઘોંઘાટ થવા લાગ્યો અને લાઠીઓના ફટકા સંભળાવા માંડયા. ગાલીલના લોકો ભયંકર રીતે લાઠીઓ વરસાવી રહ્યા હતા. નફરતની આગમાં સળગતા તે લોકો ઝડપથી આગળ વધી રહ્યા હતા. પણ બેનહરની માફક કોઈએ પણ પોતાનું કૌવત દેખાડયું નહોતું. એક જ વારમાં તે લડાયક નેતા બની ગયો હતો. તે કોઈ પણ ઉપર બસ એક જ પ્રહાર કરતો અને તેનું કામ તમામ થઈ જતું હતું. જયાં કયાંય પણ તેણે તેના મિત્રને આફતમાં જોયો ત્યાં તે વિજળીની ગતિએ પહોંચી જતો હતો. રોમનોના તો પગ તળેથી ધરતી સરકી જ ગઈ. અંતમાં તેઓ હિંમત હારી ગયા અને પીઠ દેખાડી કિલ્લા તરફ ભાગવા માંડયા. ક્રોધથી પાગલ થયેલા ગાલીલના યુવાનોએ તો કિલ્લાના પગથીયા સુધી તેમનો પીછો કરવાના હતા, પણ બેનહરે તેમને તેમ કરતા રોકી લીધા.

"મારા બંધુઓ,આપણે બધાએ ખુબ સારો મુકાબલો કર્યો છે, પણ હવે થોભી જાવ!" તેણે કહ્યું. "ત્યાં જુઓ, સેનાપતિ સૈનિકો સાથે આવી રહ્યો છે. તેની પાસે ઢાલ અને તલવારો છે. આપણે બધા તેમનો મુકાબલો કરી શકીએ તેમ નથી; પણ આપણી પાસે હજુ તક છે. તે સૈનિકો આવી પહોંચે તે પહેલા આપણે દરવાજા બહાર નીકળી જઈએ."

તે લોકોએ તેની વાત માની લીધી, પણ ધીરે ધીરે પાછા હઠયા; કેમ કે રસ્તામાં તેમના પોતાના સાથીદારો મરેલા પડયા હતા, તો કેટલાક ઘાયલ હતા, કેટલાક લોકો વેદનાથી કણસી રહ્યા હતા તો કેટલાક લોકો સહાયની યાચના કરતા હતા. પરંતુ નીચે પડેલા બધા યહુદીઓ નહોતા, તે એક સંતોષ લેવા જેવી વાત હતી.

જેવા તેઓ પાછા વળવા લાગ્યા કે સેનાપતિ તેમને મોટેથી ગાળો દેવા લાગ્યો. બેનહર તેની તરફ હસ્યો અને તેની જ ભાષામાં જવાબ આપ્યો, "જો અમે ઈઝરાયેલના કુતરાઓ છીએ, તો તમે બધા રોમના શિયાળ છો. અંહી જ રહેજો, અમે પાછા આવીશું."

આનંદથી હસતા ગાલીલના લોકો પાછા ગયા. દરવાજાની બહાર એટલી વિશાળ ભીડ જમા થઈ હતી કે એન્ટિઓકના રોમન સ્પર્ધાના મેદાનમાં પણ એટલી ભીડ એકઠી થતી નહોતી. ઘરોની છત પર, ટેકરીના ઢોળાવ પર, ચોતરફ જયાં નજર પડે ત્યાં લોકો પ્રાર્થના અને વિલાપ કરતા નજરે પડતા હતા. જયાં જુઓ ત્યાં વાતાવરણ માં લોકોના અવાજ છવાઈ ગયો હતો.

ગાલીલના લોકોનું જુથ બહાર ઉભેલા દરવાનોના કોઈપણ વિરોધ વિના બહાર નીકળી ગયું. પણ માંડ તેઓ બહાર નીકળ્યા જ હશે કે એક સેના અધિકારીએ જોરથી બુમ પાડીને બેનહરને પુછયું,

"ઓ અસભ્ય! તું રોમન છો કે યહુદી?"

બેનહરે જવાબ આપ્યો, "હું જુડાહનો પુત્ર છું, અંહી જ જનમ્યો છું. તારે મારૂં શું કરવું છે?"

"ઉભો રહે અને મારી સાથે લડી લે."

"એકલા જ?"

"જેમ તને ઠીક લાગે તેમ!"

બેનહર કટાક્ષથી હસ્યો.

"ઓ બહાદુર રોમન, અનૌરસ દેવ જયુપિટરના લાયક સંતાન! મારી પાસે શસ્ત્રો નથી."

"તને હું મારા શસ્ત્રો આપીશ," તે સેનાધિકારીએ જવાબ આપ્યો. "હું અંહીના કોઈ ચોકિયાત પાસેથી લઈ લઈશ."

આ સાંભળીને વિશાળ જન સમુદાયમાં શાંતિ છવાઈ ગઈ. પણ બેનહરે થોડા સમય પહેલા જ પૂર્વમાં આખા એન્ટિઓકની આંખો સામે એક રોમનને ફટકાર્યો હતો; હવે, જેરૂસલેમની આંખો સામે બીજા એક રોમન ને ફટકારવાનો હતો. તેના માટે આ સન્માન આવનારા નવા રાજાના કારણ માટે પણ લાભદાયી હતું. તે જરા પણ ખચકાયો નંહી. તેણે સીધા સેન્ય અધિકારી પાસે જઈ અને કહ્યું, "હું તૈયાર છું. મને તારા ઢાલ અને તલવાર આપ."

"અને શિરસ્ત્રાણ અને બખ્તર?" રોમને પુછયું.

"તેને તારી પાસે રાખ, તે મને બંધબેસતા નંહી થાય."

તેને હથીયારો આપવામાં આવ્યા અને સૈન્ય અધિકારી તરતજ યુધ્ધ માટે તૈયાર થઈ ગયો. આ સમય દરમ્યાન હરોળમાં ઉભેલા સૈનિકો તેની જગ્યાએથી જરા પણ આઘાપાછા થયા નહોતા; તેઓ શાંતિથી સાંભળતા હતા.પણ ટોળામાં ઉભેલા લોકોની જીભ પર એક જ સવાલ હતો, "તે કોણ છે?" અને કોઈ પણ તેને ઓળખતું નહોતું.

હવે, રોમન સૈન્ય સર્વોપરિતાના ત્રણ કારણોથી હતી – પૂર્ણ શિસ્તબધ્ધતા, યુધ્ધમાં સૈન્ય ટુકડીઓની વ્યુહાત્મક ગોઠવણી અને ટુંકી તલવારનો વિશિષ્ટ ઉપયોગ. હાથોહાથની લડાઈમાં તેઓ કદી તલવારના ઘા થી ઘવાઈ કે કપાઈને મરતા નહોતા; પહેલેથી છેલ્લે સુધી મોટી છરી જેવી ટુંકી તલવાર સીધી ખોસી દેવાનો પ્રયત્ન કરતા કરતા તેઓ ઘસારો કરતા – તેઓ ઘસારો કરતા કરતા આગળ વધતા જ રહેતા. અને જરૂર પડયે આમ જ પાછળ પણ જતા ખરા. સામાન્ય રીતે તેમનો પ્રયત્ન

શત્રુના ચહેરાને નિશાન બનાવવાનો રહેતો હતો. આ બધા જ દાવપેચ બેનહર સારી રીતે જાણતો હતો. જેવા તેઓ મુકાબલો કરવા તત્પર થયા કે તેણે કહ્યું,

"મેં તને તેમ કહ્યું કે હું જુડાહનો પુત્ર છું; પણ મેં તને એ કહ્યું નથી કે હું પ્રશિક્ષિત તલવારબાજ છું. તારો બચાવ કર!"

આમ આખરી શબ્દ કહી અને બેનહર તેના પ્રતિસ્પર્ધી સાથે હાથોહાથની લડાઈમાં જામી પડયો. તેઓ એક ક્ષણ માટે એક બીજાને ભરી પીવા માટે તેમની ચમકદાર ઉપસાવીને નકશીકામ કરેલી ઢાલ ની ધાર પરથી જોતા રહ્યા. તે પછી રોમન આગળ ધસ્યો અને તેની તલવાર સીધી જ ભોંકવાનો પ્રયત્ન કર્યો. યહુદી તેની સામે જોઈને હસ્યો. તે પછી રોમને તેના મુખ પર વાર કર્યો. યહુદી હળવેથી ડાબી બાજુએ ખસી ગયો; પ્રહાર જેટલો વેગથી કરવામાં આવ્યો હતો તેટલી જ ચપળતાથી ચુકવી દેવામાં આવ્યો હતો. રોમન સરદાર ઝટકાને સંભાળી શકયો નંહી અને સમતોલન ગુમાવી પડી ગયો. બેનહરે તે જ સમયે તેની તલવાર શત્રુના ઉંચા રહેલા હાથ વચ્ચે પોતાની ઢાલ ફસાવી દીધી. પછી એક કદમ આગળ વધીને તેણે પોતાની તલવાર તેની છાતીમાં ઉતારી દીધી. તે જ વખતે ધડામ કરતો રોમન ધરતી પર પડી ગયો. બેનહર તેની પીઠ પર પગ રાખી અને ઉભો રહી ગયો અને તે વખતની પરંપરા પ્રમાણે યુધ્ધવીરની માફક તેણે ઢાલ પોતાના માથા પર ઉંચી કરી અને દરવાજે રહેલા સૈનિકોને સલામી આપી.

જયારે લોકોને વિજયનો અહેસાસ થયો ત્યારે તેઓ આનંદથી પાગલ થઈ ગયા. જયાં સુધી શબ્દ ઉડીને પહોંચ્યો ત્યાં દુર છેક ઝાયસ્ટસના ઘરો સુધી લોકોએ તેમના શાલ અને દુપટ્ટા ફરકાવ્યા અને સ્પર્ધામાં વિજેતાને સન્માન આપે તેમ બુમો પાડી વધાવી લીધો. ગાલીલના લોકોએ બેનહરને તેમના ખભ્ભાઓ પર ઉંચકી લીધો.

દરવાજેથી આવતા બીજી હરોળના અધિકારીને તેણે કહ્યું, "તમારો સેનાપતિ એક સૈનિકને છાજે તેવી રીતે મૃત્યુ પામ્યો છે. હું તેના મૃતદેહને ક્ષત વિક્ષત નંહી કરૂં. ફકત તેના ઢાલ અને તલવાર હવે મારા છે."

આમ કહીને તે ચાલતો થયો. દુર જઈને તેણે ગાલીલના લોકોને કહ્યું.

"ભાઈઓ, તમે બધાએ સરસ કામ કર્યું છે. ચાલો હવે આપણે બને તેમ વહેલા છુટા પડીએ કે જેથી કોઈ આપણો પીછો ન કરી શકે.આજે રાત્રે તમે બધા મને વીશીમાં મળવા આવજો. ઈઝરાયેલના મહાન હિતમાં મારી પાસે ત્યાં તમારી સાથે વાત કરવા માટે કઈંક છે."

"તું કોણ છો?" તેઓએ પુછયું.

"જુડાહનો એક પુત્ર," તેણે શાંતિથી જવાબ આપ્યો.

તેને જોવા માટે તેની આસપાસ ટોળું એકઠું થઈ ગયું.

"તમે બધા બેથની આવશો?"

"હા, અમે જરૂર આવીશું."

"તો પછી આ ઢાલ અને તલવાર તમારી સાથે લેતા આવજો કે જેથી હું તમને ઓળખી શકું."

વધતી જતી ભીડ વચ્ચેથી માર્ગ કરીને તે ઝડપથી અદશ્ય થઈ ગયો.

પિલાતની વિનંતીથી લોકો શહેરમાંથી તેમના મૃત અને ઘાયલ સાથીઓને વિલાપ કરતા લઈ શહેરમાંથી જતા રહ્યા; પણ તેઓના તરફથી લડેલા અજાણ્યા યુધ્ધવીરના વિજયથી તે લોકોના ભારે દુખમાં થોડી રાહત થઈ હતી. ચોમેર તે જ દેખાતો હતો અને તેની વાતો સર્વત્ર થતી હતી. રાષ્ટ્રનો મૃતપ્રાય આત્મા તેના આ શૌર્ય સભર કાર્યથી પુનઃ જીવીત થઈ ઉઠયો હતો. તેથી નીચે શેરીઓમાં અને ઉપર મંદિરોમાં મકકાબીઓની જુની વાર્તાઓ ફરીથી કહેવામાં આવી હતી અને હજારો લોકોએ તેને માથા ધુણાવી સમર્થન આપ્યું હતું,

“ભાઈઓ, થોડા વધુ સમય પછી, ફકત થોડા વધુ સમય પછી ઈઝરાયેલ પુનઃ પ્રસ્થાપિત થશે. તો ચાલો આપણે ઈશ્વરમાં શ્રધ્ધા રાખીએ અને ધીરજ થી પણ કામ લઈએ.”

આમ બેનહરે ગાલીલના લોકો પર પોતાનું પ્રભૂત્વ જમાવ્યું અને આવનાર રાજાનો માર્ગ પ્રશસ્ત કરવા માટે પગદંડી કંડારી.

અને તેથી શું થયું તે આપણે જોઈશું.

*****

ભાગ ૭

પ્રકરણ ૧લું

પહેલેથી નક્કી કર્યા પ્રમાણે બેથેનીની વીશીમાં સભા થઈ. ત્યાંથી બેનહર ગાલીલવાસીઓ સાથે તેમના પ્રદેશમાં ગયો, જયાંની જુની બજારોમાં તેની રોમન સેનાધિકારીને પરાસ્ત કર્યાની વાત ત્યાં પહેલાથી જ પહોંચી ગઈ હતી અને તેથી ત્યાં તેનું ખુબ જ ભવ્ય સ્વાગત થયું. શિયાળો પુરો થાય તે પહેલા તેણે રોમન ઢબે પ્રશિક્ષણ આપી ત્રણ સૈન્ય ટુકડીઓ તૈયાર કરી લીધી હતી. તે તેથી વધારે સંખ્યામાં સૈન્ય સંગઠિત કરી શકે તેમ હતો, કેમ કે તે બહાદુર લોકોનો લડાયક આત્મા સદૈવ જાગૃત રહેતો હતો.પણ સાથે સાથે તેણે રોમનો તેમજ હેરોદના પ્રતિ નિધી અને ગાલીલના વહિવટી અધિકારી એન્ટિપસને ખબર ન પડે તે વાતનું પણ ધ્યાન રાખવાનું હતું. આ ત્રણ ટુકડીઓથી આત્મસંતોષ પામીને તે તેમને તાલિમ અને શિક્ષણ આપવામાં લાગી ગયો. આ હેતુ માટે તે કેટલાક સૈનિકોને ટ્રેકોનીટીસના લાવા પ્રદેશમાં લઈ ગયો અને તેમને હથિયારોની, ખાસ કરીને ભાલો અને તલવાર ચલાવવાની, કટોકટીના સમયમાં ટકી રહેવાની અને યુધ્ધક્ષેત્રમાં સૈન્ય ટુકડીઓની વ્યુહરચનાની તાલિમ આપી અને તેમને ઘેર શિક્ષકો તરીકે પાછા મોકલ્યા. અને પછી તરતજ ત્યાંના લોકો માટે સૈન્ય તાલિમ એક ફુરસદનો સમય પસાર કરવાનું સાધન બની ગયો.

આ કાર્ય માટે તેનામાં ધૈર્ય, ચતુરાઈ, સાહસ, આત્મવિશ્વાસ અને લગન જેવા ઉમદા ગુણોની જરૂર હતી, જે માટે સમયે તેનું યોગ્ય ઘડતર કયુર્ં હતું. તેણે કેટલો બધો પરિશ્રમ કર્યો હતો! તો પણ જો સિમોનિડીસે તેને ધન અને શસ્ત્રોની સહાય ન કરી હોત તો તે પોતાના હેતુને સિધ્ધ કરી શકયો ન હોત. અને શેખ ઈલ્ડેરીમે ત્યાં સતત ધ્યાન આપ્યું અને અવિરત પુરવઠો પહોંચાડતા રહ્યા. તો પણ જો ગાલીલના લોકોમાં બુધ્ધી અને ઉત્સાહ ન હોત તો આ બધી જ બાબતોનો કોઈ જ અર્થ નહોતો.

ગાલીલના લોકોના મુખ્ય ચાર પરિવારો – અશેર, ઝેબુલોન, આઈસ્સાચર અને નેફથાલી હતા અને મુળ જીલ્લાઓ ત્યાંથી દુર હતા. મુખ્ય મંદિરથી ઉત્તર દિશાના લોકો આ લોકોને ધિક્કારતા હતા, પણ યહુદી ધર્મગ્રંથ <u>તાલમુદ</u> ખુદ કહે છે, "ગાલીલના લોકોને સન્માન અને યહુદીઓને પૈસા જોઈએ છે."

ગાલીલના લોકો જેટલો દિલથી તેના વતનને પ્રેમ કરતા હતા, તે લોકો રોમ પ્રત્યે તેટલીજ વધુ નફરત કરતા હતા. તેઓ દરેક વિદ્રોહમાં લડવા માટે સહુથી આગળ અને મેદાન છોડવામાં સહુથી પાછળ રહેતા હતા. એક લાખ પચાસ હજાર ગાલીલના યુવાનો રોમ સાથેની છેલ્લી લડાઈમાં શહીદ થઈ ગયા હતા. મહાન ઉત્સવના દિવસોમાં તેઓ જેરૂસલેમ સેનાની જેમ કુચ કરતા અને પડાવ નાખતા ગયા હતા; તો પણ તેઓ તેઓ લાગણીથી ઉદાર અને ધૃણા પ્રત્યે સહનશીલ હતા. હેરોદના રોમન ઢબે બનાવવામાં આવેલા સુંદર શહેરો; ખાસ કરીને સેફ્ફોરીસ અને ટાઈબેરીસના નિર્માણ અને વિકાસમાં તે લોકોએ નિષ્ઠાપૂર્વક યોગદાન આપ્યું હતું. તેમના વતનના સાથીઓ વિશ્વના દરેક ખૂણામાં જઈને વસ્યા હતા અને ત્યાંની પ્રજા સાથે હળીમળીને શાંતિથી રહેતા હતા. હિબ્રુ પ્રજાના નામ ના વૈભવ માટે તેઓએ પયગંબર હોસીઆ જેવા ગીતના ગીતો ના કવિઓને પણ પ્રોત્સાહન અને સન્માન આપ્યું હતું.

આવા તેજ, બહાદુર, ગૌરવશાળી, હોંશીયાર અને વફાદાર લોકો વચ્ચે નવા રાજાના આગમન અંગે ના સમાચાર અત્યંત અસરકારક રીતે ચારે બાજુ ફેલાયેલા હતા. તેમને બસ એટલું જ કહેવાનું હતું કે નવા રાજા રોમનું મસ્તક ઝુકાવવા માટે આવી રહ્યા છે. પછી તે લોકોને બેનહરની પ્રસ્તાવિત યોજનામાં જોડાવામાં કોઈ જ વાંધો નહોતો. પણ જયારે તે લોકોને એમ કહેવામાં આવ્યું કે તે રાજા સમગ્ર વિશ્વ પર રાજ કરશે, સીઝર કરતા પણ વધુ સમર્થ હશે, સોલોમન કરતા પણ વધુ પ્રભાવશાળી હશે અને તેનું રાજય અજરઅમર રહેશે ત્યારે તે લોકોના આનંદનો પાર રહ્યો નંહી અને તેમણે શરીર અને આત્માથી તેની સેવા કરવાના સોગન લીધા. તેઓએ બેનહરને અધિકૃત રીતે તેમ જણાવવા માટે પ્રમાણ માગ્યું તો બેનહરે પયગંબરોના આગમનો સંદર્ભ લીધો અને એન્ટિઓકમાં વાટ જોતા બાલ્થસાર અંગે જણાવ્યું. તે લોકોને સંતોષ થયો કેમ કે તે ઈશ્વરના નામે કહેવામાં આવેલી પહેલેથી ચાલી આવતી; સજાવેલા લાંબા સ્વપ્ન જેવી એક ચોકકસ સમયે વહાલા મસીહાનું અવતરણ થવાની દંતકથા હતી. તે રાજા હવે માત્ર આવવાનો જ નહોતો; તેનું અવતરણ થઈ ચુકયું હતું.

આમ તૈયારીઓમાંજ શિયાળો પુરો થવા આવ્યો અને પશ્ચિમ દિશામાંથી વાતા વાયરાઓ સાથે ઋતુરાજવસંતનું આગમન થયું. આ સમય દરમ્યાન તેણે હૃદયપૂર્વક કઠોર પરિશ્રમથી તેના કાર્યમાં સફળતા પૂર્વક આગળ વધતો રહ્યો કે તે ખુદને અને તેના અનુયાયીઓને કહી શકે, "ભલા રાજાનું આગમન થવા દો. તેણે આપણે સહુને માત્ર એટલું જ કહેવાનું છે કે તેમના રાજયસિંહાસનની કયાં સ્થાપના કરવાની છે. આપણી તલવારો તે માટે તૈયાર છે."

અને આ બધી તૈયારીઓ દરમ્યાન લોકો એમ જ સમજતા રહ્યા કે તે જુડાહનો પુત્ર હતો અને લોકો તેને તે નામથીજ બોલાવતા રહ્યા.

એક સાંજે ટ્રેકોનીટસમાં બેનહર એક ગુફામાં તેના કેટલાક ગાલીલના લોકો સાથે બેઠો હતો ત્યારે એક ઘોડેસવાર આરબ સંદેશાવાહક તેની પાસે આવ્યો અને તેના હાથમાં એક પત્ર મૂકયો. પરબિડીયું ખોલી અને તેણે પત્ર વાંચ્યો,

"જેરૂસલેમ, નિશાન – ૪."

"અંહી એક નવા નબી(પયગંબર) નું આગમન થયું છે, જેને લોકો ઈલીયાસ ના નામથી ઓળખે છે. તે વરસો સુધી જંગલોમાં ભટકતા રહેતા હતા. અમારા મત અનુસાર તે નવા પયગંબર છે. અને તેની વાણીમાં પણ એવી મહાનતા છે; તે એક આવનાર વ્યકિતનો સંદેશ લઈને આવ્યા છે જે તેનાથી પણ વધુ મહાન હશે. તે મહાન વ્યકિતની વાટ જોતા તે નબીએ જોર્ડન નદીના પૂર્વ કિનારે પડાવ નાખ્યો છે. મેં તેના દર્શન કર્યા છે અને તેની વાણીનો લાભ લીધો છે. મારા વિચારથી તે જેની વાટ જુએ છે, તે એ જ નવા રાજા છે કે જેના આગમનની આપ અપેક્ષા રાખો છો. આપ ખુદ આવો અને જુઓ તેમજ સાંભળો અને સમજવાનો પ્રયત્ન કરો કે હકીકત શું છે."

"સમગ્ર જેરૂસલેમ તે નબી ને સાંભળવા ઉમટી પડે છે અને જોર્ડન નદીનો આખો પશ્ચિમ કાંઠો માઉન્ટ ઓલીવેટના પાસઓવરના છેલ્લા દિવસેએકઠી થતી ભીડની જેમ ભરચક થઈ જાય છે."

"મલુક."

બેનહરની આંખો આનંદથી ચમકી ઉઠી.

"આ શબ્દથી, ઓ મારા મિત્રો," તેણે કહ્યું – "આ શબ્દથી, આપણી ઈંતેજારી ખતમ થતી હોય તેવું લાગે છે. રાજાનો સંદેશવાહક આવી ગયો છે અને તેના આગમનની ઘોષણા કરી દીધી છે."

પત્રની બધી વિગતો વાંચીને, તેમાં આપવામાં આવેલા વચનથી ગાલીલના બધા લોકો આનંદથી નાચવા લાગ્યા.

"હવે તૈયાર થઈ જાવ," તેણે ઉમેર્યું, "અને સવારે તમારા મુખ વતન તરફ રાખજો; જયારે તેની સવારી આવી પહોંચે, તમારે અધીન જેઓ છે તેમને સંદેશો આપજો, અને તેમને એકઠા થઈ અને હું કહું તેમ કરવા માટે તૈયાર રાખજો. હવે મારી અને તમારી વાત, હું તે જોવાને જઈશ કે ખરેખર રાજાનું આગમન નજીકમાં જ છે – અને હું તમને તેનો અહેવાલ મોકલાવીશ. ચાલો આપણે, તે સમય દરમ્યાન, આપવામાં આવેલા વચનનો આનંદમાણીએ."

બેનહરે ગુફામાં જઈને ઈલ્દેરીમ અને સીમોનીડીસના નામે પત્રો લખ્યા અને તે સમાચારની જાણકારી આપી અને તેણે એમ પણ લખ્યું કે તે એ નબી ને જવા માટે ખુદ તે તાત્કાલિક જવા માગતો હતો. તે પત્રો ઝડપથી જઈ શકે તેવા સંદેશવાહકો સાથે મોકલવામાં આવ્યા. જયારે રાત્રી પડી , અને દિશા સુચક તારાઓનો ઉદય થયો કે તેણેએક અરબી માર્ગદર્શક સાથે જોર્ડન રબ્બાથ – અમ્મોન અને દમાસ્કસનો જે માર્ગ વેપારી વણઝારાઓ ઉપયોગમાં લેતા હતા તે રસ્તેથી જવા સવાર થયો.

માર્ગદર્શક અનુભવી હતો અને અલ્દેબરન ઝડપી હતો; તેથી મધ્યરાત્રીએ તે બન્ને જવાળામુખીના લાવા પ્રદેશને ઝડપથી વટાવી દક્ષિણ તરફ જવા નીકળી ગયા હતા.

*****

પ્રકરણ ૨જું

સવારનો સુરજ નીકળે તે પહેલા કોઈ સુરક્ષિત સ્થાન શોધી અને ત્યાં થોડી વાર આરામ કરી લેવાની બેનહરની ગણતરી હતી; પણ સુર્યોદયના સમયે બેનહરે જોયું કે તે એક અફાટ રણપ્રદેશમાંથી પસાર થઈ રહ્યો હતો. તેના આરબ માર્ગદર્શકે તેને એકધારી મુસાફરી કરતા રહેવાની સલાહ આપી, અને તેઓએ મુસાફરી જારી રાખી. તે પછી માર્ગદર્શકના કહ્યા અનુસાર આગળ વધતા તેઓ મોટી શીલાઓ પાછળ એક એવા સ્થાને પહોંચ્યા કે જયાં એક પાણીનું ઝરણાની આસપાસ કેટલાક શેતુરના વૃક્ષો અને ઘોડાઓ ચરી શકે તેટલું પૂષ્કળ ઘાસ ઉગ્યું હતું .

બીજા દિવસે રણપ્રદેશમાં આગળ વધતી વખતે તે નજીકના ભવિષ્યમાં થનાર અદભૂત ઘટનાઓ અંગે વિચાર કરતો હતો ત્યારે તેની સાથે સાવચેતી પૂર્વક આગળ વધી રહેલા માર્ગદર્શકે તેમની પાછળ આવી રહેલા કેટલાક લોકો તરફ બેનહરનું ધ્યાન ખેંચ્યું. ચારે તરફ ફેલાયેલા રણપ્રદેશમાં પવનથી ઉડતી, સુર્યપ્રકાશમાં ચમકતી રેતીએ સરોવરના જળમાં ઉઠતા તરંગો જેવી રચના કરી હતી. કયાંય પણ એક લીલું તરણું જોવા મળતું નહોતું. તેમની ડાબી બાજુએ ઘણે દુર થોડી ઓછી ઉંચાઈના પહાડોની હારમાળા દેખાતી હતી. આવા ખાલીખમ પ્રદેશમાં કોઈ હલચલ થતી હોય અને નજરે ન પડે તો નવાઈની વાત હતી.

"ત્યાં કોઈ એક ઉંટ પર સવાર થઈને આવે છે," બેનહરને માર્ગદર્શકે સીધું જ કહ્યું.

"તેની પાછળ બીજા કોઈ આવે છે?" બેનહરે પુછયું.

"તે સવાર એકલો જ આવે છે. ના, તેની અંબાડી જેવી કાઠી પર એક બીજો માણસ પણ છે, કદાચ તે જ ઉંટને હંકારી રહ્યો છે."

થોડીવાર પછી બેનહરે જોયું કે પાછળ આવી રહેલું ઉંટ એકદમ સફેદ, પ્રમાણમાં વધુ ઉંચુ અને હટ્ટુંકટ્ટું હતું. તેને તરત જ એ ઉંટ યાદ આવ્યું કે ડેફનીના ઝરણા પાસે તેણે આવા જ ઉંટ પર બાલ્થસાર અને ઈરા ને જોયા હતા. તે વખતે તેઓ જે કાફલા સાથે સફર કરી રહ્યા હતા, તેનાથી થોડા પાછળ રહી ગયા હતા. પણ અત્યારે તેઓ એકલા આ અફાટ રણમાં કેવી રીતે હોઈ શકે ? જયારે ઉંટની ચાલ ધીમી પડી અને હોદામાં બેઠેલા મુસાફરો દેખાયા તો બેનહરને લાગ્યું કે તે બાલ્થસાર અને ઈરા જ છે. અંતે તેમના ઘોડા પાસે આવી તે ઉંટ ઉભું રહ્યું. તેણે ઉંટના અસબાબ પણ ટાંકેલ નાની ઘંટડીઓનો રણકાર સાંભળ્યો અને ચાઉસને ઉંટને ઝુકાવવાનું કહેવાનો સેલેસ્ટીયન ફુવારા પાસે સાંભળેલો અવાજ સાંભળ્યો. બેનહરે ઉપર જોયું તો આશ્ચર્યચકિત ઈરા ઉંટના હોદાનો પરદો હટાવીને તેની સામે પ્રશ્નસુચક દષ્ટિથી જોઈ રહી હતી.

"તારા પર ઈશ્વરના આશિર્વાદ હો!" બાલ્થસારે તેના ધ્રુજતા અવાજે કહ્યું.

"અને આપના પર પણ ઈશ્વરની કૃપા વરસે," બેનહરે જવાબ આપ્યો.

"વૃધ્ધાવસ્થાના કારણે મારી આંખો નબળી પડી છે," બાલ્થસારે કહ્યું; "પણ તે જ આંખોએ મને ભલા શેખ ઈલ્દેરીમના તંબુમાં જેને મળવાનું સન્માન પ્રાપ્ત થયું હતું, તે હર ના પુત્ર તરીકે ઓળખ્યો છે."

"અને હું અફાટ રણમાં જેની વાણી સાંભળી રહ્યો છું, તમે તે જ ડાહ્યા ઈજીપ્ત નિવાસી બાલ્થસાર છો. તમે અંહી શુ કરો છો?"

અભીવાદન કર્યા પછી બધા નીચે સાદડીઓ પાથરી અને બેસી ગયા.

"તે કદી એકલો નથી હોતો કે જેની સાથે ઈશ્વર હોય છે. – અને ઈશ્વર સર્વત્ર છે," બાલ્થસારે ગંભીર થઈ ને જવાબ આપતા કહ્યું, "પણ તું જે રીતે પુછે છે તે અર્થમાં કહું તો એક ટુંકો રસ્તો ત્યાં પાછળથી વણઝારો માટે જેરૂસલેમ થઈને એલેક્ઝાન્ડ્રીયા જવા નીકળે છે. મને થયું કે પવિત્ર શહેરની મુલાકાત લેવા માટે મારા માટે તેસારો રહેશે.જો કે આ સવારથી એક કોહોર્ટ (અંદાજે ૫૦૦ જેટલા તાલિમબધ્ધ રોમન સૈનિકોની ટુકડી)આ માર્ગે આગળ કુચ કરવાની હતી અને તેથી અમે સવારના વહેલા નીકળી અને બને તેટલા આગળ વધી જવાનું નકકી કર્યું. કેમ કે આખા રસ્તે લુંટારાઓનો ત્રાસ છે , જો કે અમને તેમનાથી ડરતા નથી; કેમ કે મારી પાસે ભાલા શેખ ઈલ્દેરીમનો પરવાનો છે. બાકી અમને ઈશ્વરમાં પૂર્ણ વિશ્વાસ છે."

બાલ્થસારે કહ્યું, "મને લાગે છે કે તું પણ જેરૂસલેમ તરફ જઈ રહ્યો છો.

બેનહરે નમન કર્યું અને કહ્યું, "ભલા શેખનો પરવાનો જયાં કયાંય પણ અંધાધુંધી ચાલે છે ત્યાં સલામતિની ખાત્રી આપે છે." આમ કહેતા કહેતા તેણે ઉંટની ગરદન પસવારી.

"તો પણ," આઈરીસે કહ્યું, "તે લોકોથી સાવચેત રહેવા માટે પણ આપણે ઝડપ કરવી જોઈએ કે જેથી સમયસર પહોંચી શકાય. બેનહર, જો આ અફાટ રણમાં તારી જાણમાં નજીકમાં કોઈ તાજા પાણીનું વહેતું ઝરણું હોય તો આપણે ત્યાં જઈ અને ભોજન કરીએ."

બેનહરે પ્રત્યુતર આપવાની કોઈ ઉતાવળ કરી નંહી.

"ઈજીપ્તની સુંદરી, તારી તકલીફ હું સમજી શકું છું. તું થોડી વધુ આગળ જવાની તકલીફ ન લઈ શકે કે આપણે તારે જેવું જોઈએ તેવું ઝરણું શોધી શકીએ? અને હું વચન આપું છું કે તે ઝરણાના પાણીનો ઘુંટ વિખ્યાત કેસ્ટેલીયાના ઘરાથી પણ વધુ શીતળ અને મીઠો હશે. તો ચાલો ઉઠો, આપણે ઉતાવળ કરવાની છે."

"તને હું તરસ્યાના આશિર્વાદ આપું છું," તેણીએ જવાબ આપ્યો; "અને બદલામાં અમારા શહેરના ભઠીયારાઓએ બનાવેલા તાજા રોટલાને દમાસ્કસના ભીના ઘાસના મેદાનો પરથી આવેલ તાજું માખણ લગાવીને આપીશ."

"આવી તરફેણ તો ભાગ્યે જ થાય! તો ચાલો, આપણે ચાલી નીકળીએ."

આમ કહીને બેનહરે તેના માર્ગદર્શક સાથે આગળ થયો. ઉંટો પર મુસાફરી કરવાની કેટલીક પ્રતિકુળતાઓ પૈકીની એક એટલે નમ્રતાપૂર્વક વાતચીતની ના પાડવી. બાલ્થસાર અને આઈરીસ તેમનું ચુપચાપ અનુસરણ કર્યું.

તેઓ બધા માર્ગદર્શકને અનુસરતા થોડા સમય પછી એક છીછરી ભીનાશ પડતી માટી વાળી જગ્યાએ આવી પહોંચ્યા. ત્યાંથી થોડા નીચાણ વાળા ભાગે થઈ, થોડા જમણી બાજુએ થોડા

સમય પહેલા પડેલા વરસાદથી ભીની થયેલી ધરતી સુર્યપ્રકાશમાં ચમકતા; પવનથી લહેરાતા હરીયાળા ઘાસથી આચ્છાદિત થઈ, થોડી પોચી થઈ ગઈ હતી. તે જગ્યાની સામસામી બન્ને બાજુએ પાણીના પ્રવાહથી કાળક્રમે ઘસાઈને લીસા થઈ ગયેલા પથ્થરોની ફાટોમાંથી કયાંક કયાંક પાણી પડીને વહેતું આવી ઝરણામાં ભળી જતું હતું. અંતે સાંકડા કોતરમાંથી બહાર નીકળી અને તેઓ પર્વતમાળા વચ્ચે આવેલી એક મનોહર ખીણમાં પ્રવેશ કર્યો. તેમને એકાએક અફાટ રણમાંથી સ્વર્ગ જેવી સુંદર જગ્યાએ આવી પહોંચ્યા હોવાની અનુભૂતિ થઈ. ગોળ નાના પથ્થરો વચ્ચે વહેંચાઈ જતો ઝરણાનો પ્રવાહ કયાંક થોડો નીચે હળવેથી ધારાઓમાં વહેંચાઈને કોઈ વાજીંત્રના સુરીલા તાર રણકતા હોય તેમ પડીને એકઠો થઈ જતો હતો. જોર્ડનની ખીણમાં ઉપરથી નીચે સુધી કરેણના છોડવાઓ પર અસંખ્ય ફુલો મહોરી ઉઠયા હતા. તેમની વચ્ચે એક ઉંચુ પામવૃક્ષ ખીણની શોભામાં વધારો કરી રહ્યું હતું. ખીણના તળિયેથી દ્રાક્ષવેલીઓ છેકઉપર સુધી આવી ગઈ હતી અને પથ્થરની ફાટો પર કુદરતી રીતેજ બનેલા તેના ઢળતા માંડવાની છાયામાં શેતુરના વૃક્ષોની ઘાટી ઝાડી પુરબહારમાં વસંતના આગમનની છડી પોકારતી હતી. ત્યાં પહાડની સાંકડી ફાટોમાંથી આવતા તેતર, કોયલ અને બુલબુલ જેવા પક્ષીઓના મધુર કલરવ તરફ ધ્યાન આપ્યા વગર આપણો માર્ગદર્શક તે લોકોને આગળ દોરી ગયો.

ફાટમાં જયાંથી પાણી પડતું હતું ત્યાં કોઈ પ્રેમાળ હાથોએ કમાનના આકારની કોતરણી કરી, તેની ઉપર હિબ્રુ ભાષામાં, મોટાઅક્ષરોથી "ઈશ્વર" શબ્દ લખ્યો હતો. તે કોતરનારે માત્ર ત્યાં પાણી જ પીધું નહોતું, પણ ત્યાં થોડા દિવસો વિતાવ્યા હતા અને ઈશ્વરનો આભાર વરસો સુધી ટકી રહે તેમ માન્યો હતો. તે કમાન ઉપરથી પાણીનું વહેતું ઝરણું થોડું આગળ વધી, સુર્યપ્રકાશમાં ચમકતી મોસ (એક જાતની શેવાળ) પર થઈને કાચ જેવા નિર્મળ નીર વાળા ધરામાં આવતું હતું; પછી ઘાસથી આચ્છાદિત કિનારાઓ વાળી નાનકડી નદી થઈને આગળ વધતું પાણી રણની તરસી રેતમાં સમાઈ જાય તે પહેલા ઘણા બધા વૃક્ષોની તૃષા તૃપ્ત કરતું હતું. ધરાની કોર પર થોડી ધ્યાન ખેંચે તેવી પગદંડીઓ હતી; તે સિવાય કયાંય તેની આસપાસના ઘાસ પર કોઈના પગલા પડયા હોયતેવું નિશાન નહોતું. ઉંટ અને ઘોડાઓને ચરી શકે તે માટે છુટા મુકી દેવામાં આવ્યા. વૃધ્ધ બાલ્થસારે તેનું મુખ પૂર્વ દિશામાં કરી, તેના હાથો ચોકડી કરી છાતી પર મૂકયા અને પ્રાર્થના કરી.

"મને એક પ્યાલો આપ," આઈરસે અધીરાઈથી કહ્યું. તરત જ ઉંટના હોદા પરથી ચાકર સ્ફટીકનું પાત્ર લઈ આવ્યો; તે પછી તેણીએ બેનહરને કહ્યું,

"ફુવારા પર હું તારી ચાકર થઈશ."

તેઓ ધરા પર સાથે ચાલીને ગયા. તેણે પાણી ભરી આપવા કહ્યું, પણ તેણીએ ના પાડી અને ગોઠણભેર થઈ વહેતા ઝરણામાંથી જાતે જ તેનો પ્યાલો ભરી અને બેનહરને પીવા આપ્યો.

"ના," તેણે અધખુલ્લી આંખે નજાકતથી તેની સામે લંબાયેલા હાથને સ્પર્શ કરી અને કહ્યું, "મારી સેવાનો સ્વીકાર કર, હું વિનંતી કરૂં છું."

તેણીએ જીદ પકડી રાખી.

"હર ના પુત્ર, મારા દેશમાં એક કહેવત છે, રાજાના પ્રધાન થવા કરતા નસીબદારનો પ્યાલો લઈ લેવો સારો."

"નસીબદાર!"

તે બન્નેને તેમના બદલાયેલા અવાજ અને વર્તન પર નવાઈ લાગી, અને તેણીએ તરત જ કહ્યું,

"દેવતાઓએ આપણેને એક સફળતાની નિશાની આપી છે કે જેથી આપણે તેને આપણી તરફ છે તેમ જોઈ શકીએ. તું સ્પર્ધાના મેદાનનો વિજેતા નહોતો?"

તેના ગાલ લાલ થઈ ગયા.

"તે એક નિશાની હતી. ત્યાં બીજી નીશાની મળી. તલવાર યુધ્ધમાં તેં એક રોમનને પરાસ્ત કર્યો."

ગૌરવની લાગણી વધુ ઘેરી થઈ – એટલા માટે નંહી કે તેણે મેળવેલા વિજયની પ્રશંસા થઈ હતી; પણ તે ઈજીપ્તની રમણીને તેનામાં રસ પડયો હતો. એક ક્ષણ, અને તેના આનંદનો પ્રતિભાવ આપ્યો. તેને ખબર હતી કેતે રોમન સાથેની હાથોહાથની લડાઈની વાત સમગ્ર પૂર્વમાં ફેલાઈ ગઈ હતી; પણ વિજેતાના નામની ઘણા ઓછાલોકોને ખબર હતી – મલુક,ઈલ્ડેરીમ અને સીમોનીડીસ. શું તેઓએ આ સ્ત્રીને વિશ્વાસમાં લીધી હતી? બેનહર તેણીએ કરેલી પ્રસંશાથી આશ્ચર્ય પામ્યો અને મુંઝવણમાં મુકાયો. તે જોઈને આઈરસ ઉભી થઈ, ઝરણા પાસે ગઈઅને હાથમાં પ્યાલો પકડી અને કહ્યું,

"ઓ ઈજીપ્તના દેવતાઓ! હું તમારો આભાર માનું છું કેમ કે એક નાયકની શોધ થઈ ચુકી છે –આભાર, કેમ કે આઈડરનીના મહેલમાં જેનો ભોગ લેવાયો તે મારા લોકોનો રાજા નહોતો. અને તેથી, ઓ પવિત્ર દેવતા ઓ, હું આપને અર્ધ્ય અર્પણ કરૂં છું."

દેવતાઓને અર્ધ્ય અર્પણ કરી તેણે પાણી પીધું, પછી સ્ફટીકનો પ્યાલો હોઠથી અળગો કરતા તેણી તેની સામે જોઈ હસી પડી.

"ઓ હર ના પુત્ર, શું આજની રીત તે એક ખુબ બહાદુર યોધ્ધો સહેલાઈથી સ્ત્રી સામે હાર માની લે? હવે પ્યાલો હાથમાં લે અને જો કે તને મારા માટે મારા શબ્દોથી આનંદ થયો કે નંહી."

તેણે પ્યાલો હાથમાં લીધો અને ફરીથી ભરવા માટે ઝુકયો.

"ઈઝરાયેલના પુત્ર પાસે એવા કોઈ દેવતાઓ નથી કે જેને તે તૃપ્ત કરી શકે," તેણે પાણી સાથે તેના મનમાં ચાલતી પહેલા કરતા પણ વધુ મીઠી લાગણીઓને સંતાડવાનો પ્રયત્ન કરતા રમતા રમતા કહ્યું. તે ઈજીપ્તની સુંદરી તેના વિષે વધુ શું જાણે છે? તેને સીમોનીડીસ સાથેના તેના સબંધોની જાણ કરવામાં આવી છે? અને ત્યાં ઈલ્ડેરીમ સાથે થયેલો કરાર – તેણીને તેની જાણકારી છે? તેને થોડો અવિશ્વાસ થયો. કોઈક તેના રહસ્યો જાણી ગયું હતું અને તેની સાથે વિશ્વાસઘાત કરી રહ્યું હતું. અને તેઓ આ બાબતે ગંભીર હતા. અને, આ બધું એકબાજુએ રાખો તો તે જેરૂસલેમ જઈ રહ્યો હતો. તે જયાં જઈ રહ્યો હતો ત્યાં તેના શત્રુઓની બુધ્ધિમતા વિષે કોઈ બેમત નહોતો અને આ બાબત તેના માટે, તેના સાથીઓ માટે અને તેમના ઉમદા કારણ માટે અત્યંત ભયજનક હતી. પણ તેણી શત્રુ હતી? એક જ ક્ષણમાં તેના મનમાં અનેક વિચારો આવી ગયા. તેણે ઠંડા પાણીનો પ્યાલો પુરેપુરો ભરાઈ ગયો કે તે લઈને તે ઉભો થયો અને બેપરવાઈથી કહ્યું,

"સહુથી સારી વાત, જો હું એક ઈજીપ્તવાસી,ગ્રીક કે રોમન હોત, તો મેં કહ્યું હોત" – તેણે પ્યાલો માથાથી ઉંચે ઉઠાવી અને કહ્યું – "ઓ તમે વધુ સારા દેવતાઓ! હું તમારો આભાર માનું છું કે

હજુ પણ આ જગતમાં કેટલાક દૃષ્કૃત્યો અને વેદનાઓ હોવા છતાં, જેને તેમના સૌન્દર્યનું આકર્ષણ ને પ્રેમનો આશરો શ્રેષ્ઠતા અર્પે છે, તેઆઈરસ, આ જામ નાઈલની સહુથી સુંદર પુત્રી ના નામે!"

તેણીએ હળવેથી તેનો હાથ બેનહરના ખભ્ભા પર મુકયો.

"તેં કાયદાનો વિરોધ કર્યો છે. તે જે દેવોના નામે જામ પીધો છે, તે ખોટા દેવો છે. મારે શા માટે ધર્મગુરૂઓને તારી ફરીયાદ ન કરવી?"

"ઓહ!" તેણે હસતા હસતા જવાબ આપ્યો,"મહત્વની વાત, કોઈ જ્ઞાની માટે આટલું કહેવું તો ઘણું ઓછું છે."

"હું યહુદી ઢબે વધુ વાત કરીશ – ત્યાં એન્ટિઓકના મોટા વેપારીના ઘરની આસપાસ ઉગાડેલા ગુલાબ જેવી, જેને કારણે તે ધર્મગુરૂઓ અધિરા થઈ જાય છે; આ જામ તે સુંદરીના નામે–"
"સારૂ, તેણીના નામે?"

"આ પ્યાલો ઉંચકી અને દેવોની સાક્ષીએ તેં જે કહ્યું છે તેનું હું ફરીથી પુનરાવર્તન કરીશ."

તે એક ક્ષણ માટે ઈજીપ્તવાસી રમણી આગળ કંઈ વાત કરે તે સાંભળવા માટે થોભ્યો. ત્યાં એકાએક તેને એસ્થર તેના પિતાની બાજુમાંજ ઉભી ઉભી તેણે આપેલ પત્રમાંથી કંઈક વાંચતી હોય તેવો આભાસ થયો.બેનહરે તેણીની હાજરીમાં જ તેણે સીમોનીડીસને આઈડરનીના મહેલમાં બનેલી ઘટનાની વાત કરી હતી. આઈરસ અનેતેણી એકબીજાથી પરીચિત હતા; આઈરસ વધારે ચતુર અને સમૃધ્ધિ પાછળ ઘેલી હતી જયારે એસ્થર સીધીસાદી અને પ્રેમાળ હતી અને તેથી સહેલાઈથી પામી શકાય તેવી હતી. સીમોનીડીસ વિશ્વાસઘાત કરે તેવો વિચાર પણ ન આવે –ઈલ્ડેરીમ પણ ન હોય – કેમ કે તેની લડાઈ સન્માન માટેની હતા, જેના માટે વાત ખુલ્લી પડી જાય તો તેના ચોકકસ પણે માઠા પરિણામ ભોગવવા પડે. એસ્થર ઈજીપ્તવાસીને માહિતી આપતી હશે? તે તેણીને દોષ આપી શકે નંહી; તો પણ શંકા તેના પર જ જતી હતી. તે કોઈ તારણ પર આવે તે પહેલા બાલ્થસાર ઘરા પાસે આવ્યો.

"ઓ હર ના પુત્ર, અમે તારા ખુબ ખુબ ઋણી છીએ," તેણે ગંભીર થઈને કહ્યું.

"આ ખીણ ખુબ સુંદર છે; આ લીલું છમ ઘાસ, આ વૃક્ષો, તેનો છાંયો આપણને આરામથી રહેવા માટે આમંત્રણ આપતો હોય તેવું લાગે છે; મને આ ઝરણું વહેતું હોય ત્યારે તે પ્રેમાળ ઈશ્વરના ગીત ગાતું હોય; તેના પ્રવાહમાં ઝવેરાત ઝળહળતું હોય તેવું લાગે છે. અમને જે મોજ પડી તે માટે માત્ર તારો આભાર માનવો તેટલું જપુરતું નથી; આવ અને અમારી સાથે બેસ અને અમારી ઢબે બનાવેલા સ્વાદિષ્ટ ભોજનનો આનંદ લે."

"મને તમારી સેવા કરવાનો પહેલો મોકો આપો." આમ કહીને બેનહરે પ્યાલો ભરી અને બાલ્થસારને આપ્યો. બાલ્થસારે તેને આંખે અડાડયો કે તરત જ તેનો ચાકર રૂમાલ લઈ આવ્યો; અને બધાએ હાથ ધોઈ, તે સમયની પૂર્વની ઢબ અનુસાર – જેવી રીતે વરસો પહેલા રણપ્રદેશમાં તે ત્રણેય ડાહ્યા માર્ગીઓ જમવા બેઠા હતા તેમ જમવા બેઠા. અને તેમની પાસે જે કંઈ સારૂ ભોજન હતું; તે ધરાઈને ખાધું.

*****

પ્રકરણ ૩જું

ઝરણાનો ખળખળ અવાજ સતત કાનમાં ગુંજારવ કરતો હતો તેવી જગ્યાએ ખુબ જ કુશળતા પૂર્વક એક વૃક્ષ નીચે તંબુ તાણવામાં આવ્યો હતો. તેમના માથા પર વૃક્ષના મોટા પાન સંભાળપૂર્વક દોરામાં મોતી પરોવ્યા હોય તેમ ઝરણા પર તેમનું સ્પષ્ટ પ્રતિબિંબ પડે તે માટે સ્થિર થઈને જોતા હોય તેવું લાગતું હતું. કયારેક મધપુડામાં પાછી ફરતી મધમાખીનો ગણગણાટ કાને પડતો હતો કે આમથી તેમ ઉડાઉડ કરતા રંગરબેરંગી તેતર જેવા પક્ષીઓનો કલરવ વાતાવરણને આનંદથી ભરી દેતો હતો. નદીના કોતરનું આંખને આરામ આપે તેવું દશ્ય, તાજી હવા, લીલીછમ ધરા એ વૃધ્ધ ઈજીપ્તવાસીના આત્માને આનંદથી ભરી દીધો. સામાન્ય રીતે તેનો અવાજ અને રીતભાત અત્યંત સૌમ્ય રહેતા હતા તે આજે કંઈક અલગ જ લાગતા હતા. તે વારંવાર વાતો કરતા બેનહર અને ઈરાને મૃદુતાથી જોઈ લેતો હતો.

"હર ના પુત્ર, જયારે અમે તારી સાથે થઈ ગયા," તેણે યાદ કરતા કહ્યું, "ત્યારે એવું લાગતું હતું કે તારૂં મુખ પણ જેરૂસલેમ તરફ હતું. શું હું તને પુછી શકું કે તું પણ જેરૂસલેમ જ જાય છે?"

"હું પવિત્ર શહેર તરફ જ જઈ રહ્યો છું."

"આપણે જે રસ્તે જઈ રહ્યા છીએ તે રબ્બાથ – અમ્મોન સિવાય કોઈ ટુંકો રસ્તો છે?"

"ગોરાસા અને રબ્બાથ ગીલીડ વચ્ચે થોડો ખાડા ટેકરા વાળો પણ ટુંકો રસ્તો છે. તે એ જ રસ્તો છે કે જે રસ્તે હું જવાનું વિચારી રહ્યો છું."

"હું અધિરો થઈ ગયો છું," બાલ્થસારે કહ્યું. "મને એકની એક જુની વાતના વારંવાર સપના આવે છે – અથવા તો એકનું એક સ્વપ્ન વારંવાર આવે છે. એક અવાજ– તે બીજું કંઈ નંહી– આવે છે અને મને કહે છે,'ઉતાવળ કરો – ઉભા થાવ! તે એ કે જેની તું ઘણા સમયથી વાટ જુએ છે, તેનું આગમન થઈ રહ્યું જ છે."

"તમારો કહેવાનો અર્થ તેમ થાય છે કે યહુદીઓના રાજાનું આગમન થઈ રહ્યું છે? " બેનહરે નવાઈથી ઈજીપ્તવાસીની આંખોમાં જોતા પુછયું.

"તેમ પણ ખરૂં."

"તો તમે તેના વિષે કંઈ સાંભળ્યું નથી?"

"સ્વપ્નમાં આવતા અવાજ સિવાય કશું નંહી."

"તો સાંભળો, હું આપને એક એવા સમાચાર આપું છું કે જેને સાંભળીને આપ પણ મારી જેમ આનંદથીનાચી ઉઠશો."

બેનહરે તેના ઝભ્ભામાંથી મલુકે મોકલાવેલો પત્ર કાઢયો. ઈજીપ્તવાસીએ મોટા અવાજે તે પત્ર વાંચવાનું શરૂ કર્યું. જેમ જેમ તે પત્ર વાંચતો ગયો તેમ તેમ તેના ગળાની નસો ફુલવા લાગી. આખરે તેણે આભારવશ તેની આંખો ઉપર કરી અને પ્રાર્થના કરી. તેણે કોઈ પ્રશ્ન કર્યો નંહી; કેમ કે તેને કોઈ શંકા હતી નંહી.

"હે ઈશ્વર, મારા પર તારી અસીમ કૃપા છે. તું મને એક વખત અવસર આપ કે જેથી હું મુકિતદાતાને ફરીથી મળી શકું અને તેની ભકિત કરી શકું. તે પછી આ તારો સેવક ચિર શાંતિ પામવાને તૈયાર છે."

આ શબ્દો, રીતભાત અને સીધીસાદી પ્રાર્થના બેનહરના હૃદયને વિશિષ્ટ અનુભૂતિનો સ્પર્શ કરાવી ગઈ. તેને ઈશ્વર આટલો વાસ્તવિક અને આસપાસમાં આ પહેલા કદી લાગ્યો નહોતો; તે જાણે તેની પાસે બેઠો હોય – એક મિત્ર કે જે કોઈ વેળાએ કંઈ કામકાજ છે કે કેમ તેવું પુછતો હોય – એક પિતા કે જે તેના બધા બાળકોને એક સમાન પ્રેમ કરતો હોય – પિતા, માત્ર યહુદીઓનો જ નંહી, પણ સકળ વિશ્વનો પિતા કે જેને તેના બાળકો સાથે સંવાદ કરવા માટે કોઈ મધ્યસ્થીની, કોઈ ધર્મગુરૂની, કોઈ ઓલીયાની, કોઈ ઉપદેશકની જરૂર ન પડતી હોય. એ વિચાર કે જેમાં ઈશ્વર કોઈ સમ્રાટની જગ્યાએ એક મુકિતદાતાને પૃથ્વી પર મોકલે; તે વિચાર બેનહર માટે સાવ નવો તો નહોતો, પણ એટલો સીધોસાદો કે તે સમ્રાટ અને મહાત્મા વચ્ચેનો ભેદ સહેલાઈથી સમજી શકે. તો પણ તે જીજ્ઞાસાવશ પોતાને પ્રશ્ન પુછતા રોકી શકયો નંહી.

"હવે તો તેનું આગમન થવાનું નકકી છે. હજુ પણ તમે તેમ માનો છો કે તે મુકિતદાતા બનશે, સીઝરની જેમ રાજા નંહી?"

વિચારમગ્ન બાલ્થસારે આવા પ્રશ્નની અપેક્ષા હોય તેમ તેની સામે જોયું.

"હું તને કેમ સમજી શકું?" તેણે સામો પ્રશ્ન પુછયો."મારો માર્ગદર્શક જે એક તારો હતો; તે આપણે ભલા શેખના તંબુમાં મળ્યા તે પછી તે તારો દેખાયો નથી; તેથી હું એમ કહીશ કે મેં તેને પહેલાની જેમ જોયો, કે સાંભળ્યો નથી. મને તે અવાજમાં શ્રધ્ધા છે કે જે સ્વપ્નમાં મને સંભળાય છે; પણ તે સિવાય મને કોઈ સાક્ષાત્કાર થયો નથી."

"હું આપના આપણા બન્ને વચ્ચેનો તફાવત યાદ કરાવીશ," બેનહરે થોડા વિરોધના સુરે કહ્યું."તમારા અભિપ્રાય પ્રમાણે તે રાજા થશે, પણ સીઝરની જેમ નંહી, તમારા વિચારો અનુસાર તે આધ્યાત્મિક રાજા થશે; આ વિશ્વનો નંહી."

"ઓહ, હા," ઈજીપ્તવાસીએ કહ્યું; "મારો પણ હવે એવો જ અભિપ્રાય છે. આપણા લોકોની આસ્થામાં અંતર છે. તમે મનુષ્યોના રાજાઓને મળવા જાવ છો અને મારે આત્માઓના મુકિતદાતાઓના દર્શન કરવા છે."

બાલ્થસાર તેના માનવ મનમાં અનેક વિચારોનું જબરૂ આંતરમંથન ચાલતું હોય તેમ થોડીવાર શાંતીથી બેઠો રહ્યો.

"ઓ હર ના પુત્ર," તેણે સીધું જ કહી દીધું, "મને મારી સ્પષ્ટ માન્યતા શું છે, તે તને સમજાવવાનો પ્રયત્ન કરવા દે; તે પછી એવું પણ બને કે તે આધ્યાત્મિક સામ્રાજય સીઝરના વૈભવશાળી સામ્રાજય કરતા પણ વધુ ભવ્ય અને શાશ્વત હોય. આપણે જે મહાનવ્યકિત નું સ્વાગત કરવા જઈ રહ્યા છીએ, તેને મળ્યા પછી હું જે કહી રહ્યો છું, તે તું વધારે સારી રીતે સમજી શકીશ.

આપણે બધા જાણીએ છીએ કે આપણા પ્રથમ માતાપિતાને તેમના પ્રથમ ઘર તે સ્વર્ગના બગીચામાંથી જયારે હાંકી કાઢવામાં આવ્યા તે પછી વિશ્વમાં આપણું પેઢી દર પેઢી અવતરણ થયું. તેથી હું તને તેમ કહી શકું કે પ્રત્યેક માનવના આત્માનું મુળ એક જ છે. કેટલાક લોકો તે વાત ભૂલી ગયા,

પણ બધા નંહી; સમયાંતરે કોઈને તે વાતનું થોડું ઝાંખુ સ્મરણ રહ્યું; તો કેટલાક લોકો તે વાતની શંકા હોવા છતાં પણ તે વાતને વળગી રહ્યા કે મહાન ઈશ્વરે અવતારોને આ ધરતી પર આશા અને શ્રધ્ધા ટકી રહે તે માટે સમયાંતરે મોકલ્યા છે.

દરેક માનવમાં શા માટે આત્મા છે? જો, ઓ હર ના પુત્ર– એક ક્ષણ માટે તેની આવશ્યકતા જો. જન્મ અને મરણને આધિન માનવ માટે એવો સમય કદી નથી આવ્યો કે તેણે કદી મૃત્યુ પામવાની ઈચ્છા કરી હોય; તો એવું પણ કોણ છે કે જેણે તેનું છે તેથી વધુ પામવાની ઈચ્છા ન કરી હોય? રાષ્ટ્રોના મહાન સ્મારકો મૃત્યુ પછીની શુન્યતાનો વિરોધ કરે છે. આવી વાત પ્રતિમાઓ,ગ્રંથો અને ઈતિહાસની છે. અંહી ઈજીપ્તના મહાન સમ્રાટોએ તેમની પ્રતિમાઓ નકકર પત્થરની પહાડીઓમાં કોતરાવી. તેઓ રોજેરોજ રથમાં બેસી, તેમનું કામ કેવું ચાલે છે તે જોવા માટે જતા; અને જયારે તે પુરૂ થતું ત્યારે તેમને આવી ભવ્ય આબેહુબ અને વિશાળ પ્રતિમાનું નિર્માણ આપહેલા કયારેય કરવામાં આવ્યું નહોતું તેવું લાગતું. તે એમ ગૌરવથી કહે,'હવે મૃત્યુને આવવા દો; મૃત્યુ પછીનું જીવન મારી વાટ જુએ છે.' એવું હવે આપણે વિચારી શકીએ ખરા? તેની ઈચ્છાઓ તેની પાસે છે અને તે પ્રતિમા હજુ પણ ત્યાં જ છે.

પણ મૃત્યુ પછીના તેના જીવનનું શું? ફકત તે માનવોની સ્મૃતિ – ફકત તે મહાન પ્રતિમાઓની આંખની ભ્રમરો પર ચમકતી ચાંદની જેવો વૈભવ; કે પત્થરોમાં કોતરેલી વાર્તા – બસ, તે સિવાય બીજુ જં કશું નંહી. પણ તે સમય દરમ્યાન રાજાનું શું થયું? દુર રણમાં તેનો રાસાયણિક પ્રક્રિયાઓથી સુરક્ષિત કરેલો મૃતદેહ, તેના માટે જ બનાવવામાંઆવેલી રજવાડી કબરમાં તેની પ્રતિમા સાથે જ રાખવામાં આવેલી છે. પણ કયાં, ઓ હર ના પુત્ર, તે રાજા પોતે કયાં છે? તે શુન્યતામાં સરી નથી પડયો? તે મારી અને તારી જેમ જીવતો હતો તેને બે હજાર વરસ થઈ ગયા. તેનો અંતિમ શ્વાસ તેનો અંત હતો?

હા કહેવી તે ઈશ્વર પર આળ મુકવા બરાબર છે; ચાલો આપણે આપણા સહુ માટે મૃત્યુ પછીના શાશ્વત જીવન – ખરા જીવન, મારો કહેવવાનો અર્થ નાશવંત સ્મૃતિથી કંઈક વિશેષ, જીવના સંવેદના, જ્ઞાન અને સામર્થ્યસાથેના આવા ગમનથી પણ વિશેષ અનંત જીવન જો કે તે શરતોને આધિન પરિવર્તન સાથેજ હોય તેવા જીવનની વાત કરીએ.

તમે ઈશ્વરની યોજના શી છે તે પુછો છો? ઈશ્વર આપણેને જન્મ સાથેજ સહુને આત્માની ભેટ આપે છે, અને આ વિશ્વમાં તે આત્મા સિવાય કંઈજ અજર અમર નથી. તે મૃત્યુનો ભય દુર કરે છે અને પરિવર્તનની સમજથી સમજો કે તેનું બીજ રૂપે આરોપણ થાય છે અને તેનો ઉછેર થતાં નવા જીવનની વસંત ખીલે છે. બીજું એ કે – હું નબળો છું, દુખી છું, વૃધ્ધ થઈ ગયોછું, મારૂ શરીર મને સાથ આપતું નથી, હવે આ જીવનમાં કંઈ રહ્યું નથી; મારા ચહેરા પર અસંખ્ય કરચલીઓ પડી ગઈ છે અને અવાજમાં ધ્રુજારી આવી ગઈ છે; તો પણ જયારે કયામતના દિવસે મારી કબરને ખોલવામાં આવશે ત્યારે મને આનંદ થશે, કેમ કે જેવું તેમ થશે કે સ્વર્ગના અનંત દરવાજાઓ ખુલશે અને ઈશ્વરના દુત મને એટલે કે મારા અજર અમર આત્માનું સ્વાગત કરશે!

હું તને તે આવનાર જીવનના આનંદની વાત કરી શકું. એમ ન કહીશ કે તે વિષે હું કશું જાણતો નથી. હું જે કંઈ જાણું છું તે મારા માટે પુરતું છે. આત્માનું હોવું તે ઈશ્વરના સર્વોપરીતાનો સ્વીકાર છે અને તેની સ્વીકૃતિ એ જ પરમ આનંદ છે.

ઓ હર ના પુત્ર,તો હવે શું? આટલું બધું જાણીને હું મારી કે તારી જોડે મારા આત્માના સ્વરૂપ વિષે બીનજરૂરી વિવાદ તો કરતો નથી ને? તે કેમ ટકી રહે, તે કશું ખાય છે, પીએ છે? તેને પાંખો છે કે તે પહેરે છે? ના. તે ઈશ્વરમાં શ્રધ્ધા રાખવાને કારણ મળે છે. આ વિશ્વમાં તેણે જે કંઈ સુંદર વસ્તુઓનું નિર્માણ કર્યું છે, તે સર્વ તેની પૂર્ણતાની જાણકારી આપે છે. તેણે કમળને તરવાને પર્ણ આપેલું છે, તેણ ગુલાબને મનોહર રંગે રંગેલું છે, તેણે ઝાકળ બિંદુને સંપૂર્ણ શુધ્ધતા આપી છે, પ્રકૃતિને સંગીત આપ્યું છે અને વિશ્વને જીવન માટે નિયંત્રિત કર્યું છે. તેથી હું એવું ખાત્રીપૂર્વક કહીશ કે તે મને પ્રેમ કરે છે."

ભલો માણસ પાણી પીવા માટે થોભ્યો. આઈરસ અને બેનહર બન્ને તેની લાગણીઓને ઝીલતા શાંતીથી બેઠા રહ્યા. એકાએક તેની આંખમાં ચમક આવી. તેણે જાણે કે અગાઉ કદી ન જોયેલું આધ્યાત્મિક સામ્રાજય આ ધરતી પરના કહેવાતા સામ્રાજયો કરતા વધુ મહત્વનું હોવાનું અને અને કોઈ પણ મહાન સમ્રાટ આપી શકે તેથી પણ વધુ મોંઘી ભેટ તે મુકિતદાતા હોવાનો અહેસાસ થયો.

"આ પૃથ્વી પરના દરેક જીવના માનસનું મુલ્યાંકન તેને શું જોઈએ છે તે પરથી થઈ શકે. મને જેમ સમજાયું તેમ ઈશ્વરીય પ્રેરણા એટલે આપણે આપણા અને અન્યના વધુ સારા જીવનનું ઘડતર કરવાની અનન્ય ઈચ્છા રાખીએ અને તે. આવી વ્યકિત વાસ્તવમાં આપણી પ્રકૃતિ માટે અતિ જરૂરી છે. પણ, જો; વિશ્વના રાષ્ટ્રોનું કેવું પતન થયું છે! તેઓ માત્ર વર્તમાનમાં જીવે છે; કહે છે કે મૃત્યુ પછીનું કોઈ જીવન નથી, અને જો હોય, તો તે કેવું છે તે આપણે જાણતા નથી. તો જયારે મૃત્યુ તેમને બોલાવે છે ત્યારે તેઓ તેમણે યોગ્યતા કેળવી ન હોવાથી મૃત્યુ પછીના જીવન વૈભવને પામતા નથી. તો એમ કહેવાનું કે માનવનું શાશ્વત સુખ એટલે ઈશ્વરના ધામમાં અનંતકાળનું જીવન. પણ લોકો તે જીવન પામવા માગતા નથી કેમ કે તેઓ વર્તમાનમાં જ જીવે છે."

"આ જીવનને તેના પ્રશ્નો છે," તેણે કહ્યું, "અને તે લોકો કે જે તેમનું જીવન આ પ્રશ્નો ના ઉકેલ માટે જ ખર્ચી નાખે છે; પણ તે પછી પણ તેઓ તેનો ઉકેલ લાવી શકે છે? ઈશ્વરને જાણવાથી વધારે સારૂં શું હોય? ઉંડા અંધકારમાંથી પરમ તેજની પ્રાપ્તિ થવી એટલે પરમ વૈભવની પ્રાપ્તિ. અને જો જીવનની આખરી ક્ષણોમાં જો મને કહેવાનો મોકો મળશે તો હું કહીશ, 'હે ઈશ્વર, તું મારો તારી સેવામાં હંમેશાને માટે સ્વીકાર કર.' આથી વધુ કોઈને પણ બીજું શું જોઈએ?"

બાલ્થસાર શ્વાસ ખાવા થોભ્યો.

"સત્ય શોધવા માટે પ્રયત્ન કર. ઓ હર ના પુત્ર, આ સમાજને કોઈ સમ્રાટ કરતા એક મુકિતદાતાની વધારે જરૂર છે. અને તે કે જેને આપણે મળવા જનાર છીએ તે કોઈ તાજ પહેરેલો હાથમાં તલવાર ધારણ કરેલો અપ્રિતમ યુધ્ધકૌશલ્ય વાળો સમ્રાટ નંહી હોય.

તો આપણે તેને જોઈને કેવી રીતે ઓળખીશું ? જો તું રાજા કેવો હોય તે હેરોદને ધ્યાનમાં રાખીને કલ્પના કરીશ તો તને તે નંહી મળે. મારી ધારણા પ્રમાણે તે અન્ય માણસો જેવો જ નમ્ર, ગરીબ, રાજા જેવી અન્ય કોઈ વિશિષ્ટ લાક્ષણિકતાઓ ન ધરાવતો હોય તેવો જ માનવ મને અને સમગ્ર માનવજાતને શાશ્વત જીવન – સંપૂર્ણ શુધ્ધ, સુંદર આત્માના જીવનનો માર્ગ બતાવશે."

બધા થોડી વાર માટે શાંતીથી બેઠા રહ્યા. બાલ્થસારે કહ્યું,

"ચાલો આપણે ઉભા થઈએ અને આગળ વધીએ.મેં હમણા જે વાત કરી છે તેથી મારી જ અકળામણ વધી ગઈ છે. તે હંમેશા મારા વિચારોમાં છવાયેલો રહે છે. અને જો હું તે માટે વધુ ઉતાવળ કરતો હોઉં, તો ઓ હર ના પુત્ર તું અને મારી પુત્રી, તમે બન્ને મને માફ કરજો."

તેણે ઈશારો કર્યો અને ચાકર તેમના માટે ચામડાની નાની મશકમાં દ્રાક્ષાસવ લઈ આવ્યો; તેઓએ તેમના પ્યાલામાં થોડો લઈ અને પીધા પછી કપડા ખંખેરી અને ઉભા થયા.

ચાકરે તંબુ સંકેલી લીધો અને બધો સામાન એકઠો કરી ઉંટના હોદામાં મુકયો. આરબે પાણીદાર ઘોડાઓ પર પલાણ મુકયા અને તેઓએ આગળ વધવા ઝડપ કરી કે જેથી તેઓ આગળ વધી રહેલા કાફલા સાથે જોડાઈ શકે.

*****

પ્રકરણ ૪થું

વણઝાર રણમાં આમથી તેમ આળસુ નાગની જેમ ધીરે ધીરે ફેલાતી આગળ વધી રહી હતી. તેની ધીમી ગતિથી બાલ્થસારને ચીડ ચઢી રહી હતીઈ આખરે તેના સુચન અનુસાર તેઓએ વણઝાર છોડી આગળ વધવાનું નકકી કર્યું. જો વાચક યુવાન હોય; કે તેને હજુ યૌવનનો પ્રેમભર્યો રોમાંચ યાદ હોય, તે ઈજીપ્તવાસીની સાથે જ સવારી કરી રહેલા બેનહરના આનંદને સમજી શકે અને માણી શકે. તેણે પાછળ સરી જતી રેતને એક વાર જોઈ લીધી.

એમ ચોકકસ પણે કહી શકાય કે આઈરીસની ઉપસ્થિતિથી બેનહરને અનેરો આનંદ થતો હતો. જયારે પણ તે બેનહર તરફ ફરતી કે તે તેની નજીક પહોંચવાનો પ્રયત્ન કરતો; જો આઈરીસ તેની સાથે વાત કરતી તો તેનું હૃદય વધુ જોરથી ધડકવા લાગતું હતું. તેના મનમાં એમજ થતું કે તે આઈરીસના હૃદયમાં વસી જાય. આખા રસ્તે જોવા મળતા વૃક્ષો, અન્ય વનસ્પતિઓ, રેતીના ઢુવા અને ટેકરીઓ જેવી તમામ સામાન્ય બાબતો પૈકીની કોઈપણ; કે જે આઈરીસ તેને બતાવતી; તેમાં તેને રસ પડતો. હવામાં ઉડતી એક કાળી ચકલી તરફ તેણીએ આંગળી ચીંધી; કે રણની રેતીના કણમાં એક સુર્યકિરણના સ્પર્શે અબરખની કણી ચમકે, તો પણ તેણીના પડયા બોલે તે હાજર કરી દેતો હતો; અને જો તેણી નીરાશાથી તેને ફેંકી દે; તો તે માટે થોડી દિલગીરી બતાવી અને તેને તેથી વધુ સારી વસ્તુ લાવી આપવાનું કહેતો– એક માણેક સાટે હીરો દેવાની વાત. ઉંટના હોદાના પરદાઓ હવામાં આમ થી તેમ ઉડતા જો પડી જતા તો તેને એકાએક આભ ઝાંખુ થઈ જતું હોય તેમ લાગતું. તે વખતે એકાંત વનવગડે એક સુંદર ઈજીપ્તવાસી રમણીના પ્રેમમાં એક યહુદી યુવાન પડે તો તે વખતના સંજોગોમાં તેને કોણ બચાવશે? કેમ કે પ્રેમમાં નથી કોઈ તર્ક હોતો કે નથી કોઈ ગણતરી. એવું તો થાય કે જેને તે રીઝાવવા માટે પ્રયત્ન કરતો હતો તેના પ્રત્યે આકર્ષણ થાય તે કુદરતી હતું.

અને તેમ થતું. તેણીને પણ ખબર હતી કે જયારે તે તેના માથા પર બાંધેલો સોને જડેલ નાનો ફેંટો સરખો કરવા માટે છોડી નાખતી અને તેના કાળા ભમ્મર વાળ આગળ આવી જતા કે બેનહર તેને રસ થી જોઈ લેતો. તેના ઘરેણા – આંગળીની વીંટીઓ, કાનની વાળીઓ, બાંચના બાજુબંધ અને મોતીનો કંઠહાર – ભારતથી લાવેલ સોનેરી ભરત ભરેલી તેના ખભ્ભા અને ગળાને વીંટાળેલી શાલમાં અત્યંત સુંદર લાગતી હતી. તેણીની ઉચ્ચ રીતભાત, શોખ અદાઓ, મોહક સ્મિત, મુકત હાસ્ય તેને આકર્ષિત કરતા હતા. આવા કારણોથી જ એન્ટોની તેની સત્તાથી હાથ ધોઈ બેઠો હતો. તો પણ તેણી તેના દેશની તે નમણી છોકરીથી વધારે સુંદર તો લાગતી નહોતી.

અને આમ જ બપોર પછી સાંજ થઈ.

સંધ્યાકાળે સુર્ય પુરાતન બાશાન ના માર્ગ પાછળ વિલીન થયો ત્યારે તેઓ અબીલીનના રણપ્રદેશમાં આવેલ એક નીર્મળ નીર વાળા ઝરણા પાસે પહોંચ્યા. ત્યાં તેઓએ તેમના તંબુ તાણ્યા અને ખાવાપીવાનું પતાવી અને સુવાની તૈયારીઓ કરવા લાગ્યા.

રાત્રીના બીજા પ્રહરે પહેરો દેવાનો વારો બેનહરનો હતો. તે ઉંટની પાસેજ હાથમાં ભાલો લઈને ઉભો હતો. કયારેક તે ઉપર આકાશમાં વેરાયેલા તારાઓને જોતો હતો તો કયારેક તે આમ થી તેમ રાત્રીનો અંધકાર ઓઢીને સુતેલી ધરતીને જોતો હતો. પણ તેના મનમાં ઈજીપ્તની રમણીની વાતો જ છવાઈ રહી હતી. તે મનમાં ને મનમાં તેના સૌન્દર્યના વખાણ કરતો હતો કે તેના ખભ્ભા પર કોઈ મુલાયમ હાથનો સ્પર્શ થયો. સ્પર્શથી તેના શરીરમાં ઝણઝણાટી થઈ ગઈ. તેણે ફરી ને જોયું તો આઈરસ તેની પાસે જ ઉભી હતી.

"મને થયું કે તું ઉંઘી ગઈ હોઈશ," તેણે કહ્યું.

"સુવાનું તો વૃધ્ધો અને બાળકો માટે છે. હું તો મારા મિત્રોને નાઈલ નદીની ઉપરના આકાશમાં છવાયેલા તારાઓને જોવા માટે નીકળી હતી. પણ એ વાતનો સ્વીકાર કર કે તું મને જોઈને ખુશ થયો છો!"

બેનહરે તેના ખભ્ભા પરથી હાથ હટાવ્યો અને કહ્યું, "સારૂ, તે કોઈ શત્રુનો હોત તો?"

"ઓહ, ના! શત્રુ થવું તે ધૃણા કરવા બરાબર છે, અને ધૃણા એક એવી નબળાઈ છે કે મારામાં જે હશે તોઆઈસીસ મારી પાસે આવશે નંહી. તને ખબર નંહી હોય કે જયારે હું એક બાળકી હતી ત્યારે આઈસીસે મારા હૃદયને ચુમી લીધું હતું.

"તારી વાતોનો તારા પિતાની વાતો સાથે કોઈ મેળ ખાતો નથી. શું તું તેના વિશ્વાસને માનતી નથી?"

"હું પણ માનતી હોત" – અને તે હળવેથી હસી પડી – "તેમણે જે જોયું છે તે મેં જોયું હોત તો કદાચ હું પણ તેના જેવી જ માન્યતા ધરાવતી હોત; અથવા તો જયારે હું તેના જેટલી વૃધ્ધ જ થઈ જઈશ ત્યારે કદાચ તેમ માનતી હોત. યુવાનો માટે કોઈ કવિતા અને તત્વજ્ઞાન સિવાય કોઈ ધર્મ હોતો નથી; અને તે કવિતાઓ પણ માત્ર દ્રાક્ષાસવમાં તરબોળ થયેલા આનંદમય તત્વજ્ઞાનની જ. મારા પિતાના ઈશ્વર મારા માટે અત્યંત પુજનીય છે, પણ હું તેમને ડેફનીના કોતરોમાં શોધવામાં સફળ થઈ શકી નંહી. તેમને આજે જેમ વાત કરતા સાંભળ્યા તેમ આ પહેલા રોમમાં કદી સાંભળ્યા નથી. પણ, હર ના પુત્ર, મારી એક તમન્ના છે."

"તમન્ના! એવું કોણ હશે કે જે તમારી તમન્નાનો ઈન્કાર કરી શકે?"

"હું તને અજમાવી જોઈશ."

"તો પછી વાત કર."

"તે એકદમ સીધીસાદી વાત છે. હું તને મદદ કરવા ઈચ્છું છું."

આ વાત કહેતી વખતે તેણી વધુ નજીક આવી.

તે હસી પડયો અને હળવાશથી જવાબ આપ્યો, "ઓ ઈજીપ્ત! – વહાલી ઈજીપ્ત, હું તે વાત કહેવા સુધી પહોંચ્યો છું કે શું તારા દેશમાં સ્ફીંકસનું રાજ નથી ચાલતું?

"તો?"

"તું તેના ઘણા બધા ઉખાણાઓ પૈકીની એક છો. તું મારા પર દયા કર અને હું તને સમજી શકું તે માટે મદદ કર. મને એ કહે કે મારે તારી મદદની કયાં જરૂર પડશે? અને તું મને કેવી રીતે મદદ કરીશ?"

તેણીએ તેનો હાથ તેના હાથમાંથી લીધો અને ઉંટડી તરફ ફરી, તેનું મોઢું એવી રીતે થપથપાવ્યું કે જાણે તે એક રૂપસુંદરી હોય અને પછી વહાલું લાગે તેમ બોલી.

"ઓ જોબના ધણની સહુથી સુંદર અને પવનવેગી સાંઢણી, ક્યારેક તું પણ ઠોકર ખાઈ જાય છે, કેમ કે રસ્તો પથરાળ અને ખાડા ટેકરા વાળો છે તેમજ તારી પીઠ પર બોજ ઘણો વધારે છે. તારા કાને એક શબ્દ પડતા વેંત તને કેમ ખબર પડી જાય છે; અને તું હંમેશા આભારવશ જવાબ આપે છે; પણ જો એક સ્ત્રી મદદ માટે તેણીનો હાથ લાંબો કરે તો? વનની રાણી, હું તને ચુમી લઈશ." – તેણી વાત કરતી વખતે થોડી વાર માટે થોભી અને સાંઢણીના મોટા કપાળને ચુમી લીધું અને તરત જ કહ્યું, "કેમ કે તારી બુધ્ધિપ્રતિભામાં શંકાને સ્થાન નથી."

બેનહરે પોતાની જાતને ફરીથી સંભાળતા શાંતિથી વાત આગળ ચલાવી, "ઈજીપ્તની જેટલી થઈ શકે તેટલી બદનામી કરવામાં આવી છે. મને લાગે છે કે હું તનેમદદ કરવાની ના કહું. તે એટલા માટે નંહી કે હું એક પ્રતિષ્ઠિત પરિવારના નામ થી સંરક્ષિત છું અને મારા મૌન રહેવાથી શું અન્યના જીવન અને ભવિષ્ય પર પડદો પડેલો નંહી રહે?"

"બની શકે!" તેણીએ તરત જ પ્રત્યુતર આપ્યો, "એવું પણ બને."

તે એક ડગલું સંકોચથી પાછળ હઠયો અને નવાઈથી પૂછ્યું, "તું જે કંઈ જાણે છે તે બધું શું છે?"

તેણી પહેલા તો હસી પડી અને પછી જવાબ આપ્યો.

"શા માટે પુરૂષો તે વાત સ્વીકારતા નથી કે સ્ત્રીઓની સંવેદનાઓ પુરૂષો કરતા વધારે સતેજ હોય છે? આખો દિવસ તારો ચહેરો મારી આંખોની સામે જ હતો. મારે તો એ જ જોવાનું હતું કે તું કેટલો માનસિક તાણ હેઠળ છો અને તેનું કારણ શું છે તેમજ મારા પિતા પર તારૂં શું ઋણ છે તે જાણવા માટે ઓ હર ના પુત્ર, મારે શું કરવાનું છે તે વિચારતી હતી." તેણીનો અવાજ ધીમો થયો અને તેણી બેનહરની એટલી નજીક જઈ અને તેના કાનમાં બોલી કે તેણીનો ગરમ શ્વાસ બેનહરને તેના ગાલ પર મહેસુસ થયો. "હરના પુત્ર! જેને તું શોધવા જઈ રહ્યો છો; તે યહુદીઓનો નવો રાજા બનવાનો છે ને?"

બેનહરના હૃદયના ધબકારા વધી ગયા.

"હેરોદથી પણ વધારે મહાન હોય તેવો યહુદીઓનો રાજા." તેણીએ કહ્યું.

તે રાત્રીના અંધારામાં ઉપર આકાશમાં ટમટમતા તારલાઓને જોવા લાગ્યો અને પછી તેની આંખો તેણીની આંખો સાથે મળી ગઈ અને બસ ત્યાં જ અટકી ગઈ, તેણીનો ઉષ્ણ શ્વાચ્છોશ્વાસ તેના હોઠ પર આવ્યો. થોડી વાર પછી આઈરીસે વાત ફરીથી શરૂ કરી.

"આપણે લોકો સવારથી આ બાબતમાં જ વાત કરી રહ્યા છીએ. જો હવે હું તને મારા મનની વાત કરૂં, તો શું તું પણ મને તારા મનની વાત કહીશ?"

આઈરીસે તેનો હાથ અળગો કર્યો અને જવા માટે પાછી ફરી; પણ બેનહરે તેણીનો હાથ ફરીથી પકડી લીધો અને આતુરતાથી કહ્યું, "થોભ અને વાત કર!"

તેણી પાછી ફરી અને તેના ખભ્ભા પર હાથ રાખી અને તેના પર નમી ગઈ અને બન્ને હાથતેના ગળામાં વીંટાળી દીધા અને આમ બેનહરની તદન નજીક આવી ગઈ. બેનહર પણ રોમાંચિત થઈ ઉઠયો.

"ઓ ઈજીપ્ત, વહાલી ઈજીપ્તની રમણી! મને તારૂં દર્શન કહે. એક પયગંબર – કોઈ તીરબીત નું નંહી, કે કોઈ કાયદા કાનુન કે નવા નિયમો આપનારનું પણ નંહી – મેં તને જે પુછયું તેની ના પણ કહી શકે છે. હું તારી ઈચ્છા પર નિર્ભર છું. મારા પર દયા કર. હું તને પ્રાર્થના કરૂં છું."

તેઓ બન્ને એટલા નિકટ આવી ગયા હતા કે હવે આવી કોઈ વિનંતીનો અર્થ રહ્યો નહોતો. બાહુપાશમાં જકડાયેલા બેનહરને આઈરીસએ અત્યંત ધીમા અવાજે કહ્યું, "મારા મનમાં જે અનુભૂતિ થઈ હતી તે અનુસાર ધરતી અને સાગર પર એક ભવ્ય યુધ્ધ થઈ રહ્યું હતું. આ લડાઈમાં સીઝર, પોમ્પી, ઓકટાવીયસ અને એન્ટોની જેવા સમર્થ સેનાપતિઓની આગેવાની નીચે અત્યંત આવેશથી દોડતી સેનાઓ ના સૈનિકો ખાંડા ખખડાવી રહ્યા હતા, ધુળ અને રાખનું એક વાદળ આખા વિશ્વ પર છવાઈ ગયું હતું. રોમનું નામો નિશાન રહ્યું નહોતું. સર્વત્ર પૂર્વનું સામ્રાજય સ્થાપિત થઈ ગયું હતું. યુધ્ધના વાદળોમાંથી નાયકોની અન્ય પ્રજાતિ બહાર આવી; અને તેમને પુરસ્કૃતકરવા માટે એકથી એક ચડીયાતા મુકુટો રાખવામાં આવ્યા હતા. અને જયારે મારૂં સ્વપ્ન ભંગ થવા પર હતું ત્યારે હું સ્વયંને એક પ્રશ્ન પુછતી હતી કે જેણે રાજાની સહુથી વધુ સેવા કરી છે, તેને ભલા કઈ વસ્તુ ન મળી શકે?"

ફરીથી બેનહર ચોંકી ઉઠયો. આ બધા પ્રશ્નો જ તેને આખો દિવસ પરેશાન કરતા હતા. પણ હવે તેને થયું કે તેને થોડીઘણી કડી મળી શકે તેમ હતી.

"તો," તેણે કહ્યું, "હવે મને તારી વાત સમજાય છે. તું એ ચન્દ્રકો અને મુકુટોની બાબતમાં મને મદદરૂપ થવા માગતી હતી. મને સમજાયું, મને સમજાઈ ગયું! પણ અરેરે , વહાલી ઈજીપ્તવાસી રમણી, અફસોસ એ વાતનો છે કે તે બધા યુધ્ધના પુરસ્કારો છે અને તું એક મહિલા માત્ર છો. તેથી આ યુધ્ધના પુરસ્કારો એવા છે કે જેમાં તું મારી કોઈ મદદ કરી શકે તેમ નથી. જો કે તારા જેવી સુંદર, બુધ્ધિશાળી અને રાજવી યુવતીનું મળવું અઘરૂં છે, કોઈ દિવસ મળે પણ નંહી. દેવી આઈસીસે તારા હૃદયને ચુમી લીધું છે. પણ જો તલવારના બદલે બીજો કોઈ પણરસ્તો હોય તો મને કહે. હું મારા પ્રાણ આપીને પણ તે વસ્તુ તારા માટે મેળવીશ."

તેણે તેનું મસ્તક હળવેથી તેણીના ખોળામાં મુકી દીધું.

"તું રાજાને શોધી શકીશ," તેણીએ તેના માથા પર પ્રેમથી હાથ ફેરવતા કહ્યું. "તું આગળ જઈશ અને રાજાને શોધી કાઢીશ અને તેની સેવા કરીશ.તારી તલવારના બળથી તું તેના માટે વૈભવની ભેટ ધરીશ; અને તેનો શ્રેષ્ઠ યોધ્ધો મારો નાયક હશે."

બેનહરે પ્રેમભરી નજરે આઈરસ સામે જોયું. તે સમયે આકાશમાં એવી કોઈ જ સુંદર વસ્તુ નહોતી કે જે આઈરસથી વધુ તેજસ્વી અને સુંદર હોય. તે વ્યાકુળ થઈને તેને ચુમી લેતા બોલ્યો, "ઓ ઈજીપ્તવાસી રમણી, જો રાજાની ભેટ સોગાદોમાં મુકુટોનો સમાવેશ થયો હશે તો તેમાં એક મુકુટ મારો પણ હશે. અને તે તાજને લાવીને હું એવી જગ્યાએ રાખીશ કે જયાં તે જ ક્ષણે મારા ચુમી લેવાનું નિશાન પડી ગયું હોય. તું મારી મહારાણી બનીશ. મારી મલ્લિકા – તારાથી વધુ કોઈ જ સુંદર નથી. આપણે સદૈવ ખુશ રહીશું."

આઈરસે પણ વહાલથી ઘેલી થઈને કહ્યું, "તું પણ મારાથી કોઈ વાત છુપાવીશ નંહી અને તમામ વાતોમાં મારો સહયોગ લઈશ."

આ પ્રશ્નથી એક ક્ષણ માટે શાંતિ છવાઈ ગઈ.

"એટલું કહેવું પુરતું નથી કે હું તને પ્રેમ કરૂં છું?"

આઈરસે કોઈ જવાબ ન આપ્યો.

બેનહરે કહ્યું, "મારી આઈરસ, જો હું તારાથી કયારેય પણ કંઈ છુપાવું તો તારે એ સમજવું જોઈએ કે હું અન્ય લોકોથી વચનબધ્ધ છું અને મારી ખામોશીથી અન્ય લોકોના જીવન અને ધન વૈભવનું રક્ષણ કરી રહ્યો છું. સમજાયું ને?"

"સંપૂર્ણ પ્રેમનો અર્થ સંપૂર્ણ શ્રધ્ધા થાય છે," આઈરસે કહ્યું. "પણ કંઈ વાંધો નંહી. તું મને વધુ સારી રીતે સમજી શકીશ."

તેણીએ તેના હાથમાંથી પોતાનો હાથ છોડાવી લીધો અને ઉભી થઈ ગઈ.

"તું નિષ્ઠુર છો," બેનહરે કહ્યું.

આઈરસ ઉંટ પાસે થોભી અને કહ્યું, "અને તું તારી જાતનો અનોખો અને ઉમદા જીવ છો. કેમ કે તારા પ્રેમમાં શંકા ને કોઈ સ્થાન નથી."

આમ કહીને તેણી તરતજ જતી રહી.

*****

પ્રકરણ ૫મું

મુસાફરીના ત્રીજા દિવસે તેઓ જબ્બોક નદીના કિનારે પહોંચ્યા. ત્યાં લગભગ સોએક જેટલા પેરાઈ પ્રાંતના રહેવાસીઓ તેમના માલઢોર સાથે વિશ્રામ કરી રહ્યા હતા. હજુ તેઓ ઉંટ અને ઘોડાઓ પરથી ઉતર્યા જ હતા કે એક માણસ તેની પાસે હાથમાં પાણીની મશક અને કટોરો લઈને આવ્યો અને તેમને પાણી પીવા માટે આગ્રહ કર્યો. તે લોકોએ વિવેકથી તેનો સ્વીકાર કર્યો કે તેમના ઉંટને જોઈને તેણે કહ્યું, "હું જોર્ડનથી પાછો ફરી રહ્યો છું. ત્યાં વિવિધ પ્રાંતના તમારા જેવા ઉમદા લોકો તમારી માફક જ મુસાફરી કરતા આવી રહ્યા છે; પણ તેઓ પૈકીના કોઈ પણ અંહી આ તમારો ચાકર જેવો છે તેવા પણ નથી. અને આ ખુબ જ ઉમદા પ્રાણી. હું તમને પુછી શકું કે તે કેવા પ્રકારની પ્રજાતિનું છે?

બાલ્થસારે તે માણસને જવાબ આપ્યો અને તેની જીજ્ઞાસા શાંત કરી; પણ બેનહરને વધારે જીજ્ઞાસા થઈ અને તેણે ત્યાં આવનાર લોકોના સંદર્ભે પુછયું.

"નદીના કયા ભાગમાં તે લોકો એકઠા થયા છે?" તેણે પુછયું.

"બેથાબારામાં."

"તે એક ભેંકાર અને નદીને ચાલીને પાર કરી શકાય તેવી જગ્યા છે," બેનહરે કહ્યું."મને એ સમજાતું નથી કે લોકોને ત્યાં રસ પડે તેવું શું છે?"

"હું જોઈ શકું છું કે," આગંતુકે જવાબ આપ્યો; "તમે પણ ઘણા દુર થી આવી રહ્યા છો અને તમે સારા સમાચારો વિષે કંઈ સાંભળ્યું નથી."

"કયા સારા સમાચારો?"

"સારૂં, તો દુર જંગલમાંથી એક માણસ – એક અત્યંત પવિત્ર માનવ – નું આગમન થયું છે. તેના મુખ માંથી કંઈક અનોખા જ શબ્દો સરી પડે છે, જે ત્યાં તેના શ્રોતાઓને જકડી રાખે છે. તે તેની ઓળખ નાઝરેથના ઝકરીયાસના પુત્ર જહોન તરીકે આપે છે અને કહે છે કે મસીહાનું અવતરણ થાય તે પહેલા તેના સંદેશવાહક તરીકે તેને મોકલવામાં આવ્યો છે."

આઈરસે પણ તે માણસને ધ્યાનથી સાંભળવા માટે કાન સરવા કર્યા. તેણે આગળ ચલાવ્યું:

"લોકો આ જહોન વિષે કહે છે કે તેણે તેનું બાળપણ નીચે તળેટીમાં એન–ગેડીની ગુફામાં વિતાવ્યું હતું અને ત્યાં એસેન (ઈસા પૂર્વે બીજી સદીથી ઈસુની બીજી સદી સુધીમાં પેલેસ્ટાઈનના એક પ્રાચીન સંપ્રદાયના લોકો કે જે કઠોર ધાર્મિક પરંપરાઓનું પાલન કરતા અને તેમની તમામ સંપત્તિ સંઘને અર્પણ કરી, સંગઠિત થઈને સંઘમાં રહેતા હતા) લોકો કરતા પણ વધુ ચુસ્ત રીતે પ્રાર્થનાઓ અને ધાર્મિક વિધીઓનું અનુસરણ કરતા હતા. લોકોના ટોળેટોળા તેનો ઉપદેશ સાંભળવા માટે એકઠા થાય છે. હું પણ તેમને સાંભળવા માટે અન્ય લોકો સાથે ગયો હતો."

"તારા તે બધા મિત્રો હજુ ત્યાં જ છે?"

"તેઓ પૈકીના મોટા ભાગના ત્યાં પહોંચી ગયા છે, થોડા હજુ પણ આવી રહ્યા છે."

"તે શું ઉપદેશ આપે છે?"

"બધા જેમ કહે છે તેમ તે એક નવા જ સિધ્ધાંત – ઈઝરાયેલમાં આ પહેલા કદી કોઈએ આપ્યો નથી. તે તેને પશ્ચાતાપ અને બેપ્ટીઝમ કહે છે. તે કેમ કરવું તે રાબ્બીઓ(યહુદી ધર્મગુરૂઓ) કે આપણે પણ જાણતા નથી. કેટલાકે પુછયું કે તે ખ્રિસ્ત(મસીહા – તારણહાર) છે તો કેટલાકે પુછયું કે શું તેઓ એલીઆસ છે? પણ તે સઘળા લોકો માટે તેની પાસે એક જ જવાબ હતો,' હું મને વનવગડે સાદ દેનારા એક માનવનો શબ્દ છું કે તમે પ્રભૂનો માર્ગ પ્રશસ્ત કરો!' "

બરાબર તે જ વખતે તે માનવને તેના મિત્રોએ બોલાવ્યો અને જેવો તે ગયો કે બાલ્થસારે કહ્યું.

"ભલો આગંતુક!" તેણે ધ્રુજારીપૂર્ણ અવાજે કહ્યું, "તેણે આપણને કહ્યું કે તે ઉપદેશકને અમે જે જગ્યાએથી છોડી દીધો છે તે જગ્યાએથી તમે શોધી શકશો."

"હા, બેથાબારાએથી."

"જો તે નાઝરેથવાસી આપણા રાજાનો સંદેશવાહક ન હોય તો કોણ હશે?" બેનહરે આઈરસને કહ્યું.

તે થોડો સમય બેનહરે વિશિષ્ટ પ્રતિભાશાળી વૃધ્ધ પિતા કરતા તેની પુત્રીને સમજવામાં આપ્યો હતો. તેમ છતાં તે વૃધ્ધની ઉંડી ઉતરી ગયેલી આંખોમાંના તે પત્રની સ્મૃતિએ ચમક આણી દીધી અને તે ઉભો થયો અને કહ્યું,

"ચાલો આપણે ઉતાવળ કરીએ. હું હજુ થાકયો નથી."

તેઓ ચાકરને મદદરૂપ થવા માટે ફર્યા.

તે ત્રણેય મુસાફરો વચ્ચે રામોથ – ગીલીદની પશ્ચિમે આવતા રાત્રી પડાવ વિષે થોડી વાત થઈ.

"હર ના પુત્ર, આપણે સવારે વહેલા ઉઠીશું," વૃધ્ધ માનવે કહ્યું. "મુકિતદાતા આવે અને આપણે ત્યાં ન હોઈએ તે કેવું."

"રાજા તેના સંદેશવાહકથી વધુ પાછળ નંહી હોય," આઈરસે તેના ઉંટ પર સવારી કરવાની તૈયારી કરતા કહ્યું.

"આપણે તે આવતીકાલે જોઈશું!" બેનહરે તેણીનો હાથ ચુમી લેતા જવાબ આપ્યો.

રામોથ છોડયાના બીજા દિવસના ત્રીજા પ્રહરે સફર કરતા તેઓ માઉન્ટ ગીલીદની તળેટીમાંથી થઈને પવિત્ર નદીના પૂર્વ ભાગે આવેલ વેરાન પટમાં થઈને જુના ખજુરના વૃક્ષોથી ઘેરાયેલા જેરીકો શહેરમાં પહોંચ્યા. ત્યાંથી જયુડીયાનો પહાડી વિસ્તાર શરૂ થતો હતો. બેનહરની નસોમાં જોશભેર રકત દોડવા લાગ્યું કેમ કે તેને ખબર હતી કે બેથાબારા હાથવેંતમાં હતું.

"તમે તૃપ્ત થાઓ, ભલા બાલ્થસાર," તેણે કહ્યું; "આપણે બસ પહોંચવામાં જ છીએ."

ઉંટના ચાલકે તેની ચાલ વધુ તેજ કરી દીધી. થોડી વારમાંજ તેમને આમ થી તેમ વિખરાયેલી રાવટીઓ, લોકોની ભીડભાડ અને પાળેલા પશુઓના ટોળા દેખાવા લાગ્યા. તે પછી નદીના પટમાં એક અને એક બીજું ટોળું નદીના પશ્ચિમ કાંઠે દેખાયું. તેમને ખબર પડી ગઈ કે ઉપદેશક ઉપદેશ આપી રહ્યા હતા. તેઓએ થઈ શકે તેટલી વધુ ઝડપ તો કરી; તો પણ તેઓ જેવા નજીક પહોંચ્યા કે ટોળામાં ખળભળાટ થવા લાગ્યો અને ટોળું વિખેરાવા લાગ્યું.

તેઓ ઘણા મોડા પડયા હતા.

"ચાલો આપણે અંહી રોકાઈ જઈએ," બેનહરે બાલ્થસારને કહ્યું. "એવી શકયતા છે કે તે નાઝરેથવાસી આ રસ્તે આવે."

લોકોએ જે સાંભળ્યું હતું તેની ચર્ચા કરવામાં એટલા વ્યસ્ત હતા કે તેઓએ આ નવા આગંતુકોની નોંધ લીધી નંહી. જયારે સંખ્યાબંધ લોકો ત્યાંથી જતા રહ્યા અને તેવું લાગ્યું કે તે નાઝરેથવાસી ઉપદેશક પણ તેમની સાથે જ જતા રહ્યા હોય, ત્યાં દુર થી તે લોકોએ જોયું કે તેમની તરફ અત્યંત પ્રભાવશાળી વ્યકિતત્વ ધરાવતી કોઈ વ્યકિત આવી રહી હતી. એ સ્વાભાવિક હતું કે તેમને જોતાવેંત હતું કે તેઓ બીજું બધું ભૂલી ગયા.

બાહ્ય દેખાવથી તો તે માણસ કઠોર અને અસભ્ય લાગતો હતો, એમ કહોને કે તે જંગલી લાગતો હતો. તેના પ્રખર સુર્યપ્રકાશમાં ભૂખરા થઈ ગયેલા લાંબા વાળની લટોમાં ગુંચ પડી ગઈ હતી. તેની આંખો તેજસ્વી હતીઅને તેણે ઉંટની ઉનમાંથી વણાટ કરેલા બેદુઈનના તંબુ જેવા બરછટ કાપડનો લાંબો ઝભ્ભો પહેર્યો હતો. તેના હાથમાં એક ગાંઠો વાળી લાકડી હતી જેના ટેકે ટેકે તે ચાલતો હતો. તેણે પગમાં પગરખા પહેર્યા નહોતા. તેણે તેની કમ્મર પર ચામડાનો પટ્ટો બાંધેલો હતો. તેની ચાલ ઝડપી અને મકકમ હતી. તે થોડી થોડી વારે તેની આંખો પર આવતી લટોને ઝટકો મારી પાછળ કરી અને ચકોર નજરે જાણે કે તે કોઈને શોધતો હોય તેમ આસપાસ જોઈ લેતો હતો.

ઈજીપ્તવાસી રમણીએ ઉંટના હોદામાંથી બહાર નજર કરી અત્યંત નવાઈ અને નારાજગી સાથે તેની સામે જોયું અને પછી હોદાનો પડદો પાડી અને ઉંટ પાસે ઉભેલા બેનહરને પુછયું.

"શું તે તારા રાજાનો સંદેશવાહક છે?"

"તે નાઝરેથવાસી છે," તેણે ઉંચે જોવાન તકલીફ લીધા વગર જવાબ આપ્યો.

ખરૂં કહો તો બેનહર પણ તેને જોઈને ઘણો નિરાશ થયો હતો. તે એન – ગાડીના રહેવાસીઓથી ઘણો જ પરિચિત હતો. તેમના પોષાક, તેમની વિશ્વ પ્રત્યેની બેપરવાઈ, તેમની વચનબધ્ધતા તેમને અન્ય લોકોથી અલગ ઓળખાણ આપતા હતા. ધર્મગ્રંથોના ઉલ્લેખ અનુસાર તેઓને નાઝરેથવાસીનો માર્ગ પ્રશસ્ત કરવાનું કહેવાયું હતું તેથી તેનો નવા રાજાના વિષયમાં વિચાર કરતા કરતા તેના મનમાં એક વાત સમજાઈ ગઈ હતી કે તે સંદેશવાહકમાં તેની મોટપ અને રાજવી છટાનો કોઈ ને કોઈ સંકેત અવશ્ય હોવો જોઈએ. જયારે બેનહરની કલ્પનાનો તે મહાન રાજા રોમન સામ્રાજયને ટકકર આપે તેમ સાચા સોનાના તારથી ભરતકામ કરેલા ઘેરા રંગોના રાજવી પોષકમાં દરબારીઓ,નોકર, ચાકર, રક્ષકો અને અન્ય ઠાઠમાઠનો સંપૂર્ણ રાજવી વૈભવ ધરાવતો હોય તેવો હતો. તેથી તેને આવનાર રાજાના સંદેશ વાહકના રાજવી ઐશ્વર્યના વિચારથી તેને કદી શોધી કાઢવો અઘરો પડશે તેવું લાગ્યું નહોતું. અનાયાસે અને અનિચ્છાએ તેને રોમ સાથે તેની સરખામણી કરવાની ઈચ્છા થઈ આવી.

આઘાતથી સ્તબ્ધ થયેલા બેનહરે એટલો જ જવાબ આપ્યો,

"તે નાઝરેથવાસી છે."

બાલ્થસારની વાત તો કંઈક અલગ જ હતી. તે જાણતો હતો કે ઈશ્વરની કામ કરવાની પધ્ધતિ મનુષ્યથી અલગ પડતી હતી. તેણે મુકિતદાતાને એક નવજાત શિશુના રૂપમાં એક ગમાણમાં જોયા હતા.

તેથી તેણે શ્રધ્ધા પૂર્વક તેના બન્ને હાથ છાતી પર મુકયા અને શાંત રહ્યો.તેના હોઠ પર પ્રાર્થના હતી અને તે કોઈ રાજા આવે તેવી અપેક્ષા રાખતો નહોતો.

તે સમય દરમ્યાન નદી કિનારે એક મોટા પથ્થર પર શાંતિથી બેસીને ઉપદેશ સાંભળી, તેનું મનન કરી રહેલો એક અલગારી માણસ તે જ સમયે ઉઠયો અને અને ધીમા પગલે નાઝરેથવાસીની પાછળ પાછળ ચાલતો થોડી વાર પછી ઉંટની પાસે આવી પહોંચ્યો.

અને તે બન્ને – ઉપદેશક અને અલગારી માણસ – થોડી વાર સુધી ચાલતા રહ્યા. તે પછી ઉપદેશક થોભી ગયા અને તેના આંખ પર આવતા વાળની લટોને ઝટકાથી દુર કરી અને તે અલગારી માણસ સામે જોયું અને કોઈ સંકેત આપતા હોય તેમ તેના બન્ને હાથ ઉપર ઉઠાવ્યા. ત્યાં આસપાસમાં જે લોકો હતા તે સાંભળવા માટે ઉભા રહી ગયા. જયારે ચારે બાજુએ પુરી શાંતિ છવાઈ ગઈ કે ધર્મોપદેશકે પોતાના જમણા હાથમાં રાખેલી લાઠી નીચે મુકી દીધી અને તે અલગારી વ્યકિતત્વના સ્વામી તરફ ઈશારો કર્યો.

હવે ત્યાં જે બધા પહેલા શ્રોતાઓ હતા તેઓ દર્શકો થઈ ગયા.

તે જ વખતે બાલ્થસાર અને બેનહરની આંખો તે અલગારી વ્યકિત પર સ્થિર થઈ. તે બન્નેના માનસ માં અલગ અલગ દષ્ટિકોણથી એક સરખી છાપ પડી. તે લોકો તરફ આગળ વધતો અલગારી સામાન્ય કદ કાઠીનો દુબળો પાતળો નાજુક માનવ હતો. તેની પ્રકૃતિ ગંભીર વિષયો પર ચર્ચા કરતા વિદ્વાનો પોતાનો મત રજુ કરતા હોય તેવી ધીર ગંભીર હતી. તેણે પાતળા સદરા પર રસ્તાની ધુળથી મેલો થઈ થોડો ઝાંખો પડી ગયેલો આખી બાંયનો લાંબો સુતરાઉ તલીથ (સ્થાનિક ઢબનો ઢીલો ઝભ્ભો) પહેર્યો હતો અને હાથમાં માથે બાંધી શકાય તેવો મોટો રૂમાલ હતો. તેણે પગમાં સાદા ચપ્પલ પહેર્યા હતા અને કમ્મરપટ્ટાની જગ્યાએ સફેદ અને વાદળી ફુમતા વાળી દોરી બાંધી હતી. તેના હાથમાં કોઈ લાઠી કે સોટી નહોતી.

તે અલગારી માનવના સંપૂર્ણ વ્યકિતત્વમાં સહુથી વધુ ધ્યાનાકર્ષક તેનો ચહેરો હતો; જેને આસપાસમાં ઉભેલા બધા લોકો એકી ટશે જોઈ રહ્યા હતા.

વાદળો વિનાના આકાશમાંથી આવતા સુર્યપ્રકાશમાં તેનું ભાલ ચમકી રહ્યું હતું. તેના થોડા રાતી ઝાંય પડતા ચમકદાર સોનેરી વાંકડીયા કેશમાં વચ્ચેથી પાંથી પાડેલી હતી. વિશાળ લલાટ નીચે કાળી ભ્રમરો તળે મોટીઘેરી આસમાની બાળકોની હોય તેવી પાંપણો વાળી આંખો તેના વ્યકિતત્વને મૃદુતા પ્રદાન કરતી હતી. પણ તેના વ્યકિતત્વથી તે યહુદી હતો કે ગ્રીક તે નકકી થતું નહોતું. તેની ગૌર ત્વચા,નાજુક મુખ, છાતી સુધીની મુલાયમ દાઢી અને ખભ્ભા સુધી આવતા લાંબા કેશ અને નાક તેની અસામાન્ય પ્રતિભામાં અભિવૃધ્ધિ કરતા હતા. તેની સામે જોનાર કોઈ બાળક તેને વિશ્વાસથી હાથ આપ્યા વિના રહેતો નહોતો; તેને જોઈને કોઈ સૈનિકને હસવું આવતું નહોતું કે કોઈ સ્ત્રી તેની સામે આંખો ચોરીને જોઈ લેતી ન હોય તેવું બનતું નહોતું. તે સુંદર નહોતો તેમ કોઈ એમ કહી શકે તેમ નહોતું.

તેના મુખ પર બુધ્ધિમતા, પ્રેમ, દયા તેમજ પીડા ના ભાવ જોઈ શકાતા હતા. તેમાંનો કોઈ એક ભાવ સ્પષ્ટ રીતે જોઈ શકાતો નહોતો પણ વધારે સારી રીતે કહીએ તો તે બધા ભાવ એકબીજામાં મળી ગયા હોય તેવું લાગતું હતું. તેને જોઈને સઘળા પાપી જીવો વચ્ચેથી પસાર થતા એક નિષ્પાપ આત્માની ઝાંખી થઈ શકતી હતી.એટલું તો જરૂર હતું કે કોઈ પણ વ્યકિત તે અલગારી માનવમાં કોઈ પણ

પ્રકારની નબળાઈ નું કોઈ નિશાન શોધી શકે તેમ નહોતી. તેથી આખરે જેઓ શકિત અંગેની સભાનતાના પરિણામો જાણતા નથી કે નથી જાણતા કે પ્રેમ, દુખ અને દયા જેવી બાબતોની વેદના સહન કરી શકે તેવા અનેક ભકતો અને સમર્થ શહીદો કે જેના સત્કર્મોથી ઈતિહાસના પાના ભરાયેલા છે; અને આ માનવમાં તેના જેવીજ આભા હતી.

ધીરે ધીરે તે પેલા ત્રણેય પાસે આવી ગયો.

હવે ભાલાધારી ઘોડા પર સવાર થયેલો બેનહર રાજા જેવો જ લાગતો હતો. તો પણ તે અલગારી માનવની દષ્ટિ તેનાથી ઉપર કયાંક બીજે સ્થિર થઈ હતી. તેનું લક્ષ્ય ન તો બેનહર હતો કે નહોતી ઈજીપ્તવાસી રમણી આઈરસ; પણ વૃધ્ધ અને અશકત બાલ્થસાર હતો.

નિરવ શાંતિ છવાઈ ગઈ.

એકાએક નાઝરેથવાસીએ પોતાની લાકડી ઉંચે ઉઠાવી અને મોટા અવાજે બુમ પાડી ઉઠયો,

"ઈશ્વરના ઘેટાને જુઓ, તે જગતના પાપને તેની સાથે ઉઠાવીને લઈ જાય છે!"

વકતાના આવા હાવભાવ જોઈ અને શબ્દો સાંભળીને ભીડ એકદમ સ્થિર થઈ ગઈ હતી. કેમ કે આવા શબ્દો તેમના માટે અત્યંત વિચિત્ર અને સમજણ બહારના હતા; પણ બાલ્થસાર માટે તે જ શબ્દો અત્યંત પ્રભાવશાળી હતા. તે ત્યાં ફરી એક વાર મનુષ્યોના મુકિતદાતાના દર્શન કરવા માટે ઉપસ્થિત હતો. તે આસ્થા કે જે તેને એક વિશેષ અધિકારથી અંહી સુધી દોરી લાવી હતી અને હવે જો તે આસ્થા તેને અન્ય લોકો થી વિશેષ દષ્ટિ સામર્થ્ય આપે – એવું સામર્થ્ય કે જેથી તે જેની વાટ જોઈ રહ્યો હતો તેને જોઈ શકે અને જાણી શકે – તેને ચમત્કારની શકિત કહેવા કરતા તો જે હજુ સુધી પરમેશ્વરના સબંધોમાંથી છુટેલી નથી તેવી આત્માની વિદ્યાશાખા તરીકે વિચારવું વધુ સારૂં રહેશે. તેના માટે જીવનના તે પડાવ પર જીવનનું યોગ્ય પવિત્રતાના કોઈ ઉદાહરણ વગરનું મુલ્યાંકન – એવું જીવન ખુદ એક ચમત્કાર હતો. તેના જીવનનો આદર્શ તેની સામે સ્વરૂપ, પ્રકાર, પોષાક અને વય તમામ માપદંડોમાં ઉપસ્થિત હતો. અને તેનું દર્શન સ્વિકૃતિ હતી. આહ, હવે જો કંઈ એવું બને કે તે અલગારીની એવી ઓળખ થાય કે કોઈને જરા પણ શંકા રહે નંહી.

અને તેવું શું થયું?

બરાબર તે જ સમયે નાઝરેથવાસી નબીએ ફરીથી હાક પાડી; "જુઓ, પરમેશ્વરનું ઘેટું જગતના પાપ વહન કરી અને લઈ જાય છે."

બાલ્થસાર ઘુંટણભેર બેસી ગયો. તેને કોઈપણ પ્રકારના સ્પષ્ટીકરણની જરૂર નહોતી; અને સમજો કે તે નાઝરેથવાસીને પણ તે વાતની ખબર હતી. તેણે તે લોકોને છોડી અને અન્ય લોકો તરફ ફરીને કહ્યું;

"તે એ જ છે કે જેના વિષયમાં હું વાત કરતો હતો. મેં કહ્યું કે એક માનવ મારી પાછળ આવી રહ્યો છે, જે મારાથી પણ વધુ સારો છે, કેમ કે તે મારી પહેલા પણ હતો અને હું તો તેને ઓળખતો હતો, પણ હું એટલા માટે જળથી બેપ્ટીસ્મા આપતો આવ્યો છું કે તે ઈઝરાયેલની ધરતી પર પ્રગટ થાય. મેં તે પવિત્ર આત્માને કબુતરની માફક સ્વર્ગથી અવતરણ કરતા અને તેના પર સ્થિર થતા જોયો છે. હું તો તેને ઓળખતો નહોતો, પણ તે કે જેણે મને જળથી બેપ્ટીસ્મા આપવા માટે મોકલ્યો છે; તેણે જ મને કહ્યું કે જેના પર તું પવિત્ર આત્માને ઉતરતા જુએ; તે પવિત્ર આત્મા બેપ્ટિસ્મા આપનાર છે. અને મેં તેમ જોયું

છે અને જાહેર કરૂં છું કે તે" – તે થોભ્યો, તેની લાઠી સફેદ વસ્ત્રોમાં સજ્જ તે અલગારી માનવ તરફ ચીંધી અને પોતાના શબ્દો અને નિષ્કર્ષ પર પુરેપુરો ભાર મુકતા કહ્યું, "મારી વાત નોંધી લો, મેં જોયું છે અને હું સાક્ષી આપું છું કે તે માનવ જ ઈશ્વરનો પુત્ર છે, તે માનવ જ ઈશ્વરનો પુત્ર છે."

"તે તે જ છે, તે તે જ છે!" બાલ્થસારનીઆંખોમાં ઝળઝળીયા આવી ગયા અને તે બોલી ઉઠયો.

બીજી ક્ષણે જ તે ભાવનાશુન્ય થઈ ગયો. તે સમય દરમ્યાન બેનહર અત્યંત રસપૂર્વક તે અલગારી માનવના ચહેરાનું અધ્યયન કરી રહ્યો હતો. જો કે તેની ભાવનાઓ બાલ્થસારની ભાવનાઓથી તદન અલગ હતી.

તેના મનમાં તે અલગારીની કેટલીક ધ્યાન ખેંચે તેવી બાબતો જેમ કે લાક્ષણિક પવિત્રતાઓ, વિચારોની ગંભીરતા, મૃદુતા, માનવતા અને દિવ્યતા વિષે તેને કોઈ શંકા નહોતી; પણ તેના મનમાં એક હજુ પણ તે વિચાર ઘોળાઈ રહ્યો હતો – તે માનવ કોણ છે? અને શું છે? મસીહા છે કે રાજા? તેને આથી વધુ સીધાસાદા માનવની તો કલ્પના જ થઈ શકે તેમ નહોતી. તેની શાંત મુખાકૃતિ જોઈને બેનહરની યુધ્ધ અને વિજય અંગેની બધી કલ્પના ઓનો ભાંગીને ભૂકકો થઈ ગયો હતો. તેણે મનમાં ને મનમાં વિચાર્યું કે બાલ્થસારનું કહેવું સાચું હતું અને સીમોનીડીસની વાત સાચી નહોતી. આ વ્યકિત સોલોમનનું સિંહાસન ફરીથી પ્રસ્થાપિત કરવા નથી આવ્યો; તેનામાં હેરોદ જેવો સ્વભાવ કે બુધ્ધિ વૈભવ નથી. તે રાજા હોઈ શકે, પણ કોઈ અન્ય રાજય કે જે રોમથી પણ વધુ મહાન હોય, તે રોમ નો રાજા કદાપિ હોઈ શકે નંહી.

તે વાત સમજવી જરૂરી છે કે તે બેનહરની ભાવનાઓ માત્ર હતી, નિષ્કર્ષ નહોતો. તે સમયે આ માનવને જોઈને તેના મનમાં આ વિચારોને સમાંતર એક સંઘર્ષ ચાલી રહ્યો હતો – "એ વાત તો નકકી છે કે આ વ્યકિતને મેં કયાંક જોઈ છે; પણ કયાં અને કયારે?" તેણે તેની જાતને પુછયું.

"આ વ્યકિતને મેં કયાંક જોઈ છે; પણ કયાં અને કયારે?" તેણે આ પહેલા પણ કોઈ એક વાર તે શાંત, પ્રેમાળ અને દયાળુ ચહેરો જે અત્યારે બાલ્થસારને પ્રભાવિત કરતો હતો તેને કયાંક જોયો હતો. તેને આછું આછું નાઝરેથના કુવાની નજીકનું દશ્ય યાદ આવ્યું. જયારે રોમન સૈનિક તેને નૌસેનાના યુધ્ધ જહાજમાં લઈ જવા માટે ઘસડી રહ્યો હતો અને તે તરસથી મુર્છિત થઈ રહ્યો હતો; ત્યારે તે જ હાથોએ તેને ભાંગી પડતા અટકાવ્યો હતો. તે આકૃતિ તે યુવાનના ચહેરા સાથે મળતી આવતી હતી જેણે તેના દિલો દિમાગમાં વરસોથી સ્થાન લઈ લીધું હતું. આ હ્રદયના ઉભરામાં તે એટલો બધો ઉત્તેજીત થઈ ગયો હતો કે બધું જ ભૂલી ગયો હતો, બસ તેને ધર્મોપદેશકના છેલ્લા શબ્દો જ યાદ હતા – તે અદભૂત શબ્દો કે સમગ્ર વિશ્વના કાનમાં આજે પણ ગુંજે છેઃ

"– આ જ ઈશ્વરનો પુત્ર છે!"

બેનહર તેના મુકિતદાતાનું સન્માન કરવા માટે તેના ઘોડા પરથી નીચે ઉતરી ગયો; પણ આઈરસે તેને બુમ પાડી, "હર ના પુત્ર, મદદ કર, નંહિતર મારા પિતા મૃત્યુ પામશે!"

તે થોભ્યો, પાછળ ફરીને જોયું અને તેણીની મદદ કરવા માટે દોડી ગયો. તેણીએ તેને એક પ્યાલો આપ્યો અને ઉંટને ચાકરને હવાલે કર્યો અને તે પાણી લાવવા માટે નદી તરફ દોડી ગયો. તે જયારે પાછો આવ્યો ત્યારે તે અલગારી માનવ જતો રહ્યો હતો.

અંતે બાલ્થસાર હોશમાં આવ્યો. તેણે પોતાના હાથ આગળ ખેંચતા અત્યંત કમજોર અવાજમાં પુછયું, "તે કયાં છે?"

"કોણ?" આઈરસે પુછયું.

વૃધ્ધ બાલ્થસારના ચહેરા પર તરતજ ચમક આવી ગઈ, સમજો કે તેના જીવનની અંતિમ મનોકામના પૂર્ણ થઈ હોય. તેણે કહ્યું,

"તે – મુકિતદાતા – પરમેશ્વરનો પુત્ર; જેને મેં ફરી એક વાર જોયો છે."

"તેમની વાત તને માનવામાં આવે છે?" આઈરસે ધીમા અવાજે બેનહરને પુછયું.

"આ આપણા જીવનની સહુથી આશ્ચર્યકારક પળ છે; ચાલો આપણે ધીરજ રાખીએ," બેનહરે એટલું જ કહ્યું.

અને બીજા દિવસે તે ત્રણેય લોકો જયારે નાઝરેથવાસીને સાંભળી રહ્યા હતા ત્યારે પ્રવચનની અધવચ્ચે જ તે આદરભર્યા સ્વરે બોલી ઉઠયો, "જુઓ, પરમેશ્વરનું ઘેટું!"

તેના સંકેતની દિશામાં તે લોકોએ નજર દોડાવી તો જોયું કે અલગારી માનવ આવી રહ્યો હતો. જેવી બેનહરે તે દુબળી પાતળી આકૃતિના ધીર ગંભીર ઉદાસ ચહેરા તરફ જોયું કે તેના મનમાં એક નવો જ વિચાર આવ્યો.

"બાલ્થસાર ખરો છે – તેમજ સીમોનીડીસ પણ સાચો છે. શું એવું શકય નથી કે મુકિતદાતા રાજા પણ બને?"

તેણે તેની પાસે ઉભેલી એક વ્યકિતને પુછયું, "સામેથી જે વ્યકિત આવે છે, તે કોણ છે?"

તે માણસે મજાક ઉડાવતો હોય તેમ હસ્યો અને જવાબ આપ્યો,

"તે નાઝરેથના એક સુથારનો પુત્ર છે."

ભાગ ૮

પ્રકરણ ૧લું

જેરૂસલેમના હરના મહેલની છત પર ગ્રીષ્મઋતુ માટે ખાસ બનાવવામાં આવેલા ખંડમાંથી સીમોનીડીસે સાદ પાડયો.

"એસ્થર – એસ્થર! નીચે ચાકરને મારા માટે પાણીનો એક પ્યાલો ભરીને લાવવા માટે કહે."

"પિતાજી, તેના કરતા તમે વાઈન પીઓ તો વધુ સારૂં નહીં રહે?"

"તેને બન્ને લઈને આવવા દે."

એસ્થરે અગાશીની પાળી પરથી નીચે મહેલના ફળીયામાં જોઈને ત્યાં બેઠેલા એક માણસને સાદ દીધો; તે જ સમયે એક બીજો ચાકર જેવો લાગતો માણસ પગથીયા ચડીને ઉપર આવ્યો અને માન થી સલામ કરી.

"માલિક માટે આ વીંટો લાવ્યો છું," આમ કહીને તેણે એક સુતરાઉ કાપડમાં વ્યવસ્થિત રીતે વીંટી અને બાંધી સીલ કરેલો પત્ર એસ્થરને આપતા કહ્યું.

વાચકોના સંતોષ માટે, કે આ વાત બેથાબારામાં ઈસુ ખ્રિસ્તના જાહેર થવાના લગભગ ત્રણ વર્ષ પછીની ઘટના છે. તે માર્ચ મહીનાની એકવીસમી તારીખ હતી.

તે સમય દરમ્યાન બેનહર વતી કામ કરતા મલુકે બેનહરના પિતાનું જુનું ઘર પોન્ટીયાસ પીલાત પાસેથી ખરીદી લીધુ હતું. બેનહરને તે ઘર પ્રત્યે ખુબ જ લાગણી હતી અને તે દશકાઓથી ખાલી પડેલા ઘરને ખંઢેરમાં ફેરવાઈ જતું જોઈ શકયો નહીં. મલુકે તે ઘરના દરવાજા, ફળીયું, કયારાઓ, સીડીના પગથીયાઓ, છત, ઓરડાઓ અને મહેલના અન્ય ભાગોની સફાઈ અને મરામત શરૂ કરાવી દીધી હતી. તે બધુંજ ફરીથી પહેલાથી પણ વધુ સુંદર બનાવી દેવામાં આવ્યું હતું. તેના યુવાન માલિકે ગત વર્ષોમાં રોમની રાજધાનીમાં આવેલા મીસેનમની પાસે આવેલા મહેલમાં વિતાવેલા સમય દરમ્યાન કેળવાયેલા સ્થાપત્ય અંગેના નુતન અભીગમ અને ઉચ્ચતમ રસની કોઈપણ મુલાકાતીને મહેલના ખૂણેખુણામાં કરેલી સજાવટથી ખબર પડી જતી હતી.

હવે એ સમજાવવું તો અઘરૂં નથી કે બેનહરે સાર્વજનિક રીતે તેની સંપત્તિને પોતાના અધિકારમાં લીધી નહોતી. તેના અભિપ્રાય અનુસાર હજુ સુધી તે માટે યોગ્ય સમય આવ્યો નહોતો. તેણે પોતાનું સાચું નામ હજુ સુધી જાહેર કર્યું નહોતું. તે સમય પસાર કરવા ગાલીલીમાં મજુરો પાસે તેને ઠીક લાગે તેવી તૈયારીઓ કરવામાં વ્યસ્ત હતો અને નાઝરેથવાસી શું કરે છે તેની ધીરજથી વાટ જોતો હતો. કેમ કે તે દિન પ્રતિદિન તેના ધ્યેય,ઉદેશ અને ચારિત્ર્યના વિષયમાં ચિંતાતુર અને આશંકિત થતો જતો હતો. કયારેક તે પવિત્ર શહેરની મુલાકાત લેતો અને તેના પૈતૃક ઘેર એક અજાણ્યા મહેમાન તરીકે રોકાતો.

બેનહરની આ મુલાકાતો અત્યંત વ્યસ્ત રોજીંદા જીવનમાંથી થોડો સમય આરામ લેવા માટે જ હતી. બાલ્થસાર અને આઈરસે આ મહેલમાં પોતાનું ઘર બનાવી લીધું હતું; અને તેની પુત્રીનો જાદુ હજુ પણ તેના પર એવી જ તાજગીથી છવાયેલો હતો. અને વૃધ્ધ અશકત પિતા શ્રોતાઓને નવાઈ લાગે

તેવી ઉર્જાથી ચમત્કારિક પરિવ્રાજક કે જેની તેઓ સહુ અપેક્ષા રાખતા હતા તેની દિવ્યતા પર પ્રવચન આપતા રહેતા હતા.

તો સીમોનીડીસ અને એસ્થરની વાત કરીએ તો; તેઓ એન્ટિઓકથી થોડા જ દિવસો પહેલા કંટાળાજનક મુસાફરી કરી અને પરત આવી ગયા હતા. આ મુસાફરી વૃધ્ધ વેપારી સીમોનીડીસે જેના પગલા કયારેય પણ એક સરખા નહોતા પડતા તેવા બે ઉંટ વચ્ચે બાંધેલી પાલખીમાં ફંગોળાતા ફંગોળાતા કરી હતી. પણ હવે જયારેતે ભલો માણસ આવી જ ગયો હતો; તો પણ એવું લાગતું હતું કે તે પોતાની માતૃભૂમિને સરખી રીતે જોઈ શકતો નહોતો. તેવીજ એક બીજી ખુરશી વખારમાં તેના કક્ષ ઉપર ઓરોન્ટેસે મુકી રાખી હતી. તે મંડપના છાંયામાં દુર પહાડીઓ પરથી આવતી તાજી હવાનો ભરપુર આનંદ લેતો; સુર્યોદય થતો અને સુર્યના પથને આનંદથી જોતો હતો. તે તેની જુની ટેવ અનુસાર એસ્થરની સાથે આકાશ ભણી મીટ માંડી અને તેનો યુવાનીનો પ્રેમ; વિતેલા વરસોની સાથે વધુ વહાલી થતી જતી એસ્થરની માતા જો પાછી મળી જાય તો તેને જોવા માટે મીટ માંડીને બેઠો રહેતો. જો કે તો પણ તે તેના વ્યવસાય પ્રત્યે જરાય બેપરવા નહોતો.

રોજ એક સંદેશવાહક તેને મોટા વેપારના વ્યવહારના પત્રો સાથે સંબલાતનો સંદેશ આપી જતો, અને સંબલાતને પણ તે યોગ્ય નિર્ણયો લઈ શકે તે માટે વ્યવસાયની વ્યવસ્થા સંચાલનની નાનીનાની બાબતોનું માર્ગદર્શન આપવા તે સંદેશવાહક સાથે સુચનાઓ મોકલવામાં આવતી.

એસ્થર જયારે તેના આરામગૃહમાંથી નીકળતી, સ્વચ્છ અગાશી પર પડતા મૃદુ સુર્યપ્રકાશની કિરણોમાં તે કમનીય નવયૌવનાના મુખ પર સુંદરતા,બુધ્ધિ અને સમર્પણનો સંગમ જોવા મળતો હતો. તે એક એવી યુવતી હતી કે જેને માત્ર પ્રેમ જ કરી શકાય કેમ કે પ્રેમ તેના જીવનનું અભિન્ન અંગ હતું.

પાછા ફરતી વખતે પેકેટ પર તેની નજર પડી, તે થોભી અને પહેલા કરતા વધુ ચોકસાઈથી જોયું; તેના પર બેનહરની મહોર લાગેલી હતી. આ જોઈને તેના સુંદર ગાલ પર લાલીમા દોડી ગઈ. તેની ચાલમાં ઝડપ આવી ગઈ.

સીમોનીડીસે મહોર જોવા માટે હાથમાં પકડેલું પેકેટ એક ક્ષણ માટે પોતાના હાથમાં લીધું. તેને ખોલી અને તેમાં રહેલો પેપીરસનો વીંટો તેણીના હાથમાં મુકયો.

"વાંચ," તેણે કહ્યું.

આમ કહેતી વખતે તેની આંખો એસ્થર પર સ્થિર થઈ હતી. એક ક્ષણમાં એસ્થરના મુખ પર પરેશાનીના ભાવ આવ્યા.

"મને ખબર પડી ગઈ કે તે કોનો પત્ર છે તે તું જાણે છે."

"હા – આપણા માલિકની."

એક ક્ષણ આમ જ શાંતિથી વિતી ગઈ. વ્યથિત એસ્થરે તેના પિતા સામે નિખાલસતાથી જોયું અને ધીમેથી નજરો નીચી ઢાળી દીધી.

"એસ્થર, તું તેને પ્રેમ કરે છે?" તેણે શાંતિથી પુછયું.

"હા," તેણીએ જવાબ આપ્યો.

"તેં આ બાબતમાં બરાબર સમજી વિચારી લીધું છે ને?"

"પિતાજી, હું માલિક પ્રત્યે માત્ર મારૂં કર્તવ્ય નિભાવી રહી છું. આવું વિચારવાનો પ્રયત્ન તો કરૂં છું પણ તેથી મને તેથી કોઈ ફેર પડયો નથી."

વૃધ્ધ સીમોનીડીસે રાહતથી કહ્યું, "તારી માતાની જેમજ એક ખુબ જ સુંદર અને સમજદાર યુવતી; જો મેં મારી મહેનતથી કમાયેલી તમામ સંપત્તિ મારી પાસે રાખી લીધી હોત તો તારો પ્રેમ આમ કદી નિષ્ફળ થયો નહોત – ધનમાં આવી શકિત છે – આમ કહેવા માટે ઈશ્વર મને માફ કરે.

"જુઓ પિતાજી, તમે આમ કર્યું હોત તો મારા માટે વધુ નઠારૂં થયું હોત; કેમ કે તે પછી તેના માટે મારી કોઈ જ કિંમત રહી ન હોત અને ન તો તમારૂં કોઈ ગૌરવ રહ્યું હોત. હવે હું તે વાંચું?"

"એક ક્ષણમાં," સીમોનીડીસે કહ્યું, "મારી વહાલી દિકરી, મને તારે માટે પણ તેની નઠારી બાજુ પણ બતાવવા દે. તેનો પ્રેમ તો પહેલેથીજ કોઈકની અમાનત બની ચુકયો છે."

"મને તેની ખબર છે." તેણીએ શાંતિથી કહ્યું.

"તે ઈજીપ્તવાસી રમણીએ તેને તેની જાળમાં ફસાવ્યો છે," તેણે વાત ચલાવી. " તેણી તેના વડવાઓની માફક જ ધુર્ત અને સાથે સાથે સુંદર પણ છે. જેટલી વધુ સુંદર તેટલી જ વધુ ચાલાક; પણ તેની જાતિ પ્રમાણે ફરીથી કહું તો હૃદય વિનાની. જે દિકરી તેના પિતાની ઉપેક્ષા કરતી હોય તે તેના પતિને વેદના જ આપશે."

"શું તેણી તેના પિતાની ઉપેક્ષા કરે છે?"

સીમોનીડીસે કહ્યું, "બાલ્થસાર એક ડાહ્યો માણસ છે, એટલે તો તે યહુદી ન હોવા છતાં આટલો આદર પામે છે. તે તેની ધાર્મિક માન્યતાઓને વફાદાર છે, પણ તેણી તેની મજાક ઉડાવે છે. મેં તેને તેના પિતા વિષે એવું કહેતા ગઈકાલે સાંભળી છે. યુવાનો મુર્ખાઈભર્યા કામ કરે તે માફ થઈ શકે; વૃધ્ધ લોકોમાં શાણપણ સિવાય કંઈ પ્રસંશાને પાત્ર નથી. રોમન લોકોની ક્રુરતાને બંધ બેસે તેવી એક વાત મને યાદ આવે છે કે જયારે વૃધ્ધ લોકોમાંથી ડહાપણ જતું રહે ત્યારે તેઓનું મૃત્યુ થવું જ જોઈએ. હું પણ તેના પિતા જેવો વૃધ્ધ અને અશકત થઈશ તે જાણીને આ વાત મેં મને પણ લાગુ પાડી છે –એ સમય હવે એટલો દુર નથી. પણ એસ્થર, તું મને એવું કદી પણ કહીશ નહીં – ના કદી નહીં – તેના કરતા તો તેનું મૃત્યુ થાય તે સારૂં. ના, તારી માતા તો જુડાહની પુત્રી હતી."

એસ્થરની આંખોમાં ઝળઝળીયા આવ્યા અને તેણીએ તેના પિતાને ચુમી લીધા અને કહ્યું, " હું મારી માતાની પુત્રી છું."

"હા, અને મારી પુત્રી – મારી પુત્રી, જે મારા માટે એટલી જ વહાલી છે કે જેટલું ડાહ્યા સોલોમનને તેનું મંદિર જેટલું વહાલું હતું."

થોડીવારની શાંતિ પછી તેણે તેનો હાથ તેણીના ખભ્ભા પર મુકયો અને આગળ ચલાવ્યું;

"એસ્થર, જો તે ઈજીપ્તવાસી છોકરીને તેની પત્ની બનાવશે, તો પછી તે તને યાદ કરી હાથ મસળતો રહેશે અને પસ્તાશે. કેમકે અંતે તેને તેના ખરાબ ઈરાદાઓની ખબર પડી જશે. તેના દરેક સ્વપ્નાઓનું કેન્દ્ર રોમ છે. તેના માટે તે જેરૂસલેમનો રાજકુમાર અને હરનો પુત્ર નથી, પણ યુધ્ધવિર એરીયસનો પુત્ર છે."

આ શબ્દો સાંભળીને એસ્થરે તેની મનોભાવનાઓ છુપાવવાની કોશીશ કરી નહીં.

"પિતાજી તેને બચાવી લો, હજુ એટલું બધું મોડું થયું નથી!" તેણીએ આજીજીપૂર્વક કહ્યું.

તેણે મજાકીયું સ્મિત કર્યું, " તમે એક ડુબતા માણસને બચાવી શકો, પ્રેમમાં પડેલાને નહીં."

"પણ તેના પર તમારો પ્રભાવ છે. તે વિશ્વમાં એકલો છે. હું તો ફકત તેની ખુશી અને સલામતી માટે આમ કહું છું. મારી ખુશી માટે નહીં. તમે તેને કહી દો કે તે સ્ત્રી કેવી છે."

"એમ કહેવાથી બેનહર તેનાથી બચી શકે; પણ એસ્થર, તેમ થવાથી તે તારો થશે?"

"ના," અને તેની આંખો પરની પાંપણો ઢળી પડી.

"મારા પૂર્વજોની માફક જ હું એક ચાકર છું;" સીમોનીડીસે કહ્યું. "તો પણ હું તેમ કહી શકું નહીં ;'લો માલિક, મારી પુત્રી! તેણી ઈજીપ્તવાસી રમણી કરતા પણ વધારે સુંદર છે અને તમને તેનાથી વધારે પ્રેમ કરે છે!' મને વર્ષોથી સ્વાતંત્ર્ય અને માર્ગદર્શન મળ્યા છે તેથી જો હું આમ કહું તો મારી જીભમાં કાંટા વાગે, પુરાતન ટેકરીઓના પથ્થરોને પણ જયારે હું ત્યાં જઈશ (મૃત્યુ પછી મને ત્યાં દફનાવવામાં આવશે) ત્યારે શરમ આવશે.ના, કુળદેવતાના સમ, એસ્થર, તેથી તો વધુ સારૂં આપણે ચિર નિંદ્રામાં પોઢેલી તારી માતા પાસે જવા માટે મૃત્યુને વહાલું કરીએ!"

એસ્થરના ચહેરા પર શરમના શેરડા પડયા.

"પિતાજી, તમે તેને બધું કહો તેનો મારો એવો અર્થ નહોતો. મને તો મારી નહીં પણ તેની સુખ શાંતિ માટે જ લાગે વળગે છે. કારણ કે મેં તેને પ્રેમ કરવાની હિંમત કરી છે અને હંમેશા હું મને તેના પ્રેમ ને લાયક બનાવી રાખીશ; તો જ મને મારી બેવકુફીની સજા મળી શકશે. હવે મને તેનો પત્ર વાંચવા દો."

"હા, તે વાંચ."

તેણે ઉતાવળથી વાંચવાનું શરૂ કર્યું અને અણગમતા વિષયનું હોય તેમ ખચકાટ સાથે પુરૂં કર્યું."

"નિશાન, આઠમો દિવસ.

ગાલીલથી જેરૂસલેમ જવાના માર્ગે.

નાઝરેથવાસી પણ આ જ માર્ગે છે. તેની સાથે જ જો કે તેને ખબર ન પડે તેમ હું મારી સેના સાથે પીછો કરી રહ્યો છું. બીજી હરોળના સૈનિકોની સેના પણ પાછળ પાછળ આવી રહી છે. નગરના દરવાજા માંથી પસાર થવાની વ્યવસ્થા થઈ ગઈ છે. તેણે રવાના થતા પહેલા કહ્યું હતું, 'અમે જેરૂસલેમ જઈએ છીએ અને જે પણ ભવિષ્યવેતાઓ દ્વારા માનવપુત્ર માટે લખાયેલી છે તે બધી જ પુરી થશે.'

અમારી વાટ જોવા માટે દિવસ પુરો થવાની વેળાએ આવી જશો.

ઉતાવળ કરજો.

સીમોનીડીસ, ઈશ્વર તમને શાંતિ આપે.

– બેનહર."

એસ્થરને તેના પિતાને પત્ર પાછો આપતી વખતે ગળે ડુમો ભરાયો. તે પત્રમાં એસ્થર માટે એક પણ શબ્દ લખવામાં આવ્યો નહોતો – તેને પ્રણામ પણ પાઠવવામાં આવ્યા નહોતા – અને ' આપને અનેએસ્થર ને ઈશ્વર શાંતિ આપે' એમ લખવામાં કયાં જોર પડે તેમ હતું? એસ્થર ને તેના જીવનમાં પહેલી વાર કોઈકની ઈર્ષા થઈ.

"આઠમો દિવસ," સીમોનીડીસે કહ્યું, "આઠમો દિવસ; આને આ, એસ્થર, આજે–"

"નવમો," એસ્થરે જવાબ આપ્યો.

"આહ, તો પછી, તેઓ હવે અત્યારે બેથાનીમાં હશે."

"અને શકય છે કે આપણે તેમને આજે રાત્રે મળી શકીએ." તેણીએ એક ક્ષણ માટે બેધ્યાન થઈને કહ્યું.

"તેમ જ થશે, તેમ જ થશે! આવતી કાલે આપણો પાસ ઓવરના(સંત મોઝેસની આગેવાની હેઠળ પ્રાચીન ઈજીપ્તની ગુલામીમાંથી યહુદીઓ મુકત થઈ અને તેમને વચન અપાયેલા સ્વતંત્ર રાષ્ટ્ર ઈઝરાયેલમાં આવ્યા તે દિવસો કે જે પાસ્ખા પર્વ તરીકે પણ ઓળખાય છે) તહેવારોનો દિવસ છે, અને તે પણ તેની ઉજવણી કરવા ધારે છે; નાઝરેથવાસી પણ એવું જ ઈચ્છે છે; અને તેથી આપણે તેના દર્શન કરી શકીશું – આપણે તે બન્નેને જોઈ શકીશું, એસ્થર."

બરાબર તે જ સમયે ચાકર પાણી અને દ્રાક્ષાસવ લઈને આવ્યો.

એસ્થર તેના પિતાને મદદ કરી રહી હતી ત્યાં જ આઈરસ છત પર આવી.

યહુદીની દિકરીને તે ક્ષણે ઈજીપ્તવાસી રમણી આ પહેલા કદી નહોતી લાગી તેટલી સુંદર લાગતી હતી. તેના ચમકદાર રંગના આછા મુલાયમ વસ્ત્રો તેણે જાણે કે ધુમ્મસ ઓઢયું હોય તેવા લાગતા હતા; તેના કપાળ, ગળું અને હાથમાં તેની ઢબના લોકો પહેરે તેવા ઘણા અને મોંઘા અલંકારો પહેર્યા હતા. તેના ચહેરા પર ખુશી છલકાઈ આવતી હતી. તે રૂપગર્વિતા ખુશમિજાજ પગલે ઉપર આવી, જો કે તેણીમાં લાગણીનો છાંટો પણ જોવા મળતો નહોતો. એસ્થરને તેને જોઈને થોડી સંકોચ પામી અને તેના પિતાથી વધુ નજીક આવી.

"સીમોનીડીસ અને સુંદર એસ્થર, ઈશ્વર તમને શાંતિ આપે," આઈરસે પત્ર પર નજર નાખતા કહ્યું. "ભલા માલિક, તમે મને યાદ કરી – શબ્દો ચોર્યા વિના જો કહું તો તમે મને પર્શીયાના ધર્મગુરૂઓની યાદ અપાવી છે કે જે સુર્યાસ્ત પછી તેમના મંદિરો પર ચડી પ્રાર્થના કરી દિવસ પૂરો થયાનું જાહેર કરે છે. જો તમે ઈશ્વરની ભકિત અંગે કશું જાણવા માગતા હો, તો હું મારા પિતાને કહું. તેઓ ઝોરાષ્ટ્રીયન(અશો જરથુસ્ટ્ર ના પ્રબોધેલા પારસી ધર્મ)ના જ્ઞાતા છે.

"ઈજીપ્તની સુંદરી," અત્યંત નમ્રતાથી માથું નમાવીને વેપારીએ જવાબ આપ્યો, "તારા પિતા એક ભલા માણસ છે. જો હું તેમ કહું કે તેના જ્ઞાન અને શાણપણમાં પર્શીયાના જ્ઞાનનો એટલો બધો ફાળોનથી, તો તેને ખોટું નહીં લાગે."

આઈરસના ભવા સંકોચાયા.

"તમે મને તત્વજ્ઞાનીની માફક વાત કરવા માટે આમંત્રિત કરી છે," તેણીએ કહ્યું, "થોડામાં ઘણું સમજી શકાય તેમ છે. હવે મને પુછવા દો કે તમે ઓછી ગુણવત્તા વાળા ભાગનું મહત્વ શા માટે વધારે આંકો છો?"

સીમોનીડીસ તેની તરફ થોડી કઠોરતાથી ફર્યો.

"શુધ્ધ ડહાપણ હંમેશા ઈશ્વર તરફ દોરી જાય છે; સંપૂર્ણ શુધ્ધ ડહાપણ ઈશ્વરીય જ્ઞાન છે; અને મારા જેવો કોઈ પણ માનવ ભલા બાલ્થસારના અધ્યાત્મની ઉચ્ચ કક્ષાની તોલે તેના વચન કે કાર્યમાં આવી શકે તેમ નથી."

વાર્તાલાપ પૂર્ણ કરવા માટે તેણે પ્યાલો ઉઠાવ્યો અને પીવા લાગ્યો.

ઈજીપ્તની સુંદરી એસ્થર તરફ થોડી ખીજ થી ફરી.

"એક એવો માણસ કે જેના ભંડારમાં લાખો ભરેલા છે અને તેના જહાજોના કાફલાઓ સાગર સર કરી રહ્યા છે; તેવા માણસને આપણા જેવી સીધીસાદી સ્ત્રીઓમાં મજા પડે નહીં. ચાલો આપણે તેને છોડી દઈએ. દિવાલની પેલી બાજુએ જઈને આપણે વાત કરીએ.

તેઓ પારાપેટની પાસે તે જ જગ્યાએ જઈને ઉભા કે જયાંથી વરસો પહેલા ગ્રેટસના માથા પર તુટેલી લાદી પડી હતી.

"તું કદી રોમ ગઈ નથી?" આઈરસે તેના એક બલોચાની કડી છોડતા વાતની શરૂઆત કરી.

"ના," એસ્થરે નિસ્તેજ ચહેરે કહ્યું.

"તને ત્યાં જવાની કદી ઈચ્છા થઈ નથી?"

"ના."

"આહ, તો તે તારા જીવનમાં શું જોયું છે!" (તે સમયમાં એમ કહેવાતું કે જેણે રોમ નથી જોયું ; તેણે કશું નથી જોયું.)

એસ્થરે નિસાસો નાખ્યો. બીજી જ ક્ષણે ઈજીપ્તની રમણીના ખડખડાટ હાસ્યના પડઘા છેક નીચે શેરીમાં પડયા; અને તેણીએ કહ્યું, " ઓહ, ઓહ મારી સુંદર પણ સીધીસાદી સખી! મેમ્ફીસની રેતીમાં આવેલા મોટા પુતળાના કાનમાં માળો કરીને રહેતા પક્ષીઓના જે માળો છોડે તેટલા પુરતું ઉડતા નથી શીખ્યા તેવા બચ્ચાઓને પણ તારા જેટલીજ ખબર પડે છે."

પછી એસ્થરની મુંઝવણ જોઈને તેણે પોતાની રીતભાત બદલી નાખી અને વિશ્વાસ પૂર્વક કહ્યું, "તારે વિરોધ કરવો ન જોઈએ. ઓહ, ના! હું થોડી શરારત કરતી હતી. મને તારી વેદનાને ચુમી લેવા દે,અને તે પણ કહીશ કે જે હું બીજા કોઈ ને પણ નહીં કહું – જો સીમ્બેલ (ઈજીપ્તનો રાજા રામસેસ) પણ કમળના આકારના પ્યાલામાં મને નાઈલનું જળ ભરી અર્પણ કરે અને તેમ કરવાનું કહે તો પણ!" આ રીતે પુરાતન ઈજીપ્તમાં બહુમાન કરવાનો રીવાજ હતો)

પોતાના મનોભાવો કુશળતા પૂર્વક છુપાવી; ફરીથી હસતા હસતા આઈરસે એસ્થર તરફ ફરી અને કહ્યું, "રાજા આવે છે."

એસ્થર તેની સામે નિર્દોષભાવે નવાઈ પામીને જોઈ રહી.

"તે નાઝરેથવાસી," ઈરાએ વાત આગળ ચલાવી – "તે કે જેના વિષે આપણા બન્નેના પિતાઓ ઘણી બધી વાત કરતા હતા, જેની બેનહર ઘણા લાંબા સમયથી આતુર નયને વાટ જોતો હતો" – તેણીનો અવાજ થોડો ધીમો થયો, "તે નાઝરેથવાસી આવતીકાલે અહીં આ આવશે, અને બેનહર આજે રાત્રે આવી પહોંચશે."

એસ્થરે સ્વસ્થતા જાળવી રાખવા માટે મહેનત કરી, પણ સફળ ન થઈ; તેની આંખો નીચે ઢળી ગઈ, આખા શરીરનું રકત તેના ગાલ અને કપાળ પર ધસી આવ્યું અને તેણી ઈજીપ્તની રમણીની વિજયી આંખોથી બચી નીકળવા જતી રહી.

"જો અહીં, આ તેનું વચન છે."

અને આઈરસે તેણીના કમ્મરપટ્ટામાંથી પેપીરસનો એક વીંટો કાઢયો.

"મારી સાથે આનંદ કરજે, ઓ મારી બહેનપણી! તે આજે રાત્રે અહીં હશે! ત્યાં તીબેરની પહાડી પર એક વૈભવી વિલા છે જે તેણે મારા નામે કરવાનું વચન આપ્યું છે અને તેની માલિકણ બનવાનું પણ"

નીચે શેરીમાં કોઈ વાતો કરતા ઝડપથી ચાલતું હોય તેવા અવાજે તેની વાતમાં વિક્ષેપ કર્યો અને તેનીચે જોવા માટે અગાશીની પાળી પરથી નીચે ઝુકી. પછી તેણીએ તેના બન્ને હાથ ભીડી અને ઉંચા કર્યા અને મોટા અવાજે કહ્યું, " હવે દેવી આઈસીસના આશિર્વાદ હો! એ તો બેનહર જ છે. જો ભલા માનવો ન હોય તો દેવતાઓ માટે પણ કયાંય જગ્યા નથી. એસ્થર, મારા હાથમાં હાથ આપ – અને ચુમી લે!" યહુદીની બેટીએ ઉંચે જોયું. તેના મુખ પર કાંતિ આવી; તેની આંખમાં આ પહેલા તેના સ્વભાવમાં કદી જોવા ન મળ્યો હોય તેવો ક્રોધનો ચમકારો જોવા મળ્યો. તેની મૃદુતા તો કયાંય જતી રહી; કેમ કે તેણે જેને પ્રેમ કરવાના સ્વપ્નો સજાવ્યા હતા, તેનો પત્ર મોટીમોટી વાતો કરતી તેણીની પ્રતિસ્પર્ધીએ બતાવ્યો હતો અને તેની કલ્પનાઓના ભાંગીને ભૂકકા કરી નાખ્યા હતા. એટલું જ પુરતું નહોતું કે તેણીને તેણીને યાદ કરાવવામાં આવ્યું હતું કે તેણી નોકરની પણ નોકર હતી, તેથી તેણીએ કહ્યું,

"તું બેનહરને વધુ પ્રેમ કરે છે કે તને રોમ વધારે સારૂં લાગે છે?"

ઈજીપ્તની યુવતી એક ડગલું પાછી હટી ગઈ; પછી તેણીએ પ્રશ્નકર્તાના કાનમાં કહ્યું.

"સીમોનીડીસની દિકરી, તારા માટે તે શું છે?"

એસ્થરે ધ્રુજારીથી કહેવાનું શરૂ કર્યું, " તે મારો –"

તેમ કહેતા તેના મનમાં વીજળીના કડાકા જેમ એક વિચાર આવ્યો; તે ઢીલી પડી ગઈ; પોતાની જાતને ફરીથી સંભાળી અને પછી જવાબ આપ્યો,

"તે મારા પિતાનો મિત્ર છે."

તેણીની જીભે તેની ગુલામીની પરિસ્થિતિને સ્વીકારી નહોતી.

આઈરસ પહેલા કરતા પણ વધારે જોરથી હસી પડી.

"તેથી વધુ કશું નહીં?" તેણીએ કહ્યું. " આહ, ઈજીપ્તના પ્રેમ દેવતાઓના સોગન, તારે તારી ચુમીઓને તારી પાસે રાખવી જોઈએ – તારા ચુંબનો તારી પાસે રાખ. તે જ મને શીખવ્યું છે. પણ હવે કે જયારે અહીં જયુડીયામાં અન્ય વધુ આદરપાત્ર લોકો મારી વાટ જુએ છે ત્યારે,"– તેણીએ પાછી ફરી અને કહ્યું – "મારે તેમની પાસે જવું જોઈએ. તને શાંતિ પ્રાપ્ત થાઓ."

એસ્થર તેણીને પગથીયા ઉતરી અને જતા જોઈ રહી અને પછી તેનું મોં બન્ને હાથ વડે ઢાંકી અને ધ્રુસકે ધ્રુસકે રડવા લાગી. તેના કાનમાં તેના પિતા દ્વારા કહેવાયેલા શબ્દોનો પ્રતિઘોષ પડી રહ્યો હતો – "પણ જો મેં મારી કમાયેલી સંપત્તિ મારી પાસે રાખી લીધી હોત તો તારો પ્રેમ આમ નિષ્ફળ ન જાત." શહેરની અને પર્વતોની શૃંખલાઓ પર તારાઓ છવાઈ જાય તે પહેલા તેણીએ ગ્રીષ્મઋતુ માટે બનાવવામાં આવેલા મંડપમાં જવા માટે જાતને સંભાળી લીધી અને શાંતિથી તેના પિતાની બાજુમાં જઈ વહાલથી બેઠી. તે જીવે છે ત્યાં સુધી તેણે યુવાનીમાં જ ઘણાબધા કર્તવ્યોનું પાલન કરવાનું હતું. અને હવે સત્ય કહેવા દો, હવે કે જયારે વેદનાઓને વાચા મળી જ છે ત્યારે તેણી તેના કર્તવ્યો તરફ ખુશીથી પાછી ફરી હતી.

*****

પ્રકરણ ૨જું

છત પર બનેલી ઘટનાના લગભગ એકાદ કલાક પછી બાલ્થસાર, સીમોનીડીસ અને એસ્થર મહેલના વિશાળ દિવાનખંડમાં એકઠા થયા; અને જયારે તે બધા લોકો વાતચીતમાં મશગુલ હતા, ત્યારે બેનહર અને ઈરા એકસાથે દિવાનખંડમાં અંદર આવ્યા.

યહુદી નવયુવકે આગળ વધીને બાલ્થસારને પ્રણામ કર્યા અને તેનો પ્રત્યુતર મળતા તે સીમોનીડીસ તરફ ફર્યો; પણ યૌવનના ઉંબરે પગ મુકીને ઉભેલી અતિ સુંદર એસ્થરને જોઈને થંભી ગયો. અને જેવો તે એસ્થરને જોઈને થોભ્યો કે એક કઠોર અવાજે તેને તેની અધુરા કર્તવ્યો અને પ્રતિજ્ઞાઓની યાદ અપાવી.

એક ક્ષણ માટે તે થોભી ગયો, પણ બીજી જ ક્ષણે તેણે પોતાની જાતને સંભાળી અને એસ્થર પાસે જઈને કહ્યું," મીઠડી એસ્થર, તને શાંતિ હો; અને આપ સીમોનીડીસ" – આમ કહેતી વખતે તેણે વેપારી સામે જોયું – "આપને પણ; આપના પર ઈશ્વરના આશિર્વાદ વરસો, કેમ કે માત્ર તમે જ જે બાળકો પર પિતાનું છત્ર નથી; તેમના ભલા પિતા છો."

એસ્થરે તે નીચી નજરે સાંભળ્યું; સીમોનીડીસે જવાબ આપ્યો,

"હર ના પુત્ર, હું ભલા બાલ્થસારનું ફરીથી સ્વાગત કરૂં છું – તારૂં તારા પિતાના ઘરમાં સ્વાગત છે; અને બેસ અને અમને તારી મુસાફરી અને તારા કાર્ય વિષે વાત કર. તે અદભૂત નાઝરેથવાસીની પણ – તે કોણ છે, અને તેનું કાર્ય શું છે તે અંગે વાત કર. જો તું આ વાત ન કરે તો બીજું કોણ કહેશે? હું વિનંતી કરૂં છું કે તું અમારા બધાની વચ્ચે ત્યાં તારૂં સ્થાન લે અને વાત કર કે જેથી અમે બધા સાંભળી શકીએ."

એસ્થર ફટાફટ નીચે ગઈ અને એક ગાદીવાળી બેઠક લઈ આવી અને તેના બેસવા માટે ગોઠવી.

"આભાર," તેણે એસ્થરને આભારવશ કહ્યું.

બધા બેઠા અને થોડી આડાઅવળી વાતો કરી તે પછી બેનહરે ત્યાં ઉપસ્થિત બધાને સંબોધીને કહ્યું.

"હું તમને નાઝરેથવાસીની વાત કરવા માટે આવ્યો છું."

બાલ્થસાર અને સીમોનીડીસ ના કાન સાંભળવા માટે સરવા થઈ ગયા.

"હું ઘણા દિવસોથી સતત તેના આચાર વિચાર અને વ્યવહારોનું ધ્યાનપૂર્વક નિરિક્ષણ કરતો આવ્યો છું. મેં તેને તમામ પ્રકારની પરિસ્થિતિઓમાં કે જેમાં મનુષ્યના જીવનમાં પરિક્ષા પર ખરા ઉતરવાનો સમય આવે છે; અને જયારે મને ખાત્રી થઈ કે તે એવો જ માણસ છે કે જેવો હું છું; તો પણ હું બાબતમાં પણ ચોકકસ છું કે તે મારાથી કયાંય વધારે મોટી આધ્યાત્મિક કક્ષાનો માનવ છે.

"કઈ રીતે વધારે?" સીમોનીડીસે પુછયું.

"હું તમને કહીશ –"

કોઈ ખંડમાં આવ્યું અને તેની વાતમાં વિક્ષેપ પડયો; તે ફર્યો, અને હાથ ફેલાવી ઉભો થયો. "અમારાહ! વહાલી અમારાહ!" તે બુમ પાડી ઉઠયો.

તેણી આગળ આવી; અને દેખીતું જ હતું કે તેના મુખ પરની અત્યંત ખુશીની ચમક ની સામે કોઈએ પણ તેના ચહેરા પર પડેલી અસંખ્ય કરચલીઓ પર ધ્યાન ન આપ્યું. તેણી તરત જ બેનહરના પગે વળગી ગઈ અને તેના હાથોને વારંવાર ચુમવા લાગી; અને જયારે થોડી વારે તે સ્વસ્થ થઈકે બેનહરે તેના સફેદ વાળને પાછળ કરી અને તેના ગાલ ચુમી લીધા અને કહ્યું, "અમારાહ, શું તને આજ સુધી મારી માતા અને બહેનની કોઈ ખબર પડી – એકાદ શબ્દ– એક પણ નાની અમથી નિશાની?

તેના પ્રશ્નનો જવાબ દેવાને બદલે તે ધ્રુસકે ને ધ્રુસકે રડી પડી. તેથી બેનહરને સમજાઈ ગયું કે તેની માતા અને બહેનની ભાળ મેળવવાની તમામ આશાઓ પર પાણી ફરી વળ્યું છે.

"ઈશ્વરને જે ગમ્યું તે ખરૂં," બેનહરે ગંભીરતાથી તે તેની માતા અને બહેનને પાછા મેળવવાની આશા ખોઈ ચુકયો હોય તે રીતે બધાને કહ્યું. તેની આંખોના આંસુ ત્યાં બધાને દેખાયા નહીં , કેમ કે તે પુરૂષ હતો.

પછી તે ફરીથી બેઠક પર જઈને બેઠો અને ધીમેથી બોલ્યો, "અમારાહ, આવ અને મારી પાસે બેસ; કેમ કે મારે આ મારા ભલા મિત્રો સાથે આ વિશ્વમાં જે અદભૂત માનવ આવનાર છે; તેમની સાથે તેના વિષે ઘણી બધી વાતો કરવાની છે અને તે તું પણ સાંભળ."

પણ અમારાહ ખંડની દિવાલ પાસે જઈ અને તેના બે હાથ જોડી ઘુંટણભેર બેસી ગઈ. તેને જોઈને ત્યાં ઉપસ્થિત સર્વને સમજાઈ ગયું હતું કે તેને તો બેનહરને જોઈને જ સંતોષ થઈ ગયો હતો. તે પછી બેનહરે વૃધ્ધ માણસને નમન કરી અને ફરીથી શરૂ કર્યુ.

"નાઝરેથવાસી અંગે પુછવામાં આવેલા પ્રશ્નોનો જવાબ દેતા પહેલા મને કેટલીક એવી બાબતો કહેવા દો; કેમ કે મને ડર છે કે તે સિવાય હું તે પ્રશ્નોના યોગ્ય રીતે જવાબ નહીં આપી શકું; મારા પર તેની ઘેરી અસર પડી છે અને તેના અંગે કહેવા માટે મારા મિત્રો, હું ખુબજ આતુર છું; કેમ કે તે આવતીકાલે શહેરમાં આવશે, અનેતે એ દેવળમાં પણ જશે કે જેને તે તેના પિતાનું ઘર કહે છે. મેં તેમ પણ સાંભળ્યું છે કે તે ખુદ પોતાને જાહેર કરશે. તે પછી ખબર પડશે કે બાલ્થસાર અને સીમોનીડીસ એ બે માંથી કોણ સાચું છે. આપણેને અને સમગ્ર ઈઝરાયેલને આવતીકાલે તે વાતની ખબર પડશે."

બાલ્થસારે તેના બન્ને હાથ મસળ્યા અને પુછયું,

"હું તેને મળવા માટે કયાં જાઉં?'

"ત્યાં ઘણી વધારે ભીડ હશે. તેના કરતા મને લાગે છે કે તમે બધા મંડપ પરની છત ઉપર ચડી જાવ – એમ કહો કે સોલોમનના મંડપ પરથી તમે તેને જુઓ તે વધુ સારૂં રહેશે.

"તું મારી સાથે આવીશ?"

"ના," બેનહરે કહ્યું, "ત્યાં સરઘસમાં કદાચ મારા મિત્રોને મારી જરૂર પડશે."

"સરઘસ!" સીમોનીડીસ બુમ પાડી ઉઠયો. " શું તે રજવાડી ઢબે મુસાફરી કરે છે?"

બેનહરે મગજમાં વાતનો તાળો બેસાડયો.

"તે પોતાની સાથે બાર વ્યકિતઓને લઈને ચાલે છે, જેમાં માછીમાર, ધરતીને હળથી ખેડતો ખેડુત, એક સરકારી કર્મચારી જેવા નાના મોટા બધા જ વર્ગોના લોકો સામેલ છે. તે બધા લોકો પગપાળા યાત્રા કરે છે અને તેને વાવાઝોડું, વરસાદ, ઠંડી કે ગરમીની કોઈ ચિંતા થતી નથી. રાત્રીના સમયે તે લોકો સડકની એક બાજુએ તંબુ તાણી દે છે અને ત્યાંજ જમી પરવારી અને રાત્રી પસાર કરી દે છે. તે લોકોની

આવી રીતભાત જોઈને મને કોઈ રાજા મહારાજાઓની તો નહીં પણ તે ભરવાડોની યાદ આવે છે કે જે સાંજ પડતાની સાથે બજારોમાંથી ઘેર પાછાફરે છે. ફકત જયારે તેણે કોઈની સામે જોવા માટે કે માથાની ધુળ ખંખેરવા માટે તેના માથા પર બાંધેલા ફટકાના છોગાને હટાવ્યું, ત્યારે મને જાણ થઈ કે લોકોમાં તેમના સાથીઓ પૈકીની એક વ્યકિત તેમના ગુરૂ છે. તે તેમના ઉપરી તો છે પણ તેમના મિત્ર પણ ઓછા ઉતરતા નથી. અત્યંત નમ્ર સ્વભાવના છે તો પણ તેમનામાં અદભૂત શકિતઓ જોવા મળે છે."

"તમે ચતુર માણસ છો," બેનહરે થોડીવાર થોભીને ફરીથી શરૂ કર્યું.

"તમે જાણો છો કે આપણે કેટલા ચોકકસ હેતુઓ ધરાવતા માનવીઓ છીએ, તો પણ સ્વભાવથી વિરૂધ્ધઆપણું જીવન ચોકકસ ઘટનાઓ થવાની આતુરતામાં આપણું જીવન પસાર કરીએ છીએ. આપણો સ્વભાવ જ એવો છે. એવો કોઈ નિયમ ખરો કે જેનાથી આપણે આપણી જાતને ઓળખી શકીએ? તમે તેવા માનવ માટે શું કહેશો કે જે તેના પગ તળેના પથ્થરોને સોનામાં પરિવર્તિત કરી અને શ્રીમંત બની જાય તેવું સામર્થ્ય ધરાવતો હોય તો પણ એક ગરીબ માણસ જેવું જીવન જીવવાનું પસંદ કરે?"

"ગ્રીક લોકો તેને તત્વજ્ઞાની કહે છે," આઈરસે કહ્યું.

"ના દિકરી," બાલ્થસારે કહ્યું, "તત્વજ્ઞાનીઓ પાસે આવા ચમત્કારો કરવાની શકિતઓ હોતી નથી."

"તમને કેમ ખબર પડી કે તે માનવમાં આટલી અદભૂત શકિતઓ છે?"

બેનહરે તરત જ જવાબ આપ્યો, " મેં તેને પાણીને દ્રાક્ષાસવમાં પરિવર્તિત કરતા જોયો છે."

"ઘણું વિચિત્ર, ઘણું વિચિત્ર," સીમોનીડીસે કહ્યું; "પણ મારા માટે તે એટલું વિચિત્ર નથી કે તે એટલો શ્રીમંત થઈ શકે તો પણ એક નિર્ધનની માફક જીવવાનું પસંદ કરે છે. તે ખરેખર એટલો નિર્ધન છે?"

"તેની પાસે તેનું કહી શકાય તેવું કંઈ નથી, અને કોઈની ધનસંપત્તિથી તેને કોઈની ઈર્ષા થતી નથી. પણ ધનવાનો પર તે જરૂર દયા ખાય છે. તે બધું એક બાજુએ રાખો તો પણ એ વ્યકિતનું શું કહેવું કે જે સાત રોટલા અને બે માછલીઓને એટલી બધી સંખ્યામાં વધારી દે કે તે પાંચ હજાર લોકોને જમાડવા પુરતું થઈ જાય, અને તો પણ કેટલીક ટોપલીઓ ભરેલી પડી રહે? તે નાઝરેથવાસીએ આ કર્યું તે મેં જોયું છે."

"તમે તે જોયું છે?" સીમોનીડીસે આશ્ચર્યથી મોટા અવાજે પુછયું.

"હા, અને માછલી અને રોટલો ખાધા પણ છે."

"તેથી પણ વધુ અદભૂત," બેનહરે વાત આગળ ચલાવી, "તમે એવા માનવ માટે શું કહેશો કે જેના વસ્ત્રો ના સ્પર્શ માત્રથી રોગીઓના જીવલેણ રોગ દુર થઈ જાય, કે દુર થી તેનું નામ મોટા અવાજે બરાડા પાડીને બોલે તો પણ તે સાજો થઈ જાય? એવું પણ, હું તે વાતનો સાક્ષી છું; એક વાર નહીં , પણ વારંવાર. જેવા આપણે જેરીકોની બહાર નીકળ્યા તો સડકના કિનારે બેઠેલા બે આંધળાઓએ તે નાઝરેથવાસીને બોલાવ્યો, અને તેણે તેઓની આંખોને સ્પર્શ કર્યો અને અને તે માણસો દેખતા થયા. તો તે લોકો એક અપંગ વ્યકિતને તેની પાસે લઈ આવ્યા અને તેણે હળવેથી કહ્યું, ' તારા ઘેર જા અને તે માણસ જતો રહ્યો. આવી બાબતો અંગે તમારૂં શું કહેવાનું છે?"

વેપારી પાસે કોઈ જ જવાબ નહોતો.

"તમને એમ પણ લાગે તે કોઈ હાથ ચાલાકી કે બનાવટ કરે છે. એવું મેં કેટલાક લોકોના મોઢે સાંભળ્યું છે. હવે મેં તેને તેથી પણ વધુ મહાન કહી શકાય તેવી કેટલીક બાબતોને કરતા જોયો છે. કહેવાય છે કે જેના પર ઈશ્વરનો કોપ ઉતરે તે રકતપિતિયો થઈ જાય છે અને માત્ર તેનો છુટકારો મૃત્યુ થી જ થઈ શકે છે"

આ શબ્દો સાંભળતા વેંત પોતાના બે હાથે ટેકો લઈ, દિવાલને અઢેલીને બેઠેલી અમારાહ આતુરતાથી તેને સાંભળવા માટે અરધી ઉભી થઈ ગઈ.

"તમે શું કહેશો," બેનહરે એકદમ પ્રામાણિકપણે કહ્યું –

"મેં જે જોયું છે તે સાંભળીને તમે શું કહેશો? જયારે હું ગાલીલના તળપ્રદેશમાં તેની સાથે હતો ત્યારે એક રકતપિતિયો નાઝરેથવાસી પાસે આવ્યો અને કહ્યું, ' જો ઈશ્વર તારી સાથે હોય તો તું મને શુધ્ધ કરી દે.' તેણે તે માનવની ચીસ સાંભળી, તે તરછોડાયેલાને તેના હાથ વડે સ્પર્શ કર્યો અને કહ્યું, 'તું શુધ્ધ થઈ જા;' અને આમ કહેતાવેંત તે માણસ અમારા જેવા અસંખ્ય માણસોની હાજરીમાં જ આપણા જેવો જ સાજો નરવો થઈ ગયો."

હવે અમારાહે ઉભા થઈને તેની કરચલીઓવાળા હાથની કૃશ આંગળીઓથી તેની આંખ આડે આવતી સફેદ વાળની લટો હટાવી. તેના વૃધ્ધ શરીરના મગજ અને હૃદયનો તાલમેલ ઓછો થઈ ગયો હતો તેથી તેણીને વાત સાંભળીને મગજમાં ઉતારવામાં તકલીફ પડતી હતી.

"તે પછી ફરીથી," બેનહરે થોડીવાર થોભીને કહ્યું, "એક દિવસ દસ રકતપિતિયા તેની પાસે આવ્યા અને તેના પગમાં પડી ગયા અને પોકાર કરવા લાગ્યા –મેં આ બધું જોયું અને સાંભળ્યું –તેઓ પોકાર કરી ઉઠયા, 'માલિક, માલિક, અમારા પર દયા કરો!' તેણે તેને કહ્યું, ' નિયમ અનુસાર જરૂર છે તેથી તમે બધા ધર્મગુરૂ પાસે જાવ અને તમારા શરીર બતાવો; તમે અહીં પાછા આવશો તે પહેલા સાજા થઈ ગયા હશો."

"અને તેઓ થઈ ગયા?"

"હા. તેમને કહ્યા પ્રમાણે તેઓ જતા હતા ત્યારે રસ્તામાં જ સાજા થઈ ગયા, આપણને તેઓ કેવા હતા તેની યાદ અપાવવા પુરતા માત્ર તેમણે પહેરેલા ગંદા અને જીર્ણશીર્ણ કપડા જ તેમના શરીર પર બચ્યા હતા."

"આવું થતું કદી આ પહેલા સાંભળવામાં આવ્યું નથી – આખા ઈઝરાયેલમાં કદી નહીં!" સીમોનીડીસે ધીમા અવાજમાં કહ્યું.

અને તે પછી, જયારે બેનહર વાત કરી રહ્યો હતો ત્યારે અમારાહ ત્યાં ઉપસ્થિત કોઈને પણ ખબર ન પડે તેમ ચુપચાપ દરવાજામાંથી નીકળી અને બહાર જતી રહી.

"મારી આંખો સામે જ જે આ બધું બન્યું તેની કલ્પના કરવાનું હું તમારા પર છોડી દઉં છું," આમ કહીને બેનહરે આગળ વાત ચલાવી; "પણ મારી શંકાઓ, મારી ખોટી વાતો અને મારા આશ્ચર્યોનો હજુ અંત આવ્યો નહોતો. તમને ખબર છે કે ગાલીલના લોકો અધીરા થઈ ગયા છે અને વરસોની વાટ જોયા પછી તેમના હાથોમાં રહેલી સળગતી તલવારોએ તેમના હાથ દઝાડી દીધા છે; તે લોકોને કાર્ય સિવાય બીજું કંઈ ખપતું નથી એટલે મને તે લોકોએ કહ્યાં કે તે પોતાને જાહેર કરવામાં ધીમો છે; ચાલો,

આપણે તેને ફરજ પાડીએ. અને હું પણ અધિરો થઈ ગયો હતો. જો તે રાજા થવાનો જ હોય તો શા માટે અત્યારે જ ન થાય? સેનાઓ તૈયાર છે. તો એક વાર તેઓ સાગરકિનારે ઉપદેશ આપતા હતા અને અમે તેની તાજપોશી કરવાના હતા; ત્યારે એકાએક તે અદશ્ય થઈ ગયા, અને તે પછી તે એક સાગરકાંઠો છોડી રહેલા વહાણ પર દેખાયા. ભલા સીમોનીડીસ, તેવી ઈચ્છાઓ કે જે અન્ય માનવોને પાગલ કરી મુકે છે, ઐશ્વર્ય, સત્તા, અરે મહાન લોકોપ્રેમથી તેને રાજયવૈભવ અર્પણ કરવાનું કહે છે તો પણ તે પોતાના પથ પરથી ચલિત થતો નથી. તમારૂં શું કહેવાનું થાય છે?"

વેપારીનું માથું તેની છાતી પર ઢળેલું હતું; તેણે પોતાનું માથું ઉંચુ કર્યું અને દઢ નિશ્ચયથી જવાબ આપ્યો, "ઈશ્વર સત્ય છે, અને તેથી પયગંબરોના શબ્દો પણ સત્ય છે. હાલમાં સમય સારો ચાલે છે; આવતી કાલે તેનો જવાબ મળશે."

"તે તેમજ થશે," બાલ્થસારે સસ્મીત કહ્યું.

અને બેનહરે કહ્યું,"તે તેમ જ થશે." તે પછી તેણે આગળ વાત કરી; "પણ મેં હજુ પુરૂં કર્યું નથી. વિશ્વની શરૂઆત માનવ સામર્થ્યથી થઈ. તેથી જેમ મેં તેના કાર્યને જોયું છે તેમ બધાએ જોયું નથી અને તેથી તે એ લોકો માટે શંકાથી પર નથી. મને કહો કે તમે કોઈ એવા માણસને જાણો છો કે જે મોતના મોઢામાંથી પાછો આવ્યો હોય અને ફરીથી મુકત હવામાં શ્વાસ લેતો હોય. તેને ફરીથી નવજીવન આપી શકે તેવી શકિત કઈ હોય? તે બીજું કોઈ નહીં પણ–"

"ઈશ્વર!" બાલ્થસારે શ્રધ્ધાપૂર્વક કહ્યું.

બેનહરે મસ્તક નમાવ્યું.

"ઓ ભલા ઈજીપ્તવાસી! તમે મને જે નામ ઉછીનું આપ્યું છે તેનો હું અસ્વીકાર કરી શકું નહીં. તમે કે શુંતમે સીમોનીડીસ – મેં જે કંઈ જોયું છે તે અંગે તમારૂં બન્નેનું શું કહેવાનું છે? એક માતા તેના ચિર નિંદ્રામાં સુતેલા બાળકને જગાડવા માટે તેને કહે, તો તે શું કરશે? નાઈન નગરની વહેલી સવાર હતી. અમે નગરના દરવાજેથી પ્રવેશ કરવાના હતા બરાબર તે સમયે લોકોનું એક ટોળું એક મૃત માનવના શરીરને લઈ અને આવ્યું. નાઝરેથવાસી ટોળાને પસાર થઈ જવા દેવા માટે થોડીવાર ઉભો રહ્યો. તે લોકોમાં એક સ્ત્રી અત્યંત વિલાપ કરતી હતી. મેં નાઝરેથવાસીની આંખો દયાથી ભીની થતી જોઈ. તેણે તેણીને બોલાવી, તે પછી તે નનામીને સ્પર્શ કરવા ગયો, અને જેને દફનાવી દેવાનો હતો તેને કહ્યું, " યુવાન, હું તને કહું છું, ઉઠ અને ઉભો થા!' અને તે જ ક્ષણે તે મૃત્યુ પામેલો માનવી ઉભો થઈ અને વાતો કરવા લાગ્યો."

"ફકત ઈશ્વર જ એટલો મહાન છે," બાલ્થસારે સીમોનીડીસને કહ્યું.

"તમે ધ્યાન આપો," બેનહરે આગળ ચલાવ્યું, "હું તમને એ જ ઘટનાઓ બતાવી રહ્યો છું કે જેનો હું સ્વયં સાક્ષી રહ્યો છું અને મારી સાથે સાથે ઘણા બધા લોકોએ જોયું છે. અહીં આવતી વખતે રસ્તામાં મેં એક વધુ આશ્ચર્યજનક ઘટના જોઈ. બેથનીમાં લાઝારસ નામનો એક માણસ રહેતો હતો. તે મૃત્યુ પામ્યો અને તેને ગુફામાં દફનાવી દેવામાં આવ્યો. તેના ચાર દિવસ પછી નાઝરેથના જીસસના ધ્યાનમાં તે જગ્યા આવી. જયાં તેને દફનાવવામાં આવ્યો હતો ત્યાં તેની કબર પરનો મોટો પથ્થર હટાવવામાં આવ્યો અને જોવામાં આવ્યું કે તેની લાશ સડી રહી હતી. તે સમયે ત્યાં ઘણા લોકો એકઠા થયા હતા અને અમે બધાએ નાઝરેથના જીસસને ઉંચા અવાજે કહેતા સાંભળ્યા, 'લાઝારસ, બહાર

આવ'. જયારે તે માણસ કબરમાંથી બહાર નીકળી, એકદમ સ્વસ્થ હાલતમાં અમારા બધાની સામે ઉભો રહી ગયો ત્યારે હું મારી તે સમયની ભાવનાઓનું વર્ણન કરી શકું તેમ નથી.તે હજુ પણ જીવે છેઅને સારી રીતે હસે બોલે છે. તમે આવતી કાલે જઈને તેની મુલાકાત કરી શકો છો. હવે હું તમારો જપ્રશ્ન તમારી સામે ફરીવાર મુકું છું. તે નાઝરેથવાસી ખરેખર કોણ છે?"

પ્રશ્ન ઘણી ગંભીરતાથી તેઓની સામે મુકાયો, અને મધ્યરાત્રી પછી પણ ઘણા મોડે સુધી તે લોકો ચર્ચા કરતા બેઠા રહ્યા; સીમોનીડીસ હજુ પણ પયગંબરો અંગેની તેની સમજણ છોડી દેવા તૈયાર નહોતો, અને બેનહરનું કહેવાનું હતુ કે વિવાદ કરતા બન્ને વડીલો સાચા હતા – કે બાલ્થસારના કહેવા અનુસાર તે મુકિતદાતા હતો, અને વેપારી સીમોનીડીસના કહેવા અનુસાર તે રાજા હતો.

અંતે શાંત થઈને બેઠા અને બેનહર ઉઠયો. " સારૂં, હવે મને જવા માટે પરવાનગી આપો. આવતીકાલે ફરીથી તમારી સાથે મુલાકાત થશે. તે પછી જોઈએ કે નાઝરેથવાસી શું કરે છે."

આમ કહી અને બેનહર બેથની પાછો ફરવા માટે મહેલની બહાર નીકળી ગયો.

*****

પ્રકરણ ૩જું

તે દિવસ પછીની સવારે શહેરના ઘેટાઓના દરવાજાએથી હાથમાં ટોપલી લઈને બહાર આવનારી પહેલી વ્યકિત અમારાહ હતી. તેને શહેરના દરવાજાના ચોકિયાતોએ કોઈ જ પ્રશ્ન કર્યો નહીં, કેમ કે નિયમિત રીતે જેટલી વહેલી સવાર નહોતી પડતી તેથી પહેલા તે આવી જતી હતી. તે લોકો જાણતા હતા કે તેણી કોઈની વિશ્વાસુ ચાકર હતી અને એટલું તે લોકો માટે પુરતું હતું.

તેણી નીચે ખીણના પૂર્વ ભાગના રસ્તે થઈને આવી કે જયાં ઘેરા લીલા રંગના ઓલીવ વૃક્ષોના બગીચા ઓમાં લોકોએ મોજમજા માટે સફેદ તંબુઓ લગાવી રાખ્યા હતા; જો કે બહારના પ્રદેશમાંથી આવતા અજાણ્યા મુલાકાતીઓ માટે તે કલાક ઘણો વહેલો હતો; તો પણ રસ્તામાં તેણીને કોઈ તકલીફ પડી નહીં. ગેથસેમાને પસાર કરીને ત્યાંથી આગળની કબરોની પાછળ થઈને તે બેથની જવાના રસ્તે આવી; પછી સીલોમના કબ્રસ્તાન તરફ તેણી ગઈ. તે જીર્ણ શરીરવાળી વૃધ્ધ સ્ત્રી રસ્તામાં કયારેક કયારેક શ્વાસ ખાવા નીચે બેસતી; થોડી વારમાં ઉભી થઈ જતી અને ફરીથી હામ એકઠી કરી અને ચાલવા માંડતી. તેના રસ્તાની બન્ને તરફ આવેલા મોટા પથ્થરોને જો કાન હોત, તો તે પથ્થરોએ તેની પોતાની જાત સાથે વાત કરતા સાંભળી હોત; જો તેમને આંખો હોત તો તે પથ્થરોએ તે પણ જોયું હોત કે તેણી વારંવાર પર્વતની પેલે પાર સવાર થયાનું ફરીથી સાબિત કરવા જોતી હતી, જો તે પથ્થરોને ટોળટપ્પા મારવા મળે તો શકય છે કે તેઓએ એકબીજાને કહ્યું હોય ,"આજે સવારે આપણી સખી ઉતાવળમાં છે; તે જે ભૂખ્યાઓને ખવડાવવા જાય છે, તે ઘણા ભૂખ્યા હોવા જોઈએ."

અંતે જયારે તેણી રાજાના બાગ પાસે પહોંચી કે તેના પગ ધીમા પડયા; કેમ કે તે પછી હિન્નોમની દક્ષિણની પહાડીઓ ફરતે આવેલી ખીણમાં રકતપિતિયાઓનું વ્યથિત શહેર નજરે પડતું હતું.

આ સમય દરમ્યાન વાચકને યાદ આવી ગયું હશે કે તેણી તેની માલિકણને મળવા એન રોગેલના કુવાથી આગળ જઈ રહી હતી.

વહેલી સવારે અમારાહની માલિકણ ઉઠી અને તેની ગુફાની બહાર બેઠી હતી. તીરઝાહ હજુ અંદર સુતી હતી. પાછલા ત્રણ વરસોમાં સમગ્ર શરીર પર રકતપિત ફેલાઈ ગયો હતો. માતા તેની ખુબસુરતીને ભૂલી નહોતી તેથી શરમના માર્યા તે પોતાનું લગભગ આખું શરીર ઢાંકેલું રાખતી હતી. કયારેક જ એવું થતું કે તીરઝાહ તેનો ચહેરો જોવા પામતી.

તે દિવસની વહેલી સવારે તેણી એમ ધારીને કે અત્યારે તેને કોણ જોવાનું છે; પોતાનું માથું ખોલીને તાજી હવાનો આનંદ લઈ રહી હતી. હજુ સવારના આછા પ્રકાશમાં તેના બરફ જેવા સફેદ પણ સરખી સંભાળ ન લઈ શકાઈ હોવાના કારણે થોડા બરછટ થયેલા વાળ તેની પીઠ પર ખભ્ભાઓ પર છવાઈ અને ચાંદીના તાર પડયા હોય તેવા લાગતા હતા. તેની આંખની પાંપણો, હોઠ, નાક અને ગાલની સુંદરતા હવે પહેલા જેવી રહી નહોતી. તેણીની ગરદન પર રાખોડી રંગના ભીંગડા થઈ ગયા હતા. તેનો અસંખ્ય કરચલીઓવાળા હાથ હાડપીંજર પર સડેલી ચામડી ચોંટેલી હોય તેવા લાગતા હતા; નખ

ખવાઈ ગયા હતા અને આંગળીઓના સાંધા પર લાલ ચાંઠા પડી ગયા હતા. માથું, ચહેરો અને હાથ તેણીના આખા શરીરની પરિસ્થિતિ કેવી થઈ ગઈ હશે તે બતાવવા પુરતા હતા. તેણીને આમ જોઈ તે સમજવું સહેલું હતું કે હર રાજય પરિવારની એક વખતની સુંદર વિધવા આ વર્ષોના સમયગાળામાં તેનો અજ્ઞાતવાસ છુપાવી રાખવામાં કેટલી સફળ થઈ હતી.

તેણી જાણતી હતી કે જયારે સુર્યનો પ્રકાશ સીલોમ નગરની દક્ષિણે આવેલા ઓફેન્સ પર્વત પર આવેલા ઓલિવવૃક્ષોની ટોચને પશ્ચિમની ધરતી કરતા વધુ ઝળહળાં કરી દેશે કે પહેલવહેલી કુવા પાસે અમારાહ આવશે અને પછી કુવા અને પહાડની તળેટીમાં આવેલી તેની રહેવાની ગુફા ની બરાબર વચ્ચે આવેલા એક પથ્થર પાસે તેઓ માટે ટોપલીમાં તાજો રાંધેલો ખોરાક રાખશે અને કુંજામાં આખો દિવસ ચાલે તેટલું તાજું પાણી ભરી દેશે. વિતેલા જીવનની અઢળક ખુશીઓમાંથી અમારાહની આ નાનકડી રોજીંદી મુલાકાત જ તેમના હાલના કમભાગી જીવનમાં શેષ બચી હતી; કેમ કે આ મુલાકાતના સમયે જ તેણીને અમારાહ પાસેથી તેના પુત્રના સમાચાર મળી રહેતા હતા. તેણી અમારાહને તેના પુત્રના સમાચાર પુછતી અને તેણી જે કંઈ થોડું ઘણું કહે તેનાથી તેની પ્રગતિ વિષે જાણતી. સામાન્ય રીતે આ થોડીઘણી માહિતી પણ તેના માટે રાહત આપવા પુરતી રહેતી; જયારથી તેઓને ખબર પડી કે તે ઘેર આવી ગયો હતો; તેણી સવારથી બપોર સુધી બહાર અને તે પછી ગુફામાં દેવળ તરફ નજર નાખી તેની પાછળ આવેલ તેના ઘરની દિશામાં જોતી જુની સ્મૃતિઓને વાગોળતી બેઠી રહેતી. આ સિવાય તેના જીવનમાં કશું બચ્યું નહોતું. તેણીએ તીરઝાહને મૃત ધારી લીધી હતી; અને ખુદ તે જાણીને કે જીવનની દરેક ઘડી મૃત્યુ ભણી લઈ જતી હતી, તેણી આનંદપૂર્વક વેદનામુકત મૃત્યુની વાટ જોઈ રહી હતી.

પર્વતનો પ્રાકૃતિક દેખાવ તેને વિશ્વના આકર્ષણોની સરખામણીમાં જરાય સારો લાગતો નહોતો. જંગલી પશુઓ અને પક્ષીઓ પણ ત્યાં આવવાનું ટાળતા હતા, જાણે કે તે જગ્યાનો શું ઉપયોગ થતો હતો તેની તેમને ખબર હતી; વર્ષાઋતુની ખીલેલી લીલીછમ વનરાજી ત્યાં પહેલીવહેલી સુકાઈ જતી હતી. સુકા ઘાસ પરથી વાતા બળતા બપોરના વાયરા તે સુકાયેલા ઝાડી ઝાંખરાને મુળ સોતા બાળી નાખે તેમ હતા. ચારે બાજુ – ઉપર નીચે– બધે જ કોઈક જીવતા કે કોઈક મરેલા માણસોની કબરો આવેલી હતી. માત્ર ચોખ્ખું આકાશ તેમના મનને શાંતિ આપી શકે તેવું હતું; પણ અરેરે! તે પણ તેના માટે એટલું મિત્રતાભર્યું નહોતું, કેમ કે તેથી તેની દિવસે ને દિવસે વધતી જતી વ્યથાઓ ખુલ્લી પડી જતી હતી. સુર્ય તેના માટે જ ભયજનક નહોતો, પણ વહેલી સવારના સ્વપ્નો જોઈ રહેલી તીરઝાહને પણ જગાડી દેતો હતો.

કોઈપણ તેને એક સવાલ કરે કે તે પોતાની વેદનાઓનો શા માટે અંત નહોતી આણી દેતી?

નિયમ તેને તેમ કરવાની ના કહેતો હતો (આત્મહત્યા કરવી તે મહાપાપ છે).

કોઈપણ માણસને તેના આવા ઉત્તરથી હસવું આવે; પણ તે જ કે જે ઈઝરાયેલનો પુત્ર ન હોય. જયારે તે પોતાની ગુફાના દરવાજે બેઠી હતી ત્યારે એકાએક પહાડ તરફથી એક થાકેલી અને માંદી સ્ત્રી પડતી આખડતી ત્યાં આવી પહોંચી.

વિધવા માતા ઉતાવળે ઉભી થઈ અને તેનું માથું ઢાંકીને મોટા અવાજે અપ્રાકૃતિક કઠોરતાથી બોલી ઉઠી, " અશુધ્ધ, અશુધ્ધ!"ત્યાં સુધીમાંતો અમારાહ તેના પગે વળગી ચુકી હતી અને પ્રેમથી મુકેલા બંધનો તુટી ચુકયા હતા. ચોધાર આંસુડે રડતી ભાવ વિભોર થઈ તેણી તેની માલિકણના વસ્ત્રોને

ચુમવા માંડી. તેની માલિકણે તેણીને અળગી કરવા પ્રયત્ન તો કર્યો પણ તેમાં સફળતા ન મળતા તે શાંતિથી ઉભી રહી ગઈ અને તેથી થોડી વારમાં અમારાહનો આવેગ શાંત થઈ ગયો.

"આ તે શું કર્યું, અમારાહ?" તેણીએ કહ્યું. " શું આવી અવજ્ઞાથી તું તારો પ્રેમ દર્શાવવા માગે છે? નઠોર સ્ત્રી! તેં તારૂં જીવન બરબાદ કરી દીધું છે; અને તે – તારો માલિક – તું તેની પાસે કદી, કદી તેની પાસે પાછી જઈ શકીશ નહીં."

અમારાહ ધ્રુસકે ધ્રુસકે રડતી રહી.

"કાયદાના બંધનો તારા પર પણ છે; તું જેરૂસલેમ પાછી જઈ શકીશ નહીં. તો અમારૂં શું થશે? અમારા માટે રોટલા કોણ લઈ આવશે? ઓ નઠોર, નઠોર અમારાહ! આપણા બધાનું હવે આવી બન્યું છે!"

"દયા કરો, દયા કરો!" જમીન પર ઘુંટણભેર બેઠેલી અમારાહે રડતા રડતા જવાબ આપ્યો.

"તારે તારી જાતની દયા ખાવી જોઈએ, અને તેથી પણ વધુ અમારી દયા ખાવી જોઈએ. હવે આપણે કયાં ઉડી જઈશું? આપણેને કોઈજ મદદ કરશે નહીં. ઓ ખોટી ચાકરડી! દેવતાનો કોપ અમારા પર પહેલાથી જ વધુ પડતો ભારે હતો."

આ ધમાલનો અવાજ સાંભળીને તીરઝાહ પણ જાગી ગઈ અને કબરના દરવાજે આવી પહોંચી. તેના દેખાવનું વર્ણન કરતા કલમ પણ ધ્રુજી ઉઠે છે. જીર્ણશીર્ણ વસ્ત્રોમાંથી બહાર દેખાતા તેના શરીર પર ભીંગડા વળી ગયા હતા, તેની ફીકકી પડી ગયેલી આંખો લગભગ આંધળી થઈ ગઈ હતી, તેના હાથપગ સોજા ચડીને વિચિત્ર રીતે કઢંગા થઈ ગયા હતા; તો પણઆપણે તેણીમાં પહેલા જોઈ હતી તે જ બાલિકાની પરિચિત આંખોમાં વિશુધ્ધ પવિત્ર પ્રેમ અને ઈશ્વર પ્રત્યેની અપાર શ્રધ્ધા હજુ પણ એમ ને એમ હતા.

"મા, તેણી અમારાહ છે?"

અમારાહ તેણીની તરફ ઘસડાઈને આગળ વધી.

"અમારાહ, થોભી જા!" વિધવા માતા અધીરાઈથી બુમ પાડી ઉઠી. " હું તને તેણીને સ્પર્શ કરવાની ના પાડું છું. ઉઠ, અને કોઈ બીજું તને જોઈ જાય તે પહેલા અહીં થી જતી રહે. ના, હું ભૂલી ગઈ – હવે ઘણું મોડું થઈ ગયું છે! તારે પણ અમારી સાથે રહી અને યાતનાઓ ભોગવવી પડશે. ઉભી થા, હું કહું છું!"

અમારાહ બે હાથ જોડી અને ઘુંટણો પર બેઠી થઈ અને ત્રુટક ત્રુટક અવાજે બોલી," ઓ ભલી માલિકણ! હું જુઠી નથી – હું મુરખ પણ નથી. હું તમારા માટે સારા સમાચાર લઈને આવી છું."

"જુડાહના?" અને આમ જેવું તેણીએ કહ્યું કે તેના માથા પર કપડું અડધું ખેંચી લીધું.

"એક અદભૂત વ્યકિત છે," અમારાહે વાત આગળ ચલાવી, "તેનામાં તમને સાજા કરવાની શકિત છે. તે એક શબ્દ બોલે છે અને રોગીઓ સાજા થઈ જાય છે, અને મરેલા પણ જીવતા થઈ જાય છે. હું તમને તેની પાસે લઈ જવા માટે આવી છું."

"બીચારી અમારાહ!" તીરઝાહે દયાથી પ્રેરાઈને કહ્યું.

"ના," અમારાહે તેણીના અવાજમાં અવિશ્વાસ જોઈને મોટેથી કહ્યું–

"ના, જેમ હજુ ઈશ્વર આપણી સાથે છે, ઈઝરાયેલના ઈશ્વર પણ, મારા ભગવાનની જેમ જ તમારા ભગવાન, હું સત્ય કહું છું. મારી સાથે આવો, હું તમને વિનંતી કરૂં છું, હવે સમય ગુમાવો નહીં. આજે સવારે તે શહેર તરફ આવવાને આ રસ્તેથી પસાર થશે. જુઓ! હવે સવાર પડી ગઈ છે. જમી લો એટલે આપણે જઈએ."

માતાએ તે આતુરતાથી સાંભળ્યું. એટલા માટે નહીં કે તેણીએ તે અદભૂત માણસની વાત આ પહેલા પણ સાંભળી હતી, પણ આ સમય દરમ્યાન તેની ખ્યાતિ પ્રદેશમાં ચોતરફ ફેલાઈ ગઈ હતી.

"તે કોણ છે?" તેણીએ પુછયું.

"એક નાઝરેથવાસી."

"તને તેના વિષે કોણે વાત કરી?"

"જુડાહ બેનહરે."

"જુડાહે તને વાત કરી? તે ઘેર છે?"

"તે ગઈકાલે રાત્રે આવ્યો."

વિધવા માતાને તેનું હૃદય એક ધબકારો ચુકી ગયું હોય તેમ લાગ્યું. એક ક્ષણ માટે શાંતિ છવાઈ ગઈ.

"શું જુડાહે તને આ કહેવા માટે મોકલી છે?" તેણીએ પછી પુછયું.

"ના. તેને એમ છે કે તમે મૃત્યુ પામ્યા છો."

"આ પહેલા એક પયગંબર હતા કે જેણે એક રકતપિતિયાને સાજો કર્યો હતો," માતાએ વિચારપૂર્વક તીરઝાહને કહ્યું; "પણ તેની પાસે તેમ કરવા માટે ઈશ્વરે શકિત આપી હતી."

તે પછી અમારાહ તરફ જોઈને તેણીએ પુછયું, "મારા દિકરાને કેમ ખબર પડી કે તે માણસ આવી શકિત ધરાવે છે?"

"તે તેની સાથે મુસાફરી કરી રહ્યો હતો; તેણે રકતપિતિયાઓનો પોકાર સાંભળ્યો અને તેમને સારા થઈને જતા જોયા. પહેલા એક માણસ હતો; તે પછી દસ થયા અને તે બધા સાજા થઈ ગયા."

વૃધ્ધ માતા ફરીથી શાંત થઈ ગઈ. તેનો હાડપીંજર જેવો હાથ ધ્રુજી ઉઠયો.

આપણે તેમ માની લઈએ કે તેણી આ વાતને તેની શ્રધ્ધાનું સમર્થન મળે માટે સંઘર્ષ કરી રહી હતી. તે એ દિવસની વાત હતી કે જેમાં ખ્રિસ્ત દ્વારા ઘણી મોટી સંખ્યામાં માણસોને સાજા કરવામાં આવ્યા હતા અને તે વાતનો સાક્ષી તેણીનો જ પુત્ર હતો તેમ અમારાહે કહ્યું હતું તેથી તેના સામર્થ્ય વિષે કોઈ જ પ્રશ્ન નહોતો. પણ તેણી તે શકિતને સમજવાનો પ્રયત્ન કરતી હતી કે જેનાથી એક માનવે આટલું અદભૂત કાર્ય કર્યું. વાસ્તવમાં તેની શકિતને સમજવાનો પ્રયત્ન કરવો તે એક બાબત હતી, અને બીજી વાત એ કે જે લોકો તારણહારની વાટ જુએ છે તેમણે ઈશ્વરને સમજવાની પણ પહેલી જરૂર હતી; નહીં તર તેઓ તેની વાટ જોતા જોતા જ મરી જશે. જો કે તેણી માટેખચકાટ થોડા સમય પુરતો જ હતો. તેણે તીરઝાહને કહ્યું,

"આ મસીહા જ હોવો જોઈએ."

માત્ર કોઈની શંકા દુર થઈ હોય અને કહે તેવા ભાવથી તેણી જરાય બોલી નહોતી પણ એક ઈઝરાયેલની સ્ત્રી જે રીતે યહુદીઓને ઈશ્વર દ્વારા અપાયેલા વચનો યાદ હોય – એક સ્ત્રી કે જે ઈશ્વર દ્વારા અપાયેલા છેલ્લાવચનોની પરિપૂર્ણતાની સમજથી ખુશ હતી.

"એક સમય એવો આવ્યો હતો કે જયારે સમગ્ર જેરૂસલેમ અને જયુડીયામાં મસીહાના જન્મની ચર્ચા થઈ રહી હતી. મને તે યાદ છે. હવે તો તે યુવાન થઈ ગયો હશે. ચોકકસ તે મસીહા જ હશે. હા,"તેણીએ અમારાહને કહ્યું, "અમે તારી સાથે જ આવીશું. તું જે પાણી લાવી છો તે કબરમાં જ એક કુંજામાં છે, તે લાવ, અને આપણા માટે જમવાની વ્યવસ્થા કર. આપણે ભોજન લીધા પછી જઈશું."

ઉત્તેજનાથી સભર ત્રણે સ્ત્રીઓએ નાસ્તો કરી લીધો અને તેમની અસામાન્ય મુસાફરી માટે તૈયાર થઈ. પણ એક વાતના ડરથી તેઓને મુંઝવણ થઈ. અમારાહના કહેવા પ્રમાણે તે માનવ બેથની તરફથી આવી રહ્યો હતો; હવે બેથનીથી જેરૂસલેમ આવવાના ત્રણ રસ્તા હતા. એક ઓલિવ વૃક્ષોની વાડીઓના પહાડની પહેલી ટોચ પરથી આવતો હતો, બીજો તેની તળેટીમાં થઈને અને ત્રીજો રસ્તો બીજી ટોચ અને ઓફેન્સ પર્વત વચ્ચે થઈને આવતો હતો. ત્રણે રસ્તા એકબીજાથી એટલા બધા દુર નહોતા પણ અમારાહને તે કયા રસ્તે આવશે તેની ખબર નહોતી. તેથી જો તે નાઝરેથવાસી આવવાનો હતો તે રસ્તો આ ત્રણે સ્ત્રીઓએ લીધેલા રસ્તાથી અલગ હોય તો અભાગીયાઓના નસીબ વાંકા; બીજું શું?

થોડી પુછપરછ પછી માતાને ખબર પડી કે અમારાહને સીડ્રોન(લગભગ ચોથી સદી સુધી તે નામે ઓળખાતી આજની કીડ્રોન ખીણ કે જે જેરૂસલેમના જુના શહેરની પૂર્વ દિશાએ ઓલિવ પર્વત અને દેવળ વચ્ચે આવેલ છે) થી આગળના પ્રદેશની કંઈ જ ખબર નથી, અને તે કોઈ ત્યાંના જાણકાર માણસને થોડું ઘણું પુછીને આવે તો પણ તેણીનો મેળ પડે તેમ નહોતો. તે બન્ને – અમારાહે ચાકરી જ કરી હતી અને તીરઝાહ પરિવાર પર સંપૂર્ણ આધારિત રહી હતી; તેથી તે બન્નેએ માતા તરફ માર્ગદર્શન માટે જોયું; અને તેણીએ આગેવાની સ્વીકારી લીધી.

"આપણે પહેલા બેથફાગે જઈશું," તેણીએ તેઓને કહ્યું. " ત્યાં, જો ઈશ્વર આપણી તરફદારી કરશે, તો આપણે શું કરવું તે ખબર પડી જશે ."

તેઓ પહાડી ઉતરી અને રાજાના બગીચાએ થઈ અને ટોફેટ આવ્યા; અને સદીઓ જુની પગદંડી પાસે આવી અને થોભ્યા.

"મને રસ્તાનો ડર લાગે છે," માતાએ કહ્યું. " આપણે શીલાઓ અને વૃક્ષોની વચ્ચેથી પ્રદેશમાં આગળ વધીએ તે વધારે સારૂ રહેશે. આજે તહેવારોનો દિવસ છે, અને પહાડીની ચારે તરફ ઘણી સંખ્યામાં લોકો એકઠા થયા છે. જો આપણે પહાડી તરફથી જઈશું, તો શકય છે કે લોકો આપણને જોઈ લે. તેથી મેં કહ્યું તેમ ઓફેન્સના પહાડ સોંસરવા ઉતરીને આપણે તે લોકોની નજરથી બચી શકીશું."

તીરઝાહને ચાલવામાં ઘણી તકલીફ પડતી હતી; આ સાંભળીને તેનું હૃદય ધબકારા ચુકી ગયું.

"મા, પહાડ ઢોળાવ વાળો છે; હું તે ચઢી શકીશ નહીં."

"તીરઝાહ, તું તે વાત યાદ રાખ કે આપણે આરોગ્ય અને જીવન શોધવા જઈએ છીએ. જો મારી દિકરી, આપણા કેટલા સરસ દિવસો આવવાના છે! અને જો, ત્યાં આ રસ્તે થઈ અને સ્ત્રીઓ કુવા

પાસે આવે છે. હવે જો આપણે અહીં ઉભા રહીએ તો તેઓ આપણને પથ્થરો મારશે . માટે આવ અને એક વાર મજબુત થઈ જા."

આ રીતે માતાએ તેની દિકરીને પ્રેરણા આપવાનો પ્રયત્ન કર્યો; અને અમારાહ તેની મદદે આવી. આ સમયે ન તો અમારાહને માતાપુત્રીએ સ્પર્શ કર્યો કે ન તો અમારાહે તેઓને સ્પર્શ કર્યો હતો; પણહવે સંજોગોને આધિન અને અનુક્રમે બનતી ઘટનાઓથી જોખમ પ્રત્યે બેપરવા થઈને વિશ્વાસુ અમારાહ તીરઝાહ પાસે ગઈ અને તેનો હાથ ખભ્ભા પર મુકી અને કાનમાં ગણગણી," મારો ટેકો લઈ લે, ભલે હું વૃધ્ધ થઈ ગઈ છું,તો પણ મારાથી એટલું થઈ શકે તેટલી તો મજબુત છું જ. તો હવે આપણે જઈએ."

તે લોકોએ પહાડીનો જે રસ્તો પસંદ કરેલો હતો તે ઘણા ખાડા ટેકરા વાળો હતો; પણ અંતે જયારે તેઓ પહાડીની ટોચ પર પહોંચ્યા કે ઉત્તર પશ્ચિમનું દશ્ય તેમની સામે ખુલ્લું થયું. મંદિર અને તેની પરસાળો અને ઝીયોન પર્વત પર આવેલા આકાશને આંબતા મિનારાઓ જોઈને માતામાં જીવન પ્રત્યેના પ્રેમ અને અભિગમથી નવી શકિતનો સંચાર થયો.

"જો તીરઝાહ," તેણીએ કહ્યું,"ત્યાં દરવાજા પર લગાડેલી સોનાની તકતીઓ સુર્યના પ્રકાશમ કેટલી સુંદર લાગે છે. તને યાદ છે કે ત્યાં રોજ તેના ઉપર કોણ જતુ હતું? તેમ ફરીથી કરવા મળે તો તે કેટલા આનંદની વાત હશે? અને તે વિચાર કર કે ઘેર જવાનો રસ્તો હાથવેંતમાં છે. હું તેને પવિત્રથી પણ પવિત્ર દેવળ ની છતની પેલે પાર જોઈ શકું છું; અને ત્યાં જુડાહ આપણું સ્વાગત કરવા માટે ઉભો હશે!"

ભલી અમારાહે તીરઝાહને ઓછામાં ઓછી તકલિફ પડે તે માટે ઘણી મહેનત કરી. બીચારી તીરઝાહ ડગલે ને પગલે અતિશય વેદનાથી ઉંહકારા ભરતી હતી. જયારે તેઓ ઓફેન્સ પર્વત અને ઓલિવની વાડીઓની અધવચ્ચે આવેલા રસ્તે પહોંચ્યા કે તેણીને અતિશય થાક લાગ્યો અને પડી ગઈ.

"મા, મને અહીં છોડી અને અમારાહ સાથે આગળ જતી રહે," તેણીએ અર્ધ બેહોશીની અવસ્થામાં કહ્યું.

"ના, ના, તીરઝાહ. જો હું સાજી થઈ જાઉં અને તું સાજી ન થાય તો તેનો શું અર્થ? જયારે જુડાહ તારા વિષે મને પુછશે તો મારે તેને શું કહેવું કે હું તને કયાં છોડી આવી છો?"

"તેને એટલુંજ કહેજો કે હું તેને ખુબ પ્રેમ કરતી હતી."

વૃધ્ધ માતાએ તીરઝાહમાં આશાનો સંચાર કર્યો અને તેણીને બેઠી કરી. તીરઝાહ એટલી વૃધ્ધ નહોતી કે તેણી આવનારા સ્વસ્થ જીવનના આનંદને સમજી ન શકે. વિતેલા વેદનાના વરસોમાં તે તન અને મનથી ભાંગી પડી હતી. પણ હવે વૃધ્ધ માતા પણ હિંમત હારી બેઠી અને તેણે ઈશ્વરને યાદ કર્યા કે તેણીને પૂર્વ તરફના રસ્તેથી ઉતાવળે ડગલા ભરી અને આવી રહેલો એક માણસ દેખાયો.

"તીરઝાહ, હિંમત રાખ! ખુશ થા," તેણીએ કહ્યું. " જો, ત્યાંથી કોઈ આવી રહ્યું છે, તે કદાચ આપણેને નાઝરેથવાસી અંગે કંઈ કહી શકે."

અમારાહે તીરઝાહને બેસવામાં મદદ કરી અને તે માણસ આગળ આવ્યો કે તેણીને ટેકો આપ્યો.

"અરે ભલી માતા, તું ભૂલી ગઈ છો કે આપણે શું છીએ. તે આપણી પાસે પણ નહીં ફટકે; તે આપણેને જો પથ્થર નહીં મારે તો શાપ આપશે."

"આપણે જોઈશું."

તેનો કોઈજ પ્રત્યુતર આપવામાં ન આવ્યો. માતા પણ સારી રીતે જાણતી હતી કે તેમના જેવા સમાજથી તરછોડાયેલા રોગીઓ સાથે તેના દેશવાસીઓ કેવો વ્યવહાર કરતા હતા.

અગાઉ કહ્યા પ્રમાણે તે લોકોએ જે રસ્તો લીધો હતો તે ચુનાના પથ્થરો જડેલી એક સાંકડી કેડી જેવો હતો. જો આગંતુક તે માર્ગ પકડી રાખે તો તેઓ એકબીજાને મોઢામોઢ મળી શકે, અને તેણે જયાં સુધી તે છેક નજીક ન પહોંચ્યો અને વૃધ્ધાએ ન છુટકે બુમ પાડી ત્યાં સુધી તેમ જ કર્યું. તે પછી તેનું માથું ખુલ્લું કરી અને જે નિયમ હતો તે પ્રમાણે તીણા અવાજે ચીસ પાડી,

"અશુધ્ધ, અશુધ્ધ!"

જયારે તેણે જોયું કે તેને સાવધ કરવા છતાં પણ તે માણસ તેની તદન નજીક આવી અને ઉભો રહી ગયો.

"તમારે શું કામ છે?" તેણે તેમની સામે ચાર કદમથી પણ ઓછા અંતરે ઉભા રહીને પુછયું.

"તે અમને જોયા છે. તારી સંભાળ રાખ," માતાએ તેના ગૌરવને છાજે તેમ કહ્યું.

"સન્નારી, હું તેનો સંદેશવાહક છું કે જેણે તમારા જેવા રકતપિતિયાઓને સાજા કર્યા છે. મને કોઈ વાતનો ડર નથી."

"શું તું તે નાઝરેથવાસીનો સંદેશવાહક છો?"

"તે મસીહાનો," તેણે કહ્યું.

"વાત સાચી છે કે તે આજે શહેરમાં આવવાના છે?"

"તે અત્યારે બેથફાગે છે."

"માલિક, તે કયા રસ્તે થઈને આવશે?"

"આ જ રસ્તે."

વૃધ્ધ સ્ત્રીએ તેના હાથ ભીડયા અને આભારવશ ઉંચે જોયું.

"તમે તેને શું સમજો છો?" તે માણસે દયાભાવથી પુછયું.

"ઈશ્વરનો પુત્ર," તેણીએ જવાબ આપ્યો.

"તો પછી તમે અહીં જ રોકાઈ જાવ; અથવા ત્યાં વૃક્ષ નીચે પથ્થર છે ત્યાં ઉભા રહી જાવ. કેમ કે તેની સાથે મોટી સંખ્યામાં લોકો આવતા હશે. જયારે તે અહીં થી પસાર થાય ત્યારે કોઈ જ જાતના હિચકિચાટ વગર કે કોઈપણ જાતના ડર વગર તમે તેને સાદ દેજો. જો તમારી શ્રધ્ધા સાચી હશે, તો ગમે તેટલા શોરબકોર વચ્ચે પણ તે તમારો અવાજ સાંભળી લેશે. હું ઈઝરાયેલને શહેરમાં એકઠા થવા કહેવા જઈ રહ્યો છું. તે લોકોને કહીશ કે તે આવે છે અને તમારે તેના સ્વાગતની તૈયારીઓ કરવાની છે. તમને બધાને શાંતિ હો."

તે આગંતુક આગળ ચાલતો થયો.

"સાંભળ્યું, તીરઝાહ? તેં સાંભળ્યું? તે નાઝરેથવાસી આ રસ્તે જ આવી રહ્યો છે; તે આપણેને સાંભળશે. એક વધુ વખત, મારી દિકરી – ઓહ, ફકત એક વખત! અને ચાલો આપણે તે પથ્થર પાસે જઈએ. તે બીજું કંઈ નથી પણ એક પગથીયું માત્ર છે."

આમ તેણીએ તીરઝાહને હિંમત આપી અને અમારાહે તીરઝાહને હાથ આપી અને ઉભી કરી; પણ જેવીતે લોકોએ ચાલવાની તૈયારી કરી કે આમારાહે કહ્યું, " થોભો; તે માણસ પાછો આવે છે." અને તે લોકો તેની વાટ જોતા ઉભા રહ્યા.

"સન્નારી, હું તમારા ગૌરવને વંદન કરૂ છું," તેણે પાસે આવીને કહ્યું.

"મને યાદ આવ્યું કે નાઝરેથવાસી આવે તે પહેલા સુર્ય ઘણો ઉંચે ચડી ચુકયો હશે અને મારે જે કંઈ ખાવાપીવા જોઈશે તે મને ત્યાં નજીક શહેરમાંથી મળી રહેશે. મને થયું કે આ પાણી મને કામ આવે તેના કરતા તમને વધુ કામમાં આવશે. આ લઈ લો અને આનંદ કરો. હા, પણ જેવો તે પસાર થાય ત્યારે તેને પોકાર કરજો."

આમ કહી અને તેણે પાણીની ભરેલી આખી મશક તેને આપી દીધી. તે સમયે પદયાત્રીઓ પહાડી પસાર કરતી વખતે તેમની સાથે આવી મશક રાખતા; અને તે પદયાત્રીએ તે ભેટ તે લોકો માટે સલામત અંતરે જમીન પર ન રાખતા તેણીને હાથોહાથ આપી.

"તું યહુદી છો?" તેણીએ નવાઈથી પુછયું.

"હા, હું યહુદી છું, અને એક રીતે તેથી પણ વધુ સારો છું; હું ખ્રિસ્તનો શિષ્ય છું કે જે રોજ તેના પ્રવચન અને ઉદાહરણોથી લોકોને જ્ઞાન આપે છે કે આપણે સહુ બધાને પ્રેમ કરીએ. આ વિશ્વ એક યુગથી પ્રેમ શબ્દનો સાચો અર્થ સમજયા વગર પ્રયોગ કરતું આવ્યું છે. ફરીથી હું કહીશ કે આપ સહુને આનંદ અને શાંતિની પ્રાપ્તિ થાઓ."

તે ચાલ્યો ગયો, અને તેઓ ધીરે ધીરે તેણે જે પથ્થર તરફ આંગળી ચીંધી હતી ત્યાં ગયા. તે એક માથોડા જેટલો ઉંચો હતો અને રસ્તાની જમણી બાજુએથી લગભગ ત્રીસેક ડગલા જેટલો દુર હતો. ત્યાં ઉભા રહીને માતાએ તેમની તરફ ત્યાંથી પસાર થતા લોકોનું ધ્યાન ખેંચાશે અને તેમને જોઈ અને સાંભળી શકાશે તેવી ખાત્રી કરી લીધી. તે પછી તે લોકોએ વૃક્ષની નીચે છાંયામાં બેસી અને મશકમાંથી પાણી પીધું અને તાજા થયા અને મસીહા ના આગમનની વાટ જોવા લાગ્યા. થોડી વારમાં તીરઝાહને ઉંઘ આવી ગઈ અને તેની નિંદ્રામાં ખલેલ ન પડે તે માટે બન્ને સ્ત્રીઓ શાંતિથી બેઠી રહી.

*****

પ્રકરણ ૪થું

તે પછી લગભગ ત્રણ કલાકે તેઓ બેઠા હતા ત્યાંથી બેથફાગે અને બેથનીની દિશામાં ધીમેધીમે લોકોની આવનજાવન વધવા લાગી; હવે, જો કે ચોથા કલાકે ઓલિવેટ પર્વતના શિખર પરથી મોટું ટોળું આવતું દેખાયું, અને ત્યાંથી નીચે સાંકડી ખીણમાં થઈને હજારોની સંખ્યામાં લોકો રસ્તા પર ઉતરી આવ્યા. તે દરેકના હાથમાં ખજુરની એક તાજી કાપેલી ડાળી હતી.અમારાહ અને વૃધ્ધ માતાને આ જોઈને ખૂબ નવાઈ લાગી .

જેવી તેઓની ઉત્તેજના શાંત થઈ કે થોડી વાર પછી પૂર્વ દિશામાંથી પણ હજારોની સંખ્યામાં લોકો રસ્તા પર ઉતરી આવ્યા. તે દરેકના હાથમાં પણ ખજુરની એક તાજી કાપેલી ડાળી હતી. માતાએ તીરઝાહને જગાડી.

"આ બધાનો શો અર્થ છે?" તીરઝાહે પુછયું.

"તે આવી રહ્યો છે," માતાએ જવાબ આપ્યો. " આપણે શહેરમાંથી આવતા જે લોકોને જોઈએ છીએ, તેઓ તેને મળવા માટે જાય છે; તે લોકો કે જેના વિષે આપણે પૂર્વમાં સાંભળ્યું છે, તેઓ તેના મિત્રો છે અને તે લોકો સાથે જ મસીહા આવી રહ્યા છે; તેમની સાથે બીજા હજારો લોકો પણ જોડાયા છે; અને બન્ને સરઘસો અહીં આપણી સામે ભેગા થઈ જાય તો નવાઈ નહીં."

"મને ડર છે કે જો તેમ થશે તો આપણો અવાજ સંભળાશે નહીં."

આ વિચાર માતાના મનમાં ચાલતો જ હતો."

"અમારાહ," તેણીએ પુછયું, "જયારે જુડાહે દસ માણસોને સાજા થવાની વાત કરી, ત્યારે તે લોકોએ કયા શબ્દોમાં નાઝરેથવાસીને બોલાવ્યો હતો?"

"એક તો તેઓએ એમ કહ્યું કે 'ઈશ્વર અમારા પર દયા કરો,' અથવા 'માલિક, દયા કરો.'"

"ફકત એટલું જ?"

"તેથી વધુ અમે કશું સાંભળ્યું નથી."

"હા, અને તો પણ તેટલું પુરતું હતું," માતાએ સ્વયં ને કહ્યું.

"હા," અમારાહે કહ્યું, "જુડાહે કહ્યું હતું કે તેણે તે લોકોને સાજા થઈને પાછા જતા જોયા હતા." તે સમય દરમ્યાન પૂર્વ તરફના લોકો ધીમે ધીમે વધારે નજીક આવી ગયા. ધ્યાનથી જોતા તે બન્નેની દ્રષ્ટિ એક ગધેડા પર બેસીને આવતા માનવ પર પડી. તેની ચારે બાજુએ લોકો આનંદથી પાગલ થઈએ નાચતા ગાતા આવી રહ્યા હતા. તે માનવ ઉઘાડા માથે હતો અને તેણે સફેદ કપડા પહેર્યા હતા. જયારે તે નજીક આવ્યો તો તે લોકોએ જોયું કે તે એક ઘંઉવર્ણા રંગનો પુરૂષ હતો. તેના વાળ લાંબા હતા. તે ન તો ડાબી કે ન તો જમણી બાજુએ જોતો હતો. તેને તેના સાથીદારો દ્વારા કરવામાં આવતા શોરબકોર સાથે તેને કોઈ લેવાદેવા હોયકે તેના પ્રત્યેના ભાવ પ્રદર્શનથી તેના ચહેરા પર છવાયેલા વિષાદમાં કોઈ ફેર પડયો હોય તેવું લાગતું નહોતું. તેના માથા પર સુર્યના કિરણો પડી રહ્યા હતા જેનાથી તેના લાંબા ઘટાદાર

વાળ પર સોનેરી આભા પડતી હતી. સમગ્ર દશ્ય જોયા પછી તે બતાવવાની જરૂર નહોતી કે ભીડમાં તે કોણ હતો. – તે અદભૂત માનવ નાઝરેથવાસી જ હતો!

"તીરઝાહ, તે અહીં આ છે," માતાએ કહ્યું; "તે અહીં આ છે. આવ, મારી દિકરી."

આમ કહીને તે સફેદ પથ્થર સામે આવી ઘુંટણભેર બેસી ગઈ.

અમારાહ અને તીરઝાહ તેની પાસેજ હતા. તે પછી પશ્ચિમની દિશામાંથી આવતા સરઘસમાંથી હજારો લોકોએ તેમના હાથમાં રહેલી ખજુરીની લીલીછમ ડાળખીઓ લહેરાવી અને એક અવાજે જયઘોષ કર્યો.

"જે ઈશ્વરના નામે આવે છે, તે ઈઝરાયેલના રાજા ધન્ય છે."

મસીહાની સાથે આવેલા બધા લોકોએ તે અભ્યર્થનાનો જયઘોષથી ઉત્તર આપ્યો જેથી સમગ્ર આકાશમાં તેનો અવાજ છવાઈ ગયો. એવા વાતાવરણમાં તે રકતપિતિયાઓનો અવાજ વ્યાકુળ ચકલીઓના ગણગણાટથી વિશેષ નહોતો.

સાક્ષાત્કારની તે ક્ષણ કે જેની તે પિડિતો વાટ જોઈ રહ્યા હતા; જો ચુકી જવાય તો તે ફરીથી આવવાની નહોતી અને તેથી તેઓ પણ કાળની ગર્તામાં ખોવાઈ જવાના હતા.

"વધારે નજીક, મારી દિકરી–ચાલો આપણે વધુ નજીક જઈએ. તે આપણેને સાંભળી નહીં શકે," માતાએ કહ્યું.

તેણી ઉભી થઈ અને આગળ વધવા માટે સંઘર્ષ કરવા લાગી. તેણીએ તેના ભૂત જેવા હાથ ઉંચે ઉઠાવ્યા હતા અને પાગલની માફક ભયંકર તીણી ચીસો પાડતી હતી. લોકોએ તેણીને જોઈ – તેનો ભયંકર ચહેરો જોયો, અને એક ક્ષણ માટે આઘાત અને ધૃણાથી થોભી ગયા – માતાની પાછળ આવતી તીરઝાહ ટોળાની પ્રતિક્રિયા જોઈને ડરી ગઈ અને બેશુધ્ધ થઈને પડી ગઈ .

"રકતપિતિયાઓ! રકતપિતિયાઓ!"

"તેમને પથ્થરો મારો!"

"તેમના પર ઈશ્વરનો કોપ ઉતર્યો છે! તેમને મારી નાખો!"

ટોળામાં હો હા થઈ ગઈ. કેટલાક પથ્થરો મારવા માટે આગળ આવ્યા, તો કેટલાક સલામત અંતર રાખી તમાશો જોતા થોડા દુર ઉભા રહ્યા. જો કે ત્યાં ઉભેલા લોકો પૈકી કેટલાક તે અલગારી માનવના સ્વભાવથી અને દુખીયારાઓ પ્રત્યેની તેની કરૂણાથી પરિચિત હતા અને તેઓ પણ કે જે તેની સાથે ઘણા સમયથી જોડાયેલા હતા અને તેની થોડીઘણી દિવ્યતાનો પરિચય કરી ચુકયા હતા; તેઓએ તે અલગારી માનવની સામે જોયું અને શાંતિથી ઉભા રહ્યા. જયારે તે નાઝરેથવાસીએ તે તરફ જોયું કે તેના ગધેડાને તે તરફ હંકારી અને સીધો જ પેલી સ્ત્રી ની સામે આવી અને ઉભો રહી ગયો.તેણીએ પણ તેનો ચહેરો જોયો – શાંત, દયાળુ અને અતિસુંદર. તેની મોટી આંખોમાં વિશ્વ માટે કંઈક કરી છુટવાનો ઉમદા હેતુ દેખાતો હતો.

અને તેમની વચ્ચે આવી કંઈ વાતચિત થઈ.

માતાએ વિનવણી કરી – " ઓ માલિક, માલિક! તમે અમારી તકલીફો તો જોઈ જ રહ્યા છો; તમે અમને સાજા કરી શકો તેમ છો. અમારા પર દયા કરો – દયા કરો!"

"તમને એમ લાગે છે કે હું તેમ કરી શકું છું?" તેણે પુછયું.

"તમે જ તે છો કે જેના વિષે પયગંબરોએ ભવિષ્યવાણી કરી હતી – તમે મસીહા છો!" તેણીએ જવાબ આપ્યો.

તેની આંખો ચમકી ઉઠી, તેની રીતભાતમાં ગજબનો વિશ્વાસ હતો.

"સન્નારી," તેણે કહ્યું, "તમારો વિશ્વાસ મહાન છે; તમારી મનોકામનાઓ પૂર્ણ થાઓ."

આમ કહીને તે એક ક્ષણ માટે થોભ્યો, પછી તે ભીડ પ્રત્યે બેપરવા થઈને આગળ વધી ગયો.

વિતેલા વરસોમાં તેમના પર ગુજારવામાં આવેલા ભયંકર સિતમોના કારણે તેમનો છુટકારો માત્ર મૃત્યુ થી જ થઈ શકે તેમ હતો. તો પણ તે માતાના હૃદયની મૂળભૂત ઉચ્ચ કક્ષાની આધ્યાત્મિકતા જળવાઈ રહી હતી. તેને ઈશ્વરમાં અટલ શ્રધ્ધા હતી અને શરૂઆતમાં હતી તેટલી જ દિવ્ય પ્રેમ અને વિશ્વાસની તરસ હતી. આવા સંજોગોમાં તેને આવી કિંમતી અને અવર્ણનીય સાંત્વના આપનાર મસીહાને તે કૃતજ્ઞ સ્ત્રીના વિદાયના ઉદગારો કંઈક આવા હતા.

"એ પુત્ર કે જેણે અમને સાજા થવાના આશિષ આપ્યા છે, તેને ઉચ્ચતમ ઈશ્વરીય વૈભવના આશિર્વાદ, ફરીફરીને આશિર્વાદ હો."

તરતજ શહેર અને બેથફાગેથી આવેલા લોકોએ તેને હર્ષનાદો કરીને વધાવી લીધો અને તેની આસપાસ ફરી વળ્યા. આમ તે રકતપિતીયાઓની પાસેથી પસાર થઈ અને તેમને હંમેશાને માટે છોડી અને જતો રહ્યો. માતાએ પોતાનું માથું ઢાંકયું અને તીરઝાહ પાસે જઈ અને તેને ભેટી પડી અને કહ્યું, "મારી દિકરી, ઉંચે જો! મને તેનું વચન મળ્યું છે. તે ખરેખર મસીહા છે. આપણે સાજા થઈ જઈશું – આપણે સાજા થઈ જઈશું!" તે પછી જયાં સુધી સરઘસ પહાડીની બીજી બાજુએથી ઉતરી અને આંખોથી ઓઝલ ન થયું ત્યાં સુધી તે બન્ને તે જ મોટા પથ્થર પર ઘુંટણભેર બેઠી રહી. જયારે ટોળાનો દુરથી આવતો ગાવાનો અવાજ ધીમો થયો કે ચમત્કાર શરૂ થયો.

પહેલા તો તે રકતપિતિયાઓના હૃદયમાં તાજા શુધ્ધ રકતનું વહન શરૂ થયું; તે પછી તેની ઝડપ વધી ગઈ, તેથી તેઓના ગળી ગયેલા શરીરમાં વેદનામુકત સાજા થવાની પ્રક્રિયા શરૂ થઈ અને તાજગી આવી. તેમના શરીરો રોમેરોમમાં સુખદ અનુભૂતિઓથી પરિપૂર્ણ થયા. તે બન્નેને અનુભૂતિ થઈ કે રકતપિતનો કોપ શમી રહ્યો હતો; શકિત પાછી આવી ગઈ હતી અને તેઓ પહેલા હતા તેવાજ પાછા થઈ રહ્યા હતા. પછી અચાનક એક મોટી હવાની લહેરખી આવી ગઈ અને બન્નેના શરીરનું એકેએક અંગ રકતપિતથી મુકત થઈ ગયું. જેવું શુધ્ધિકરણ પૂર્ણ થયું કે શરીર અને આત્માનો તાલમેલ પણ સુમેળે ચાલવા લાગ્યો. જુની વ્યથાઓને યાદ કરીને તે લોકોએ તે સીધાસાદા અનેપવિત્ર મસીહાનો હૃદયપૂર્વકનો આભાર માન્યો.

આ રૂપાંતરણોનો – તે માટે આપણે એમ કહી શકીએ કે તેઓ એકદમ સાજા થઈ ગયા તેનો અમારાહ સિવાય પણ એક વધુ સાક્ષી હતો. વાચકને યાદ હોય તો બેનહર શરૂથી અંત સુધી છેલ્લે સુધી નાઝરેથવાસી સાથે જ મુસાફરી કરી રહ્યો હતો; અને હવે , એક રાત્રી પહેલા થયેલી વાતચીતને યાદ કરતા, તે યુવાન યહુદી માટે આ રકતપિતથી પિડિત સ્ત્રીઓ યાત્રાળુઓના માર્ગમાં આવી તેની તેને એટલી બધી નવાઈ નહોતી લાગી. તેણે પ્રાર્થના સાંભળી અને તેઓના વિકૃત ચહેરાઓ જોયા હતા પણ રકતપિતના કારણે તે તેઓને ઓળખી શકયો નહોતો. તેણે મસીહાને ઉત્તર આપતા પણ સાંભળ્યા હતા, અને તે જે આવા પ્રકારના વારંવાર બનતા બનાવોથી એટલો બધો અપરિચિત પણ નહોતો અને

તેથી તેને તેમાં રસ રહ્યો નહોતો. તેને માત્ર વારંવાર જેની ચર્ચા થતી હતી તે એકમાત્ર પ્રશ્ન કે – સુર્ય ઉતરતાની સાથે જ તે માનવ પોતાની જાતને લોકો વચ્ચે જાહેર કરશે – તે વાતમાં રસ હતો. બેનહર તે ઘટના પછી સરઘસથી અલગ થઈ ગયો અને એક મોટા પથ્થર પર બેસી નીચે જતા રસ્તાને જોઈ રહ્યો.

તેની જગ્યાએથી તેણે ઘણા લોકોને ઓળખ્યા અને માથું હલાવ્યું –તેની સેનાના ગાલીલવાસીઓએ લાંબા ઝભ્ભા નીચે ટુંકી તલવારો સંતાડી હતી. તે પછી થોડી વારે એક કાળો આરબ બે ઘોડાઓ લઈને આવ્યો અને તેણે બેનહરને ઈશારો કર્યો. બેનહર ઉભો થયો.

"અહીં ઉભો રહે," જયારે બધા જતા રહ્યા ત્યારે યુવાન માલિકે કહ્યું, "મારી ઈચ્છા શહેરમાં બને તેટલાવહેલા પહોંચવાની છે, અને અલ્દેબરન મારા માટે તે કરી શકે તેમ છે."

તેણે રૂડારૂપાળા અશ્વના પહોળા કપાળના માથે હાથ ફેરવ્યો અને તે પછી તે બન્ને સ્ત્રીઓ તરફ જવા માટે રસ્તાની સામી બાજુએ ગયો.

એક વાત ધ્યાનમાં રહે કે તેને મસીહા જે અજાણ્યા રોગીઓને છોડી અને આગળ વધી ગયા હતા તેમાં બેનહરને એક માનવીનો હોઈ શકે તેનાથી વિશિષ્ટ પ્રભાવ ધરાવતો માનવી શું કરી શકે માત્ર તે જોવામાં જ રસ હતો. કેમ કે તેને તેઓએ આવનાર સમયમાં અનુસરવાનું હતું. જેવો તે આગળ વધ્યો કે તેણે મોટા સફેદ પથ્થરની બાજુમાં ઉભેલી બે હાથ વડે મોઢું ઢાંકીને ઉભેલી નાનકડી સ્ત્રીની આકૃતિ જોઈ.

"જો આ વિશ્વમાં ઈશ્વરનું અસ્તિત્વ હોય, તો તે સ્ત્રી અમારાહ છે!'

તે ઉતાવળથી તેની માતા અને બહેનની પાસે થઈ અને અમારાહની સામે જઈને ઉભો રહી ગયો. જો કે તે તેની માતા અને બહેનને ઓળખી શકયો નહોતો.

"અમારાહ," તેણે તેણીને કહ્યું, "અમારાહ, તું અહીં આ શું કરે છે?"

અમારાહ તરત જ બેનહરના પગને વળગી ગઈ. તેણીની આંખોમાં ઝળઝળીયા આવી ગયા હતા અને અત્યંત ખુશીના કારણે તેના મોઢામાંથી શબ્દો નીકળતા નહોતા.

"ઓ માલિક, માલિક! આપણો કેટલો ઈશ્વર દયાળુ છે!"

આપણે જ્ઞાન મેળવીએ છીએ તે લોકો પર વિતેલી વેદનાઓ પ્રત્યેની સહાનુભૂતિથી તે સમજવા માટે ઘણી અસ્પષ્ટ હોય છે; જો આપણે તેમની વેદનાઓને આપણી વેદના હોવાની અનુભૂતિ કરીએ તો તેમનો આનંદ આપણે માણી શકીએ. તેથી બીચારી તેમનાથી અલગ અને પોતાનો ચહેરો સંતાડતી અમારાહ, જાણતી હતી કે રકતપિતિયાઓ તેણીને એક પણ શબ્દ કહ્યા વિના સાજા થઈ રહ્યા હતા. તેનું સમર્પણ, તેના શબ્દો, તેની સંપૂર્ણ રીતભાત હાલમાં તેની પરિસ્થિતિથી વિરૂધ્ધ હતી અને તે ઈચ્છતી હતી કે આ પ્રક્રિયા વહેલી પુરી થઈ જાય. જેવો બેનહર તે બન્ને સ્ત્રીઓ પાસેથી પસાર થયો કે તેને તેમના પ્રત્યે અદમ્ય ખેંચાણ થયું. બેનહરને તરત સમજાઈ ગયું કે અહીં અમારાહની ઉપસ્થિતિ આ બન્ને સ્ત્રીઓ ના કારણે જ હતી. જેવી તે બન્ને ઉભી થઈ કે તે ઉતાવળથી તેની પાસે ગયો. તેનું હૈયું ધબકારો ચુકી ગયું અને તે અવાચક થઈ ગયો.

જે સ્ત્રીને તેણે આ પહેલા નાઝરેથવાસીની સામે જોઈ હતી તે સ્ત્રી હવે તેની સામે તેના બન્ને હાથ ભીડી અને આંખોમાં અશ્રુ સાથે સ્વર્ગ ભણી જોતી ઉભી હતી. જે થોડુંઘણું રૂપાંતરણ થયું હતું તે નવાઈ લાગવા માટે તો પુરતું હતું જ; પણ તેની લાગણીઓને પુનર્જીવિત થઈ. તેની કોઈ ભૂલ તો થતી

નહોતી ને? તેણે તેના જીવનમાં કદી કોઈ અજાણ્યી સ્ત્રીને તેના માતા જેવી જોઈ નહોતી; અને તે પણ જયારે રોમન સૈનિકો તેણીને તેની પાસેથી ખેંચીને લઈ ગયા ત્યારે જેવી હતી તેવી જ! તેણીના વ્યકિતત્વમાં માત્ર એક જ ફેરફાર થયો હતો; તે એ કે તેણીના કેશ થોડા સફેદ થઈ ગયા હતા. તો પણ તેણીને જોઈને ઓળખવામાં કોઈ ભૂલ થાય તેવું નહોતું. એવું શકય છે કેચમત્કારે રૂપાંતરણ કરતી વેળાએ વિતેલા વરસોમાં તેણીના દેખાવમાં જે કંઈ પરિવર્તન થઈ શકે તેનું ધ્યાન રાખ્યું હોય. અને તેણીની બાજુમાં જો તીરઝાહ ન હોય તો બીજું કોણ બેઠું હતું? ગૌરવર્ણી, સુંદર, સંપૂર્ણ, વધુ પુખ્ત, અને આજે પણ તેવીજ લાગતી હતી કે જયારે તેણી છત પર ઉભી હતી અને ગ્રેટસ સાથે દુર્ઘટના થઈ ગઈ. તેણે તે બધાને મરેલા માની લીધા હતા, અને સમયે તેના ઘાવ ઘણા રૂઝાવી દીધા હતા; છતાં પણ તે તેઓને યાદ કરી રડી લેતો હતો. તો પણ એક વાત ધ્યાન ખેંચે તેવી હતી; તેઓ હવે તેના આયોજનો અને સ્વપ્નોમાં રહ્યા નહોતા. એક ક્ષણ તો તેને તેની આંખો પર વિશ્વાસ ન થયો. તેણે અમારાહના માથા પર હાથ મુકયો અને ધ્રુજતા અવાજે કહ્યું,

"અમારાહ, અમારાહ – મારી માતા! તીરઝાહ! જો હું સ્વપ્ન ન જોતો હોઉં તો મને કહો."

"તેઓની સાથે વાત કરો, ઓ માલિક, તેઓની સાથે વાત કરો!" તેણીએ કહ્યું.

તેણે હાથ ફેલાવ્યા અને રડતા રડતા દોડી ગયો.

"મા! મા! તીરઝાહ! જુઓ હું છું!"

તેઓએ તેનો સાદ સાંભળ્યો, અને આંખોમાં આંસુ સાથે તેને મળવા આગળ વધ્યા. એકાએક માતા ઉભી રહી અને પાછી હઠી ગઈ અને ચેતવણીના સુરે બોલી ઉઠી.

"જુડાહ, ઉભો રહી જા, મારા દિકરા; નજીક ન આવીશ. અશુધ્ધ, અશુધ્ધ!"

પણ તેણીની આ ચીસ બેનહરને અટકાવી શકી નહીં. આ ઉદગારો તેની જુની આદતના કારણે નહોતા, પણ એક ડર; અને તે ડર કે રોગ તેઓના શરીરમાંથી નીકળી ગયો હતો, પણ તે રોગના વિષાણુઓ તેના વસ્ત્રો માં હજુ પણ હોઈ શકે અને તેને ચેપ લાગી શકે. પણ હવે બેનહરને દુનિયાની કઈ તાકાત તેમને ભેટી પડતા અટકાવી શકે તેમ હતી? બીજી જ ક્ષણે તેઓ એકબીજાથી વરસો પહેલા વિખુટા પડી ગયેલા ત્રણેય આંખોમાં આંસુ સાથે એકબીજાને ભેટી પડયા હતા.

આ પહેલી ખુશીની પળ પુરી થઈ કે માતાએ કહ્યાહતું, " આ ખુશીની ક્ષણોમાં, ઓ મારા બાળકો, ચાલો આપણે સહુ જેણે આપણેને સાજા કર્યા છે તેની પ્રાર્થના કરીએ. આપણા પર તેનું કદાપિ ન ચુકવી શકીએ તેવું ઋણ છે."

તેઓ બધા ઘુંટણભેર બેસી ગયા. અમારાહ પણ તેઓની સાથે બેસી ગઈ; અને માતાએ પ્રાર્થના શરૂ કરી.

પ્રાર્થનાના શબ્દેશબ્દનું તીરઝાહે પુનઃઉચ્ચારણ કર્યું; બેનહરે પણ તેમ કર્યું, પણ તે લોકોના વિશુધ્ધ મન અને પ્રશ્નો વગરની શ્રધ્ધા સાથે નહીં ; તેથી જયારે તેઓ બધા પ્રાર્થના પુરી કરી ઉભા થયા ત્યારે તેણે પુછયું,

"મા, તેનો જન્મ નાઝરેથમાં કઈ જગ્યાએ થયો હતો? તેઓ તેને એક સુથારનો દિકરો કહે છે. તે શું છે?"

તેણીની આંખો મૃદુતાથી બેનહર પર સ્થિર થઈ અને તે નાઝરેથવાસીને કહેતી હોય તેમ જવાબ આપ્યો.

"તે મસીહા છે."

"અને તેની તેની શકિતઓ કયાંથી મળી છે?"

"આપણે તેને તેની શકિતઓના ઉપયોગથી ઓળખીએ છીએ. તું મને કહી શકીશ કે કોઈ નઠારા માણસે કદી આવું કર્યું હતું છે?"

"ના."

"તે પ્રમાણથી હું જવાબ આપું છું કે તેની પાસે ઈશ્વરીય શકિતઓ છે."

ઘણા વરસોથી જે વિકલ્પોને પાણી સીંચીને મોટા કર્યા હોય અને તે આપણા જીવનનો એક ભાગ બની ગયા હોય ત્યારે તેને એક જ ક્ષણમાં ખંખેરી નાખી તેનાથી અળગા થવું એટલું સહેલું નથી; અને જો કે બેનહરે તેને ખુદને પુછયું હતું કે – તેની મહત્વકાંક્ષાઓ અપાર હતી અને નીચું નિશાન માફ નહોતું. જેમ આજે પણ લોકોકરેછે તેમ તે ખ્રિસ્તનું પોતાની રીતે મુલ્યાંકન કરતો હતો. એ વાત કેટલું સારી થાય કે જો આપણું મુલ્યાંકન ખ્રિસ્ત દ્વારા કરવામાં આવે! સ્વાભાવિક હતું કે આવો વિચાર સહુથી પહેલા માતાને આવ્યો હતો.

"હવે આપણે શું કરીશું, મારા દિકરા? આપણે કયાં જઈશું?

તે પછી બેનહરને તેનું કર્તવ્ય યાદ આવ્યું, તેણે જોયું કે માતા અને પુત્રીના શરીર પર રકતપિતની કોઈ જ નિશાની રહી નહોતી; એવી રીતે કે જેમ નામન(મધ્યપૂર્વનો સુર્ય ઉપાસક પુજારી) પાણીમાંથી બહાર આવ્યો અને તે ફરીથી બાળક જેવો બની ગયો હતો; તેણે તેનો ઝભ્ભો કાઢી અને તીરઝાહ ઉપર ફેંકયો.

"તે લઈ લે," તેણે સ્મિત સાથે કહ્યું; "પહેલા કોઈ અજાણ્યો માણસ તારી સામે જોતાવેંત છટકતો હતો, હવે તેવો મર્યાદાભંગ તારી સાથે નહીં થાય."

આમ થતા તેના કમ્મરપટ્ટામાં ભરાવેલી તલવાર ખુલ્લી પડી ગઈ.

"આ યુધ્ધનો સમય છે?" માતાએ ચિંતાથી પુછયું.

"ના."

"તો પછી તું શસ્ત્ર સજજ શા માટે છો?"

"નાઝરેથવાસીના રક્ષણ માટે જરૂર પડે તો."

આ રીતે બેનહરે સત્ય જણાવી દીધું.

"તેને શત્રુઓ છે? તેઓ કોણ છે?"

"અરે મા, તે બધા રોમનો નથી!"

"શું તે ઈઝરાયેલવાસી અને શાંતિનો ચાહક નથી?"

"આ પહેલા કોઈ આવો શાંતિનો ચાહક ઈઝરાયેલવાસી હતો નહીં; પણ રાબ્બીઓ અને શિક્ષકોના અભિપ્રાય પ્રમાણે તે એક મોટો અપરાધ કરવા સબબ કસુરવાર છે."

"તેણે વળી શો અપરાધ કર્યો છે?"

"તેની નજરે જે કોઈ માણસ ઈશ્વરના માર્ગે ચાલે છે તે ભલે જન્મથી ન હોય તો પણ ખરો યહુદી છે તે નવા ધર્મનો ઉપદેશ આપે છે."

માતા શાંત થઈ અને તેઓ પથ્થરની પાસે વૃક્ષના છાંયડે જઈને બેઠા. તેઓને ઘેર જઈ અને તેમની વાત કરવાની તાલાવેલી હતી પણ બેનહરે તેમના જેવા કિસ્સાઓમાં કાયદાની જોગવાઈ અનુસાર જે કરવાની થતી હતી તે કાર્યવાહીઓ અંગે વાત કરી અને તે સંદર્ભમાં આરબને બોલાવ્યો અને તેના અશ્વોને બેથેસ્ડાના દરવાજે લઈ જવા અને ત્યાં તેની વાટ જોવા કહ્યું. તે પછી તેઓ ઓફેન્સ પર્વતના રસ્તેથી નીકળી ગયા. આવ્યા તે કરતા પાછા ફરવાનું થોડું વધારે કઠીન હતું; તો પણ તેઓ ઝડપથી અને સહેલાઈથી પાછા વળી ગયા અને સીડ્રોન પર થી દેખાતી એબસાલોમની નવી જ બનાવેલી વણવપરાયેલી કબર પાસે આવ્યા. માતાએ તેનો કબજો લીધો અને બેનહર નવી નિર્માણ થયેલી પરિસ્થિતિની જરૂરીયાતોને પહોંચી વળવા માટે તૈયારીઓ કરવા ઉતાવળથી જતો રહ્યો.

*****

પ્રકરણ ૫મું

બેનહરે પુરાતન જેરૂસલેમ શહેરનના પૂર્વભાગે આવેલી ખીણમાં(અપર કીડ્રોનમાં) આવેલા રાજાઓના કબ્રસ્તાનમાં બે તંબુઓ ખોડાવી અને તેમાં જે કંઈ થઈ શકે તે કરીને સજાવી દીધા અને તેની માતા અને બહેનને ત્યાં તેઓ જયાં સુધી સંપૂર્ણપણે સાજા ન થઈ જાય ત્યાં સુધી તેમની રહેવાની વ્યવસ્થા કરી દીધી હતી.

આ બધા કામોમાં બેનહર એટલો બધો વ્યસ્ત થઈ ગયો હતો કે તે સુકકોથના તહેવાર નિમિતે યોજાનારા મહાન ભોજન ઉત્સવમાં ભાગ લઈ શકયો નહોતો. તે મંદિરના ગર્ભગૃહમાં સંજોગોવશાત પ્રવેશ કરી શકે તેમ નહોતો. તેથી તેણે તેની માતા અને બહેનની સાથે તંબુમાંજ રહેવું વધારે યોગ્ય સમજયું હતું. તેને તેની માતા અને બહેન પાસેથી ઘણીબધી વાતો સાંભળવાની હતી અને તેમને કહેવાની હતી.

શરીર અને મનના દુખો એક તાંતણામાં એકબીજા સાથે એવા પરોવાઈ ગયેલા હોય છે કે તેની વાત સામાન્ય વાત કરતા વધારે લાંબી હોય છે અને તો પણ તેના અંકોડા ઘણી વાર એકબીજા સાથે મળતા નથી હોતા.તેણે તેની માતા અને બહેને જે વાત કરી અને ઘટનાઓનું વર્ણન કર્યું, તે ધીરજ પૂર્વક પોતાના મનોભાવ વ્યકત ન થઈ જાય તેની તકેદારી રાખીને સાંભળ્યું. હકીકતે તેની રોમ અને રોમનો પ્રત્યેની ધૃણા ચરમસીમા પર પહોંચી ગઈ હતી. તેને વેર લેવા સિવાય બીજું કંઈ સૂઝતું નહોતું. તેની રોમનો નફરતની લાગણીએ તેના મન પર પાગલ થઈ જાય તેટલી હદ સુધી કબજો લઈ લીધો હતો. ધોરીમાર્ગોનો કબજો લઈ અને ગાલીલમાં બળવો કરવા સુધી ની વ્યુહરચનાઓએ તેના મનમાં આકાર લઈ લીધો; અરે સમુદ્ર પર પણ; કે જે રોમને તેના વિશ્વમાં સર્વશ્રેષ્ઠ નૌકાસૈન્યના બળે અજેય બનાવતું હતું, ત્યાં પણ યોજનાબધ્ધ રીતે લલકારી લેવાનું વિચારી લીધું. પણ અંતે આ બધા વિચારો તેને એક જ તારણ પર લાવ્યા. તે સહુના અથાક પ્રયત્નો પછી પણ સમગ્ર ઈઝરાયેલને એક છત્ર નીચે લાવવામાં હજુ સુધી સફળતા મળી નહોતી. કોઈ પણ ઉતાવળે લેવાયેલું પગલું સમગ્ર યોજના નિષ્ફળ બનાવવા માટે પુરતું હતું. હવે તેની બધી આશાઓ નાઝરેથવાસીના હેતુ અને કાર્ય પર આધારિત હતી.

આ વિચીત્ર ક્ષણે ઉત્તેજનાથી યોજના બનાવી રહેલા બેનહરને નાઝરેથવાસીના શબ્દો યાદ આવ્યા.

"સાંભળ ઓ ઈઝરાયેલ, હું ઈશ્વરનું તે વચન છું, યહુદીઓનો જન્મજાત રાજા – તમારી પાસે પ્રબોધકોના વચનો અનુસાર આવ્યો છે. માટે હવે ઉઠો અને વિશ્વને તમારા પ્રભાવમાં લઈ લો."
જો તે નાઝરેથવાસી આ શબ્દો કહેશે, તો કેવો કોલાહલ થશે? તેની સાથે તેનો જયઘોષ કરવા માટે કેટલા માણસો જોડાશે?

અને નાઝરેથવાસી તે લોકોને કંઈ કહેશે?

અને કામ કરવાને આતુર તેમજ વિશ્વને તેની જ ભાષામાં જવાબ દેવો જોઈએ એવું માનતા બેનહરે માણસના બેવડા વ્યકિતત્વને જોવાની અને એક બીજી શકયતા કે તેનો દિવ્ય આત્મા માનવમાં

ઉતરી આવે તેમ વિચારવાની દ્રષ્ટિ જ ગુમાવી દીધી હતી. તેની માતા અને બહેન તીરઝાહ સાથે થયેલા ચમત્કારનો તે સાક્ષી હતો. તેણે આ ચમત્કાર જોયો અને તે શકિતથી ઈટાલીની સેનાનો વિનાશ કેવી રીતે થઈ શકે અને યહુદી સામ્રાજય ના ઉદભવ અને વિકાસથી સમાજનું પુનઃ નિર્માણ કેવી રીતે થઈ શકે કે જેથી માનવજાતને એક શુધ્ધ થયેલો સુખી પરિવાર જેવો કેવી રીતે બનાવી શકાય; તે જયારે થશે ત્યારે શું કોઈ પણ એમ કહેશે કે તે અવરોધ વિનાની શાંતિ કે જે આદેશથી આવી છ તે ઈશ્વરના પુત્ર માટે યોગ્ય છે? શું કોઈ પણ માણસ ખ્રિસ્ત મુકિતદાતા છે તે વાતની ના પાડી શકે? અને રાજકીય પરિણામોનીતમામ વિચારણાને અવગણવામાં આવે તો માત્ર તેની શબ્દોમાં વ્યકત ન થઈ શકે તેવી વ્યકિતગત ભવ્ય પ્રતિભાનું માત્ર એક માનવ તરીકે શું મુલ્ય રહે? શાસનના સર્વોચ્ચ પદે પહોંચાડે વતેવી રાજકીય કારકિર્દીની મના કરવી તે કોઈપણ વ્યકિત ના સ્વભાવમાં હોઈ જ ન શકે.

તે સમય દરમયાન સીડ્રોન અને બેઝેથા વચ્ચે દમાસ્કસ દરવાજા સુધી પહોંચતા રસ્તાઓની આજુબાજુ પાસ્ખા પર્વની ઉજવણી કરવા માટે આસપાસથી જેરૂસલેમમાં આવેલા લોકોએ ડેરાતંબુ ખોડી દીધા હતા. બેનહરે તે લોકોની મુલાકાત લીધી અને તેમની સાથે વાતો કરી. તેના તંબુમાં પાછા ફરતા, ત્યાં આવેલા લોકોની મોટી સંખ્યાથી બેનહરને આશ્ચર્ય થયું. તેને એ પણ જાણવા મળ્યું કે વિશ્વના દરેક ભાગમાંથી લોકો ત્યાં આવ્યા હતા. ભૂમધ્ય સમુદ્રના બન્ને કિનારાઓથી, ભારતની નદીઓના કાંઠે વસેલા નગરરાજયોમાંથી, યુરોપના ઉત્તર પ્રદેશમાંથી અને તેમના વડવાઓ દ્વારા બોલવામાં આવતી પુરાતન હિબ્રુભાષામાં વાત કરતા લોકોએ તેનું ઘણીવાર અભિવાદન કર્યું હતું. તેના મગજમાં અશ્રધ્ધા તરફ ઝુકાવ થયો અને એક વિચારે ઘર કર્યું. આ બધું થયા પછી પણ તે લોકોએ નાઝરેથવાસીને સમજવામાં ભૂલ ખાધી હોય તો? એવું તો ન બન્યું હોય ને કે તે માણસે છાના ખૂણે તૈયારીઓ કરી અન ધીરજથી વાટ જોવાનું અને યોગ્ય સમયે તે આવા ભવ્ય કાર્ય માટે તૈયાર છે તેમ જાહેર કરવાનું યોગ્ય માન્યું હોય તો? આ માટે આજે હતો તેથી વધુ સારો સમય કયારે હોઈ શકે? કેમ કે ગેન્નેસરેત શહેર ની આસપાસની ફળદ્રુપ ધરતી પર વસતા ગાલીલવાસીઓ તેને તાજ ધારણ કરવા ફરજ પાડે તો તેને થોડાક હજાર લોકોનો જ ટેકો મળે; પણ જો તેની આજે જાહેરાત થાય તો તેનો પ્રતિઘોષ લાખો કરોડો લોકો દ્વારા આપવામાં આવે – કોને ખબર કે તે કેટલા હોય? આ વાત સમજાઈ જતા બેનહરને ધર્મગ્રંથોમાં આપવામાં આવેલા તેજોમય વચનો યાદ આવ્યા અને એક પ્રતિભાશાળી સૈનિક તેમજ રાજકારણીના મુખવટા નીચે રહેલા મૃદુ અને ઘણી વાર નવાઈ લાગે તેમ પોતાના અસ્તિત્વનો અસ્વિકાર કરી ચુકેલા ખિન્ન માણસના ચહેરા પર તેજ આવ્યું.

તેવા સમય દરમ્યાન ઘણીવાર બેનહરને મળવા માટે બેઠી દડીના, કાળી દાઢીવાળા, માથું મુંડાવેલા અને ઘંઉવર્ણા લોકો તેના તંબુ પર આવતા હતા. તે લોકોને તે એકલો જ અલગથી મળી લેતો હતો. તેની માતા લોકો અંગે જયારે પુછપરછ કરતી ત્યારે તે કહેતો,

"આ કેટલાક ગાલીલથી આવેલા લોકો મારા ખુબ સારા મિત્રો છે."

તે લોકો મારફત જ તેને નાઝરેથવાસીની ગતિવિધીઓ અંગે જાણકારી મળી રહેતી હતી. તેના શત્રુઓ, ધર્મગુરૂઓ અને રોમનોના કાવતરાઓની વિગતોની પુરેપુરી જાણકારી મળી રહેતી હતી. તેને ખબર હતી કે તે ભલા માનવનું જીવન ભયમાં છે. તે સાથે જ તે સમયે જો કોઈ ઉતાવળીયું પગલું ભરવામાં આવશે તો તે માનશે નહીં. તેની લોકપ્રિયતાએ તેની ફરતે સલામતીની એક ચોકકસ વ્યવસ્થા

ઉભી કરી દીધી હતી. તેની સભામાં શહેરમાંથી અને અન્યત્રથી આવતા લોકોની પ્રચંડ ભીડે સલામતિની ખાત્રી આપી દીધી હતી. સાથેસાથે એ પણ ખરૂં કે એવી કોઈની હિંમત નહોતી કે તેના પર હુમલો કરી શકે. આમ પણ તેને સહુથી વધુ વિશ્વાસ સ્વયં ઈસુની અદભૂત શકિતઓ પર હતો. એક સામાન્ય માનવની જેમ આ વિષય પર ચિંતન કરતા, કે જે જીવન અને મૃત્યુનો સ્વામી છે અને તેની શકિતઓનો અન્ય લોકોની ભલાઈ માટે જ ઉપયોગ કરતો આવ્યો છે, તે શું પોતાની સંભાળ ન લઈ શકે? આગલા અનુભવો અને માન્યતાઓથી તેને આટલી જ વાત સમજાઈ હતી.

એ વાત ભૂલવી ન જોઈએ કે આ બધી ઘટનાઓ એકવીસથી પચ્ચીસમી માર્ચ સુધીમાંજ બની ગઈ હતી. માર્ચની પચ્ચીસમીની રાત્રે તેની ધીરજ ખુટી ગઈ અને તે એમ કહીને કે તે રાત્રી પડતા સુધીમાં પાછો આવી જશે, તે શહેર તરફ઼ ઘોડા પર સવાર થઈને નીકળી ગયો.

અશ્વ એકદમ તાજો હતો અને તેની પોતાની સ્વાભાવિક ચાલે ઝડપથી આગ વધતો હતો. આખા રસ્તે આવતા બગીચાઓમાં દ્રાક્ષના વેલાઓ પર લટકતી લુમો બેનહરની સામે હેતથી જોતી હોય તેવું લાગતું હતું, તે સિવાય કયાંય બાળકો કે સ્ત્રીઓ પણ જોવા મળતા નહોતા. ખાલી પથરાળ રસ્તા પર ઘોડાના ડાબલાઓ નોબત પર દાંડી પડે તેમ અવાજ કરતા હતા. રસ્તામાં જે ઘરો પાસેથી તે પસાર થયો, તે બધા ખાલી હતા; દરવાજે કરવામાં આવતા તાપણા ઠરી ગયા હતા; આખો રસ્તો ખાલી હતો કેમ કે તે પહેલું પાસ્ખાપર્વ હતું અને તે સમય પણ "બે સંધ્યાઓ વચ્ચે" નો હતો. આ સમયે લાખો લોકો શહેરમાં એકઠા થયા હતા, અને મંદિરમાં વેદી પર ઘેટાઓના બલિદાન અપાઈ રહ્યા હતા, અને ધર્મગુરૂઓ વારા પ્રમાણે રકત નીતરતી વેદી પર ધાર્મિક વિધીઓ કરી રહ્યા હતા – ત્યારે બધા લોકો ઉતરી રહેલા તારાઓ સાથે સ્પર્ધા કરતા તે પછી સંકેત મળતા પ્રસાદને શેકી ને ભોજન કરવા તથા નાચગાન કરવા માટે ઉતાવળા થયા હતા.

ઉતર તરફ઼ના વિશાળ દરવાજામાં થઈને ઘોડેસ્વારે પ્રવેશ કર્યો; અને લો! તેની સામે ઉચ્ચ વૈભવમાં આળોટતું પતન પહેલાનું ભવ્યતાના ઉચ્ચ શિખરે વિરાજમાન; ઈશ્વરના આગમન માટે ચકાચક સજાવેલું જેરૂસલેમ હતું.

*****

પ્રકરણ ૬૬ઠ્ઠું

બેનહર તે સરાઈના દરવાજે ઉતર્યો કે જયાં લગભગ ત્રીસથી વધુ વરસો પહેલા તે ત્રણ ડાહ્યા માણસો બેથલેહેમ જતા પહેલા રોકાયા હતા. તેણે ત્યાં તેના જે આરબ સાથીદારોને રાખ્યા હતા તેની પાસે અલ્દેબરનને છોડી થોડીવાર પછી તેના પિતાના ઘરના મોટા દરવાજામાં રાખેલી નાનકડી ઝાંપલીમાં થઈ અને ઘરમાં આવ્યો. ત્યાં પહોંચીને તેણે પહેલું કામ મલુકને બોલાવવાનું કર્યું. તે પછી તેણે તેના મિત્રો – વેપારી સીમોનીડીસ અને ઈજીપ્તવાસી બાલ્થસારને પ્રણામ કહેવડાવ્યા. જો કે સીમોનીડીસ અને એસ્થર મોટા તહેવારમાં ભાગ લેવા માટે જતા રહ્યા હતા. તેને કહેવામાં આવ્યું કે તે ખુબ જ અશક્ત થઈ ગયો હતો અને ખુબ ગ્લાની અનુભવતો હતો.

તે સમયના યુવાન લોકોને રાજકિય અનિશ્ચિતતાઓની આદત થઈ ગઈ હતી. તેઓને તેમના પોતાના હૃદય શું ઈચ્છે છે, તે વાત પણ સમજાતી નહોતી; તેથી જયારે બેનહરે ભલા બાલ્થસાર વિષે પુછયું, અને નમ્રતાથી કહ્યું કે જો તે તેને મળી શકશે તો તે ખુબ જ ખુશ થશે, તે ખરેખર તો તેના આવવાની નોંધ લઈને તેની દિકરીને સંબોધીને કહી રહ્યો હતો. હજુ નોકર બધી વાતનો જવાબ આપી રહ્યો હતો કે દરવાજાનો મોટો પડદો હટાવી અને યુવાન ઈજીપ્તવાસી રમણીએ અંદર પ્રવેશ કર્યો. તેણીએ તે સમયની ઢબ પ્રમાણેનો અત્યંત કિંમતી સફેદ પોષાક પહેર્યો હતો. ખંડના મધ્યભાગમાં સાત કલાત્મક પીતળના દિવાઓ રાખવામાં આવેલા હતા, જેનો પ્રકાશ આખા ઓરડામાં પડતો હતો. તો પણ તેના પ્રવેશમાત્રથી ખંડ જાણે કે ઝળહળી ઉઠયો હતો. તેણીની સાથે તે હોય ત્યારે તેને પ્રકાશની કોઈ પરવા જ નહોતી.

ચાકર તે બન્નેને એકલા છોડીને જતો રહ્યો.

છેલ્લા કેટલાક દિવસની ઉત્તેજનાપૂર્ણ ઘટનાઓમાં બેનહર એટલો બધો વ્યસ્ત થઈ ગયો હતો કે તેને ઈજીપ્તવાસી રમણી વિષે વિચારવાનો સમય જ નહોતો મળ્યો. જો તેના મનમાં તેણીનો વિચાર આવ્યો પણ હોત, તો તે પળે તેને ઘડીભરનો આનંદ આપી અને જતો રહ્યો હોત.

પણ હવે તેણીને જોતાવેંત તેના પર તેણીનો જાદુ છવાઈ ગયો. તે તેની તરફ આતુરતાથી આગળ વધ્યો તો ખરો, પણ થોભી ગયો અને તેણીને એકીટશે જોતો રહ્યો. તેણીમાં આવું પરિવર્તન તેને પહેલા કદી જોવા મળ્યું નહોતું.

આઈરસ હંમેશા તેનું હૈયું જીતવાની કોશીશ કરતી હતી – તેની એકેએક અદામાં વસંતનો પમરાટ હતો; તેણીની આંખના એકેએક ઈશારામાં આગળ વધવાનું અને પ્રેમ કરવાનું આમંત્રણ હતું. તેણીએ તેને પ્રેમવર્ષામાં ભીંજાવી દીધો હતો. જયારે તે હાજર હોય ત્યારે તેણી તેને કાજળઘેરી આંખો પરની સુંદર પાંપણોના આકર્ષણથી પ્રભાવિત કરી દેતી હતી. તેણી બેનહરને એલેકઝાન્ડ્રીયાની શેરીઓમાં પ્રખ્યાત થયેલી પ્રેમકથાઓ, કવિસંમેલનોમાં રજુ થતી કવિતાઓ અને નાઈલ નદી પર તરતી નૌકાઓમાં ગવાતા નાવિકોના ગીતો સંભળાવતી. ભારતના મુલાયમ ચમકદાર રેશમી કાપડમાંથી સીવવેમાં આવેલો તેનો સુંદર પરિધાન, કેશગુંફન, ગાલ અને હોઠ પરનો મેક અપ, મોંઘા આભૂષણોમાં

તે મોહક સ્મિત આપતી ત્યારે સ્વર્ગથી ઉતરી આવેલી અપ્સરા જેવી લાગતી હતી. એક જુની કહેવત – સૌન્દર્ય નાયકનો પુરસ્કાર છે; તે આ કિસ્સામાં સાચી પડતી હતી. કેમ કે તે નાયક હતો તે વાતમાં કોઈ શંકા નહોતી; તો સૌન્દર્યની સજાવટના હજારો ઉપાયો તેણીના માટે સહજ હતા – કેમ કે તે ઈજીપ્તની રૂપ ગર્વિતા હતી.

આ જ ઈજીપ્તવાસી રમણી સાથે બેનહર એક વખત ખજુરની વાડીઓ વચ્ચે આવેલા તળાવમાં રાત્રીના નૌકાવિહાર નો આનંદ લેવા ગયો હતો. પણ હવે!

વાચકે નોંધ લીધી હશે કે આ પુસ્તકમાં થોડુંઘણું શબ્દ અનિશ્ચિત અર્થમાં આદર પૂર્વક પવિત્ર સબંધોના સંદર્ભે ઉપયોગમાં લેવામાં આવ્યો છે; હવે આપણે તેને સામાન્ય ઉપયોગના સંદર્ભમાં જોઈશું. એવા ઘણા ઓછા માણસો હોય છે કે જેની બેવડી પ્રકૃતિ – એક ખરી અને અને બીજી પ્રાપ્ત કરેલી – હોતી નથી. આમાં બીજા પ્રકારની પ્રકૃતિ શિક્ષણનું પરિણામ હોય છે જે પહેલી પ્રકૃતિના ઘડતર પર અસર કરે છે. સમજદારને વિચારવા માટે આ મુદ્દાને છોડી દઈને આપણે તેમ કહીએ કે ઈજીપ્તવાસીની ખરી પ્રકૃતિ તેણીએ ખુદ જાહેર કરી દીધી હતી.

તેણી માટે એ શકય નહોતું તે તે કોઈ આગંતુકનો જબરદસ્ત કટાક્ષથી તીરસ્કાર કરે. આજ સુધી તો તેવું બન્યું નહોતું; તો પણ એવું લાગતું હતું કે તેણી પથ્થરની મુર્તિ બનીને બેઠી રહી હોય. ફકત તેનું માથું થોડું ઘણું હલતું હતું તો કયારેક છણકો કરતી વખતે તેના હોઠ કુદરતી રીતે વંકાતા હતા.

આ મુલાકાત દરમ્યાન વાતચીતની શરૂઆત તેણીએ કરી.

"તું યોગ્ય સમયે જ આવ્યો છો, ઓ હર ના પુત્ર," તેણીએ ધારદાર અવાજે કહ્યું. "તમારી પરોણાગત માટે આભાર; કદાચ આવતીકાલ પછી મને તમારો આભાર માનવાની તક પણ ન મળે."

બેનહરે થોડું ઝુકી અભિવાદન સ્વીકારતા તેણી પરથી આંખ હટાવી નહીં.

"મેં એક રીવાજ વિષે સાંભળ્યું છે કે જેથી ઘોડીપાસાના ખેલાડીઓને સારા પરિણામો મળ્યા છે," તેણીએ આગળ વાત ચલાવી. "જયારે રમત પુરી થાય ત્યારે તેઓ તેમની પાટીઓ જુએ છે અને તેના હિસાબો ચકાસે છે; તેઓ દેવતાઓને પ્રાર્થના કરે છે અને વિજેતાને તાજ પહેરાવે છે. આપણે ઘણા દિવસો અને રાત્રીઓ સુધી એક રમત રમતા હતા. તો હવે શા માટે તે રમત પુરી ન કરીએ અને કોની પાટીમાં વધુ મત્તા આવી છે તે ચકાસી લઈએ."

તો પણ બેનહરે તેની સામે જોઈને હળવાશથી જવાબ આપ્યો, " કોઈપણ સ્ત્રીને તેના માર્ગથી ભટકાવી દેવાનું એક પુરૂષ માટે શકય નથી."

"મને કહે," તેણીએ તેનું માથું નમાવી અને હકારાત્મક અભિગમ ધરાવતી હોવાનો ડોળ કરીને આગળ ચલાવ્યું – "મને કહે, ઓ જેરૂસલેમના રાજકુમાર, તે નાઝરેથના સુથારનો દિકરો અને ઈશ્વરના પુત્રથી ઓછો નથી તેવો તે કયાં છે? અહીં તો એણે ઘણા બધા ચમત્કારો બતાવ્યા છે."

બેનહરે અધિરાઈથી તેનો હાથ હલાવ્યો અને જવાબ આપ્યો, " હું તેનો રખેવાળ નથી."

તે રૂપગર્વિતાએ ફરીથી ગરદન ઝુકાવી અને ફરીથી પુછયું.

"શું તેણે રોમ નો ભાંગી અને ભૂકકો કરી નાખ્યો છે?"

ફરીથી, પણ હવે ગુસ્સાથી બેનહરે તેનો હાથ અણગમાથી ઉઠાવ્યો.

"તેની રાજધાની ક્યાં છે?" આઈરસે પુછ્યું. " શું હું તેની રાજગાદી અને તેના ચકચકીત કાંસાના સિંહ જોવા ન જઈ શકું? અને તેનો મહેલ – તેણે મૃત્યુ પામેલાઓને જીવન આપ્યું છે; અને આવી વ્યક્તિ માટે એક સોનાનો મહેલ ઉભો કરવો ક્યાં મોટી વાત હતી? તેણે બસ તેનો પગ ખોડી દેવાનો અને એક શબ્દ કહેવાનો, અને કારનાકના સ્થંભો જેવા સ્થંભો ધરાવતું ઘર ઉભું થઈ જાય, અને તે સિવાય બીજું કશું જ ન જોઈએ."

સીધી વાત હતી કે તે મજાક ઉડાવી રહી હતી. તેથી વધુ ચિડાઈ જવાના બદલે બેનહર આનંદથી તેની મજાક કરતા બોલ્યો," ઓ ઈજીપ્તની સુંદરી, ચાલો આપણે એક દિવસ વધુ વાટ જોઈએ, એક વધુ અઠવાડીયું; અને તે પછી હું તને તેના સિંહો અને મહેલ બતાવીશ.

તેણીએ સાંભળ્યા વિના આગળ ચલાવ્યું.

"અને હું તને એ વેશમાં જોઉં તો કેવું? ભારતમાં કે બીજે ક્યાંય વહિવટદારો કે સુબાઓની પ્રથા નથી. મેં એક વખત તહેરાનના ક્ષત્રપને જોયો હતો, તેણે રેશમની પાઘડી અને સોનાના તાર વાળો ઝભ્ભો પહેર્યો હતો. તેની તલવારની મુઠ પર જડેલા રત્નો જોઈને હું આભી બની ગઈ હતી. મને વિચાર આવ્યો કે ઓસીરીસે તેને સુર્ય પાસેથી માગીને વૈભવ આપ્યો હતો. મને ડર છે કે તું તારા રાજયમાં પ્રવેશ કરી નહીં શકે – તે રાજય કે જેનો હું તારી સાથે ભાગ પાડવાની હતી."

"મારા ડાહ્યા મહેમાનની પુત્રી તેણી ખુદની કલ્પના કરે છે તેથી પણ વધુ માયાળુ છે; તેણી મને શીખવે છે કે આઈસીસ હૃદયને વધુ સારૂં બનાવ્યા સિવાય પણ ચુમી શકે છે."

બેનહર સૌજન્યપૂર્ણ રીતે ઠંડકથી બોલતો હતો; અને આઈરસ તેના ગળામાં પહેરેલા હારમાં જડેલા નંગ સાથે રમતા રમતા ફરીથી ચર્ચા આગળ વધારતા બોલી," એક યહુદી માટે, હર નો પુત્ર હોંશીયાર છે. મને તારા સ્વપ્નનો સીઝર જેરૂસલેમમાં પ્રવેશ કરે તે અભિલાષાની ખબર છે. તેં અમને કહ્યું છે કે મુકિતદાતા તે દિવસે તેની જાતને યહુદીઓના રાજા તરીકે મંદિરના પગથીયાઓ પર ઉભા રહી અને ઘોષિત કરશે. મેં પર્વત પરથી તેને લઈ આવતા ટોળાને જોયું છે. મેં તેના ગીતો ગવાતા સાંભળ્યા છે. તેઓ ખજુરની વાડીઓમાંથી આવતી વખતે ખુબ જ સુંદર લાગતા હતા. મેં તે લોકો વચ્ચે દરેક જગ્યાએ તે પ્રતિભાને કે જેને રાજવી વૈભવનું વચન મળ્યું છે – જાંબુડી રંગના ઝભ્ભામાં સજજ એક ઘોડેસવાર, એક સારથી હંકારતો હોય તેવા તાંબા પીતળથી મઢેલા રથમાં પાછળ મજબુત ઢાલ અને ભાલો લઈને રાજવી લક્ષણો વાળો માનવ ઉભો હોય તેને શોધતી હતી. મને આ રીતે જેરૂસલેમનો રાજકુમાર અને ગાલીલની સેનાના સેનાપતિને જોવો ગમશે."

તેણીએ તેના શ્રોતા તરફ એક ઉશ્કેરી મુકે તેવી નજર ફેંકી અને હૃદયપૂર્વક એવી રીતે કે કે જાણે તેના મનમાં તે ચિત્રની કિંમત તે સમયના ચિત્રોની કિંમતની સરખામણીમાં કંઈ જ ન હોય તેવા હસવું આવે એવા મામુલી ચિત્રનો વિચાર કરી અને હસી પડી.

"યુધ્ધમાં વિજય મળ્યા પછી પાછા ફરતી વેળાએ સેસોસ્ટ્રીસ કે શિરસ્ત્રાણ અને તલવારથી સજજ સીઝર ના બદલે – હા હા હા! – મેં એક સ્ત્રી જેવા ચહેરો અને લાંબા વાળ વાળો એક માણસ ગધેડા પર સવારી કરીને જતો જોયો હતો. તેની આંખોમાં અશ્રુ હતા. તે રાજા! ઈશ્વરનો પુત્ર! સંસારનો મુકિતદાતા! હા, હા, હા!"

તો પણ બેનહર ધીરજથી બેઠો રહ્યો.

"મેં મારી જગ્યા છોડી દીધી નહોતી, ઓ જેરૂસલેમના રાજકુમાર," તેને કળ વળે તે પહેલા તેણીએ કહ્યું. " મને હસવું નહોતું આવ્યું. મેં મારી જાતને કહ્યું,' થોડી વાટ જો, તે મંદિરમાં તેની જાતને ગૌરવથી નાયક તરીકે જાહેર કરી અને સમગ્ર વિશ્વનો કબજો પોતે લઈ લેશે.' મેં તેને શુશાન અને સ્ત્રીઓના ન્યાયાલયના દરવાજેથી પ્રવેશ કરતા જોયો. મેં જોયું કે તે થોભ્યો અને સુંદર દરવાજા સામે ઉભો રહ્યો. ત્યાં મારી સાથે મોટી સંખ્યામાં લોકો મંડપો ઉપર, ચોકમાં અને મંદિરના પગથીયાઓ પર ટોળે વળ્યા હતા – હું કહીશ કે ત્યાં લાખો ની સંખ્યામાં લોકો એકી શ્વાસે તેના જાહેર થવાની વાટ જોઈ રહ્યા હતા. અમારી ખામોશીએ તો પથ્થરના સ્થંભોને પણ માત દીધી હતી. મને તો એવું લાગતું હતું કે આખું રોમન સામ્રાજય ચકનાચુર થઈ જશે. હા, હા, હા! ઓ હર ના રાજકુમાર, ડાહ્યા સોલોમનના સોગન, તમારો વિશ્વનો સમ્રાટ તેનો ઝભ્ભો સરખો કરીને ચાલતો થયો અને કિલ્લાનાદરવાજામાંથી બહાર જતો રહ્યો. તેણે તેનું મોં ખોલીને એક પણ શબ્દ કહ્યો નહીં ; અને – રોમન સામ્રાજય જેવું હતું તેવું જ હજુ સુધી અસ્તિત્વમાં છે."

સીધી ભાષામાં વાત સમજાવીએ તો જે એકમાત્ર આશા હતી, તે પણ હવે રહી નહોતી. બેનહરે આંખો ઝુકાવી.

આ પહેલા ઘણી વાર બાલ્થસારે બેનહરને ચર્ચાઓથી સમજાવવાની કોશીશ કરી હતી. બેનહરે ખુદ તેની નજર સામે ચમત્કારો થતા જોયા હતા. પણ તેણે કદી નાઝરેથવાસીના વ્યકિતત્વના વિષયમાં મુંઝવણનો સામનો કર્યો નહોતો. તેના દ્વારા આપવામાં આવેલા તમામ વકતવ્યો અને ઉદાહરણોમાં તેણે એ વાત પર ભાર મુકયો હતો કે તેનું લક્ષ્ય રાજનૈતિક નથી. બોધકથાનો સાર એટલોજ હતો કે માનવને પ્રેમ કરો. તેના કહેવા અનુસાર જો દિવ્યતાને સમજવી હોય તો માનવને સમજવો પડે. માનવ જે ન કરી શકે તે કરવા માટે આપણે હંમેશા ઈશ્વરનો સહારો લઈએ છીએ. તેથી જયારે ઈજીપ્તવાસી રમણીએ તેની સામે તેના સુંદર દરવાજેથી ફરી જવાના ચિત્રને દોર્યું ત્યારે તેનો અર્થ એ થતો હતો કે આ માનવ સામાન્ય માનવપ્રેરણાથી થઈ શકે તેથી પણ વધુ કાર્ય કરી શકે તેમ હતો. આ વાત હવે બેનહરના મનમાં સારી રીતે બેસી ગઈ હતી અને તેથી જ તેના અંતરમાં પ્રતિહિંસાની ભાવના તદન ખતમ થઈ ગઈ હતી. તે સ્ત્રી જેવો લાંબા વાળ વાળો ચહેરો, અશ્રુભીની આંખોથી તે એટલો નજીક, હા એટલો નજીક આવી ગયો હતો કે તેના આત્માનો પ્રભાવ પાછળ છુટી ગયો હતો.

"બાલ્થસારની પુત્રી," તેણે સન્માન સાથે કહ્યું, "જો આ તું મને કહે છે તે કોઈ રમત હોય, તો તારી પાટી લઈ લે – હું તને સંમતિ આપું છું. આપણે ફકત શબ્દોનો અંત લાવીએ. તારો કોઈ હેતુ છે તેની મને ખાત્રી છે. તે માટે હું તને જવાબ આપીશ; તે પછી આપણા રસ્તા અલગ થઈ જશે અને તું ભૂલી જજે કે આપણે કદી મળ્યા પણ હતા; હવે તું કહે; હું સાંભળીશ, પણ તે વિષે વધુ નહીં કે જે તેં મને આપ્યું છે."

આઈરસે તેની સામે ધ્યાનથી એવી રીતે જોયું કે તે શું થઈ શકે તેની શકયતાઓ ચકારતી હોય– એવું પણ ખરૂં કે તેણી બેનહરના આત્મવિશ્વાસનું માપ કાઢતી હોય તે પછી તેણે ટાઢકથી કહ્યું, "તને હું રજા આપું છું – જા."

"ઈશ્વર તને શાંતિ આપે," તેણે પ્રત્યુતર આપ્યો અને ચાલતો થયો.

જેવો તે દરવાજામાંથી બહાર નીકળતો જ હતો કે તેણીએ તેને બોલાવ્યો. " એક શબ્દ."

તે જયાં હતો ત્યાં જ ઉભો રહી ગયો અને પાછળ જોયું.

"તને ખબર છે ને કે હું તારા વિષે બધું જ જાણું છું."

"ઓ ઈજીપ્તવાસી રમણી," તેણે પાછા ફરીને કહ્યું, "તું મારા વિષે શું જાણે છે?"

તેણીએ શુન્યમસ્ક થઈને તેની સામે જોયું.

"તું તારા યહુદી ભાઈઓ જેવો છો તેના કરતા એક રોમન જેવો વધારે છો."

"તો શું હું મારા દેશવાસીઓ જેવો નથી?" તેણે બેપરવાઈથી કહ્યું.

"રોમનો હવે ડેમીગોડઝ (દેવો અને માનવોની સંતતિ) છે."

"અને તેથી કરીને તું મને કહીશ કે તું મારા વિષે શું જાણે છે?"

"મને હજુ પણ તું ગમે છે. તે મને તને બચાવવાની પ્રેરણા આપે છે."

"મને બચાવવાની!"

ગુલાબી રંગે રંગેલા નખવાળી આંગળીઓથી ગળામાં પહેરેલી સેરમાં પરોવેલા લટકણીયાને રમાડતા તેણીનો અવાજ ઘણો ધીમો અને મૃદુ થયો; ફક્ત તેણીના રેશમથી મઢેલા પગરખાનો ટપટપ અવાજ તેને સંભાળ રાખવા ચેતવી રહ્યો હતો.

"એક યહુદી હતો. તે રોમન નૌકાસૈન્યના એક યુધ્ધજહાજમાં ગુલામી કરતો હતો. ત્યાંથી તે એક દિવસ ભાગી છુટયો અને પછી આઈડરનીના મહેલમાં એક માણસની હત્યા કરી નાખી." તેણીએ ધીમેધીમે બોલવાનું શરૂ કર્યું.

બેનહર ચોંકી ઉઠયો.

"તે જ યહુદીએ અહીં જેરૂસલેમમાં ભર બજારે એક રોમન સૈનિકની કતલ કરી નાખી; તે જ યહુદી પાસે ત્રણ તાલિમબધ્ધ ગાલીલના યુવાનોની સેનાઓ છે જે આજે રાત્રે રોમન વહીવટદારની અટક કરી લેવાની છે; અને એ જ યહુદીએ રોમન સામ્રાજય પર આક્રમણ કરવા માટે ઘણી બધી સંધીઓ કરી રાખી છે અને આ કામમાં તેના સહાયકોમાં એક શેખ ઈલ્ડેરીમ પણ છે."

તેણી નજીક આવી અને તેના કાનમાં ગણગણી.

"તું રોમમાં રહી ચુકયો છો. હવે કલ્પના કર કે આ વાતની અન્ય લોકોને ખબર પડશે તો શું થશે? આહ!તારા ચહેરાનો રંગ ઉડી રહ્યો છે."

તે એ રીતે પાછો ફર્યો કે જાણે બિલાડીના બચ્ચા સાથે રમવા નીકળેલા માણસને એકાએક વાઘનો ભેટો થઈ ગયો હોય; અને તેણીએ વાત આગળ ચલાવીઃ

"તને કીડીઓના રાફડાની ખબર છે, અને શ્રી સેજાનુસ વિષે પણ તું જાણે છે. ધારી લે કે જો તેના હાથમાં આ બધું પુરાવાઓ મુકી અને કહેવામાં આવે – અથવા પુરાવાઓ વગર પણ – કે તે જ યહુદી પૂર્વનો સહુથી શ્રીમંત માનવી છે – ના, સમગ્ર સામ્રાજયમાં. તીબેરની માછલીઓ અન્ય કરતા વધુ જાડી નહીં થઈ જાય કે તેને ભીની માટીના ઢગલામાંથી ખોદી કાઢવામાં આવે? અને જયારે તેમને ચારો નાખવામાં આવે – હા! હર ના પુત્ર! – સર્કસમાં થતા પ્રદર્શનની ભવ્યતા કેવી હશે? રોમના લોકોને મોજ કરાવવી તે એક લલિત કળા છે; તેમની પાસેથી નાણાં ખંખેરીને મજા કરાવવી તે તેથી પણ મોટી કળા છે; અને આવી બાબતમાં શ્રી સેજાનુસની બરાબરી કરે તેવો બીજો કલાકાર કયાંય જોયો છે?"

તે સ્ત્રીએ પાકા આધાર પુરાવાઓ સાથે જે બધી વાત કરી તેની બેનહરને નવાઈ લાગી. તેણીને આવી બધી ખબર કેવી રીતે પડી હશે? તેને જોર્ડન જતી વેળાએ વસંતઋતુમાં બનેલી ઘટના યાદ આવી; અને તેને એક વાર તો એમ થયું કે શું એસ્થરે તેનો વિશ્વાસઘાત કર્યો હશે? આમ વિચાર કરી અને તેણે બને તેટલી શાંતીથી જવાબ આપ્યો.

"તારી ખુશી માટે, ઈજીપ્તની પુત્રી, હું સ્વીકારૂં છું કે તું ખુબ ચાલાક છો અને તે પણ કે હું તારી દયા પર નિર્ભર છું. તને એ પણ સાંભળીને ખુશી થશે કે મને તારા તરફથી મદદ મળવાની કોઈ જ આશા નથી. હું તારો જીવ લઈ શકું તેમ છું, પણ તું એક સ્ત્રી છો. હજુ આ રણપ્રદેશમાં મારા રહેવા માટે ઘણીબધી જગ્યા છે. જો કે રોમ તેના શત્રુઓનો શિકાર કરવા માટે પ્રખ્યાત છે, તો પણ રણપ્રદેશમાં મને પકડવો તે લોકો માટે સહેલું કામ નહીં હોય. તેઓએ મારો ઘણો પીછો પકડવો પડશે અને તેઓ મને પકડી પાડે તે પહેલા તેના ભાલાધારીઓને રેતીનો અફાટ વગડો ગળી જશે. આ બધું અજેય પાર્થીઅનોને ન ગમે તેવું નથી. પણ આ બધું એકબાજુએ રાખીને મારે એ જાણવું છે કે મારા વિષે આ બધી વાત તને કોણે કરી?

તેમાં એક કલાનો સ્પર્શ પણ હોઈ શકે, અથવા ગંભીરતા પણ – તે જે હોય તે – ઈજીપ્તવાસી રમણીના ચહેરા પર સહાનુભૂતિ દેખાઈ આવી.

"ઓ હર ના પુત્ર, મારા દેશમાં એવા કેટલાય કારીગરો છે કે જે તોફાન પછી સાગરકિનારે જઈને ત્યાં પડેલા છીપલાઓ ઉઠાવી લાવે છે અને તેને જોડીને જાતજાતની તસ્વીરો તૈયાર કરે છે. આવી જ રીતે અન્ય લોકો પણ જુદી જુદી કડીઓ જોડી અને મોટા મોટા રહસ્યોની જાણકારી મેળવી લે છે. મેં પણ આવી જ રીતે થોડી થોડી કરીને ઘણીબધી બાતમીઓ એકઠી કરી લીધી અને તેને જોડીને હું આ નિષ્કર્ષ પર પહોંચી છું. એવી કેટલીક વાતો જયારે તે દિવસે રણ પ્રદેશમાં મારા પિતા શેખ ઈલ્દેરીમ સાથે વાત કરતા હતા ત્યારે મેં જાણી લીધી હતી. હું ખુશ થઈ કે એક સ્ત્રી થઈને હું એક પુરૂષના ભવિષ્ય અને જીવનને ઠેકાણે કરી શકું તેમ હતી કે જેણે" – તેણી થોભી અને ફરસને પગ વડે ઠપકારી અને જાણે કે એકાએક તેનાથી પોતાના મનોભાવ સંતાડતી હોય તેમ મોં ફેરવી લીધું; તેણીએ વેદનાથી છેલ્લા વાકય સાથે પુરૂં કર્યું. "તે માનતી હતી કે તેની સાથે ખોટું કર્યું હતું."

"ના, એટલું પુરતું નથી," બેનહરે તેની સામે જોયા વગર કહ્યું–

"એટલું પુરતું નથી. તું આવતી કાલે નકકી કરી લેજે કે તારે મારૂ શું કરવું છે. મારૂં મૃત્યુ પણ થાય."

"ખરૂં," તેણીએ ફરીથી ભારપૂર્વક વાત ઉપાડી લીધી, "મને રણમાં શેખ ઈલ્દેરીમ જયારે મારા પિતા સાથે રાવટીમાં વાત કરતા હતા ત્યારે કેટલીક વાત જાણવા મળી. તે રાત્રી એકદમ ઠંડીગાર હતી, તંબુનું કાપડ પણ એકદમ ઠરી ગયું હતું અને તેમ કહેવું ઠીક લાગશે કે ત્યાં બહાર કાન રાખીને બેઠેલા કોઈ પણ બધું સાંભળી શકે તેટલી નિરવ શાંતી હતી."

તેણી વાત કરતા થોડીવાર રોકાઈ, વાતની અસર થતી જોઈ અને ફરીથી આગળ ચલાવ્યું:

"કેટલીક અન્ય બાબતો – માળાના મણકા – મને...."

"કોણે આપ્યા?"

"હર ના પુત્રએ ખુદ"

"અન્ય કોઈએ તને કશું નહોતું કહ્યું?"

"ના, એક પણ વ્યકિતએ નહીં."

બેનહરે રાહતનો શ્વાસ લીધો અને હળવાશથી કહ્યું, " આભાર, માનનીય સેજાનુસને તારી વાટ જોવી પડે તે સારૂં ન કહેવાય. આ રણ એટલું બધું સંવેદનશીલ નથી. ફરીથી, ઓ ઈજીપ્તની સુંદરી, તને શાંતિ હો."

બેનહરે તેના હાથ પર લટકાવેલો મોટો ખેસ તેના માથા પર બાંધ્યો અને ત્યાંથી જતા રહેવા માટે ચાલ્યો. પણ તેણીએ તેને આતુરતાથી હાથ આડો દઈ અને રોકી લીધો.

"થોભ," તેણીએ કહ્યું.

બેનહરે પાછા ફરીને તેની સામે જોયું, પણ તેણીનો હાથ દુર કર્યો નહીં. જો કે તેણીએ હાથ પર પહેરેલા હીરાજડીત ઘરેણાઓ ચમકી રહ્યા હતા. તેણીની રીતભાતથી બેનહરને ખબર પડી ગઈ હતી કે ખરી વાત તો હવે સામે આવવાની હતી.

તેણે પાછા ફરીને તેણીની સામે જોયું પણ તેણીનો હાથ દુર કર્યો નહીં , જો કે તેની વાત ધ્યાન ખેંચે તેવી હતી "થોભ, અને મારી વાત પર અવિશ્વાસ કરતો નહીં , ઓ હર ના પુત્ર જો હું કહું કે શા માટે ઉમરાવ એરીયસે તને તેનો વારસદાર નિયુકત કર્યો હતો. અને, આઈસીસના સોગન! ઈજીપ્તના બધા દેવતાઓના સોગન! હું સોગન ખાઉં છું કે હું તારો વિચાર કરૂં છું કે મને તારો ડર લાગે છે. તું એટલો શુરવિર અને ઉદાર માનવ ખરો પણ એવો જ નિષ્ઠુર મંત્રી. તારા યૌવનનો એક ભાગ મહાન શહેરના હ્રદય સમા વિસ્તારમાં છુટી ગયો છે. હવે જેમ હું વિચારૂં છું તેમ તું વિચાર કર કે આ રણપ્રદેશ તારી જીવનશૈલીથી વિપરિત નથી? ઓહ, મને તારી દયા આવે છે – દયા! અને તું જો હું જેમ કહું તેમ કરીશ તો હું તને બચાવી લઈશ. તે પણ હું અમારી પવિત્ર આઈસીસના સોગન ખાઈને કહું છું!"

આ પ્રાર્થના અને વિનંતીના શબ્દો પ્રામાણિકતા અને સૌન્દર્યના પ્રભાવ સાથે કહેવાયા.

"લગભગ – લગભગ મેં તારી વાત માની લીધી છે," બેનહરે થોડા હિચકિચાટ સાથે થોડા અસ્પષ્ટ અને ધીમા અવાજે કહ્યું; કેમ કે તેના મનમાં હજુ પણ કેટલીક શંકાઓ અને પ્રશ્નો હતા. એક સ્પષ્ટ શંકા, અને આવી જ એક શંકાએ ઘણાના જીવન અને ભવિષ્ય બચાવી લીધા હતા.

"સ્ત્રી ના જીવનની સંપૂર્ણતા પ્રેમથી જીવવામાં છે; પુરૂષના જીવનનું સુખ એટલે તેને પોતાને જ જીતી લેવો તે; અને તેથી ઓ રાજકુમાર, મારે તને કંઈક પુછવું છે."

તેણી ફટાફટ હાથ વડે મનોભાવ પ્રગટ કરતા બોલી ગઈ; ખરેખર, તેણી આ પહેલા તેને કદી આટલી આકર્ષક લાગી નહોતી.

"વરસો પહેલા તારો એક મિત્ર હતો," તેણીએ આગળ કહ્યું. "તારી કિશોરાવસ્થામાં. એક વાર તમારી બન્ને વચ્ચે તકરાર થઈ અને તું અને તે શત્રુઓ બની ગયા. તેણે તારી સાથે ખોટું કર્યું. થોડા વરસો પછી તું ફરીથી તેને એન્ટિઓકના સર્કસમાં મળ્યો."

"મેસાલા!"

"હા, મેસાલા. તારે તેની પાસેથી નાણા લેવાના છે. ભૂતકાળ ભૂલી જા; તેની મિત્રતાનો ફરીથી સ્વિકાર કર; તેણે મોટા જુગારમાં તેનું ભવિષ્ય ગુમાવ્યું છે તે ફરીથી પાછું આપ; તેને બચાવી લે. તે છ ટેલેન્ટની તારા માટે કોઈ મોટી કિંમત નથી; એક ઘટાદાર વૃક્ષ પરથી કળી ખરી પડે એટલી જ; પણ

તેના માટે–તેના માટે તો આ રકમ તેની કમ્મર તોડી નાખે તેમ છે.તે જયારે તને મળશે ત્યારે નીચી નજરે જ મળશે. જેરૂસલેમના રાજકુમાર બેનહર. કોઈ પણ રોમન માટે ભીખારી જેવું જીવન જીવવું તે મૃત્યુથી પણ વધુ બદતર પરિસ્થિતિ છે. તું તેને ભિખારીના જીવનમાંથી મુકિત અપાવી દે. બસ, હું આટલું જ તારી પાસેથી માગું છું."

તે એટલી ઝડપથી બોલી ગઈ કે બેનહરને વિચારવાનો મોકો જ ન મળ્યો, તે કદાચ ભૂલી ગઈ હતી અથવા તો તેણીને ખબર નહોતી કે ત્યાં કેટલાક અપરાધો હતા કે જેનો વિચાર કરવામાં આવ્યો જ નહોતો, પણ ત્યાં અગાઉથી જાણ કર્યા વિના કે તે વાત મુકવાની પરવાનગી લીધા વિના ટપકી પડયા હતા. તેથી તેને એવું લાગતું હતું કે જયારે અંતે તેણી વાત કહેવાની પુરી કરે અને તેનો જવાબ સાંભળવા માટે થોભે ત્યારે મેસાલા તેની સામે જોતો હોય તેવું જ લાગ્યું; અને તેની અભિવ્યકિતની ઢબમાં તે રોમન ભીખારી કે મિત્ર નહોતો; તે એક રોમને વફાદાર વ્યકિતનો તિરસ્કાર માત્ર હતો, અને તેણીની મગરૂરી, અહંકાર બેનહરને અકળાવી નાખે તેવા હતા.

"આ અરજીનો તો પછી નિકાલ થશે, અને એક વખત માટે મેસાલાને કંઈ ન મળે. મારે જઈને આ વાત મારા મહાન બનાવો પુસ્તકમાં લખવી પડશે – રોમન સામે એક રોમનનો ન્યાય! પણ ઓ ઈજીપ્તની સુંદરી તેણે – મેસાલાએ તને મારી પાસે આ વિનંતી કરવા માટે મોકલી છે?"

"તે ઉમદા સ્વભાવનો છે, અને તેથી તેણે તારૂં તેના ઉમદા સ્વભાવથીજ મુલ્યાંકન કર્યું છે."

બેનહરે પોતાનો હાથ તેના ખભ્ભા પર મુકયો.

"જો તું તેને આટલો બધો મિત્રભાવે જાણતી હોય, ઈજીપ્તવાસી સુંદરી, તું મને કહે, જો પરિસ્થિતિઓ ઉલટાવી નાખવામાં આવે તો તે મારા માટે તું જે કહે છે તેમ કરશે? તું દેવી આઈસીસના સોગન ખાઈને કહે. સત્યને ખાતર પણ કહે!"

તેના હાથના સ્પર્શમાં અને આંખોમાં આગ્રહ હતો.

"ઓહ!" તેણીએ શરૂ કર્યું, " તે –"

"એક રોમન, તું એ કહેવાની હતી; તેનો અર્થ કે હું, એક યહુદી હોવાથી મારે તેણે મારા પર ગમે તેટલા સિતમ કર્યા હોય તો પણ તે ધ્યાનમાં લેવા નહીં; એક યહુદી થઈને, મારે તેના માટે મારો વિજય ભૂલી જવાનો, કેમ કે તે રોમન છે. બાલ્થસારની પુત્રી, જો તારે મને કંઈ વધુ કહેવાનું હોય તો ફટાફટ કહી દે; કેમ કે ઈઝરાયેલ ના ઈશ્વરના સોગન, જયારે આ રકતની ઉષ્મા તેની ચરમસીમાએ પહોંચશે ત્યારે હું ભૂલી જઈશ કે તું એક સુંદર સ્ત્રી છો! હું તને બીજું કંઈ નહીં પણ એક જાસુસ કે જેનો માલિક તે રોમન છે તે રીતે જોઈ રહ્યો છું. મારા માટે તો તે રોમન નફરત ને પાત્ર છે. જો તું તેમ ઈચ્છે કે હું તે રોમનનું દેવું માફ કરી દઉં, તો તે કદી થવાનું નથી.હવે તારેજે કહેવું હોય તે ફટાફટ કહી દે."

તેણીએ તેનો હાથ પાછો ખેંચ્યો અને એક ડગલું પાછળ હટી અને પુરા પ્રકાશમાં આવી ગઈ. તેનો પુરેપુરો દુષ્ટ સ્વભાવ તેની આંખ અને અવાજમાં છલકી ઉઠયો.

"તું બેવડો ઢીંચનારો, છોતરા ખાનારો! તને એમ લાગે છે કે હું મેસાલાને જોયા પછી તને પ્રેમ કરી શકું? તારા જેવા તો તેની સેવા કરવા માટે જનમ્યા છે. તેને તો તેના છ ટેલેન્ટસથી સંતોષ થઈ જશે; પણ હું તને કહું છું કે તું તે છ ની છવ્વીસ કરી દે. છવ્વીસ, તું સાંભળે છે? તેં મારી ટચલી આંગળીને ચુમી લીધી છે, જે તેની પાસેથી જો કે મારી સહમતીથી તે લઈ લીધી છે, તે માટે વધારાના વીસ ચુકવવાના છે;

અને તે પણ એ માટે કે હું સહાનુભૂતિ અને આકર્ષણથી તારી પાછળ આવી, અને તને આટલા લાંબા સમય સુધી સહન કર્યો, તેના ખાતામાં તેથી જમા કરવામાં તેથી ઓછી એક પણ પાઈ નહીં ચાલે કેમ કે હું તેની સેવા કરૂં છું. તે વેપારી તારો ખજાનચી છે. જો આવતીકાલ બપોર સુધીમાં તે આ પ્રમાણે મારા મેસાલાની તરફેણમાં છવ્વીસ ટેલેન્ટસ – રકમ નોંધી લેજે! – તો તારે શ્રીમાન સેજાનુસ સાથે પનારો પાડવો પડશે. ડાહ્યો થા અને – આવજે."

જેવી તે દરવાજામાંથી બહાર જવા માટે નીકળવા ગઈ કે બેનહરે તેનો રસ્તો રોકી લીધો.

"તારામાં હજુ પુરાતન ઈજીપ્ત જીવે છે," તેણે કહ્યું. " જયારે પણ તું મેસાલાને જુએ; આવતીકાલે કે પરમ દિવસે; અહીં આ કે રોમમાં; ત્યારે તું તેને કહી દેજે કે મને મારા પૈસા પાછા મળી ગયા છે. તે છ ટેલેન્ટસ માટે પરેશાન થવાની જરૂર નથી. જો કે તેણે મારા પિતાની સંપત્તિ મારી પાસેથી પડાવી લીધી હતી. તેને કહેજે કે યુધ્ધજહાજની જે ગુલામીમાં તેણે મને ફેંકી દીધો હતો તેમાંથી હું બચી ગયો હતો અને હું તેના નામોશીભર્યા અને ભીખારી જેવા જીવનને જોઈને ખુશ થાઉં છું. તેને એ પણ કહેજે કે મેં અમારા ઈઝરાયેલના ઈશ્વરના શાપથી તેને તેના જેનું કોઈ નથી તેવાઓ પ્રત્યે આચરેલા ગુનાઓની સજા રૂપે શરીરથી હંમેશાને માટે પંગુ બનાવી દીધો છે. તેને કહેજે કે મારી માતા અને બહેન કે જેને તેણે એન્ટોનીયામાં રકતપિતીયા થઈને મરી જાય તે માટે તેણે મોકલી આપ્યા હતા તે પેલા નાઝરેથવાસી કે જેને તમે ધિક્કારો છો, તેની શકિતથી સાજાસારા થઈ ગયા છે અને મોજથી જીવે છે. તેને કહેજે કે અમને અમારા સુખના દિવસો પાછા મળ્યા છે અને તેથી હું તે લોકોની પાસે પાછો જઈશ અને અમે બધા પ્રેમથી જીવીશું. હવે તું પણ સાંભળ અને તેને પણ કહેજે, તેથી તને સારૂં લાગશે; ઓ લુચ્ચાઈની મૂર્તિ, તેને કહેજે કે જે બધી ચાલાકીઓ તમે બન્નેએ મારી સાથે કરી છે, તે પછી પણ અમે બધા આનંદમાં છીએ. તેને એ પણ કહેજે કે જયારે શ્રીમાન સેજાનુસ મને બરબાદ કરવા માટે આવશે ત્યારે તેને કશું જ નહીં મળે. કેમ કે યુધ્ધવીર કવીન્ટસ એરીયસ તરફથી મને જે મીસેનમનો મહેલ અને સંપત્તિ મળ્યા હતા તે બધું વેચીસાટીને મેં વેપારમાં લગાવી દીધું છે અને આ મહેલ, વહાણોનો કાફલો અને વખારોમાં ભરેલો માલ જેની બધી જવાબદારી સીમોનીડીસ સંભાળે છે, તે બધું તેની પહોંચની બહાર છે. અને તો પણ શુભેચ્છાના પ્રતિક રૂપે શ્રીમાન સેજાનુસને નિયમિત રીતે જેમ માછલીઘરની માછલીને ચારો નાખવામાં આવે છે તેમ ભેટસોગાદો મળ્યા રાખે છે; તેને તે પણ કહેજે કે જો આ બધું તેમ ન હોય તો પણ જો આ બધી સંપત્તિ મારી હોય તો પણ તેને તેમાંથી એક ફુટી કોડી પણ મળે તેમ નથી. કેમ કે જયારે તે અમારી યહુદી રસીદો મેળવશે અને તેનું મુલ્યાંકન કરવા માટે અમને ફરજ પાડશે, તો પણ મારી પાસે એક બીજો ટેકો બચ્યો છે – સીઝરને ભેટ આપવા માટેનું એક ખતપત્ર – એવું ઘણું બધું અમારી પાસે છે. આ બધા વિરોધો પછી પણ હું તેને ધિક્કારતો નથી પણ તેના પ્રતિ મારી સખત નફરતના સ્વરૂપે હું તેની પાસે એક એવી સ્ત્રીને મોકલી રહ્યો છું કે જે આવનાર તમામ આફતોનું કારણ થશે. બાલ્થસારની પુત્રી, જરા તો વિચાર કરવો હતો કે તારી જીભેથી જયારે તેને મારો સંદેશ મળશે ત્યારે; હું જે કહેવા માગું છું તે સમજવામાં વાર લાગશે નહીં. હવે તું જઈ શકે છે."

તે તેણીને દરવાજે લઈ ગયો અને અત્યંત નમ્રતાથી જયારે તે જતી હતી ત્યારે પડદો પકડીને ઉભો રહ્યો હતો. "તને શાંતિ હો," જેવી તે અદશ્ય થઈ કે તેણે કહ્યું.

*****

પ્રકરણ ૭મું

જયારે બેનહર મહેમાનો માટેનો કક્ષ છોડીને ચાલતો થયો ત્યારે તેના પગલા ધીમા પડી ગયા હતા અને તે તેનું માથું છેક છાતી સરસું નીચું ઢાળીને ચાલતો હતો. તેણે ઉત્સાહથી ખંડમાં પ્રવેશ તો કર્યો હતો પણ હવે તે ઉત્સાહ ભાંગી પડયો હતો; તેને ખબર પડી ગઈ હતી કે તે પીઠ ભાંગેલા માણસનું મગજ હજુ પણ તેજ ચાલતું હતું, જે તેણે તેને શોધી કાઢીને બતાવી દીધું હતું.

હવે તેને તેની ગંભીર ભૂલ સમજાઈ ગઈ હતી. તેને થયું કે આવી પડયા પછી પાછળ જોયું તો ખબર પડી કે પુરાવાઓ આખે રસ્તે વેરાયેલા પડયા છે. તેને કદી પણ તે ઈજીપ્તવાસી રમણી મેસાલાની પ્રેમિકા હોય તેવી શંકા થઈ નહોતી, વિતેલા સમયમાં તેણે તેણીની ઉપર વિશ્વાસ કરી અને તેને અને તેના મિત્રોને તેણીની દયા પર વધુ ને વધુ નિર્ભર કરી દીધા હતા, અને આ બાબતે યુવાનના મિથ્યાભિમાન પર આકરો ઘા કરી દીધો હતો. તેણે પોતાની જાતને જ કહ્યું, " તે દિવસે કેસ્ટાલીયાના ફુવારા પાસે જયારે તે રોમન વિષે વાત થઈ હતી ત્યારે તે જ રોમન કે જેણે તેના પર વિશ્વાસ રાખનાર સાથે અનુચિત વ્યવહાર કર્યો હતો તેના માટે તેણીની પાસે તિરસ્કારનો એક પણ શબ્દ નહોતો! હવે મને યાદ આવે છે કે તેણી ખજુરની વાડીઓમાં આવેલા તળાવામાં નૌકાવિહાર દરમ્યાન તેના વખાણ કરતી હતી! અને, આહ!" – તે થોભ્યો, અને ઝનુનથી તાળી પાડી – " આહ! તેણીએ તેની સાથે આઈડરનીના મહેલમાં મુલાકાત નકકી કરી હતી અને પછી જે ઘટના બની હતી, તેમાં હવે કોઈ રહસ્ય રહ્યું નહોતું!"

તેના મિથ્યાભીમાન પર ઘા થયો હતો; અને નસીબજોગે તેવું વારંવાર બનતું નથી કે લોકો આ પ્રકારના આઘાતથી મૃત્યુ પામે કે લાંબા સમય સુધી બિમારીનો ખાટલો પકડી લે. બેનહરને થયું કે ચાલો સારૂં થયું કે તેને સમયસર બધી ખબર પડી ગઈ. તે મોટેથી બોલી ઉઠયો, " તે ઈશ્વરનો જય થાઓ કે આ સ્ત્રી નો જાદુ મારા પર વધારે ચાલ્યો નહીં ! હવે મને ખબર પડી છે કે હું તેણીને પ્રેમ કરતો નહોતો."

પછી તે જાણે કે મનનો ભાર હળવો કરતો હોય તેમ આરામથી છત પરથી સીડી વાટે નીચે ઉતરી ઘરના આંગણામાં આવ્યો અને ફરીથી બીજી છત પર સીડી વાટે ચડી ગયો. તે પછી આગળ ચડવા માટે સીડી લીધી અને ત્યાં ઉપર જઈ થોભી ગયો.

"તેણી જે રમત રમતી હતી તેમાં શું બાલ્થસાર પણ ભાગીદાર હોઈ શકે? ના, ના. તે પાકટ ઉંમરે દંભનો અંચળો ઓઢી ન શકે. બાલ્થસાર એક ભલો માણસ છે."

તેના વિષે મનમાં આ અભિપ્રાય બનાવીને તેણે છત પર પગ મુકયો. તેના માથા પર પુનમનો ચંદ્ર સોળે કળાએ ખીલી ઉઠયો હતો, તો પણ શેરીઓમાં અને ખુલ્લી જગ્યાઓમાં સળગતા તાપણાઓના પ્રકાશમાં ધુંધળું વાતાવરણ ભૂતાવળ જેવું લાગતું હતું, અને તે બીજું કંઈ ન કરતા ઈઝરાયેલવાસીઓના સામુહિક સ્વરોમાં ગવાતા સાખીઓ અને ભજનો સાંભળી રહ્યો હતો. અગણિત અવાજો જાણે વેદના ઠાલવતા એમ કહી રહ્યા હતા, " આ રીતે, ઓ જુડાહના પુત્ર, આપણે આપણી ઈશ્વરની ભકિત, શ્રધ્ધા અને તેણે આપણેને આપેલી ધરતી પ્રત્યેની વફાદારીનું પ્રમાણ આપી રહ્યા છીએ. ચાલો ગીડીઓન, ડેવીડ કે મકકાબીયસને આવવા દો. આપણે તો તૈયાર છીએ."

તે એક પરિચય અપાતો હોય તેવું લાગતું હતું; કેમ કે તે પછી તેણે નાઝરેથવાસીને જોયો હતો.

ચોક્કસ માનસિક પરિસ્થિતિઓમાં માનવમન પોતાના જ અપ્રસ્તુત આકર્ષણોની મશ્કરી કરવાનું મન બનાવી લે છે.

ઈસુનો અશ્રુભરી આંખો વાળો સ્ત્રૈણ ચહેરો જયારે તે ઘરની ઉત્તર દિશામાં પડતી શેરી પર આવેલી છતની પાળી પસાર કરી રહ્યો હતો ત્યારે તેની આંખો સામે જ રહ્યો હતો અને ત્યાં કોઈ યુધ્ધની નિશાનીઓ દેખાતી નહોતી; પણ તેથી પણ વિશેષ – ચોતરફ સ્વર્ગ શી શાંતિનું સામ્રાજય હતું. તેથી જ ફરીથી તેને ઉશ્કેરી મુકે તેવો જુનો પ્રશ્ન, આ કઈ જાતનો માણસ છે? – તેના મનમાં ઘુમી રહ્યો હતો.

બેનહરે પારાપેટ નીચે નજર નાખી, અને ફરી અને યંત્રવત્ત ગ્રીષ્મઘર તરફ આવ્યો. "તેમને તેમનાથી થાય તેટલું ખરાબ કરવા દો," તે જેવો ધીમેથી ચાલતો થયો કે બોલ્યો. "હું તે રોમનને માફ કરી શકીશ નહીં. હું મારા ભવિષ્યની તેની સાથે વહેંચણી કરીશ નહીં કે મારા વડવાઓના શહેરમાંથી ભાગીજઈશ નહીં. હું પ્રથમ તો ગાલીલવાસીઓને બોલાવીશ અને અહીં થી લડાઈ કરવા માટે એલાન કરીશ. તે લોકોના બહાદુરીભર્યા પરાક્રમી કાર્યોથી હું તે જાતિઓને આપણી તરફ કરી દઈશ. જો હું નિષ્ફળ જઈશ તો તે ઈશ્વર કે જેણે મોઝેસને મોટો કર્યો છે; તે આપણા માટે નેતા શોધી કાઢશે, અને જો તે નાઝરેથવાસી નહીં હોય તો,બીજા ઘણા બધા સ્વતંત્રતા કાજે મરી ફીટવા તૈયાર છે

ગ્રીષ્મઘરમાં જયારે બેનહર આરામથી ધીમા પગલે આવ્યો ત્યારે તેમાં આછું અજવાળું હતું. તેમાં ઉત્તર પશ્ચિમ દિશાઓમાં આવેલા થાંભલાઓના પડછાયા લંબાયા હતા. ત્યાંથી બજારની દિશામાં થઈને સમગ્ર શહેર જોઈ શકાય તેવી જગ્યાએ એક આરામખુરશી રાખેલી હતી જે સામાન્ય રીતે સીમોનીડીસ ઉપયોગમાં લેતો હતો.

"ભલો માણસ પાછો આવી ગયો છે. જો તે ઉંઘી ગયો ન હોય તો હું તેની સાથે વાત કરીશ." તે અંદર ગયો અને શાંતિથી આરામખુરશી તરફ આગળ વધ્યો. ખુરશીની ઉંચી પીઠ પાછળ જોયું તો ત્યાં તે આરામખુરશીમાં તે નાનકડી છોકરી હંમેશા તેના પિતાના ઝભ્ભાની ઓથે રહેતી– એસ્થર સુતી હતી. તેણીના મુખ પર વાળ વિખરાઈને પડયા હતા. તેણીના શ્વાચ્છોશ્વાસ અનિયમિત રીતે ચાલતા હતા. વચ્ચે એક વખત તેણીએ જાણે કે દુસ્વપ્ન જોયું હોય તેમ ઝબકીને જાગી ગઈ અને એક ઉંડો શ્વાસ લીધો. કંઈક એવું – તે કદાચ બેનહરે તેણીમાં જોયેલી એકલતા કે એવા કોઈ કારણે હોઈ શકે. બેનહરને થયું કે તેણી કદાચ અતિશ્રમના કારણે થાકીને નહીં પણ તેના દુખને હળવું કરવા માટે ઉંઘી ગઈ હતી.

પ્રકૃતિ પ્રેમથી આવી રાહત તેના બાળકોને આપે છે, અને તેણે એસ્થરને હંમેશા એક બાળક તરીકે જ જોઈ હતી. તેણે તેનો હાથ ખુરશીની પીઠ પર મુકયો અને વિચાર કર્યો.

"હું તેણીને ઉઠાડીશ નહીં. મારે તેણીને કશું જ કહેવાનું નથી – કશું જ નહીં કહું, સિવાય કે – સિવાય કે તે મારો પ્રેમ હોય...... તેણી જુડાહની દિકરી છે, અને સુંદર છે, અને પેલી ઈજીપ્તવાસી રમણી જેવી તો જરાય નથી; કેમ કે તેણીની બધી વાતોમાં મિથ્યા આડંબર સિવાય બીજું કશું જ નહોતું; જયારે અહીં બધું સત્ય છે. આઈ રસ મહત્વકાંક્ષી હતી, જયારે એસ્થર માટે કર્તવ્ય એ જ ધર્મ છે. આઈરસ સ્વાર્થી છે જયારે એસ્થર પોતાની જાતને હોમી દેવામાં પણ પાછી પડે તેમ નથી........ ના, પ્રશ્ન તે નથી કે હું તેને પ્રેમ કરૂ છું, પણ તેણી મને પ્રેમ કરે છે? તેણી નાની હતી ત્યારથી મારી મિત્ર રહી છે. એન્ટિઓકમાં છત પરની તે રાત્રી, તેણીએ કેવું એ બાળકની માફક ભોળા ભાવે રોમ સાથે શત્રુતા ન કરવા કહ્યું હતુ!

અને મીસેનમમાં આવેલા મારા બંગલે ત્યાંનું જીવન કેવું છે તે વિષે વાત કરી હતી. તે પણ કે તેણીને ખબર જ ન પડી કે મેં તેને કયારે ચાલાકીથી ખેંચી લઈ અને ચુમી લીધી હતી. શું તેણી તે ચુમી ભૂલી ગઈ હશે? હું તો ભૂલ્યો નથી. હું તેણીને પ્રેમ કરૂં છું.... તે લોકોને શહેરમાં ખબર નથી કે મને મારા લોકો પાછા મળ્યા છે. મને તે વાત ઈજીપ્તવાસી રમણીને કહેતા સંકોચ થયો હતો; પણ આ નાનકડીએસ્થરને તે લોકો સારા થઈ ગયા તે વાતથી મારા જેટલો જ આનંદ થશે અને તેનું હૃદયપૂર્વક ઉષ્માભેર સ્વાગત કરશે. તેણી મારી માની બીજી દિકરી થશે; મારી મા ને તેણી તીરઝાહ જેવી જ લાગશે. મારે તેણીને જગાડી અને આ બધી વાત કરી દેવી જોઈશે, પણ – ઈજીપ્તની જાદુટોણા કરવાવાળી સ્ત્રીના પ્રતાપે! તે નિષ્ફળતાના કારણે હું ગ્લાની અનુભવું છું અને તેથી તેણીને કંઈ પણ કહેવા મારા હૈયાને આદેશ આપી શકતો નથી. હું જતો રહીશ અને યોગ્ય સમયની વાટ જોઈશ. હું વાટ જોઈશ. સુંદર એસ્થર, કર્તવ્યનિષ્ઠ બાળક અને જુડાહની પુત્રી!"

જેમ આવ્યો હતો તેમ જ તે શાંતિથી બહાર નીકળી ગયો.

*****

પ્રકરણ ૮મું

આવતા અને જતા કે તાપણાઓની આજુબાજુ બેસીને માંસ પકાવતા, મીજબાની માણતા અને આનંદથી નાચતા ગાતા લોકોથી શેરીઓ ખચાખચ ભરેલી હતી.આ એક એવો મોકો હતો કે જયારે ઈઝરાયેલનો દરેક પુત્ર એક બીજાને પોતાનો સગો ભાઈ સમજતો હતો. જયાંથી પણ બેનહર પસાર થતો, લોકો તેને સલામ કરતા અને તેઓની સાથે ભોજન લેવાનો આગ્રહ કરતા કહેતા," થોભો અને અમારા સાથી બનો. આપણે બંધુઓ ઈશ્વરના પ્રેમની સાંકળે જોડાયેલા છીએ." પણ તે બધાનો આભાર માનતો આગળ વધતો ગયો. તે સરાઈમાંથી ઘોડો લઈનેબને તેટલા વહેલા સીડ્રોન જવા રવાના થવાનું વિચારતો હતો.

જગ્યા કરવા માટે તેણે સાર્વજનિક માર્ગ ફટાફટ પસાર કરી અને જયાં નિરંતર ખ્રિસ્તી વિધીઓ ચાલતી હતી તે જગ્યાએ પહોંચવું જરૂરી હતું. પવિત્ર તહેવારની ઉજવણી ચરમસીમા પર હતી. ત્યારે તેણે રસ્તાના બીજા છેડે મશાલોનો પ્રકાશ આવી રહેલો જોયો. જયાંથી મશાલોનો પ્રકાશ આવતો હતો તે દિશામાંથી ગાવા વગાડવાનું એકાએક તદન બંધ થઈ ગયું હતું. તેને ઘણું આશ્ચર્ય થયું. તેણે એકદમ ધ્યાનથી જોયું તો તેને પુરો વિશ્વાસ થઈ ગયો કે તે રોમન સૈનિકોના અણીયાળા ભાલાઓની ટોચનો ચળકાટ અને મશાલોનો પ્રકાશ હતો. પણ તે રોમન સૈનિકોનું યહુદી લોકોના ધાર્મિક ઉત્સવમાં શું કામ હતું? આ પહેલા આવું કંઈ બન્યું હોય તેવું તેણે સાંભળ્યું નહોતું અને તેથી તે ત્યાં શું થાય છે તે જોવ ઉભો રહ્યો.

ચંદ્ર સોળે કળાએ ખીલેલો હતોતો પણ જાણે કે ચંદ્રપ્રકાશ, મશાલો, શેરીમાંના તાપણાઓ અને ખુલ્લી બારીઓમાંથી આવતા પ્રકાશના કિરણો રસ્તો ચોખ્ખો કરવા માટે અપુરતા હોય તેવું લાગતું હતું. કેટલાક સરઘસના લોકો ફાનસ ઉંચકીને ચાલતા હતા; અને તેઓએ આવા સાધનોનો વિશિષ્ટ ઉપયોગ કર્યાનો આનંદ હતો. બેનહરે શેરીમાં પ્રવેશ કર્યો કે કુચ કરતા લોકોની એકદમ નજીક આવી ગયો અને તે સૈન્ય ટુકડીનો દરેક સૈનિક તેની નજર સામેથી પસાર થઈ ગયો. સૈનિકોની બાજુમાં મશાલો અને ફાનસો ઉંચકીને ચાલતા નોકરો પાસે ટુંકી લાકડીઓ કે પાટીયા હતા. એવું લાગતું હતું કે તે લોકોએ કોઈ મોટો માણસ આવવાનો હતો તેની પૂર્વ તૈયારી રૂપે રસ્તો સરખો કરવા માગતા હતા. તે અધિકારીઓ અને પદાધિકારીઓ સાથે કેટલાક વડીલો, પુજારીઓ અને જાડી ભ્રમરો, પોપટની ચાંચ જેવા નાક વાળા અને લાંબી દાઢી વાળા યહુદી રાબ્બીઓ(યહુદી ધર્મગુરૂઓ) અને વડા ધર્મગુરૂ કાઈયાફાસ તેમજ હાન્નાસની સમિતિના સભ્યોનો સમાવેશ થતો હતો. તે લોકો કયાં જઈ રહ્યા હતા? તેઓ મંદિર તરફ જતા રસ્તે તો નહોતા જ જતા, કેમ કે ઝીયોન પર્વત પરથી પવિત્ર ઘર તરફ જતો રસ્તો ઝાયસ્ટસ તરફ થઈને જતો હતો. અને તેઓ શું કરવા ધારતા હતા? તેઓનો હેતુ કદાચ સારો નહોતો, બાકી તો સૈનિકોનું શું કામ હોય?

જેવુ સરઘસ બેનહર પાસેથી પસાર થયું કે તેનું ધ્યાન તે સરઘસ સાથે સાથે ચાલતા ત્રણ લોકો તરફ ખેંચાયું. તેઓ ત્રણે આગળ આગળ ચાલી રહ્યા હતા. તેની સેવામાં રહેલા નોકરો ઘણી

સાવધાનીથી સાથે ચાલી રહ્યા હતા. તે લોકોના જુથની ડાબી બાજુએ મંદિરના પુજારીનો મુખ્ય રક્ષક ચાલી રહ્યો હતો. ડાબી બાજુએ પણ એક પુજારી ચાલતો હતો અને વચ્ચે ચાલી રહેલા માણસને તરત ઓળખી શકાય તેમ નહોતું કેમ કે તે તેની છાતીને દાઢી અડી જાય તેટલું નીચે તેનું માથું રાખીને પોતાની ઓળખ છુપાવી શકાય તેમ ચાલતો હતો. કોઈ શકદારની થોડીવાર પહેલા ધરપકડ થઈ હોય કે અપરાધીને સજા આપવા કે મૃત્યુદંડ આપવાનો હોય અને તેથી તે જેવો લાગે તેવો તેનો દેખાવ હતો. તેની આસપાસ ચાલી રહેલા તમામ લોકો તેની એ રીતે સરભરા કરતા હતા કે ત્યાં ઉભેલા લોકોને ખબર પડે કે તે માણસ તે લોકો પૈકીનો એક નહોતો. તો પણ લોકોને એક વાત સ્પષ્ટ સમજાઈ ગઈ હતી કે કાં તો તે માણસ માર્ગદર્શક હતો કે બાતમીદાર હતો અને હવે તે માણસ ત્યાં રોમન તરફી લોકો પર પોતાનો પુરેપુરો પ્રભાવ પાડીને ચાલી રહ્યો હતો. હવે જો તે પોતાનું માથું પણ ઉંચુ કરેતો પણ ખબર પડે કે તે કોણ હતો, અને તેણે એક વખત તેમ કર્યું કે તેનો ફિક્કો, આડેધડ વધેલી દાઢીવાળો, ઉંડી ઉતરી ગયેલી હતાશ આંખોવાળો મૂઢ ચહેરો ફાનસોના પ્રકાશમાં બધા લોકોને દેખાયો. બેનહર નાઝરેથવાસી સાથે યાત્રા કરી રહેલા લોકોને અને શિષ્યોને હવે સારી રીતે ઓળખતો થયો હતો. તેથી જ બેનહર તે માણસનો ચહેરો જોઈ બુમ પાડી ઉઠયો,

"આ તો સ્કેરીયોટ છે!"

ધીરેથી પેલા માણસે તેનું માથું ફેરવ્યું અને તેની આંખો બેનહર પર સ્થિર થઈ. તેના હોઠમાં કંઈક કહેવા માટે સળવળાટ થયો કે તે કંઈ બોલે તે પહેલા જ મુખ્ય પુજારીએ વિક્ષેપ કર્યો.

"તું કોણ છો? જતો રહે!" તેણે બેનહરને ધક્કો મારીને આઘો કરતા કહ્યું.

તે યુવાન માણસે તે ધક્કાને હળવાશથી લઈ લીધો અને પોતાને તક મળે તેની રાહ જોતા ફરીથી સરઘસમાં જોડાઈ ગયો. આમ તે સરઘસની સાથે જ શેરીની બીજા છેડે થઈને બેઝેથા અને એન્ટોનીયાના કિલ્લાની વચ્ચે આવેલી ભીડભાડવાળી ભૂમી પર થઈને બેથેસડાના વહેળા પાસેથી ઘેટાના દરવાજે પહોંચી ગયો. ત્યાં તમામ જગ્યાઓ પર લોકો ધાર્મિક વિધીઓમાં વ્યસ્ત હતા.

પાસ્ખાપર્વના કારણે નગરના દરવાજાઓ ખુલ્લા હતા. તેના દરવાનો પણ કયાંક ને કયાંક મીજબાનીમાં ભાગ લેવા આડાઅવળા થઈ ગયા હતા. સરઘસ આગળ વધ્યું અને તેની સામે સીડ્રોન અને માઉન્ટ ઓલીવેટ નીમધ્યભાગે આવેલી ઉંડી સાંકડી ખીણ આવી. ત્યાં આવેલા દેવદાર અને ઓલીવવૃક્ષોના ઘેરા લીલા રંગના પર્ણો ચાંદનીના પ્રકાશમાં ધરતી પર ઉતરી આવેલા સ્વર્ગના વૃક્ષોના રૂપેરી પર્ણો જેવા લાગતા હતા. દરવાજે બે રસ્તા – એક ઉત્તરપૂર્વથી અને બીજો બેથનીથી આવતો હતો તે ભેગા થઈ એક વિશાળ માર્ગ થઈ જતો હતો. આમથી તેમ ભટકવાનું પુરૂં કરે તે પહેલા બેનહરે આગળ જવા માટે કયો રસ્તો લેવો તે નકકી કરવાનું હજુ બાકી હતું, ત્યાં સરઘસ જોડે બેનહર તે ઉંડી સાંકડી ખીણ પાસે આવી પહોંચ્યો. તો પણ હજુ સુધી તેને આ મધ્યરાત્રીના સરઘસની કુચ નો હેતુ સમજાયો નહોતો.

કોતરની નીચેના ભાગે એક પુલ આવેલો હતો. ત્યાં મોટી સંખ્યામાં લોકો તેઓના હાથમાં રહેલા દંડુકા અને પાટીયાઓ વડે રસ્તો સરખો કરવા માંડયા. તે પછી થોડી વારે તેઓ થોડી ડાબી બાજુએ ફરી રસ્તાની સામે આવેલી પથ્થરની દિવાલવાળી એક ઓલીવની વાડી પાસે આવ્યા. બેનહરને ખબર હતી કે ત્યાં જુના ગાંઠો વાળા વૃક્ષો, ઘાસ અને તે સમયની ઢબથી એક પથ્થરમાંથી

ઘડેલી તેલની કુંડી સિવાય બીજું કંઈ નહોતું. જયારે, તે એમ વિચારતો હતો કે તે લોકો આવી ખંડેર જેવી જગ્યામાં કયાં આવ્યા છે; ત્યાં તે ટોળામાં સામેથી અવાજો ઉઠયા અને શરીરમાં ટાઢનું લખલખું આવી જાય તેવી લાગણી એક થી બીજા માણસમાં પ્રસરી ગઈ; બધા એકાએક પાછા હઠયા અને જાણે કે આંધળા ભીંત થઈ ગયા હોય તેમ એકબીજા સાથે અફળાવા લાગ્યા. ફકત સૈનિકોએ તેમની હરોળો જાળવી રાખી.

આ તક નો લાભ લઈ બેનહર એક ક્ષણમાં ટોળામાં માર્ગ કરી અને આગળ વધી ગયો. ત્યાં તેણે જોયું કે વાડીના દરવાજાના થાંભલાઓ તો હતા, પણ દરવાજા નહોતા. તે પરિસ્થિતિનો તાગ લેવા માટે થોભી ગયો.

ત્યાં પ્રવેશદ્વારની બહાર એક માનવ ઉભો હતો. તેણે સફેદ વસ્ત્રો પહેર્યા હતા અને તેનં માથું ખુલ્લું હતું. તેણે તેના બન્ને હાથ તેની છાતી પર ચોકડીની નિશાની કરી અને મુકયા હતા. તે એક દુબળા પાતળા શરીરવાળો યુવાન હતો. તેના કૃશ ચહેરા પર પ્રતિક્ષા અને વેદનાના ભાવ હતા.

તે નાઝરેથવાસી હતો!

તેની પાછળ, દરવાજાની પેલી બાજુએ તેના અનુયાયીઓ એક જુથ બનાવીને ઉભા હતા; તેઓ ઉત્તેજીત હતા, પણ તે એકલો જ શાંત ચિત્તે ઉભો હતો. તેના ચહેરા પર મશાલોનો પ્રકાશ પડયો કે તેના વાળ પર અજબ આભા છવાઈ ગઈ. સામાન્ય રીતે આટલા તેજ પ્રકાશમાં કોઈ પણ માણસની આંખો અંજાઈ જાય છે. પણ તેના ચહેરા પર અજબ સાદગી અને સહૃદયતા છવાયેલી હતી.

આ શાંત, ગંભીર આકૃતિની સામે ઉપદ્રવી લોકોની ભીડ પણ હતપ્રભ થઈ ખામોશ થઈ ગઈ. આ એવી ભીડ હતી કે જે માત્ર એક સંકેત મળતાવેંત તુટી પડે તેમ હતી. બેનહર કયારેક નાઝરેથવાસી તરફ તો કયારેક ભીડ તરફ જોઈ લેતો હતો. હવે તેને આખી વાત સમજાઈ ગઈ હતી. ત્યાં ભીડની વચ્ચે એક બાજુએ દગાબાજ જુડાસ હતો અને બીજી બાજુએ જેની સાથે દગો થયો હતો તે લોકો હતા; અને તે બધા લાઠીધારીઓ અને સૈનિકો નાઝરેથવાસીને લઈ જવા માટે આવ્યા હતા.

જયાં સુધી ખુદ પર વિતે નહીં ત્યાં સુધી કોઈ એક માણસ માટે કયારેક તો શું કરવું તે નકકી કરવું મુશ્કેલ થઈ જાય છે. પણ તે જ તાકિદની પરિસ્થિતિ હતી કે જેના માટે બેનહરે વરસોથી તૈયારીઓ કરી હતી. જે માનવ માટે તેણે પોતાનું જીવન સમર્પિત કર્યું હતું તે માનવનું જીવન ભયમાં હતું; તો પણ તે ખામોશ હતો. પણ તકલિફ તો એ વાતની હતી કે તે ધીરગંભીર નાઝરેથવાસી ખુદ એકદમ શાંતિથી ઉભો હતો. અને એટલે જ તે સ્તબ્ધ થઈને પથ્થરની મૂર્તિ જેવો થઈને ઉભો હતો. માનવસ્વભાવમાં આવો વિરોધાભાસ સ્વાભાવિક છે! ઓ વાચક, જો સાચું કહેવામાં આવે તો તે ઈજીપ્તવાસી રમણીએ ખ્રિસ્તને દરવાજા સામે જોઈને કરેલા વર્ણનના સંદર્ભમાંથી તે હજુ સુધી પુરેપુરો બહાર આવ્યો નહોતો; અને તેમ છતાં તેને તક મળ્યે મારી નાખવાને તત્પર એવા હથિયારધારી ઉન્માદી ટોળા સામે તે ગજબની શાંતિથી ઉભો હતો. તે નાઝરેથવાસીએ હંમેશા તેના ઉપદેશોમાં સદભાવના, પ્રેમ અને અહિંસાનો મહિમા કર્યો હતો. શું આજે તે તેના ઉપદેશ અનુસાર ચાલશે? એ તો જીવનના સ્ત્રોત છે; તે જયારે ઈચ્છે ત્યારે કોઈનું પણ જીવન પાછું આપવાને સક્ષમ છે. તેઓ તેમની આ શકિતનો કેવી રીતે ઉપયોગ કરશે? તે કેવી રીતે પોતાનો બચાવ કરશે? તેમના મોં માંથી નીકળેલો એક શબ્દ જ પુરતો થઈ પડે તેમ છે. બેનહર આ બધા માનવીય સંઘર્ષો વચ્ચે તે નાઝરેથવાસીને માનવીય માપદંડોથી માપવાની કોશીશ કરતો હતો.

ત્યારે ઈસુનો અવાજ સ્પષ્ટ રીતે સંભળાયો.

"તું કોને શોધે છે?"

"નાઝરેથના ઈસુને," ધર્મગુરૂએ જવાબ આપ્યો.

"તે હું છું."

આ સીધાસાદા શાંત શબ્દો સાંભળીને ઉપદ્રવીઓની ભીડ શાંત થઈ ગઈ. તેઓ થોડા ડગલા પાછા હઠી ગયા; એવું પણ શકય હતું કે તેઓ તેને ત્યાં જ છોડી અને જતા રહે, પણ ત્યારે જ જુડાસ આગળ આવ્યો.

"માલિક, આપનો જય હો!"

આમ મિત્રતાભર્યા શબ્દો કહીને તેણે ઈસુને ચુમી લીધા.

"જુડાસ," નાઝરેથવાસીએ મૃદુતાથી કહ્યું, "તે માનવપુત્રને એક ચુમી આપી અને વિશ્વાસઘાત કર્યો? તે આવું શા માટે કર્યું?"

જુડાસે કોઈ જવાબ ન આપ્યો. પછી તે નાઝરેથવાસીએ ટોળાને સંબોધીને કહ્યું.

"તમે કોને શોધો છો?

"નાઝરેથના જીસસને."

"મેં તમને કહ્યું કે તે હું છું. જો તમે મને જ શોધતા હો તો આ લોકોને તેમના રસ્તે જવા દો."

આ શબ્દો સાંભળીને યહુદી ધર્મગુરૂઓનું જુથ જીસસની તરફ આગળ વધ્યું અને તેમનો ઈરાદો જોઈને જીસસના કેટલાક શિષ્યો તેમને બચાવવા માટે આગળ આવ્યા કે જીસસના એક શિષ્ય સાયમન પીટરે તલવારથી એક વ્યકિતનો કાન કાપી નાખ્યો, પણ ઈસુએ તેમની ધરપકડ કરવામાં આવી તો પણ એક શબ્દ કહ્યો નહીં. અને તો પણ બેનહર એકદમ ચુપચાપ થઈને ઉભો રહ્યો! ના, જયારે બધા અધિકારીઓ નાઝરેથવાસીને દોરડા વડે બાંધવામાં વ્યસ્ત હતા, ત્યારે પણ નાઝરેથવાસી સામાન્ય માણસને કલ્પનામાં પણ ન આવે તેવા તેના અપાર ધૈર્ય અને સહનશિલતા અને સહૃદયતાનો પરિચય આપી રહ્યો હતો.

"તેં ઘણું સહન કર્યું છે," તેણે ઘાયલ માણસને કહ્યું, અને તેના ઘા પર સ્પર્શ કરી અને તેને સાજો કર્યો.

શત્રુઓ અને મિત્રો બન્ને મુંઝવણમાં મુકાયા – એક તો તે આમ કરવાની શકિત ધરાવતો હતો અને બીજું એ કે તેણે આવું સંજોગોવશાત કર્યું હોય તેવું બની શકે.

"એ વાત ચોકકસ કે તે એ લોકોને બંધનમાં જકડવા નહીં દે!"

બેનહરનો આવો વિચાર હતો.

"પીટર, તારી તલવાર મ્યાન કર; શું મારે જે પ્યાલો મારા પિતાએ મને આપ્યો છે તે ન પીવો જોઈએ?" આમ કહી અને પછી જીસસ તેની ધરપકડ કરવા માટે આવેલા લોકો તરફ ફર્યા અને કહ્યું, " શું તમે મને ચોર કે લુંટારો સમજીને તલવારો અને લાકડીઓ લઈને નીકળ્યા છો? જયારે હું મંદિરમાં રોજ તમારી સાથે હતો ત્યારે તો તમે મને પકડીને લઈ ગયા નહોતા; પણ આ તમારો સમય છે અને અંધકારની શકિત છે."

સૈનિકોની ટુકડીએ સાહસ એકઠું કર્યું અને જીસસની તરફ આગળ વધ્યા; અને જયારે બેનહરે ઈસુના વિશ્વાસુ અનુયાયીઓ જે બાજુએ ઉભા હતા ત્યાં જોયું, તો તે બધા રફુચકકર થઈ ગયા હતા – એક પણ ત્યાં ઉભો રહ્યો નહોતો.

ઈસુની આસપાસ જામેલા ટોળાના લોકોએ તેના પર ગાળોનો વરસાદ વરસાવ્યો, કેટલાકે તેને ટાપલીઓ મારી તો કેટલાકે તેને લાતો ફટકારી. તેમના માથાઓ પરથી, મશાલોના ધુમાડામાં વચ્ચે વચ્ચે કયાંક કયાંક બેનહરને તેનો ચહેરો જોવા મળી જતો હતો. તેણે કદી કોઈને આવી રીતે ત્યજી દેવાયેલા માનવને દુશ્મનને પણ દયા આવે તેમ લોકો ઢોર માર મારતા હોય તેવું જોયું નહોતું. તો પણ તેને થયું કે તે માણસ પોતાનો બચાવ કરી શકે તેમ હતો – તે એક ફુંક મારીને પણ તેના શત્રુઓનો વિનાશ કરી શકે તેમ હતો, પણ તેણે એમ કર્યું નહીં. એ કયો પ્યાલો હતો કે જે તેના પિતાએ પીવા માટે આપ્યો હતો? અને તે પિતા કોણ હતા કે જેનો તે આજ્ઞાંકિત પુત્ર હતો? રહસ્ય પર રહસ્ય – એક નહીં , પણ ઘણા બધા રહસ્યો.

હવે ટોળું શહેર ભણી પાછું ફરવા લાગ્યું હતું. સૈનિકો ભીડની આગળ આગળ ચાલી રહ્યા હતા. બેનહર ને ચિંતા થઈ; તે ખુદ પોતાનાથી સંતૃષ્ઠ નહોતો. તે જાણતો હતો કે ભીડ વચ્ચે જયાંથી મશાલોનો પ્રકાશ આવી રહ્યો છે, નાઝરેથવાસી ઈસુને તે ત્યાંથી જ શોધી શકશે. એકાએક તેણે મનમાં નિશ્ચય કર્યો. તે ઈસુને ફકત એક જ પ્રશ્ન પુછવા માગતો હતો.

તેણે પોતાનો લાંબો ઝભ્ભો અને માથે બાંધેલો મોટો ફટકો કાઢી નાખ્યા અને તેને વાડીના કુવા પર ફેંકી દીધા અને ટોળાની પાછળ ગયો અને હિંમતભેર તેમાં જોડાઈ ગયો. મહામહેનતે તેમાંથી માર્ગ કરી અને તે એ વ્યકિત પાસે પહોંચી ગયો કે જે તે કેદીને બાંધેલી રસ્સીનો છેડો પકડીને ચાલતો હતો.

નાઝરેથવાસી ધીમેધીમે ચાલી રહ્યો હતો. તેનું માથું નીચે ઝુકેલું હતું, તેના હાથ પાછળની તરફ બાંધી દીધેલા હતા અને તેના લાંબા કેશ તેના મુખ પર છવાઈ ગયા હતા. તેની તરફ જોતાવેંત એવું લાગતું હતું કે તે તેની આસપાસના લોકોની તદન પરવા કરતો નહોતો. તેની આગળ ચાલતા ધર્મગુરૂઓ અને મોવડીઓ કયારેક કયારેક પાછા વળીને જોઈ લેતા હતા. જયારે તેઓ બધા કોતરમાં આવેલા પુલ પાસે પહોંચ્યા ત્યારે બેનહરે પેલા સૈનિક પાસેથી દોરડું લઈ લીધું અને તેની પાછળ પાછળ ચાલવા લાગ્યો.

"માલિક, માલિક!" તેણે ઉતાવળથી નાઝરેથવાસીના કાનમાં કહ્યું. "તમે મને સાંભળો છો, માલિક? એક શબ્દ – એક શબ્દ. મને કહો–"

બેનહરે જે માણસ પાસેથી દોરડું લીધું હતું તે માણસે હવે તે પાછું માગ્યું.

"મને કહો," બેનહરે આગળ ચલાવ્યું, "શું તમે આ લોકો સાથે તમારી મરજીથી જાવ છો?" હવે લોકો ઉપર આવી ગયા હતા, અને તેના પોતાના કાનમાં મોટેથી પુછી રહ્યા હતા, " અરે ભાઈ, તું કોણ છો?"

"ઓ માલિક," બેનહરે કહેવા માટે ઉતાવળ કરી, તેનો અવાજ ચિંતાથી તીણો થયો, "હું આપનો મિત્ર અને પ્રેમી છું. મને કહો, હું આપને પ્રાર્થના કરૂં છું, જો હું મારા મિત્રોને તમારો બચાવ કરવા માટે અહીં લઈ આવું તો તમે તેનો સ્વીકાર કરશો?"

નાઝરેથવાસીએ ન તો તેની સામે જોયું કે ન તો તે કળાવા દીધું કે તે તેને ઓળખતો હતો. તો પણ એવું કંઈક કે જયારે આપણે વિપદા સહન કરતા હોઈએ અને આવી કોઈ વ્યકિત આપણી સામે જુએ, અને જો તે કોઈ અજાણ્યા સલાહ દેતા હોય તેમ બેનહરના કાનમાં તેને કોઈ કહી રહ્યું હતું, "તેને એકલો છોડી દો" તે એમ કહેવા માગતું હતું કે તેને તેના મિત્રોએ છોડી દીધો છે, વિશ્વએ તેનો અસ્વિકાર કર્યો છે; તેણે હૈયામાં કોઈ ખૂણામાં સંઘરેલી કડવાશથી તેના મિત્રોની વિદાય લઈ લીધી છે; તેને કયાં લઈ જવામાં આવે છે તેની તેને ખબર નથી અને તેને તેની પરવા પણ નથી. તેને એકલો છોડી દો."

અને હવે એકાએક બેનહર પર કેટલાક લોકો તુટી પડયા. તેની ચારેબાજુએ શોરબકોર થઈ પડયો. લોકો બુમો પાડતા હતા," આ પણ તેઓ પૈકીનો એક છે. તેને પકડી લો; તેને લાકડીએ લાકડીએ ફટકારો અને મારી નાખો." ન જાણે બેનહરમાં કયાંથી અપાર શકિત આવી ગઈ કે તેણે પોતાની જાતને એક ઝટકામાં છોડાવી લીધી અને તેના પર તુટી પડેલા માણસોને ધકકો મારી અને તેને ઘેરીને વળેલા લોકોના ટોળામાંથી બહાર નીકળી ગયો.આ ઝપાઝપીમાં તેના કપડા ફાટી ગયા, પણ તે તેની પરવા કર્યા વિના ખુલ્લા શરીરે સડક પર દોડી ગયો અને ત્યાં કોતરમાં થોડું વધારે અંધારૂં હતું કે જેથી બેનહર તે લોકોની પકડમાંથી એકદમ છટકી શકયો હતો.

તે ફળવાડીના કુવા પાસે પહોંચ્યો અને ત્યાં રાખેલા – તેનો લાંબો ઝભ્ભો અને માથા પર બાંધતો હતો તે ફટકો – પાછા લીધા અને પાછો શહેરના દરવાજે આવ્યો; તે પછી તે સરાઈમાં ગયો અને તેનો પાણીદાર અશ્વ લઈને રાજાઓના સ્મશાનમાં તેના લોકો પાસે તંબુમાં પાછો જવા માટે સવાર થયો. જેવો તે સવાર થયો કે તેણે પોતાની જાતને વચન આપ્યું કે તે નાઝરેથવાસીની આવતી કાલે સવારે મુલાકાત લેશે – જો કે તે આમ પોતાની જાતને વચન આપતી વખતે જાણતો નહોતો કે તે નાઝરેથવાસીને સીધો જ હાન્નાસના ઘરમાં તે રાત્રીનાજ તેના પર મુકદમો ચલાવવા માટે લઈ જવામાં આવ્યો હતો.

ભારે હદયે બેનહર પથારીમાં એવી રીતે પડયો કે તેના બારે વહાણો ડુબી ગયા હોય. તેને ઉંઘ ન આવી, કેમ કે તેણે જે જયુડીયાના સામ્રાજયનું સ્વપ્ન જોયું હતું તે બસ સપનું જ બની રહ્યું હતું. તે લોકોની યોજનાઓના કિલ્લાઓ એક પછી એક ભાંગીને ભૂકકો થઈ રહ્યા હતા. જો ધરતીકંપ આવે અને ઘરો જમીનદોસ્ત થઈ જાય; તે બધું એક સાથે બને તો જે માણસનો આત્મા સામાન્ય માણસના આત્માથી અલગ પથ્થરદિલ અને લાગણીશુન્ય હોય તે જ સહન કરી શકે, અને બેનહર તેવા લોકો પૈકીનો એક નહોતો. અને તે આઘાતમાંથી બહાર આવે, કે તે પતનના પડઘાઓને શમી જાય; ત્યાર પછી ભવિષ્યમાં આકાર લેનારી ઘટનાઓ તેની આંખોની સામે ચિત્રપટની જેમ પસાર થઈ અને તેણે રાજયના મહેલના બદલે પ્રદેશમાં દુર એક નાના ઘરમાં તેના એસ્થર સાથેના ગૃહસ્થ જીવનની ઝાંખી કરવાનો વિચાર કર્યો. તેને ફરી ફરીને તે રાત્રે મીસેનમની પાસે આવેલા ઘરના વિચારો આવ્યા. ત્યાં માથા પર નેપલ્સનું આકાશ, તેના ચરણોમાં લીલીછમ ધરતી અને વાદળી સાગરકાંઠો હતો. ત્યાં તેઅને તેની નાનકડી સીધીસાદી પત્ની સાથે તે બગીચામાં ચાલતા ચાલતા તેમાં બનાવેલી કુટીરમાં બેસીને આનંદ કરતા હતા. સીધીસાદી વાત કરીએ તો તે આવતીકાલે થનાર કટોકટીભરી ઘટનાઓમાં જે કંઈ કરવાનું હતું; તે માત્રનાઝરેથવાસીએ જ કરવાનું હતું અને બેનહર તેમાં કંઈ પણ કરી શકે તેમ નહોતો.

*****

પ્રકરણ ૯મું

બીજા દિવસે સવારે સવારે બે માણસો પુરઝડપે ઘોડા દોડાવી અને બેનહરના તંબુ પાસે આવ્યા, અને તે લોકોએ ઘોડાઓ પરથી ઉતરી અને બેનહરને મળવા માટે કહ્યું. તે હજુ ઉઠયો નહોતો, પણ તે લોકોએ પ્રવેશ કર્યો કે તેમને તે જયાં સુતો હતો તે જગ્યા બતાવવામાં આવી.

"તમને શાંતિ હો, ભાઈઓ," તેણે કહ્યું કેમ કે તેઓ ગાલીલવાસીઓ હતા અને તેની સેનાના વિશ્વાસુ અધિકારીઓ હતા. " તમે બેસશો?"

"ના," બન્નેમાંથી જે મોટો અધિકારી હતો તેણે તરત જ જવાબ આપ્યો, "અહીં આરામથી બેસીએ અને નાઝરેથવાસીને મરવા દઈએ. ઉઠ, જુડાહના પુત્ર, અને અમારી સાથે ચાલ. તેનો ન્યાય થઈ ગયો છે. ત્યાં ગોલગથામાં તેના માટે ક્રોસનું ઝાડ તૈયાર થઈ ચુકયું છે."

બેનહર તે લોકો સામે તાકી રહ્યો.

"ક્રોસ!" તે એ ક્ષણે જે કંઈ કહી શકયો તે બસ આટલું જ હતું.

"તે લોકો ઈસુને ગઈ રાત્રીના લઈ ગયા અને તેના પર ખટલો ચલાવ્યો," તે માણસે આગળ ચલાવ્યું.

"સવાર થઈ કે તે લોકોએ તેને પિલાત પાસે રજુ કર્યો. બે વખત તે રોમને તેના અપરાધનો અસ્વિકાર કર્યો અને બે વખત તેને તે લોકોને સોંપવાની ના પાડી. અંતે તેણે પાણી લઈ અને ભીડની સામે તેના હાથ ધોયા અને કહ્યું, 'તો પછી આનું પાપ તમારા માથે,' અને તે લોકોએ જવાબ આપ્યો–"

"કોણે જવાબ આપ્યો?"

"તેઓ – ધર્મગુરૂઓ અને લોકો – તેના રકતનું પાપ અમારા અને અમારા સંતાનો પર હો."

"પવિત્ર પિતા અબ્રાહમ!" બેનહર બુમ પાડી ઉઠયો; " ઈઝરાયેલવાસીઓ કરતા તો એક રોમન ભલો નીકળ્યો. તેણે એક નિર્દોષ ઈઝરાયેલવાસીનો પક્ષ લીધો. અને જો – આહ, જો તે ખરેખર ઈશ્વરનો પુત્ર હશે તો, તેના ખુનનું પાપ ઈઝરાયેલવાસીઓના સંતાનોના માથેથી કોણ ધોઈ શકશે? તેમ ન થવું જોઈએ – આ યુધ્ધનો સમય છે!"

તેનો ચહેરો આ નિર્ણય લીધા પછી ચમકયો અને તેણે તેના હાથ ભીડયા.

"ઝડપથી ઘોડાઓ લાવો!" તેણે આરબને કહ્યું અને આરબે સંમતિથી માથું હલાવ્યું.

"અને અમારાહને કહો કે મારા માટે નવા કપડા અને મારી તલવાર મોકલે! મારા મિત્રો, આ ઈઝરાયેલ માટે શહિદ થવાનો સમય છે. મને લીધા સિવાય જતા નહીં."

તેણે એક રોટલો ખાધો અને દ્રાક્ષાસવનો એક પ્યાલો પીધો અને તરત જ તેઓ રસ્તે પડયા.

"પહેલા તું કયાં જઈશ?" એક ગાલીલવાસીએ પુછયું.

"સેના એકઠી કરવા."

"અરેરે!" તે માણસે તેના બન્ને હાથ હવામાં ઉછાળતા કહ્યું.

"કેમ અરેરે?"

"માલિક" – તે માણસે શરમ આવતી હોય તેમ કહ્યું – "માલિક, મારા અને મારા મિત્ર સિવાય આપણી સેનામાં કોઈ બચ્યું નથી. બીજા બધા ધર્મગુરૂઓ સાથે થઈ ગયા છે."

"શું કામ?" બેનહરે ઘોડાની લગામ તાણતા પુછયું.

"તેને મારી નાખવા માટે."

"નાઝરેથવાસીને તો નહીં ને?"

"તમે તે સાચું કહ્યું છે."

બેનહરે તે બન્ને ગાલીલવાસી સૈનિકો સામે વારાફરતી જોયું. તે સમયે પણ તેના કાનમાં ગઈ રાત્રીનો જ પ્રશ્ન ગુંજતો હતોઃ તે પ્યાલો કે જે મારા પિતાએ મને આપ્યો છે, હું તે શા માટે ન પીઉં?" તેણે નાઝરેથવાસીને કાનમાં એક પ્રશ્ન પુછયો હતો," જો હું મારા મિત્રોને તમારો બચાવ કરવા માટે અહીં લઈ આવું; તો તમે તેનો સ્વીકાર કરશો?" તેણે તેની જાત સાથે વાત કરતા કહ્યું હતું," આ મૃત્યુ ટાળી શકાય તેમ નથી. તેની તે માણસને તેણે જયારે તેનું કાર્ય શરૂ કર્યું તે દિવસથી જ ખબર હતી. કોઈ તેનાથી પણ મોટી દૈવી શકિતએ તેના પર આ કાર્યની જવાબદારી નાખી હતી; તે ઈશ્વર સિવાય બીજું કોણ હોઈ શકે?! જો તે મૃત્યુ માટે સ્વેચ્છાએ તૈયાર હોય તો અન્ય કોઈ બીજું શું કરી શકે?" બેનહરે ગાલીલવાસીઓની વફાદારી પર વિશ્વાસ મુકીને જે યોજના તૈયાર કરી હતી તે ભાંગી અને ભૂકો થઈ ગઈ હતી. એટલું જ નહીં પણ તે લોકો મેદાન છોડી ગયા હતા અને કશું જ બચ્યું નહોતું. પણ આજે સવાર કેવી હશે? તેના આખા શરીરમાં ભયનું લખલખું દોડી ગયું. કોણ જાણે કેમ તેની બધી મહેનત, યોજનાઓ અને તૈયારીઓ પર કરેલો ખર્ચ આ બધું કદાચ ઈશ્વરનિંદામાં ખપી ગયું હતું. જયારે તેણે લગામ હાથમાં લીધી અને કહ્યું હતું," ભાઈઓ, ચાલો આપણે જઈએ," તેની સામે જે કંઈ બચ્યું હતું તેની કોઈ સ્પષ્ટતા નહોતી. જે માણસ કોઈપણ વિકટ પરિસ્થિતિમાંથી ફટાફટ માર્ગ કરી લેતો હતો; તેની આ લાક્ષણિકતા જતેને નાયક બનાવતી હતી; તે આજે ભીતરથી એકદમ જડ થઈ ગયો હતો. અંતે તેણે એટલું જ કહ્યું,

"ચાલો ભાઈઓ, ચાલો આપણે ગોલગથા જઈએ."

તેઓ રસ્તામાં ઉત્તેજિત લોકોના તેઓની માફક દક્ષિણ તરફ જતા ટોળાઓ સોંસરવા પસાર થયા. શહેરની ઉત્તર દિશામાં આવેલો આખો પ્રદેશ જબરી ચહલપહલ વાળો થઈ ગયો હતો.

તેમ સાંભળીને કે જે લોકોને સજા આપવાની છે તે લોકોને લઈને જતું સરઘસ હેરોદના મીનારાઓ પાસે થઈને નીકળશે, તે ત્રણે મિત્રો તે બાજુ તેમના ઘોડાઓ દોડાવી ગયા. દક્ષિણપૂર્વમાં અકારાને ચકરાવો મારી તેઓ આગળ વધ્યા. ત્યાં નીચે ખીણમાં હેઝેકિયાહ ના ઝરણા ના રસ્તે થઈને હજારો માણસોનું ટોળું આગળ વધી શકે એટલી જગ્યા નહોતી. તે લોકો પણ ઘોડાઓ પરથી ઉતરી ગયા અને એક ઘરના ખૂણામાં આશ્રય લીધો અને સરઘસની વાટ જોવા લાગ્યા.

કોઈ નદીમાં ઘોડાપુર આવ્યું હોય અને તે જતું રહે તો સામા કાંઠે જઈ શકાય તે માટે લાંબી વાટ જોવી પડે એમ તે લોકો સરઘસની વાટ જોતા રહ્યા.

આ કથાના પહેલા ભાગમાં કેટલાક પ્રકરણોમાં વાચકને ઈસુ ખ્રિસ્તના સમયની યહુદી રાષ્ટ્રિયતાનો પરીચય કરાવવામાં આવ્યો હતો. તે લોકોએ આ ઘડીની પૂર્વધારણા પણ કરી લીધી હતી;

તેથી તે વાચક કે જેણે ધ્યાનથી આ બધા પ્રકરણો વાંચ્યા છે તે હવે બેનહરે જે કંઈ ઈસુને વધસ્થંભે ચડાવવા માટે લઈ જતા હતા તે જોયું હતું – તે જોઈ શકશે –એક ભાગ્યે જ જોવા મળતું અદભૂત દશ્ય! અડધો કલાક – એક કલાક – બેનહર અને તેના સાથીઓ લોકોના જે ઘોડાપુરની વાટ જોતા હતા તે હવે હાથવેંતમાં જ હતું. તે સમયના અંતે તેણે એમ કહ્યું હશે, " મેં જેરૂસલેમની તમામ જાતિઓ, જયુડીયાના બધા સંપ્રદાયો, ઈઝરાયેલની તમામ જાતિઓ અને પૃથ્વીની તમામ રાષ્ટ્રિયતાઓને આ સરઘસના માધ્યમથી જોઈ લીધી છે." જેવા લિબિયાના યહુદીઓ પસાર થયા કે ઈજીપ્તના યહુદીઓ અને તે પછી રહાઈન નદીના કાંઠે વસવાટ કરતા યહુદીઓ આ સરઘસમાં જોવા મળ્યા હતા. ટૂંકમાં કહીએ તો પૂર્વ અને પશ્ચિમના જે દેશોમાં યહુદીઓ વ્યાપારી હેતુઓથી સ્થળાંતર કરી ગયા હતા તે બધા આ તહેવારોમાં ત્યાં આવ્યા હતા અને તેઓ તેમના હાલ જયાં વસતા હતા તે પ્રદેશોના સ્થાનિક પહેરવેશમાં ત્યાં જોવા મળતા હતા. કોઈ ઘોડેસવાર હતું, તો કોઈ ઉંટ પર સવાર હતું. કેટલાક લોકો રથમાં બેઠા હતા, તો કેટલાક ઉંટગાડીઓમાં મહાલતા હતા. ત્યાં કેટલાક પગપાળા પણ સરઘસમાં જોડાયા હતા. તે અદ્વિતિય પ્રતિભાશાળી પ્રજા વિવિધ પ્રદેશોમાં પહોંચી તો ગઈ હતી પણ તેમને જોડતું એક માત્ર પરિબળ તેમની માતૃભાષા હતી. તેઓ ઈઝરાયેલમાંથી ગયા ત્યારે એક જ હતા, પરંતુ જે પ્રદેશમાં ગયા ત્યાંની આબોહવા અને જીવનશૈલીને અપનાવી લીધા હતા. પણ આજે અહીં આ ભીડ ઉતાવળથી, બેચેનીથી એક ગરીબ બિચારા નાઝરેથવાસીને અન્ય દેહાંતદંડની સજા પામેલા ગુનેગારો સાથે મરતો જોવા એકઠા થયા હતા.

પણ બધા ત્યાં એકઠા થયેલા બધા લોકો સરખા નહોતા.

તે હજારો લોકોના ટોળામાં બધા યહુદીઓ જ નહોતા. ત્યાં હજારો લોકો એવા પણ હતા કે જે તેમને ધિક્કારતા હતા – ગ્રીક, રોમન, આરબ, સીરીયા, આફ્રિકા, ઈજીપ્ત અને પૂર્વમાં વસવાટ કરનારા અન્ય લોકો. તેથી આ સમગ્ર માનવ મેદનીનો અભ્યાસ કરતા ત્યાં આખા વિશ્વના લોકોનું પ્રતિનિધિત્વ થતું હતું. અને તે બધા ઈસુને વધસ્થંભે ચડાવવાની ઘટનાના સાક્ષી થવા આવ્યા હતા.

પણ હજુ એટલો કોલાહલ વધ્યો નહોતો. પથ્થર પર પડતા ખરીના અવાજો, ગાડાના પૈડાના ફરવાનો કીચુડ કીચુડ અવાજ, વાતચીત અને કોઈને કોઈ બોલાવતું હોય તેવા અવાજો સંભળાઈ શકાય તેમ હતા.તો પણ તે લોકોના ચહેરા પરના હાવભાવ એવા હતા કે તે લોકો કોઈ ભયાનક આફત, અચાનક થયેલી ઉથલપાથલ કે યુધ્ધની વિભિષિકા જોવા જતા હોય. બેનહરના ધ્યાનમાં આવ્યું કે પાસ્ખાપર્વ નિમિત્તે શહેરમાં ઘણાબધા અજાણ્યા લોકો આવ્યા હતા અને તેમને નાઝરેથવાસી પર ચાલેલા ખટલા સાથે કોઈ લેવાદેવા નહોતી અને તેઓ તેના મિત્રો પણ હોઈ શકે.

ઘણા લાંબા સમય પછી વિશાળ મિનારાઓની દિશામાંથી બેનહરે ઘણાબધા લોકો બુમો પાડતા હોય તેવો લાંબા અંતરેથી આવતો અવાજ સાંભળ્યો.

"ધ્યાન દઈને સાંભળો! તેઓ હવે આવી રહ્યા છે," તેના એક મિત્રએ કહ્યું.

તે શેરીમાં જે લોકો હતા તેઓ સાંભળવા માટે થોભ્યા; પણ જેવી એક વેદના ભરી ચીસ તેઓના માથા પરથી પસાર થઈ, કે તેઓ એકબીજા સામે જોવા લાગ્યા; અને ધ્રુજી જવાય તેવી શાંતિ થોડા સમય માટે છવાઈ ગઈ.

ઘાંઘલ ઘમાલના અવાજો દરેક ક્ષણે નજીક ને નજીક આવી રહ્યા હતા; વાતાવરણમાં તેનો શોરબકોર અને ધ્રુજારી છવાઈ ગઈ હતી. બેનહરે જોયું તો સીમોનીડીસના ચાકરો તેના માલિકને ખુરશીવાળી પાલખીમાં બેસાડીને આવીરહ્યા હતા, અને એસ્થર તેની બાજુમાં ચાલી રહી હતી; તે લોકોની પાછળ એક પડદા વાળી ડોલી આવી રહી હતી.

"તમને શાંતિ હો, ઓ સીમોનીડીસ – અને તને પણ, એસ્થર," બેનહરે તે લોકોનું અભિવાદન કર્યું. "જો તમે ગોલગોથા જવા માટે નીકળ્યા હો, તો સરઘસ પસાર થઈ જાય ત્યાં સુધી રોકાઈ જાવ; તે પછી હું તમારી સાથે આવીશ. ત્યાં ફરીને જઈએ એટલે એક ઘર આવે છે જ્યાં ઘોડાઓ રાખવા માટે જગ્યા છે."

વેપારીનું મોટું માથું તેની છાતી પર ઝુકેલું હતું; તેણે માથું ઉંચુ કરી અને જવાબ આપ્યો,

"બાલ્થસારને પુછો; તેનો આનંદ તે મારો આનંદ છે. તે ડોલીમાં છે."

બેનહરે ડોલીનો પરદો એક બાજુએ કરવામાં ઉતાવળ કરી. ઈજીપ્તવાસી તેમાં આડો પડયો હતો, તેનો નખાઈ ગયેલો ફીકકો ચહેરો મરેલા માણસના ચહેરા જેવો દેખાતો હતો. દરખાસ્ત તેની પાસે મુકવામાં આવી.

"આપણે તેને જોઈ શકીએ છીએ?" તેણે નિસ્તેજ અવાજે પુછપરછ કરી.

"તે નાઝરેથવાસીને? હા; તે આપણાથી થોડા હાથ દુરથી જ પસાર થવો જોઈએ."

"વહાલા પ્રભુ" વૃધ્ધ માણસે અત્યંત ઉત્કટતાથી કહ્યું. "એક વધુ વાર, એક વધુ વાર! ઓહ, આજનો દિવસ વિશ્વ માટે સહુથી ભયાનક દિવસ છે."

થોડા સમયમાંજ તે બધા લોકો તે ઘરની ઓસરીમાં બેસીને વાટ જોવા લાગ્યા. તેઓ એકબીજા સાથે વાતો કરતા હતા, પણ થોડી, ડરીને, સંભવ હતો કે તેઓના વિચારો એકબીજા સાથે મેળ ન ખાય; બધું અચોકકસ હતું; અને કોઈ અભિપ્રાય આપે તેવું કશું જ થતું નહોતું. અશકિતથી નંખાઈ ગયેલો બાલ્થસાર મહામહેનતે ડોલીમાંથી બહાર આવ્યો અને એક નોકરનો ટેકો લઈને ઉભો રહ્યો; એસ્થર અને બેનહર સીમોનીડીસની સાથે ઉભા રહ્યા.

ત્યાં સરઘસમાં પહેલા કરતા પણ વધુ ભીડ જમા થઈ ગઈ હતી. તે સરઘસનો શોરબકોર હવે ધીરે ધીરે નજીક આવી રહ્યો હતો. ભીડના તીણા, કર્કશ અને ક્રુરતાભર્યા અવાજો હવાને ચીરતા વધુ ને વધુ ફેલાઈ રહ્યા હતા. અંતે સરઘસ નજીક આવ્યું.

"જુઓ!" બેનહરે કડવાશથી કહ્યું;" કે હવે જેરૂસલેમમાં શું થવાનું છે."

ભીડની આગળ છોકરાઓની ટોળી ઈસુનો ચીસો પાડતા હુરીયો બોલાવતા હતા અને કહી રહ્યા હતા," યહુદીઓનો રાજા! યહુદીઓના રાજા માટે જગ્યા કરો, જગ્યા કરો!"

સીમોનીડીસે ઉનાળાના જીવડાઓના વાદળા જેવા તે છોકરાઓને ઉછળી ઉછળીને નાચતા જોયા અને ગંભીર થઈને કહ્યું,"ઓ હર ના પુત્ર, જયારે તેઓની પેઢીમાં આવું જ ઉતરી આવશે તો; અરેરે! તો આ ડાહ્યા રાજા સોલોમનના શહેરનું શું થશે?"

તે છોકરાઓ પછી સૈન્યના વાદકોના ચકચકતા વાજીંત્રોના તાલે એકદમ તાલબધ્ધ રીતે કુચકદમ કરતી ભાલાધારી સૈનિકોની ટુકડીઓ નીકળી. તેમની તલવારોના મ્યાન,શિરસ્ત્રાણ અને

બખ્તરોની પિતળના બનાવેલારાજયચિન્હોથી કરેલી સજાવટ અને સજાવેલા ભાલાઓ સુર્યપ્રકાશમાં ચમકતા હતા.

તે પછી નાઝરેથવાસી આવ્યો!

તે લગભગ મરવા જેવો જ થઈ ગયો હતો. દરેક થોડા ડગલે તે એવી રીતે લથડીયું ખાઈ જતો હતો કે તે પડી જાય. તેનો ધુળ અને લોહીથી ખરડાયેલો ઝભ્ભો ખભ્ભા પરથી ફાટીને ચીંથરેહાલ થઈ ગયો હતો અને તેમાંથી અંતઃવસ્ત્ર દેખાતું હતું. તેના ઉઘાડા પગો લોહીથી તરબોળ થઈ ગયા હતા અને તેથી તે રસ્તા પરના જે પથ્થરો પર તે પગ મુકે તે લાલ થઈ જતા હતા. તેના ગળામાં એક લાકડાની કોતરેલી તકતી બાંધીને લટકાવી દેવામાં આવી હતી.

તેના માથા પર એક કાંટાળો તાજ કસકસાવીને બાંધી દેવામાં આવ્યો હતો, જેથી તેના માથા પર ઘણાબધા ઉંડા જખમો થઈ ગયા હતા. તે જખમોમાંથી જે લોહી વહેતું હતું, તે હવે સુકાઈને કાળું પડી ચુકયું હતું અને તેના ચહેરાથી માંડીને ગળા પર આવી ગયું હતું. તેના માથે બાંધેલા કાંટાળા તાજમાં તેના લોહીભીના લાંબા વાળ અટવાઈને મનમાં ગ્લાની થઈ આવે તેવા લાગતા હતા. તેની ત્વચા જયાં કયાંય થોડીઘણી દેખાતી હતી, તે હવે ભૂત જેવી સફેદ થઈ ગઈ હતી. તેના હાથ આગળની બાજુએ બાંધેલા હતા. તે દિવસોમાં જે અપરાધીને મૃત્યુદંડ આપવામાં આવ્યો હોય તેણે તેનો વધસ્થંભ ઉંચકીને જયાં મૃત્યુદંડ આપવાનો હોય તે સ્થળ સુધી ઉંચકીને જવું પડતું હતું. પાછળ શહેરમાં કયાંક તે નાઝરેથવાસી થાકી અને પડી ગયો હશે કે હવે એક ત્યાંનો રહેવાસી તેનો વધસ્થંભ ઉંચકીને પાછળ ચાલી રહ્યો હતો. ટોળાથી તેની સુરક્ષા કરવા માટે ચાર સશસ્ત્ર સૈનિકો તેની આસપાસ ચાલતા હતા, તો પણ લોકો ઘણી વાર ધક્કામુકી કરી અને તેમનો ઘેરો તોડી તેની પાસે પહોંચી જતા હતા અને તેને લાકડીઓથી મારી લેતા કે તેના પર થુંકતા હતા. તો પણ તેના મોં માંથી એક હરફ પણ નીકળતો નહોતો; કે તેણે જયાં સુધી બેનહર અને તેના સાથીઓ જે ઘરની ઓસરીમાં ઉભાઉભા વાટ જોતા હતા ત્યાં સુધી પહોંચ્યા ત્યાં સુધી માથું ઉંચુ કરીને જોયું પણ નહોતું. ઈસુ જેવા ત્યાં પહોંચ્યા કે બધા કરૂણાથી તરત જ ઉભા થઈ ગયા. એસ્થર તેના પિતાને વળગી પડી; અને તે મજબુત મનનો માણસ પણ અંદરથી હચમચી ગયો. બાલ્થસાર મુક થઈને બેસી પડયો. અરે બેનહર પણ વેદનાથી બુમ પાડી ઉઠયો, " ઓ મારા ભગવાન! મારા ભગવાન!" તે પછી તે લોકોના લાગણીસભર અવાજ સાંભળીને કે પછી દિવ્ય અનુભૂતિથી નાઝરેથવાસી તે લોકો તરફ ફર્યો અને તે બધા તરફ વારા ફરતી જોયું કે તેથી તે લોકો આજીવન તેના ચહેરાની સ્મૃતિ રાખી શકે. તેની આંખોમાં તે લોકો જોઈ શકયા કે તે તેનો વિચાર નહોતો કરતો, અને તે મૃત્યુ ભણી જઈ રહેલી આંખોથી તે તે લોકો પર આશિર્વાદની વર્ષા કરી રહ્યો હતો, કેમ કે તેને વાત કરવાની મનાઈ હતી.

"હર ના પુત્ર, તારી સેનાઓ કયાં છે?" સીમોનીડીસે ઉભા થઈને પુછયું.

"હું કહી શકું તેથી વધારે હાન્નાસ કહી શકે."

"શું, દગો થયો?"

"આ બે સિવાય બધાએ દગો કર્યો છે."

"તો પછી બધી આશાઓનો અંત આવી ગયો છે, અને તે ભલા માણસે મરવું જ પડશે!"

આમ કહેતાની સાથે જ વેપારીના ચહેરા પરની રેખાઓ તંગ થઈ, અને તેનું માથું તેની છાતી પર ઝુકી ગયું. તેણે બેનહરની યોજનાઓમાં તેવીજ આશાઓથી પ્રેરિત થઈને તન, મન અને ધનથી યોગદાન આપ્યું હતું,તે બધી જ આશાઓનો અંત આવી ગયો હતો. તેને નિરાશા થઈ કે હવે ફરીથી આવી તક કદિ પણ નહીં મળે.

નાઝરેથવાસીની પાછળ પાછળ અન્ય બે માણસો પણ વધસ્થંભ લઈને આવતા હતા.

"આ બન્ને કોણ છે?" બેનહરે ગાલીલવાસીઓને પુછયું.

"આ બન્ને ચોર છે. તેમને પણ નાઝરેથવાસી સાથે જ મૃત્યુદંડ આપવાનો છે," તેઓએ જવાબ આપ્યો.

તે પછી સરઘસમાં સોનાના તારથી ગુંથેલા વસ્ત્રોમાં અને સોનાનો તાજ અને સોને મઢયો દંડ લઈ વડા ધર્મગુરૂ ચાલી રહ્યા હતા. મંદિરના સલામતી રક્ષક દળના સૈનિકો તેની આસપાસ ઘેરો કરીને ચાલી રહ્યા હતા. તે પછી પ્રાચિન જેરૂસલેમની સાનહેન્ડ્રીન તરીકે ઓળખાતી ન્યાસસભાના સફેદ વસ્ત્રોમાં સજજ ધર્મગુરૂઓ અને તે પછી ચમકદાર રંગોવાળ પોષાકો અને આભૂષણો પહેરેલા અન્ય ભદ્ર વર્ગના લોકો ચાલી રહ્યા હતા.

"હાન્નાસનો જમાઈ," બેનહરે એકદમ ધીમા અવાજે કહ્યું.

"કાઈયાફાસ! હું તેને ઓળખું છું," સીમોનીડીસે જવાબ આપતા પહેલા થોડી વાર રોકાઈને ઘમંડી ધર્માધિકારી તરફ જોઈને વિચારપૂર્વક ઉમેર્યું," અને હવે મને ખાતરી થઈ ગઈ છે. આત્માની સ્પષ્ટ સમજણથી મળેલી પૂર્ણ ખાતરીથી હવે મને ખબર પડી ગઈ છે કે તે કે જેણે પથ્થર પર કોતરેલા લખાણોને કે જેમાં તે – રાષ્ટ્રો જેરૂસલેમ કે ઈઝરાયેલનું વચન આપવામાં આવ્યું હતું તેને પહેલા વહેલા જેણે તેના ખભ્ભા પર ઉંચકીને ઉકેલ્યા હતા, તે કોણ હતું. તે ધર્મગુરૂઓ નો સોનાના તારથી કરેલા જાંબુડી રંગના દાડમ અને સોનાની ઘંટડીઓના ભરતકામ કરેલો ગડીદાર વાદળી રંગનો ઝભ્ભા જેવો પહેરવેશ એફોડ પહેરેલો કાઈયાફાસ જે દિવસે મેકડોનીયાના લોકોને મળવા જડુઆ ગયો તે દિવસથી અહીં જોવા મળ્યો નહોતો. તે જાણતો જ હતો કે નાઝરેથવાસી જ રાજા છે તે વાતને પુરાવાઓ છે, અને તેથી તેણે ખેલ પાડી દીધો છે. શું હું ઉભો થઈ અને નાઝરેથવાસીને મળવા જઈ શકું ખરો?"

આ સાંભળીને બેનહરને નવાઈ લાગી; અને જાણે કે તેની અસામાન્ય લાગણીઓના પ્રવાહમાં તણાતો થોભ્યો હોય તેમ તેને લાગ્યું. સીમોનીડીસે અધિરાઈથી કહ્યું,

"બાલ્થસારને વાત કર, હું તને પ્રાર્થના કરૂં છું, અને ચાલો આપણે જતા રહીએ. જેરૂસલેમનો ઉતાર આવી રહ્યો છે."

તે પછી એસ્થરે કહ્યું.

"મને ત્યાં કેટલીક વિલાપ કરતી સ્ત્રીઓ દેખાય છે. તેઓ કોણ છે?"

બધાએ તેણીએ ચીંધેલી દિશામાં જોયું તો ચાર સ્ત્રીઓ ધ્રુસકે ધ્રુસકે રડી રહી હતી. તે સ્ત્રીઓમાંથી એક નાઝરેથવાસી જેવા જ દેખાતા એક માણસના હાથનો ટેકો લઈને ચાલી રહી હતી. બેનહરે જવાબ આપ્યો,

"તે એ વ્યકિત નાઝરેથવાસી ના બધા શિષ્યોમાં તેનો સહુથી માનીતો શિષ્ય છે; અને તેનો ટેકો લઈને ઉભેલી સ્ત્રી તે માલિકની માતા મેરી છે; બાકીની બધી ગાલીલની સ્ત્રીઓ કે જે તેની સખીઓ છે."

એસ્થર આંસુભરી આંખોથી તે બધા લોકોને જયાં સુધી તે ભીડ આંખોથી ઓઝલ ન થઈ ગઈ ત્યાં સુધી જોતી જ રહી.

વાચકને પહેલા શાંતિથી કહેવાયેલા વાતચીતના અંશોમાં રસ પડશે; પણ એવું નહોતું. તે વાતચીતનો મોટો ભાગ જાણે કે સાગરકાંઠે અથડાતા મોજાઓના અવાજ વચ્ચે લોકો અંદરોઅંદર વાત કરતા હોય તેવો હતો, કેમ કે ત્યાંથી પસાર થતા લોકોના સરઘસના અવાજોમાં શાંતિથી વાતચીત થાય તેમ જ નહોતી.

આ પ્રદર્શનની આગેવાની એવા લોકોએ લીધી હતી કે જેના કારણે ફકત ત્રીસ વર્ષમાં પવિત્ર શહેર જુદા જુદા સાંપ્રદાયિક ટુકડાઓમાં વહેંચાઈ ગયું હતું. તે કટ્ટર અને લોહી તરસ્યા લોકોની ઘણી જ વિશાળ સંખ્યા હતી. તે લોકોમાં નોકરો, ઉંટ ચાલકો, બજારોમાં કામ કરતા લોકો, દરવાનો, માળીઓ, ફળો અને દ્રાક્ષાસવના વેપારીઓ, ધર્મપરિવર્તન કરીને યહુદી બનેલા લોકો અને વિદેશીઓ, મંદિરોના ચોકીદારો, નાવિકો, ભાંગફોડિયાઓ અને ચોર લોકો અને અન્ય વર્ગના અસંખ્ય લોકો જ નહીં પણ આવા પ્રસંગોએ જુની ગુફાઓ અને કબરોમાં રહેતા અર્ધનગ્ન, ગંદા વાળ અને દાઢીવાળા, વધી ગયેલા નખવાળા, ઉઘાડા માથા વાળા અને ઉઘાડપગા તે લોકોના શરીર પર એટલી માટી હતી કે જેમાંથી તેમની ચામડીનો રંગ પણ ભાગ્યેજ દેખાતો હતો. તે લોકો બોલવા માટે મોઢું ખોલે તો તેના મોઢામાંથી સિંહ જેવા જંગલી જાનવર ગર્જના કરતા મોઢું ખોલે અને જેવી વાસ આવે, તેવી અત્યંત ગંદી વાસ આવતી હતી. તે પૈકીના ઘણાબધા લોકો પાસે ભાલા, બરછીઓ અને તલવારો હતી; તો કેટલાક લોકો પાસે ટુંકી લાકડીઓ, ધોકા અને ગોફણો તેમન ગીલોલ હતી. ગોફણો અને ગીલોલ વાળા લોકોએ તેમના ગંદા ઝભ્ભાઓના ખીસ્સાઓમાં અને કેટલીક કોથળીઓમાં નાના નાના પથ્થરો ભર્યા હતા જે તેમને પછી કામમાં આવે તેમ હતા. આ લોકોના ટોળામાં વચ્ચે વચ્ચે ઘણી જગ્યાએ ઉંચી પદવી ધારી લોકો જેવાકે શાસ્ત્રીઓ, વડીલો, રાબ્બીઓ, યહુદી કટ્ટરપંથીઓ તેમના મોટા સુંદર ઝભ્ભાઓમાં જુદા તરી આવતા હતા, જે તે લોકોનું માર્ગ દર્શન કરતા હતા. તેથી જ એક માણસ બરાડા પાડતા થાકે તો બીજો તૈયાર જ હતો. લોકોની બુમો – યહુદીઓનો રાજા! યહુદીઓના રાજા માટે જગ્યા કરો! મંદિરને ભ્રષ્ટ કરનારો! ઈશ્વરનિંદા કરનારો! તેને વધસ્થંભ પર ચડાવો, વધસ્થંભ પર ચડાવો! અને આ બધા બુમબરાડા તે નાઝરેથવાસી પ્રત્યે તે લોકોના ટોળામાં છેલ્લામાં છેલ્લો માણસ કેટલો તીરસ્કાર કરતો હતો તે દર્શાવવા માટે પુરતા હતા.

"આવો," જયારે બાલ્થસાર ચાલવા માટે તૈયાર થયો કે સીમોનીડીસે કહ્યું – "આવો, આપણે આગળ જઈએ."

બેનહરે તે અવાજ સાંભળ્યો નહીં. ત્યાંથીપસાર થતા ટોળાની જંગાલીયત અને જીવ લેવાની ભૂખે તેને નાઝરેથવાસીનો વિચાર કરતો કરી દીધો – તે વેદના સહન કરતા માનવની મૃદુતા અને અસંખ્ય માનવતાવાદી કૃત્યો તેને યાદ આવ્યા. આવા વિચારો કરવામાં તેને એકાએક તેનું એક આ માણસને જીવનભર ન ચુકવી શકે તેવું ઋણ યાદ આવ્યું; તે સમય કે જયારે તેને રોમન સૈનિકો બાંધીને લઈ જતા

હતા અને તેનો તેમાંથી જીવતે જીવ છુટકારો થવાની કોઈ તક દેખાતી નહોતી અને તેનું મોત વધસ્થંભે જડી દેતા આવતા મોતથી સહેજ પણ ઓછું ઉતરતું નહોતું એવું લાગતું હતું; ત્યારે આ માણસે જ નાઝરેથના કુવા પાસે તેને શીતળ જળ પીવડાવ્યું હતું અને તેના મુખ પરના દિવ્ય ભાવ તે ભૂલી શકે તેમ નહોતો. તે પછી, તેની ભલાઈ, ખજુરના રવિવાર નો ચમત્કાર; અને અન્ય ઘટનાઓની સ્મૃતિ થતા તેને અત્યારની સામર્થ્યહિનતાનો વિચાર કરતા તેને સહાય કરનારાને સહાય કરવાનો વિચાર પ્રબળ બન્યો અને તેણે પોતાની જાતને દોષ આપ્યો. તે જે કરી શકે તેમ હતો તેવું તેણે કંઈ પણ કર્યું નહોતું; તેણે ગાલીલવાસીઓની ગતિવિધીઓ પર ધ્યાન આપવું જોઈતું હતું અને તે લોકોને ખરા અને તૈયાર રાખવા જોઈતા હતા; અને આ – આહ! આજ આક્રમણ કરવા માટેની ક્ષણ હતી. નાઝરેથવાસીને ટોળામાંથી મુકત કરવા માટે માત્ર એક પ્રહાર પુરતો હતો, એટલું જ નહીં ; તે ઈઝરાયેલ માટે રણભેરીનો નાદ હતો, અને તે લોકોને લાંબા સમયથી તેઓ જેનું સપનુ જોઈ રહ્યા હતા તે મુકિત માટેના યુધ્ધનો લલકાર હતો. પ્રત્યેક ક્ષણે તક હાથમાંથી સરી જઈ રહી હતી; અને જો ચુકી જવાય તો! અબ્રાહમના ઈશ્વર! તો પછી કંઈ થઈ શકે તેમ નહોતું, કંઈ પણ થઈ શકે તેમ હતું?"

તે જ ક્ષણે એક ગાલીલના લોકોના જુથ પર તેની નજર પડી. તે તે લોકો તરફ ધસી ગયો અને કહ્યું,

"મારી પાછળ આવો," તેણે કહ્યું. " મારે તમને કંઈક કહેવાનું છે."

તે માણસોએ તેની વાત માની લીધી અને તેઓ ઘરની ઓસરીમાં તેની પાછળ ગયા. બેનહરે ફરીથી કહ્યું:

"તમે તે લોકો પૈકીના છો કે જેણે મારી તલવાર લઈને કે આઝાદી અને યહુદીઓ ના આવનાર રાજા માટે જીવન સમર્પિત કરવાના સોગન ખાધા હતા. તમારા હાથોમાં અત્યારે પણ તલવાર છે, અને હવે જીવન સમર્પિત કરવાનો સમય આવી ગયો છે. ચાલો, તમે બધા બધે જ જઈ અને આપણા ભાઈઓને શોધી કાઢો અને તેમને જયાં નાઝરેથવાસી માટે વધસ્થંભ રોપવાનો છે તે જગ્યાએ એકઠા થવા કહો. બધા ઉતાવળ કરો! ના, આમ ઉભા ન રહો! તે નાઝરેથવાસી રાજા છે, અને તેના મૃત્યુની સાથે જ આપણી મુકિતની આશા મરી પરવારશે."

તે લોકોએ તેની સામે સન્માનપૂર્વક જોયું, પણ જરાય ટસ ના મસ થયા નહીં.

"તમે સાંભળ્યું નહીં?" તેણે પુછયું.

તે પછી તેઓ પૈકીના એકે જવાબ આપ્યો,

"જુડાહના પુત્ર" – તેઓ તેને તે નામ થી જાણતા હતા – "જુડાહના પુત્ર, તે તું છો કે જેની સાથે દગો થયો છે, અમે કે અમારા તે ભાઈઓ કે જેની પાસે તલવાર છે તેઓ છેતરાયા નથી. તે નાઝરેથવાસી રાજા નથી કે નથી તેનામાં એક રાજાનો આત્મા. જયારે તે જેરૂસલેમ આવ્યો ત્યારે અમે બધા તેની સાથે હતા. અમે તેને મંદિરમાં પણ જોયો હતો. તેણે ખુદ પોતાને, અમને અને સમગ્ર ઈઝરાયેલને નિરાશ કર્યું છે. તેણે મંદિરના દરવાજે જઈને ડેવીડના સિંહાસનનો અસ્વિકાર કરી દીધો હતો. તે રાજા નથી અને તેથી ગાલીલવાસીઓ તેની સાથે નથી. તેણે મૃત્યુને ગળે લગાડવું જ પડશે. પણ તું સાંભળ, જુડાહના પુત્ર. અમારી પાસે તારી તલવારો છે અને અમે આઝાદી માટે આજે પણ મરી ફીટવા માટે તૈયાર છીએ. અમે બધા વધસ્થંભના સ્થળે તને ફરી મળીશું."

બેનહરના જીવનની સર્વશ્રેષ્ઠ તક તેની સામે હતી. જો તેણે આ તક ઝડપી લીધી હોત; તો ઈતિહાસ આજે કંઈક અલગ જ હોત. પણ તે પછી તે ઈતિહાસ લોકો દ્વારા સર્જાયેલો હોત, ઈશ્વર દ્વારા નહીં – એવું કંઈક કે જે પહેલા નહોતું અને પછી પણ નહીં હોય. તેના મગજમાં કંઈક મુંઝવણ થઈ ગઈ. ન જાણે કેમ તેની તો ખબર નહીં પણ જો કે તે પછી તેણે તે કારણ તે નાઝરેથવાસીની શકિત હોવાનું માન્યું; તેને હવે તે સમજાયું કે જો તે નાઝરેથવાસી મૃત્યુ પામીને પણ ફરીથી જીવતો થઈ જાય તો જ લોકોને તેના પુનઃજીવનમાં વિશ્વાસ બેસે; અને આ માટે તેનું મૃત્યુ પામવું જરૂરી હતું. થયું તો! તે આવી અસમંજસની સ્થિતિમાં કોઈ ધર્મગ્રંથોના વિદ્વાનની અનુપસ્થિતિમાં અસહાય અને નિઃશબ્દ થઈને ઉભો રહ્યો. તેને એ સમજાયુંજ નહીં કે તે શું કરે. તેણે તેના બન્ને હાથ વડે તેનું મોઢું ઢાંકી દીધું . તેની ઈચ્છા હતી કે તે આક્રમણ કરે પણ તેનો અંતરાત્મા તેમ કરવાની ના પાડતો હતો. તેણે મુંઝાઈને માથું ધુણાવ્યું.

"આવ; અમે તારી વાટ જોઈએ છીએ," સીમોનીડીસે ચોથી વાર કહ્યું.

તરત જ તે સીમોનીડીસની ખુરશી અને ડોલી પાછળ યંત્રવત રીતે ચાલતો થયો. એસ્થર તેની સાથે ચાલવા માંડી. તે ડાહ્યા માણસો – બાલ્થસાર અને તેના મિત્રો જેમ તે દિવસે બેથલેહેમના તારાને અનુસરીને રણમાં એકઠા થયા હતા તેવી રીતે તેને આખા રસ્તે દોરી જવામાં આવ્યો.

*****

પ્રકરણ ૧૦મું

જયારે આ સમુહ – બાલ્થસાર, સીમોનીડીસ, બેનહર, એસ્થર અને બન્ને વિશ્વાસપાત્ર ગાલીલવાસીઓ – વધસ્થંભના સ્થળે પહોંચ્યા, ત્યારે બેનહર તે લોકોની આગળ ચાલી રહ્યો હતો. ત્યાં મોટી સંખ્યામાં ઉત્તેજીત લોકોના ટોળા વચ્ચેથી તેણે માર્ગ કેવી રીતે કાઢયો, તેની તેને કદી પણ ખબર પડી નહીં ; તેઓએ ત્યાં પહોંચવા માટે કયો રસ્તો લીધો કે કેટલા સમયમાં તેઓ ત્યાં પહોંચી ગયા તેની પણ કોઈનેય ખબર પડી નહીં. તે કોઈનું યે કશું સાંભળ્યા વગર કે આજુબાજુ કંઈ પણ જોયા વગર કે તે કયાં જાય છે તે પણ વિચાર્યા વગર કે મનમાં કોઈ પણ પ્રત્યે હેતુપૂર્વકના ધૃણાસ્પદ દ્રષ્ટિકોણ વગર પણ તદન અભાન અવસ્થામાં ચાલ્યો હતો. આવી પરિસ્થિતિમાં એક નાનું બાળક ભારે અપરાધ રોકવા માટે જે કરી શકયું હોય તેનો તે સાક્ષી થવાનો હતો. ઈશ્વરની ઈચ્છા આપણને વિચીત્ર લાગતી હોય છે; પણ એટલી બધી નહીં કે જે હેતુ માટે તેનું આયોજન થયું હોય તેનો આપણેને અર્થ ન સમજાય, અને અંતે આપણે શ્રધ્ધાપૂર્વક સમજી શકીએ તેટલી સીધીસાદી થઈ જાય છે.

બેનહર એક જગ્યાએ આવીને થોભ્યો; તેની પાછળ આવતા લોકો પણ થોભી ગયા. જેવી રીતે પ્રેક્ષકો સામે પડદો ઉઘડે તેમ તે અર્ધ જાગૃત અવસ્થામાંથી ઉઠયો અને જે જોયું તે તેને એકદમ સમજાઈ ગયું.

ત્યાં ખોપરીના આકારની ટેકરીની ઉપર એક વિરાન અને ખુલ્લો ભાગ હતો. ત્યાં ઝાડપાનના નામે થોડાં હીસ્સોપ ના સુગંધી ઝાંખરાઓ સિવાય એક સુકું તરણું પણ ઉગતું નહોતું. તેની આસપાસ ચારે બાજુએ માણસો અને માણસો જ દેખાતા હતા. કેટલાક લોકો આગળની હરોળના માણસોથી આગળ નીકળવા ધકકામુકી કરતા હતા તો કેટલાક લોકો ઉપર જોવાનો પ્રયત્ન કરતા હતા અને કેટલાક લોકો ભીડ સોંસરવા જોવાનો પ્રયત્ન કરતા હતા. ભીડને નિયંત્રિત કરવા માટે અંદરના ભાગે રોમન સૈનિકો મજબુત હરોળ રચીને ઉભા હતા. એક રોમન સેનાધિકારી ત્યાં ચાલતી ગતિવિધીઓ પર નજર રાખી સૈનિકોને આદેશો આપી રહ્યો હતો. બેનહર છેક આગલી હરોળ સુધી પહોંચી ગયો હતો અને હવે તે જે હરોળમાં ઉભો હતો ત્યાંથી તેનું મુખ ઉત્તર પશ્ચિમ દિશામાં પડતું હતુ. તે ટેકરીને પુરાતન આર્માઈક ગોલગોથા – લેટીનમાં કેલ્વારીયા; અંગ્રેજીમાં કેલ્વેરી કહેવામાં આવતું હતું; અને તેનો અર્થ 'ખોપરી' એવો થતો હતો.

તે ટેકરીના ઢોળાવ પરથી નીચાણવાળા સ્થળોએ કે દુરના ઉંચા પર્વતોને જોતાં, પૃથ્વી એક અનેરી મીઠાશથી ચમકતી હતી. તે કિલ્લાની દિવાલો બહારની જગ્યા પર ભૂરી ચીકણી માટીથી કંઈ ચણતર થયું નહોતું કે ત્યાં અન્ય કોઈ ખડક નહોતો કે નહોતી લીલીછમ ધરતી. બેનહરે હળવેથી આંખો ઉંચી કરી અને જોયું તો ત્યાં હજારો લોકોના રૂક્ષ ચહેરાઓમાંની આંખો તે ત્રણેય પર મંડાયેલી હતી. તેણે ચારે બાજુ નજર નાખી તો ચોતરફ લાખો લોકોની ભીડ હતી, અને તે લાખો ધબકતા હૃદય ત્યાં ટેકરી પર જે થવાનું હતું તેની ઉત્કટતાથી વાટ જોઈ રહ્યા હતા; તે લોકોને ચોર લુંટારાઓની પડી નહોતી પણ બસ તે નાઝરેથવાસીમાંજ રસ હતો. તે કે જે તે બધાને પ્રેમ કરતો હતો, અને તે લોકો માટે મરવાનો હતો.

ટેકરી ઉપર જયાંથી બધા તેને જોઈ શકે તેવી એક ઉંચી જગ્યાએ તેના વિશિષ્ટ પોષાક અને આભુષણો પહેરીને ઉભેલા મુખ્ય ધર્મગુરૂના ચહેરા પર અહંકાર છલકતો હતો. તેથી વધુ થોડી ઉંચી જગ્યા – ટેકરીની ટોચ પર નાઝરેથવાસી ઉભો હતો. તેના ઘાયલ શરીરમાંથી નીતરતા રકતની વેદના તેના ચહેરા પર દેખાઈ આવતી હતી, તો પણ તે શાંત હતો. રોમન સૈનિકોમાંથી એક મજાકીયા સ્વભાવના સૈનિકે તેના માથા પરના કાંટાળા તાજની સાથે સાથે હાથમાં એક બરૂની છડી પણ રાજદંડ તરીકે પકડાવી દીધી હતી. ચારે બાજુ મજાક મસ્તીના અને ગાળાગાળીના અવાજો આવી રહ્યા હતા. એક માણસનો – તેના માનવજાત પ્રત્યેના પ્રેમના કારણે વધસ્થંભ પર અંત આવવાનો હતો.

તે પછી દરેક આંખો નાઝરેથવાસી પર સ્થિર થઈ હતી. એવું બની શકે કે તે દયાભાવથી અત્યંત વિચલિત થઈ ગયો હતો. તેને પોતાની ભાવનાઓમાં કંઈક પરિવર્તન થતું હોય તેવી અનુભૂતિ થઈ રહી હતી. આ જીવનમાં જે કંઈ વધારે સારૂં છે તેવી ધારણા – તેથી પણ વધુ સારૂં એ કે ઈશ્વર નબળા માણસને આત્માની સાથે શરીરની વેદના સહન કરવાની શકિત આપે છે; એવું કંઈક કે જે મૃત્યુનું પણ સ્વાગત કરવા તૈયાર કરે છે – કદાચ બીજું જીવન આ થી વધુ શુધ્ધ હોય – કદાચ તે આત્માઓનું જીવન કે જેની બાલ્થસાર વાત કરતો હતો, તે તેના માનસમાં વધુ ને વધુ સ્પષ્ટ બની રહી હતી અને તેને એક ચોકકસ લાગણીની અનુભૂતિ કરાવતી હતી કે આ બધા પછી તે નાઝરેથવાસીનું ધ્યેય અને કાર્ય સ્પષ્ટ થતા હતા કે તે જે સામ્રાજયની વાત કરતો હતો તે તમામ સરહદોને પાર કરી અને જે સામ્રાજયની સ્થાપના થવાની અને તે સામ્રાજય તેની વાટ જોતું હતું તે બીજું કંઈ નહીં પણ આત્માઓના પ્રેમના સામ્રાજયની વાત હતી. તે પછી, જાણે કે હવામાંથી લગભગ ભૂલાઈ ગયેલી વાત આવી હોય તેમ, તેણે ફરીથી સાંભળ્યું, અથવા તેને લાગ્યું કે તેને તે નાઝરેથવાસી કહેતો હતો કે,

"હું પુનરૂત્થાન અને જીવન છું.'

અને આ શબ્દો તેના કાનમાં ફરી ફરીને પડઘાવા માંડયા અને તેના અંતરમનમાં આ શબ્દોના નવા અર્થનો પ્રકાશ પડવા માંડયો. અને જેવા માણસો એક પ્રશ્નને ફરી ફરીને તેનો અર્થ નકકી કરવા માટે પુછે તેમ તેણે તે ટેકરી પરની કાંટાળા તાજ પહેરેલી અર્ધમૂર્છિત વ્યકિત સામે એકીટશે જોયું. અને કોણ જીવન છે?

"હું છું,'

તે આકૃતિ તેને એમ કહેતી હોય તેવું લાગતું હતું કે તે એ શાશ્વત જીવન છે કે જયાં શંકા અને રહસ્યને સ્થાન નથી અને તેની શરૂઆત શ્રધ્ધા અને પ્રેમની સ્પષ્ટ સમજણથી થાય છે. બેનહરને તેના હૃદયમાં અનોખી શાંતિનો અનુભવ થયો – એવી શાંતિ કે જયાં આશંકા અને રહસ્ય સમાપ્ત થઈ જતા હતા અને વિશ્વાસ અને પ્રેમની સ્પષ્ટ વિચારધારાની જયોતી પ્રગટી ગઈ.

હથોડાના ફટકાના અવાજથી બેનહર સ્વપ્નવત પરિસ્થિતિમાંથી ઉઠી ગયો. ટેકરીની ઉપર તેણે જોયું કે મજુરો ક્રોસ (વધસ્થંભ)ને તૈયાર કરવામાં પડયા હતા. તેને ખોડવા માટે ખાડા ખોદવામાં આવી રહ્યા હતા અને હવે આડશો લગાવવામાં આવી રહી હતી.

"લોકોને ઉતાવળ કરવાનું કહો," વડા ધર્મગુરૂએ સૈન્ય અધિકારીને કહ્યું.

"આ" – અને તેણે નાઝરેથવાસી સામે આંગળી ચીંધી – "સુર્ય આથમે તે પહેલા મૃત્યુ પામવો જોઈએ, અને તેને દફનાવી દેવાનો છે કે જેથી ધરતી અપવિત્ર ન બને. કાયદો આવો છે."

એક ભલા સૈનિકે નાઝરેથવાસીને કંઈક પીવા માટે આપ્યું, પણ તેણે તેનો અસ્વિકાર કર્યો. તે પછી બીજો સૈનિક તેની પાસે ગયો અને તેના ગળામાંથી કોતરેલ તકતી ઉતારી લીધી અને વધસ્થંભ પર ખીલા મારીને જડી દીધી – અને તૈયારીઓ પુરી થઈ ગઈ હતી.

"વધસ્થંભો તૈયાર થઈ ગયા છે," સૈન્ય અધિકારીએ મુખ્ય અધિકારીને કહ્યું, જેણે આ સુચના મળતાવેંત હાથ હલાવી અને જવાબ આપ્યો,

"સહુથી પહેલા આ ઈશ્વરનિંદા કરનારને વધસ્થંભ પર ચડાવી દો. જો તે ઈશ્વરનો પુત્ર હશે તો તેની જાતને બચાવી જ લેશે. આપણે પણ તે જોઈએ. "

તે લોકો કે જેણે ઈસુને વધસ્થંભ પર ચડાવવા માટે વિવિધ તબક્કાઓમાં થતી તૈયારીઓ જોઈ હતી, અને તે લોકો પણ કે જેઓ તે સમયે ટેકરી પરથી અધિરાઈથી વારંવાર બુમો પાડી રહ્યા હતા તેમને શાંત થવા માટે કહેવામાં આવ્યું અને વાતાવરણમાં સર્વત્ર શાંતિ છવાઈ ગઈ. સજા કરવાના ભાગ રૂપે અત્યંત આઘાત લાગે તેવી , વિચારતા પણ કંપારી છુટી જાય તેવી ક્ષણ હવે આવી પહોંચી હતી. માણસો વધસ્થંભોને ઉભા કરવા માટે તૈયાર થઈ ગયા હતા. જયારે તે હેતુથી સૈનિકોએ તે નાઝરેથવાસીનો કબજો લીધો કે વિશાળ મેદનીમાં ધ્રુજારી છુટી ગઈ; ડર લાગે તેવી અતિ ઘાતકી પળ આવી ગઈ હતી. તે પછી લોકો કહે છે કે એકાએક વાતાવરણમાં ઠંડી પ્રસરી ગઈ અને લોકો ધ્રુજી ઉઠયા હતા.

"તે કેવો સ્થિર છે!" એસ્થરે તેના પિતાના ગળા ફરતે હાથ વીંટાળીને કહ્યું.

અને તેણે જે યાતનાઓ સહન કરી હતી તે યાદ કરીને પિતાએ તેનો ચહેરો પુત્રીના ચહેરા પર ઝુકાવ્યો અને ધ્રુજતા અવાજે કહ્યું.

"એસ્થર, તે જોવાનું ટાળી દે, તે ન જો!" તેણે કહ્યું. "મને ખબર નથી પણ તેઓ બધા જે ત્યાં ઉભા છે અને જુએ છે – તેઓ દોષિત કે નિર્દોષ – બધા ને આ ઘડીથી ભારે પડશે."

બાલ્થસાર ભાંગી પડયો અને ઘુંટણભેર બેસી ગયો.

"હર ના પુત્ર," સીમોનીડીસે વધારે પડતા ઉત્તેજિત થઈને કહ્યું,

"હર ના પુત્ર, જો જેહોવાહ તેનો હાથ લાંબો હવે ઝડપથી ન કરે, તો ઈઝરાયેલનું આવી બન્યું છે, અને આપણે પણ હારી ચુકયા છીએ.

બેનહરે શાંતિથી જવાબ આપ્યો, " સીમોનીડીસ, મને એક સપનું આવ્યું હતું, અને તેમાં મેં સાંભળ્યું કે આ બધું શું કામ થાય છે, અને તે શા માટે આગળ ચાલવું જોઈએ. તે નાઝરેથવાસીની ઈચ્છાથી થાય છે– તે ઈશ્વર ની ઈચ્છા છે. ચાલો, ઈજીપ્તવાસી પણ અહીં છે તો આપણે શાંતિ રાખીએ અને પ્રાર્થના કરીએ."

જેવું તેણે ફરીથી ટેકરીની ટોચ પર જોયું, કે તે ભયંકર શાંતિમાંથી લહેરાતા શબ્દો તેના કાનમાં પડયા.

"હું પુનરૂત્થાન અને જીવન છું."

તેણે એક વકતાને નમન કરતો હોય તેમ આદરપૂર્વક માથું ઝુકાવ્યું.

ઉંચે શિખરની ટોચ પર કામગીરી સતત ચાલતી હતી. સૈનિકોએ નાઝરેથવાસીના વસ્ત્રો ઉતારી લીધા હતા અને તેથી તે સમગ્ર ભીડની સામે વસ્ત્રહીન થઈ ગયા હતા. વહેલી સવારમાં તેના પર

જે ચાબુકોનો વરસાદ વરસાવવામાં આવ્યો હતો તેના રકત તરબોળ સોળ હજુ પણ પીઠ ઉપર જેમ ના તેમ હતા, તો પણ તેને બેરહેમીથી પકડી અને ક્રોસ પર સુવડાવી દેવામાં આવ્યા. પહેલા તેના બન્ને હાથને ક્રોસની આડશ પર ફેલાવી દેવામાં આવ્યા અને તેના કાંડાઓ પર અણીદાર ખીલાઓથી હથોડા મારી મારીને ક્રોસ પર જડી દેવામાં આવ્યા. પછી ઘુંટણોને એવી રીતે વાળીને રાખવામાં આવ્યા કે જેથી તેના પગના તળિયા ક્રોસ પર સપાટ બેસી જાય. પછી તેના પગને એક ઉપર બીજો એમ રાખી અને એક ખીલો જડી દીધો. સૈનિકોની હરોળની બહાર ઉભેલી ભીડને હથોડાના અવાજો સંભળાતા હતા. જેને હથોડાના અવાજો સંભળાતા નહોતા તે લોકોને પણ ઉંચાનીચા થતા હથોડાને જોઈને કંપારી છુટી જતી હતી. પણ જે લોકો નાઝરેથવાસીની નજીક ઉભા હતા તે લોકોએ જોયું કે તેણે કોઈ બુમ બરાડા પાડયા નહીં , ન વેદનાથી કણસ્યો કે ન તો તેણે કોઈનેય કશી ખરીખોટી સંભળાવી. નાઝરેથવાસીએ એવું કશું જ ન કર્યું કે જેથી તેના શત્રુઓને તેની મજાક ઉડાવવાનો મોકો મળે અને તેથી ભવિષ્યમાં તેના શિષ્યોને અફસોસ કરવો પડે.

"તારે એનું મોઢું કઈ બાજુએ રાખવું છે?" એક સૈનિકે મુખ્ય ધર્માધિકારીને સીધેસીધું જ પુછી લીધું.

"મંદિર તરફ," મુખ્ય ધર્માધિકારીએ જવાબ આપ્યો. " મારે તે જોવું છે કે તે મરે ત્યારે તેને ખબર પડે કે પવિત્ર ઘરને તેથી કશી જ વેદના થતી નથી."

કામ પતાવીને મજુરોએ આખો ક્રોસ ઉઠાવી લીધો અને તેને લઈને જયાં ખોડવાનો હતો તે જગ્યાએ લઈ આવ્યા અને ત્યાં અગાઉથી કરેલા ખાડામાં ઉભો કરી દીધો. તે નાઝરેથવાસીનું શરીર પણ પુરેપુરૂં જવાબ દઈ ગયું હતું અને તેના રકત નીતરતા હાથો પર લટકી ગયું હતું. તો પણ વેદનાની એક પણ ચીસ નહીં – ફકત હંમેશા ને માટે યાદ રહી જનારા દિવ્ય ઉદગારો જ નીકળ્યાઃ

<u>"પિતા, તે લોકોને માફ કર, કેમ કે તેઓ જાણતા નથી કે તેઓ શું કરી રહ્યા છે."</u>

હવે, આસમાની આકાશ તળે જેવો ક્રોસ બધાને દેખાય તેમ ઉંચે ખોડી દેવામાં આવ્યો કે ચારે બાજુ ખુશીની લહેર દોડી ગઈ; અને જે કોઈએ તે નાઝરેથવાસીના માથા પર જે પાટીયું ખીલાથી લટકાવવામાં આવ્યું હતું, તે જે કોઈ લોકોએ જોયું, તેઓ તેમાં લખેલા અક્ષરો વાંચવા માટે ઉતાવળથી આગળ આવ્યા. જેવું તે લોકોએ વાંચ્યું કે તરત જ તે લોકો કટાક્ષથી મજાકમાં હસતા હસતા ચાળા પાડીને તે લખાણને એક બીજાને સલામ કરી પુનરાવર્તિત કરી રહ્યા હતા;

"હે યહુદીઓના રાજા, નમસ્કાર! યહુદીઓનો રાજા." આમ તે લોકોએ ઐતિહાસિક દંતકથા સ્વીકારી લીધી.

મુખ્ય ધર્મગુરૂને તે લાકડાના પાટીયામાં કોતરેલા લખાણના મહત્વની ખબર હતી એટલે તેણે તે પાટીયું ઈસુના માથા પર ક્રોસ પર જડવાનો વિરોધ કર્યો, પણ તેનું કંઈ ચાલ્યું નહીં ; તેથી તે ઘોષિત રાજાએ પહાડીની ટોચ પરથી તેની મૃત્યુ ભણી જઈ રહેલી આંખોથી નીચે જોતા, તેના પૂર્વજોનું શહેર છેલ્લી વાર જોયું હશે – તે શહેર કે જેણે તેને અપમાનજનક રીતે બહાર કાઢી નાખ્યો હતો.

સુર્ય ઝડપથી મધ્યાહ્ન તરફ ગતિ કરી રહ્યો હતો; ટેકરીઓની ભૂખરી ટોચ પર તેનો તેજસ્વી પ્રકાશ પડતા ચમકી ઉઠી હતી. દુરના પર્વતો આસમાની આકાશના રંગે રાજવી પોષાક પહેર્યો હોય તેવા સુંદર લાગતા હતા. શહેરમાં મંદિરો, મહેલાતો, મીનારાઓ, તેના પરના કળશ અને શહેરને સુંદર

બનાવતા તમામ આગળ પડતા સ્થળો જાણે કે તે જાણતા હોય કે તેઓ ત્યાં તેમનું નિર્માણ કરનારાઓ સમયે સમયે પાછળ ફરીને જોઈ લેતા હોય તેવા ઘણા લોકોને ગૌરવ પ્રદાન કરતા હોય તેમ ઝળહળી ઉઠયા હતા. એકાએક આકાશમાં અજવાળું ઓછું થવા માંડયું અને પૃથ્વી પર અંધકાર છવાઈ જવા માંડયો – પહેલા તો જાણે કે દિવસ વહેલો આથમી જતો હોય તેમ લાગ્યું; સુર્યાસ્ત નો સમય તેના નિશ્ચિત સમયથી વહેલો થઈ ગયો અને તેથી સાંજ પણ સમય પહેલા આવી; ભર બપોરે સાંજ ઢળી ગઈ. હવે અંધારૂં ઘેરૂં થવા લાગ્યું અને લોકોના બુમબરાડા અને હસવાના અવાજો બંધ થઈ ગયા; તેઓને તેમની સાનભાન પર સંદેહ થવા લાગ્યો અને તેઓ ગભરાઈને એક બીજાની સામે જોવા લાગ્યા. તે લોકોએ પહેલા સુર્યની તરફ જોયું; તે પછી પહાડો તરફ અને ઉપર આકાશ તરફ અને છેલ્લે તેમની આસપાસની જમીન પર જોયું. બધે અંધારૂં ઘોર થઈ ગયું હતું અને લોકોને આશ્ચર્ય તો થયું, પણ તેઓ ડરી ગયા હતા અને જયાં ઉભા હતા, તે જગ્યાએજ સ્થિર થઈને ઉભા રહી ગયા હતા.

"આ ફકત એક ધુમ્મસ કે પસાર થતું વાદળ છે," સીમોનીડીસે એસ્થરને ધરપત આપતા કહ્યું, "પૃથ્વી પર ફરીથી ઉજાસ થઈ જશે."

બેનહર તેમ વિચારતો નહોતો.

"આ કોઈ ધુમ્મસ કે વાદળી નથી," તેણે કહ્યું. "તે પવિત્ર આત્માઓ – સંતો અને પયગંબરો તેને લેવા માટે આવ્યા છે. હું આપને કહું છું, ઓ સીમોનીડીસ, ઈશ્વરનું અસ્તિત્વ સત્ય છે અને તેથી તેને જુઓ કે જેને ત્યાં લટકાવી દેવામાં આવ્યો છે તે ઈશ્વરનો પુત્ર છે."

બેનહરે આમ કહ્યું તેની સીમોનીડીસને નવાઈ લાગી. તે જયાં બાલ્થસાર ઘુંટણીયે પડી ને પ્રાર્થના કરતો હતો ત્યાં ગયો અને તેનો હાથ તે ભલા માણસના ખભ્ભા પર મુકયો.

"ઓ ડાહ્યા ઈજીપ્તવાસી, સાંભળ! તું એકમાત્ર માણસ એવો છો કે જે ખરો છે – તે નાઝરેથવાસી ખરેખર ઈશ્વરનો પુત્ર છે."

બાલ્થસારે તેનો હાથ ખેંચી અને તેને વધુ નજીક લઈ અત્યંત નબળાઈથી જવાબ આપ્યો," મેં તેને એક બાળકના સ્વરૂપે ત્યાં ગમાણમાં તેના જન્મ સમયે જોયો હતો; આથી મેં તેને તારા પછી તરત ઓળખી લીધો હતો તે વાત માં કશી નવાઈ નથી; પણ મારે જીવતેજીવ આ દિવસ જોવાનો આવ્યો! આ પહેલા હું મારા ભાઈઓ પાસે કેમ ન પહોંચી ગયો! મેલ્કીયર તું સુખી છો! જેસ્પર, તું સુખી છો."

"તારી જાતને સંભાળ!" બેનહરે કહ્યું. "એમાં કોઈ પણ શંકા નથી કે તેઓ પણ અહીં છે."

અંધકાર વધુ ઘેરો થતો ગયો, પણ તે અંધકારના હકારાત્મક અભિગમથી ક્રોસ પર જડી દીધેલી વ્યકિતનો ઉચ્ચ આત્મા તેની શ્રધ્ધામાં અવિચળ રહ્યો. એક પછી એક બન્ને ચોર પણ ક્રોસે જડી દેવામાં આવ્યા અને તે વધસ્થંભો પણ ખોડી દેવામાં આવ્યા. રક્ષકો પાછા ખેંચી લેવાયા અને લોકો ટેકરીની ટોચ પર આવી શકે તે માટે છુટ આપવામાં આવી કે લોકોની ભીડ તેમની આસપાસ ઉમટી પડી. એક માણસ જુએ ન જુએ ત્યાં તો બીજો તેને ધકકો મારી તેની જગ્યાએ આવી જાય – અને તેઓ બધા હજુ પણ હસતા હતા.

"હા, હા! જો તું યહુદીઓનો રાજા હોય, તો તારી જાતને બચાવી લે," એક સૈનિકે બુમ પાડી.

"એય," એક ધર્મગુરૂએ કહ્યું, "જો હવે તે આપણી પાસે નીચે ઉતરી આવશે, તો આપણે તેની વાત પર વિશ્વાસ કરીશું."

બીજા બધા લોકોએ તેમના માથા ડાહ્યા થઈને હલાવતા કહેવા માંડયા, "તે મંદિરનો વિનાશ કરશે અને તેનું ફરીથી ત્રણ દિવસમાં નિર્માણ કરશે, પણ તે પોતાની જાતને બચાવી નહીં શકે.

અન્ય લોકો હજુ પણ કહી રહ્યા હતાઃ "તેણે પોતે જ પોતાને ઈશ્વરનો પુત્ર કહ્યો છે; તો ચાલો જોઈએ કે ઈશ્વર તેને કેમ છોડાવે છે."

ત્યાં લોકોએ જે કંઈ કહ્યું તે એવા કયા પૂર્વગ્રહથી તેને કહ્યું હતું; તે આજ સુધી કોઈને ખબર પડી નથી. તે નાઝરેથવાસીએ કદી કોઈનુંયે કંઈ બગાડયું નહોતું; ત્યાં હાજર રહેલા લોકો પૈકિના ઘણા બધા લોકોએ તો આજ પહેલા તેને જોયો પણ નહોતો; તો પણ – એક જ સુરમાં વિરોધ! – તે લોકોએ તેને શાપ આપ્યા અને તેમની સહાનુભૂતિ તેની સાથે વધસ્થંભે જડી દીધેલા ચોરટાઓને આપી.

તે દિવ્ય રાત્રી એસ્થરને અને તેની જેમ અન્ય હજારો લોકોને શૌર્યશાળી અને મજબુત બનાવવા માટે આ રીતે સ્વર્ગથી ઉતરી આવી હોય તેમ લાગતું હતું.

"ચાલો આપણે ઘેર જઈએ," તેણે બે થી ત્રણ વખત એમ કહીને કહ્યું કે, "તે ઈશ્વરનો કોપ છે, પિતાજી, કોને ખબર કે બીજી પણ ભયજનક ઘટનાઓ બની ન શકે? મને ડર લાગે છે."

સીમોનીડીસ એક જીદી માનવ હતો. તે કંઈ ખાસ બોલ્યો તો નહીં , પણ જે કંઈ થઈ રહ્યું હતું તેથી અત્યંત પ્રભાવિત થઈ ગયો હતો. પહેલી ઘડી વિત્યા પછી જયારે ટેકરી પર લોકોની ધાંધલ ધમાલ ઓછી થઈ ત્યારે તેણે તેના બધા સાથીઓને વધસ્થંભની નજીક જવા માટે કહ્યું. બેનહરે બાલ્થસારને ટેકો આપ્યો, પણ તે ઘણી મુશ્કેલીથી માંડમાંડ ચડી શકયો. હવે તેઓ જયાં નવી જગ્યાએ પહોંચ્યા હતા ત્યાંથી નાઝરેથવાસી એક કાળી લટકાવેલી આકૃતિ જેવો દેખાતો હતો. તેઓ તેને સાંભળી શકે તેમ હતા, જો કે – તેના વેદનાભર્યા નિસાસા સંભળાતા હતા. જેથી તેની ખરી તકલીફો સારી રીતે સમજાઈ જતી હતી. તે નિસાસાઓએ આખા વાતાવરણને ભારે કરી મુકયું હતું. હવે તેઓ જે નવી જગ્યાએ ઉભા હતા, ત્યાંથી નાઝરેથવાસી કોઈ કાળી આકૃતિ લટકતી દીધી હોય એવો દેખાતો હતો. જો કે તેઓ તેને સાંભળી શકતા હતા – અને તે લોકો જે સાંભળતા હતા તે તેના વેદનાથી થતા ઉંડા નિસાસા હતા કે જે તેની સાથે ક્રોસ પર લટકાવેલા અન્ય અપરાધીઓની વેદના કરતા વધુ વેદના સહન કરવાનો અથાક પ્રયત્ન કરતા થતા હતા; કેમ કે તે અપરાધીઓએ તેમને થતી વેદનાથી રાડારાડ કરી મુકી હતી અને તેમને છોડી મુકવામાં આવે કે તેમનું મોત સહેલું થાય તેવી આજીજી કરતા હતા.

તેમને લટકાવી દીધાનો બીજો કલાક પહેલા કલાક જેવો જ પસાર થયો. નાઝરેથવાસી માટે તે કલાકો અપમાન, ઉશ્કેરણી અને ધીમા પગલે આવતા મૃત્યુના હતા. તે બોલ્યો, પણ માંડ એક વખત. કેટલીક સ્ત્રીઓ તેની પાસે આવી અને વધસ્થંભ નીચે ઘુંટણીયે પડી. તે સ્ત્રીઓમાંથી તેણે તેને અન્ય વહાલા શિષ્યોમાંથી ઓળખી લીધી.

"હે સ્ત્રી," તેણે મહામહેનતે શકિત એકઠી કરી અને પોતાનો અવાજ મોટો કરતા કહ્યું, "જો, આ તારો પુત્ર છે." અને તેના શિષ્યને કહ્યું, " મારી માનું ધ્યાન રાખજે!"

હવે ત્રીજો કલાક, અને હજુ પણ લોકો ટેકરીની આસપાસ કંઈક વિચિત્ર આકર્ષણથી એકઠા થયા હતા, શકય હતું કે તે દિવસે કદાચ ભરબપોરે રાત પડી ગઈ હતી તેથી તે લોકો હવે શું થશે તેના કુતુહલથી ત્યાં હતા. અગાઉના કલાકોની સરખામણીમાં તેઓ હવે થોડા શાંત થયા હતા; તો પણ સમયાંતરે તેઓ અંધારામાં એક સાથે ઘણાબધા લોકો એકબીજાને મોટા અવાજે કંઈક કહેતા હોય તેમ

કે હજારો લોકોનું એક ટોળું બીજા હજારો લોકોના ટોળાને બુમબરાડા પાડીને કંઈ કહેતું હોય તેવા અવાજો સંભળાતા રહેતા હતા. પણ એક વાત ધ્યાનમાં લેવા જેવી હતી કે જે લોકો નાઝરેથવાસીના વધસ્થંભે આવતા હતા, તે શાંતિથી આવતા, શાંતિથી એક નજર તેના પર નાખી લેતા અને એમ જ જતા રહેતા હતા. આ પરિવર્તન ત્યાં વ્યવસ્થા જાળવી રહેલા તે સૈનિકોમાં પણ જોવા મળી રહ્યું હતું કે જે હજુ થોડી વાર પહેલા તે નાઝરેથવાસીના કપડાઓની હરરાજી કરી રહ્યા હતા; તેઓ થોડા દુર જઈને તેમના અધિકારીઓ પાસે ઉભા રહીને દોષિત પર ધ્યાન રાખવાને બદલે ત્યાં ટોળામાં આવતા જતા લોકો પર એકદમ સતક થઈને નજર રાખી રહ્યા હતા.

જો તે ભારે શ્વાસ લેતો, કે તેનું માથું વેદનાની પરાકાષ્ઠામાં ઉછાળતો ત્યારે તે લોકો તે ક્ષણે જ સાવચેત થઈ જતા. તે બધામાં સહુથી વધુ જો અદભૂત થઈ હોય તેવી ઘટના તે વડા ધર્મગુરૂ અને તેના અનુયાયીઓની વર્તણુંકમાં આવેલું પરિવર્તન હતું. આ તે જ ડાહ્યા લોકો હતા કે જેઓએ તેના પર ગઈ રાત્રે જ મુકદમો ચલાવવામાં સાથ આપ્યો હતો; અને તેનો ભોગ બનનાર વ્યકિતને ઉત્સાહથી હસતા હસતા અપરાધી ઠરાવી દેવા માટે સહમતિ આપી હતી. જયારે અંધારૂ થવા લાગ્યું કે તેઓએ તેમનો આત્મવિશ્વાસ ગુમાવવાની શરૂઆત કરી દીધીહતી. તે લોકો પૈકી ઘણાબધા ખગોળવિદ્યા જાણતા હતા અને ગ્રહોની માનવસમુહો પર થતી અસરો વિષે સારી રીતે પરિચિત હતા. આ જ્ઞાન તે લોકોને વારસાગત રીતે શીખવા મળ્યું હતું અને તે પૈકીના ઘણા લોકોએ તે જ્ઞાન પોતાના પુરતું સિમિત ન રાખતા અન્ય લોકો સાથે આદાનપ્રદાન કર્યું હતું અને તેમના જ્ઞાનને સમૃધ્ધ બનાવ્યું હતું; અને મંદિરની આવશ્યકતાએ તે વિદ્યાને ખુબ જ મહત્વ આપ્યું હતું; તેથી જયારે સુરજ તેમની આંખો સામે ઝાંખો થવા લાગ્યો અને પહાડો અને ટેકરીઓ તેના સ્થાનેથી હલી ગયા કે તેઓ મુખ્ય ધર્માધિકારીની આસપાસ ટોળે વળવા લાગ્યા અને તેમણે જે જોયું, તેની ચર્ચા કરવા લાગ્યા. "આજે પૂર્ણિમા છે," તેઓએ કહ્યું, "અને આ ગ્રહણ પણ નથી." તે પછી, જેમ કોઈ પણ ખગોળશાસ્ત્રીએ તે ચોકકસ સમયે આ અંધકાર થવાની ઘટનાની ગણતરી કરી જ નહોતી તેમ બધાના મનમાં ઉઠેલા એક સામાન્ય સવાલનો કોઈપણની પાસે જવાબ નહોતો. તે લોકો હૃદયના છાના ખૂણેથી તે નાઝરેથવાસી સાથે જોડાયેલા હતા અને એકધારી થઈ રહેલી ઘટનાઓથી સાવચેત થવાનું કહી રહ્યા હતા. સૈનિકો પાછળ ઉભા રહીને તે લોકોએ તે જગ્યાએથી નાઝરેથની તમામ હરકતો અને શબ્દોની નોંધ રાખી હતી અને તેના નિસાસાઓથી ડરીને એકબીજાના કાનમાં ધીમા અવાજે ગણગણી રહ્યા હતા કે આ માણસ મસીહા હોઈ શકે, અને તે પછી – પણ તે લોકોએ જે થાય તે જોવાનું અને વાટ જોવાનું નકકી કર્યું.

આ સમય દરમ્યાન બેનહર એક પણ વાર તેના મૂળ સ્વભાવ પર ગયો નહોતો. તેના રોમેરોમમાં શાંતિ છવાઈ ગઈ હતી. તે શાંતિથી એક જ પ્રાર્થના કરતો હતો કે તેનો અંત જલદી આવી જાય. તે સીમોનીડીસના મનની પરિસ્થિતિ જાણતો હતો – કે તેની શ્રધ્ધા અને માન્યતાઓનો આવો અંત આવે તેમ માનવામાં તેને ખચકાટ થતો હતો. તે તેના વિચારોના દ્વંદ્વનો અંદાજ તેના અત્યંત ગમગીન ચહેરા પરથી લગાવી શકતો હતો. બેનહરના ધ્યાનમાં એ વાત આવી કે સીમોનીડીસે સુર્યની સામે જોયું કે તેને અંધારૂં શા માટે થયું તે જાણવાની ઈચ્છા થઈ આવી હતી. તે એકલી પડી ગયેલી એસ્થર તેને પકડીને ઉભી હતી તે વાતની નોંધ લેવામાં પણ નિષ્ફળ નહોતો ગયો. તેનો ડર શાંત થાય તેમ તેણે તેની ઈચ્છા જાહેર કરી.

"ડર નહીં," બેનહરે તેને તેમ કહેતો હોય તેમ સાંભળ્યુ, "પણ મારી સાથે રહે અને મારૂ ધ્યાન રાખ. તું મારા કરતા ઘણું વધારે જીવવાનો છો અને આની બરાબરી કરવામાં લોકોને રસ પડે તેવું ફરીથી તને કશું જોવા મળશે નહીં ; અને આથી વધુ નવાઈ લાગે તેવું ઘણું બહાર આવવાનું બાકી છે. ચાલો આપણે તેની નજીક જઈએ."

જયારે ત્રીજા કલાકનો અડધાથી વધારે સમય વીતી ગયો ત્યારે કેટલાક રખડુ મવાલીઓ – શહેરના કબ્રસ્તાનોના ઉતાર જેવા લોકો આવ્યા અને વચ્ચેના વધસ્થંભ પાસે ઉભા રહી ગયા.

"આ તે છે, યહુદીઓનો નવો રાજા," તેઓમાંથી એકે કહ્યું.

બીજા મવાલીઓએ ઠઠ્ઠા મશ્કરી કરતા હસતા હસતા જયકાર કર્યો, "યહુદીઓના રાજા, તમારો જય હો, જય હો!"

તેનો કોઈ પણ પ્રત્યુતર ન મળતા તેઓ નજીક ગયા.

"જો તું યહુદીઓનો રાજા હોય, કે ઈશ્વરનો પુત્ર હોય, તો નીચે આવ," તે લોકોએ મોટેથી કહ્યું.

આ વાત પર તે ચોરટાઓમાંથી એકે વેદનાથી કણસવાનું બંધ કર્યું , અને નાઝરેથવાસીને કહ્યું, " હા, જો તું ખ્રિસ્ત હોય, તો તને પોતાને અને અમને બચાવી લે."

લોકો તાળીઓ પાડીને હસવા માંડયા; તે પછી જયારે તેઓ તેના પ્રત્યુતર માટે વાટ જોઈ રહ્યા હતા ત્યારે વધસ્થંભે ચડાવેલા બીજા અપરાધીએ પહેલા અપરાધીને જે કહ્યું તે બધાએ સાંભળ્યું, " તને ઈશ્વરનો ડર નથી? આપણે તો આપણા કર્મોની સજા ભોગવીએ છીએ; પણ આ માણસે તેવું કંઈ અનુચિત કાર્ય કર્યું નથી."

ત્યાં ઉભેલા બધા નવાઈ પામ્યા; આસપાસ છવાયેલી શાંતિનો ભંગ કરતા તે ચોરે નાઝરેથવાસી સામે જોઈને કહ્યુંઃ

"હે ઈસુ, તું જયારે તારા રાજયમાં જાય ત્યારે મારી સંભાળ લેજે."

આ વાતથી સીમોનીડીસના મનમાં પ્રકાશ થયો. "હે ઈસુ, તું જયારે તારા રાજયમાં જાય ત્યારે!" આ વાતની તો તેના મનમાં શંકા હતી; આ વાતને કેન્દ્રમાં રાખી અને તેને બાલ્થસાર સાથે ઘણી વખત સત્સંગ થયો હતો.

"તમે આ સાંભળ્યું?" બેનહરે તેને કહ્યું. "આ રાજય આ વિશ્વનું હોઈ શકે નહીં. આ રાજા તેના રાજયમાં જાય છે તેની તે વ્યકિત સાક્ષી આપે છે; અને મેં આવું જ મારા સપનામાં સાંભળ્યું છે."

"શ શ!" સીમોનીડીસે વધારે અધિરાઈથી ઉત્તેજિત થઈને આ પહેલા બેનહરને આમ કહ્યું નહોતું.

"શાંત રહે, હું તને પ્રાર્થના કરૂ છું! એવું પણ બને કે નાઝરેથવાસી આ વાતનો જવાબ આપે." અને જેવું તેણે કહ્યું કે નાઝરેથવાસીએ એકદમ સ્પષ્ટ અવાજે, પુરેપુરા આત્મવિશ્વાસથી જવાબ આપ્યોઃ

"હું તને સાચું કહું છું કે તું આજે જ મારી સાથે સ્વર્ગમાં આવીશ!"

સીમોનીડીસ પહેલા તો કંઈ વધારે સાંભળવા શાંત રહ્યો,પણ પછી તેના હાથ જોડી અને બોલ્યો, "હવે વધુ નહીં , વધુ નહીં ,મારા પ્રભુ! મારી આંખો આગળથી અંધકાર જતો રહ્યો છે; હું દિવ્ય ચક્ષુઓથી જોઈ શકું છું –જેવી રીતે બાલ્થસાર જુએ છે તેમ જ, હું પૂર્ણ શ્રધ્ધાના દિવ્ય ચક્ષુઓથી તે જોઈ શકું છું."

તે વફાદાર સેવકને આખરે તેને યોગ્ય પુરસ્કાર મળી ગયો. ભલે હવે તેનું ભાંગેલું તુટેલું શરીર પાછું હતું તેવું ન થઈ જાય; તે તેના પર ગુજરવામાં આવેલા સિતમો ભૂલી ન શકે કે વિતેલો સમય પાછો ન આવે, પણ એ તો ખરૂં જ કે હવે તેની આંખોની સામે જીવનનું નવું રહસ્ય ખુલી ગયું હતું. હવે તે એવા રાજયમાં પ્રવેશ કરવાનો હતો કે જેનું તે સપનું જોયા કરતો હતો. અને તે રાજા પણ તેને મળી જશેઈ તેનું હૃદય પૂર્ણ રીતે શાંત થઈ ગયું.

ત્યાં વધસ્થંભની સામે, રસ્તાની સામેની બાજુએ રહેલા લોકોને નવાઈ અને ડરની લાગણીઓ એક સાથે થઈ. તે લુચ્ચા ધર્મ અધર્મનો વિચાર કરી અને તેનું નિરાકરણ લાવનારા લોકોએ તેમની ધારણાઓને પ્રશ્નો, પ્રતિપ્રશ્નો અને જવાબો અંતર્ગત આ બધી બાબતો એક સાથે મુકી. આ ધરત પર તેમ કહેવા માટે કે તે મસીહા હતો, તેઓએ નાઝરેથવાસીને વધસ્થંભે જડી દીધો હતો; અને લો! તે વધસ્થંભ ઉપર, પહેલા થી વધારે વિશ્વાસપૂર્વક તેની વાત ફરીથી કહી હતી, પણ એક અસામાજીક વ્યકિતને સ્વર્ગના આનંદનું વચન પણ આપ્યું હતું. તે લોકો જે કરી રહ્યા હતા, તેનાથી તેમને ડર લાગવા લાગ્યો. ગૌરવશાળી વડા ધર્મગુરૂ પણ ડરી ગયા. સત્ય સિવાય એવું બીજું શું હતું કે જેમાંથી આ માનવને આત્મવિશ્વાસ મળતો હતો? અને ઈશ્વર સિવાય અન્ય કોઈ સત્ય છે ખરૂં? હવે તેઓ બધા ત્યાંથી નાસી છુટે તે માટે ઘણું થોડું બચ્યું હતું.

નાઝરેથવાસીને હવે શ્વાસ લેવામાં પણ ભારે પરિશ્રમ થતો હતો, તેના વેદનાથી થતા અવાજોમાં પણ હવે મોટા વિક્ષેપ પડી રહ્યા હતા. વધસ્થંભ પર ફકત ત્રણ કલાક અને તે મૃત્યુ ભણી જઈ રહ્યો હતો.

આ વાત એક માણસથી બીજા માણસ સુધી વાતવાતમાં પહોંચી ગઈ; અને દરેક માણસ શાંત થઈ ગયો; તાજી હવાની આવતી લહેરખી પણ થંભી ગઈ; ત્યાંની હવામાંથી ક્ષુદ્ર દ્વેષભાવના વરાળ થઈ ગઈ; અંધકારમાં ગરમીનો વધારો થયો; ત્યાં ટેકરી ઉપર તે વધસ્થંભે લટકી રહેલા માનવ નીચે જે કંઈ ખરેખર થઈ રહ્યું હતું તેનાથી કોઈ અજાણ નહોતું. ત્યાં લગભગ ત્રીસ લાખ લોકો હતા; જે હવે શું થશે તે જોવાને ત્યાં જ રોકાઈ ગયા હતા.

તે પછી ત્યાં છવાયેલી નિઃસ્તબ્ધતા સોંસરવી, ટેકરી પર રહેલા લોકોના માથા પર થઈને તે મૃત્યુ ભણી જઈ રહેલા માનવના ગળામાંથી હતાશાના કારણે નીકળેલા વેદના ભર્યા શબ્દો (જો કે તે ઈશ્વરને ઠપકો આપતા નહોતા) બધાને સંભળાયાઃ

"મારા પરમેશ્વર! મારા પરમેશ્વર! તે શા માટે મને છોડી દીધો છે?"

જે કોઈએ આ અવાજ સાંભળ્યો તે આઘાતથી દિગ્મુઢ થઈ ગયા. ત્યાં રહેલા દરેક લોકોના હૃદયને તે અવાજ લાગણીઓને કાબુમાં ન રાખી શકે તેમ સ્પર્શી ગયો.

ત્યાં આવતા સૈનિકો તેમની સાથે એક પાત્રમાં દ્રાક્ષાસવ અને પાણી લઈ આવ્યા હતા અને તેઓ બેનહરથી થોડે દુર બેઠા હતા.

માત્ર મજા આવે તેટલા માટે તેઓએ એક લાકડી પર કપડું વીંટી અને તેને દ્રાક્ષાસવમાં બોળી અને ભીનું કર્યું અને તે વેદનાગ્રસ્ત માનવીના હોઠ ભીના કર્યા. બેનહરને નાઝરેથ પાસે આવેલા કુવા પાસેનો તે ઘુંટડો યાદ આવ્યો; તેનો એક લાગણીનો આવેગ આવી ગયો; તેણે તે કપડું લઈ લીધું, તે પાત્રમાં બોળી અને વધસ્થંભ તરફ ચાલતો થયો.

"તેનું જે થાય તે થવા દે!" લોકો ગુસ્સે થઈને બોલી ઉઠયા. "તેનું જે થાય તે થવા દે!"

તે લોકોનું મનમાં લીધા વીના તે દોડતો ગયો અને નાઝરેથવાસીના હોઠ પર તે ભીનું કપડું મુકી દીધું.

ઘણું મોડું થયું, ઘણું મોડું થયું!

હવે તેનો ચહેરો બેનહરને એકદમ સ્પષ્ટ રીતે દેખાયો, લોહી અને ધુળથી લથબથ ચહેરો કાળો પડી ગયો હતો અને તેના પર કેટલાય ઉઝરડાઓના નિશાન દેખાતા હતા. કયારેક કયારેક તેના મુખ પર હળવેથી ચમક આવી જતી હતી; આંખો પુરેપુરી ખુલ્લી હતી અને દુર સ્વર્ગમાં કોઈ એવા લક્ષ્ય પર સ્થિર થઈ હતી કે જેને માત્ર તે જ જોઈ શકતો હતો. હવે તેના વેદનાના અવાજોમાંથી રાહત, સંતોષ અને વિજય ટપકતો હતો.

"તે પુરૂ થયું! તે પુરૂ થયું!"

આમ તે નાયક, એક મહાન કાર્ય કરતા કરતા, તેની સફળતા ની ઉજવણી છેલ્લા આનંદના ઉદગારો સાથે કરતા કરતા મૃત્યુ પામ્યો હતો.

તેની આંખોની જયોતિ બુઝાઈ ગઈ હતી; હળવેથી તેનું કાંટાળો તાજ પહરેલું મસ્તક તેની લોહીભીની છાતી પર ઢળી ગયું. બેનહરને થયું કે સંઘર્ષ સમાપ્ત થયો હતો. પણ મૂર્છિત થતા જતા આત્માએ ફરીથી તે શરીરને સંભાળ્યું, કે બેનહર અને તેની આસપાસના લોકોએ તેના ધીમા અવાજે બોલાયેલા આખરી શબ્દો તે જાણે કે તેની સાવ પાસે ઉભા રહીને ધ્યાનથી સાંભળતું હોય તેને કહેવાયા હોય તેમ સાંભળ્યા:

"પિતા, તારા હાથોમાં હું મારો આત્મા સોંપુ છું."

જે શરીર પર અસંખ્ય સિતમો ગુજારવામાં આવ્યા હતા તે શરીરમાં એક ધ્રુજારી વ્યાપી ગઈ; અતિશય વેદનાથી એક ચીસ નીકળી ગઈ અને તેનું આ ધરતી પરનું જીવન અને કાર્ય એ જ સમયે સમાપ્ત થયા. તેનું પ્રેમ ભર્યું હૈયું તુટી ગયું હતું; તે એટલા માટે કે, ઓ વાચક, તે માનવ મૃત્યુ પામ્યો હતો!

બેનહર તેના મિત્રો પાસે ગયો અને શાંતિથી કહ્યું, " તે પુરૂ થયું; તે મૃત્યુ પામ્યો છે."

માની ન શકાય તેટલી વારમાં લાખો લોકોની મેદનીને આ વાતની ખબર પડી ગઈ. કોઈએ પણ તે વાતનું પુનરાવર્તન કર્યુ નહીં તો પણ! ટેકરી પરથી દરેક દિશામાં ગણગણાટ ફેલાઈ ગયો; "તે મૃત્યુ પામ્યો છે! તે મૃત્યુ પામ્યો છે!" અને તે બધું જ પુરૂ થઈ ગયું. લોકોની ઈચ્છા પુરી થઈ; તે નાઝરેથવાસી મૃત્યુ પામ્યો હતો; તો પણ તે લોકોએ એકબીજા સામે ભયથી જોઈ રહ્યા હતા. તેના ખુનનું પાપ તે લોકોના માથે હતું! અને જયારે તેઓ એકબીજા સામે જોતા જોતા ઉભા હતા ત્યાં ધરતી ધ્રુજી ઉઠી; દરેક માણસે તેની પાસે ઉભેલા માણસને સહારો લેવા માટે પકડી લીધો; એક વિજળી જેવો ઝબકાર થયો, અંધકાર દુર થયો અને સુર્ય નીકળ્યો. પહાડી પર ખોડેલા ક્રોસ સામે ધ્રુજતી ધરા પર ઉભેલા બધા લોકોએ એક નજરે જોયું. ત્યાં ત્રણ ક્રોસ ખોડેલા હતા; પણ જે વચ્ચે હતો, તે જ વધસ્થંભ બધાને દેખાતો હતો; અને તેથી તે પોતાનો બોજો ઉઠાવીને ઉંચે ઉઠતો આસમાની આકાશને આંબતો હતો. અને તે લોકો પૈકીનો દરેક માણસ કે જેણે તે નાઝરેથવાસીની મજાક ઉડાવી હતી; તે દરેક માણસ કે જેણે તેને ફટકાર્યો હતો; તે દરેક કે જેણે તેને વધસ્થંભ પર ચડાવવા માટે મત આપ્યો હતો; તે દરેક કે જેણે શહેરમાંથી નીકળેલા સરઘસમાં કુચ કરી હતી; તે દરેક કે જેણે હૃદયપૂર્વક તેને મરતો જોવાની

ઈચ્છા કરી હતી, તે દરેકને અનુભૂતિ થઈ કે તે બધાથી કંઈક અલગ હતો, અને જો તે જીવતો હોત તો તેને આકાશમાંથી ઉતરી આવેલા ઈશ્વરીય પ્રકોપના ભયમાંથી મુકત થઈ ગયો હોત. તે લોકોએ દોટ મુકી; તે લોકોમાં જેટલી તાકાત હતી તે બધી લગાવીને દોડવા માંડયા; ઘોડેસવારી કરીને, ઉંટો પર અને રથોમાં કે પછી પગપાળા લોકો ભાગવા માંડયા; પણ તેઓ જાય કયા? તે લોકોને એ સમજાયું કે તે લોકોએ તેની સાથે જે વ્યવહાર કર્યો હતો, તેથી ધરતીકંપે તેમને આમ થી તેમ ફંગોળી દીધા અને ડરાવી દીધા હતા. તે લોકોના પગ ની નીચે મોટા ખડકો એકબીજા સાથે ઘસાતા હતા અને પડતા હતા. આમ ઈશ્વરે તે લોકો સમજે તેમ તેના અસ્તિત્વનો પુરાવો આપ્યો હતો. લોકોએ છાતી કુટી અને ડરથી તીણી ચીસો પાડી. નાઝરેથવાસીનું ખુન તે લોકોની માથે હતું! સ્થાનિકો અને વિદેશીઓ, ધર્મગુરૂઓ, પુનર્જન્મમાં ન માનતા હોય તેવા લોકો, ફારીસીઓ, ભીખારીઓ અને સામાન્ય માણસો, – આ બધા પોતાની જાતિ ભૂલી ગયા હતા અને આ અંધાધુંધીમાં આમ થી તેમ અફળાતા હતા. તે લોકોએ ભગવાનની સાથે અનુચિત વ્યવહાર કર્યો હતો એટલે તેનાથી આઘાત પામેલી પૃથ્વીએ તેનો જવાબ ક્રોધ થી આપ્યો હતો અને તે બધાની સાથે એક સરખો વ્યવહાર કર્યો હતો. તેને એ પણ ખબર નહોતી કે જેટલો વડો ધર્માધિકારી દોષિત હતો એટલાજ કદાચ તેનાથી વધારે તેના સાથીઓ દોષિત હતા; કેમ કે તેની કાનભંભેરણી કરીને તેને પણ ગોથું ખવડાવી દીધું હતું અને તેના ઝભ્ભામાં ડાઘ લગાડી દીધો હતો અને તેના ઝભ્ભાની ઝુલની સોનાની ઘંટડીઓને રેતીથી ભરી દીધી હતી. તે અને તેના લોકો કમસે કમ એક બાબતમાં સરખા હતા– તે નાઝરેથવાસીનું ખુન તે બધાના માથા પર હતું.

જયારે વધસ્થંભ પર સુર્યપ્રકાશ થયો ત્યારે ત્યાં ટેકરી પર નાઝરેથવાસીના માતા, શિષ્યો, ગાલીલ પ્રદેશની શ્રધ્ધાળુ સ્ત્રીઓ, સેનાધિકારીઓ અને સૈનિકો તેમજ બેનહર અને તેના સાથીઓ જ હતા. તે લોકોને ત્યાંથી લાખો લોકો કેવી રીતે ભાગી જઈ રહ્યા હતા તે જોવામાં રસ નહોતો; જાણે કે તે લોકોને તેમની સંભાળ રાખવા માટે જ ત્યાં બોલાવવામાં આવ્યા હતા.

"તું અહીં બેસ," બેનહરે એસ્થર માટે તેણીના પિતાના પગ પાસે જગ્યા કરતા કહ્યું. "હવે તારી આંખો બંધ કરી લે અને ઉંચે જોતી નહીં ; પણ ઈશ્વરમાં અને તે આત્મા પર શ્રધ્ધા રાખ કે જેની ખોટી રીતે, બેશરમીથી, ઘાતકી રીતે થોડા સમય પહેલા હત્યા કરવામાં આવી છે."

"ના," સીમોનીડીસે અત્યંત ગંભીરતાથી કહ્યું, "ચાલો આપણે આજથી તેને ખ્રિસ્ત કહીને બોલાવીશું."

"તેમ થાવ," બેનહરે કહ્યું.

હવે ધરતીકંપના એક મોજાએ ટેકરીને હચમચાવી દીધી હતી. વધસ્થંભ પર લટકતા ચોરટાઓની ચીસો સાંભળવામાં ભયાનક લાગતી હતી. જો કે ધરતી ચકકર આવી જાય તેમ ધ્રુજતી હતી તો પણ બેનહરે સ્વસ્થતા જાળવી રાખી અને બાલ્થસારની સામે જોયું તો તે જમીન પર બેશુધ્ધ થઈને પડી ગયો હતો. તે તેની પાસે દોડી ગયો અને બોલાવવા લાગ્યો – પણ તેનો કોઈ પ્રત્યુતર મળ્યો નહીં. તે ભલો માણસ મૃત્યુ પામ્યો હતો. તે પછી બેનહરને યાદ આવ્યું કે તેણે છેલ્લી ઘડીએ નાઝરેથવાસી જેવી જ એક ચીસ સાંભળી હતી; પણ તે નહોતું જોયું કે તે ચીસ કયાંથી આવી; અને પછી તે જયાં સુધી જીવ્યો ત્યાં સુધી તે એમ માનતો રહ્યો કે તે ઈજીપ્તવાસીનો આત્મા પણ તેના માલિક સાથે તેનો નશ્વર દેહ છોડીને સ્વર્ગની રાજધાનીમાં જતો રહ્યો. તે વિચાર માત્ર તેની તે સમયે આવેલી ચીસથી

આવ્યો નહોતો, પણ ઈશ્વર પ્રત્યેની તેની અપાર શ્રધ્ધાના કારણે તેની એવી માન્યતા થઈ હતી. જે શ્રધ્ધા અને પ્રેમથી જેસ્પર અને મેલ્કીયર પ્રભુના ધામમાં પહોંચી ગયા હતા; તેમ શ્રધ્ધા, પ્રેમ અને ભલાઈના કાર્યોના ત્રણેય સદગુણોને તેના વ્યકિતત્વ અને સુદીર્ઘ જીવનમાં ચરિતાર્થ કરી અને તે પ્રભુના શરણમાં તેમના સાથીઓ પાસે પહોંચી ગયો હતો.

બાલ્થસારના ચાકરોએ તેના મૃતદેહને સરખો કર્યો; અને જયારે બધું પુરૂ થઈ ગયું ત્યારે તે બન્ને ગાલીલવાસીઓએ તે વૃધ્ધ માનવીના મૃતદેહને તેની ડોલીમાં મુકયો અને બધા લોકો શહેર તરફ પાછા ફર્યા.

તે યાદગાર દિવસે શોકમય સરઘસ હરના મહેલના દક્ષિણ દરવાજેથી પ્રવેશ્યું. લગભગ તે જ સમયે ઈસુ ખ્રિસ્તના શરીરને વધસ્થંભ પરથી ઉતારવામાં આવ્યું.

બાલ્થસારના શરીરને મહેમાનો માટેના કક્ષમાં લઈ જવામાં આવ્યું. સર્વ શોકગ્રસ્ત ચાકરો તેના અંતિમ દર્શન કરવા માટે ટોળે વળ્યા; કેમ કે તે જે કોઈ જીવંત માનવ કે પશુપક્ષીના સંપર્કમાં આવ્યો હતો, તેના પર તેણે અસીમ પ્રેમવર્ષા કરી હતી. પણ જયારે તે લોકોએ તેનો ચહેરો જોયો અને તેના પરનું સ્મીત જોયું, તેઓ બધાની આંખોમાં તેમ કહેતા આંસુ છલકાતા હતા કે, " સારૂં થયું. તે આજે સવારે બહાર ગયા તેથી વધારે આનંદમાં છે."

બેનહરને કોઈ નોકર જઈને આઈરસને તેના પિતાના મૃત્યુની ખબર આપે તે યોગ્ય ન લાગ્યું. તે જાતે જ તેણીને તેના પિતાના નશ્વર શરીરના અંતિમ દર્શન કરવા માટે લેવા ગયો. તેણે તેણી મનોવેદનાની કલ્પના કરી હતી; તે વિશ્વમાં એકલી ન રહેવી જોઈએ; તે સમય તેની દયા ખાવાનો અને તેને માફ કરવાનો હતો. તેને યાદ આવ્યું કે તેણે તેણીને તે પુછયું નહોતું કે તે શા માટે સવારમાં તે લોકો સાથે નહોતી આવી, અથવા તે કયાં હતી; અને શરમથી, તે ભુલ સુધારવા માટે કંઈ પણ કરવા તૈયાર હતો, તેથી પણ વધારે – તે તેણીના પર આવી પડેલી વિપત્તિમાં તેનાથી તેણી માટે જે કંઈ પણ થઈ શકે તે કરવા માગતો હતો.

તેણે દરવાજાઓના પડદા હલાવ્યા; પડદાની કિનારીએ બાંધેલી નાની નાની ઘંટડીઓ રણકી ઉઠી, પણ અંદરથી તેને કોઈ જવાબ મળ્યો નહીં ; તેણે તેણીને નામ થી બોલાવી, અને ફરીથી બોલાવી – તો પણ કોઈ જવાબ મળ્યો નહીં. તે પડદો એકબાજુએ ખેંચી અને ઓરડામાં અંદર ગયો; તેણી ત્યાં નહોતી. ઉતાવળથી છત પર ચડી અને ત્યાં જોયું તો તેણી ત્યાં પણ નહોતી. તેણે નોકરોને પુછપરછ કરી; તેઓમાંથી કોઈએ પણ તેણીને આખા દિવસ દરમ્યાન જોઈ નહોતી. ઘરના દરેક ખૂણે ફરી વળ્યા પછી બેનહર મહેમાનો માટેના કક્ષમાં પાછો ફર્યો અનેબાલ્થસારના મૃત શરીર પાસે, જયાં તેણીએ હોવું જોઈએ ત્યાં જઈને બેઠો; અને ઉંડા વિચારમાં ગરકાવ થઈ ગયોકે ખ્રિસ્ત તેના વૃધ્ધ ભકત પર કેવો કૃપાળુ હતો. જે લોકો ચિર શાંતિમાં પોઢી ગયા છે, તેમના જીવનની વેદનાઓપાછળ છુટી ગઈ છે અને સ્વર્ગની રાજધાનીના દરવાજાઓમાં આનંદથી પ્રવેશ કરે છે.

બાલ્થસારની દફનક્રિયાને નવ દિવસો વિતી ગયા, તેની દફનક્રિયાના નવમા દિવસ પછી, બધી કાનુની પ્રક્રિયાઓ પુરી કર્યા પછી , બેનહર તેની માતા અને તીરઝાહને ઘેર લઈ આવ્યો. તે પછી જયારે તે લોકોને એ વાતની ખબર પડી કે ઈસુ ખ્રિસ્ત પુનઃ જીવિત થયા છે તો સાથેસાથે રહેવાની તેમની

ખુશી બેવડાઈ ગઈ. અને તે દિવસથી, તે ઘરમાં લોકો દ્વારા ભક્તિભાવ પૂર્વક લેવામાં આવતા પવિત્ર નામ હંમેશા જોડીમાં જ લેવામાં આવતા હતા,

"ઈશ્વર પિતા છે અને ખ્રિસ્ત પુત્ર છે."

ઘણા લોકોને આ વાત પર વિશ્વાસ ન થયો, પણ બેનહરને કોઈ શંકા રહી નહોતી અને તેને પુરી શાંતિ મળી ગઈ હતી. ઈસુના શિષ્યોને પણ તેમના મૃત્યુ બાદ તેમનો સાક્ષાત્કાર થયો અને તેમની સાથે વાતો પણ કરી. ઈસુના બધા અનુયાયીઓમાં આ વાત ફેલાઈ ગઈ અને તેઓ આનંદથી એકબીજાને સાક્ષી આપવા લાગ્યા. પ્રભુ ઈસુના પવિત્ર હાથોના કાણાઓમાં આંગળીઓ મુકી અને તે લોકોએ ચોકકસપણે જાણી લીધું હતું કે તે જ પ્રભુ ઈસુ નાઝરેથવાસી છે કે જે પુનઃ જીવન પામ્યા છે. તેઓએ તેમનો સાક્ષાત્કાર કર્યો અને ભક્તિ કરી.

*****

ઉપસંહાર

ઈસુના વધસ્થંભ પર ચડાવ્યાના લગભગ પાંચ વરસ પછી, બેનહરની પત્ની એસ્થર, મીસેનીયમ પાસે આવેલા તેના સુંદર ઘરના ઓરડામાં બેઠી હતી. ઈટાલીના ઉનાળામાં હુંફાળો બપોરનો સુર્ય બહાર ગુલાબ અને દ્રાક્ષના છોડ વેલાઓને સુગંધ અને રંગોથી સુંદર બનાવી રહ્યો હતો. તે ખંડની સજાવટ પૂર્ણ પણે રોમન ઢબથી કરવામાં આવી હતી. માત્ર એસ્થરે યહુદી ઢબના વસ્ત્ર અલંકારો પહેર્યા હતા. તીરઝાહ અને બે બાળકો ખંડના ભોંયતળિયે બીછાવેલા સિંહના ચામડા પર રમતા હતા; અને તીરઝાહ સાથે રમતા નાના બાળકોને તેણી જે ધ્યાનથી જોઈ રહી હતી તે જોઈને કોઈ પણ માણસને ખબર પડી જાય કે એ બાળકો તેના હતા.

સમય સાથે તેની સુંદરતામાં નિખાર આવ્યો હતો. તે દિવસે ને દિવસે વધુ સુંદર થતી ગઈ હતી, અને આ વિલાની માલિકણ થઈને તેણે તેના એક સ્વપ્ન ને સાકાર કર્યું હતું.

ઘરની ઓસરીમાંથી એક ચાકરે દરવાજાના ઉંબરે આવ્યો, અને તેણીને કહ્યું.

"ઘરના આંગણે એક સ્ત્રી આવી છે; તે આ ઘરની માલિકણ સાથે વાત કરવા માગે છે."

"તેને અંદર આવવા દો. હું તેને અહીં આ મળીશ."

આગંતુક સ્ત્રી અંદર આવી. તેને જોતા વેંત યહુદી સ્ત્રી ઉભી થઈ ગઈ અને બોલવા જતી હતી જ કે; તેણીએ થોડો ખચકાટ અનુભવ્યો, તેના હાવભાવ ફરી ગયા, અને અંતે પાછી હઠતા કહ્યું, "ભલી સ્ત્રી, હું તને ઓળખું છું. તું –"

"હું આઈરસ – બાલ્થસારની પુત્રી છું."

એસ્થરે તેની નવાઈની લાગણીઓ પર કાબુ મેળવ્યો, અને ચાકરને તે ઈજીપ્તવાસી રમણી માટે ખુરશી લઈ આવવા કહ્યું.

"ના," આઈરસે એકદમ ઠંડકથી કહ્યું. " હું હમણા જ જતી રહીશ."

બન્ને સ્ત્રીઓ એકબીજાની સામે જોઈ રહી. આપણે જાણીએ છીએ કે એસ્થર કેવી લાગતી હતી – એક સુંદર સ્ત્રી, સુખી માતા અને સંતૃષ્ઠ સ્ત્રી. જયારે બીજી બાજુએ, તે દેખાઈ આવતુ હતુ કે ભાગ્યએ તેની સાથે એવો મૃદુતા ભર્યો વ્યવહાર કર્યો નહોતો. તે ઉંચી સોટા જેવી સ્ત્રીનો ઠસ્સો હજુ પણ એવો ને એવો હતો; પણ એક શયતાની ઝીંદગીએ તેના વ્યકિતત્વને ઝાંખપ લગાડી દીધી હતી. તેનો ચહેરો સુકાઈને કઠોર થઈ ગયો હતો; તેણીની મોટી આંખો લાલ થઈ ગઈ હતી અને ઉંડી ઉતરી ગઈ હતી; ગાલની લાલીમા ખોવાઈ ગઈ હતી; હોઠ સુકા અને કઠોર થઈ ગયા હતા, અને તે ઉંમર કરતા વધારે મોટી લાગતી હતી. તેનો છેક નીચે ઢસડાતો લાંબો પોષાક કોઈ સુસંસ્કૃત માણસને છાજે તેવો નહોતો અને રસ્તાની માટી તેના ચપ્પલો પર છવાઈ ગઈ હતી. આઈરસે બેચેની ભરી શાંતિનો ભંગ કર્યો.

"આ તારા બાળકો છે?"

એસ્થરે તેમની સામે જોયું અને સ્મીત કર્યું.

"હા. તું તેઓની સાથે વાત નહીં કરે?"

"હું તેમને ડરાવી દઈશ," આઈરસે જવાબ આપ્યો. પછી તેણી એસ્થરની નજીક આવી અને તેને સંકોચ પામતી જોઈને કહ્યું,

"ડર નહીં. તારા ધણીને મારો સંદેશો આપજે. તેને કહેજે કે તેનો શત્રુ મૃત્યુ પામ્યો છે, અને તે પણ કહેજે કે તેણે મને એટલું દુખ આપ્યું કે મેં જ તેને મારી નાખ્યો છે."

"તેનો શત્રુ?"

"તે મેસાલા. વિશેષમાં, તારા વરને કહેજે કે મેં તેને જે પીડા આપી છે તે માટે તે મારી દયા ખાય તેથી પણ વધારે મને સજા મળી છે."

એસ્થરની આંખોમાં આંસુ આવ્યા અને તે કંઈ કહેવા જતી જ હતી કે –

"ના," આઈરસે કહ્યું, "મારે કોઈ જ દયા કે આંસુઓ જોઈતા નથી. તેને છેલ્લે એ પણ કહી દેજે કે મને ખબર પડી ગઈ કે રોમન થવું એટલે જંગલી થઈ જવું. આવજે."

તેણી જવા માટે પાછળ ફરી. એસ્થર તેણીની પાછળ ગઈ.

"થોભ, અને મારા વરને મળીને જા. તેને તારા પ્રતિ કોઈ અણગમાની લાગણી નથી. તેણે તારી દરેક જગ્યાએ તપાસ કરાવી. તે તારો મિત્ર થશે. હું તારી મિત્ર થઈશ. આપણે ખ્રિસ્તીઓ છીએ."

પણ આઈરસ મકકમ હતી.

"ના; મને જે ઠીક લાગ્યું તે મેં કર્યું છે. હવે આ બધું વહેલું પુરૂં થઈ જશે."

"પણ" – એસ્થરને સંકોચ થયો – "તને ઠીક લાગે તેવું અમારી પાસે કંઈ નથી? કંઈ કરી શકીએ તેમ"

ઈજીપ્તવાસી રમણીના ચહેરાના હાવભાવ મૃદુ થયા; તેના હોઠ પર સ્મિત જેવું કશું આવ્યું. તેણે ફર્શ પર રમતા બાળકો સામે જોયું.

"એવું કંઈક છે," તેણીએ કહ્યું.

એસ્થરે તેની આંખોથી વ્યકત થયેલા મનોભાવોને સમજી લીધા અને તરત જ જવાબ આપ્યો, " તે તારા છે."

આઈરસ તેઓની પાસે ગઈ અને સિંહના ચામડા પર ઘુંટણીયે બેઠી અને તે બન્નેને ચુમી લીધા. ધીમેથી ઉભા થઈને તેણીએ તેઓની સામે જોયું; તે પછી દરવાજો પસાર કરી અને એક પણ શબ્દ બોલ્યા વગર બહાર નીકળી ગઈ. અને તે જતી રહે તે પહેલા એસ્થરે શું કરવું તે નકકી કરી લીધું.

જયારે એસ્થરે બેનહરને આઈરસની મુલાકાતની વાત કરી, ત્યારે તેણીને ખરેખર ખબર પડી કે બેનહરે ઘણા વખત પહેલા શું ધારી લીધુ હતુ– કે તે વધસ્થંભના દિવસે આઈરસ તેણીના પિતાને મેસાલા માટે છોડી ગઈ હતી. તેમ છતાં, તેણે ફટાફટ તેને શોધી કાઢવાના ઘણાબધા પ્રયત્નો કર્યા હતા; પણ તેણીની ભાળ મળી નહોતી. તેઓએ તે પછી તેણીને ફરીથી કયાંય જોઈ નહીં કે તેના વિષે કદી કશું સાંભળવા મળ્યું નહીં. તે દેશનો ઘુઘવાટા મારતો આસમાની સાગર કાંઠો તેના કેટલાય રહસ્યોને સાચવીને બેઠો છે. જો તેને જીભ હોત તો તે આપણેને તે ઈજીપ્તવાસી રમણી વિષે કંઈ કહી શકયો હોત.

સીમોનીડીસ હવે અત્યંત વૃધ્ધ થઈ ગયો હતો. નીરોના શાસનના દસમા વર્ષે, તેણે એન્ટીઓકની પેઢીને મુખ્ય મથક બનાવીને જાળવી રાખેલા વ્યવસાયમાંથી નિવૃતિ લઈ લીધી હતી. તેના અંતકાળ સુધી તે એક ભલા હૃદયના, ખુલ્લા મનના માનવી બની રહ્યા, અને જીવન સફળ કર્યું.

તે વરસમાં જ, એક દિવસ તે પોતાની ખુરશીમાં વખારની છત ઉપર બેઠા હતા. તેની સાથે એસ્થર, બેનહર અને તેના ત્રણેય સંતાનો તેની સાથે હતા. છેલ્લું વહાણ નદીના કાંઠા પર લાંગરવામાં આવ્યું હતુ; તે સિવાયના બાકીના બધા વહાણો વેચી નાખવામાં આવ્યા હતા. નાઝરેથવાસીને વધસ્થંભે ચડાવ્યાને ઘણો લાંબો સમય વિતી ગયો હતો અને આટલા વરસોમાં માત્ર એક જ દુઃખદાયક ઘટના તે લોકોના જીવનમાં ઘટી હતીઃ અને તે એ કે બેનહરની માતાનું મૃત્યુ થયું હતુ; અને તે જીવી ત્યાં સુધી તેની ખ્રિસ્ત પ્રત્યેની શ્રધ્ધા અડગ રહી હતી.

આપણે જે વહાણની વાત કરતા હતા તે હજુ એક દિવસ પહેલા જ પાછું આવ્યુ હતુ. તેના દ્વારા બાતમી લાવવામાં આવી હતી કે નીરો દ્વારા ખ્રિસ્તીઓ પર જુલમો ગુજારવામાં આવતા હતા, અને ત્યાં છત પર બેનહર અને સાથીઓ આ સમાચાર વિષે વાત કરતા હતા, જયારે મલુક, કે જે હજુ પણ તે લોકોની પેઢીમાં નોકરી કરતો હતો, તેણે આગળ આવી અને બેનહરના હાથમાં એક કાગળનો વીંટો મુકયો.

"આ કોણ લાવ્યું છે?" તે વાંચી અને બેનહરે પુછયું.

"એક આરબ."

"તે કયાં છે?"

"તે આપીને ફટાફટ જતો રહ્યો."

"સાંભળો," બેનહરે સીમોનીડીસને કહ્યું.

તે પછી તેણે પત્ર વાંચ્યોઃ "હું, ઈલ્દેરીમ, તે ઉદાર ઈલ્દેરીમનો પુત્ર, અને ઈલ્દેરીમની જમાતનો શેખ, જુડાહ ના પુત્રને જણાવવાનું કે

– ઓ મારા પિતાના મિત્ર, કે મારા પિતા આપને કેટલો પ્રેમ કરતા હતા. આ સાથે જે કંઈ મોકલવામાં આવ્યું છે તે વાંચશો અને આપને જાણ થશે. તેની ઈચ્છા તે મારી ઈચ્છા છે; તેથી તેણે આ આપને આપ્યું છે.

પ્રશિયાના લોકોની સાથેની લડાઈમાં મારા પિતા શહીદ થયા હતા અને અમારી હાર થઈ હતી ત્યારે જે કંઈ તેમનું હતું તે પ્રશિયાવાસીઓએ લઈ લીધું હતુ તે મેં પાછું મેળવી લીધું છે – આ લખાણ, અન્ય વસ્તુઓ, વેર અને જે કંઈ શકય હતું તે.

તને અને તારા સર્વેને શાંતિ.

"આ રણમાંથી આવતો શેખ ઈલ્દેરીમનો અવાજ છે."

બેનહરે તે પછી ઘણી સંભાળપૂર્વક પેપીરસનો મલબેરીના પીળા પડી ગયેલા પાન જેવો વીંટો ખોલ્યો અને વાંચવાનું શરૂ કર્યુંઃ

"ઈલ્દેરીમ, ઉદાર સાંખે, ઈલ્દેરીમની જમાતનો શેખ, તેના પુત્રને કે જે મારા પછી શેખ થવાનો છે. મારી પાસે જે કંઈ છે, તે મારા વહાલા દિકરા, તું આવ્યો, તે દિવસથી તારૂં છે. માત્ર એન્ટિઓકમાં ખજુરની વાડી તરીકે ઓળખાતી મિલ્કત; અને તે હર ના પુત્ર બેન ને આપવાની થશે; કેમ કે તેણે સર્કસમાં આપણેને ભવ્ય વિજય અપાવ્યો – તે તેને આપવાની છે અને હંમેશા તેની રહેશે.

"તારા પિતાને નીચું જોવું પડે તેવું કરીશ નહીં. લીખીતંગ ઈલ્દેરીમ તે ઉદાર શેખ."

"તમારે શું કહેવાનું છે?" બેનહરે સીમોનીડીસને પુછયું.

એસ્થરે ખુશ થઈને કાગળનો વીંટો હાથમાં લીધો અને મનમાં વાંચવા લાગી. સીમોનીડીસ શાંત રહ્યો. તેની આંખો વહાણ પર હતી; પણ તે વિચારમગ્ન હતો. થોડા લાંબા સમય પછી તેણે કહ્યું.

"હર ના પુત્ર," તેણે ગંભીર થઈને કહ્યું, " ઈશ્વરે તારા પર આ વિતેલા વરસોમાં ઘણી કૃપા કરી છે. તારી પાસે તેનો આભાર માનવા માટે ઘણુબધું છે. આ સમયે તને હવે આવનાર ભવિષ્યને સોનેરી બનાવી નાખે તેવી જે આવડી મોટી ભેટ મળી છે. અને તારી સંપત્તિ તો દિન પ્રતિદિન વધતી જાય છે, તે માટે આખરી નિર્ણય કરવામાં કોઈ ઉતાવળ કરવી નથી."

"મેં તે ઘણું વહેલું વિચારી લીધું હતું. આ સઘળી સંપત્તિ તે ઈશ્વરે આપેલી છે કે જેણે આ સર્વનું નિર્માણ કરેલું છે. આમાંથી મારૂં કંઈ નથી. હવે મારી સામે એ સવાલ છે કે આ સંપત્તિનો ઉપયોગ કેવી રીતે કરવો? આપ કહો, હું આપને વિનંતી કરૂં છું."

સીમોનીડીસે જવાબ આપ્યો, "તે એન્ટિઓકના ચર્ચને ઘણી મોટી રકમ આપી છે, હું તેનો સાક્ષી છું. હવે ઉદાર શેખ ઈલ્ડેરીમની આ મોટી ભેટ સાથે સાથે જ એવા સમાચાર આવ્યા છે કે રોમમાં ખ્રિસ્તીઓ પર અપાર સિતમો વરસાવવામાં આવે છે. આ એક નવું ક્ષેત્ર છે. રાષ્ટ્રના પાટનગરમાં પ્રભુ ઈસુનું તેજ ઝાંખુ પડવું જોઈએ નહીં."

"મને તે કહો કે હું તેને કેવી રીતે પ્રજવલિત રાખી શકું?"

"તે હું તને કહીશ. રોમ, અરે નીરો પણ બે વસ્તુઓને પવિત્ર સમજે છે. અને તે છે મૃતકોની રાખ અને દફનાવવાની જગ્યા. જો તમે ધરતી પર પ્રભુની પ્રાર્થના માટે મંદિર ન બનાવી શકો, તો જમીનની નીચે બનાવો. તેને અપવિત્ર અને ભ્રષ્ટ થતું બચાવવા માટે જે લોકોએ પ્રભુ ઈસુમાં શ્રધ્ધા રાખવા માટે તેમના જીવનનું બલીદાન આપ્યું છે, તેમના મૃત શરીર ત્યાં દફનાવીએ." બેનહર ઉત્તેજનાથી ઉભો થઈ ગયો. "આ ઘણો સારો વિચાર છે," તેણે કહ્યું. " હું તે શરૂ કરવા માટે વાટ નહીં જોઉં. હવે વાટ જોવાનો સમય નથી. જે વહાણમાં આપણા ભાઈઓ પર સિતમો ગુજારવાના આ સમાચાર આવ્યા છે, તે જ વહાણમાં હુ રોમ જઈશ. હું આવતી કાલે વહાણમાં સફરે જવા નીકળીશ." તે મલુક તરફ ફર્યો.

"વહાણને તૈયાર કરો, મલુક, અને તું પણ મારી સાથે જવા માટે તૈયાર થઈ જા."

"તે વધુ સારૂ છે," સીમોનીડીસે કહ્યું.

"અને તું, એસ્થર, તારે શું કહેવું છે?" બેનહરે પુછયું. એસ્થર તેની પાસે આવી, અને તેણીનો હાથ તેના હાથમાં મુકયો અને જવાબ આપ્યો, "તો, તું ઈસુ ખ્રિસ્તની સારામાં સારી સેવા કરવા જઈ રહ્યો છો. ઓ મારા ધણી, તું મને અહીં છોડીને ન જા, પણ તારી સાથે આવવા દે અને તારા કાર્યમાં મદદ કરવા દે." જો મારા વાચકોમાંથી કોઈ રોમની મુલાકાત છે, તો તે સાન કેલીક્ષ્ટોની કેટાકોમ્બ(ભૂમીગત ગુફા જેવું કબ્રસ્તાન)ની ટુંકી મુલાકાતે જઈ શકશે કે જે સાન સેબાસ્ટીનોથી પણ વધુ પુરાતન જગ્યા છે. તે ત્યાં જઈ અને જોઈ અને જાણી શકશે કે બેનહરની તમામ સંપત્તિનો કયા માર્ગે ઉપયોગ થયો અને બેનહરનો આભાર માનશે. સીઝરોના અત્યાચાર પછી ખ્રિસ્તી ધર્મ આ જ વિશાળ કેટાકોમ્બમાંથી બહાર આવ્યો અને સમગ્ર વિશ્વમાં ફેલાઈ ગયો.

<u>આપ સહુ વાચકો પર ઈશ્વરના આશીર્વાદ હો..</u>

*****

www.ingramcontent.com/pod-product-compliance
Lightning Source LLC
LaVergne TN
LVHW100430051026
849518LV00004B/1439

* 9 7 8 8 1 1 9 1 7 8 4 9 0 *